ಸಾದತ್ ಹಸನ್ ಮಾಂಟೋ

1912ರ ಮೇ 11ರಂದು ಲೂಧಿಯಾನ ಹತ್ತಿರದ
ಒಂದು ಹಳ್ಳಿಯಲ್ಲಿ ಜನಿಸಿದರು.
1936ರಿಂದ 48ರವರೆಗೆ ಮುಂಬೈನಲ್ಲಿ ವಾಸವಾಗಿದ್ದರು.

ಅವರು ಅದ್ಭುತ ಕತೆಗಾರ, ಪ್ರಬಂಧಕಾರ ಮತ್ತು ನಾಟಕಕಾರರಾಗಿದ್ದರು.
ಅವರಿಗೆ ಹಿಂದಿ ಚಿತ್ರರಂಗದೊಡನೆ ನಿಕಟ ನಂಟಿತ್ತು.
ಅನೇಕ ಸಿನಿಮಾಗಳಿಗೆ ಚಿತ್ರಕತೆ, ಸಂಭಾಷಣೆಗಳನ್ನು ಬರೆದಿದ್ದಾರೆ.
ಸಾಕಷ್ಟು ಪತ್ರಿಕೆಗಳಿಗೆ ಸಂಪಾದಕರಾಗಿಯೂ ಕೆಲಸ ಮಾಡಿದ್ದಾರೆ.

ಭಾರತ–ಪಾಕಿಸ್ತಾನ ವಿಭಜನೆಯ ಸಮಯದಲ್ಲಿ
ಪಾಕಿಸ್ತಾನಕ್ಕೆ ಹೋಗಿ ನೆಲೆಸುವ ನಿರ್ಧಾರ ಮಾಡಿದರು.
ಅಲ್ಲಿ ಅವರ ಬರಹಗಳಿಗೆ ಸಾಕಷ್ಟು ಕಾನೂನಾತ್ಮಕ
ತೊಡಕುಗಳು ಎದುರಾದಾಗ ಮಾನಸಿಕ ತೊಳಲಾಟಕ್ಕೆ ಸಿಕ್ಕು,
ಬಹಳ ಬೇಗ – ಅಂದರೆ 18 ಜನವರಿ 1955ರಂದು,
ತಮ್ಮ 42 ವಯಸ್ಸಿನಲ್ಲಿಯೇ ಕಾಲವಾದರು.

ಭಾರತಿ ಬಿ ವಿ

ಲೇಖಕಿ
ಹುಟ್ಟಿದ್ದು ಕೊಳ್ಳೇಗಾಲ
ಬಿ.ಕಾಂ. ಪದವೀಧರೆ
ಬೆಂಗಳೂರಿನಲ್ಲಿ ವಾಸ

ಪ್ರಕಟಿತ ಕೃತಿಗಳು~
ಸಾಸಿವೆ ತಂದವಳು, ಮಿಸಳ್ ಭಾಜಿ, ಜಸ್ಟ್ ಮಾತ್ ಮಾತಲ್ಲಿ,
ಆನು ನಿನ್ನ ಹಾಡಿದಲ್ಲದೆ ಸೈರಿಸಲಾರೆನಯ್ಯಾ, ಎಲ್ಲಿಂದಲೋ ಬಂದವರು

'ಬಹುರೂಪಿ' ಪ್ರಕಟಿಸಿದ ಕೃತಿಗಳು~
ಕಿಚನ್ ಕವಿತೆಗಳು, ನಕ್ಷತ್ರಗಳ ಸುಟ್ಟ ನಾಡಿನಲ್ಲಿ,
ಯಕ್..!!

ಯಕ್...!!

ಸಾದತ್ ಹಸನ್ ಮಾಂಟೋ

ಕನ್ನಡಕ್ಕೆ: **ಭಾರತಿ ಬಿ ವಿ**

ಬಹುರೂಪಿ

ನಂ 1, ನಾಕು ತಂತಿ, ಆರ್ ಎಂ ವಿ ಸೆಕೆಂಡ್ ಸ್ಟೇಜ್
ಉಡುಪಿ ಗಾರ್ಡನ್ ಹೋಟೆಲ್ ಎದುರು
ಸಂಜಯನಗರ, ಬೆಂಗಳೂರು 560 094
ದೂರವಾಣಿ: 70191 82729.

50

Yak..!!

A Collection of short stories by **Saadat Hasan Manto**
translated in to Kannada by **BHARATHI B V**

Bharathi B V
bvbkoll@gmail.com

Published By
Bahuroopi
No 1, Naaku Tanti, RMV Second Stage
Opp Udupi Garden Hotel
Sanjayanagar, Bangalore 560 094

editor@bahuroopi.in | Mobile: 70191 82729

online book store: **bahuroopi.in**

Whats App Bookstore: **70191 82729**

ISBN: 978-81-956152-7-8
First Edition: May 2022
Pages: 248 | Price: Rs.300

Cover and Inside Design: **Sagar M S**
Illustrations: **S V Hugar**
Manto Art: **Avik Kumar Maitra**

Produced by
Bahuroopi Designs and Prints
Bangalore
99454 40841

ನನ್ನ ಅನಾರೋಗ್ಯದ
ಸಮಯದಲ್ಲೆಲ್ಲ
ಜೊತೆ ನಿಂತ
ಮಾಲತೇಶನಿಗೆ

ಬಹುರೂಪಿಯದ್ದೇ
ಈಗ ಪುಸ್ತಕ
ಮಳಿಗೆಯೂ ಇದೆ
ಬಹುರೂಪಿ ಬುಕ್ ಹಬ್
Bahuroopi
Book Hub
ಬಹುರೂಪಿ ಬುಕ್ ಹಬ್
ನಂ 1, ಉಡುಪಿ ಗಾರ್ಡನ್ ಹೋಟೆಲ್ ಎದುರು,
ಸಂಜಯನಗರ ಮುಖ್ಯ ರಸ್ತೆ ಬೆಂಗಳೂರು -560 094
ದೂರವಾಣಿ: 080-41679293, ಮೊ: 70191 82729
Bahuroopi.in | bahuroopibookhub@gmail.com

ಮಾಂಟೋ ಎಂಬ ಚಿನ್ನದ ಗಣಿ!

Everything happens for a reason ಅನ್ನುವ ಮಾತು ನನಗೆ ಬಹಳ ಪ್ರಿಯವಾದದ್ದು. ಬೇಕಿದ್ದರೆ ನೋಡಿ, ನಾವು ಅನಿರೀಕ್ಷಿತ ಅಂದುಕೊಂಡ ಎಷ್ಟೋ ಘಟನೆಗಳು ಯಾವಾಗಿನಿಂದಲೋ ನಮ್ಮೊಡನೆಯೇ ಹೆಜ್ಜೆ ಹಾಕುತ್ತಿದ್ದು, ನಮ್ಮ ಬದುಕಿನಲ್ಲಿ ಮುಂದೆಂದೋ ಯಾವುದ್ಯಾವುದೋ ಸಂದರ್ಭಗಳಲ್ಲಿ ಅದು ಯಾಕೆ ಘಟಿಸಿತೆನ್ನುವುದಕ್ಕೆ ಕಾರಣಗಳು ನಿಚ್ಚಳವಾಗಿ ಗೋಚರಿಸಿರುತ್ತದೆ. ಅಂಥದ್ದೊಂದು ಅನಿರೀಕ್ಷಿತವೇ ಗೆಳತಿ ಸಂಯುಕ್ತಾ ಮತ್ತು ಅವಳ ಗಂಡ ಗುರು ಇಬ್ಬರನ್ನೂ ನಾನು ನನ್ನ ಬರ್ತ್‌ಡೇಗೆ ಕರೆದಿದ್ದು ಮತ್ತು ಕಾರಣಾಂತರಗಳಿಂದ ಅವರಿಗೆ ಬರಲು ಸಾಧ್ಯವಾಗದೇ ಹೋದದ್ದು! ಬಹುಶಃ ಅವರು ಅವತ್ತು ಬಂದಿದ್ದರೆ ನನಗೆ ಹೂವಿನ ಗುಚ್ಛವೊಂದನ್ನು ಉಡುಗೊರೆಯಾಗಿ ಕೊಡುವ ಸಾಧ್ಯತೆಯೂ ಇತ್ತು. ಆದರೆ ಅಂದು ಬಾರದ ಅವರು,

ನನಗೆ ಉಡುಗೊರೆ ಕೊಡಲೆಂದು ಎಂದೆಂದೂ ಬಾಡದ ಉಡುಗೊರೆಯಾದ ಪುಸ್ತಕವೊಂದನ್ನು ಖರೀದಿಸಿ ಇಟ್ಟಿದ್ದರಂತೆ.

ಅದನ್ನು ಮುಂದೆ ಯಾವಾಗಲೋ ಒಂದು ದಿನ ಭೇಟಿಯಾಗಿ ನನಗೆ ಕೊಟ್ಟರು. ತಿರುಗಿಸಿ ನೋಡಿದೆ 'ಯಾವುದೋ' ಇಂಗ್ಲಿಷ್ ಪುಸ್ತಕ. ಕನ್ನಡವೊಂದು ಬಿಟ್ಟು ಇನ್ನ್ಯಾವ ಭಾಷೆಯಲ್ಲೂ ನನಗೆ ಹೆಚ್ಚಿನ ಖುಷಿ ಸಿಗುವುದಿಲ್ಲ. ಹಾಗಾಗಿ ಆ ಪುಸ್ತಕ ಪಡೆದುಕೊಂಡ ನಾನು ಓದಲು ಹಾಸಿಗೆ ಬದಿ ಇಟ್ಟುಕೊಂಡಿರುವ ಪುಸ್ತಕಗಳ ಜೊತೆಗೆ ಇಟ್ಟು ನಂತರ ಅದನ್ನು ಮರೆತುಬಿಟ್ಟೆ. ಅದಾಗಿ ಎಷ್ಟೋ ಕಾಲ ಕಳೆದಿರಬೇಕು... ಯಾವತ್ತೋ ಒಂದು ದಿನ ಓದಲು ಪಕ್ಕದಲ್ಲಿದ್ದ ಪುಸ್ತಕಗಳಿಗೆ ಕೈ ಹಾಕಿದಾಗ ಮೇಲೆಯೇ ಇತ್ತು 'ಬಾಂಬೆ ಸ್ಟೋರೀಸ್' ಎನ್ನುವ ಆ ಪುಸ್ತಕ... ಸಾದತ್ ಹಸನ್ ಮಾಂಟೋದು!

ಸುಮ್ಮನೆ ಓದಲು ಪ್ರಾರಂಭಿಸಿದವಳಿಗೆ ಎದುರಾದದ್ದು ಅದರಲ್ಲಿನ ಮೊದಲ ಕಥೆ `Ten Rupees'. ಅದನ್ನು ಓದಿ ಮುಗಿಸಿದ ನಂತರ ತಲ್ಲಣಿಸಿ ಹೋಗಿದ್ದೆ. 15 ವರ್ಷದ ಪುಟ್ಟ ಮಗುವೊಂದು ಬಹಳ ಸಹಜವೆಂಬಂತೆ ವೇಶ್ಯಾವಾಟಿಕೆಗೆ ಇಳಿವ ಆ ಕಥೆಯು ನನ್ನನ್ನು ಹೇಗೆ ಕಾಡಿತೆಂದರೆ, ಮತ್ತೊಂದು ಕಥೆ ಓದಲು ಸಾಧ್ಯವೇ ಆಗದಷ್ಟು ಕ್ಷೋಭೆಗೊಂಡು ಪುಸ್ತಕ ಮುಚ್ಚಿರಿಸಿದ್ದೆ. ಅದಾಗಿ ಎಷ್ಟೋ ದಿನಗಳು ಕಳೆದ ನಂತರ ಮತ್ತೊಂದು ಸಲ ಪುಸ್ತಕ ತೆರೆದೆ. ಆಗ ಎದುರಾಗಿದ್ದು `The Insult' ಎನ್ನುವ ಕಥೆ! ಅದು ಎಷ್ಟು ಉತ್ಕಟವಾಗಿತ್ತೆಂದರೆ ಮೊದಲು ಓದಿದ ಕಥೆಯಷ್ಟೇ... ಅಥವಾ ಅದಕ್ಕಿಂತ ತುಸು ಹೆಚ್ಚೇ ಹುಚ್ಚು ಹಿಡಿಸಿತು. ಬದುಕಿನ ಯಾವುದೋ ಘಳಿಗೆಗಳಲ್ಲಿ

ಹೀಗೆ ಮಾಡಬಾರದಿತ್ತಾ ನಾನು
ಹಾಗೇಕೆ ಮಾಡಲಿಲ್ಲ ನಾನು
ಹೀಗೇಕೆ ಮಾಡಿದೆ ನಾನು

ಎನ್ನುವ ನನ್ನ ನೂರೆಂಟು ಹಳಹಳಿಕೆಗೆ ಉತ್ತರವೆಂಬಂತೆ ಇದ್ದಳು ಕಥೆಯ ನಾಯಕಿ ಸೌಗಂಧಿ!

ಈ ಕಥೆಯನ್ನು ಓದಿದ ನಂತರ ಮಾತ್ರ ಒಂದು ರೀತಿಯಲ್ಲಿ Tranceಗೆ ಒಳಗಾದವಳಂತೆ ಅದನ್ನು ಅನುವಾದಿಸಲು ಶುರು ಮಾಡಿದ್ದೆ. ಆ ಮೊದಲು ಎಂದೂ ಅನುವಾದದ ಜಗತ್ತಿಗೆ ತೆರೆದುಕೊಳ್ಳದ ನನಗೆ ಅದನ್ನು ಅನುವಾದಿಸದೇ ಬದುಕು ವ್ಯರ್ಥ ಅನ್ನಿಸಿಬಿಟ್ಟಿತ್ತು! ಒಳಗಿನಿಂದ ಒದ್ದುಕೊಂಡು ಬರುತ್ತಿರುವ ಯಾವುದೋ ಆಕ್ರೋಶ... ಸಿಟ್ಟು... ಅವಮಾನ... ಎಲ್ಲವನ್ನೂ ಬೆರಳು ಟೈಪ್ ಮಾಡುತ್ತಾ ಹೋಯಿತು. ಸುದೀರ್ಘ ಕಥೆಯದು... ಸುಮಾರು 22 ಪುಟಗಳು!

ಅಷ್ಟು ಉತ್ಕಟತೆಯಿಂದ ಅದನ್ನು ಅನುವಾದಿಸುವಾಗಲೂ ಅದನ್ನೇನು ಮಾಡಬೇಕು ಎಂದು ನನಗೆ ಗೊತ್ತಿರಲಿಲ್ಲ. ಆದರೆ ಅನುವಾದಿಸಿದ ನಂತರ ಮನಸ್ಸು ಇದ್ದಕ್ಕಿದ್ದಂತೆ ಶಾಂತವಾಗಿತ್ತು. ಯಾವ ಕಾರಣಕ್ಕೆ ಅದನ್ನು ಅನುವಾದ ಮಾಡಿದೆ ಅನ್ನುವುದು ಇವತ್ತಿಗೂ ನನಗೆ ಗೊತ್ತಿಲ್ಲ. ಆದರೆ ಅನುವಾದಿಸಿದ ನಂತರ ಯಾಕೋ ನಾನು ಮಾನಸಿಕವಾಗಿ ತುಂಬಾ ದಣಿದಂತಾಗಿ ಆ ಪುಸ್ತಕವನ್ನು ಮುಚ್ಚಿಟ್ಟುಬಿಟ್ಟೆ. ಆ ನಂತರ ಬಹಳ ಕಾಲ ಮಾಂಟೋ ಸುಷುಪ್ತಿಗೆ ಹೋಗಿಬಿಟ್ಟರು.

ಒಂದೆರಡು ಮೂರು ವರ್ಷಗಳೇ ಕಳೆದಿರಬೇಕು. ಯಾವತ್ತೋ ಒಂದು ದಿನ ಲ್ಯಾಪ್‌ಟಾಪ್ ತಡಕಾಡುತ್ತಿರುವಾಗ ಈ ಅನುವಾದಿತ ಕಥೆ ಕಣ್ಣಿಗೆ ಬಿತ್ತು. ಎರಡು ದಿನಗಳ ಕೆಳಗೆ ಕಥೆಗಾರ, ಗೆಳೆಯ ಅಬ್ದುಲ್ ರಶೀದ್ 'ಕೆಂಡಸಂಪಿಗೆ' ಬ್ಲಾಗಿಗೆ ಬರಹವೊಂದನ್ನು ಕೊಡಿ ಅಂದಿದ್ದು ನೆನಪಾಗಿ ಇದಾಗಬಹುದಾ ಎಂದು ಅದನ್ನು ಅವರಿಗೆ ಕಳಿಸಿಕೊಟ್ಟೆ. ಅದನ್ನು ಓದಿದ ಅವರು ಇಷ್ಟಪಟ್ಟು ಕೆಂಡಸಂಪಿಗೆಯಲ್ಲಿ ಪ್ರಕಟಿಸಿದರು.

ಅಲ್ಲಿಗೆ ಅದು ಮುಗಿದು ಬಿಡಬೇಕಿತ್ತು. ಆದರೆ ಮೊದಲೇ ಹೇಳಿದಂತೆ ಬದುಕಿನ ಡಿಸೈನ್ ಬೇರೆಯದೇ ಇತ್ತೇನೋ. ಅದನ್ನು ಓದಿದ ಮತ್ತೊಬ್ಬ ಗೆಳೆಯ ರಂಜಿತ್ ಕವಲಪಾರ ಅದನ್ನು ಎಷ್ಟು ಇಷ್ಟಪಟ್ಟನೆಂದರೆ ಮತ್ತಿಷ್ಟು ಮಾಂಟೋ ಕಥೆಗಳನ್ನು ಅನುವಾದಿಸಿ ಎಂದು ಬೆನ್ನು ಬಿದ್ದ. ನನಗೆ ಆ ಉದ್ದೇಶವೇನೂ ಇರಲಿಲ್ಲ. ಹಾಗಾಗಿ ಅವನಿಂದ ತಪ್ಪಿಸಿಕೊಂಡರೆ ಸಾಕು ಎಂದುಕೊಳ್ಳುತ್ತಾ 'ಸರಿ' ಅಂದೆ. ಅಂದವಳು ಸುಮ್ಮನಾದೆ ಅಷ್ಟೇ! ಆದರೆ ಅವನು ಅಲ್ಲಿಗೇ ಸುಮ್ಮನಾಗಲಿಲ್ಲ. ಒಳ್ಳೆ ನಕ್ಷತ್ರಿಕನಂತೆ ಮಾಂಟೋ ಮಾಂಟೋ ಎನ್ನುತ್ತ ನನ್ನ ಬೆನ್ನು ಬಿದ್ದ. ನಾನೂ ಆ ನಕ್ಷತ್ರಿಕನ ಕಾಟ ತಪ್ಪಿದರೆ ಸಾಕೆಂದು ಆಗೀಗ "ಹೇ ಮಾಡೇ ಬಿಡ್ತೀನಿ" ಅನ್ನುತ್ತಿದ್ದೆ ತುಂಬ ಸೀರಿಯಸ್ಸಾಗಿ. ಅವನು ಅಲ್ಲಿಗೇ ಬಿಡಲಿಲ್ಲ. ಮಾತಿಗೆ ಸಿಕ್ಕಿದಾಗೆಲ್ಲ ಯಾವಾಗ ಯಾವಾಗ ಅನ್ನುತ್ತ ಕಾಡತೊಡಗಿದ, ಈಗ ನಾನು ನಿಜಕ್ಕೂ ಇದರ ಬಗ್ಗೆ ಯೋಚಿಸಲೇಬೇಕಾಯಿತು.

ಆ ನಂತರ ಜಿ. ಎನ್. ಮೋಹನ್ ಸರ್ ಅವರಲ್ಲಿ, "ಒಂದಿಷ್ಟು ಕಥೆಗಳನ್ನು ಅನುವಾದಿಸಿದರೆ ಪ್ರಕಟಣೆ ಸಾಧ್ಯವೇ?" ಎಂದು ಕೇಳಿದೆ. ಅವರೂ, "ಯೆಸ್" ಅಂದುಬಿಟ್ಟರು.

ಇಷ್ಟಾದ ನಂತರ ಮಾಂಟೋನ ಕಥೆಗಳನ್ನು ಅನುವಾದದ ಉದ್ದೇಶದಿಂದಲೇ ಓದಲು ಶುರು ಮಾಡಿದೆ. ಓದುತ್ತ ಓದುತ್ತಲೇ ಅದೆಷ್ಟೋ ಕಥೆಗಳನ್ನು ಅನುವಾದ ಮಾಡಬೇಕು ಎಂದು ಆಸ್ಥೆಯಿಂದ ಪಟ್ಟಿ ಹಾಕಿಟ್ಟುಕೊಂಡೆ. ಆದರೆ ಓದು ಮುಂದುವರಿಸಿದಂತೆ ಮೊದಲಿನ ಪಟ್ಟಿ ನೀರಸವೆನ್ನಿಸಲು ಪ್ರಾರಂಭವಾಯಿತು.

ಮಾಂಟೋ ಕಥೆಗಳು ಅದೆಷ್ಟು ವಿಸ್ತಾರ, ಆಳವೆಂದರೆ ಮೊದಲಿದ್ದ ಪಟ್ಟಿ ಇವತ್ತು ನೀರಸ, ಇವತ್ತು ಬರೆದ ಪಟ್ಟಿ ನಾಳೆಗೆ ನೀರಸ! ಮಾಂಟೋಗೆ ಮಾಂಟೋನೇ ಪ್ರತಿಸ್ಪರ್ಧಿ! ದಿನನಿತ್ಯ ಪಟ್ಟಿಗಳು ಸಿದ್ಧವಾದವು... ಮುದುರಿ ಎಸೆಯಲ್ಪಟ್ಟವು, ಹಳೆಯ ಕಾಲದ ಸಿನಿಮಾಗಳಲ್ಲಿ ಪ್ರೇಮಿಗಳು ಪ್ರೇಮಪತ್ರಗಳನ್ನು ಮುದುರಿ ಮುದುರಿ ಎಸೆಯುತ್ತಿದ್ದರಲ್ಲ ಆ ರೀತಿ!

ಹಾಗೆ ಆರಿಸುವ ಪ್ರಕ್ರಿಯೆ ನಡೆಯುತ್ತಿರುವಾಗಲೇ ಈಗಾಗಲೇ ಕನ್ನಡಕ್ಕೆ ಅನುವಾದವಾಗಿರುವ ಮಾಂಟೋನ ಎರಡು ಕೃತಿಗಳನ್ನು ನನ್ನ ಗೆಳೆಯನೊಬ್ಬ ಕಳಿಸಿಕೊಟ್ಟ. ಅವುಗಳಲ್ಲಿ ಸಾಕಷ್ಟು ಕಥೆಗಳು ನಾನೀಗ ಸಿದ್ಧಪಡಿಸಿಟ್ಟ ಪಟ್ಟಿಯಲ್ಲಿದ್ದವೇ. ಅವವೇ ಕಥೆಗಳನ್ನು ಯಾಕೆ ಮತ್ತೆ ಅನುವಾದ ಮಾಡುವುದು ಎಂದುಕೊಂಡು ಅನುವಾದವಾದ ಕಥೆಗಳನ್ನು ಬದಿಗೆ ಸರಿಸಿ ಈವರೆಗೆ ಅನುವಾದಗೊಳ್ಳದ ಕಥೆಗಳನ್ನು ಮಾತ್ರ ಮಾಡಿದರೆ ಹೇಗೆ ಎನ್ನುವ ಆಲೋಚನೆ ಮೂಡಿತು. ಹಾಗಾಗಿ ಎಲ್ಲ ಕಥೆಗಳನ್ನೂ ಓದುತ್ತಾ ಹೋದೆ. ಎಲ್ಲ ಕಥೆಗಳೂ ವೈವಿಧ್ಯಮಯವಾಗಿದ್ದವು. ಸರಳ ಕಥೆಗಳೇ ಆದರೂ ಮಾಂಟೋ ಕಥೆ ಹೇಳುವ ನಿಧಾನ ವಿಧಾನ ಬಹಳ ಚೆಂದ. ದೇಶ ವಿಭಜನೆಯ ಘೋರ ಕಥೆಗಳನ್ನು ಮಾತ್ರ ಆವರೆಗೆ ಓದಿದ್ದ ನನಗೆ ಅಲ್ಲಲ್ಲಿ ಅವರ ಅತ್ಯಂತ ಸರಳ, ಸರಸ, ಹಾಸ್ಯಭರಿತ, ಕಾವ್ಯದಂಥ ಕಥೆಗಳೆಲ್ಲ ಎದುರಾದವು. ಆ ಮಾಂಟೋ ಕೂಡಾ ನನಗೆ ತುಂಬ ಇಷ್ಟವಾದರು. ಅವರ ಹೆಚ್ಚು ಗಂಭೀರವಾದ, ವಿಡಂಬನಾತ್ಮಕ, ವಿಭಜನೆಯ ಕಾಲದ ಪರಿಸ್ಥಿತಿಯ, ರಾಜಕೀಯ ಕಥೆಗಳನ್ನಷ್ಟೇ ಎಲ್ಲರೂ ಓದಲು ಬಯಸಬಹುದೇನೋ ಎನ್ನುವ ಅಳುಕಿನ ನಡುವೆಯೂ ಈ ಕಥೆಗಳನ್ನು ಕೈ ಬಿಡಲು ನನ್ನಿಂದ ಆಗಲೇ ಇಲ್ಲ. ಅವನ್ನೆಲ್ಲ ಆರಿಸಿ ಗುಡ್ಡೆ ಹಾಕಿಟ್ಟುಕೊಂಡೆ. ಆದರೂ ಹೇಳುತ್ತೇನೆ ಮಾಂಟೋನ ಕಥೆಗಳ ಗಣಿಯಲ್ಲಿ ಹೀಗೆ ಹಲವನ್ನು ಮಾತ್ರ ಆರಿಸುವುದು ಪ್ರಯಾಸದ ಕೆಲಸವೇ ಸರಿ...

ಅವುಗಳಲ್ಲಿ ಒಂದಿಷ್ಟನ್ನು ಆರಿಸಿ ಪಟ್ಟಿ ಮಾಡಿಟ್ಟುಕೊಂಡ ನಾನು, "ಅಂದಿನ ದಿನ", ಅಂದರೆ ಮೇ 10, 2020ರಂದು ಜಿ. ಎನ್. ಮೋಹನ್ ಸರ್ ಅವರಿಗೆ, "ನಾಳೆಯಿಂದ ಅನುವಾದ ಶುರು ಮಾಡುತ್ತೇನೆ" ಎಂದು ಮೆಸೇಜ್ ಹಾಕಿದೆ.

ಮರುದಿನ ಅವರು, "ಇವತ್ತು ಮೇ 11, ಮಾಂಟೋನ ಬರ್ತ್‌ಡೇ" ಎಂದು ಮೆಸೇಜ್ ಹಾಕಿದರು!!

ಬದುಕಿನ ಎಲ್ಲವೂ ಯಾರಿಂದಲೋ ಡಿಸೈನ್ ಮಾಡಿದಂತೆ ನಡೆಯುತ್ತದೆ ಅನ್ನಿಸಲಾರಂಭಿಸಿದ್ದು ಆ ನಂತರವೇ...!

ಅವತ್ತೇ ನನ್ನ ಪಟ್ಟಿ ಯಾಕೆ ಸಿದ್ಧವಾಗಬೇಕಿತ್ತು?! ಗೊತ್ತಿಲ್ಲ... ಆದರೆ ಎಲ್ಲವೂ ಒಂದು ನಿರ್ದಿಷ್ಟ ಕಾರಣಕ್ಕಾಗಿಯೇ ನಡೆಯುತ್ತವೆ ಅಷ್ಟೇ!

ಹೀಗೆ ನನ್ನ ಪ್ರೀತಿಯ ಮಾಂಟೋನ ಕಥೆಗಳಲ್ಲಿ ಕೆಲವನ್ನು ಅನುವಾದಿಸಿದೆ. ಆದರೆ ನನ್ನದು ಒಂದು ರೀತಿಯಲ್ಲಿ ಜಿಗುಟು ಸ್ವಭಾವ. ಅನುವಾದಿಸುತ್ತ ಇರುವಾಗ 'ಎರಡು ಅನುವಾದಿತ ಪುಸ್ತಕವೇನೋ ದೊರಕಿತು. ಆದರೆ ಮೂರನೆಯ ಪುಸ್ತಕದಲ್ಲಿ ಯಾವ ಯಾವ ಕಥೆಗಳಿದ್ದವೋ. ಅವುಗಳಲ್ಲಿ ಈಗಾಗಲೇ ಅನುವಾದಗೊಂಡಿರುವ ಕಥೆಗಳನ್ನು ಕೂಡಾ ನಾನು repeat ಮಾಡಿರಬಹುದಾ' ಎನ್ನುವ ಯೋಚನೆ. ಒಂದು ದಿನ ಗೆಳೆಯ ನಾದ ಮಣಿನಾಲ್ಕೂರು ಬಳಿ ಆ ಪುಸ್ತಕ ಇರಬಹುದಾ ಎನ್ನಿಸಿ ಮೆಸೇಜ್ ಹಾಕಿದರೆ ಅವರು ಅದು ತಮ್ಮಲ್ಲಿದೆ ಎಂದರು! ಮತ್ತೆ ಅದರಲ್ಲಿನ ಕಥೆಗಳ ಪಟ್ಟಿ ತರಿಸಿಕೊಂಡು ನೋಡಿದರೆ ನಾನು ಅಂದುಕೊಂಡಿದ್ದು ನಿಜವಾಗಿತ್ತು... ಈಗಾಗಲೇ ಕೆಲವು ಕಥೆಗಳು ಅನುವಾದವಾಗಿದ್ದವು. ಅದರಲ್ಲಿ ಕೆಲವನ್ನು ಕೈಬಿಟ್ಟೆ. ಆದರೆ ಕೆಲವನ್ನು ಕೈಬಿಡುವುದು ಅಸಾಧ್ಯ ಅನ್ನಿಸಿ ಉಳಿಸಿಕೊಂಡೆ. ಅಂತೂ ಕೊನೆಗೊಮ್ಮೆ ಕಥೆಗಳು ಸಿದ್ಧವಾದವು.

ಆ ನಂತರ ಪ್ರೂಫ್ ತಿದ್ದುವ ಕೆಲಸ ಶುರುವಾಯಿತು. ಆದರೆ ಆಗ ಕೂಡಾ ನನ್ನ ಮನಸ್ಸಿನ ಅತೃಪ್ತಿಗೆ ಕೊನೆ ಇಲ್ಲ! ಇನ್ನೂ ಒಂದೆರಡು ಕಥೆ ಸಿಕ್ಕಿದ್ದರೆ ಅನುವಾದಿಸಬಹುದಿತ್ತಲ್ಲವಾ ಎನ್ನುವ ಅತೃಪ್ತಿ. ಮತ್ತೆ ಅಮೆಝಾನ್‌ನಲ್ಲಿ ನೋಡಿದ ಇನ್ನೊಂದು ಇಂಗ್ಲಿಷ್ ಪುಸ್ತಕ ನನ್ನ ಬಳಿ ಇರಲಿಲ್ಲ. ಅದರಲ್ಲಿ ಯಾವುದಾದರೂ ಕಥೆ ಸಿಗುತ್ತಿತ್ತೋ ಏನೋ ಎಂದುಕೊಂಡಾಗ, ಗೆಳೆಯ ಮುಕುಂದ್ ಸೆಟ್ಲೂರ್ ತನ್ನ ಬಳಿ ಆ ಪುಸ್ತಕ ಇದೆ ಎಂದಿದ್ದು ನೆನಪಾಯಿತು! ವಿಚಾರಿಸಿದಾಗ ಅವನು ಆ ಪುಸ್ತಕ ತನ್ನಲ್ಲಿಲ್ಲ ಎಂದನಾದರೂ 'ನೀನು ಮಾಂಟೋ ಕಥೆಗಳನ್ನು ಅನುವಾದ ಮಾಡುತ್ತಿರುವ ಖುಷಿಗಾಗಿ ಆ ಪುಸ್ತಕ ನಾನು ಗಿಫ್ಟ್ ಮಾಡುತ್ತೇನೆ' ಎಂದವನೇ ಅದನ್ನು ಆರ್ಡರ್ ಮಾಡಿದ. ಮರುದಿನ ಆ ಪುಸ್ತಕವೂ ಕೈ ಸೇರಿತು. ಆಯಿತಲ್ಲ! ಪುಸ್ತಕ ಸಿಕ್ಕ ನಂತರ ಅದರಲ್ಲಿ ಮತ್ತೆ ಕಥೆಗಾಗಿ ಹುಡುಕಾಟ ಶುರು! ಮತ್ತೆ ಮೂರು ಕಥೆಗಳ ಆಯ್ಕೆ... ಉಸಿರುಗಟ್ಟಿ ಅನುವಾದಿಸುವ ಕೆಲಸ... ತರಾತುರಿ... ಗಡಿಬಿಡಿ... ತೃಪ್ತಿ... ಖುಷಿ...

ಒಟ್ಟಿನಲ್ಲಿ ಹೇಳುತ್ತೇನೆ... ಈ ಮಾಂಟೋನ ಕಥೆಗಳೊಡನೆ ಒಮ್ಮೆ ಮೋಹಕ್ಕೆ ಬಿದ್ದರೆ ಮುಗಿಯಿತು... ಎಂದಿಗೂ ಅದಕ್ಕೆ ಕೊನೆ ಎಂಬುದಿಲ್ಲ. ಬಣ್ಣಬಣ್ಣದ ಆಟಿಕೆಗಳೊಡನೆ ಮಕ್ಕಳು ಆಟವಾಡುವಂತೆ...

ಇದು ಬೇಕು
ಅಯ್ಯೋ ಅಲ್ಲಿರುವುದು ಇದಕ್ಕಿಂತ ಚೆಂದ
ಇದು? ಇದು ಅದಕ್ಕಿಂತ ಚೆಂದವಿರುವ ಹಾಗಿದೆ!
ಊಹು ಇದು ಇರಲಿ
ಊಹು ಅದೂ ಇರಲಿ

ಊಹು ಎಲ್ಲವೂ ಬೇಕು
ಊಹು ಅಂಗಡಿಯಲ್ಲಿ ತೂಗು ಹಾಕಿರುವುದೂ ಬೇಕು
ಊಹು ಗೆಳೆಯನ ಬಳಿ ಇರುವುದೂ ಬೇಕು
ಬೇಕು... ಬೇಕು... ಬೇಕು...
ಈ ಥರದ ಆಸೆಬುರುಕತನ!

ಇಷ್ಟೆಲ್ಲ ಆಯಿತಲ್ಲ? ನನಗೆ ಪ್ರೀತಿಪಾತ್ರವಾದ ಎಲ್ಲ ಕಥೆಗಳನ್ನು ಅನುವಾದ ಮಾಡಿ ಮುಗಿಸಿದ ನಂತರ ಈಗಲೂ... ಈ ಕ್ಷಣಕ್ಕೂ...
ಮತ್ತಿಷ್ಟು ಪುಸ್ತಕ ಇಂಗ್ಲಿಷ್‌ನಲ್ಲಿ ಇದೆಯೋ ವಿಚಾರಿಸಬೇಕಿತ್ತು, ಅವುಗಳನ್ನೆಲ್ಲ ಓದಿದ್ದರೆ ಇವುಗಳನ್ನು ಮೀರಿಸಿದಂಥ ಮತ್ತೆ ಯಾವುದಾದರೂ ಕಥೆ ಸಿಗುತ್ತಿತ್ತೇನೋ
ಅಯ್ಯೋ ನನಗೆ ಉರ್ದು ಭಾಷೆ ಬಂದಿದ್ದರೆ ಮಾಂಟೋನ ಕಥೆಗಳ ಗಣಿಯಲ್ಲಿ ಮತ್ತೆ ಯಾವುದೆಲ್ಲ ರತ್ನಗಳು ಸಿಗುತ್ತಿದ್ದವೋ
ಹಿಂದಿ ಓದುವವರಿಂದ ಓದಿಸಿ ಅನುವಾದಿಸಲು ಪ್ರಯತ್ನಿಸಬಹುದಿತ್ತಾ
ಹೀಗೆ ಮುಗಿಯದ ಹಳಹಳಿಕೆ. ಬಹುಶಃ ಮಾಂಟೋ ಈ ಹಳಹಳಿ ಉಳಿಸುತ್ತಾರೆಂದೇ ನಮಗೆ ದಶಕಗಳ ನಂತರವೂ ಇಷ್ಟು ಕಾಡುತ್ತಾರೋ ಏನೋ ಗೊತ್ತಿಲ್ಲ.

ಆದರೂ ಪ್ರತಿಯೊಂದು ಹುಡುಕಾಟಕ್ಕೂ ಒಂದು ಅಂತ್ಯ... ಅಥವಾ ಈ ಕ್ಷಣಕ್ಕೆ ಅಂತ್ಯ ಎಂದು ತಪ್ಪಾಗಿ ಭ್ರಮಿಸಿದ ತಾತ್ಕಾಲಿಕ ಅಂತ್ಯವಾದರೂ ಇರಲೇಬೇಕಲ್ಲವೇ? ಹಾಗೆ ಮಾಂಟೋನ ಕಥೆಗಳಲ್ಲಿ ಈ ಕ್ಷಣಕ್ಕೆ ನನಗೆ Ultimate ಅನಿಸುತ್ತಿರುವ ಕೆಲವು ಕಥೆಗಳನ್ನು ಅನುವಾದಿಸಿದ್ದೇನೆ. ಇದನ್ನು ಅನುವಾದ ಅನ್ನುವುದಕ್ಕಿಂತ ನನ್ನ ಬದುಕಿನ ಅತ್ಯಂತ ಖುಷಿಯ ಅದ್ಭುತ ಪಯಣ ಅನ್ನಬಹುದು... ಎಂದೂ ಮುಗಿಯದಿರಲಿ ಎಂದು ಬಯಸುವಂಥ ಪ್ರೀತಿಯ ಪಯಣ! ಈ 'ತಾತ್ಕಾಲಿಕತೆ' ಹಾಗೂ 'ಮುಗಿಯದಿರಲಿ' ಅನ್ನಿಸುವ ಭಾವವೂ ಮುಂದೊಂದು ದಿನದ ಮತ್ತೆ ಯಾವುದೋ ಸಂಭವನೀಯ ಘಟನೆಯ ಡಿಸೈನಿಗೆ ಇಂದಿನಿಂದಲೇ ಪ್ರಾರಂಭವಾಗಿರುವ ಕುಂಚದ ಮೊದಲ ಎಳೆಯೋ ಏನೋ ಯಾರಿಗೆ ಗೊತ್ತು!

ಇರಬಹುದಲ್ಲವಾ?
ಇರಲಿ
ಹಾಗೆಯೇ ಇರಲಿ
ಆಮೆನ್!

ಪ್ರೀತಿಯಿಂದ,
ಭಾರತಿ

ಥ್ಯಾಂಕ್ಸ್...

- ಮಾಂಟೋ ಈ ಕಥೆಗಳನ್ನು ಬರೆದಿದ್ದಕ್ಕೆ,
- ಸಂಯುಕ್ತಾ, ಗುರು ಮಾಂಟೋ ಪುಸ್ತಕವನ್ನು ಉಡುಗೊರೆಯಾಗಿ ನೀಡಿದ್ದಕ್ಕೆ,
- ಅಬ್ದುಲ್ ರಶೀದ್ ಮಾಂಟೋ ಕಥೆಯನ್ನು 'ಕೆಂಡಸಂಪಿಗೆ'ಯಲ್ಲಿ ಪ್ರಕಟಿಸಿದ್ದಕ್ಕೆ,
- ರಂಜಿತ್ ಕವಲಪಾರ ಮಾಂಟೋನನ್ನು ಅನುವಾದಿಸಲು ಬೆನ್ನು ಬಿದ್ದಿದ್ದಕ್ಕೆ,
- ಗುರುರಾಜ ಕೊಡ್ಕಣಿ ಒಂದು ಕಥೆಯ ಇಂಗ್ಲಿಷ್ ಅನುವಾದದಲ್ಲಿ ಏನೋ ಬಿಟ್ಟುಹೋದಂತೆನ್ನಿಸಿ ಅಲ್ಲಿಯೇ Stuck ಆದಾಗ, ಹಿಂದಿಯಿಂದ ಆ ಕಥೆಯ ಒಂದಿಷ್ಟು ಮುಖ್ಯ ಭಾಗವನ್ನು ಚೆಂದವಾಗಿ ಅನುವಾದಿಸಿ ಕೊಟ್ಟಿದ್ದಕ್ಕೆ,
- ಮುಕುಂದ್ ಸೆಟ್ಲೂರ್ ಪುಸ್ತಕವನ್ನು ಕಳಿಸಿ ಕೊಟ್ಟಿದ್ದಕ್ಕೆ
- ನಾದ ಮಣಿನಾಲ್ಕೂರು ಕಥೆಗಳ ಲಿಸ್ಟ್ ಕಳಿಸಿಕೊಟ್ಟಿದ್ದಕ್ಕೆ
- ನನ್ನ ಆಯ್ಕೆ ಸರಿಯಾಗಿದೆಯೇ ಎಂಬ ಅನುಮಾನವೆದ್ದಾಗ ಅದನ್ನು ಪರಿಹರಿಸಲು ನೆರವಾದ ಗೆಳೆಯ ತೇರ್ಳಿ ಶೇಖರ್‌ಗೆ,
- ಪ್ರೂಫ್ ತಿದ್ದುವಾಗ ತಮ್ಮ ಅಮೂಲ್ಯ ಸಮಯ ಕೊಟ್ಟು ನೆರವಾದ ಅನು ನೇತ್ರ, ರಮೇಶ್ ಸರ್, ರೇಖಾ ವಿನೋದ್, ಸುನಿಲ್ ನಾಯರ್, ಸುಷ್ಮಾ ಮೂಡುಬಿದ್ರಿ ಮತ್ತು ಅಭಿಜಿತ್‌ಗೆ,
- ಪುಸ್ತಕ ಪ್ರಕಟಿಸಿದ ಬಹುರೂಪಿಗೆ, ಚೆಂದಗಾಣಿಸುವಲ್ಲಿ ಕೈ ಜೋಡಿಸಿದ ಎಲ್ಲರಿಗೆ,
- ನನ್ನ ಬದುಕಿನ, ಬರಹದ ಒತ್ತಾಸೆಯಾಗಿರುವ ಸಂಧ್ಯಾಳಿಗೆ,
- ಕಷ್ಟ-ಸುಖಗಳಲ್ಲಿ ನಾವಿದ್ದೇವೆ ಎಂದು ಭರವಸೆ ನೀಡುವ ಅಪ್ಪ, ಅಮ್ಮ, ಮಾಲತೇಶ್, ಸಂದೀಪ್, ಮಾನಸಾಗೆ,
- ಪ್ರೀತಿಯಿಂದ ಬೆನ್ನು ತಟ್ಟುವ, ನಗಿಸುವ, ಬದುಕ ಋಣ ಮುಗಿಯದಂತೆ ಸದಾ ನನ್ನನ್ನು ಭೂಮಿಗೆ ಕಟ್ಟಿಹಾಕುವ ಎಷ್ಟೊಂದು ಪ್ರೀತಿಯ ಜೀವಗಳಿಗೆ,
- ಬರೆದಿದ್ದನ್ನು ಪ್ರೀತಿಯಿಂದ ಓದುವ, ಮೆಚ್ಚುವ, ಮತ್ತೆ ಮತ್ತೆ ಬರೆಯಲು ಹುರಿದುಂಬಿಸುವ ಎಲ್ಲರಿಗೆ

ಮಾಂಟೋ ಲೋಕದೊಳಗೆ

ಸರಿತಾ ಎಂಬ ಮಾಯೆ!	17
ಸ್ವಾತಂತ್ರ್ಯದ ಕಿಮ್ಮತ್ತು	33
ಯಕ್...!	57
ದಾಂಪತ್ಯದನುಸಂಧಾನ	82
ರಂಗು ಕಳೆದುಕೊಂಡ ಪ್ರೀತಿ...	89
ಬಂಜರಾದವನು	96
ಅರ್ಥವಾಗದವಳು	117
ಯುದ್ಧವೆಂಬುದನ್ನೇ ಮರೆತವರು	129
ಋತುವಿನಂಥವಳು	141
ದಾದಾ ಮಮ್ಮದ್	155
ಪ್ರೀತಿ ಗಂಡಸಿಗೆ ಉಸಿರುಗಟ್ಟಿಸುತ್ತದೆ	171
ಅವಳು ಗಾಢ ನಿದ್ರೆಯಲ್ಲಿದ್ದಳು...	180
ಪ್ರೀತಿ ವಿಭಜನೆ	189
ಪಾಪಾಸುಕಳ್ಳಿ	199
ಅವರನ್ನು ಕೊಲ್ಲಿ....!	211
ನನ್ನ ಹೆಸರು ರಾಧಾ...	223

ಅವಳಿಗೆ ಕ್ಷಿತಿಜದಲ್ಲಿ
ಮರೆಯಾಗಿಬಿಡಬೇಕು
ಅನ್ನಿಸುತ್ತದೆ, ನೀರಿನಲ್ಲಿ
ಕರಗಬೇಕು ಅನ್ನಿಸುತ್ತದೆ, ಮತ್ತು
ಪಕ್ಕದಲ್ಲಿದ್ದ ತಾಳೆಮರಗಳಂತೆ
ಆಗಸದುದ್ದಕ್ಕೂ ಚಿಮ್ಮಬೇಕು
ಅನ್ನಿಸುತ್ತದೆ, ಮರಳಿನ
ಒದ್ದೆಯನ್ನೆಲ್ಲ ಪಾದದಿಂದ
ಹೀರಿಕೊಳ್ಳಬೇಕು ಅನ್ನಿಸುತ್ತದೆ,
ಮತ್ತು.... ಮತ್ತು.... ಕಾರ್,
ಅದರ ವೇಗ, ಅಪ್ಪಳಿಸುತ್ತಿರುವ
ಗಾಳಿ.... ಅವಳು ಮೈ
ಮರೆಯುತ್ತಾಳೆ.

ಸರಿತಾ ಎಂಬ ಮಾಯೆ!

ಸರಿತಾ ಓಣಿಯ ಒಂದು ಮೂಲೆಯಲ್ಲಿ ಗೆಳತಿಯರೊಡನೆ ಆಟವಾಡುತ್ತಿರುವಾಗ, ಅವಳ ತಾಯಿ ಕಿಶೋರಿಯನ್ನು ಕುಳ್ಳಿರಿಸಿ, ಟೀ ಹುಡುಗ ತಯಾರಿಸುವ ಕಾಫಿ ಮಿಶ್ರಿತ ಚಹಾ ತರಲು ಹೇಳಿ, ವಠಾರದ ಮೂರು ಮಹಡಿಗಳಲ್ಲೂ ಮಗಳಿಗಾಗಿ ಹುಡುಕಾಟ ನಡೆಸಿದ್ದಳು. ಆದರೆ ಯಾರಿಗೂ ಸರಿತಾ ಎಲ್ಲಿ ಹೋಗಿದ್ದಾಳೆಂಬುದೇ ತಿಳಿದಿರಲಿಲ್ಲ. ಟಾಯ್ಲೆಟ್ಟಿನ ಬಳಿಯೂ ಹೋಗಿ, “ಸರಿತಾ! ಏ ಸರಿತಾ!” ಎಂದು ಕೂಗು ಹಚ್ಚಿದ್ದಳು. ಆದರೆ ಸರಿತಾ ವಠಾರದಲ್ಲೆಲ್ಲೂ ಇರಲಿಲ್ಲ. ಅವಳ ಅಮ್ಮ ಸಂಶಯ ಪಟ್ಟಿದ್ದಂತೆಯೇ ಆಗಿತ್ತು. ಆಗ ತಾನೇ ಭೇದಿಯಿಂದ ಚೇತರಿಸಿಕೊಂಡ ಸರಿತಾ, ಯಾವುದೇ

ಚಿಂತೆಯಿಲ್ಲದೇ ಓಣಿಯ ಒಂದು ಮೂಲೆಯಲ್ಲಿ ಕಸದ ರಾಶಿಯ ಹತ್ತಿರ ಗೆಳತಿಯರೊಡನೆ ಆಡುವುದರಲ್ಲಿ ಮಗ್ನಳಾಗಿದ್ದಳು.

ಸರಿತಾಳ ಅಮ್ಮ ವ್ಯಾಕುಲಗೊಂಡಳು. ಕಿಶೋರಿ ಬೇರೆ ಮನೆಯಲ್ಲಿ ಕಾಯುತ್ತಾ ಕುಳಿತಿದ್ದಾನೆ. ಮಾರ್ಕೆಟ್ ಹತ್ತಿರ ಕಾರಿನಲ್ಲಿ ಮೂರು ಶ್ರೀಮಂತ ಯುವಕರು ಕಾಯುತ್ತ ಕುಳಿತಿದ್ದಾರೆಂದು ಅದಾಗಲೇ ತಿಳಿಸಿದ್ದಾನೆ ಕೂಡಾ. ಇಲ್ಲಿ ನೋಡಿದರೆ ಈ ಸರಿತಾ ಕಾಣೆಯಾಗಿದ್ದಾಳೆ. ಕಾರ್ ಇರುವಷ್ಟು ಶ್ರೀಮಂತ ಗಿರಾಕಿಗಳು ದಿನದಿನವೂ ಸಿಗುವುದು ಸಾಧ್ಯವಿಲ್ಲ ಅನ್ನುವುದು ಸರಿತಾಳ ಅಮ್ಮನಿಗೆ ಗೊತ್ತು, ಹಾಗೆ ನೋಡಿದರೆ ತಿಂಗಳಿಗೆ ಒಂದೋ ಎರಡೋ ಒಳ್ಳೆಯ ಶ್ರೀಮಂತ ಗಿರಾಕಿಗಳು ಸಿಗಲು ಕಾರಣನಾದ ಕಿಶೋರಿಗೆ ಅವಳು ಋಣಿಯಾಗಿರಬೇಕು. ಇಲ್ಲದಿದ್ದರೆ ಕಿಶೋರಿಯೇ ಮೂಗು ಮುಚ್ಚಿಕೊಳ್ಳುವಂಥ, ಪಾನ್ ಮತ್ತು ಸುಟ್ಟ ಬೀಡಿಯ ದುರ್ವಾಸನೆ ಇರುವಂಥ ಆ ಕೊಳಕು ಜಾಗಕ್ಕೆ ಶ್ರೀಮಂತರು ಕಾಲಿಡುವುದು ಸಾಧ್ಯವೇ ಇರಲಿಲ್ಲ. ನಿಜಕ್ಕೂ ಅಂಥ ಕೊಳಕನ್ನು ಶ್ರೀಮಂತರು ಹೇಗೆ ಸಹಿಸಿಯಾರು? ಆದರೆ ಕಿಶೋರಿ ಜಾಣ. ಗಿರಾಕಿಗಳನ್ನು ವಠಾರದ ಬಳಿಗೆ ಕರೆತರುತ್ತಲೇ ಇರಲಿಲ್ಲ, ಬದಲಿಗೆ ಸರಿತಾಳನ್ನೇ ಹೊರಗೆ ಕರೆದೊಯ್ಯುತ್ತಿದ್ದ. ಅವನು ಆ ಗಿರಾಕಿಗಳಿಗೆ, "ಸಾರ್ ಈ ದಿನಗಳಲ್ಲಿ ಹೀಗೇ ಅಂತ ಹೇಳಲಾಗುವುದಿಲ್ಲ. ಪೋಲೀಸರು ಯಾರನ್ನಾದರೂ ಹಿಡಿಯಲು ಸದಾ ಹೊಂಚು ಹಾಕುತ್ತಿರುತ್ತಾರೆ. ಇದುವರೆಗೆ 200 ಹುಡುಗಿಯರನ್ನು ಹಿಡಿದಿದ್ದಾಗಿದೆ. ನನ್ನ ಮೇಲೆ ಕೂಡಾ ಕೋರ್ಟಿನಲ್ಲಿ ಕೇಸ್ ನಡೆಯುತ್ತಿದೆ. ನಾವೆಲ್ಲರೂ ತುಂಬಾ ಹುಷಾರಾಗಿರಬೇಕು," ಎಂದು ಹೇಳುತ್ತಿದ್ದ.

ಸರಿತಾಳ ಅಮ್ಮನಿಗೆ ಕೋಪ ಉಕ್ಕೇರುತ್ತಿತ್ತು. ಮೆಟ್ಟಿಲು ಇಳಿದ ನಂತರ ಅಲ್ಲಿಯೇ ಬೀಡಿ ಎಲೆ ಕತ್ತರಿಸುತ್ತ ಕುಳಿತಿದ್ದ ರಾಮ್ ದಾಯಿಯನ್ನು ಉದ್ದೇಶಿಸಿ, "ಸರಿತಾನ ಎಲ್ಲಾದರೂ ನೋಡಿದ್ರಾ? ಅದೆಲ್ಲಿ ಹಾಳಾಗಿ ಹೋಗಿದಾಳೋ ಏನೋ. ಕೈಗೆ ಸಿಕ್ಕಲಿ ಅವಳು, ಚೆನ್ನಾಗಿ ಬಡಿದು ಹಾಕುತ್ತೇನೆ. ಈಗೇನು ಅವಳು ಸಣ್ಣ ಹುಡುಗಿಯೂ ಅಲ್ಲ. ಆದರೂ ಆ ಕೆಲಸಕ್ಕೆ ಬಾರದ ಹುಡುಗಿಯರ ಜೊತೆ ದಿನ ಪೂರ್ತಿ ಅಲೆಯುತ್ತಿರುತ್ತಾಳೆ." ರಾಮ್ ದಾಯಿ ಮಾತಾಡದೇ ಬೀಡಿ ಕಟ್ಟುವ ಕೆಲಸ ಮುಂದುವರಿಸಿದಳು, ಯಾಕೆಂದರೆ ಸರಿತಾಳ ಅಮ್ಮ ಹೀಗೆ ವಟಗುಟ್ಟುತ್ತಾ ಸರಿತಾಳಿಗಾಗಿ ಹುಡುಕಾಡುವುದು ಮಾಮೂಲು. ಪ್ರತಿ ಮೂರು ನಾಲ್ಕು ದಿನಗಳಿಗೊಮ್ಮೆ ಹೀಗೆ ಸರಿತಾಳನ್ನು ಹುಡುಕಿ ಹೋಗುವುದು ಮತ್ತು ಮೆಟ್ಟಿಲ ಬಳಿ ಇಡೀ ದಿನ ಹೀಗೆಯೇ ಕುಳಿತು ಎದುರಿನ ಬುಟ್ಟಿಯಲ್ಲಿದ್ದ ಬೀಡಿ ಎಲೆಗಳನ್ನು ಕೆಂಪು, ಬಿಳಿಯ ದಾರದಲ್ಲಿ ಕಟ್ಟುತ್ತಿರುವ ರಾಮ್ ದಾಯಿಯ ಬಳಿ ಅದೇ ಮಾತುಗಳನ್ನು ಆಡುವುದು ಎಲ್ಲವೂ ಮಾಮೂಲು.

ಇದಲ್ಲದೇ ಇಡೀ ವಠಾರದ ಹೆಂಗಸರೆಲ್ಲರ ಹತ್ತಿರವೂ ಸರಿತಾಳ ಅಮ್ಮ ಯಾವಾಗಲೂ ತಾನು ಸರಿತಾಳನ್ನು ಯಾರಾದರೂ ಒಬ್ಬ ಮರ್ಯಾದಸ್ಥನಿಗೆ ಮದುವೆ ಮಾಡಿಕೊಡುತ್ತೇನೆ, ಹಾಗಾದರೂ ಅವಳು ಒಂದಿಷ್ಟು ಓದು ಬರಹ ಕಲಿಯುತ್ತಾಳೆ ಅಂತಲೋ, ನಗರಸಭೆ ಹತ್ತಿರದಲ್ಲೇ ತೆರೆದಿರುವ ಶಾಲೆಗೆ ಸರಿತಾಳನ್ನು ಕಳಿಸುತ್ತೇನೆ, ಅವಳ ಅಪ್ಪನಿಗೆ ಅವಳು ಓದು ಬರಹ ಕಲಿಯಬೇಕೆನ್ನುವುದೇ ಒಂದು ದೊಡ್ಡ ಆಸೆಯಾಗಿತ್ತು ಅಂತಲೋ ಹೇಳುತ್ತಲೇ ಒಂದು ಆಳವಾದ ನಿಟ್ಟುಸಿರು ಬಿಟ್ಟು, ಇಡೀ ವಠಾರದ ಅಷ್ಟು ಹೆಂಗಸರಿಗೂ ಈಗಾಗಲೇ ಬಾಯಿಪಾಠವಾಗಿ ಹೋಗಿದ್ದ ಗತಿಸಿಹೋದ ಅವಳ ಗಂಡನ ಕಥೆಯ ಪಾರಾಯಣ ಶುರು ಮಾಡುತ್ತಿದ್ದಳು. ನೀವೇನಾದರೂ ರಾಮ್ ದಾಯಿಯ ಬಳಿ, "ಸರಿತಾಳ ಅಪ್ಪನಿಗೆ ಅವರ ಬಾಸ್ ಕೆಟ್ಟ ಮಾತುಗಳನ್ನಾಡಿದಾಗ (ಅವರು ರೈಲ್ವೆಯಲ್ಲಿ ಕೆಲಸ ಮಾಡುತ್ತಿದ್ದರು) ಅವರು ಹೇಗೆ ಪ್ರತಿಕ್ರಿಯಿಸಿದರು," ಎಂದೇನಾದರೂ ಕೇಳಿದರೆ, ರಾಮ್ ದಾಯಿ ಪಟಕ್ಕನೆ ಹೇಳುತ್ತಾಳೆ: ಆತ ಹೇಗೆ ಸಿಟ್ಟಿಗೆದ್ದು ಅವನ ಬಾಸಿಗೆ, "ನಾನು ನಿಮ್ಮ ಸೇವಕನಲ್ಲ, ಸರಕಾರದ ಸೇವಕ. ನೀವು ನನ್ನನ್ನು ಹೆದರಿಸಲು ಆಗುವುದಿಲ್ಲ. ಇಲ್ಲಿ ಕೇಳಿ, ನೀವು ಮತ್ತೇನಾದರೂ ನನಗೆ ಅಪಮಾನ ಮಾಡಿದಿರೋ ನಿಮ್ಮ ದವಡೆ ಸೀಳಿಬಿಡುತ್ತೇನೆ," ಎಂದಿದ್ದು.

ಆದರೆ ಆ ನಂತರವೂ ಬಾಸ್ ಮತ್ತೆ ಸರಿತಾಳ ಅಪ್ಪನನ್ನು ಅಪಮಾನಗೊಳಿಸಿದ್ದು, ಸರಿತಾಳ ಅಪ್ಪ ಬಾಸ್ ಕುತ್ತಿಗೆಗೆ ರಭಸದಿಂದ ಗುದ್ದಿದಾಗ ಬಾಸ್ ಧರಿಸಿದ್ದ ಟೊಪ್ಪಿ ನೆಲಕ್ಕೆ ಬಿದ್ದಿದ್ದು, ಆ ನಂತರ ಅವರು ಕುಸಿದು ಬೀಳುವಂತಾದದ್ದು. ಆದರೆ ಆಜಾನುಬಾಹುವಾದ್ದರಿಂದ ಬೀಳದೇ ಸಾವರಿಸಿಕೊಂಡು ಮುಂದೆ ನುಗ್ಗಿ, ಸೈನಿಕನ ಬೂಟ್ ಧರಿಸಿದ್ದ ತನ್ನ ಕಾಲಿನಿಂದ ಸರಿತಾಳ ಅಪ್ಪನ ಹೊಟ್ಟೆಗೆ ಬಲವಾಗಿ ಒದ್ದಿದ್ದು, ಅದರಿಂದ ಅವರ ಗುಲ್ಮವೇ ಒಡೆದುಹೋಗಿ ಆ ಕೂಡಲೇ ರೈಲ್ವೆ ಹಳಿಯ ಪಕ್ಕವೇ ನೆಲಕ್ಕೆ ಕುಸಿದು ಪ್ರಾಣ ಬಿಟ್ಟಿದ್ದು, ಆ ನಂತರ ಸರಕಾರ ಬಾಸ್‌ನನ್ನು ವಿಚಾರಣೆಗೆ ಒಳಪಡಿಸಿ ಸರಿತಾಳ ಅಮ್ಮನಿಗೆ 500 ರೂಪಾಯಿ ಪರಿಹಾರ ಕೊಡಬೇಕೆಂದು ಆದೇಶಿಸಿದ್ದು. ಆದರೆ ನಿರ್ದಯಿ ವಿಧಿಯಿಂದಾಗಿ ಸರಿತಾಳ ಅಮ್ಮ ಜೂಜಿನ ಚಟ ಹತ್ತಿಸಿಕೊಂಡು ಕೇವಲ 5 ತಿಂಗಳಲ್ಲಿ ಆ ಹಣವನ್ನೆಲ್ಲ ಹುಡಿ ಹಾರಿಸಿದ್ದು...

ಸರಿತಾಳ ಅಮ್ಮ ಈ ಕಥೆಯನ್ನೆಲ್ಲ ಸದಾ ಹೇಳುತ್ತಲೇ ಇರುತ್ತಾಳೆ, ಅದು ಸತ್ಯವೋ ಅಲ್ಲವೋ ಎನ್ನುವುದು ಯಾರಿಗೂ ಗೊತ್ತಿಲ್ಲ. ಇಡೀ ವಠಾರದಲ್ಲಿ ಯಾರಿಗೂ ಅವಳನ್ನು ಕಂಡರೆ ಸಹಾನುಭೂತಿ ಇರಲಿಲ್ಲ. ಬಹುಶಃ ಎಲ್ಲರಿಗೂ ಅವರವರ ಬದುಕೇ ಅಷ್ಟು ಕಷ್ಟವಾಗಿರುವಾಗ ಬೇರೆಯವರನ್ನು ಕುರಿತು ಯೋಚಿಸಲು ಸಮಯವಾದರೂ ಎಲ್ಲಿತ್ತು ಪಾಪ. ಯಾರಿಗೂ ಯಾರೂ ಸ್ನೇಹಿತರಿಲ್ಲ.

ಹೆಚ್ಚುಕಡಿಮೆ ವಠಾರದ ಎಲ್ಲ ಗಂಡಸರೂ ಹಗಲು ಹೊತ್ತಿನಲ್ಲಿ ನಿದ್ರಿಸಿ, ಹತ್ತಿರದ ಕಾರ್ಖಾನೆಯಲ್ಲಿ ರಾತ್ರಿ ಪಾಳಿಯಲ್ಲಿ ಕೆಲಸ ಮಾಡುವವರೇ. ಎಲ್ಲರೂ ಅಷ್ಟು ಹತ್ತಿರದಲ್ಲಿಯೇ ವಾಸಿಸುತ್ತಿದ್ದರೂ, ಯಾರೂ ಯಾರೊಬ್ಬರ ಬಗ್ಗೆಯೂ ಆಸಕ್ತಿ ತೋರಿಸುತ್ತಿರಲಿಲ್ಲ.

ವಠಾರದಲ್ಲಿರುವ ಎಲ್ಲರಿಗೂ ಸರಿತಾಳ ಅಮ್ಮ ತನ್ನ ಪುಟ್ಟ ಮಗಳನ್ನು ಬಲವಂತವಾಗಿ ವೇಶ್ಯಾವಾಟಿಕೆಗೆ ದೂಡುತ್ತಿದ್ದಾಳೆಂಬುದು ತಿಳಿದಿತ್ತಾದರೂ, ಬೇರೆಯವರ ಬಗ್ಗೆ ತಲೆ ಕೆಡಿಸಿಕೊಳ್ಳುವ ಅಭ್ಯಾಸ ಇಲ್ಲದ್ದರಿಂದ, ಆಕೆ ತನ್ನ ಮಗಳು ಅದೆಷ್ಟು ಮುಗ್ಧಳು ಎಂದು ಸುಳ್ಳು ಹೇಳುವಾಗ ಯಾರೊಬ್ಬರೂ ಅದನ್ನು ಅಲ್ಲಗಳೆಯಲು ಹೋಗುತ್ತಿರಲಿಲ್ಲ.

ಒಂದು ಸಲ ತುಕಾರಾಮ ನಳದ ಬಳಿ ಸರಿತಾಳಿಗೆ ಕಿರುಕುಳ ಕೊಟ್ಟಾಗ ಸರಿತಾಳ ಅಮ್ಮ ತುಕಾರಾಮನ ಹೆಂಡತಿಯಲ್ಲಿ ಅರಚಾಡಿದ್ದಳು, “ಈ ಕೊಳಕು ಸುಂಡಿಲಿಯ ಕಡೆ ನೀನೇಕೆ ಒಂದು ಕಣ್ಣು ಇಡುವುದಿಲ್ಲ? ನನ್ನ ಪುಟ್ಟ ಮಗಳ ಮೇಲೆ ಕಣ್ಣು ಹಾಕಿದ ಆ ದರಿದ್ರದವನ ಕಣ್ಣು ಇಂಗಿಹೋಗಲಿ ಎಂದು ದೇವರಲ್ಲಿ ಬೇಡಿಕೊಳ್ಳುತ್ತೇನೆ, ನಿಜ ಹೇಳುತ್ತೇನೆ ಕೇಳು, ಒಂದಲ್ಲ ಒಂದು ದಿನ ಅವನ ಮುಖಕ್ಕೆ ಹೇಗೆ ಬಲವಾಗಿ ಅಪ್ಪಳಿಸುತ್ತೇನೆಂದರೆ ಅವನಿಗೆ ಏನಾಯಿತೆಂದು ತಲೆಬುಡ ಅರ್ಥವಾಗದಂತಾಗಬೇಕು. ಬೇರೆ ಎಲ್ಲಾದರೂ ಅವನು ಏನಾದರೂ ಮಾಡಿಕೊಳ್ಳಲಿ. ಆದರೆ ಇಲ್ಲಿ ಇರಬೇಕೆಂದರೆ ಮರ್ಯಾದೆಯಿಂದ ವರ್ತಿಸಬೇಕು, ತಿಳಿಯಿತಾ?” ಇದನ್ನು ಕೇಳಿ, ತುಕಾರಾಮನ ಮೆಳ್ಳೆಗಣ್ಣಿನ ಹೆಂಡತಿ ಸೆರಗು ಬಿಗಿದು ಆಚೆಗೆ ಧಾವಿಸಿ, “ಮುದಿ ಮಾಟಗಾತಿಯೇ ಇಲ್ಲಿ ಕೇಳು, ಇನ್ನೇನಾದರೂ ಹೇಳಬೇಕಲ್ಲ ನೀನು! ನಿನ್ನ ಪುಟ್ಟ ದೇವತೆ ಹೋಟೆಲಿನ ಹುಡುಗರ ಹತ್ತಿರವೂ ಚೆಲ್ಲಾಟವಾಡುತ್ತಾಳೆ. ನಾವೆಲ್ಲ ಕುರುಡರು ಅಂತ ಮಾಡಿದ್ದೀಯಾ? ನಿಮ್ಮ ಮನೆಗೆ ಆ ಮಹಾನುಭಾವನೊಬ್ಬ ಬರುವುದು, ನಿನ್ನ ಪುಟ್ಟ ಸರಿತಾ ಅಲಂಕರಿಸಿಕೊಂಡು ಅವನೊಡನೆ ಹೋಗುವುದು ಇದೆಲ್ಲ ನಮಗೆ ಗೊತ್ತಿಲ್ಲ ಎಂದು ತಿಳಿದಿದ್ದೀಯೇನು? ನೀನು ಮರ್ಯಾದೆಯ ಬಗ್ಗೆ ಉದ್ದುದ್ದ ಮಾತನಾಡುವವಳು, ಇದೊಳ್ಳೆ ತಮಾಷೆಯಾಯಿತು ನಿನ್ನದು! ತೊಲಗು ಇಲ್ಲಿಂದ!”

ತುಕಾರಾಮನ ಹೆಂಡತಿ ಹಲವಾರು ವಿಷಯಗಳಿಗೆ ಕುಖ್ಯಾತಳಾಗಿದ್ದಳು. ವಠಾರದ ಪ್ರತಿಯೊಬ್ಬರಿಗೂ ಸೀಮೆಎಣ್ಣೆ ಗಾಡಿಯವನ ಜೊತೆ ಅವಳಿಗಿದ್ದ ಸಂಬಂಧ ತಿಳಿದಿತ್ತು, ಅವನನ್ನು ಒಳಗೆ ಕರೆದು ಮನೆಯ ಬಾಗಿಲು ಹಾಕಿಕೊಳ್ಳುತ್ತಾಳೆ ಎನ್ನುವುದು ತಿಳಿದ ವಿಷಯವಾಗಿತ್ತು. ಸರಿತಾಳ ಅಮ್ಮ ಆ ವಿಷಯವನ್ನು ಆಡಲೇಬೇಕೆಂದು ನಿರ್ಧರಿಸಿ ಸೇಡಿನ ದನಿಯಲ್ಲಿ ಹಾಡಿದ್ದೇ ಹಾಡಿದಳು ಕಿಸುಬಾಯಿ ದಾಸನ ಥರ,

"ಮತ್ತೆ ಆ ನೀನು ಇಟ್ಟುಕೊಂಡವನು, ಆ ಸೀಮೆಎಣ್ಣೆ ಮಾರುವವನು? ಅವನನ್ನು ಕೋಣೆಯೊಳಗೆ ಎರಡೆರಡು ಗಂಟೆ ಕರೆದುಕೊಳ್ಳುತ್ತೀಯಲ್ಲ, ಅದೇನು ಅವನ ಸೀಮೆಎಣ್ಣೆ ಮೂಸಿ ನೋಡುವುದಕ್ಕಾ ಮತ್ತೆ?"

ಇಷ್ಟಾದರೂ ಸರಿತಾಳ ಅಮ್ಮ ಮತ್ತು ತುಕಾರಾಮನ ಹೆಂಡತಿ ಹೆಚ್ಚು ಕಾಲ ಕೋಪಿಸಿಕೊಂಡಿರುತ್ತಿರಲಿಲ್ಲ. ಒಂದು ದಿನ ತುಕಾರಾಮನ ಹೆಂಡತಿ ಕತ್ತಲಿನಲ್ಲಿ ಯಾರೋ ಗಂಡಸಿನ ಕಿವಿಯಲ್ಲಿ ಏನೋ ಉಸುರುತ್ತಿರುವುದನ್ನು ಸರಿತಾಳ ಅಮ್ಮ ನೋಡಿದಳು. ಆದರ ಮರುದಿನವೇ ತುಕಾರಾಮನ ಹೆಂಡತಿ ಪೈಥೋನಿಯಿಂದ ಹಿಂತಿರುಗುವಾಗ ಸರಿತಾ ಯಾವುದೋ 'ಮರ್ಯಾದಸ್ಥ ಗೆಳೆಯನ' ಜೊತೆ ಕಾರಿನಲ್ಲಿ ಕುಳಿತಿರುವುದನ್ನು ನೋಡಿದಳು. ಅಲ್ಲಿಗೆ ಇಬ್ಬರ ಲೆಕ್ಕಾಚಾರವೂ ಸಮವಾಗಿ ಹೋಗಿ ಆ ನಂತರ ಇಬ್ಬರೂ ಮಾತನಾಡಲು ಶುರು ಮಾಡಿದ್ದರು.

"ನೀನು ಸರಿತಾಳನ್ನು ಎಲ್ಲಿಯಾದರೂ ನೋಡಿದೆಯಾ?' ಸರಿತಾಳ ಅಮ್ಮ ತುಕಾರಾಮನ ಹೆಂಡತಿಯನ್ನು ಕೇಳಿದಳು. ತುಕಾರಾಮನ ಹೆಂಡತಿ ತನ್ನ ಮಾಲುಗಣ್ಣಿನಿಂದ ಅವಳಿಂದಾಚೆ ದೃಷ್ಟಿ ಹಾಯಿಸಿ ಓಣಿಯ ಮೂಲೆಯನ್ನೇ ದಿಟ್ಟಿಸುತ್ತಾ, "ಅವಳು ಆ ಕಸದ ರಾಶಿಯ ಬದಿಯಲ್ಲಿ ಗೆಳತಿಯರೊಡನೆ ಆಟವಾಡುತ್ತಿದ್ದಾಳೆ," ಎಂದವಳು ಪಿಸುಗುಡುವ ದನಿಯಲ್ಲಿ, "ಈಗ ತಾನೇ ಕಿಶೋರಿ ಮಹಡಿ ಹತ್ತಿ ಹೋದ, ಅವನನ್ನು ನೋಡಿದೆಯಾ?' ಎಂದಳು.

ಸರಿತಾಳ ಅಮ್ಮ ಆಚೀಚೆ ನೋಡಿ ನಂತರ, "ಅವನನ್ನು ಕುಳಿತುಕೊಳ್ಳಲು ಹೇಳಿ ಬಂದಿದ್ದೀನಿ. ಈ ಸರಿತಾ ಯಾವಾಗ ಬೇಕಾಗಿರುತ್ತಾಳೋ ಆಗಲೇ ಕಾಣೆಯಾಗಿರುತ್ತಾಳೆ ನೋಡು. ಅವಳಿಗೇನಾದರೂ ಯೋಚನೆ ಇದೆಯಾ? ಏನೊಂದೂ ಅರ್ಥ ಮಾಡಿಕೊಳ್ಳುವುದಿಲ್ಲ. ದಿನ ಪೂರ್ತಿ ಆಟವೊಂದಿದ್ದರೆ ಆಯಿತು," ಎಂದು ಪಿಸುಗುಟ್ಟಿ ಕಸದ ರಾಶಿಯ ಕಡೆಗೆ ಸಾಗಿ, ಟಾಯ್ಲೆಟ್ ದಾಟಿ, ಸರಿತಾಳ ಹತ್ತಿರ ಹೋದ ಕೂಡಲೇ ಸರಿತಾ ಸರಕ್ಕನೆ ಎದ್ದು ನಿಂತಳು.

ಅವಳ ಮುಖದ ತುಂಬಾ ನಿರಾಶೆ ಹರಡಿತು. ಅವಳ ಅಮ್ಮ ಸಿಟ್ಟಿನಿಂದ ಅವಳ ತೋಳನ್ನು ಹಿಡಿದು, "ನಡಿ ಮನೆಗೆ, ನಡಿ ಅಂದೆ! ಯಾವಾಗ ನೋಡಿದರೂ ಬೀದಿ ಅಲೆಯುವುದೇ ಆಯಿತು ಕೆಲಸಕ್ಕೆ ಬಾರದವಳೇ," ಎಂದು ಗದರಿದಳು. ಇಬ್ಬರೂ ಮನೆಯ ಕಡೆ ನಡೆಯುತ್ತಿರುವಾಗಲೇ ಪಿಸುಗುಟ್ಟಿದಳು, "ಕಿಶೋರಿ ಕಾಯುತ್ತಿದ್ದಾನೆ. ಯಾರೋ ಕಾರಿರುವ ಶ್ರೀಮಂತನನ್ನು ಕರೆತಂದಿದ್ದಾನೆ. ಕೇಳಿಲ್ಲಿ, ಬೇಗ ಮನೆಗೆ ಓಡಿ ಆ ನೀಲಿ ಜಾರ್ಜೆಟ್ ಸೀರೆ ಉಟ್ಟುಕೋ. ಮತ್ತೆ ನೋಡಲ್ಲಿ, ನಿನ್ನ ಕೂದಲು ಕೆದರಿ ಮುದ್ದೆಯಾಗಿದೆ. ಬೇಗ ತಯಾರಾಗು ನಂತರ ನಾನು ನಿನ್ನ ಕೂದಲು ಒಪ್ಪ ಮಾಡುತ್ತೇನೆ."

ಸರಿತಾಳಿಗೆ ಕಾರ್ ಇರುವ ಶ್ರೀಮಂತ ಬಂದಿದ್ದಾನೆಂದು ತಿಳಿದು ತುಂಬ ಖುಷಿಯಾಯಿತು. ಅವಳಿಗೆ ಬರುವ ಗಂಡಸಿನ ಬಗ್ಗೆ ಎಳ್ಳಷ್ಟೂ ಆಸಕ್ತಿ ಇರಲಿಲ್ಲ. ಆದರೆ ಕಾರಿನಲ್ಲಿ ಸುತ್ತುವುದು ಅವಳಿಗೆ ತುಂಬಾ ಇಷ್ಟ. ಖಾಲಿ ರಸ್ತೆಗಳಲ್ಲಿ ಕಾರ್ ವೇಗವಾಗಿ ಸಾಗುವಾಗ, ಮುಖದ ಮೇಲೆ ಗಾಳಿ ನುಗ್ಗಿದಾಗ ಅವಳಿಗೆ ತಾನೊಂದು ಕೆರಳಿದ ಸುಂಟರಗಾಳಿಯಾಗಿ ಪರಿವರ್ತನೆಗೊಂಡಂತೆ ಅನಿಸುತ್ತಿತ್ತು. ಸರಿತಾಳಿಗೆ ಹೆಚ್ಚೆಂದರೆ ಹದಿನೈದು ವರ್ಷವಿರಬಹುದು. ಆದರೆ ಹದಿಮೂರು ವರ್ಷದ ಹುಡುಗಿಯ ಹಾಗಾಡುತ್ತಿದ್ದಳು. ಅವಳಿಗೆ ದೊಡ್ಡವರ ಜೊತೆ ಸಮಯ ಕಳೆಯುವುದು, ಅವರ ಜೊತೆ ಮಾತನಾಡುವುದು ಕಂಡರಾಗುತ್ತಿರಲಿಲ್ಲ. ಪುಟ್ಟ ಹುಡುಗಿಯರ ಜೊತೆ ಆಟವಾಡುವುದು ಅವಳಿಗಿಷ್ಟವಾಗುತ್ತಿತ್ತು. ಅವಳಿಗೆ ಓಣಿಯ ಕಪ್ಪು ಟಾರು ರಸ್ತೆಯ ಮೇಲೆ ಚಾಕ್ ಪೀಸಿನಿಂದ ಗೆರೆಯೆಳೆದು ಆಟವಾಡುವುದು ತುಂಬ ಇಷ್ಟವಾಗುತ್ತಿತ್ತು. ಆ ಆಟವನ್ನು ಅದೆಷ್ಟು ತನ್ಮಯತೆಯಿಂದ ಆಡುತ್ತಿದ್ದಳೆಂದರೆ, ಆ ವಕ್ರರೇಖೆಗಳು ಇಲ್ಲದಿದ್ದರೆ ಜಗತ್ತೇ ಕೊನೆಯಾಗುತ್ತದೇನೋ ಎನ್ನಿಸುವಂತೆ!

ಅದಲ್ಲದಿದ್ದರೆ ಅವಳು ಮನೆಯಿಂದ ಒಂದು ಹಳೆಯ ಗೋಣಿಚೀಲ ಒಯ್ದು ಅದನ್ನು ತಿರುಚಿ ಸುತ್ತಿಕೊಳ್ಳುವುದು, ಫುಟ್‌ಪಾತ್ ಮೇಲೆ ಹಾಸುವುದು, ಅದರ ಮೇಲೆ ಕುಳಿತುಕೊಳ್ಳುವುದು... ಹೀಗೆ ಗಂಟೆಗಟ್ಟಲೆ ಗೆಳತಿಯರ ಜೊತೆ ಮಕ್ಕಳಾಟ ಆಡುತ್ತಿರುತ್ತಾಳೆ.

ಸರಿತಾ ಚೆಂದವೇನೂ ಇರಲಿಲ್ಲ, ಬೆಳ್ಳಗೂ ಇರಲಿಲ್ಲ. ಬಾಂಬೆಯ ತೇವದ ಹವಾಮಾನಕ್ಕೆ ಅವಳ ಮುಖ ಯಾವಾಗಲೂ ಹೊಳೆಯುತ್ತಿರುತ್ತಿತ್ತು. ಅವಳ ತೆಳುವಾದ ಕಂದು ತುಟಿಗಳು ಸಪೋಟಾ ಹಣ್ಣಿನ ಸಿಪ್ಪೆಯಂತೆ ಕಾಣಿಸುತ್ತಿದ್ದವು. ಅವು ಯಾವಾಗಲೂ ಸಣ್ಣಗೆ ಕಂಪಿಸುತ್ತಿರುತ್ತಿದ್ದವು. ಅವಳ ಮೇಲ್ತುಟಿಯ ಮೇಲೆ ಯಾವಾಗಲೂ ಮೂರ್ನಾಲ್ಕು ಬೆವರ ಹನಿಗಳು ಹೊಳೆಯುತ್ತಿರುತ್ತಿದ್ದವು. ಆದರೆ ಅವಳು ಆರೋಗ್ಯಪೂರ್ಣವಾಗಿದ್ದಳು. ಅವಳು ಇದ್ದಿದ್ದು ಕೊಳಕಿನ ವಾತಾವರಣದಲ್ಲಾದರೂ, ಅವಳ ದೇಹ ಆಕರ್ಷಕವಾಗಿಯೂ, ದೃಢವಾಗಿಯೂ ಇತ್ತು. ಅವಳು ತಾರುಣ್ಯವೇ ಸಾಕಾರಗೊಂಡಂತಿದ್ದಳು. ಅವಳು ಸ್ವಲ್ಪ ಕುಳ್ಳಾಗಿಯೂ, ಸ್ವಲ್ಪ ದುಂಡು ದುಂಡಾಗಿಯೂ ಇದ್ದಳು. ಹಾಗೆ ದುಂಡಾಗಿದ್ದುದರಿಂದ ಅವಳು ಮತ್ತಿಷ್ಟು ಆರೋಗ್ಯವಂತಳಾಗಿ ಕಾಣಿಸುತ್ತಿದ್ದಳು. ಅವಳು ರಸ್ತೆಯಲ್ಲಿ ಓಡುವಾಗ, ಅವಳ ಕೊಳಕು ಬಟ್ಟೆ ಗಾಳಿಗೆ ಹಾರಿದರೆ ರಸ್ತೆಯಲ್ಲಿ ಓಡಾಡುತ್ತಿದ್ದ ಗಂಡಸರೆಲ್ಲ ನುಣುಪಾದ ತೇಗದ ಮರದಂತೆ ಫಳಫಳಿಸುವ ಅವಳ ಯೌವನಭರಿತ ಮೀನಖಂಡಗಳನ್ನೇ ದಿಟ್ಟಿಸಿ ನೋಡುತ್ತಿದ್ದರು. ಅವಳ ಚರ್ಮವು ರಸ ತುಂಬಿದ ಕಿತ್ತಲೆಹಣ್ಣಿನ ಸಿಪ್ಪೆಯಂತೆ ಕಾಣಿಸುತ್ತಿತ್ತು, ಸಣ್ಣದಾಗಿ ಒತ್ತಿದರೆ ಅದರ ರಸವು ಕಣ್ಣಿಗೆ ಪಿಚಕಾರಿ ಹೊಡೆಯುತ್ತದೇನೋ ಎನ್ನಿಸುವಷ್ಟು ರಸಭರಿತವಾಗಿದ್ದಳು. ಸರಿತಾಳ

ತೋಳುಗಳು ತುಂಬಾ ಸುಂದರವಾಗಿದ್ದವು. ಅವಳ ಅಳತೆಗೆ ಸರಿ ಹೊಂದದ ಬಟ್ಟೆಗಳನ್ನು ಧರಿಸಿದರೂ, ಅವಳ ಭುಜದ ಸೌಂದರ್ಯ ಎದ್ದು ಕಾಣುತ್ತಿತ್ತು. ಅವಳ ಕೂದಲು ನೀಳ ಮತ್ತು ದಟ್ಟವಾಗಿತ್ತು. ಅದರಿಂದ ಸದಾ ಕೊಬ್ಬರಿ ಎಣ್ಣೆಯ ಪರಿಮಳ ಸೂಸುತ್ತಿತ್ತು. ಅವಳ ಬಿಗಿಯಾಗಿ ಹೆಣೆದ ಜಡೆಗಳು ಬೆನ್ನ ಹಿಂದೆ ಚಾವಟಿಯಂತೆ ತೋರುತ್ತಿದ್ದವು. ಸರಿತಾಳಿಗೆ ಅವಳ ಉದ್ದ ಕೂದಲು ಇಷ್ಟವಿರಲಿಲ್ಲ... ಅವು ಆಡುವಾಗ ಅವಳಿಗೆ ತೊಂದರೆ ಕೊಡುತ್ತಿದ್ದವು. ಅವುಗಳನ್ನು ಒಪ್ಪವಾಗಿಡಲು ಎಷ್ಟೆಲ್ಲ ಪ್ರಯತ್ನಿಸುತ್ತಿದ್ದಳು.

ಸರಿತಾ ಯಾವುದೇ ಚಿಂತೆಯಿಲ್ಲದ ಖುಷಿಯ ಹುಡುಗಿ. ಅವಳಿಗೆ ದಿನಕ್ಕೆ ಎರಡು ಹೊತ್ತು ಊಟ ಸಿಗುತ್ತಿತ್ತು. ಮನೆಯ ಕೆಲಸಗಳೆಲ್ಲವನ್ನೂ ಅವಳ ಅಮ್ಮ ಮಾಡುತ್ತಿದ್ದಳು. ಸರಿತಾಳಿಗೆ ಇದ್ದಿದ್ದು ಎರಡೇ ಕೆಲಸ: ದಿನವೂ ಮುಂಜಾನೆ ಹೊರಗಿನಿಂದ ನೀರು ತಂದು ಬಕೆಟುಗಳಿಗೆಲ್ಲ ತುಂಬಿಸುವುದು ಮತ್ತು ಸಂಜೆಯ ಹೊತ್ತು ದೀಪಕ್ಕೆ ಒಂದೆರಡು ತೊಟ್ಟು ಎಣ್ಣೆ ತುಂಬಿಸುವುದು. ಇದು ಅನೇಕ ವರ್ಷಗಳಿಂದ ಅವಳ ದಿನಚರಿಯಾಗಿತ್ತು. ಹಾಗಾಗಿ ಪ್ರತಿದಿನ ಅವಳಿಗೇ ಅರಿವಿಲ್ಲದಂತೆ ತಟ್ಟೆಯಲ್ಲಿದ್ದ ಚಿಲ್ಲರೆ ಕಾಸಿನಲ್ಲಿ ಒಂದನ್ನು ತೆಗೆದುಕೊಂಡು ದೀಪಕ್ಕೆ ಎಣ್ಣೆ ತುಂಬಿಸಲು ಓಡುತ್ತಿದ್ದಳು.

ಯಾವಾಗಲಾದರೊಮ್ಮೆ, ಅಂದರೆ ತಿಂಗಳಿಗೆ ನಾಲ್ಕೈದು ಬಾರಿ ಕಿಶೋರಿ ಗಿರಾಕಿಗಳನ್ನು ಕರೆತರುತ್ತಿದ್ದ. ಅವರು ಸರಿತಾಳನ್ನು ಯಾವುದಾದರೂ ಹೋಟೆಲಿಗೋ, ಕತ್ತಲ ಜಾಗಕ್ಕೋ ಕರೆದೊಯ್ಯುತ್ತಿದ್ದರು. ಅವಳಿಗೂ ಅದು ಮನರಂಜನೆ ಎನ್ನಿಸುತ್ತಿತ್ತು. ಅವಳು ಅಂಥ ರಾತ್ರಿಗಳ ಬಗ್ಗೆ ಹೆಚ್ಚು ತಲೆ ಕೆಡಿಸಿಕೊಳ್ಳುತ್ತಿರಲಿಲ್ಲ. ಬಹುಶಃ ಕಿಶೋರಿಯಂಥವನೊಬ್ಬ ಗಂಡಸು ಎಲ್ಲ ಮನೆಗಳಲ್ಲಿನ ಹೆಣ್ಣುಮಕ್ಕಳಿಗೂ ಹಾಗೆಯೇ ಗಿರಾಕಿಗಳನ್ನು ಕರೆತರುತ್ತಾನೆ ಎಂದು ಅವಳು ಅಂದುಕೊಂಡಿದ್ದಕ್ಕಿರಬಹುದು. ಅವಳು ಎಲ್ಲ ಹುಡುಗಿಯರೂ ಹೀಗೆಯೇ ಶ್ರೀಮಂತ ಗಂಡಸರ ಜೊತೆ ವರ್ಲಿಯ ತಣ್ಣನೆಯ ಕಲ್ಲುಬೆಂಚುಗಳ ಮೇಲೋ ಅಥವಾ ಜುಹು ಬೀಚಿನ ಒದ್ದೆ ಮರಳಿನ ಮೇಲೋ ಕೂರುತ್ತಾರೆ ಎಂದು ಭಾವಿಸಿದ್ದಿರಬೇಕು. ಅವಳಿಗೆ ಆಗುತ್ತಿದ್ದುದು ಎಲ್ಲರಿಗೂ ಆಗುತ್ತಿರಲೇಬೇಕು, ಹೌದು ತಾನೇ?

ಒಂದು ದಿನ ಕಿಶೋರಿ ಮಾಮೂಲು ಗಿರಾಕಿಯೊಬ್ಬನನ್ನು ಕರೆತಂದಾಗ ಸರಿತಾ ಅವಳ ಅಮ್ಮನಿಗೆ, "ಅಮ್ಮ, ಶಾಂತಾ ಕೂಡಾ ಈಗ ದೊಡ್ಡವಳಾಗಿದ್ದಾಳೆ. ಅವಳನ್ನೂ ನನ್ನ ಜೊತೆ ಕಳಿಸು. ಇವನಿದ್ದಾನಲ್ಲ, ಇವನು ಯಾವಾಗಲೂ ನನಗೆ ಮೊಟ್ಟೆಗಳನ್ನು ಕೊಡಿಸುತ್ತಾನೆ, ಶಾಂತಾಗೆ ಮೊಟ್ಟೆಗಳೆಂದರೆ ತುಂಬಾ

ಇಷ್ಟ," ಎಂದಿದ್ದಳು. ಅವಳ ಅಮ್ಮ, "ಸರಿ ಸರಿ ಅವಳ ಅಮ್ಮ ಪುಣೆಯಿಂದ ಬಂದ ನಂತರ ಅವಳನ್ನು ಕಳಿಸುತ್ತೇನೆ," ಎಂದು ಹಾರಿಕೆಯ ಉತ್ತರ ನೀಡಿದ್ದಳು. ಮರುದಿನ ಶಾಂತಾ ಟಾಯ್ಲೆಟ್ಟಿನಿಂದ ಹೊರಬರುತ್ತಿರುವಾಗ, ಸರಿತಾ ಅವಳಿಗೆ ಈ ಶುಭ ಸಮಾಚಾರವನ್ನು ಹೇಳಿದ್ದಳು. "ನಿನ್ನ ಅಮ್ಮ ಪುಣೆಯಿಂದ ವಾಪಸ್ ಬಂದ ನಂತರ ಎಲ್ಲವೂ ಸರಿಯಾಗುತ್ತದೆ. ನೀನೂ ನನ್ನ ಜೊತೆ ವರ್ಲಿಗೆ ಬರಬಹುದು," ಎಂದು.

ಆ ನಂತರ ಸರಿತಾ ಇತ್ತೀಚೆಗೆ ಒಂದು ರಾತ್ರಿ ನಡೆದಿದ್ದನ್ನು ಅದೊಂದು ಅದ್ಭುತ ಸ್ವಪ್ನವೆಂಬಂತೆ ಹೇಳಿದ್ದಳು. ಶಾಂತಾ ಸರಿತಾಳಿಗಿಂತ ಎರಡು ವರ್ಷಕ್ಕೆ ಚಿಕ್ಕವಳು. ಸರಿತಾಳ ಕಥೆ ಕೇಳಿ ಅವಳ ದೇಹದಲ್ಲಿ ಆನಂದದ ತರಂಗಗಳೆದ್ದಿದ್ದವು. ಮತ್ತೂ ಕೇಳಬೇಕೆನ್ನಿಸಿ, ಸರಿತಾಳ ತೋಳುಗಳನ್ನು ಹಿಡಿದು, "ಬಾ ಆಚೆ ಹೋಗೋಣ," ಎಂದು ಅಂಗಡಿಯ ಗಿರಿಧಾರಿ ಕೊಳಕು ತೆಂಗಿನ ಚೂರುಗಳನ್ನು ಗೋಣಿಚೀಲದ ಮೇಲೆ ಒಣಹಾಕಿದ್ದ ಸ್ಥಳಕ್ಕೆ ಕರೆದೊಯ್ದಿದ್ದಳು. ಅಲ್ಲಿ ಅವರಿಬ್ಬರೂ ಗಂಟೆಗಟ್ಟಲೆ ಗುಸುಗುಸು ಮಾತಾಡಿದ್ದರು.

ತಾತ್ಕಾಲಿಕ ಪರದೆಯೊಂದರ ಹಿಂದೆ ಸರಿತಾ ನೀಲಿ ಜಾರ್ಜೆಟ್ ಸೀರೆಯುಡುತ್ತಿದ್ದಳು. ಮುಂದೆ ಕಾದಿರುವ ಕಾರ್ ಸವಾರಿ ಅವಳಲ್ಲಿ ರೋಮಾಂಚನವನ್ನುಂಟು ಮಾಡುತ್ತಿತ್ತು. ಬರಲಿರುವ ಗಂಡಸು ಹೇಗಿರಬಹುದೆನ್ನುವ ಯೋಚನೆಯಾಗಲಿ, ಅವನು ತನ್ನನ್ನು ಎಲ್ಲಿಗೆ ಕರೆದೊಯ್ಯಬಹುದು ಎಂಬ ಯೋಚನೆಯಾಗಲಿ ಅವಳ ತಲೆಗೆ ಬರಲೇ ಇಲ್ಲ.

ಆದರೆ ಸೀರೆಯುಡುತ್ತಿರುವ ಅಷ್ಟು ಹೊತ್ತೂ ಆ ಕಾರ್ ಸವಾರಿ ತುಂಬಾ ಬೇಗ ಮುಗಿಯದಿರಲೆಂದೂ, ಅದರ ರುಚಿ ಹತ್ತುವ ಮೊದಲೇ ತಾನು ಯಾವುದೋ ಹೋಟೆಲಿನ ಬಾಗಿಲಿನೆದುರು ನಿಲ್ಲುವಂತಾಗದಿರಲಿ ಎಂದೂ, ಒಳಗೆ ಕಾಲಿಟ್ಟ ಕೂಡಲೇ ಆ ಗಿರಾಕಿ ಕುಡಿಯಲು ಪ್ರಾರಂಭಿಸಿ, ತಾನು ಇಕ್ಕಟ್ಟಿನ ಆ ಜಾಗದಲ್ಲಿ ಉಸಿರುಗಟ್ಟಿದಂತೆ ಒದ್ದಾಡದಂತಾಗದಿರಲೆಂದು ಮನಸ್ಸು ಆಶಿಸುತ್ತಿತ್ತು. ಅವಳಿಗೆ ಆ ಉಸಿರುಗಟ್ಟಿಸುವ ರೂಮುಗಳನ್ನು ಕಂಡರಾಗುತ್ತಿರಲಿಲ್ಲ, ಅಲ್ಲಿರುತ್ತಿದ್ದ ಕಬ್ಬಿಣದ ಮಂಚಗಳ ಮೇಲೆ ಅವಳಿಗೆ ಎಂದೂ ಒಳ್ಳೆಯ ನಿದ್ರೆ ಬರುತ್ತಿರಲಿಲ್ಲ.

ಸೀರೆಯ ಸುಕ್ಕುಗಳನ್ನು ಸರಿಪಡಿಸಿಕೊಳ್ಳುತ್ತಾ, ಕಿಶೋರಿಯ ಎದುರು ಕ್ಷಣಕಾಲ ನಿಂತು, ಅವನು ಒಂದೆರಡು ಕ್ಷಣ ದಿಟ್ಟಿಸುವಷ್ಟು ಸಮಯ ಕೊಟ್ಟು ನಂತರ, "ಕಿಶೋರಿ ನಾನು ಹೇಗೆ ಕಾಣಿಸುತ್ತಿದ್ದೇನೆ? ಈ ಸೀರೆ ಚೆನ್ನಾಗಿ ಕಾಣಿಸುತ್ತಿದೆಯಾ?" ಎಂದು ಕೇಳಿದವಳೇ ಅವನ ಉತ್ತರಕ್ಕೂ ಕಾಯದೇ ಜಪಾನಿ ಪೌಡರ್, ರೋಜನ್ನಿಟ್ಟಿದ್ದ ಮುರುಕಲು ಅಲಮಾರಿಯ ಹತ್ತಿರ ಹೋದಳು.

ಕಿಟಕಿಯ ತುಕ್ಕು ಹಿಡಿದ ಸರಳುಗಳಿಗೆ ತುಕ್ಕುಗಟ್ಟಿದ ಕನ್ನಡಿಯನ್ನು ನೇತುಹಾಕಿ, ತುಸು ಬಾಗಿ ಅದರಲ್ಲಿ ತನ್ನ ಪ್ರತಿಬಿಂಬವನ್ನು ನೋಡಿಕೊಳ್ಳುತ್ತಾ ಪೌಡರ್, ನೇರಳೆ ಬಣ್ಣದ ರೋಜನ್ನು ತನ್ನ ಕೆನ್ನೆಗಳಿಗೆ ಮೆತ್ತಿಕೊಂಡಳು. ಅಷ್ಟು ಸಿದ್ಧವಾದ ನಂತರ ಕಿಶೋರಿಯ ಕಡೆ ನೋಡುತ್ತಾ ಅವನ ಒಪ್ಪಿಗೆಗೆ ಕಾದಳು. ಆ ನಂತರ ತುಟಿಗಳಿಗೆ ಅಡ್ಡಾದಿಡ್ಡಿಯಾಗಿ ಲಿಪ್ಸ್ಟಿಕ್ ಮೆತ್ತಿದಳು. ಇದೆಲ್ಲದರ ಒಟ್ಟು ಪರಿಣಾಮವಾಗಿ ಅವಳು ದೀಪಾವಳಿಯ ಸಮಯದಲ್ಲಿ ಅಂಗಡಿಗಳಲ್ಲಿ ಮಾರುವ ಮಣ್ಣಿನ ಗೊಂಬೆಯಂತೆ ಕಾಣಿಸುತ್ತಿದ್ದಳು. ಸರಿತಾಳ ಅಮ್ಮ ಒಳಗೆ ಬಂದು, ಸರಿತಾಳ ಕೂದಲನ್ನು ಬಾಚಿ, “ಮಗಳೇ ದೊಡ್ಡವಳ ಹಾಗೆ ಮಾತನಾಡು ಮತ್ತು ಅವನು ಹೇಳಿದ್ದೆಲ್ಲವನ್ನೂ ಮಾಡು. ಇವನು ತುಂಬಾ ಶ್ರೀಮಂತ ಗೊತ್ತಾಯಿತಾ? ಅವನಿಗೆ ಸ್ವಂತ ಕಾರಿದೆಯಂತೆ,” ಎಂದು ಹೇಳಿ ನಂತರ ಕಿಶೋರಿಯನ್ನುದ್ದೇಶಿಸಿ, “ಬೇಗ ಕರೆದುಕೊಂಡು ಹೋಗು. ಪಾಪದ ಮನುಷ್ಯ ಎಷ್ಟು ಹೊತ್ತಿನಿಂದ ಕಾಯುತ್ತಿದ್ದಾನೆ,” ಎಂದಳು.

ಹೊರಗೆ ಬಜಾರಿನಲ್ಲಿ ಸಣ್ಣ ಅಕ್ಷರಗಳಲ್ಲಿ ‘ಇಲ್ಲಿ ಉಚ್ಚೆ ಹೊಯ್ಯಬಾರದು’ ಎಂದು ಬರೆದಿದ್ದ, ಸಾಕಷ್ಟು ಉದ್ದವಿದ್ದ ಫ್ಯಾಕ್ಟರಿ ಗೋಡೆಯಿತ್ತು. ಅದರ ಪಕ್ಕ ನಿಂತಿದ್ದ ಹಳದಿ ಕಾರಿನಲ್ಲಿ ಹೈದರಾಬಾದಿನ ಮೂವರು ಯುವಕರು ಕುಳಿತಿದ್ದರು. ಎಲ್ಲರೂ ಕರವಸ್ತ್ರದಿಂದ ಮೂಗು ಮುಚ್ಚಿಕೊಂಡಿದ್ದರು. (ಅವರು ಮೊದಲಿದ್ದ ಸ್ಥಳದಿಂದ ಕಾರ್ ಮುಂದೆ ಚಲಾಯಿಸಬಹುದಿತ್ತು, ಆದರೆ ಗೋಡೆ ಬಹಳ ಉದ್ದಕ್ಕಿದ್ದರಿಂದ ಎಲ್ಲಿಯೇ ನಿಲ್ಲಿಸಿದರೂ ಉಚ್ಚೆಯ ಗಬ್ಬುನಾತ ಮೂಗಿಗೆ ಬಡಿಯುವುದು ತಪ್ಪುತ್ತಿರಲಿಲ್ಲ) ಚಾಲಕನ ಸೀಟಿನಲ್ಲಿ ಕುಳಿತಿದ್ದವನು ಕಿಶೋರಿಯನ್ನು ನೋಡಿ, “ಹೇ ಅವನು ಬರುತ್ತಿದ್ದಾನೆ... ಕಿಶೋರಿ... ಮತ್ತೆ... ಮತ್ತೆ ಅವನ ಜೊತೆ ಇರುವ ಹುಡುಗಿ ತುಂಬಾ ಚಿಕ್ಕವಳು! ನೋಡಿ ಆ ನೀಲಿ ಸೀರೆಯಲ್ಲಿರುವವಳೇ.”

ಕಿಶೋರಿ, ಸರಿತಾ ಕಾರಿನ ಬಳಿ ಬಂದಾಗ, ಹಿಂದಿನ ಸೀಟಿನಲ್ಲಿ ಕುಳಿತಿದ್ದ ಇಬ್ಬರು ಯುವಕರು ತಮ್ಮ ನಡುವೆ ಇಟ್ಟಿದ್ದ ಟೊಪ್ಪಿಯನ್ನು ಎತ್ತಿ ಸರಿತಾಳಿಗೆ ಜಾಗ ಮಾಡಿದರು. ಕಿಶೋರಿ ಕಾರಿನ ಹಿಂಬಾಗಿಲನ್ನು ತೆರೆದು ಅವಸರದಲ್ಲಿ ಸರಿತಾಳನ್ನು ಒಳಗೆ ನೂಕಿದ. ನಂತರ ಬಾಗಿಲನ್ನು ಮುಚ್ಚಿ ಚಾಲಕನ ಸೀಟಿನಲ್ಲಿ ಕುಳಿತವನನ್ನು ಉದ್ದೇಶಿಸಿ, “ಕ್ಷಮಿಸಿ ಸ್ವಲ್ಪ ತಡವಾಯಿತು. ಇವಳು ಗೆಳತಿಯ ಮನೆಗೆ ಹೋಗಿದ್ದಳು. ಹಾಗಾಗಿ...”

ಆ ಯುವಕ ಹಿಂದಿರುಗಿ ಸರಿತಾಳನ್ನು ನೋಡಿದವನು, ಕಿಶೋರಿಯನ್ನುದ್ದೇಶಿಸಿ, “ಪರವಾಗಿಲ್ಲ... ಸರಿ ಹಾಗಿದ್ದರೆ... ಆದರೆ ನೋಡಿಲ್ಲಿ...” ಎಂದವನೇ ಕಿಟಕಿಯಾಚೆ ತಲೆ ತೂರಿಸಿ, “ಅವಳೇನೂ ಗಲಾಟೆ ಮಾಡುವುದಿಲ್ಲ ತಾನೆ?” ಎಂದು ಪಿಸುಗುಟ್ಟಿದ.

ಕಿಶೋರಿ ತನ್ನ ಎದೆಯ ಮೇಲೆ ಕೈ ಇಟ್ಟು, "ಸಾಬ್ ನನ್ನನ್ನು ನಂಬಿ," ಎಂದ.

ಆ ಯುವಕ ತನ್ನ ಜೇಬಿನಿಂದ ಎರಡು ರೂಪಾಯಿ ತೆಗೆದು ಕಿಶೋರಿಗೆ ಕೊಟ್ಟು, "ಸರಿ ಮಜಾ ಮಾಡು," ಎಂದವನೇ ವಿದಾಯ ಕೋರಿದ. ಚಾಲಕ ಗಾಡಿ ಚಲಾಯಿಸಿದ.

ಸಂಜೆ ಐದು ಗಂಟೆಯ ಸಮಯ, ಬಾಂಬೆಯ ರಸ್ತೆಗಳು ಟ್ರಾಫಿಕ್ಕಿನಿಂದ ಕಿಕ್ಕಿರಿದಿದ್ದವು. ಕಾರುಗಳು, ಟ್ರಾಮುಗಳು, ಬಸ್ಸುಗಳು, ಜನರು ಎಲ್ಲೆಲ್ಲಿಯೂ. ಇಬ್ಬರ ನಡುವೆ ಇರುಕಿಸಿಕೊಂಡು ಕುಳಿತಿದ್ದ ಸರಿತಾ ಮೌನವಾಗಿದ್ದಳು. ತೊಡೆಗಳನ್ನು ಅಂಟಿಸಿಕೊಂಡು, ಅವುಗಳ ಮೇಲೆ ತನ್ನ ಕೈಗಳನ್ನಿಟ್ಟು ಕುಳಿತಿದ್ದಳು. ಹಲವಾರು ಬಾರಿ ಧೈರ್ಯ ಒಗ್ಗೂಡಿಸಿಕೊಂಡು ಏನೋ ಹೇಳಲು ಹೋಗಿ ಸುಮ್ಮನಾಗುತ್ತಿದ್ದಳು.

ಅವಳು ಚಾಲಕನಿಗೆ, "ಸಾಬ್ ಸ್ವಲ್ಪ ಬೇಗ ಗಾಡಿ ಓಡಿಸುತ್ತೀರಾ. ನನಗಿಲ್ಲಿ ಉಸಿರುಗಟ್ಟಿದಂತಾಗುತ್ತಿದೆ," ಎಂದು ಹೇಳಬೇಕಿತ್ತು. ಸ್ವಲ್ಪ ಹೊತ್ತು ಯಾರೂ ಏನೂ ಮಾತನಾಡಲಿಲ್ಲ. ಚಾಲಕ ರಸ್ತೆಯನ್ನೇ ನೋಡುತ್ತಿದ್ದ, ಹಿಂದಿನ ಸೀಟಿನಲ್ಲಿ ಕುಳಿತ ಇಬ್ಬರು ಯುವಕರೂ ಮೊದಲ ಬಾರಿಗೆ ಹುಡುಗಿಯೊಬ್ಬಳಿಗೆ ಅಷ್ಟು ಹತ್ತಿರದಲ್ಲಿ ಕುಳಿತಿದ್ದರು. ಅವರಿಗೆ ಸೇರಿದ್ದ ಹುಡುಗಿ, ಯಾವುದೇ ತೊಂದರೆಗೆ ಸಿಲುಕಿಕೊಳ್ಳದೇ ಅವಳೊಡನೆ ಏನು ಬೇಕಾದರೂ ಮಾಡಲು ಸಾಧ್ಯವಿದ್ದಂಥವಳು...

ಆ ಚಾಲಕ ಎರಡು ವರ್ಷಗಳಿಂದ ಬಾಂಬೆಯಲ್ಲೇ ಇದ್ದವನು. ಸರಿತಾಳಂಥ ಹುಡುಗಿಯರನ್ನು ಹಗಲಿನಲ್ಲಿಯೂ, ರಾತ್ರಿಯಲ್ಲಿಯೂ ಕರೆದೊಯ್ದಿದ್ದ. ಅವನ ಹಳದಿ ಕಾರಿನಲ್ಲಿ ಸಾಕಷ್ಟು ವೇಶ್ಯೆಯರನ್ನು ಕರೆದೊಯ್ದಿದ್ದರಿಂದ ಅವನಿಗೆ ಆತಂಕವೇನೂ ಇರಲಿಲ್ಲ. ಅವನ ಇಬ್ಬರು ಗೆಳೆಯರು ಹೈದರಾಬಾದಿನಿಂದ ಬಂದಿದ್ದರು. ಶಹಬನಿಗೆ ದೊಡ್ಡ ನಗರವೊಂದು ಎದುರಾಗಿಸುವ ಏನೆಲ್ಲವನ್ನೂ ಅನುಭವಿಸಿಬಿಡುವ ಆತುರ. ಹಾಗಾಗಿ ಕಿಫಾಯತ್, ಆ ಕಾರಿನ ಒಡೆಯ, ಕಿಶೋರಿಯ ಮೂಲಕ ಸರಿತಾಳ ವ್ಯವಹಾರ ಕುದುರಿಸಿದ್ದ. ಕಿಫಾಯತ್ ಅವನ ಇನ್ನೊಬ್ಬ ಗೆಳೆಯ ಅನ್ವರನಿಗೆ ಹೇಳಿದ್ದ, "ನಿನಗೇ ಬೇಕಿದ್ದರೆ ಒಬ್ಬಳನ್ನು ತೆಗೆದುಕೊಳ್ಳಬಹುದು, ಅದರಲ್ಲಿ ತಪ್ಪೇನಿಲ್ಲ," ಎಂದು. ಆದರೆ ಅದು ಅನ್ವರನಿಗೆ ತಪ್ಪೆನಿಸಿ ಅದಕ್ಕೆ ಒಪ್ಪಿರಲಿಲ್ಲ. ಕಿಫಾಯತ್ ಸರಿತಾಳನ್ನು ಹಿಂದೆಂದೂ ನೋಡಿರಲಿಲ್ಲ. ಅವಳ ಸೊಬಗನ್ನು ನೋಡಿಯೂ ಕೂಡಾ ಸದ್ಯಕ್ಕೆ ಅವಳಲ್ಲಿ ಆಸಕ್ತಿ ತೋರಿಸುವಂತಿರಲಿಲ್ಲ, ಏಕೆಂದರೆ ಕಾರ್ ಚಲಾಯಿಸುತ್ತಲೇ ಅವಳನ್ನು ನೋಡುವುದು ಅವನಿಗೆ ಕಷ್ಟವಾಗಿತ್ತು.

ನಗರ ಪ್ರದೇಶವನ್ನು ದಾಟಿ ಹೊರವಲಯಕ್ಕೆ ಬರುತ್ತಿದ್ದಂತೆ ಸರಿತಾಳಲ್ಲಿ ಉತ್ಸಾಹ ಪುಟಿದೆದ್ದಿತು. ಕಾರಿನೊಳಗೆ ನುಗ್ಗಿ ಬರುತ್ತಿದ್ದ ತಣ್ಣನೆಯ ಗಾಳಿ ಅವಳನ್ನು ನೇವರಿಸಿ,

ಅವಳಿಗೆ ಫ್ರೆಶ್ ಅನ್ನಿಸಿ ದೇಹದ ತುಂಬಾ ಶಕ್ತಿ ಹರಿದಾಡಿದಂತಾಯಿತು. ನಿಜಕ್ಕೂ ಹೇಳಬೇಕೆಂದರೆ ಅವಳಿಗೆ ತನ್ನನ್ನು ನಿಯಂತ್ರಿಸಿಕೊಳ್ಳುವುದೇ ಅಸಾಧ್ಯವಾಗಿತ್ತು. ರಸ್ತೆಯುದ್ದಕ್ಕೂ ಸಾಗಿ ಹೋಗುತ್ತಿರುವ ಮರಗಳನ್ನು ನೋಡುತ್ತ ಕುಳಿತ ಅವಳು ತನ್ನ ಪಾದಗಳನ್ನು ನೆಲಕ್ಕೆ ತಟ್ಟುತ್ತ, ಕೈಗಳನ್ನು ಅತ್ತಿತ್ತ ಓಲಾಡಿಸುತ್ತ, ಬೆರಳುಗಳಿಂದ ಮೃದುವಾಗಿ ಬಡಿಯಲಾರಂಭಿಸಿದಳು.

ಅನ್ವರ್ ಮತ್ತು ಶಹಬ್ ನಿಧಾನವಾಗಿ ರಿಲ್ಯಾಕ್ಸ್ ಆಗತೊಡಗಿದರು. ಶಹಬನಿಗೆ ಸರಿತಾಳ ಜೊತೆ ಏನು ಬೇಕಾದರೂ ಮಾಡಬಹುದು ಎನ್ನಿಸಿ ಅವಳ ಸೊಂಟದ ಸುತ್ತ ಕೈ ಹಾಕಿದ. ಸರಿತಾಳಿಗೆ ಕಚಗುಳಿ ಇಟ್ಟಂತಾಗಿ, ದೂರಕ್ಕೆ ಚಿಮ್ಮಿ ನುಲಿಯುತ್ತಾ ಅನ್ವರನಿಗೆ ಅಂಟಿಕೊಂಡಳು. ಅವಳ ದೊಡ್ಡ ನಗು ಕಾರಿನಿಂದ ಆಚೆ ಎಷ್ಟೋ ದೂರದವರೆಗೂ ಚಿಮ್ಮಿ ಹರಡಿತು. ಶಹಬ್ ಸರಿತಾಳತ್ತ ಕೈಚಾಚಿದ... ಅವಳು ಉಸಿರುಗಟ್ಟುವಷ್ಟು ಜೋರಾಗಿ ನಗುತ್ತಾ ಮುಂದೆ ಬಾಗಿದಳು.

ಅನ್ವರ್ ತೀರಾ ಬಾಗಿಲಿಗೇ ಅಂಟಿಕೊಳ್ಳುತ್ತ ತನ್ನ ಚಿತ್ತಸ್ವಾಸ್ಥ್ಯ ಕಾಪಾಡಿಕೊಳ್ಳಬೇಕಾಯಿತು. ಶಹಬ್ ಮೈಮರೆತಂತಾಗಿ ಕಿಫಾಯತನಿಗೆ, "ದೇವರೇ! ಇವಳು ನನ್ನನ್ನು ಕೆರಳಿಸುತ್ತಿದ್ದಾಳೆ!" ಎಂದ. ನಂತರ ಅವಳ ತೊಡೆಯನ್ನು ಬಲವಾಗಿ ಚಿವುಟಿದ. ಸರಿತಾ ಹಠಾತ್ತನೆ ಅನ್ವರನ ಕಿವಿಯನ್ನು ಹಿಂಡಿದಳು.

ಎಲ್ಲರೂ ಜೋರಾಗಿ ನಗಲಾರಂಭಿಸಿದರು. ಕಿಫಾಯತ್ ಕಾರಿನ ಕನ್ನಡಿಯಲ್ಲಿ ಎಲ್ಲ ಕಾಣಿಸುತ್ತಿದ್ದರೂ ಬೇಕೆಂದೇ ಹಿಂದಿರುಗಿ ನೋಡಲಾರಂಭಿಸಿದ. ಹಿಂದಿನ ಸೀಟಿನಲ್ಲಿ ಕುಳಿತವರ ಜೋರಾದ ನಗುವಿಗೆ ಸರಿಗಟ್ಟುವಷ್ಟು ವೇಗವಾಗಿ ಗಾಡಿ ಚಲಾಯಿಸಲಾರಂಭಿಸಿದ.

ಸರಿತಾಗೆ ಕಾರಿನಿಂದ ಇಳಿದು ಡಿಕ್ಕಿಯ ಮೇಲಿದ್ದ ಹಾರುವ ಹಕ್ಕಿಯ ಆಕಾರದಲ್ಲಿದ್ದ ಕಬ್ಬಿಣದ ಹಿಡಿ ಹಿಡಿದು ಕುಳಿತುಕೊಳ್ಳಬೇಕು ಎನ್ನಿಸಲಾರಂಭಿಸಿತು. ಅವಳು ಮುಂದೆ ಬಾಗಿದಳು. ಶಹಬ್ ಅವಳಿಗೆ ಚುಚ್ಚಿದ, ಸರಿತಾ ತನ್ನ ಸಮತೋಲವನ್ನು ಕಾಯ್ದುಕೊಳ್ಳುವ ಪ್ರಯತ್ನದಲ್ಲಿ ಮುಂದೆ ಕುಳಿತಿದ್ದ ಕಿಫಾಯತನ ಕುತ್ತಿಗೆಯ ಸುತ್ತ ಕೈ ಹಾಕಿದಳು. ಆ ಕೂಡಲೇ ಕಿಫಾಯತ್ ಅವಳ ಕೈಗಳಿಗೆ ಮುತ್ತಿಕ್ಕಿದ. ಸರಿತಾಳ ಇಡೀ ದೇಹಕ್ಕೆ ಕಚಗುಳಿ ಇಟ್ಟಂತಾಯಿತು. ಇದ್ದಕ್ಕಿದ್ದಂತೆ ಅವಳು ಹಾರಿ ಮುಂದಿನ ಸೀಟಿಗೆ ಬಂದು ಕುಳಿತು ಕಿಫಾಯತ್ ಕುತ್ತಿಗೆಯಲ್ಲಿದ್ದ ಟೈ ಜೊತೆ ಆಟವಾಡುತ್ತ, "ನಿನ್ನ ಹೆಸರೇನು?" ಎಂದಳು.

"ಕಿಫಾಯತ್" ಎಂದವನೇ ಜೇಬಿನಿಂದ ಹತ್ತು ರೂಪಾಯಿ ನೋಟನ್ನು ತೆಗೆದು ಅವಳ ಕೈಗಿತ್ತ.

ಹಣ ಸರಿತಾಳ ಗಮನವನ್ನು ಸೆಳೆದ ತಕ್ಷಣ ಕಿಫಾಯತ್ ಏನು ಹೇಳಿದ ಎಂಬುದೇ ಮರೆತು ಹೋಗಿ, ಅವನ ಕೈಯಿಂದ ಹಣವನ್ನು ಪಡೆದು ಬ್ರಾದ ಒಳಗೆ ತುರುಕಿದಳು. ಅವಳೊಂದು ಮಗುವಿನಂತಿದ್ದಳು–ಮುಗ್ಧೆ, ಸಂತುಷ್ಟೆ. "ನೀನು ತುಂಬಾ ಒಳ್ಳೆಯವನು... ನಿನ್ನ ಟೈ ಕೂಡಾ ಚೆಂದವಿದೆ," ಎಂದಳು.

ಸರಿತಾ ಎಷ್ಟು ಒಳ್ಳೆಯ ಮೂಡಿನಲ್ಲಿದ್ದಳೆಂದರೆ ಅವಳಿಗೆ ಕಂಡಿದ್ದೆಲ್ಲವೂ ಇಷ್ಟವಾಗುತ್ತಿತ್ತು. ಕಾರ್ ಹೀಗೆಯೇ ವೇಗವಾಗಿ ಹೋಗುತ್ತಿರಲಿ ಎಂದು ಬಯಸುತ್ತಿದ್ದಳು, ಎಲ್ಲವೂ ಆ ಸುಂಟರಗಾಳಿಯ ಅಧೀನಕ್ಕೆ ಒಳಪಡಲಿ ಎಂದು ಬಯಸುತ್ತಿದ್ದಳು.

ಇದ್ದಕ್ಕಿದ್ದಂತೆ ಅವಳಿಗೆ ಹಾಡಬೇಕು ಅನ್ನಿಸಿತು. ಕಿಫಾಯತನ ಟೈ ಜೊತೆ ಆಡುವುದನ್ನು ನಿಲ್ಲಿಸಿ, "ತುಮ್ಹೀ ನೆ ಮುಝ್ಕೋ ಪ್ರೇಮ್ ಸಿಖಾಯಾ ಸೋಯೇ ಹುಯೇ ಹೃದಯ್ ಕೋ ಜಗಾಯಾ," ಎಂದು ಹಾಡಲು ಶುರು ಮಾಡಿದಳು.

ಆ ಸಿನಿಮಾ ಹಾಡನ್ನು ಸ್ವಲ್ಪ ಕಾಲ ಹಾಡಿದ ನಂತರ, ಅನ್ವರನತ್ತ ತಿರುಗಿ, "ನೀನು ಯಾಕೆ ಇಷ್ಟು ಮೌನವಾಗಿದೀಯಾ? ಏನಾದರೂ ಹೇಳುವುದಿಲ್ಲ ಯಾಕೆ? ಏನಾದರೂ ಹಾಡಬಹುದಲ್ಲ?" ಎಂದವಳೇ ಮತ್ತೆ ಹಿಂದಿನ ಸೀಟಿಗೆ ಹಾರಿ ಶಹಬನ ತಲೆಗೂದಲಿನಲ್ಲಿ ಬೆರಳಾಡಿಸುತ್ತಾ, "ನಾವೆಲ್ಲಾ ಒಟ್ಟಾಗಿ ಹಾಡೋಣ. ದೇವಿಕಾರಾಣಿ ಹಾಡಿದ್ದಾಳಲ್ಲ, 'ಮೇ ಬನ್ ಕಿ ಚಿಡಿಯಾ ಬನ್ಕೆ ಬನ್ ಬನ್ ಬೋಲುರೇ...' ಆ ಹಾಡು ನೆನಪಿದೆಯಾ? ನನಗೆ ದೇವಿಕಾರಾಣಿ ಅಂದರೆ ತುಂಬಾ ಇಷ್ಟ," ಎಂದವಳೇ ಗದ್ದದ ಕೆಳಗೆ ಕೈಯೂರಿ, ಕಣ್ರೆಪ್ಪೆ ಬಡಿಯುತ್ತ ಕಥೆ ಹೇಳಲಾರಂಭಿಸಿದಳು.

"ಅಶೋಕ್ ಕುಮಾರ್ ಮತ್ತು ದೇವಿಕಾರಾಣಿ ಅಕ್ಕಪಕ್ಕ ನಿಂತಿರುತ್ತಾರೆ. ಆಗ ದೇವಿಕಾರಾಣಿ ಹೇಳ್ತಾಳೆ, 'ಮೇ ಬನ್ ಕಿ ಚಿಡಿಯಾ ಬನ್ಕೆ ಬನ್ ಬನ್ ಬೋಲುರೇ' ಅಂತ. ಆಗ ಅಶೋಕ್ ಕುಮಾರ್ ಹೇಳ್ತಾನೆ..."

ಇದ್ದಕ್ಕಿದ್ದಂತೆ ಶಹಬನ ಕಡೆ ತಿರುಗಿ, "ಒಟ್ಟಾಗಿ ಹಾಡೋಣ, ಸರೀನಾ?" ಸರಿತಾ ಹಾಡಲು ಶುರು ಮಾಡಿದಳು.

"ಮೇ ಬನ್ ಕಿ ಚಿಡಿಯಾ ಬನ್ಕೆ ಬನ್ ಬನ್ ಬೋಲುರೇ..." ಶಹಬ್ ಒರಟು ದನಿಯಲ್ಲಿ ಅದನ್ನೇ ಹೇಳಿದ.

ಆ ನಂತರ ಎಲ್ಲರೂ ಒಟ್ಟಾಗಿ ಹಾಡಲಾರಂಭಿಸಿದರು.

ಕಿಫಾಯತ್ ಹಾಡಿನ ರಾಗಕ್ಕನುಗುಣವಾಗಿ ಹಾರ್ನ್ ಒತ್ತಲಾರಂಭಿಸುತ್ತಾನೆ. ಸರಿತಾ ಅದಕ್ಕೆ ತಕ್ಕನಾಗಿ ತಾಳ ಹಾಕಲಾರಂಭಿಸುತ್ತಾಳೆ. ಸರಿತಾಳ ಕೋಮಲ ದನಿ ಶಹಬನ

ಒರಟು ದನಿಯೊಡನೆ ಸೇರಿಕೊಂಡು, ಅದಕ್ಕೆ ಕಾರಿನ ಹಾರ್ನ್ ಸದ್ದು ಕೂಡಾ ಸೇರಿಕೊಂಡು, ಅದಕ್ಕೆ ಗಾಳಿಯ ಸದ್ದು ಕೂಡಾ ಸೇರಿ, ಅದರೊಡನೆ ಎಂಜಿನ್ನಿನ ಗಡಗಡ ಸದ್ದು ಕೂಡಾ ಸೇರಿ ಒಂದು ಸಣ್ಣ ಆರ್ಕೆಸ್ಟ್ರಾದಂತೆ ಭಾಸವಾಯಿತು.

ಸರಿತಾ ಖುಷಿಯಾದಳು. ಶಹಬ್ ಖುಷಿಯಾದ. ಕಿಫಾಯತ್ ಖುಷಿಯಾದ. ಅವರನ್ನೆಲ್ಲ ನೋಡಿ ಅನ್ವರನಿಗೂ ಖುಷಿಯಾಯಿತು. ಆದರೂ ತನ್ನ ತೀರಾ ಸಂಕೋಚದ ಸ್ವಭಾವಕ್ಕೆ ಅವನಿಗೆ ಮುಜುಗರವಾಗುತ್ತದೆ. ಅವನ ಕೈಗಳ ಮೇಲೆ ಕಚಗುಳಿ ಇಟ್ಟಂತಾಗುತ್ತದೆ. ಆಗ ಅವನ ಅದುಮಿಟ್ಟ ಭಾವಗಳೆಲ್ಲ ಎಚ್ಚೆತ್ತಂತಾಗಿ, ದೀರ್ಘವಾಗಿ ಮೈಮುರಿದು, ಆಕಳಿಸಿ ಮೋಜಿನಲ್ಲಿ ಭಾಗಿಯಾಗಲು ಸಿದ್ಧನಾಗುತ್ತಾನೆ.

ಹಾಡುತ್ತಿರುವಂತೆಯೇ ಸರಿತಾ ಅನ್ವರನ ಹ್ಯಾಟ್ ತೆಗೆದು ತನ್ನ ತಲೆಗೇರಿಸಿ ಕನ್ನಡಿಯಲ್ಲಿ ತನ್ನನ್ನು ನೋಡಿಕೊಳ್ಳಲು ಮತ್ತೆ ಮುಂದಿನ ಸೀಟಿಗೆ ಹಾರುತ್ತಾಳೆ. ಸರಿತಾ ತನ್ನ ಹ್ಯಾಟ್ ಹಾಕಿಕೊಂಡಿರುವುದನ್ನು ನೋಡುತ್ತಾ ಅನ್ವರನಿಗೆ ತಾವು ಕಾರಿನಲ್ಲಿ ಕುಳಿತಾಗಿನಿಂದಲೂ ತಾನದನ್ನು ಹಾಕಿಕೊಂಡಿದ್ದೆನಾ ಎಂಬ ಅನುಮಾನ ಶುರುವಾಗಿ ಕಕ್ಕಾಬಿಕ್ಕಿಯಾಗುತ್ತಾನೆ.

ಸರಿತಾ ಕಿಫಾಯತ್ತನ ತೊಡೆಗೊಂದು ಏಟು ಕೊಟ್ಟು, "ನಾನು ನಿನ್ನ ಪ್ಯಾಂಟ್ ಹಾಕಿಕೊಂಡು, ಶರ್ಟ್ ಮತ್ತು ಟೈಗಳನ್ನೂ ಏರಿಸಿದರೆ ವ್ಯಾಪಾರಿಯಂತೆ ಕಾಣುತ್ತೇನೇನೋ ಅಲ್ಲವಾ?" ಎಂದು ಕೇಳುತ್ತಾಳೆ.

ಆದರೆ ಈ ರೀತಿಯಾಗಿ ಹೆಣ್ಣು ಗಂಡಿನ ವೇಷ ತೊಡುವ ಮಾತು ಶಹಬನಿಗೆ ಸರಿ ತೋರದೇ, ಅನ್ವರನ ತೋಳು ಅಲುಗಿಸಿ, "ದೇವರೇ, ನೀನೊಬ್ಬ ಮೂರ್ಖ ಅವಳಿಗ್ಯಾಕೆ ಟೋಪಿ ಕೊಟ್ಟೆ!" ಅನ್ವರ್ ಈ ಮಾತುಗಳನ್ನು ತುಂಬಾ ಗಂಭೀರವಾಗಿ ಪರಿಗಣಿಸಿ ತಾನು ಮೂರ್ಖನೇ ಇರಬಹುದು ಎಂದೆಣಿಸಲಾರಂಭಿಸುತ್ತಾನೆ.

"ನಿನ್ನ ಹೆಸರೇನು?" ಕಿಫಾಯತ್ ಸರಿತಾಳನ್ನು ಕೇಳುತ್ತಾನೆ.

"ನನ್ನದಾ?" ಹ್ಯಾಟಿನ ಎಲಾಸ್ಟಿಕ್ ಎಳೆದು ತನ್ನ ಗದ್ದದಡಿಗೆ ಹಾಕಿಕೊಳ್ಳುತ್ತಾ, "ಸರಿತಾ" ಎನ್ನುತ್ತಾಳೆ.

"ಸರಿತಾ ನೀನು ಹೆಣ್ಣಲ್ಲ, ಪಟಾಕಿ," ಶಹಬ್ ಹೇಳುತ್ತಾನೆ.

ಅನ್ವರ್ ಏನೋ ಹೇಳಬೇಕೆನ್ನುವುದರಲ್ಲಿ ಸರಿತಾ ದೊಡ್ಡ ದನಿಯಲ್ಲಿ, "ಪ್ರೇಮ್ ನಗರ್ ಮೆ ಬನಾಊಂಗಿ ಘರ್ ಮೆ ಸಧ್ಕೆ ಸಬ್ ಸಂಸಾರ್," ಎಂದು ಹಾಡಲಾರಂಭಿಸುತ್ತಾಳೆ.

ಕಿಫಾಯತ್ ಮತ್ತು ಶಹಬ್ ತೇಲಿಕೊಂಡು ಹೋಗುತ್ತಾರೆ. ಅನ್ವರನಿಗೆ ಮಾತ್ರ ಇನ್ನೂ ಸಂಕೋಚ ಹೋಗಿರುವುದಿಲ್ಲ. ಸರಿತಾ ಹಾಡುತ್ತಲೇ ಇರುತ್ತಾಳೆ. "ಪ್ರೇಮ್ ನಗರ್ ಮೆ ಬನಾಊಂಗಿ ಘರ್ ಮೆ ಸದ್ಕೆ ಸಬ್ ಸಂಸಾರ್..." ಕೊನೆಯ ಪದವನ್ನು ಹಾಡುವಾಗ ಉಸಿರು ಎಳೆಯುವವರೆಗೂ ಲಂಬಿಸುತ್ತಾ ಹೋಗುತ್ತಾಳೆ. ಅವಳ ನೀಳಗೂದಲು ಹಿಂದೆಮುಂದೆ ಹಾರಾಡುತ್ತಿರುತ್ತದೆ, ಅದು ಗಾಳಿಗೆ ಪಸರಿಸಿದ ದಟ್ಟವಾದ ಧೂಪದಂತೆ ಕಾಣಿಸುತ್ತದೆ. ಸರಿತಾಗೆ ಖುಷಿಯಾಗುತ್ತದೆ.

ಸರಿತಾಗೆ ಖುಷಿಯಾಗುತ್ತದೆ. ಶಹಬನಿಗೆ ಖುಷಿಯಾಗುತ್ತದೆ. ಕಿಫಾಯತನಿಗೆ ಖುಷಿಯಾಗುತ್ತದೆ. ಅನ್ವರ್ ಮತ್ತೆ ಆ ಖುಷಿಯಲ್ಲಿ ಭಾಗಿಯಾಗಲು ಪ್ರಯತ್ನಿಸುತ್ತಾನೆ.

ಹಾಡು ಮುಗಿದ ಕೂಡಲೇ ಧಾರಾಕಾರ ಮಳೆ ಇದ್ದಕ್ಕಿದ್ದಂತೆ ನಿಂತಂತೆ ಭಾಸವಾಗುತ್ತದೆ ಎಲ್ಲರಿಗೂ.

ಕಿಫಾಯತ್ ಸರಿತಾಳಿಗೆ ಮತ್ತೊಂದು ಹಾಡು ಹಾಡಲು ಹೇಳುತ್ತಾನೆ.

ಶಹಬ್, "ಹೌದು ಇನ್ನೊಂದು..." ದನಿಗೂಡಿಸುತ್ತಾನೆ.

ಸರಿತಾ ಮತ್ತೆ ಹಾಡಲಾರಂಭಿಸುತ್ತಾಳೆ. "ಮೇರೆ ಆಂಗನ್ ಮೆ ಆಯೇ ಆಲಿ ಮೇ ಚಾಲ್ ಚಲೂಂ ಮತವಾಲಿ..." ಕಿಫಾಯತ್ ಆ ಹಾಡನ್ನು ಕೇಳುತ್ತಾ ಉತ್ಕಂಠಿತನಾಗಿ ಕಾರನ್ನು ಅಡ್ಡಡ್ಡಲಾಗಿ ಹರಿದಾಡಿಸುತ್ತಾ ಓಡಿಸಲು ಶುರು ಮಾಡುತ್ತಾನೆ. ಇದ್ದಕ್ಕಿದ್ದಂತೆ ಆ ಅಂಕುಡೊಂಕಾದ ರಸ್ತೆ ಮುಗಿಯುತ್ತದೆ ಮತ್ತು ಅವರೆಲ್ಲರೂ ಸಮುದ್ರವನ್ನು ತಲುಪಿರುತ್ತಾರೆ. ಸೂರ್ಯ ಮುಳುಗುತ್ತಿರುತ್ತಾನೆ ಮತ್ತು ಕಡಲ ಮೇಲೆ ಹಾಯುತ್ತಿರುವ ಗಾಳಿ ಕ್ಷಣಕ್ಷಣಕ್ಕೂ ಕೊರೆಯಲಾರಂಭಿಸುತ್ತದೆ.

ಕಿಫಾಯತ್ ಕಾರ್ ನಿಲ್ಲಿಸುತ್ತಾನೆ. ಸರಿತಾ ಕೆಳಗಿಳಿದು ಬೀಚಿನಗುಂಟ ಓಡಲು ಶುರು ಮಾಡುತ್ತಾಳೆ. ಕಿಫಾಯತ್ ಮತ್ತು ಶಹಬ್ ಅವಳ ಜೊತೆ ಓಡಲಾರಂಭಿಸುತ್ತಾರೆ. ಅವಳು ಕಡಲಿನುದ್ದಕ್ಕೂ ಹರಡಿದ್ದ ತಾಳೆ ಮರಗಳ ಬದಿಯ ಒದ್ದೆ ಮರಳಿನ ಮೇಲೆ ಓಡುತ್ತಾ ಈ ಕ್ಷಣಕ್ಕೆ ತನಗೇನು ಬೇಕಾಗಿದೆ ಎಂದು ಯೋಚಿಸಲಾರಂಭಿಸುತ್ತಾಳೆ.

ಅವಳಿಗೆ ಕ್ಷಿತಿಜದಲ್ಲಿ ಮರೆಯಾಗಿಬಿಡಬೇಕು ಅನಿಸುತ್ತದೆ, ನೀರಿನಲ್ಲಿ ಕರಗಬೇಕು ಅನಿಸುತ್ತದೆ ಮತ್ತು ಪಕ್ಕದಲ್ಲಿದ್ದ ತಾಳೆಮರಗಳಂತೆ ಆಗಸದುದ್ದಕ್ಕೂ ಚಿಮ್ಮಬೇಕು ಅನಿಸುತ್ತದೆ. ಮರಳಿನ ಒದ್ದೆಯನ್ನೆಲ್ಲ ಪಾದದಿಂದ ಹೀರಿಕೊಳ್ಳಬೇಕು ಅನಿಸುತ್ತದೆ... ಮತ್ತು ಕಾರ್, ಅದರ ವೇಗ, ಅಪ್ಪಳಿಸುತ್ತಿರುವ ಗಾಳಿ... ಅವಳು ಮೈ ಮರೆಯುತ್ತಾಳೆ.

ಹೈದರಾಬಾದಿನ ಆ ಮೂವರು ತರುಣರು ಒದ್ದೆ ಮರಳಿನ ಮೇಲೆ ಕುಳಿತು ಬಿಯರ್ ಕುಡಿಯಲಾರಂಭಿಸುತ್ತಾರೆ. ಅಷ್ಟರಲ್ಲಿ ಸರಿತಾ ಕಿಫಾಯತನ ಕೈಯ್ಯಲ್ಲಿದ್ದ

ಬಾಟಲ್ ಕಸಿದು, "ಇರು ನಾನು ಸುರಿಯುತ್ತೇನೆ?" ಎನ್ನುತ್ತಾಳೆ. ಸರಿತಾ ಎಷ್ಟು ವೇಗವಾಗಿ ಸುರಿಯುತ್ತಾಳೆಂದರೆ ಬಿಯರಿನ ನೊರೆ ಗ್ಲಾಸಿನಿಂದಾಚೆಗೂ ಉಕ್ಕಿ ಹರಿಯಲಾರಂಭಿಸುತ್ತದೆ.

ಅದರಿಂದ ಅವಳಿಗೆ ತುಂಬ ಖುಷಿಯಾಗುತ್ತದೆ. ಬೆರಳನ್ನು ಬಿಯರಿನಲ್ಲಿ ಅದ್ದಿ ನೊರೆಯನ್ನು ಚಪ್ಪರಿಸುತ್ತಾಳೆ, ಅದು ತುಂಬಾ ಒಗರಾಗಿರುವುದರಿಂದ ಕೂಡಲೇ ತುಟಿ ಸೊಟ್ಟ ಮಾಡುತ್ತಾಳೆ. ಕಿಫಾಯತ್, ಶಹಬ್ ಜೋರಾಗಿ ನಗಲಾರಂಭಿಸುತ್ತಾರೆ. ನಗು ನಿಲ್ಲಿಸಲು ಅಸಾಧ್ಯವಾದಾಗ ಕಿಫಾಯತ್ ನಗು ತಡೆಯಲು ಬೇರೆಡೆಗೆ ದೃಷ್ಟಿ ಹೊರಳಿಸುತ್ತಾನೆ, ಅಗ ನೋಡಿದರೆ ಅನ್ವರ್ ಕೂಡಾ ನಗುತ್ತಿರುತ್ತಾನೆ. ಅವರ ಹತ್ತಿರ ಒಟ್ಟು 6 ಬಾಟಲುಗಳಿರುತ್ತದೆ.

ಕೆಲವನ್ನು ಎಷ್ಟು ಬೇಗ ಸುರಿಯುತ್ತಾರೆಂದರೆ ಸಾಕಷ್ಟು ಭಾಗ ಗ್ಲಾಸಿನ ಆಚೆ ಚೆಲ್ಲಿ ನೊರೆಯು ಮರಳಿನಲ್ಲಿ ಮರೆಯಾಗುತ್ತದೆ. ಒಂದಿಷ್ಟನ್ನು ಮಾತ್ರ ನಿಜಕ್ಕೂ ಕುಡಿಯಲು ಸಾಧ್ಯವಾಗುತ್ತದೆ. ಸರಿತಾ ಹಾಡುತ್ತಲೇ ಇರುತ್ತಾಳೆ. ಒಮ್ಮೆ ಅನ್ವರ್ ಅವಳನ್ನು ನೋಡಿದಾಗ, ಅವಳು ಬಿಯರ್‌ನಿಂದಲೇ ಸೃಷ್ಟಿಸಲ್ಪಟ್ಟವಳಂತೆ ಕಲ್ಪಿಸಿಕೊಳ್ಳುತ್ತಾನೆ! ಒದ್ದೆ ಕಡಲ ಗಾಳಿ ಅವಳ ಕಪ್ಪು ಕೆನ್ನೆಗಳ ಮೇಲೆ ಹೊಳೆಯುತ್ತಿರುತ್ತದೆ. ಅವಳು ತುಂಬಾ ಖುಷಿಯಾಗಿರುತ್ತಾಳೆ ಮತ್ತು ಅನ್ವರ್ ಕೂಡಾ. ಕಡಲ ನೀರೆಲ್ಲವೂ ಬಿಯರ್ ಆಗಿ ಪರಿವರ್ತಿತವಾಗಿ, ಅದರಲ್ಲಿ ಸರಿತಾಳೊಡನೆ ಧುಮುಕಬೇಕು ಅನಿಸುತ್ತದೆ. ಸರಿತಾ ಎರಡು ಖಾಲಿ ಬಾಟಲುಗಳನ್ನು ತೆಗೆದುಕೊಂಡು ಒಂದಕ್ಕೊಂದು ಹೊಡೆಯುತ್ತಾಳೆ. ಎರಡೂ ಖಣಿಲೆಂದು ಜೋರಾಗಿ ಸದ್ದು ಮಾಡುತ್ತದೆ. ಸರಿತಾ ದೊಡ್ಡ ದನಿಯಲ್ಲಿ ನಗುತ್ತಾಳೆ, ಎಲ್ಲರೂ ಅವಳನ್ನು ಅನುಸರಿಸುತ್ತಾರೆ.

"ನಾವು ಈಗ ಮತ್ತೆ ಕಾರಿನಲ್ಲಿ ಹೋಗೋಣ," ಕಿಫಾಯತನಿಗೆ ಹೇಳುತ್ತಾಳೆ. ಒದ್ದೆ ಮರಳಿನ ಮೇಲೆ ಬಾಟಲುಗಳನ್ನು ಬಿಟ್ಟು ಕಾರಿನತ್ತ ಓಡುತ್ತಾರೆ. ಕಿಫಾಯತ್ ಕಾರ್ ಸ್ಟಾರ್ಟ್ ಮಾಡುತ್ತಾನೆ... ಅದು ರೊಯ್ಯನೆ ಮುಂದಕ್ಕುರುಳುತ್ತದೆ. ಗಾಳಿ ಜೋರಾಗಿ ಬೀಸಲಾರಂಭಿಸಿ ಸರಿತಾಳ ನೀಳಗೂದಲು ಮೇಲಕ್ಕೆ ಹಾರಲಾರಂಭಿಸುತ್ತದೆ.

ಅವರೆಲ್ಲ ಹಾಡಲಾರಂಭಿಸುತ್ತಾರೆ. ಕಾರ್ ವೇಗವಾಗಿ ಅಂಕುಡೊಂಕಿನ ರಸ್ತೆಯುದ್ದಕ್ಕೂ ಹೊರಳುತ್ತದೆ ಮತ್ತು ಸರಿತಾಳು ತೂಕಡಿಸುತ್ತಿರುವ ಅನ್ವರ್ ಮತ್ತು ಶಹಬನ ನಡುವೆ ಕುಳಿತು ಹಾಡುತ್ತಲೇ ಶಹಬನ ತಲೆಗೂದಲಿನಲ್ಲಿ ತುಂಟತನದಿಂದ ಬೆರಳಾಡಿಸುತ್ತಾಳೆ. ಆದರೆ ಅದರಿಂದ ಜೋಗುಳ ಹಾಡಿದಂತಾಗಿ ಅವನೂ ತೂಕಡಿಸಲಾರಂಭಿಸುತ್ತಾನೆ. ಸರಿತಾ ಅನ್ವರನತ್ತ ನೋಡುತ್ತಾಳೆ, ಅವನು ಇನ್ನೂ ನಿದ್ರಿಸುತ್ತಲೇ ಇರುವುದನ್ನು ಕಂಡು ಮುಂದಿನ ಸೀಟಿಗೆ ಹಾರಿ ಕಿಫಾಯತನ ಕಿವಿಯಲ್ಲಿ, "ನಿನ್ನ ಗೆಳೆಯರಿಬ್ಬರನ್ನೂ ಮಲಗಿಸಿ ಆಯಿತು. ಈಗ ನಿನ್ನ ಸರದಿ,"

ಎಂದು ಪಿಸುಗುಡುತ್ತಾಳೆ. ಕಿಫಾಯತ್ ನಗುತ್ತಾ, "ಮತ್ತೆ ಯಾರು ಗಾಡಿ ಡ್ರೈವ್ ಮಾಡುತ್ತಾರೆ?" ಎನ್ನುತ್ತಾನೆ.

"ಅದಾಗಿಯೇ ಮುಂದಕ್ಕೋಡುತ್ತದೆ ಬಿಡು," ಸರಿತಾ ನಗುತ್ತಾಳೆ.

ಅವರು ಕಾಲದ ಪರಿವೆಯಿಲ್ಲದೇ ಮಾತನಾಡುತ್ತಲೇ ಇರುತ್ತಾರೆ. ಅವರಿಗೆ ಅರಿವಾಗುವ ಮೊದಲೇ ಕಿಶೋರಿ ಸರಿತಾಳನ್ನು ಕಾರಿಗೆ ತಳ್ಳಿದ ಅದೇ ಬಜಾರಿನ ಬೀದಿ ತಲುಪಿರುತ್ತಾರೆ. 'ಇಲ್ಲಿ ಮೂತ್ರ ಮಾಡಬಾರದು' ಎಂದು ಬರೆದಿದ್ದ ಸ್ಥಳ ಬಂದಾಗ ಸರಿತಾ, "ಇಲ್ಲಿಯೇ ನಿಲ್ಲಿಸು," ಎನ್ನುತ್ತಾಳೆ.

ಕಿಫಾಯತ್ ಕಾರ್ ನಿಲ್ಲಿಸುತ್ತಾನೆ. ಅವನು ಏನಾದರೂ ಮಾಡುವ ಅಥವಾ ಹೇಳುವ ಮೊದಲೇ ಸರಿತಾ ಕಾರಿನಿಂದಿಳಿದು, ಕೈ ಬೀಸಿ, ಮನೆಯತ್ತ ಹೊರಡುತ್ತಾಳೆ. ಸ್ಟಿಯರಿಂಗ್ ವೀಲಿನ ಮೇಲೆ ಕೈ ಇರುವಂತೆಯೇ ಕಿಫಾಯತ್ ಮನಸ್ಸಿನಲ್ಲಿ ಅಲ್ಲಿಯವರೆಗೆ ನಡೆದಿದ್ದನ್ನೆಲ್ಲ ರೀಪ್ಲೇ ಮಾಡಿಕೊಳ್ಳುತ್ತಾನೆ.

ಅಷ್ಟರಲ್ಲಿ, ಹೋಗುತ್ತಿದ್ದ ಸರಿತಾ ಅಲ್ಲಿಯೇ ನಿಂತು ಹಿಂದಿರುಗಿ ನೋಡುತ್ತಾಳೆ. ಮತ್ತೆ ಕಾರಿನ ಬಳಿ ವಾಪಸ್ ಬಂದವಳೇ ಬ್ರಾದಲ್ಲಿ ತುರುಕಿದ್ದ 10 ರೂಪಾಯಿಯ ನೋಟನ್ನು ಹೊರ ತೆಗೆದು, ಅವನ ಪಕ್ಕದ ಸೀಟಿನ ಮೇಲೆ ಹಾಕುತ್ತಾಳೆ.

ಬೆಚ್ಚಿದ ಅವನು ನೋಟು ದಿಟ್ಟಿಸುತ್ತಲೇ ಕೇಳುತ್ತಾನೆ,

"ಇದೇನು ಸರಿತಾ?"

"ಈ ಹಣ, ಇದನ್ನು ನಾನು ಯಾಕೆ ತೆಗೆದುಕೊಳ್ಳಬೇಕು?" ಅಷ್ಟು ಹೇಳಿದವಳೇ ಸರಿತಾ ತಿರುಗಿ ಓಡಲಾರಂಭಿಸುತ್ತಾಳೆ.

ಕಿಫಾಯತ್ ನಂಬಲಾರದವನಂತೆ ಆ ನೋಟನ್ನೇ ನೋಡುತ್ತಾನೆ.

ಹಿಂದಿನ ಸೀಟಿನತ್ತ ತಿರುಗಿ ನೋಡಿದಾಗ ಅವನ ಗೆಳೆಯರಿಬ್ಬರೂ ಇನ್ನೂ ಗಾಢ ನಿದ್ರೆಯಲ್ಲಿರುತ್ತಾರೆ...

Ten Rupees

ಒಂದು ವರ್ಷದ ಹೊತ್ತಿಗೆ ದೇಶದ ರಾಜಕಾರಣ ನಿಧಾನಕ್ಕೆ ತಣ್ಣಗಾಗತೊಡಗಿತ್ತು. ಖಾದಿಯ ಬಟ್ಟೆಗಳು ಮತ್ತು ತ್ರಿವರ್ಣ ಧ್ವಜದೆಡೆಗೆ ಮೊದಲಿನ ಸೆಳೆತ ಉಳಿದಿರಲಿಲ್ಲ. ಆಗೊಮ್ಮೆ ಈಗೊಮ್ಮೆ 'ಇಂಕ್ವಿಲಾಬ್ ಜಿಂದಾಬಾದ್' ಎನ್ನುವ ಘೋಷಣೆ ಕೇಳಿಬರುತ್ತಿತ್ತಾದರೂ ಅದರಲ್ಲಿ ಮೊದಲಿನ ತೀವ್ರತೆ ಇರಲಿಲ್ಲ.

ಸ್ವಾತಂತ್ರ್ಯದ ಕಿಮ್ಮತ್ತು

ಅದು ಯಾವ ವರ್ಷ ಎಂದು ಸರಿಯಾಗಿ ನೆನಪಿಲ್ಲ, ಆದರೆ ಅಮೃತಸರದಲ್ಲಿ ಎಲ್ಲೆಲ್ಲಿಯೂ 'ಇಂಕ್ವಿಲಾಬ್ ಜಿಂದಾಬಾದ್' ಘೋಷಣೆ ಮೊಳಗುತ್ತಿದ್ದ ಕಾಲ. ಈ ಘೋಷಣೆಯಲ್ಲಿ, ನನಗೆ ಚೆನ್ನಾಗಿ ನೆನಪಿದೆ, ಒಂದು ರೀತಿಯ ವಿಚಿತ್ರ ಉತ್ಸಾಹವಿತ್ತು... ಒಂದು ರೀತಿಯ ತಾರುಣ್ಯ... ಒಂದು ವಿಚಿತ್ರ ರೀತಿಯ ಹುರುಪು, ಹುಚ್ಚು ಧೈರ್ಯ. ಜಲಿಯನ್ವಾಲಾ ಬಾಗ್ ಹತ್ಯಾಕಾಂಡದ ಘೋರ ನೆನಪು ಕೂಡಾ ಮಾಸಿತ್ತು, ಮೇಲ್ನೋಟಕ್ಕೆ ಹಾಗೆ ಕಾಣಿಸುವಷ್ಟಾದರೂ. ಪ್ರತಿಯೊಬ್ಬರೂ ಉತ್ಕಟ ಜೀವಂತಿಕೆಯಿಂದ ಪುಟಿಯುತ್ತಿದ್ದರು, ಏನೋ ಅದ್ಭುತವಾದದ್ದು ಘಟಿಸಿಯೇ ಬಿಡುವುದರಲ್ಲಿದೆ ಎನ್ನುವಂತೆ.

ಜನರು ದಿನವೂ ರಸ್ತೆಗಿಳಿದು ಸರಕಾರದ ವಿರುದ್ಧ ಘೋಷಣೆಗಳನ್ನು ಕೂಗುತ್ತಿದ್ದರು. ಕಾನೂನು ಉಲ್ಲಂಘನೆ ಮಾಡಿದ್ದಕ್ಕಾಗಿ ನೂರಾರು ಜನರು ದಸ್ತಗಿರಿಯಾಗುತ್ತಿದ್ದರು. ನಿಜಕ್ಕೂ ಹೇಳಬೇಕೆಂದರೆ, ದಸ್ತಗಿರಿಯಾಗುವುದೇ ಒಂದು ರೀತಿಯ ಹವ್ಯಾಸವಾಗಿ ಹೋಗಿತ್ತು. ಬೆಳಗ್ಗೆ ದಸ್ತಗಿರಿಯಾದವರು ಸಂಜೆಗೆ ಬಿಡುಗಡೆಯಾಗುತ್ತಿದ್ದರು. ಒಂದು ಮೊಕದ್ದಮೆ ದಾಖಲಾಗಿ, ವಿಚಾರಣೆ ನಡೆದು, ಸಣ್ಣ ಶಿಕ್ಷೆಯನ್ನೇನಾದರೂ ವಿಧಿಸುತ್ತಿದ್ದರು. ಅವರು ಬಿಡುಗಡೆಯಾಗಿ ಹೊರಬಂದ ಕೂಡಲೇ ಮತ್ತಿಷ್ಟು ಘೋಷಣೆಗಳನ್ನು ಕೂಗುತ್ತಿದ್ದರು. ಮತ್ತೆ ಅವರನ್ನು ಕಾರಾಗೃಹಕ್ಕೆ ತಳ್ಳಲಾಗುತ್ತಿತ್ತು.

ಆಗ ಬದುಕಲು ಏನೆಲ್ಲ ಕಾರಣಗಳಿದ್ದವು! ಸಣ್ಣದೊಂದು ಘಟನೆಯೇ ದೊಡ್ಡ ಹಿಂಸಾತ್ಮಕ ವಿಪ್ಲವಕ್ಕೆ ಕಾರಣವಾಗಿ ಬಿಡುತ್ತಿತ್ತು. ಯಾರೋ ಒಬ್ಬ ಮನುಷ್ಯ ನಗರದ ಪ್ರಮುಖ ಸ್ಥಳವೊಂದರಲ್ಲಿ ವೇದಿಕೆಯೇರಿ ಮುಷ್ಕರಕ್ಕೆ ಕರೆ ನೀಡಿದರೆ ಸಾಕು, ಮುಷ್ಕರ ಪ್ರಾರಂಭವಾಗಿ ಬಿಡುತ್ತಿತ್ತು.

ವಿದೇಶಿ ವಸ್ತ್ರಗಳನ್ನು ಕಿತ್ತೊಗೆದು ಭಾರತದಲ್ಲಿ ತಯಾರಾದ ಖಾದಿಯನ್ನೇ ಧರಿಸಲು ಚಳವಳಿ ನಡೆಯುತ್ತಿತ್ತು, ಇದರ ಪರಿಣಾಮವಾಗಿ ವಿದೇಶದಿಂದ ಆಮದಾಗುವ ವಸ್ತ್ರಗಳ ಮೇಲೆ ಬಹಿಷ್ಕಾರ ಹೇರಲಾಯಿತು. ಪ್ರತಿ ಬೀದಿಯಲ್ಲೂ ಬೆಂಕಿ ಉರಿಯುತ್ತಲೇ ಇರುತ್ತಿತ್ತು. ಜನರು ಅದರ ಬಳಿ ಹೋಗಿ ತಾವು ಧರಿಸಿದ್ದ ಎಲ್ಲ ವಿದೇಶಿ ವಸ್ತ್ರವನ್ನೂ ಕಳಚಿ ಬೆಂಕಿಗೆ ಎಸೆಯುತ್ತಿದ್ದರು. ಕೆಲವೊಮ್ಮೆ ಹೆಂಗಸರು ತಮ್ಮ ಮನೆಯ ಬಾಲ್ಕನಿಗಳಲ್ಲೇ ನಿಂತು ತಮ್ಮ ರೇಷ್ಮೆ ಸೀರೆಗಳನ್ನು ಬೆಂಕಿಗೆಸೆಯುತ್ತಿದ್ದರು. ಆಗ ಜನರೆಲ್ಲ ಹರ್ಷೋದ್ಗಾರ ಮಾಡುತ್ತಿದ್ದರು. ನನಗೀಗಲೂ ನೆನಪಿದೆ, ನನ್ನ ಗೆಳೆಯ ಶೇಕೂ ಅದೊಂದು ಭಾವೋದ್ವೇಗದ ಘಳಿಗೆಯಲ್ಲಿ ಟೌನ್ ಹಾಲ್ ಮತ್ತು ಪೊಲೀಸ್ ಪ್ರಧಾನ ಕಚೇರಿಯ ಎದುರು ಹಾಕಿದ್ದ ಬೆಂಕಿಕುಂಡಕ್ಕೆ ತನ್ನ ರೇಷ್ಮೆ ಜಾಕೆಟ್ಟನ್ನು ತೆಗೆದು ಎಸೆದುಬಿಟ್ಟಿದ್ದ. ಜನರೆಲ್ಲ ಜೋರಾಗಿ ಹರ್ಷೋದ್ಗಾರ ಮಾಡಿದ್ದರು... ಏಕೆಂದರೆ ಅವನು ಹೊಗಳುಭಟ್ಟನೆಂದು (ಸರಕಾರದ ಚೇಲಾಗಳನ್ನು ಆ ಹೆಸರಿನಿಂದ ಕರೆಯುತ್ತಿದ್ದರು) ಕುಖ್ಯಾತಿ ಪಡೆದಿದ್ದ ಆ ನಗರದ ಶ್ರೀಮಂತರೊಬ್ಬರ ಮಗನೆಂಬುದು ಎಲ್ಲರಿಗೂ ತಿಳಿದ ವಿಷಯವೇ ಆಗಿತ್ತು.

ಜನರ ಹರ್ಷೋದ್ಗಾರದಿಂದ ಮತ್ತಿಷ್ಟು ಉತ್ತೇಜಿತನಾದ ಶೇಕೂ ತನ್ನ ರೇಷ್ಮೆ ಅಂಗಿಯನ್ನೂ ತೆಗೆದು ಜಾಕೆಟ್ ಹೋದ ದಾರಿಗೇ ಕಳಿಸಿಬಿಟ್ಟಿದ್ದ. ಎಸೆದ ನಂತರವೇ ಅವನಿಗೆ ಅದರಲ್ಲಿದ್ದ ಚಿನ್ನದ ಕಫ್ ಲಿಂಕಿನ ವಿಷಯ ನೆನಪಾಗಿದ್ದು! ನನ್ನ ಗೆಳೆಯನನ್ನು ಆಡಿಕೊಳ್ಳುವುದು ನನ್ನ ಉದ್ದೇಶವಲ್ಲ, ಏಕೆಂದರೆ ಆ ದಿನಗಳಲ್ಲಿ ನಾನು ಕೂಡಾ ಅದೇ ರೀತಿಯ ಪ್ರಕ್ಷುಬ್ಧ ಮನಸ್ಥಿತಿಯಲ್ಲಿ ಇರುತ್ತಿದ್ದೆ. ಎಲ್ಲಿಂದಲಾದರೂ ಒಂದು ಗನ್ ಸಂಪಾದಿಸಿ, ಕ್ರಾಂತಿಕಾರಿಗಳ ತಂಡವೊಂದನ್ನು ಕಟ್ಟಿಬಿಡಬೇಕೆನ್ನುವ ಕನಸು ಕಾಣುತ್ತಿರುತ್ತಿದ್ದೆ. ನನ್ನ ಅಪ್ಪ ಒಬ್ಬ ಸರಕಾರಿ

ನೌಕರನಾಗಿದ್ದರು ಎನ್ನುವ ವಿಷಯ ನನಗೆ ಮುಖ್ಯವಾಗಿರಲೇ ಇಲ್ಲ. ನಾನು ಸದಾ ಚಡಪಡಿಕೆಯ ಸ್ಥಿತಿಯಲ್ಲಿರುತ್ತಿದ್ದೆ ಮತ್ತು ನಾನು ಯಾತಕ್ಕಾಗಿ ಚಡಪಡಿಸುತ್ತಿದ್ದೇನೆ ಎಂಬುದರ ಕಾರಣ ಕೂಡಾ ತಿಳಿದಿರಲಿಲ್ಲ.

ನನಗೆ ಕಲಿಯುವುದರಲ್ಲಿ ಯಾವತ್ತೂ ಹೆಚ್ಚಿನ ಆಸಕ್ತಿಯೇನಿರಲಿಲ್ಲ. ಆ ದಿನಗಳಲ್ಲಂತೂ ಪುಸ್ತಕ ಮುಟ್ಟುವುದನ್ನೇ ಬಿಟ್ಟುಬಿಟ್ಟಿದ್ದೆ. ಇಡೀ ದಿನ ಜಲಿಯನ್ವಾಲಾ ಬಾಗ್‌ನಲ್ಲಿಯೇ ಸಮಯ ಕಳೆಯುತ್ತಿದ್ದೆ. ಒಂದು ಮರದ ಕೆಳಗೆ ಕುಳಿತು, ಪಾರ್ಕಿನ ಸುತ್ತಲೂ ಇದ್ದ ಮನೆಯ ಕಿಟಕಿಗಳನ್ನೇ ದಿಟ್ಟಿಸುತ್ತ, ಅವುಗಳ ಹಿಂದೆ ಇರುವ ಹುಡುಗಿಯರ ಕನಸು ಕಾಣುತ್ತಿರುತ್ತಿದ್ದೆ. ಒಂದಲ್ಲ ಒಂದು ದಿನ ಅವರಲ್ಲಿ ಯಾರಾದರೊಬ್ಬರು ನನ್ನೊಡನೆ ಪ್ರೀತಿಯಲ್ಲಿ ಬೀಳುವರೆಂಬುದರಲ್ಲಿ ನನಗೆ ಅನುಮಾನವೇ ಇರಲಿಲ್ಲ.

ಜಲಿಯನ್ವಾಲಾ ಬಾಗ್ ಕಾಂಗ್ರೆಸ್ ಪ್ರಾರಂಭಿಸಿದ್ದ ಕಾನೂನು ಅಸಹಕಾರ ಚಳವಳಿಯ ಕೇಂದ್ರಸ್ಥಾನವಾಗಿತ್ತು. ಎಲ್ಲೆಲ್ಲಿಯೂ ದೊಡ್ಡ, ಸಣ್ಣ ಬಣ್ಣಬಣ್ಣದ ಟೆಂಟುಗಳನ್ನು ಹಾಕಿದ್ದರು. ಅತಿ ದೊಡ್ಡದಾದ ಟೆಂಟ್ ನಗರದ ರಾಜ್ಯಾಡಳಿತ ಪ್ರಧಾನ ಕಚೇರಿಯಾಗಿತ್ತು. ವಾರದಲ್ಲಿ ಒಂದೋ ಎರಡೋ ಬಾರಿ, ಒಬ್ಬ 'ಡಿಕ್ಟೇಟರ್'ನನ್ನು – ಅವನನ್ನು ಕರೆಯುತ್ತಿದ್ದುದೇ ಆ ಹೆಸರಿನಿಂದ, ಹೋರಾಟದ ಮುಂದಾಳತ್ವ ವಹಿಸಲು ಜನರು ಆರಿಸುತ್ತಿದ್ದರು. ಅವನನ್ನು ವಿದ್ಯುಕ್ತವಾಗಿ ಆ ದೊಡ್ಡ ಟೆಂಟಿನಲ್ಲಿರಿಸುತ್ತಿದ್ದರು; ಸ್ವಯಂಸೇವಕರು ಅವನಿಗೆ ರಕ್ಷೆಯೊದಗಿಸುತ್ತಿದ್ದರು. ಅಲ್ಲಿಂದ ಮುಂದಿನ ಕೆಲವು ದಿನಗಳು ಅವನು ಸ್ವದೇಶಿ ಖಾದಿ ತೊಟ್ಟ ತರುಣ ರಾಜಕೀಯ ಕಾರ್ಯಕರ್ತರ ನಿಯೋಗಗಳನ್ನು ಬರಮಾಡಿಕೊಳ್ಳುತ್ತಿದ್ದ. ನಗರದ ದೊಡ್ಡ ದೊಡ್ಡ ವ್ಯಾಪಾರಿಗಳು ಮತ್ತು ಅಂಗಡಿಯವರಿಂದ ಆಹಾರ ಸಾಮಗ್ರಿ ಮತ್ತು ಹಣದ ದೇಣಿಗೆಯನ್ನು ಸಂಗ್ರಹಿಸುವುದು ಆ ಸರ್ವಾಧಿಕಾರಿಯದೇ ಜವಾಬ್ದಾರಿಯಾಗಿರುತ್ತಿತ್ತು. ಒಂದು ದಿನ ಪೊಲೀಸರು ಬಂದು ಅವರನ್ನೆಲ್ಲ ಅರೆಸ್ಟ್ ಮಾಡುವವರೆಗೆ ಇದು ಮುಂದುವರಿಯುತ್ತಿತ್ತು.

ನನಗೊಬ್ಬ ಗೆಳೆಯನಿದ್ದ, ಗುಲಾಂ ಅಲಿ ಎಂದು ಅವನ ಹೆಸರು. ನಾವಿಬ್ಬರೂ ಸತತ ಎರಡು ಬಾರಿ ಪರೀಕ್ಷೆಗಳಲ್ಲಿ ಒಟ್ಟಿಗೇ ನಪಾಸಾಗಿದ್ದೆವು ಎಂದರೆ ನಮ್ಮ ಸ್ನೇಹ ಎಷ್ಟು ಗಾಢವಾಗಿತ್ತು ಎಂಬುದು ನಿಮಗೆ ಅರ್ಥವಾಗುತ್ತದೆ. ನಾವು ಒಮ್ಮೆ ಮನೆಬಿಟ್ಟು ಓಡಿಹೋಗಿದ್ದೆವು. ಬಾಂಬೆಗೆ ಹೋಗಿ ಅಲ್ಲಿಂದ ಹಡಗಿನಲ್ಲಿ ಸೋವಿಯೆಟ್ ಯೂನಿಯನ್ನಿಗೆ ಹೋಗುವುದು ನಮ್ಮ ಉದ್ದೇಶವಾಗಿತ್ತು. ಆದರೆ ಅಷ್ಟರಲ್ಲಿ ನಮ್ಮ ಜೇಬು ಖಾಲಿಯಾಗಿತ್ತು. ಒಂದಿಷ್ಟು ದಿನ ಫುಟ್ಪಾತ್ ಮೇಲೆ ಮಲಗಿದ ನಂತರ ನಾವು ಮನೆಗೆ ಪತ್ರ ಬರೆದು ಇನ್ನೆಂದೂ ಈ ರೀತಿ ಮಾಡುವುದಿಲ್ಲವೆಂದು ಕ್ಷಮೆ ಕೇಳಿ ಮನೆಗೆ ಹಿಂದಿರುಗಿದ್ದೆವು.

ರಾಜಕುಮಾರ ಗುಲಾಂ ಅಲಿ ತುಂಬಾ ಸುಂದರ ತರುಣನಾಗಿದ್ದ. ಎತ್ತರದ ನಿಲುವು, ಕಾಶ್ಮೀರಿಗಳಂತೆ ಬಿಳುಪು ಚರ್ಮ, ಚೂಪಾದ ಮೂಗು, ಮಣ್ಣಿನ ಬಣ್ಣದ ಕಣ್ಣುಗಳು. ಅವನ ನಡೆನುಡಿಯಲ್ಲಿ ಒಂದು ರೀತಿಯ ವಿಶೇಷತೆಯಿತ್ತು, ಎದೆಯುಬ್ಬಿಸಿ ನಡೆಯುವಾಗ ಅವನಲ್ಲಿ ಪೇಷಾವರಿ ಗೂಂಡಾಗಳ ಲಕ್ಷಣಗಳು ಗೋಚರಿಸುತ್ತಿದ್ದವು. ಅವನು ನನ್ನ ಜೊತೆ ಓದುವಾಗ ಅವನಿನ್ನೂ ರಾಜಕುಮಾರ ಎಂದು ಕರೆಸಿಕೊಳ್ಳುತ್ತಿರಲಿಲ್ಲ. ಆದರೆ ನಗರದಲ್ಲಿ ಸ್ವಾತಂತ್ರ್ಯ ಹೋರಾಟದ ಕಾವು ಏರಿ, ಅವನು ಹತ್ತು ಹದಿನೈದು ಕ್ರಾಂತಿಕಾರಿ ಸಭೆ, ಮೆರವಣಿಗೆಗಳಲ್ಲಿ ಪಾಲ್ಗೊಂಡು, ಒಂದಿಷ್ಟು ಘೋಷಣೆಗಳನ್ನು ಕೂಗಿ, ಚಂಡುಹೂವಿನ ಹಾರ–ತುರಾಯಿ ಕೊರಳಿಗೇರಿಸಿಕೊಂಡು, ಸ್ವಯಂಸೇವಕಿಯರ ಮೈನವಿರೇಳಿಸುವ ಸ್ವಾತಂತ್ರ್ಯ ಗೀತೆ, ಮಾತುಕಥೆಗಳ ಬೌದ್ಧಿಕ ಸುರತಿಯಲ್ಲಿ ಪಾಲ್ಗೊಂಡ ನಂತರ ಇದ್ದಕ್ಕಿದ್ದಂತೆ ಅವನು ರಾಜಕುಮಾರನೆಂದು ಪ್ರಸಿದ್ಧಿ ಪಡೆದುಬಿಟ್ಟಿದ್ದ.

ಅವನ ಖ್ಯಾತಿ ಅಮೃತಸರದ ಉದ್ದಗಲಕ್ಕೂ ಕಾಳ್ಗಿಚ್ಚಿನಂತೆ ಹರಡಿಬಿಟ್ಟಿತು. ಆ ಸಣ್ಣ ಊರಿನಲ್ಲಿ ಪ್ರಖ್ಯಾತಿ ಗಳಿಸಲಾಗಲಿ ಅಥವಾ ಕುಖ್ಯಾತಿ ಗಳಿಸಲಾಗಲಿ ಹೆಚ್ಚು ಸಮಯ ತಗಲುತ್ತಿರಲಿಲ್ಲ. ಅಮೃತಸರದ ಜನರು ಸಾಮಾನ್ಯ ಜನರ ವಿಷಯವಾದರೆ ಸಿಕ್ಕಾಪಟ್ಟೆ ಟೀಕೆ ಮಾಡುತ್ತಾರೆ. ಅಂದರೆ ಪ್ರತಿಯೊಬ್ಬರೂ ಮತ್ತೊಬ್ಬರ ದೋಷಗಳನ್ನು, ಎಡವಟ್ಟುಗಳನ್ನು, ಸ್ವಭಾವ ದೋಷಗಳನ್ನು ಕಣ್ಣಲ್ಲಿ ಕಣ್ಣಿಟ್ಟು ಹುಡುಕಲು ಪ್ರಯತ್ನಿಸುತ್ತಾರೆ. ಆದರೆ ಸನ್ಯಾಸಿಗಳು ಮತ್ತು ರಾಜಕೀಯ ನಾಯಕರ ವಿಷಯಕ್ಕೆ ಬಂದರೆ ಮಾತ್ರ ಅತ್ಯಂತ ಉದಾರಿಗಳಾಗುತ್ತಾರೆ. ಅವರಿಗೆ ಸದಾ ಭಾವೋದ್ರಿಕ್ತ ಧರ್ಮಪ್ರವಚನಗಳು, ಕ್ರಾಂತಿಕಾರಿ ಭಾಷಣಗಳ ಅವಶ್ಯಕತೆಯಿರುತ್ತದೆ. ನಾಯಕರು ಇಲ್ಲಿ ಅಧಿಕ ಕಾಲ ಚಲಾವಣೆಯಲ್ಲಿರುತ್ತಾರೆ. ಆ ಕಾಲ ಅದಕ್ಕೆ ಅನುಕೂಲಕರವಾಗಿತ್ತು ಕೂಡ.

ಈಗಾಗಲೇ ಪ್ರಖ್ಯಾತರಾದ ನೇತಾರರು ಕಾರಾಗೃಹ ಸೇರಿದ್ದರಲ್ಲ, ಹಾಗಾಗಿ ಸಾಕಷ್ಟು ಕುರ್ಚಿಗಳು ಹೊಸಬರು ತಮ್ಮನ್ನು ಆಕ್ರಮಿಸಲು ಕಾಯುತ್ತಿದ್ದವು. ಜಲಿಯನ್ವಾಲಾ ಬಾಗ್‌ನಲ್ಲಿ ಒಂದಿಷ್ಟು ಕಾಲ ಕಾಣಿಸಿಕೊಂಡು, ಒಂದೆರಡು ಭಾಷಣ ಮಾಡಿ, ಯಥೋಕ್ತವಾಗಿ ದಸ್ತಗಿರಿಯಾಗುತ್ತಿದ್ದ ಗುಲಾಂ ಅಲಿಯಂಥವರು ಚಳವಳಿಗೆ ಅವಶ್ಯವಾಗಿದ್ದರು. ಆ ದಿನಗಳಲ್ಲಿ ಯುರೋಪಿನಲ್ಲಿ ಹೊಸ ಹೊಸ ಡಿಕ್ಟೇಟರುಗಳು ಕಾಣಿಸಿಕೊಂಡರು. ಹಿಟ್ಲರ್ ಮತ್ತು ಮುಸ್ಸೋಲಿನಿಯ ಬಗ್ಗೆ ತುಂಬಾ ಚರ್ಚೆ, ಮಾತುಕಥೆ ನಡೆಯುತ್ತಿತ್ತು. ಈ ಕಾರಣದಿಂದಾಗಿಯೇ ಬಹುಶಃ ಕಾಂಗ್ರೆಸ್ ಪಾರ್ಟಿ ಕೆಲವು ಕಾರ್ಯಕರ್ತರನ್ನು ಡಿಕ್ಟೇಟರ್ ಎಂಬ ಹೆಸರಿನಲ್ಲಿ ನೇಮಿಸುತ್ತಿತ್ತೇನೋ.

ರಾಜಕುಮಾರ ಗುಲಾಂ ಅಲಿ ಕಾರಾಗೃಹ ಸೇರಿದ ಆ ಸಮಯದಲ್ಲಿ ಸುಮಾರು ನಲವತ್ತು 'ಡಿಕ್ಟೇಟರ್'ಗಳನ್ನು ಈಗಾಗಲೇ ಒಳಗೆ ಹಾಕಿದ್ದರು. ಗುಲಾಂ ಅಲಿಯನ್ನು

ಡಿಕ್ಟೇಟರ್ ಆಗಿ ನೇಮಿಸಲಾಗಿದೆ ಎಂಬ ವಿಷಯ ತಿಳಿದಾಗ ನಾನು ಜಲಿಯನ್ವಾಲಾ ಬಾಗ್‌ಗೆ ಹೋದೆ. ದೊಡ್ಡ ಟೆಂಟಿನ ಹೊರಗೆ ಸ್ವಯಂಕಾರ್ಯಕರ್ತರ ದಂಡೇ ಇತ್ತು. ಗುಲಾಂ ಅಲಿ ನನ್ನನ್ನು ನೋಡಿದ್ದರಿಂದ ನನಗೆ ಒಳಗೆ ಹೋಗಲು ಅನುಮತಿ ಸಿಕ್ಕಿತು. ನೆಲದ ಮೇಲೆ ಹಾಸಿದ್ದ ಒಂದು ಬಿಳಿಯ ಕಾರ್ಪೆಟ್ ಮೇಲೆ ಗುಲಾಂ ಅಲಿ ಕುಷನ್ ದಿಂಬಿಗೆ ಒರಗಿ ಕುಳಿತಿದ್ದ. ಖಾದಿ ಧರಿಸಿದ್ದ ವ್ಯಾಪಾರಸ್ಥರ ಗುಂಪಿನೊಡನೆ ಮಾತನಾಡುತ್ತ ಕುಳಿತಿದ್ದ, ತರಕಾರಿ ವ್ಯಾಪಾರದ ಬಗ್ಗೆ ಇರಬೇಕು. ಅವರ ಜೊತೆ ಮಾತು ಮುಗಿಸಿ ಬಿಡುಗಡೆಗೊಂಡವನು ಕಾರ್ಯಕರ್ತರಿಗೆ ಒಂದಿಷ್ಟು ಸೂಚನೆಗಳನ್ನು ನೀಡಿ, ನನ್ನೆಡೆಗೆ ತಿರುಗಿದ. ಅವನು ಅಷ್ಟು ಗಂಭೀರವಾಗಿದ್ದಿದ್ದು ನನಗೆ ಯಾಕೋ ತಮಾಷೆ ಅನ್ನಿಸಿತು. ನಾವಿಬ್ಬರೇ ಉಳಿದಾಗ ಕೇಳಿದೆ, "ಹೇಗಿದ್ದಾನೆ ನಮ್ಮ ರಾಜಕುಮಾರ?"

ನಾನು ತುಂಬಾ ಹೊತ್ತು ತಮಾಷೆ ಮಾಡಿದೆ. ಅವನು ಬದಲಾಗಿದ್ದಾನೆ ಎಂಬುದು ನನ್ನ ಗಮನಕ್ಕೆ ಬಂದಿತು. ಅಲ್ಲಿ ನಡೆಯುತ್ತಿದ್ದುದೆಲ್ಲವನ್ನೂ ನಾನು ಒಂದು ಪ್ರಹಸನವೆಂಬಂತೆ ಕಾಣಲು ಯತ್ನಿಸುತ್ತಿರುವಾಗ ಅವನು ಹೇಳಿದ, "ಇಲ್ಲ ಸಾದತ್, ಇದನ್ನೆಲ್ಲ ತಮಾಷೆ ಮಾಡಬೇಡ. ನನಗೆ ಅರ್ಹತೆಗಿಂತ ಹೆಚ್ಚಿನ ಗೌರವ ಸಿಕ್ಕಿದೆ ಎಂದೇ ಭಾವಿಸುತ್ತೇನೆ. ಇನ್ನು ಮುಂದೆ ಈ ಚಳವಳಿಯೇ ನನ್ನ ಬದುಕಾಗುತ್ತದೆ." ಸ್ವಲ್ಪ ಹೊತ್ತಿನ ನಂತರ ಅವನು ಒಂದು ದೊಡ್ಡ ಲೋಟ ಲಸ್ಸಿ ತರಿಸಿ ಕುಡಿಸಿದ ಮತ್ತು ನಾನು ಸಂಜೆ ಮತ್ತೆ ಅವನ ಭಾಷಣ ಕೇಳಲು ಬರುವುದಾಗಿ ಪ್ರಾಮಿಸ್ ಮಾಡಿ ಹೊರಟೆ.

ಸಂಜೆ ನಾನು ಜಲಿಯನ್ವಾಲಾ ಬಾಗ್‌ಗೆ ಹೋದಾಗ ಅದು ಜನರಿಂದ ತುಂಬಿ ತುಳುಕುತ್ತಿತ್ತು. ಅದಾಗಲೇ ಈ ಕಾರ್ಯಕ್ರಮಕ್ಕೆಂದೇ ಸಿದ್ಧಪಡಿಸಿದ್ದ ವೇದಿಕೆಯ ಸುತ್ತಲೂ ದೊಡ್ಡ ಗುಂಪೇ ನೆರೆದಿತ್ತು. ಇದ್ದಕ್ಕಿದ್ದಂತೆ ಜೋರಾದ ಚಪ್ಪಾಳೆ ಕೇಳಿಸಿತು, ನೋಡಿದರೆ ರಾಜಕುಮಾರ ಗುಲಾಂ ಅಲಿ ಹಾಜರಾಗಿದ್ದ. ಅವನು ಬಿಳಿಯ ಉಡುಪಿನಲ್ಲಿ ತುಂಬಾ ಸುಂದರವಾಗಿ ಕಾಣಿಸುತ್ತಿದ್ದ ಮತ್ತು ಅವನ ಎದೆಯುಬ್ಬಿಸಿದ ನಡಿಗೆ ಅವನಿಗೆ ಮತ್ತಿಷ್ಟು ಮೆರುಗು ನೀಡಿತ್ತು. ಅವನು ಸುಮಾರು ಒಂದು ಗಂಟೆಯಷ್ಟು ಹೊತ್ತು ಮಾತನಾಡಿದ. ತುಂಬ ಭಾವಪೂರ್ಣ ಮಾತುಗಳು. ನಾನೂ ಭಾವಪರವಶನಾಗಿದ್ದೆ. ಆ ಕ್ಷಣದಲ್ಲಿ ಭಾರತದ ಸ್ವಾತಂತ್ರ್ಯಕ್ಕಾಗಿ ನಾನು ಮಾನವ ಬಾಂಬ್ ಆಗಿ, ಸ್ಫೋಟಗೊಂಡುಬಿಡಬೇಕು ಎನ್ನುವುದು ಬಿಟ್ಟು ಮತ್ತೇನೂ ಬೇಕಿಲ್ಲ ಅನ್ನಿಸಿಬಿಟ್ಟಿತು...

ಇದೆಲ್ಲ ನಡೆದು ಬಹಳ ವರ್ಷಗಳೇ ಕಳೆದಿರುವುದರಿಂದ ಕೆಲವು ವಿವರಗಳ ಬಗ್ಗೆ ನೆನಪು ಕೈ ಕೊಡುವುದು ಸಹಜವಾದರೂ, ಇದನ್ನು ಬರೆಯುತ್ತಿರುವ ಈ ಸಮಯದಲ್ಲೂ ಗುಲಾಂ ಅಲಿ ಪ್ರಕ್ಷುಬ್ಧ ಜನಸಂದಣಿಯನ್ನುದ್ದೇಶಿಸಿ

ಮಾತನಾಡುತ್ತಿದ್ದುದು ಕಣ್ಣೆದುರು ಕಾಣಿಸುತ್ತಿದೆ. ಅವನು ಮಾತನಾಡುತ್ತಿರುವಾಗ ನನ್ನ ತಲೆಯಲ್ಲಿ ರಾಜಕೀಯ ಪ್ರಜ್ಞೆಗಿಂತ, ಕ್ರಾಂತಿಯ ಬಗ್ಗೆಗಿನ ಭರವಸೆಯೇ ಹೆಚ್ಚು ತಾಕಿತು. ಯೌವನದ ಪ್ರಾಮಾಣಿಕ ಹುಚ್ಚು ಧೈರ್ಯದ ಮಾತು ಹೇಗಿತ್ತೆಂದರೆ, ಯುವಕನೊಬ್ಬ ರಸ್ತೆಯಲ್ಲಿ ಹೋಗುತ್ತಿರುವ ಯಾವುದೋ ಹೆಣ್ಣಿಗೆ ಯಾವುದೇ ಪೂರ್ವಭಾವಿ ಸಿದ್ಧತೆಯಿಲ್ಲದೆ, "ನಾನು ನಿನ್ನನ್ನು ಪ್ರೀತಿಸುತ್ತೇನೆ" ಎಂದು ಹೇಳಿಬಿಡುವಂತೆ. ಹಾಗಿತ್ತು ಆ ಕಾಲ. ಬ್ರಿಟಿಷರ ಆಡಳಿತ ಮತ್ತು ಅವರು ಆಳುತ್ತಿದ್ದ ಜನರು, ಇಬ್ಬರೂ ಎಷ್ಟು ಅನನುಭವಿಗಳಾಗಿದ್ದರೆಂದರೆ ತಮ್ಮ ಕ್ರಿಯೆ ಉಂಟುಮಾಡುವ ಪರಿಣಾಮಗಳ ಬಗ್ಗೆ ಅರಿವಿರಲಿಲ್ಲ. ಸರಕಾರ ಪರಿಣಾಮಗಳ ಬಗ್ಗೆ ಯೋಚಿಸದೇ ಸಾವಿರಾರು ಜನರನ್ನು ಕಾರಾಗೃಹಕ್ಕೆ ತಳ್ಳುತ್ತಿತ್ತು ಮತ್ತು ತಳ್ಳಲ್ಪಟ್ಟ ಜನರಿಗೆ ಕೂಡಾ ತಾವೇನು ಮಾಡುತ್ತಿದ್ದೇವೆ ಮತ್ತು ಅದರ ಪರಿಣಾಮವೇನಾಗಬಹುದು ಎಂಬುದರ ಬಗ್ಗೆಯೆಲ್ಲ ಖಚಿತ ನಿಲುವು ಇರಲಿಲ್ಲ. ಎಲ್ಲ ಕಡೆ ಅವ್ಯವಸ್ಥೆ. ವಾತಾವರಣ ಹೇಗಿತ್ತೆಂದರೆ ಆಕಾಶದೆತ್ತರಕ್ಕೆ ಹರಡುವ ಬೆಂಕಿಯು, ಇದ್ದಕ್ಕಿದ್ದಂತೆ ನಂದಿಹೋಗಿ, ಮತ್ತೆ ಕಿಡಿಯು ಹೊತ್ತಿಕೊಳ್ಳುವಂತಿತ್ತು. ಹಠಾತ್ ಸ್ಫೋಟವು ಇದ್ದಕ್ಕಿದ್ದಂತೆ ಅಳಿದು, ಮತ್ತೆ ಭಗ್ಗೆಂದು ಉರಿದು, ಗುಲಾಮಗಿರಿಯ ನಿಸ್ತೇಜ ವಿಷಣ್ಣ ಪ್ರಪಂಚಕ್ಕೆ ಕ್ರಾಂತಿಯ ಬಿಸಿಯನ್ನು ತಾಕಿಸುತ್ತಿತ್ತು.

ರಾಜಕುಮಾರ ಗುಲಾಂ ಅಲಿ ಮಾತು ಮುಗಿಸಿದಾಗ, ಜಲಿಯನ್ವಾಲಾ ಬಾಗ್ ಎದ್ದು ನಿಂತು ಗೌರವ ಸೂಚಿಸಿತು. ನಾನು ಅವನನ್ನು ಅಭಿನಂದಿಸಲೆಂದು ಅವನ ಬಳಿ ಹೋಗಿ ಕೈ ಕುಲುಕುತ್ತಿರುವಾಗ ಅವನ ಕೈ ಮೃದುವಾಗಿ ನಡುಗುತ್ತಿತ್ತು. ಅವನ ಮುಖ ಬೆಳಗುತ್ತಿತ್ತು. ಅವನ ಕಣ್ಣು ಯಾರನ್ನೋ ಹುಡುಕುತ್ತಿದೆ ಎನ್ನಿಸುವಾಗಲೇ ಅವನು ನನ್ನಿಂದ ಕೈ ಬಿಡಿಸಿಕೊಂಡು ಚಮೇಲಿ ಗಿಡದ ಪೊದೆಯೊಂದರ ಬಳಿ ನಡೆದ. ಅಲ್ಲಿ ಬಿಳಿಯ ಖಾದಿ ಸೀರೆಯುಟ್ಟ ಹೆಣ್ಣೊಬ್ಬಳು ನಿಂತಿದ್ದಳು. ಮರುದಿನ ತಿಳಿಯಿತು, ರಾಜಕುಮಾರ ಗುಲಾಂ ಅಲಿ ಹಿಂದಿನ ದಿನ ಕಂಡ ಆ ಹುಡುಗಿ, ಅವಳ ಹೆಸರು ನಿಗರ್. ಅವಳ ಪ್ರೀತಿಯಲ್ಲಿ ಬಿದ್ದಿದ್ದಾನೆ ಎಂದು. ನಿಗರ್ ಕೂಡಾ ಅವನನ್ನು ಅಷ್ಟೇ ಪ್ರೀತಿಸುತ್ತಿದ್ದಳು. ನಿಗರ್ ಅನ್ನುವ ಹೆಸರಿನಿಂದಲೇ ಅವಳು ಮುಸ್ಲಿಂ ಧರ್ಮಕ್ಕೆ ಸೇರಿದವಳು ಎನ್ನುವುದು ಅರ್ಥವಾಗುತ್ತದೆ. ಅನಾಥೆ, ಒಂದು ಹೆಂಗಸರ ಆಸ್ಪತ್ರೆಯಲ್ಲಿ ನರ್ಸ್ ಆಗಿ ಕೆಲಸ ಮಾಡುತ್ತಿದ್ದಳು.

ಅವಳು ಬಹುಶಃ ಇಡೀ ಅಮೃತಸರದಲ್ಲಿ ಬ್ರಿಟಿಷರ ವಿರುದ್ಧದ ಕಾಂಗ್ರೆಸ್ ಚಳವಳಿಯಲ್ಲಿ ಭಾಗವಹಿಸಿದ ಮೊದಲ ಹೆಣ್ಣುಮಗಳು. ಅವಳ ಬಿಳಿಯ ಖಾದಿ ಸೀರೆ, ಕಾಂಗ್ರೆಸ್ ನಂಟು, ಆಸ್ಪತ್ರೆಯ ನಂಟು ಎಲ್ಲವೂ ಸೇರಿಕೊಂಡಿದ್ದರಿಂದ, ಮುಸ್ಲಿಂ ಹೆಣ್ಣುಮಕ್ಕಳಲ್ಲಿ ಸಾಧಾರಣವಾಗಿ ಕಂಡುಬರುವ ಪೆಡಸುತನ ಅವಳಲ್ಲಿ ಅಷ್ಟಾಗಿ ಇರದೇ ಮೃದುವಾಗಿತ್ತು. ಅವಳು ನೋಡಲು ಸುಂದರಿಯೇನಲ್ಲ,

ಆದರೆ ಹೆಣ್ಣುತನವಿತ್ತು. ಹಿಂದು ಹುಡುಗಿಯರಲ್ಲಿರುವ ನಮ್ರತೆ, ಆತ್ಮವಿಶ್ವಾಸ ಮತ್ತು ಆರಾಧನಾ ಭಾವ ಎಲ್ಲವನ್ನೂ ಅವಳು ಮೈಗೂಡಿಸಿಕೊಂಡಿದ್ದಳು. ಅವಳು ನಮಾಜ್ ಮತ್ತು ಆರತಿ ಎರಡೂ ಹದವಾಗಿ ಬೆರೆತಂತಿದ್ದಳು, ಗುಲಾಂ ಅಲಿಯನ್ನು ಆರಾಧಿಸುತ್ತಿದ್ದಳು ಮತ್ತು ಗುಲಾಂ ಅಲಿ ಕೂಡಾ ಅವಳೊಡನೆ ಹುಚ್ಚು ಪ್ರೇಮದಲ್ಲಿ ಬಿದ್ದಿದ್ದ. ಅವರು ಯಾವುದೋ ಒಂದು ಪ್ರತಿಭಟನಾ ಮೆರವಣಿಗೆಯಲ್ಲಿ ಭೇಟಿಯಾಗಿದ್ದರು ಮತ್ತು ಆ ಕೂಡಲೇ ಪ್ರೇಮದಲ್ಲಿ ಬಿದ್ದಿದ್ದರು.

ಗುಲಾಂ ಅಲಿಯು ಕಾತುರತೆಯಿಂದ ಎದುರು ನೋಡುತ್ತಿದ್ದ ತನ್ನ ಅರೆಸ್ಟಿಗಿಂತ ಮುಂಚೆಯೇ ನಿಗರಳನ್ನು ಮದುವೆಯಾಗಬೇಕಿತ್ತು. ಅರೆಸ್ಟಿಗೆ ಮೊದಲೇ ಯಾಕೆ ಮದುವೆಯಾಗಬೇಕಿತ್ತು ಎನ್ನುವುದರ ಕಾರಣ ನನಗೆ ತಿಳಿದಿಲ್ಲ... ಬಿಡುಗಡೆಯ ನಂತರವೂ ಮದುವೆಯಾಗಬಹುದಿತ್ತು. ಆ ದಿನಗಳಲ್ಲಿ ಕಾರಾಗೃಹವಾಸದ ಅವಧಿ ಮೂರು ತಿಂಗಳಿನಿಂದ ಒಂದು ವರ್ಷ. ಕೆಲವರು ಹತ್ತು ಹದಿನೈದು ದಿನಗಳಲ್ಲಿಯೇ ಬಿಡುಗಡೆಗೊಳ್ಳುತ್ತಿದ್ದರು, ಹೊಸದಾಗಿ ಕಾರಾಗೃಹಕ್ಕೆ ಬರುವವರಿಗೆ ಜಾಗ ಮಾಡಿಕೊಡಬೇಕಲ್ಲ!

ನಿಜಕ್ಕೂ ಬೇಕಿದ್ದುದು ಬಾಬಾಜಿಯ ಆಶೀರ್ವಾದವಷ್ಟೇ. ಬಾಬಾಜಿ ಆ ದಿನಗಳಲ್ಲಿ ಬಹಳ ಪ್ರಖ್ಯಾತ ವ್ಯಕ್ತಿಯಾಗಿದ್ದರು. ನಗರದ ಶ್ರೀಮಂತ ಆಭರಣ ವ್ಯಾಪಾರಿಯಾದ ಹರಿರಾಮ್ ಎನ್ನುವವರ ಭವ್ಯವಾದ ಬಂಗಲೆಯಲ್ಲಿ ಅವರ ವಾಸ. ಬಾಬಾಜಿ ಯಾವಾಗಲೂ ಅವರ ಹಳ್ಳಿಯಲ್ಲಿದ್ದ ಆಶ್ರಮದಲ್ಲಿರುತ್ತಾರೆ. ಆದರೆ ಅಮೃತಸರಕ್ಕೆ ಬಂದಾಗ ಮಾತ್ರ ಹರಿರಾಮ್ ಮನೆಯಲ್ಲಿ ತಂಗುತ್ತಾರೆ. ಬಾಬಾಜಿಗೆ ಅಪಾರ ಶಿಷ್ಯವೃಂದ ಇರುವುದರಿಂದ, ಅವರು ಇರುವಾಗ ಆ ಮನೆ ಒಂದು ದೇಗುಲವಾಗಿ ಪರಿವರ್ತನೆಗೊಂಡು ಬಿಡುತ್ತದೆ. ಅವರು ಸರದಿಯಲ್ಲಿ ನಿಂತು ಮಹಾತ್ಮನ ದರ್ಶನಕ್ಕಾಗಿ ಕಾಯುತ್ತಾರೆ. ಮಾವಿನ ಮರದ ಬುಡದಲ್ಲಿ ನಿರ್ಮಿತವಾದ ಒಂದು ಜಗಲಿಯ ಮೇಲೆ ಚಕ್ಕಮಕ್ಕಳ ಹಾಕಿ ಕುಳಿತಿರುವ ಈ ವೃದ್ಧ ಬಾಬಾಜಿ ಅವರನ್ನೆಲ್ಲ ಬರಮಾಡಿಕೊಂಡು, ಅವರು ಆಶ್ರಮಕ್ಕೆ ಕೊಡುವ ದೇಣಿಗೆ, ಕೊಡುಗೆಗಳನ್ನೆಲ್ಲ ಸ್ವೀಕರಿಸುತ್ತಾರೆ. ಸಾಯಂಕಾಲ ತರುಣಿಯರು ಹಿಂದು ಭಜನೆಗಳನ್ನು ಹಾಡುತ್ತಾರೆ.

ಬಾಬಾಜಿ ಅವರ ಧರ್ಮನಿಷ್ಠೆ ಮತ್ತು ಪಾಂಡಿತ್ಯಕ್ಕೆ ಹೆಸರಾಗಿದ್ದರು. ಅವರ ಶಿಷ್ಯವೃಂದದಲ್ಲಿ ಹಿಂದುಗಳು, ಮುಸಲ್ಮಾನರು, ಸಿಖ್ಖರು, ಅಸ್ಪೃಶ್ಯರು ಎಲ್ಲರೂ ಇದ್ದರು. ಹೊರನೋಟಕ್ಕೆ ಬಾಬಾಜಿಗೂ, ರಾಜಕೀಯಕ್ಕೂ ಯಾವ ನಂಟೂ ಇಲ್ಲವೆನ್ನುವಂತೆ ಕಂಡರೂ, ಅವರ ಒಪ್ಪಿಗೆಯಿಲ್ಲದೆ ಪಂಜಾಬಿನ ಯಾವ ರಾಜಕೀಯ ಚಳವಳಿಯೂ ಪ್ರಾರಂಭವಾಗುವುದೂ ಇಲ್ಲ, ಮುಗಿಯುವುದೂ ಇಲ್ಲ ಎನ್ನುವುದು ಎಲ್ಲರಿಗೂ ತಿಳಿದ ರಹಸ್ಯವಾಗಿತ್ತು. ಸರಕಾರದ ಆಡಳಿತ

ಯಂತ್ರಕ್ಕೆ ಅವರೊಬ್ಬ ಬಿಡಿಸಲಾರದ ಒಗಟಾಗಿದ್ದರು. ಅವರ ಮುಖದ ಮೇಲೆ ಸಾವಿರಾರು ರೀತಿಯಲ್ಲಿ ಅರ್ಥೈಸಿಕೊಳ್ಳಬಹುದಾದಂಥ ಒಂದು ಮುಗುಳ್ನಗೆ ಸದಾ ನೆಲೆಸಿರುತ್ತಿತ್ತು. ಅಮೃತಸರದ ಕಾನೂನು ಅಸಹಕಾರ ಚಳವಳಿಯ ಕಾರಣದಿಂದ ದಿನವೂ ನಡೆಯುವ ದಸ್ತಗಿರಿಗಳು, ಮೆರವಣಿಗೆಗಳು ಎಲ್ಲಕ್ಕೂ ಬಾಬಾಜಿಯ ನೇರ ಮಾರ್ಗದರ್ಶನವಿಲ್ಲದಿದ್ದರೂ, ಪರೋಕ್ಷವಾದ ಅನುಗ್ರಹವಿರುತ್ತಿತ್ತು. ಅನುಸರಿಸಬೇಕಾದ ಕೆಲವು ಯುಕ್ತಿಗಳನ್ನು ಅವರು ಸೂಚ್ಯವಾಗಿ ಹೇಳುತ್ತಿದ್ದರು ಮತ್ತು ಮರುದಿನ ಪಂಜಾಬಿನ ಎಲ್ಲ ಪ್ರಮುಖ ರಾಜಕಾರಣಿಗಳೂ ಅದನ್ನು ಕೊರಳ ಸುತ್ತಲಿನ ರಕ್ಷೆಯಂತೆ ಧರಿಸುತ್ತಿದ್ದರು.

ಅವರಲ್ಲೊಂದು ಅಯಸ್ಕಾಂತೀಯ ಆಕರ್ಷಣೆಯಿತ್ತು. ಅವರ ದನಿಯಲ್ಲಿ ಮೃದುತ್ವ, ಮನವೊಲಿಸುವಿಕೆ, ಸೂಕ್ಷ್ಮತೆ ಎಲ್ಲವೂ ಕೂಡಿರುತ್ತಿತ್ತು. ಯಾವುದೇ ತೀಕ್ಷ್ಣವಾದ ಟೀಕೆಯೂ ಅವರ ಸಮಾಧಾನವನ್ನು ಕದಡುತ್ತಿರಲಿಲ್ಲ. ಅವರ ನಿಗೂಢತೆಯಿಂದಾಗಿ ಶತ್ರುಗಳಿಗೆ ಅವರೊಂದು ಒಗಟಾಗಿದ್ದರು. ಬಾಬಾಜಿ ಅಮೃತಸರಕ್ಕೆ ಯಾವಾಗಲೂ ಬಂದುಹೋಗುತ್ತಿದ್ದರೂ ನಾನೇಕೋ ಅವರನ್ನೆಂದೂ ಭೇಟಿಯಾಗಿರಲಿಲ್ಲ. ಗುಲಾಂ ಅಲಿ ಮತ್ತು ನಿಗರ್ ತಮ್ಮ ಮದುವೆಗೆ ಆ ಮಹಾತ್ಮನ ಆಶೀರ್ವಾದ ಪಡೆಯಲು ಹೋಗುತ್ತಿರುವ ವಿಷಯ ಹೇಳಿದಾಗ ನನ್ನನ್ನೂ ಜೊತೆಗೆ ಕರೆದೊಯ್ಯಲು ಕೇಳಿಕೊಂಡೆ.

ಮರುದಿನ ಗುಲಾಂ ಅಲಿ ಟಾಂಗಾ ಒಂದನ್ನು ಗೊತ್ತು ಮಾಡಿದ. ಅದರಲ್ಲಿ ಗುಲಾಂ ಅಲಿ, ನಿಗರ್, ನಾನು ಹರಿರಾಮನ ಭವ್ಯ ಬಂಗಲೆಗೆ ಹೋದೆವು. ಬಾಬಾಜಿ ಬೆಳಗ್ಗೆಯೇ ಸ್ನಾನ, ಪೂಜೆ ಎಲ್ಲವನ್ನೂ ಮುಗಿಸಿದ್ದರು. ಮಾವಿನ ಮರದಡಿಯಲ್ಲಿ ಕುಳಿತು, ಕಾಶ್ಮೀರಿ ಪಂಡಿತ್ ಹುಡುಗಿಯೊಬ್ಬಳು ಹಾಡುತ್ತಿದ್ದ ಭಾವಪೂರ್ಣ ದೇಶಭಕ್ತಿ ಗೀತೆಗಳನ್ನು ಕೇಳುತ್ತಿದ್ದರು. ಚಾಪೆಯೊಂದರ ಮೇಲೆ ಚಕ್ಕಮಕ್ಕಳ ಹಾಕಿ ಕುಳಿತಿದ್ದರು. ಸುತ್ತಲೂ ಮೆತ್ತನೆಯ ದಿಂಬುಗಳಿದ್ದರೂ ಅವುಗಳಿಗೆ ಒರಗಿರಲಿಲ್ಲ. ವಯಸ್ಸು ಎಪ್ಪತ್ತು ದಾಟಿದ್ದರೂ ಮುಖದಲ್ಲಿ ಯಾವುದೇ ಕಲೆಗಳಿರಲಿಲ್ಲ. ದಿನ ಬೆಳಗ್ಗೆಯ ಆಲಿವ್ ಎಣ್ಣೆಯ ಮಸಾಜಿನ ಕಾರಣದಿಂದ ಇರಬಹುದಾ ಎಂದುಕೊಂಡೆ. ಗುಲಾಂ ಅಲಿಯನ್ನು ಕಂಡು ನಸುನಗುತ್ತಾ ತನ್ನೊಡನೆ ಕುಳಿತುಕೊಳ್ಳಲು ಆಹ್ವಾನಿಸಿದರು. ಗುಲಾಂ ಅಲಿ ಮತ್ತು ನಿಗರ್‌ಗೆ ಬಾಬಾಜಿಯನ್ನು ಭಾವಪರವಶಗೊಳಿಸಿದ್ದ ಆ ಕ್ರಾಂತಿಗೀತೆಗಳಿಗಿಂತ ಅವರ ತಾರುಣ್ಯಭರಿತ ಪ್ರೇಮದ ಸ್ವರಮೇಳವೇ ಹೆಚ್ಚು ಆಸಕ್ತಿಕರವಾಗಿತ್ತು. ಕೊನೆಗೂ ಆ ಹುಡುಗಿಯು ಬಾಬಾಜಿಯ ಅಕ್ಕರೆಯ ಒಪ್ಪಿಗೆ ಮುದ್ರೆಯನ್ನು ಪಡೆದು ಹಾಡುವುದನ್ನು ಮುಗಿಸಿದಳು. ಬಾಬಾಜಿ ಆ ನಂತರ ನಮ್ಮ ಕಡೆ ತಿರುಗಿದರು.

ಗುಲಾಂ ಅಲಿ ತನ್ನನ್ನು ಮತ್ತು ನಿಗರಳನ್ನು ಪರಿಚಯಿಸಿಕೊಳ್ಳಲು ಹೊರಟ, ಬಾಬಾಜಿಗಿದ್ದ ಹೆಸರು ಮತ್ತು ಮುಖಗಳ ಅದ್ಭುತ ನೆನಪಿನ ಶಕ್ತಿಯ ಕಾರಣದಿಂದಾಗಿ ಅವನಿಗೆ ಆ ಅವಕಾಶವೇ ಸಿಗದಂತಾಯಿತು. ತನ್ನ ಮೃದುವಾದ ಮೆಲುದನಿಯಲ್ಲಿ ಅವರು ಕೇಳಿದರು, "ರಾಜಕುಮಾರ, ನೀನಿನ್ನೂ ಅರೆಸ್ಟ್ ಆಗಿಲ್ಲವೇ?"

"ಇಲ್ಲ ಸರ್," ಗುಲಾಂ ಅಲಿ ಗೌರವದಿಂದ ಕೈ ಮುಗಿದು ಹೇಳಿದ.

ಪೆನ್ಸಿಲ್ ಜೊತೆ ಆಡುತ್ತಾ ಬಾಬಾಜಿ ಹೇಳಿದರು, "ಆದರೆ ಈಗಾಗಲೇ ನೀನು ಅರೆಸ್ಟ್ ಆಗಿದ್ದೀ ಅನಿಸುತ್ತದೆ," ನಿಗರಳತ್ತ ಅರ್ಥಗರ್ಭಿತವಾಗಿ ನೋಡುತ್ತಾ, "ಇವಳು ರಾಜಕುಮಾರನನ್ನು ಈಗಾಗಲೇ ಅರೆಸ್ಟ್ ಮಾಡಿದ್ದಾಳೆ," ಎಂದರು.

ಬಾಬಾಜಿ ಹಾಡುತ್ತಿದ್ದ ಆ ಹುಡುಗಿಯನ್ನು ಕುರಿತು ಕೇಳಿದರು, "ಈ ಮಕ್ಕಳು ನನ್ನ ಆಶೀರ್ವಾದ ಪಡೆಯಲು ಬಂದಿದ್ದಾರೆ. ನೀನು ಯಾವಾಗ ಮದುವೆ ಆಗುವೆ ಕಮಲ್?"

ಅವಳು ಕೆಂಪು ಮುಖವನ್ನು ಮತ್ತೂ ಕೆಂಪಗಾಗಿಸಿಕೊಳ್ಳುತ್ತಾ, "ನಾನು ಹೇಗೆ ಮದುವೆಯಾಗಲಿ? ನಾನು ಈಗಾಗಲೇ ಆಶ್ರಮ ಸೇರಿರುವೆನಲ್ಲ," ಎಂದಳು.

ಬಾಬಾಜಿ ನಿಟ್ಟುಸಿರು ಬಿಡುತ್ತಾ ಗುಲಾಂ ಅಲಿಯ ಕಡೆಗೆ ತಿರುಗಿ, "ನೀವಿಬ್ಬರೂ ನಿರ್ಧಾರ ಮಾಡಿ ಆಗಿದೆ ಎಂದಾಯಿತು," ಎಂದರು.

ಅವರಿಬ್ಬರೂ ಒಟ್ಟಾಗಿ, "ಹೌದು" ಎಂದರು.

ಬಾಬಾಜಿ ನಸುನಗುತ್ತಾ, "ಕೆಲವೊಮ್ಮೆ ನಿರ್ಧಾರಗಳನ್ನು ಬದಲಿಸಬಹುದು," ಎಂದರು.

ಆ ಪವಿತ್ರ ವಾತಾವರಣದಲ್ಲೂ ಗುಲಾಂ ಅಲಿ, "ನಿರ್ಧಾರಗಳನ್ನು ಮುಂದಕ್ಕೆ ಹಾಕಬಹುದು ಆದರೆ ಬದಲಿಸಲಾಗದು," ಎಂದು ಉತ್ತರಿಸಿದ.

ಬಾಬಾಜಿ ಕಣ್ಣುಗಳನ್ನು ಮುಚ್ಚಿಕೊಂಡು ವಕೀಲರಂತೆ, "ಯಾಕೆ?" ಎಂದು ಪ್ರಶ್ನಿಸಿದರು.

ಗುಲಾಂ ಅಲಿ ಸ್ವಲ್ಪವೂ ಅಳುಕದೇ, "ಏಕೆಂದರೆ ನಾವು ಭಾರತದ ಸ್ವಾತಂತ್ರ್ಯಕ್ಕೆ ಎಷ್ಟು ಬದ್ಧರಾಗಿದ್ದೇವೋ ನಮ್ಮ ನಿರ್ಧಾರಕ್ಕೂ ಅಷ್ಟೇ ಬದ್ಧರಾಗಿದ್ದೇವೆ. ಪರಿಸ್ಥಿತಿಗನುಗುಣವಾಗಿ ಅದು ನಡೆಯುವ ಕಾಲ ಬದಲಾಗಬಹುದಷ್ಟೇ ಹೊರತು ನಿರ್ಧಾರ ಮಾತ್ರ ಅಚಲ ಮತ್ತು ಅಂತಿಮ," ಎಂದ.

ಬಾಬಾಜಿ ನಗುತ್ತಾ, "ನಿಗರ್, ರಾಜಕುಮಾರ ಸ್ವಲ್ಪ ದಿನ ಹೇಗೂ ಕಾರಾಗೃಹ ಸೇರುತ್ತಾನಲ್ಲ, ಹಾಗಾಗಿ ನೀನೇಕೆ ನಮ್ಮ ಆಶ್ರಮದಲ್ಲಿರಬಾರದು?" ಎಂದು ಕೇಳಿದರು.

"ಸರಿ" ಅವಳು ಪಿಸುದನಿಯಲ್ಲಿ ಹೇಳಿದಳು.

ಬಾಬಾಜಿ ವಿಷಯಾಂತರ ಮಾಡುತ್ತಾ ಜಲಿಯನ್ವಾಲಾ ಬಾಗ್‌ನಲ್ಲಿ ನಡೆಯುತ್ತಿರುವ ರಾಜಕೀಯ ಚಟುವಟಿಕೆಗಳನ್ನು ಕುರಿತು ಕೇಳಲಾರಂಭಿಸಿದರು. ಮುಂದಿನ ಸುಮಾರು ಒಂದು ಗಂಟೆಕಾಲ ನಮ್ಮ ಮಾತು ಅರೆಸ್ಟ್, ಮೆರವಣಿಗೆಗಳು, ತರಕಾರಿಯ ಬೆಲೆ ಈ ವಿಷಯಗಳ ಸುತ್ತ ಸುತ್ತಿತು. ನಾನು ಈ ಮಾತುಕಥೆಗಳಲ್ಲಿ ಭಾಗವಹಿಸದೇ, ಬಾಬಾಜಿ ಈ ತರುಣ ಪ್ರೇಮಿಗಳಿಗೆ ಆಶೀರ್ವಾದ ಮಾಡಲು ಏಕೆ ನಿರಾಕರಿಸುತ್ತಿದ್ದಾರೆ ಎಂದು ಯೋಚಿಸುತ್ತ ಕುಳಿತೆ. ಅವರಿಬ್ಬರೂ ನಿಜವಾಗಿಯೂ ಪ್ರೇಮಿಸುತ್ತಿದ್ದಾರೆ ಎಂಬುದರ ಬಗ್ಗೆ ಅವರಿಗೆ ಖಚಿತತೆಯಿಲ್ಲವೇ? ನಿಗರಳನ್ನು ಯಾಕೆ ಆಶ್ರಮಕ್ಕೆ ಸೇರಲು ಹೇಳಿದರು? ಗುಲಾಂ ಅಲಿ ಕಾರಾಗೃಹದಲ್ಲಿರುವ ಯೋಚನೆಯನ್ನು ಮರೆಯಲೆಂದೇ ಅಥವಾ ಅವಳು ಆಶ್ರಮ ಸೇರಿದರೆ ಮುಂದೆ ಮದುವೆಯಾಗಲು ಅನುಮತಿಯನ್ನು ನಿರಾಕರಿಸಲೆಂದೇ? ಆಶ್ರಮದ ಆ ಪವಿತ್ರ ವಾತಾವರಣದ ಭಾಗವಾದ ನಂತರ ನಿಗರ್ ಕಥೆ ಏನಾಗುತ್ತದೆ? ಬಾಬಾಜಿಯ ಆಧ್ಯಾತ್ಮಿಕ ಮತ್ತು ರಾಜಕೀಯ ಜ್ಞಾನೋದಯದ ಸಲುವಾಗಿ ಅವಳು ಭಕ್ತಿ, ದೇಶಭಕ್ತಿ ಗೀತೆಗಳನ್ನು ಹಾಡುತ್ತ ಸಮಯ ಕಳೆಯುತ್ತಾಳಾ? ಅದರಲ್ಲಿ ಅವಳಿಗೆ ಸಂತೋಷ ಸಿಗುತ್ತದಾ?

ನಾನು ಈವರೆಗೆ ಅನೇಕ ಆಶ್ರಮವಾಸಿಗಳನ್ನು ನೋಡಿದ್ದೆ. ಬೆಳಗಿನ ತಣ್ಣೀರಿನ ಸ್ನಾನ, ವಾಯು ವಿಹಾರದ ಹೊರತಾಗಿಯೂ ಅವರಲ್ಲಿ ಒಂದು ರೀತಿಯ ನಿಸ್ಸತ್ವ, ನಿಸ್ತೇಜತೆ ಇರುತ್ತಿತ್ತು. ಅವರ ಸಪ್ಪೆ ಮುಖ, ಆಳಕ್ಕಿಳಿದ ಕಣ್ಣುಗಳು ಎಲ್ಲವನ್ನೂ ನೋಡುತ್ತಿದ್ದರೆ ಯಾಕೋ ಬತ್ತಿದ ಹಸುವಿನ ಕೆಚ್ಚಲು ನೆನಪಾಗುತ್ತಿತ್ತು. ಅಷ್ಟು ತಾರುಣ್ಯದ, ನಳನಳಿಸುವ, ಸಂಪೂರ್ಣವಾಗಿ ಜೇನು, ಹಾಲು, ಕೇಸರಿಯಿಂದ ಮಾಡಲ್ಪಟ್ಟವಳಂತೆ ಕಾಣುವ ನಿಗರ್ ಅವರ ಜೊತೆ ಬದುಕುವುದನ್ನು ಕಲ್ಪಿಸಿಕೊಳ್ಳಲಾಗಲಿಲ್ಲ. ಈ ಆಶ್ರಮಕ್ಕೆ ಭಾರತದ ಸ್ವಾತಂತ್ರ್ಯವನ್ನು ಕಟ್ಟಿಕೊಂಡು ಏನಾಗಬೇಕಿದೆ? ನನಗೆ ಮೊದಲಿನಿಂದಲೂ ಆಶ್ರಮ, ಸಂತರು, ಪೂಜಾಸ್ಥಳಗಳು, ಅನಾಥಾಶ್ರಮ ಇವುಗಳನ್ನು ಕಂಡರೆ ದ್ವೇಷ. ಈ ಸ್ಥಳಗಳಲ್ಲಿ ಅದೇನೋ ಅಸಹಜತೆ ಕಂಡುಬರುತ್ತದೆ. ನಾನು ಆಗಾಗ ರಸ್ತೆಯಲ್ಲಿ ಚಿಕ್ಕ ಹುಡುಗರು ಆ ಸಂಸ್ಥೆಗಳ ಮುಖ್ಯಸ್ಥರ ಹಿಂದೆ ಸಾಲಾಗಿ ನಡೆಯುವುದನ್ನು ನೋಡುತ್ತೇನೆ, ನಾನು ಧರ್ಮಭೀರುಗಳಿರುವ ಅನೇಕ ಧರ್ಮಸಂಘಗಳು ಮತ್ತು ಶಾಲೆಗಳಿಗೆ ಹೋಗಿದ್ದೇನೆ.

ವಯಸ್ಸಾಗಿರುವವರು ಉದ್ದನೆಯ ಗಡ್ಡ ಬಿಟ್ಟಿರುತ್ತಾರೆ ಮತ್ತು ಹದಿಹರೆಯದವರು ವಿರಳ, ವಿಕಾರ ಕುರುಚಲು ಗಡ್ಡ ಬಿಟ್ಟುಕೊಂಡು ಅಡ್ಡಾಡುತ್ತಿರುತ್ತಾರೆ.

ದಿನಕ್ಕೆ ಐದು ಬಾರಿ ಪ್ರಾರ್ಥಿಸುತ್ತಿದ್ದರೂ, ಅದರಿಂದ ಉದಿಸಬೇಕಿರುವ ಆಂತರಿಕ ಬೆಳಕಿನ ಸುಳುಹು ಅವರ ಮುಖದ ಮೇಲೆ ಕಾಣಿಸುವುದಿಲ್ಲ. ನಿಗರ್ ಒಬ್ಬಳು ಹೆಣ್ಣು, ಮುಸಲ್ಮಾನಳಲ್ಲ, ಹಿಂದು ಅಲ್ಲ, ಸಿಖ್ಖಳಲ್ಲ, ಕ್ರಿಶ್ಚಿಯನ್ ಅಲ್ಲ, ಅವಳು ಒಬ್ಬಳು ಹೆಣ್ಣು. ಅವಳು ಒಂದು ಯಂತ್ರದಂತೆ ದಿನವೂ ಆಶ್ರಮದಲ್ಲಿ ಪ್ರಾರ್ಥನೆ ಮಾಡುತ್ತ ಜೀವನ ಕಳೆಯುವುದನ್ನು ನನಗೆ ಊಹಿಸಿಕೊಳ್ಳಲೂ ಆಗಲಿಲ್ಲ. ಪ್ರಾರ್ಥನೆಯಷ್ಟೇ ಪರಿಶುದ್ಧಳಾದ ಅವಳು ಏಕೆ ಸ್ವರ್ಗದತ್ತ ಕೈಗಳನೆತ್ತಬೇಕು?

ನಾವು ಇನ್ನೇನು ಹೊರಡಬೇಕು ಅನ್ನುವಾಗ ಬಾಬಾಜಿಯು ಗುಲಾಂ ಅಲಿ ಮತ್ತು ನಿಗರಳ ಮದುವೆಗೆ ತನ್ನ ಆಶೀರ್ವಾದ ಇದೆಯೆಂದೂ, ಮರುದಿನ ಅವರ ಮದುವೆಯನ್ನು ಜಲಿಯನ್ವಾಲಾ ಬಾಗ್‌ನಲ್ಲಿ (ಮತ್ತೆಲ್ಲಿರಲು ಸಾಧ್ಯ?) ನೆರವೇರಿಸುವುದಾಗಿಯೂ ಹೇಳಿದರು.

ಮಾತು ಕೊಟ್ಟ ಹಾಗೆ ಬಂದರು ಕೂಡಾ. ಅವರ ಹಿಂದೆ ಅವರ ಮಾಮೂಲಿ ಶಿಷ್ಯ ಪಡೆಯೂ ಬಂದಿತು, ಜೊತೆಗೆ ಹರಿರಾಮ್ ಕೂಡಾ. ಸಮಾರಂಭಕ್ಕೆಂದೇ ಅಲಂಕರಿಸಿದ ವೇದಿಕೆಯೊಂದು ಸಿದ್ಧವಾಗಿತ್ತು. ಹೆಣ್ಣುಮಕ್ಕಳೆಲ್ಲ ನಿಗರಳ ಹೊಣೆ ಹೊತ್ತು ಅವಳನ್ನು ಸುಂದರವಾಗಿ ಅಲಂಕರಿಸಿ ಮದುವಣಗಿತ್ತಿಯನ್ನಾಗಿಸಿದ್ದರು. ಗುಲಾಂ ಅಲಿ ಹೆಚ್ಚಿನ ಸಿದ್ಧತೆಯನ್ನೇನೂ ಮಾಡಿಕೊಳ್ಳಲಿಲ್ಲ. ಇಡೀ ದಿನ ಎಂದಿನಂತೆ ಚಳವಳಿಗೆ ದೇಣಿಗೆ ಸಂಗ್ರಹಣೆ ಮುಂತಾದ ಕೆಲಸದಲ್ಲಿ ಮುಳುಗಿದ್ದ. ಮದುವೆಯ ನಂತರ ಇಬ್ಬರೂ ಕಾಂಗ್ರೆಸ್ ಬಾವುಟವನ್ನು ಹಾರಿಸಲು ನಿರ್ಧರಿಸಿದ್ದರು.

ಬಾಬಾಜಿ ಬರುವ ಮೊದಲು, ನಾನು ಗುಲಾಂ ಅಲಿಗೆ ಹೇಳಿದ್ದೆ, ಒಂದಿಷ್ಟು ವರ್ಷಗಳ ಕೆಳಗೆ, ಅಂದರೆ 1919ನೇ ಇಸವಿಯಲ್ಲಿ ಜಲಿಯನ್ವಾಲಾ ಬಾಗ್‌ನಲ್ಲಿ ಏನು ನಡೆಯಿತೆಂಬುದನ್ನು ನಾವು ಎಂದಿಗೂ ಮರೆಯಬಾರದು ಎಂದು. ಅಲ್ಲಿ ಒಂದು ಬಾವಿ ಇದೆ. ಜನರಲ್ ಡಯರ್ ತನ್ನ ಸೈನಿಕರಿಗೆ ಗುಂಡು ಹಾರಿಸುವುದನ್ನು ನಿಲ್ಲಿಸಲು ಆದೇಶಿಸುವಷ್ಟರಲ್ಲಿ ಆ ಬಾವಿಯ ತುಂಬಾ ಹೆಣಗಳು ತುಂಬಿದ್ದವು ಎಂದು ಜನರು ಹೇಳುತ್ತಾರೆ. ನಾನು ಅವನಿಗೆ ಹೇಳಿದ್ದೆ, ಆ ಬಾವಿಯ ನೀರನ್ನು ಜನರು ಇಂದಿಗೂ ಕುಡಿಯಲು ಬಳಸುತ್ತಾರೆ ಮತ್ತು ಆ ನೀರು ಇಂದಿಗೂ ಸಿಹಿಯಾಗಿಯೇ ಇದೆ ಎಂದು. ಬ್ರಿಟಿಷ್ ಜನರಲ್ ಮತ್ತವನ ಸೈನಿಕರು ಕಾರಣವಿಲ್ಲದೇ ಚೆಲ್ಲಾಡಿದ ನೆತ್ತರಿನ ಕುರುಹಿರಲಿಲ್ಲ ಆ ನೀರಿನಲ್ಲಿ. ಅಲ್ಲಿ ಈಗಲೂ ಹೂಗಳು ಅರಳುತ್ತವೆ, ಅಂದಿನಷ್ಟೇ ಸುಂದರವಾಗಿ. ನಾನು ಪಾರ್ಕಿನ ಎದುರಿಗಿದ್ದ ಮನೆ ತೋರಿಸಿದ್ದೆ ಗುಲಾಂ ಅಲಿಗೆ. ಆ ಹತ್ಯಾಕಾಂಡವನ್ನು ಕಿಟಕಿಯಲ್ಲಿ ನೋಡುತ್ತಾ ನಿಂತಿದ್ದ ಒಂದು

ಪುಟ್ಟ ಹುಡುಗಿಯ ಎದೆಯನ್ನು ಒಂದು ಗುಂಡು ಸೀಳಿ ಹಾಕಿತ್ತು ಎನ್ನುತ್ತಾರೆ. ಕೆಳಗಿನ ಗೋಡೆಯ ಮೇಲೆ ಅವಳ ರಕ್ತದ ಕಲೆ ಉಳಿದಿದೆ. ಗಮನಿಸಿ ನೋಡಿದರೆ ಬಹುಶಃ ಈಗಲೂ ಅದು ಕಾಣಿಸಬಹುದು.

ನನಗೆ ಚೆನ್ನಾಗಿ ನೆನಪಿದೆ, ಆ ಹತ್ಯಾಕಾಂಡವಾದ ಆರು ತಿಂಗಳಿಗೆ ನಮ್ಮ ಟೀಚರ್ ನಮ್ಮ ತರಗತಿಯ ಎಲ್ಲ ಹುಡುಗರನ್ನೂ ಜಲಿಯನ್ವಾಲಾ ಬಾಗ್‌ಗೆ ಕರೆದೊಯ್ದಿದ್ದರು. ಒಂದಿಷ್ಟು ಮಣ್ಣನ್ನು ಕೈಯಲ್ಲಿ ಹಿಡಿದು ನಮಗೆ ಹೇಳಿದ್ದರು, "ಮಕ್ಕಳೇ ನಮ್ಮ ಹುತಾತ್ಮರ ರಕ್ತ ಈ ಮಣ್ಣಿನಲ್ಲಿ ಬೆರೆತುಹೋಗಿದೆ."

ಬಾಬಾಜಿಗೆ ಶಿಷ್ಯರೆಲ್ಲರೂ ಮಿಲಿಟರಿಯವರಂತೆ ಸಲ್ಯೂಟ್ ಮಾಡಿದರು. ಅವರು ಮತ್ತು ಗುಲಾಂ ಅಲಿಯನ್ನು ಕ್ಯಾಂಪಿನಲ್ಲಿ ಸುತ್ತಾಡಿಸಿದರು. ಸಂಜೆಯು ಮುಗಿಯುತ್ತ ಬಂದಾಗ ಹೆಣ್ಣುಮಕ್ಕಳೆಲ್ಲ ಭಕ್ತಿಗೀತೆಗಳನ್ನು ಹಾಡಲು ಪ್ರಾರಂಭಿಸಿದರು. ಬಾಬಾಜಿ ಕಣ್ಣುಮುಚ್ಚಿ ಹಾಡು ಕೇಳುವುದರಲ್ಲಿ ತಲ್ಲೀನರಾದರು. ಹಾಡು ಮುಗಿಯಿತು. ಬಾಬಾಜಿ ಕಣ್ಣು ತೆರೆದು ಹೇಳಿದರು, "ಮಕ್ಕಳೇ, ನಾನಿಲ್ಲಿ ಈ ಇಬ್ಬರು ಸ್ವಾತಂತ್ರ್ಯ ಹೋರಾಟಗಾರರ ಮದುವೆಗೆಂದು ಬಂದಿದ್ದೇನೆ." ನೆರೆದವರೆಲ್ಲ ಹರ್ಷೋದ್ಗಾರ ಮಾಡಿದರು. ನಿಗರ್ ಭಾರತೀಯ ರಾಷ್ಟ್ರೀಯ ಕಾಂಗ್ರೆಸ್ ಧ್ವಜದ ಮೂರು ಬಣ್ಣಗಳಿರುವ ಸೀರೆಯನ್ನುಟ್ಟಿದ್ದಳು: ಕೇಸರಿ, ಬಿಳಿ, ಹಸಿರು. ಸಮಾರಂಭವು ಹಿಂದು ಮತ್ತು ಮುಸಲ್ಮಾನರ ಎರಡೂ ಸಂಪ್ರದಾಯಗಳ ರೀತಿಯಲ್ಲಿ ನಡೆಯಿತು.

ನಂತರ ಬಾಬಾಜಿ ಎದ್ದು ನಿಂತು ಮಾತನಾಡಲು ಪ್ರಾರಂಭಿಸಿದರು.

"ಈ ಇಬ್ಬರು ಮಕ್ಕಳು ಈಗ ಮೊದಲಿಗಿಂತ ಹೆಚ್ಚು ಉತ್ಸಾಹದಲ್ಲಿ ದೇಶಸೇವೆಯಲ್ಲಿ ತಮ್ಮನ್ನು ತೊಡಗಿಸಿಕೊಳ್ಳಲು ಸಾಧ್ಯವಾಗುತ್ತದೆ. ಮದುವೆಯ ಮುಖ್ಯ ಉದ್ದೇಶವೇ ಒಡನಾಡಿತ್ವ. ಇಂದು ಧರ್ಮಮುದ್ರೆ ಒತ್ತಲ್ಪಟ್ಟ ಈ ಸಂಬಂಧವು ಭಾರತದ ಸ್ವಾತಂತ್ರ್ಯಕ್ಕಾಗಿ ಮುಡಿಪಾಗುತ್ತದೆ. ಮದುವೆಯೆಂಬುದರಲ್ಲಿ ಕಾಮದ ಸುಳಿವು ಇರಬಾರದು. ಯಾರು ತಮ್ಮ ಬದುಕಿನಿಂದ ಕಾಮೋಚ್ಚಾಟನೆ ಮಾಡುತ್ತಾರೋ ಅವರಿಗೆ ನಮ್ಮ ಸಕಲ ಗೌರವವೂ ಸಲ್ಲುತ್ತದೆ." ಬಾಬಾಜಿ ಬಹಳ ಹೊತ್ತು ಮದುವೆಯ ಪರಿಕಲ್ಪನೆಯ ಬಗ್ಗೆ ಮಾತನಾಡಿದರು. ಅವರ ಪ್ರಕಾರ, ಮದುವೆಯ ಪರಿಪೂರ್ಣ ಆನಂದದ ಅನುಭವವಾಗುವುದು ಗಂಡ, ಹೆಂಡತಿಯರಿಬ್ಬರೂ ದೈಹಿಕ ಭೋಗವನ್ನು ಮೀರಿದಾಗಲೇ. ಇಬ್ಬರ ನಡುವಿನ ಲೈಂಗಿಕ ಸಂಬಂಧವು ಅಷ್ಟೇನೂ ಮುಖ್ಯವಲ್ಲದ್ದು. ಅದು ಆಹಾರ ತಿನ್ನುವುದರ ರೀತಿ. ಕೆಲವರು ಚಪಲಕ್ಕಾಗಿ ತಿನ್ನುತ್ತಾರೆ, ಮತ್ತೆ ಕೆಲವರು ಜೀವಂತವಾಗಿ ಉಳಿಯಲು ಮಾತ್ರ ತಿನ್ನುತ್ತಾರೆ. ಮದುವೆಯ ಪಾವಿತ್ರ್ಯವು ಲೈಂಗಿಕ ಮೂಲಪ್ರವೃತ್ತಿಯನ್ನೂ ಮೀರಿದ್ದು.

ಗುಲಾಂ ಅಲಿಯು ಬಾಬಾಜಿಯ ಅಸಂಬದ್ಧ ಮಾತುಗಳನ್ನು ಭಾವಸಮಾಧಿಯಲ್ಲಿರುವಂತೆ ಕೇಳುತ್ತಿದ್ದ. ಬಾಬಾಜಿ ಮಾತು ಮುಗಿಸಿದ ಕೂಡಲೇ ನಿಗರಳ ಕಿವಿಯಲ್ಲಿ ಏನೋ ಪಿಸುಗುಟ್ಟಿದ. ನಂತರ, ವೇದಿಕೆಯ ಮೇಲೆ ಎದ್ದು ನಿಂತು, ಭಾವೋದ್ವೇಗದಿಂದ ನಡುಗುತ್ತಿರುವ ದನಿಯಲ್ಲಿ ಹೇಳಿದ, "ನಾನು ಒಂದು ಘೋಷಣೆ ಮಾಡಬೇಕಿದೆ. ಎಲ್ಲಿಯವರೆಗೆ ಭಾರತಕ್ಕೆ ಸ್ವಾತಂತ್ರ್ಯ ದೊರಕುವುದಿಲ್ಲವೋ, ಅಲ್ಲಿಯವರೆಗೆ ನಾನು ಮತ್ತು ನಿಗರ್ ಸ್ನೇಹಿತರಂತೆ ಬದುಕುತ್ತೇವೆ, ಗಂಡ ಹೆಂಡತಿಯರಂತಲ್ಲ." ಹೆಂಡತಿಯ ಕಡೆ ನೋಡುತ್ತಾ, "ನಿಗರ್, ಗುಲಾಮನಾಗಿ ಹುಟ್ಟುವ ಮಗುವಿಗೆ ನೀನು ತಾಯಿಯಾಗ ಬಯಸುತ್ತೀಯಾ?"

ನಂತರ ಗುಲಾಂ ಅಲಿ ವಿಷಯದಿಂದ ವಿಷಯಕ್ಕೆ ಹಾರುತ್ತ ಮಾತನಾಡುತ್ತಲೇ ಹೋದ. ಒಟ್ಟಿನಲ್ಲಿ ಬ್ರಿಟಿಷರ ವಿರುದ್ಧದ ಭಾರತದ ಸ್ವಾತಂತ್ರ್ಯದ ಬಗ್ಗೆ ಭಾವೋದ್ವೇಗದ ಮಾತುಗಳು. ನಡುವೆ ನಿಗರಳನ್ನು ನೋಡುತ್ತಾ ಮಾತು ನಿಲ್ಲಿಸಿದ. ನನಗಂತೂ ಅವನು, ಕುಡಿದ ನಂತರ ತೀರಾ ತಡವಾಗಿ ಜೇಬಿನಲ್ಲಿ ಹಣವಿಲ್ಲವೆಂದು ಜ್ಞಾನೋದಯವಾದ ಕುಡುಕನ ರೀತಿ ಕಾಣಿಸಿದ. ಆದರೆ ಅವನು ಬಹಳ ಬೇಗ ಸಾವರಿಸಿಕೊಂಡು ಬಾಬಾಜಿಗೆ ಹೇಳಿದ, "ನಮಗೆ ನಿಮ್ಮ ಆಶೀರ್ವಾದ ಬೇಕು. ನಾವು ಇಂದು ಮಾಡಿದ ಪ್ರತಿಜ್ಞೆಗೆ ನಿಷ್ಠೆಯಿಂದ ಬದ್ಧರಾಗಿರುತ್ತೇವೆಂದು ಈ ಮೂಲಕ ಪ್ರಮಾಣ ಮಾಡುತ್ತೇವೆ."

ಮರುದಿನ ಗುಲಾಂ ಅಲಿ ದಸ್ತಗಿರಿಯಾದ, ಬ್ರಿಟಿಷ್ ಸರಕಾರವನ್ನು ಉರುಳಿಸುತ್ತೇನೆಂದು ಬೆದರಿಕೆ ಹಾಕಿದ್ದಕ್ಕೆ ಮತ್ತು ಎಲ್ಲಿಯವರೆಗೆ ವಿದೇಶೀಯರ ಆಳ್ವಿಕೆ ಇರುತ್ತದೋ ಅಲ್ಲಿಯವರೆಗೆ ತಂದೆಯಾಗುವುದಿಲ್ಲವೆಂದು ಸಾರ್ವಜನಿಕವಾಗಿ ಘೋಷಿಸಿದ್ದಕ್ಕೆ. ಎಂಟು ತಿಂಗಳ ಸಜೆಯಾಗಿ ದೂರದ ಮುಲ್ತಾನ್ ಕಾರಾಗೃಹಕ್ಕೆ ಕಳಿಸಲ್ಪಟ್ಟ. ಅವನು ಕಾರಾಗೃಹಕ್ಕೆ ತಳ್ಳಲ್ಪಟ್ಟ ಅಮೃತಸರದ ನಲವತ್ತನೇ 'ಡಿಕ್ಟೇಟರ್' ಮತ್ತು ಬ್ರಿಟಿಷರ ವಿರುದ್ಧದ ಕಾನೂನು ಅಸಹಕಾರ ಚಳವಳಿಯ ನಲವತ್ತನೆಯ ಸಾವಿರದ ಸೆರೆಯಾಳಾಗಿದ್ದ.

ಆಗ ನಮ್ಮಲ್ಲಿ ಹೆಚ್ಚಿನವರು ಬ್ರಿಟಿಷರನ್ನು ಭಾರತದಿಂದ ಓಡಿಸುವುದು ಕೇವಲ ಕೆಲವೇ ದಿನಗಳ ಮಾತಷ್ಟೇ ಎಂದು ನಂಬಿದ್ದೆವು. ಆದರೆ ಅವರು ನಾವು ಅಂದುಕೊಂಡಿದ್ದಕ್ಕಿಂತ ಹೆಚ್ಚು ಬುದ್ಧಿವಂತರಾಗಿದ್ದರು. ಚಳವಳಿ ಕಾವೇರಿದ ನಂತರ ಅವರು ಇದ್ದಕ್ಕಿದ್ದಂತೆ ನಾಯಕರ ಜೊತೆ ಒಪ್ಪಂದ ಮಾಡಿಕೊಂಡ ಪರಿಣಾಮವಾಗಿ ಕಾವು ಇಳಿಯಿತು. ಕಾರ್ಯಕರ್ತರು ಬಿಡುಗಡೆಯಾಗಿ ಹೊರಬರಲಾರಂಭಿಸಿದ ಮೇಲೆ ಅವರಿಗೆ ವಾತಾವರಣದಲ್ಲಾದ ಬದಲಾವಣೆ ಅರಿವಾಗುತ್ತಾ ಹೋಯಿತು. ಅವರಲ್ಲಿ ಹೆಚ್ಚಿನವರು ಬುದ್ಧಿವಂತಿಕೆಯಿಂದ ಅವರವರ ಮಾಮೂಲು ಸಪ್ಪೆ ಬದುಕಿಗೆ ಮರಳಿದರು.

ಗುಲಾಂ ಅಲಿ ಏಳು ತಿಂಗಳ ನಂತರ ಬಿಡುಗಡೆಯಾದ. ಹಿಂದಿನ ಉತ್ಸಾಹ ಇರಲಿಲ್ಲ ಎಂಬುದು ನಿಜವಾದರೂ, ಅಮೃತಸರದ ರೈಲ್ವೆ ನಿಲ್ದಾಣದಲ್ಲಿ ಅವನನ್ನು ಬರಮಾಡಿಕೊಳ್ಳಲು ದೊಡ್ಡ ಗುಂಪೇ ಕಾದಿತ್ತು. ಅಲ್ಲಿಂದ ಮೆರವಣಿಗೆಯಲ್ಲಿ ಅವನನ್ನು ಕರೆದೊಯ್ದರು. ಅವನ ಗೌರವಾರ್ಥ ಅನೇಕ ಸಾರ್ವಜನಿಕ ಸಭೆಗಳನ್ನು ಏರ್ಪಡಿಸಿದ್ದರಾದರೂ, ಮೊದಲಿನ ಉತ್ಸಾಹ ಮತ್ತು ಕಾವು ಇಲ್ಲವಾಗಿರುವುದು ಸ್ಪಷ್ಟವಾಗಿ ತಿಳಿಯುತ್ತಿತ್ತು. ಜನರಲ್ಲಿ ಒಂದು ರೀತಿಯ ಆಯಾಸ ಕಂಡು ಬರುತ್ತಿತ್ತು. ಮ್ಯಾರಥಾನ್ ಓಟಗಾರರು ಎಷ್ಟೋ ದೂರ ಕ್ರಮಿಸಿದ ನಂತರ, ಸಂಘಟಕರು ಓಟ ನಿಲ್ಲಿಸಿ ಮತ್ತೆ ಮೊದಲು ಪ್ರಾರಂಭಿಸಿದಲ್ಲಿಗೆ ಹೋಗಿ ಮೊದಲಿನಿಂದ ಓಡಲು ಪ್ರಾರಂಭಿಸಿ ಎಂದು ಹೇಳಿದಂತಾಗಿತ್ತು.

ವರ್ಷಗಳು ಉರುಳಿದವು. ಆದರೆ ಮೊದಲಿನ ರಭಸ ಹಿಂದಿರುಗಲೇ ಇಲ್ಲ. ನನ್ನ ಬದುಕಿನಲ್ಲಿ ಹಲವಾರು ಸಣ್ಣ, ದೊಡ್ಡ ಬದಲಾವಣೆಗಳಾದವು. ನಾನು ಕಾಲೇಜ್ ಸೇರಿದೆ, ಆದರೆ ಪರೀಕ್ಷೆಯಲ್ಲಿ ಎರಡು ಬಾರಿ ಫೇಲ್ ಆದೆ. ಅಪ್ಪ ಸತ್ತುಹೋದರು. ನಾನು ಕೆಲಸ ಹುಡುಕುತ್ತ ಅಲೆಯಲಾರಂಭಿಸಿದೆ. ಕಡೆಗೆ ಯಾವುದೋ ಮೂರನೇ ದರ್ಜೆ ಪೇಪರ್ ಕಚೇರಿಯಲ್ಲಿ ಭಾಷಾಂತರಕಾರನ ಕೆಲಸ ದೊರೆಯಿತು. ಆದರೆ ಸ್ವಲ್ಪ ಕಾಲದಲ್ಲೇ ನನಗೆ ಆ ಕೆಲಸ ಸರಿಹೋಗದೇ ಅದನ್ನು ಬಿಟ್ಟೆ. ಆ ನಂತರ ಅಲಿಘರ್ ಮುಸ್ಲಿಂ ವಿಶ್ವವಿದ್ಯಾಲಯಕ್ಕೆ ಸೇರಿದೆ. ಆದರೆ ಆರೋಗ್ಯ ಹದಗೆಟ್ಟು, ಸುಧಾರಿಸಿಕೊಳ್ಳಲು ಹಿತಕರ ಹವಾಮಾನದ ಅವಶ್ಯಕತೆ ಇದೆಯೆಂದು ಕಾಶ್ಮೀರಕ್ಕೆ ಕಳಿಸಿದರು. ಅಲ್ಲಿ ಮೂರು ತಿಂಗಳಿದ್ದು, ನಂತರ ಬಾಂಬೆ ಸೇರಿದೆ. ಅಲ್ಲಿನ ಸದಾಕಾಲದ ಹಿಂದು–ಮುಸ್ಲಿಂ ಗಲಭೆಗೆ ರೋಸಿಹೋಗಿ ನಾನು ಡೆಲ್ಲಿಗೆ ಹೋದೆ. ಆದರೆ ಅದು ತೀರಾ ಆಲಸ್ಯದ, ನೀರಸ ಸ್ಥಳವೆನ್ನಿಸಿ, ಮತ್ತೆ ಅಪರಿಚಿತರ ಬಗ್ಗೆ ಸ್ವಲ್ಪವೂ ತಲೆ ಕೆಡಿಸಿಕೊಳ್ಳದ ಜನರಿರುವ ಊರಾದರೂ ಸರಿಯೇ ಎಂದು ಬಾಂಬೆಗೆ ಮರಳಿದೆ.

ನಾನು ಅಮೃತಸರವನ್ನು ಬಿಟ್ಟು ಎಂಟು ವರ್ಷಗಳು ಕಳೆದುಹೋಗಿದ್ದವು. ನನ್ನ ಹಳೆಯ ಗೆಳೆಯ ಹೇಗಿದ್ದಾನೆ ಎಂಬುದಾಗಲಿ, ನನ್ನ ಯೌವನದ ದಿನಗಳನ್ನು ಕಳೆದ ಆ ರಸ್ತೆಗಳು, ಚೌಕಗಳು ಏನಾಗಿವೆ ಎಂಬ ಯಾವುದೇ ವಿಷಯ ತಿಳಿದಿರಲಿಲ್ಲ. ನಾನು ಯಾರಿಗೂ ಪತ್ರ ಬರೆದಿರಲಿಲ್ಲ, ನಿಜಕ್ಕೂ ಹೇಳಬೇಕೆಂದರೆ ನನಗೆ ನನ್ನ ಭೂತದಲ್ಲಾಗಲಿ ಭವಿಷ್ಯದಲ್ಲಾಗಲಿ ಆಸಕ್ತಿಯಿರಲಿಲ್ಲ. ನಾನು ವರ್ತಮಾನದಲ್ಲಷ್ಟೇ ಬದುಕುತ್ತಿದ್ದೆ. ಕಳೆದುಹೋದ ದಿನಗಳು ಖರ್ಚು ಮಾಡಿದ ಹಣದಂತೆನಿಸುತ್ತಿತ್ತು. ಕಳೆದುಹೋದ ದಿನಗಳ ಬಗ್ಗೆ ಯೋಚಿಸುವುದೆಂದರೆ ಎಂದೋ ಖರ್ಚು ಮಾಡಿದ ಹಣಕ್ಕೆ ಈಗ ಲೆಕ್ಕ ಬರೆದಿಟ್ಟಂತೆ ಅಷ್ಟೇ.

ಒಂದು ಮಧ್ಯಾಹ್ನ ನನ್ನಲ್ಲಿ ಸಮಯ ಮತ್ತು ಹಣ ಎರಡೂ ಇದ್ದುದರಿಂದ ಒಂದು ಜೊತೆ ಬೂಟು ಕೊಳ್ಳಲು ನಿರ್ಧರಿಸಿದೆ. ಒಂದು ಸಲ ಡಿಫೆನ್ಸ್ ಮಾರುಕಟ್ಟೆಯ ಹತ್ತಿರ, ಶೋಕೇಸಿನಲ್ಲಿ ಆಕರ್ಷಕವಾದ ಬೂಟುಗಳನ್ನಿಟ್ಟ ಪುಟ್ಟ ಅಂಗಡಿಯೊಂದು ಇರುವುದನ್ನು ಗಮನಿಸಿದ್ದೆ. ಹುಡುಕಿದರೆ ಆ ಅಂಗಡಿ ಸಿಗಲಿಲ್ಲ. ಆದರೆ ಅಲ್ಲಿಯೇ ಮತ್ತೊಂದು ಅಂಗಡಿ ಕಾಣಿಸಿತು, ನ್ಯಾಯವಾದ ಬೆಲೆಯೂ ಇದ್ದಂತಿತ್ತು.

"ರಬ್ಬರ್ ಸೋಲ್ ಇರುವ ಬೂಟು ತೋರಿಸಿ," ಅಂಗಡಿ ಸಹಾಯಕನಿಗೆ ಹೇಳಿದೆ.

"ನಮ್ಮಲ್ಲಿ ಅದನ್ನು ಇಟ್ಟಿಲ್ಲ," ಅಂದ.

ಹೇಗೂ ಮಳೆಗಾಲ ಹತ್ತಿರವಾಗುತ್ತಿದ್ದುದರಿಂದ, "ಆ್ಯಂಕಲ್ ಬೂಟುಗಳಿವೆಯಾ," ಎಂದು ಕೇಳಿದೆ.

"ಅವುಗಳನ್ನೂ ಇಟ್ಟಿಲ್ಲ. ಆ ಮೂಲೆಯಲ್ಲಿದೆಯಲ್ಲ, ಆ ಅಂಗಡಿಯಲ್ಲಿ ಪ್ರಯತ್ನಿಸಿ ನೋಡಿ. ನಮ್ಮ ಬಳಿ ರಬ್ಬರಿನ ಯಾವ ಬೂಟುಗಳನ್ನೂ ಇಡುವುದಿಲ್ಲ," ಎಂದ.

"ಯಾಕೆ?" ಎಂದೆ ಆಶ್ಚರ್ಯದಿಂದ.

"ನಮ್ಮ ಯಜಮಾನರ ಆರ್ಡರ್," ಎಂದುತ್ತರಿಸಿದ.

ರಬ್ಬರ್ ಬೂಟುಗಳನ್ನು ಮಾರದ ಆ ವಿಚಿತ್ರ ಅಂಗಡಿಯಿಂದ ಹೊರಬರುತ್ತಿರಬೇಕಾದರೆ, ಪುಟ್ಟ ಕೂಸೊಂದನ್ನು ಎತ್ತಿಕೊಂಡಿದ್ದ ಒಬ್ಬಾತನನ್ನು ನೋಡಿದೆ. ಅವನು ಕಿತ್ತಲೆ ಹಣ್ಣುಗಳನ್ನು ಕೊಳ್ಳುತ್ತಾ ನಿಂತಿದ್ದ. 'ಗುಲಾಂ ಅಲಿ' ನಾನು ಉತ್ಸಾಹದಿಂದ ಕಿರುಚಿದೆ. 'ಸಾದತ್' ಅವನೂ ಕಿರುಚಿ ನನ್ನನ್ನು ತಬ್ಬಿದ. ಆ ಮಗುವಿಗೆ ಅದು ಇಷ್ಟವಾಗದೇ ಅಳಲು ಪ್ರಾರಂಭಿಸಿತು.

ಅವನು ಅಂಗಡಿಯ ಒಳಗೆ ಹೋಗಿ, ನಾನು ಈಗ ತಾನೇ ಮಾತನಾಡಿದ ಸಹಾಯಕನ ಕೈಗೆ ಮಗುವನ್ನು ಕೊಟ್ಟು ಮನೆಗೆ ಕರೆದೊಯ್ಯಲು ಹೇಳಿದ. "ಎಷ್ಟೋ ವರ್ಷಗಳೇ ಆದವು ಅಲ್ಲವಾ ನಾವು ಭೇಟಿಯಾಗಿ?" ಎಂದ. ನಾನು ಗುಲಾಂ ಅಲಿಯ ಚಹರೆಯನ್ನೇ ಗಮನಿಸಿದೆ. ಅವನ ಟ್ರೇಡ್ ಮಾರ್ಕ್ ಆಗಿದ್ದ ಟೋಪಿ ಮತ್ತು ಸ್ಥಿರತೆ ಈಗ ಅವನಲ್ಲಿ ಕಾಣಲಿಲ್ಲ. ಅವನೀಗ ಜಲಿಯನ್ವಾಲಾ ಬಾಗ್‌ನಲ್ಲಿ ಸ್ಫೋಟಕ ಭಾಷಣಗಳನ್ನು ಮಾಡುತ್ತಿದ್ದ ಖಾದಿಧಾರಿ ಕ್ರಾಂತಿಕಾರಿಯಾಗಿರಲಿಲ್ಲ. ಸಾಧಾರಣ ಗೃಹಸ್ಥನಂತಿದ್ದ.

ನನ್ನ ಮನಸ್ಸು ಅವನ ಕೊನೆಯ ಭಾಷಣವನ್ನು ನೆನೆಸಿಕೊಂಡಿತು. "ನಿಗರ್, ಗುಲಾಮನಾಗಿ ಹುಟ್ಟುವ ಮಗುವಿಗೆ ನೀನು ತಾಯಿಯಾಗ ಬಯಸುತ್ತೀಯಾ?" ತಕ್ಷಣ ಅವನು ಎತ್ತಿಕೊಂಡಿದ್ದ ಆ ಮಗುವಿನ ನೆನಪಾಗಿ, "ಅದು ಯಾರ ಮಗು?" ಎಂದು ಕೇಳಿದೆ. "ನನ್ನದು. ಇವನಿಗಿಂತ ದೊಡ್ಡದೊಂದು ಮಗುವಿದೆ." "ನಿನಗೆಷ್ಟು ಮಕ್ಕಳು?" ಅವನು ತಡವರಿಸದೇ ಉತ್ತರಿಸಿದ. ನನಗೆ ಒಂದು ಕ್ಷಣ ಅದು ಗುಲಾಂ

ಅಲಿಯಲ್ಲದೆ ಬೇರೆ ಯಾರೋ ಅನ್ನಿಸಲು ಶುರುವಾಯಿತು. ನನ್ನ ತಲೆಯಲ್ಲಿ ನೂರಾರು ಯೋಚನೆಗಳು ಹರಿದಾಡಲಾರಂಭಿಸಿತು.

ಗುಲಾಂ ಅಲಿ ಆ ದಿನ ಮಾಡಿದ ಪ್ರತಿಜ್ಞೆಯನ್ನು ಮರೆತೇ ಬಿಟ್ಟನಾ?
ರಾಜಕೀಯ ಈಗ ಅವನ ಬದುಕಿನ ಭಾಗವಾಗಿಲ್ಲವಾ?
ಹಿಂದುಸ್ತಾನಕ್ಕೆ ಸ್ವಾತಂತ್ರ್ಯ ದೊರಕಿಸಿ ಕೊಡುವ ಆ ಉತ್ಸಾಹ, ಆ ಆಕ್ರೋಶ ಎಲ್ಲಿ ಹೋಯಿತು?
ನನಗೆ ಪರಿಚಿತನಾಗಿದ್ದ ಆ ಬಿಸಿರಕ್ತದ ಕ್ರಾಂತಿಕಾರಿ ಎಲ್ಲಿ ಹೋದ?
ನಿಗರ್ ಏನಾದಳು?
ಇಬ್ಬರು ಗುಲಾಮ ಮಕ್ಕಳಿಗೆ ಜನ್ಮ ಕೊಡಲು ಅವಳು ಒಪ್ಪಿಕೊಂಡಳಾ?
ಅಥವಾ ಅವಳೇನಾದರೂ ಸತ್ತುಹೋಗಿರಬಹುದಾ? ಸಾಧ್ಯವಿದೆ... ಗುಲಾಂ ಅಲಿ ಎರಡನೇ ಮದುವೆಯೇನಾದರೂ ಆಗಿರಬಹುದಾ?

“ಏನು ಯೋಚಿಸುತ್ತಿರುವೆ... ಏನಾದರೂ ಮಾತಾಡು. ನಾವು ಭೇಟಿಯಾಗಿ ಎಷ್ಟು ದಿನಗಳಾಗಿವೆ,” ಗುಲಾಂ ಅಲಿ ನನ್ನ ಹೆಗಲ ಮೇಲೆ ಜೋರಾಗಿ ಗುದ್ದಿದ. ನಾನು ಬಹುಶಃ ಮೌನವಾಗಿ ಉಳಿದುಬಿಟ್ಟಿದ್ದೆ ಅನಿಸುತ್ತದೆ. ಬೆಚ್ಚಿಬಿದ್ದು, “ಹಾ” ಎಂದು ಕೂಗಿ ಮಾತು ಎಲ್ಲಿಂದ ಶುರು ಮಾಡಲಿ ಎಂದು ಯೋಚಿಸಲಾರಂಭಿಸಿದೆ.

ಆದರೆ ಅವನು ನನ್ನ ಮಾತಿಗೆ ಕಾಯದೆ ತಾನೇ ಮಾತನಾಡಲು ಪ್ರಾರಂಭಿಸಿದ. “ಈ ಅಂಗಡಿ ನನ್ನದೇ. ನಾನು ಎರಡು ವರ್ಷಗಳಿಂದ ಬಾಂಬೆಯಲ್ಲಿಯೇ ಇದ್ದೇನೆ. ವ್ಯಾಪಾರ ಚೆನ್ನಾಗಿ ನಡೆಯುತ್ತಿದೆ. ತಿಂಗಳಿಗೆ ಮುನ್ನೂರು ನಾನ್ನೂರು ಬರುತ್ತದೆ. ನೀನೇನು ಮಾಡುತ್ತಿದ್ದೀ? ನೀನೀಗ ದೊಡ್ಡ ಬರಹಗಾರನಾಗಿದ್ದೀಯಂತ ಕೇಳಿದೆ. ನಿನಗೆ ಹಳೆಯ ದಿನಗಳು ನೆನಪಿದೆಯಾ? ನಾವೊಂದು ಸಲ ಬಾಂಬೆಗೆ ಓಡಿಹೋಗಿದ್ದೆವಲ್ಲ? ಆದರೆ ಆಶ್ಚರ್ಯವೆನಿಸುತ್ತದೆ ಆ ಬಾಂಬೆ ಮತ್ತು ಈ ಬಾಂಬೆಗೆ ಅದೆಷ್ಟು ವ್ಯತ್ಯಾಸವಿದೆ ಎಂದು. ಅದು ಚಿಕ್ಕದಾಗಿದ್ದು ಈಗ ದೊಡ್ಡದಾಗಿದೆ ಅನಿಸುತ್ತದೆ.”

ಅಷ್ಟರಲ್ಲಿ ಯಾರೋ ಗಿರಾಕಿ ಟೆನ್ನಿಸ್ ಶೂ ಕೇಳಿಕೊಂಡು ಬಂದ. ಗುಲಾಂ ಅಲಿ, “ರಬ್ಬರ್ ವಸ್ತುಗಳನ್ನು ನಾವು ಇಡುವುದಿಲ್ಲ. ರಸ್ತೆಯ ಮೂಲೆಯಲ್ಲಿರುವ ಆ ಅಂಗಡಿಯಲ್ಲಿ ಪ್ರಯತ್ನಿಸಿ,” ಎಂದ. ಆ ಗಿರಾಕಿ ಹೊರಗೆ ಹೋದ ನಂತರ ನಾನು, “ನೀನು ಯಾಕೆ ರಬ್ಬರ್ ಶೂಗಳನ್ನು ಇಡುವುದಿಲ್ಲ? ನಾನು ಕೂಡಾ ಇಲ್ಲಿಗೆ ಅದನ್ನೇ ಹುಡುಕಿಕೊಂಡು ಬಂದೆ,” ಎಂದು ಕೇಳಿದೆ. ನಾನು ಸುಮ್ಮನೆ ಪ್ರಶ್ನೆ ಕೇಳಿದ್ದಷ್ಟೇ. ಆದರೆ ಗುಲಾಮ್ ಅಲಿಯ ಮುಖ ಇದ್ದಕ್ಕಿದ್ದಂತೆ ಮಂಕಾಗಿ, ಮೆಲುದನಿಯಲ್ಲಿ, “ನನಗೆ ಇಷ್ಟವಿಲ್ಲ” ಎಂದಷ್ಟೇ ಹೇಳಿದ.

"ಏನು ಇಷ್ಟವಿಲ್ಲ?"

"ಅದೇ ರಬ್ಬರ್... ರಬ್ಬರಿನಿಂದ ಮಾಡಿದ ವಸ್ತುಗಳು" ಇಷ್ಟು ಹೇಳಿದವನೇ ಅವನು ಮುಗುಳ್ನಗಲು ಪ್ರಯತ್ನಿಸಿದ. ಅದು ಸಾಧ್ಯವಾಗದಾದಾಗ ಜೋರು ದನಿಯಲ್ಲಿ ನಗಲು ಪ್ರಾರಂಭಿಸಿದ. "ಯಾಕೆಂದು ಹೇಳುತ್ತೇನೆ. ಅದು ಕೆಲಸಕ್ಕೆ ಬಾರದ ವಸ್ತು. ಆದರೆ ನನ್ನ ಬದುಕಿಗೆ ಅದರೊಡನೆ ಆಳವಾದ ಸಂಬಂಧವಿದೆ," ಗುಲಾಂ ಅಲಿ ಆಳವಾಗಿ ಯೋಚಿಸಲು ಪ್ರಾರಂಭಿಸಿದ. ಅವನ ಸುಂದರ ಮುಖವನ್ನು ಕವಿದಿದ್ದ ಆತಂಕಭಾವ ಇದ್ದಕ್ಕಿದ್ದಂತೆ ಕರಗಿತು. "ಆ ಜೀವನ ದರಿದ್ರವಾಗಿತ್ತು. ಸತ್ಯ ಹೇಳುತ್ತೇನೆ ನಾನು ಆ ದಿನಗಳನ್ನು ಮರೆತುಬಿಟ್ಟಿದ್ದೇನೆ. ನನ್ನ ತಲೆಯೊಳಗೆ ನಾಯಕನಾಗುವ ಹುಚ್ಚು ಯೋಚನೆಯಿತ್ತು. ನಾಲ್ಕೈದು ವರ್ಷಗಳ ನಂತರ ನಾನು ಸಂತೋಷವಾಗಿದ್ದೇನೆ. ಹೆಂಡತಿ ಇದ್ದಾಳೆ, ಮಕ್ಕಳಿದ್ದಾರೆ, ಅಲ್ಲಾಹನ ದಯೆಯಿಂದ ವ್ಯಾಪಾರ ಕೂಡಾ ಚೆನ್ನಾಗಿ ನಡೆಯುತ್ತಿದೆ."

ಅಲ್ಲಾಹನ ದಯೆಯ ಪ್ರೇರಣೆಯಿಂದ ಗುಲಾಂ ಅಲಿ ವ್ಯಾಪಾರದ ಬಗೆಗಿನ ಮಾತು ಶುರುಮಾಡುತ್ತ ತಾನು ಹಿಂಜರಿಯುತ್ತಲೇ ಕೆಲಸ ಶುರುಮಾಡಿದೆನೆಂದು ಹೇಳಿದ. ಒಂದು ವರ್ಷದ ಲಾಭವನ್ನು ಹೇಳಿದ. ಈಗ ಬ್ಯಾಂಕಿನಲ್ಲಿ ಎಷ್ಟು ಹಣವಿದೆ ಎನ್ನುವುದನ್ನೂ ವಿವರಿಸಿದ. ನಾನು ಅವನ ಮಾತಿನ ನಡುವೆ ಬಾಯಿ ಹಾಕಿ, "ಆದರೆ ನೀನು ಯಾವುದೋ ಕೆಟ್ಟ ವಸ್ತುವಿನ ಬಗ್ಗೆ ಹೇಳಿದೆ. ಅದರೊಂದಿಗೆ ನಿನ್ನ ಬದುಕಿನ ನಂಟು ತುಂಬಾ ಆಳವಾಗಿತ್ತು ಎಂದು ಸಹ ಹೇಳಿದೆ," ಎಂದು ಕೇಳಿದೆ. ಗುಲಾಂ ಅಲಿಯ ಮುಖ ಮತ್ತೊಮ್ಮೆ ಕಳೆಗುಂದಿತ್ತು. ಒಂದು ನಿಡಿದಾದ ಉಸಿರೊಂದನ್ನು ಹೊರಚೆಲ್ಲಿದ ಆತ, "ತುಂಬಾ ಆಳವಾದ ನಂಟಿತ್ತು... ದೇವರ ದಯೆಯಿಂದ ಈಗ ಇಲ್ಲ... ಆದರೆ ಇರು, ನಿನಗೆ ಪೂರ್ತಿ ಕಥೆಯನ್ನೇ ಹೇಳಬೇಕಾಗುತ್ತದೆ," ಎಂದ. ಅಷ್ಟರಲ್ಲಿ ಆತನ ಆಳು ಅಲ್ಲಿಗೆ ಬಂದ. ಅಂಗಡಿಯನ್ನು ಆಳಿನ ಸುಪರ್ದಿಗೊಪ್ಪಿಸಿ ಆತ ನನ್ನನ್ನು ಒಳಕೋಣೆಗೆ ಕರೆದೊಯ್ದ. ಅಲ್ಲಿ ಕೂತು ತನಗೇಕೆ ರಬ್ಬರ್ ವಸ್ತುಗಳ ಮೇಲೆ ದ್ವೇಷವೆನ್ನುವುದನ್ನು ಆತ ಸಾದ್ಯಂತವಾಗಿ ವಿವರಿಸಿದ.

"ನನ್ನ ರಾಜಕೀಯ ಬದುಕಿನ ಪ್ರಾರಂಭ ಹೇಗಾಯಿತೆನ್ನುವುದನ್ನು ನೀನು ಚೆನ್ನಾಗಿ ಬಲ್ಲೆ. ನನ್ನ ವ್ಯಕ್ತಿತ್ವ ಹೇಗಿತ್ತೆನ್ನುವುದು ಸಹ ನಿನಗೆ ಗೊತ್ತಿತ್ತು. ಹೆಚ್ಚುಕಡಿಮೆ ನಾವಿಬ್ಬರೂ ಒಂದೇ ತರಹ ಇದ್ದವರು. ನಾವು ಸರ್ವಗುಣಸಂಪನ್ನರು ಎಂದು ನಮ್ಮ ಹೆತ್ತವರು ಗರ್ವದಿಂದ ಹೇಳಿಕೊಳ್ಳುವ ಮಟ್ಟಕ್ಕಂತೂ ನಾವಿರಲಿಲ್ಲ. ನಿನಗೆ ಇದನ್ನೆಲ್ಲ ನಾನೇಕೆ ಹೇಳುತ್ತಿದ್ದೇನೋ ಗೊತ್ತಿಲ್ಲ. ಆದರೆ ನಾನು ಒಳ್ಳೆಯ ಚರಿತ್ರೆಯವನಲ್ಲ ಎನ್ನುವುದು ಬಹುಶಃ ನಿನಗೆ ಅರ್ಥವಾಗಿರಬಹುದು. ಏನಾದರೂ ಸಾಧಿಸಬೇಕೆನ್ನುವ ಉತ್ಸಾಹವಿತ್ತು ನನಗೆ. ರಾಜಕಾರಣದಲ್ಲಿ ನನ್ನ ಆಸಕ್ತಿಯ ಹುಟ್ಟಿಗೆ ಕಾರಣವೇ ಆ ಉತ್ಸಾಹ. ಆದರೆ ದೇವರಾಣೆಗೂ ಹೇಳುತ್ತೇನೆ, ನಾನು ಸುಳ್ಳನಾಗಿರಲಿಲ್ಲ. ದೇಶಕ್ಕಾಗಿ

ನಾನು ಜೀವವನ್ನಾದರೂ ಕೊಡಲು ಸಿದ್ಧನಿದ್ದೆ, ಬೇಕಿದ್ದರೆ ಈಗಲೂ ಕೊಡುತ್ತೇನೆ. ಆದರೆ ತುಂಬ ಯೋಚಿಸಿದ ನಂತರ ನನಗನ್ನಿಸಿದ್ದು, ಹಿಂದೂಸ್ತಾನದ ರಾಜಕಾರಣ ಮತ್ತು ನಾಯಕರು ಅತ್ಯಂತ ದುರ್ಬಲರು, ನನ್ನ ಹಾಗೆ. ಪ್ರತಿಸಲ ಒಂದು ಅಲೆಯೇಳುತ್ತದೆ. ಅದರಲ್ಲಿ ಉತ್ಸಾಹ, ಗದ್ದಲ, ಗಲಾಟೆ ಎಲ್ಲವೂ ಇರುತ್ತದೆ. ಆದರೆ ಮರುಕ್ಷಣವೇ ಅದು ಸ್ತಬ್ಧವಾಗಿ ಬಿಡುತ್ತದೆ. ನನ್ನ ಅನಿಸಿಕೆಯ ಪ್ರಕಾರ ತಾನೇ ತಾನಾಗಿ ಏಳುವ ಅಲೆಯಲ್ಲವದು... ಈ ಅಲೆಯನ್ನು ಕೃತಕವಾಗಿ ಸೃಷ್ಟಿಸಲಾಗುತ್ತದೆ... ಬಹುಶಃ ನಾನು ನಿನಗೆ ಸರಿಯಾಗಿ ಅರ್ಥ ಮಾಡಿಸುತ್ತಿಲ್ಲವೇನೋ..." ಗುಲಾಂ ಅಲಿಯ ಆಲೋಚನೆಗಳಲ್ಲಿ ತುಂಬಾ ಗೊಂದಲಗಳಿದ್ದವು.

ನಾನು ಅವನಿಗೆ ಸಿಗರೇಟು ಕೊಟ್ಟೆ. ಅದನ್ನು ಹಚ್ಚಿಕೊಂಡವನು ಜೋರಾಗಿ ಮೂರು ಬಾರಿ ಜುರಿಕೆಯನ್ನೆಳೆದು,

"ನಿನಗೇನೆನ್ನಿಸುತ್ತದೆ...? ಸ್ವಾತಂತ್ರ್ಯ ಪಡೆಯುವ ಸಲುವಾಗಿ ಹಿಂದೂಸ್ತಾನ ಮಾಡಿರುವ ಪ್ರತಿ ಪ್ರಯತ್ನವೂ ಅಸಹಜವಲ್ಲವಾ... ಪ್ರಯತ್ನವಲ್ಲ... ಅಂದರೆ ಇದರ ಪರಿಣಾಮ ಪ್ರತಿಬಾರಿ ಅಸಹಜವೇ ಆಗಿಲ್ಲವಾ...? ನಮಗೇಕೆ ಸ್ವಾತಂತ್ರ್ಯ ಸಿಗುತ್ತಿಲ್ಲ...? ನಾವೆಲ್ಲರೂ ನಿರ್ವೀರ್ಯರಾ? ಅಲ್ಲ, ನಾವೆಲ್ಲರೂ ಗಂಡಸರೇ. ಆದರೆ ನಮ್ಮ ಸಾಮರ್ಥ್ಯದ ಕೈಗಳು ಸ್ವಾತಂತ್ರ್ಯವನ್ನು ತಲುಪುತ್ತಲೇ ಇಲ್ಲ."

ನಾನು ಗುಲಾಂ ಅಲಿಗೆ, "ನಮ್ಮ ಮತ್ತು ಸ್ವಾತಂತ್ರ್ಯದ ನಡುವೆ ಯಾವುದೋ ವಸ್ತುವಿನೆ ತಡೆಯಿದೆ ಎನ್ನುವುದು ನಿನ್ನ ಅರ್ಥವಾ," ಎಂದು ಕೇಳಿದೆ. ಅವನ ಕಂಗಳಲ್ಲಿ ಹೊಳಪು ಕಂಡಿತು. "ಖಂಡಿತ ಹೌದು... ಆದರೆ ಇದ್ಯಾವುದೋ ಗಟ್ಟಿ ತಡೆ ಗೋಡೆಯಲ್ಲ. ಯಾವುದೋ ದೊಡ್ಡ ಬಂಡೆಯಲ್ಲ. ಪರರಿಗೆ ಮೋಸ ಮಾಡುತ್ತಲೇ ಸ್ವತಃ ನಾವೇ ಆತ್ಮವಂಚನೆ ಮಾಡಿಕೊಳ್ಳುವ ನಮ್ಮ ಢೋಂಗಿ ಬದುಕಿನ ಸಣ್ಣ ಪರದೆಯಷ್ಟೇ," ಎಂದ. ಅವನ ಆಲೋಚನೆಗಳಲ್ಲಿ ಮುಂಚಿನಷ್ಟೇ ಗೊಂದಲವಿತ್ತು. ಬಹುಶಃ ಆತ ತನ್ನ ಹಳೆಯ ಅನುಭವಗಳ ಮೆಲುಕು ಹಾಕುತ್ತಿದ್ದ ಅನಿಸುತ್ತದೆ.

"ಸಿಗರೇಟು ಆರಿಸಿ ಆತ ನನ್ನೆಡೆಗೆ ನೋಡಿ ಗಟ್ಟಿಯಾದ ದನಿಯಲ್ಲಿ, "ಮನುಷ್ಯ ಯಾವತ್ತಿಗೂ ಸಹಜವಾಗಿ ತಾನು ಇದ್ದ ಹಾಗೆಯೇ ಇರಬೇಕು. ಒಳ್ಳೆಯ ಕೆಲಸ ಮಾಡುವುದಕ್ಕೆ ತಲೆ ಬೋಳಿಸಿಕೊಂಡು, ಕೇಸರಿ ಬಟ್ಟೆ ಧರಿಸಿಕೊಂಡು, ಮೈಯ ತುಂಬೆಲ್ಲ ಬೂದಿ ಬಳಿದುಕೊಳ್ಳುವುದು ಕಡ್ಡಾಯವೇನಿಲ್ಲವಲ್ಲ. ಅದು ಅವರವರ ಇಚ್ಛೆ ಎಂದು ನೀನು ಹೇಳಬಹುದು. ಆದರೆ ಅವರವರ ಇದೇ ಇಚ್ಛೆ ದಿಕ್ಕು ತಪ್ಪಿಸುವಿಕೆಯ ಹರಡುವಿಕೆಗೆ ಕಾರಣವಾಗುತ್ತದೆ. ಈ ಜನ ದೊಡ್ಡವರೆನ್ನಿಸಿಕೊಂಡು ಮನುಷ್ಯನ ಸಾಮಾನ್ಯ ದೌರ್ಬಲ್ಯಗಳ ಬಗ್ಗೆ ನಿರ್ಲಕ್ಷ್ಯದಿಂದ ಇದ್ದುಬಿಡುತ್ತಾರೆ.

ಇವರ ಪಾತ್ರ, ಇವರ ಆಲೋಚನೆ, ಇವರ ಧರ್ಮಶ್ರದ್ಧೆಗಳು ಗಾಳಿಯಲ್ಲಿ ವಿಲೀನವಾಗಿ ಹೋಗುತ್ತವೆ ಎಂಬುದನ್ನು ಪೂರ್ತಿ ಮರೆತುಬಿಡುತ್ತಾರೆ. ಆದರೆ ಇವರ ದೇಹದ ಬೂದಿ, ಬೋಳಿಸಿಕೊಂಡಿರುವ ತಲೆಗಳು ಮತ್ತು ಕೇಸರಿ ಬಟ್ಟೆಗಳು ಮಾತ್ರ ಜನಮಾನಸದಲ್ಲಿ ಉಳಿದು ಹೋಗುತ್ತವೆನ್ನುವುದನ್ನು ಇವರು ಅರಿಯರು."

ಗುಲಾಂ ಅಲಿ ತೀರ ಉತ್ಸುಕನಾಗಿದ್ದ. "ಜಗತ್ತಿನಲ್ಲಿ ಬೇಕಾದಷ್ಟು ಸಂತರು ಹುಟ್ಟಿ ಸತ್ತರು. ಜನ ಅವರ ಉಪದೇಶಗಳನ್ನು ಮರೆತು ಬಿಟ್ಟಿದ್ದಾರೆ. ಶಿಲುಬೆ, ದಾರ, ಗಡ್ಡ, ಕೈಕಡಗಗಳನ್ನು ಮಾತ್ರ ನೆನಪಿಟ್ಟುಕೊಂಡಿದ್ದಾರೆ. ಸಾವಿರ ವರ್ಷಗಳ ಹಿಂದೆ ಹುಟ್ಟಿದ ಜನರಿಗಿಂತ ನಾವು ಹೆಚ್ಚು ಕುಶಾಗ್ರಮತಿಯರು. ಇಂದಿನ ಸಂತರಿಗೆ ತಾವು ಮನುಷ್ಯನ ಮುಖವನ್ನೇ ವಿರೂಪಗೊಳಿಸುತ್ತಿದ್ದೇವೆನ್ನುವುದು ಏಕೆ ಅರ್ಥವಾಗುತ್ತಿಲ್ಲ ಎನ್ನುವುದೇ ನನಗೆ ತಿಳಿಯದು. ದಯವಿಟ್ಟು ಮನುಷ್ಯನನ್ನು ಮನುಷ್ಯನಾಗಿಯೇ ಇರಲು ಬಿಡು, ಅವನ ಚಹರೆಯನ್ನಂತೂ ನೀನು ವಿರೂಪಗೊಳಿಸಿದ್ದಾಯ್ತು, ಈಗಲಾದರೂ ದಯೆ ತೋರು. ನೀನು ಅವನನ್ನು ದೇವರಾಗಿಸುವ ಪ್ರಯತ್ನದಲ್ಲಿದ್ದೀಯಾ ಆದರೆ ಆ ಬಡಪಾಯಿ ತನ್ನ ಮನುಷ್ಯತ್ವವನ್ನೇ ಕಳೆದುಕೊಳ್ಳುತ್ತಿದ್ದಾನೆ ಎಂದು ಜೋರಾಗಿ ಕಿರುಚಿಬಿಡಬೇಕು ಎನ್ನಿಸಿದ್ದು ಎಷ್ಟು ಸಲವೋ."

"ನಾನು ದೇವರ ಆಣೆ ಹಾಕಿ ಹೇಳುತ್ತಿದ್ದೇನೆ ಇದು ನನ್ನ ಆಂತರ್ಯದ ದನಿ. ಪ್ರಜ್ಞೆ ಇಟ್ಟುಕೊಂಡೇ ನಾನು ಮಾತನಾಡುತ್ತಿದ್ದೇನೆ. ಒಂದು ವೇಳೆ ಇದು ತಪ್ಪು ಎನ್ನುವುದಾದರೆ ಬದುಕಿನಲ್ಲಿ ಇನ್ಯಾವುದು ಕೂಡಾ ಸರಿ ಎಂದು ವ್ಯಾಖ್ಯಾನಿಸಲು ಸಾಧ್ಯವಿಲ್ಲ. ಎರಡು ವರ್ಷ... ಭರ್ತಿ ಎರಡು ವರ್ಷಗಳ ಕಾಲ ಮಂಥನ ನಡೆಸಿದ್ದೇನೆ ನಾನು."

"ನನ್ನ ಹೃದಯ, ನನ್ನ ಮನಸಾಕ್ಷಿ, ನನ್ನ ದೇಹ, ನನ್ನ ರೋಮ-ರೋಮಗಳೊಟ್ಟಿಗೆ ತಾರ್ಕಿಕವಾಗಿ ಗುದ್ದಾಡಿದ್ದೇನೆ. ಎಲ್ಲ ಅಂತರ್ಮಥನಗಳ ನಂತರ ಅನ್ನಿಸಿದ್ದೊಂದೇ... ಮನುಷ್ಯ ಕೊನೆಯವರೆಗೂ ಮನುಷ್ಯನಾಗಿದ್ದರೇನೇ ಚಂದ. ಎಲ್ಲೋ ಒಂದಿಬ್ಬರು ನರಹೀನರಾಗಿ ಬದುಕಿದರೆ ಅಡ್ಡಿಯಿಲ್ಲ. ಆದರೆ ಜಗತ್ತಿನ ಪ್ರತಿಯೊಬ್ಬರೂ ನರವಿಲ್ಲದವರಂತೆ ಬದುಕಿದರೆ ಮನುಷ್ಯನ ಕುಶಾಗ್ರತೆಗೆ ಅರ್ಥವಿದೆಯಾ...?" ಎಂದವನೇ ಮತ್ತೊಂದು ಸಿಗರೇಟು ಹಚ್ಚಿ ಅದರ ಕಿಚ್ಚನ್ನು ಹೆಚ್ಚಿಸುವಂತೆ ಮೆಲ್ಲಗೆ ಒಮ್ಮೆ ಕತ್ತನ್ನು ಆಡಿಸಿ, "ನಿನಗೆ ಗೊತ್ತಿಲ್ಲ ಸಾದತ್. ನಾನು ಅದೆಷ್ಟು ಮಾನಸಿಕ, ದೈಹಿಕ ಹಿಂಸೆಗಳನ್ನು ಅನುಭವಿಸಿದ್ದೇನೆ ಎಂದು ನಿನಗೆ ಅರಿವಿಲ್ಲ. ಆದರೆ ಮನುಷ್ಯನ ಸಹಜ ಪ್ರಕೃತಿಯ ವಿರುದ್ಧ ಹೋದವರೆಲ್ಲರೂ ಕ್ಷೋಭೆಯನ್ನು ಅನುಭವಿಸಲೇಬೇಕು. ನಿನಗೆ ಆ ರಾತ್ರಿ ನೆನಪಿರಬಹುದು, ಜಲಿಯನ್ವಾಲಾ ಬಾಗ್‌ನಲ್ಲಿ ನಾನು ಮತ್ತು ನಿಗರ್ ಮಕ್ಕಳನ್ನು ಹೆರುವುದಿಲ್ಲ ಎಂದು ಪ್ರತಿಜ್ಞೆ ಮಾಡಿದ್ದೆವಲ್ಲ, ಆ ದಿನ ದೇಹದಲ್ಲೆಲ್ಲ

ಒಂದು ವಿಲಕ್ಷಣ ವಿದ್ಯುತ್ ಸಂಚಾರದ ಭಾವ ನನಗೆ. ಇಂಥದ್ದೊಂದು ಶಪಥದ ನಂತರ ನನ್ನ ತಲೆ ಗರ್ವದಿಂದ ಆಗಸದೆತ್ತರಕ್ಕೆ ತಲುಪಬಹುದೇನೋ ಎನ್ನುವ ಭಾವ."

"ಆದರೆ ಜೈಲಿನಿಂದ ವಾಪಸ್ಸು ಬಂದ ನಂತರ ನಾನು ನನ್ನ ದೇಹದ, ನನ್ನ ಆತ್ಮದ ಅತಿಮುಖ್ಯ ಭಾವವೊಂದನ್ನು ಅರೆಜೀವವಾಗಿಸಿದ್ದೇನೆ ಎನ್ನುವುದು ನಿಧಾನಕ್ಕೆ ನನ್ನೊಳಗಿಳಿಯಲಾರಂಭಿಸಿತ್ತು. ನನ್ನದೇ ಕೈಗಳಿಂದ ಬದುಕಿನ ಚಂದದ ಹೂವೊಂದನ್ನು ಹೊಸಕಿ ಹಾಕಿದ್ದೆ ನಾನು. ಮೊದಮೊದಲು ಇಂಥದ್ದೊಂದು ಸಾಧನೆ ಮಾಡಿದ ಕೆಲವೇ ಕೆಲವು ಜನರ ಪೈಕಿ ನಾನೂ ಒಬ್ಬ ಎಂಬ ಹೆಮ್ಮೆ ನನಗಿತ್ತು. ಆದರೆ ನನ್ನ ಅರಿವು ವಿಸ್ತಾರವಾಗುವ ಹೊತ್ತಿಗೆ ಬದುಕಿನ ವಾಸ್ತವ ತನ್ನೆಲ್ಲ ಕಟುತ್ವದೊಂದಿಗೆ ನನ್ನ ರೋಮ-ರೋಮಗಳನ್ನು ಆವರಿಸಿಕೊಂಡುಬಿಟ್ಟಿತ್ತು."

"ಜೈಲಿನಿಂದ ಹೊರಬಿದ್ದವನು ನಿಗರಳನ್ನು ಭೇಟಿಯಾದೆ. ಅವಳು ಆಸ್ಪತ್ರೆ ಬಿಟ್ಟು ಬಾಬಾರ ಆಶ್ರಮವನ್ನು ಸೇರಿಕೊಂಡಿದ್ದಳು. ಏಳು ತಿಂಗಳ ನಂತರ ಅವಳನ್ನು ಭೇಟಿಯಾದಾಗ ಅವಳ ಬದಲಾದ ಹಾವಭಾವ. ರೂಪ, ಮಾನಸಿಕತೆ ಕಂಡು ನನಗೇನೋ ಭ್ರಾಂತಿ ಎಂದುಕೊಂಡಿದ್ದೆ. ಆದರೆ ಒಂದು ವರ್ಷ ಕಳೆದ ನಂತರ..." ಅವಳೊಟ್ಟಿಗೆ ಒಂದು ವರ್ಷ ಎನ್ನುವಾಗ ಗುಲಾಂ ಅಲಿಯ ತುಟಿಯಂಚಲ್ಲಿ ಸಣ್ಣ ವಿಷಾದದ ನಗುವಿತ್ತು... "ಒಂದು ವರ್ಷ ಅವಳೊಟ್ಟಿಗೆ ಕಳೆದಾಗ ನನ್ನನ್ನು ಕಾಡುತ್ತಿದ್ದ ನೋವೇ ಅವಳನ್ನೂ ಕಾಡುತ್ತಿತ್ತು ಎಂದು ನನಗರ್ಥವಾಗಿತ್ತು. ಆದರೆ ಅವಳಿಗೆ ಅದನ್ನು ನನಗೆ ಹೇಳಲಾಗಿರಲಿಲ್ಲ, ನನಗೂ ಅವಳಿಗೆ ಅದನ್ನು ಹೇಳಲು ಸಾಧ್ಯವಾಗಲಿಲ್ಲ. ಅಷ್ಟರಮಟ್ಟಿಗೆ ನಾವಿಬ್ಬರೂ ನಮ್ಮ ನಮ್ಮ ಪ್ರತಿಜ್ಞೆಗಳೆನ್ನುವ ಬೇಡಿಯಲ್ಲಿ ಬಂಧಿಯಾಗಿದ್ದೆವು."

"ಒಂದು ವರ್ಷದ ಹೊತ್ತಿಗೆ ದೇಶದ ರಾಜಕಾರಣ ನಿಧಾನಕ್ಕೆ ತಣ್ಣಗಾಗತೊಡಗಿತ್ತು. ಖಾದಿಯ ಬಟ್ಟೆಗಳು ಮತ್ತು ತ್ರಿವರ್ಣ ಧ್ವಜದೆಡೆಗೆ ಮೊದಲಿನ ಸೆಳೆತ ಉಳಿದಿರಲಿಲ್ಲ. ಆಗೊಮ್ಮೆ ಈಗೊಮ್ಮೆ 'ಇಂಕ್ವಿಲಾಬ್ ಜಿಂದಾಬಾದ್' ಎನ್ನುವ ಘೋಷಣೆ ಕೇಳಿಬರುತ್ತಿತ್ತಾದರೂ ಅದರಲ್ಲಿ ಮೊದಲಿನ ತೀವ್ರತೆ ಇರಲಿಲ್ಲ. ಜಲಿಯನ್ ಮೈದಾನದಲ್ಲಿ ಸಣ್ಣದ್ದೊಂದು ಶಾಮಿಯಾನಾ ಸಹ ಕಾಣುತ್ತಿರಲಿಲ್ಲ. ಹಳೆಯ ಕ್ಯಾಂಪುಗಳ ರಕ್ತದ ಕಲೆಗಳು ಅಲ್ಲಿಷ್ಟು ಇಲ್ಲಿಷ್ಟು ಕಾಣಸಿಗುತ್ತಿದ್ದವು. ಆಳುವವರ ರಕ್ತದಾಹ ಬಹುತೇಕ ಕಡಿಮೆಯಾಗಿತ್ತು. ಹೆಚ್ಚಿನ ಸಮಯ ನಾನು ಮನೆಯಲ್ಲಿಯೇ ಇರುತ್ತಿದ್ದೆ, ನನ್ನ ಹೆಂಡತಿಯ ಬಳಿಯಲ್ಲೇ," ಎಂದ ಗುಲಾಂ ಅಲಿಯ ಮುಖದಲ್ಲಿ ಮತ್ತದೇ ನೋವಿನ ಕಿರುನಗು.

ಅವನು ಏನೋ ಹೇಳಬೇಕೆಂದುಕೊಂಡವನು ಕೊಂಚ ಕಾಲ ಮೌನಿಯಾದ. ನಾನೂ ಸಹ ಸುಮ್ಮನಿದ್ದೆ. ನನಗೆ ಅವನ ಯೋಚನಾಲಹರಿಗೆ ಅಡ್ಡಿಯುಂಟುಮಾಡುವುದು ಇಷ್ಟವಿರಲಿಲ್ಲ.

ಹಣೆಯಲ್ಲಿ ಒಸರುತ್ತಿದ್ದ ಬೆವರನ್ನೊಮ್ಮೆ ಒರೆಸಿ ಕೈಲಿದ್ದ ಸಿಗರೇಟು ಆರಿಸಿ ಮತ್ತೆ ಶುರು ಮಾಡಿದ ಅವನು.

"ನಾವಿಬ್ಬರೂ ಒಂದು ವಿಚಿತ್ರ ಅಪರಾಧಿಪ್ರಜ್ಞೆಯಲ್ಲಿ ಬಂಧಿತರಾಗಿದ್ದೆವು. ನನಗೆ ನಿಗರಳೆಡೆಗಿರುವ ಪ್ರೀತಿಯ ಬಗೆಗಂತೂ ನಿನಗೆ ತಿಳಿದೇ ಇದೆ. ಈ ಪ್ರೀತಿಗೆ ಅರ್ಥವೇನು ಎಂದು ನಾನು ಯೋಚಿಸುತ್ತಿದ್ದೆ. ಅವಳನ್ನು ಸ್ಪರ್ಶಿಸುವಾಗಲೆಲ್ಲ ಅವಳ ಪ್ರತಿಕ್ರಿಯೆ ತೀವ್ರವಾಗುವುದಕ್ಕೆ ನಾನೇಕೆ ತಡೆಯೊಡ್ಡುತ್ತಿದ್ದೆ...? ನನ್ನಿಂದ ಏನೋ ಮಹಾ ಪ್ರಮಾದವಾಗಿ ಹೋಗುತ್ತದೆಂದು ನಾನೇಕೆ ಭಯಪಡುತ್ತಿದ್ದೆ...?"

"ನನಗೆ ನಿಗರ್ ಕಣ್ಣುಗಳು ತುಂಬಾ ಇಷ್ಟ. ಒಂದು ದಿನ ನಾನು ಅತ್ಯಂತ ಸಹಜ ಮನಸ್ಥಿತಿಯಲ್ಲಿದ್ದಾಗ, ಅಂದರೆ ಸಾಮಾನ್ಯ ಮನುಷ್ಯನೆನ್ನಿಸಿಕೊಂಡವನು ಹೇಗಿರಬೇಕೋ ಹಾಗಿದ್ದಾಗ ನಾನು ಅವಳ ಕಣ್ಣುಗಳನ್ನು ಚುಂಬಿಸಿದ್ದೆ. ಅವಳು ನನ್ನ ತೋಳುಗಳಲ್ಲಿ ಬಂಧಿತಳಾಗಿದ್ದಳು. ಅವಳು ಬಂಧಿತಳಾಗಿದ್ದಳು ಎನ್ನುವುದಕ್ಕಿಂತ ಒಂದು ಭಾವ ನಡುಗುತ್ತ ನನ್ನ ಬಂಧನದಲ್ಲಿತ್ತು ಎನ್ನುವುದು ಹೆಚ್ಚು ಸೂಕ್ತವೇನೋ. ಇನ್ನೇನು ನನ್ನ ಆತ್ಮ ತನ್ನೆರಡು ರೆಕ್ಕೆಗಳನ್ನು ಚಾಚಿ ಆಗಸದಲ್ಲಿ ಸ್ವತಂತ್ರವಾಗಿ ಹಾರಾಡಬೇಕು ಎನ್ನುವಷ್ಟರಲ್ಲಿ ನಾನು ಪುನಃ ಅದನ್ನು ಬಂಧಿಸಿಟ್ಟಿದ್ದೆ. ಇದಾಗಿ ತುಂಬಾ ಸಮಯದವರೆಗೆ... ತುಂಬಾ ದಿನಗಳವರೆಗೆ ಇಂತಹ ಸಾಹಸದಿಂದ ನನ್ನ ಆತ್ಮಕ್ಕೆ ಇನ್ಯಾರೂ ಕೊಡದ ಖುಷಿಯೊಂದನ್ನು ಕೊಟ್ಟುಬಿಟ್ಟೆ ಎನ್ನುವ ಸಮಜಾಯಿಷಿಯೊಂದನ್ನು ನನಗೆ ನಾನೇ ಕೊಟ್ಟುಕೊಳ್ಳುತ್ತಿದ್ದೆ. ಆದರೆ ನನ್ನ ಸಮಜಾಯಿಷಿ ತುಂಬಾ ಕಾಲ ನಿಲ್ಲಲಿಲ್ಲ. ದೇವರಾಣೆಯಾಗಿ ಹೇಳುತ್ತೇನೆ, ನನ್ನ ಸಮಜಾಯಿಷಿಯನ್ನು ನನ್ನ ಹೃದಯ ನಂಬಬೇಕು ಎನ್ನುವುದು ನನ್ನ ಬಯಕೆಯಾಗಿತ್ತೇ ಹೊರತು ವಾಸ್ತವದಲ್ಲಿ ನಾನು ಸೋತಿದ್ದೆ. ನಾನೇನೋ ಸಾಧಿಸಿದ್ದೇನೆ ಎನ್ನುವ ಭ್ರಮೆಯೇ ನನ್ನನ್ನು ಅತ್ಯಂತ ದುಃಖಿಯನ್ನಾಗಿಸಿತ್ತು."

"ಆದರೆ ಮನುಷ್ಯ ಯಾವುದೋ ಒಂದು ವಾಮಮಾರ್ಗ ಕಂಡು ಹಿಡಿದೇ ತೀರುತ್ತಾನೆ ಎನ್ನುವುದು ನಿನಗೆ ಗೊತ್ತಿರದ ವಿಷಯವೇನಲ್ಲ, ನಾನು ಸಹ ಹಾಗೊಂದು ಮಾರ್ಗ ಕಂಡುಕೊಂಡೆ. ಈಗ ನಾವೊಂದು ಒಪ್ಪಂದಕ್ಕೆ ಬಂದೆವು. ನಿಗರ್, ಗುಲಾಂನ ಮಕ್ಕಳನ್ನು ಹುಟ್ಟಿಸಬಾರದು ಅಷ್ಟೇ," ಎಂದವನ ಮುಖದಲ್ಲಿ ಮತ್ತೆ ವಿಷಣ್ಣತೆಯ ನಗು.

ಆದರೆ ಈ ಬಾರಿ ಆ ನಗು ಗಹಗಹಿಸುವಿಕೆಯಾಗಿ ಬದಲಾಗಿತ್ತು. ಆ ಗಹಗಹಿಸುವಿಕೆಯಲ್ಲಿಯೂ ವೇದನೆಯ ಛಾಯೆಯೇ ಅಡಗಿತ್ತು. ನಗು ನಿಲ್ಲಿಸಿದವನು ಮತ್ತೆ ಮಾತನಾಡಲಾರಂಭಿಸಿದ್ದ. "ನಮ್ಮ ವೈವಾಹಿಕ ಬದುಕಿನಲ್ಲಿ ಒಂದು ವಿಲಕ್ಷಣ ಯುಗ ಶುರುವಾಯಿತು. ಕುರುಡನಿಗೆ ಒಂದು ಕಣ್ಣು ಸಿಕ್ಕಂತಾಗಿತ್ತು... ನಾನು

ಇದ್ದಕ್ಕಿದ್ದಂತೆ ನೋಡಲು ಶಕ್ತನಾಗಿದ್ದೆ. ಆದರೆ ಈ ಗ್ರಹಣ ಶಕ್ತಿ ಸಹ ಬಂದಷ್ಟೇ ವೇಗದಲ್ಲಿ ಕುಂಠಿತವಾಗಿತ್ತು. ಮೊದಮೊದಲು ಹೀಗೆ ಎನ್ನಿಸುತ್ತಿತ್ತು," ಎಂದ ಗುಲಾಂ ಅಲಿ ಸರಿಯಾದ ಪದಗಳಿಗಾಗಿ ತಡಕಾಡಲಾರಂಭಿಸಿದ.

"ಮೊದಮೊದಲು ನಾವು ಸಂತುಷ್ಟರಾಗಿದ್ದೆವು. ಆದರೆ ಮುಂದೊಮ್ಮೆ ನಾವು ಮತ್ತೆ ಅಸಂತುಷ್ಟರಾಗುವೆವೆನ್ನುವ ಸಣ್ಣ ಕಲ್ಪನೆಯೂ ನಮಗಿರಲಿಲ್ಲ. ಒಂದು ಕಣ್ಣು ಸಿಕ್ಕ ನಂತರ ಇನ್ನೊಂದರ ಆಸೆ ಶುರುವಾಗಿತ್ತು... ನಿಗರಳ ಮುಖದ ಕಳೆ ಹೆಚ್ಚಿತ್ತು. ಅವಳ ಕಂಗಳ ಹೊಳಪು ಹೆಚ್ಚಿತ್ತು. ನಾನೂ ಕೂಡ ಆರೋಗ್ಯವಂತನಾಗಿದ್ದೆ. ಮೊದಲು ಸಂಕಟ ಕೊಡುತ್ತಿದ್ದ ಭಾವಗಳೆಲ್ಲವೂ ನನ್ನಿಂದ ದೂರವಾಗಿದ್ದವು. ಅವೆಲ್ಲವೂ ತಾತ್ಕಾಲಿಕವಷ್ಟೇ. ಮತ್ತೆ ಒಂದು ವಿಚಿತ್ರ ನಿರ್ಜೀವತೆ ನಮ್ಮನ್ನು ಆವರಿಸಿಕೊಂಡಿತ್ತು."

"ಒಂದೇ ವರ್ಷದಲ್ಲಿ ನಾವು ರಬ್ಬರಿನ ಗೊಂಬೆಗಳಂತಾಗಿ ಹೋಗಿದ್ದೆವು. ನನ್ನ ಪರಿಸ್ಥಿತಿ ತುಂಬಾ ದುಸ್ತರವಾಗಿತ್ತು. ನೀನು ನಂಬಲಿಕ್ಕಿಲ್ಲ, ನನ್ನ ತೋಳಿನ ಚರ್ಮವನ್ನು ಮುಟ್ಟಿಕೊಂಡರೆ ಅಕ್ಷರಶಃ ರಬ್ಬರಿನ ಬೊಂಬೆಯನ್ನು ಮುಟ್ಟಿಕೊಂಡಂತಾಗುತ್ತಿತ್ತು. ಒಳಗೆ ರಕ್ತವೇ ಇಲ್ಲವೇನೋ ಅನಿಸುತ್ತಿತ್ತು. ನನಗಿಂತ ನಿಗರಳ ಪರಿಸ್ಥಿತಿ ಕೊಂಚ ಉತ್ತಮವೆನ್ನಿಸುತ್ತಿತ್ತಾದರೂ ಆಕೆಯ ಆಲೋಚನೆ ಬೇರೆಯಿತ್ತು. ಆಕೆಗೆ ತಾಯಿಯಾಗಬೇಕಿತ್ತು. ಬೀದಿಯಲ್ಲಿ ಯಾರದ್ದಾದರೂ ಮನೆಯಲ್ಲಿ ಮಗುವೊಂದು ಜನಿಸಿದರೆ ಆಕೆಯ ಕಣ್ಣಲ್ಲಿ ನೋವು ಕಾಣುತ್ತಿತ್ತು. ನನಗೆ ಮಕ್ಕಳ ಬಗ್ಗೆ ತುಂಬಾ ಆಸೆಯೇನೂ ಇರಲಿಲ್ಲ. ಮಕ್ಕಳಾಗದಿದ್ದರೇನಾಯಿತು, ಜಗತ್ತಿನಲ್ಲಿ ಲಕ್ಷಾಂತರ ಜನರಿಗೆ ಮಕ್ಕಳಿಲ್ಲ. ಆದರೆ ಮಾಡಿರುವ ಪ್ರತಿಜ್ಞೆಯನ್ನು ಮುರಿಯದೇ ಹೀಗೆ ಗಟ್ಟಿಯಾಗಿ ಉಳಿಸಿಕೊಳ್ಳುವುದು ಎಂಥ ಮಹಾನ್ ವಿಷಯವಲ್ಲವಾ ಎನ್ನುವ ಹೆಮ್ಮೆಯಾಗುತ್ತಿತ್ತು."

"ಈ ಧಾಟಿಯ ಆಲೋಚನೆಯಿಂದ ಮನಸಿಗೊಂದು ಸಂತೃಪ್ತಿಯೇನೋ ಸಿಗುತ್ತಿತ್ತು. ಆದರೆ ರಬ್ಬರಿನ ಎಳೆಎಳೆಯಾದ ಜಾಲವೊಂದು ನಿಧಾನಕ್ಕೆ ಮನಸಿನ ತುಂಬಾ ಆವರಿಸಿದಂತಾಗಿ ನನ್ನ ಆತಂಕ ಹೆಚ್ಚಾಗುತ್ತ ಸಾಗಿತ್ತು. ಪರಿಣಾಮವಾಗಿ ನಾನು ಹೆಚ್ಚು ಹೆಚ್ಚು ಆಲೋಚಿಸತೊಡಗಿದ್ದೆ. ಅದೇ ಕಾರಣಕ್ಕೋ ಏನೋ ನನ್ನ ಬುದ್ಧಿಯೊಂದಿಗೆ ರಬ್ಬರ್ ಅಂಟಿಕೊಂಡೇ ಬಿಟ್ಟಂತೆನ್ನಿಸಿತ್ತು. ರೊಟ್ಟಿ ತಿಂದರೂ ಅದರ ತುಣುಕುಗಳು ಹಲ್ಲುಗಳ ನಡುವೆ ರಬ್ಬರಿನ ನಾರಿನಂತೆ ಸಿಕ್ಕಿ ಹಾಕಿಕೊಂಡಂತೆ ಎನ್ನಿಸುತ್ತಿದ್ದವು," ಎಂದು ನುಡಿಯುವಷ್ಟರಲ್ಲಿ ಸಣ್ಣಗೆ ನಲುಗಿದ್ದ ಗುಲಾಂ ಅಲಿ.

"ತುಂಬಾ ಅಸಡ್ಡಾಳ. ಬೇಡದ ವಸ್ತುವಾಗಿತ್ತು ಅದು. ಕೈ ಬೆರಳುಗಳಿಗೆ ಅಂಟಿಕೊಂಡು ತೊಳೆಯಲು ಮರೆತ ಸಾಬೂನಿನಂತೆ. ನನಗೆ ನನ್ನ ಮೇಲೆಯೇ ದ್ವೇಷ ಹುಟ್ಟಿಕೊಂಡಂತಾಗಿತ್ತು. ಆತ್ಮದ ರಸವನ್ನೆಲ್ಲ ಹೀರಿ ಎಸೆದ ಸಿಪ್ಪೆಯಂತೆ ನನಗೆ ನಾನೇ ಭಾಸವಾಗತೊಡಗಿದ್ದೆ," ಎಂದವನೇ ಮತ್ತೆ ನಕ್ಕ ಗುಲಾಂ ಅಲಿ.

"ಏನು ಅದೃಷ್ಟವೋ ಗೊತ್ತಿಲ್ಲ, ಆ ಶಾಪ ದೂರವಾಯಿತು. ಆದರೆ ಇಷ್ಟೆಲ್ಲ ಕಷ್ಟಗಳನ್ನು ದಾಟಿದ್ದ ಬದುಕು ಬಿಸಿಲಿನಲ್ಲಿಯೇ ಒಣಗಿಸಿಟ್ಟ ಮಾಂಸದ ತುಣುಕಿನಂತಾಗಿ ಹೋಗಿತ್ತು. ನಗು ಪೂರ್ತಿಯಾಗಿ ಸತ್ತು ಹೋಗಿತ್ತು. ಮೈಥುನದ ಉತ್ಕಟತೆ ಅಸಹಜವೆನ್ನುವಷ್ಟು ತೀವ್ರವಾಗಿ ಹೋಗಿತ್ತು. ತೀವ್ರವಾಗಿತ್ತು ಎನ್ನುವುದಕ್ಕಿಂತ ಏಕಮುಖವಾಗಿತ್ತು. ಕಟ್ಟಿಗೆಯಲ್ಲಿ, ಕನ್ನಡಿಯಲ್ಲಿ, ಲೋಹದಲ್ಲಿ, ಕಾಗದದಲ್ಲಿ, ಕಲ್ಲಿನಲ್ಲಿ... ಪ್ರತಿ ವಿಷಯದಲ್ಲೂ ಅದೇ ರಬ್ಬರಿನ ವಾಕರಿಕೆ ಹುಟ್ಟಿಸುವ ಮೃದುತ್ವ. ಇದರ ಕಾರಣವನ್ನು ಯೋಚಿಸುವಾಗಲೆಲ್ಲ ನನ್ನ ವೇದನೆ ಇನ್ನಷ್ಟು ಹೆಚ್ಚಾಗುತ್ತಿತ್ತು."

"ನನಗಂಟಿದ್ದ ಈ ಶಾಪವನ್ನು ನಾನು ನನ್ನ ಎರಡೇ ಬೆರಳುಗಳಿಂದ ಎತ್ತಿ ಎಸೆದು ಬಿಡಬಹುದಿತ್ತಾದರೂ ನನಗೆ ಅಷ್ಟು ಧೈರ್ಯವಿರಲಿಲ್ಲ. ನಾನು ಒಂದು ಆಸರೆಯ ನಿರೀಕ್ಷೆಯಲ್ಲಿದ್ದೆ. ವೇದನೆಯ ಈ ಸಾಗರದಲ್ಲಿ ಸಣ್ಣದ್ದೊಂದು ಹುಲ್ಲುಕಡ್ಡಿಯ ಆಸರೆ ಸಿಕ್ಕರೆ ನಾನು ದಡ ಸೇರಿಕೊಳ್ಳಬಹುದೆನ್ನುವ ಹಂಬಲ. ತುಂಬಾ ಸಮಯದವರೆಗೆ ನಾನು ಹುಡುಕುತ್ತಲೇ ಇದ್ದೆ."

"ಅದೊಂದು ದಿನ ಮಧ್ಯಾಹ್ನದ ಬಿಸಿಲಿನ ಹೊತ್ತಿನಲ್ಲಿ ನಾನು ಒಂದು ಧರ್ಮಗ್ರಂಥವನ್ನೋದುತ್ತಿದ್ದೆ. ಓದುವುದೇನು ಬಂತು, ಸುಮ್ಮನೇ ಕಣ್ಣಾಡಿಸುತ್ತಿದ್ದೆ ಎಂದರೆ ಹೆಚ್ಚು ಸರಿಯಾದೀತು."

"ಹಾಗೆ ಕಣ್ಣಾಡಿಸುವಾಗ ಅನಿರೀಕ್ಷಿತವಾಗಿ ಅಲ್ಲಿದ್ದ ಒಂದು ಶ್ಲೋಕದ ಮೇಲೆ ನನ್ನ ಗಮನ ಹರಿದಿತ್ತು. ನಾನು ಒಮ್ಮೆಲೇ ಸಂತಸದಿಂದ ಜಿಗಿದಿದ್ದೆ. ಹುಡುಕುತ್ತಿದ್ದ ಆಸರೆ ನನ್ನ ಕಣ್ಣೆದುರಿಗೇ ಇತ್ತು. ಆ ಶ್ಲೋಕದ ಸಾಲುಗಳನ್ನು ನಾನು ಪದೇ ಪದೇ ಓದಿದೆ. ಆರಿದ ಒಣ ಬದುಕಿಗೆ ಶರಾಬು ಸಿಕ್ಕ ಅನುಭವ ನನಗೆ. ಮದುವೆಯಾದ ದಂಪತಿಗಳಿಗೆ ಮಕ್ಕಳನ್ನು ಹುಟ್ಟಿಸುವುದು ನ್ಯಾಯಸಮ್ಮತವೆಂದು ಆ ಶ್ಲೋಕದಲ್ಲಿ ಹೇಳಲಾಗಿತ್ತು. ದಂಪತಿಗಳ ಬದುಕು ಅಪಾಯದಲ್ಲಿದ್ದಾಗ ಮಾತ್ರ ಮಕ್ಕಳ ಜನನವನ್ನು ತಡೆಯಬೇಕು ಎಂಬುದಾಗಿಯೂ ಬರೆದಿತ್ತು. ಅದನ್ನೋದಿದ ತಕ್ಷಣವೇ ನಾನು ನನ್ನೊಳಗಿನ ದ್ವಂದ್ವವನ್ನೆತ್ತಿ ಪಕ್ಕಕ್ಕೆಸೆದೆ" ಇಷ್ಟು ನುಡಿದವನು ಮಕ್ಕಳಂತೆ ನಕ್ಕ. ಅವನ ನಗು ಕಂಡು ನಾನೂ ನಸುನಕ್ಕೆ. ಏಕೆಂದರೆ ಆತ ವಿವರಿಸುವ ಭರದಲ್ಲಿ ತನ್ನ ಕೈಯಲ್ಲಿದ್ದ ಸಿಗರೇಟನ್ನು ಅತ್ಯಂತ ಕೊಳಕು ಪದಾರ್ಥವೇನೋ ಎಂಬಂತೆ ಪಕ್ಕಕ್ಕೆಸೆದಿದ್ದ.

ಅಷ್ಟೂ ಹೊತ್ತು ನಗುತ್ತ ಇದ್ದ ಗುಲಾಂ ಅಲಿ ಒಮ್ಮೆಲೇ ಗಂಭೀರನಾಗಿ ಹೋದ. "ನನಗೆ ಗೊತ್ತಿದೆ ಸಾದತ್, ನಾನು ನಿನಗೆ ಹೇಳಿದ್ದೆಲ್ಲವನ್ನೂ ನೀನು ಕಥೆಯಾಗಿ ಬರೆದು ಬಿಡುತ್ತೀಯಾ. ಏನೇ ಮಾಡಿದರೂ ನನ್ನನ್ನೊಂದು ತಮಾಷೆಯ ವಸ್ತುವನ್ನಾಗಿ ಮಾಡಬೇಡ ಅಷ್ಟೇ. ದೇವರಾಣೆಯಾಗಿ ಹೇಳುತ್ತಿದ್ದೇನೆ, ನಾನು ಏನು

ಅನುಭವಿಸಿದ್ದೇನೋ ಅದನ್ನೇ ನಿನಗೆ ನಾನು ಹೇಳಿರುವುದು. ಈ ವಿಷಯದಲ್ಲಿ ನಾನು ನಿನ್ನೊಂದಿಗೆ ಚರ್ಚಿಸಲಾರೆ. ಆದರೆ ಇದೆಲ್ಲ ಅನುಭವಗಳ ನಂತರ ಯಾವುದು ಸಹಜವೋ ಅದರ ವಿರುದ್ಧ ನಿಲ್ಲುವುದರಲ್ಲಿ ಹೆಚ್ಚುಗಾರಿಕೆ ಏನೂ ಇಲ್ಲ ಎಂಬುದೇ ನನ್ನ ಗ್ರಹಿಕೆ. ದಿನಗಟ್ಟಲೇ ಉಪವಾಸವಿದ್ದು ಸಾಯುವುದು ಅಥವಾ ಬದುಕಿರುವುದು ದೊಡ್ಡ ಸಾಧನೆಯೇನೂ ಅಲ್ಲ. ಗುಂಡಿ ತೋಡಿಕೊಂಡು ಅದರಲ್ಲಿ ಸಮಾಧಿಯಾಗಿ ಹತ್ತಾರು ದಿನಗಳ ಕಾಲ ಉಸಿರು ಬಿಗಿಹಿಡಿದು ಬದುಕುವುದು, ಚೂಪು ಮೊಳೆಯ ಮಂಚದ ಮೇಲೆ ತಿಂಗಳಾನುಗಟ್ಟಲೇ ಮಲಗಿಕೊಂಡಿರುವುದು, ಒಂದೇ ಕೈಯನ್ನು ವರ್ಷಗಟ್ಟಲೇ ಮೇಲೆತ್ತಿ ಹಿಡಿದುಕೊಂಡಿರುವಂಥ ಪವಾಡಗಳಿಂದ ದೇವರೂ ಸಿಗುವುದಿಲ್ಲ, ದೇಶ ಸ್ವತಂತ್ರವೂ ಆಗುವುದಿಲ್ಲ."

"ಈಗ ನನಗೇನನ್ನಿಸುತ್ತದೆ ಗೊತ್ತಾ...? ಹಿಂದೂಸ್ತಾನಕ್ಕೆ ಸ್ವಾತಂತ್ರ್ಯ ಯಾಕೆ ಸಿಗುತ್ತಿಲ್ಲವೆಂದರೆ ಇಲ್ಲಿ ಧೀಮಂತ ನಾಯಕರ ಸಂಖ್ಯೆಗಿಂತ ಹೆಚ್ಚು ಪವಾಡ ಪುರುಷರ ಸಂಖ್ಯೆಯೇ ಇದೆ. ಅಳಿದುಳಿದ ನಾಯಕರೂ ಸಹ ಸೃಷ್ಟಿ ನಿಯಮಗಳ ವಿರುದ್ಧ ಬದುಕುತ್ತಿದ್ದಾರೆ. ಶ್ರದ್ಧೆ ಮತ್ತು ಸ್ವಚ್ಛ ಹೃದಯವೆನ್ನುವ ಸಂತಾನ ನಿಯಂತ್ರಣ ಮಾಡುವುದಕ್ಕೆ ಅವರು ರಾಜಕಾರಣವೆನ್ನುವ ಅಸ್ತ್ರವನ್ನು ಕಂಡು ಹಿಡಿದಿದ್ದಾರೆ. ವಿಚಿತ್ರವೆಂದರೆ ಇದೇ ರಾಜಕಾರಣ, ಇಂದು ಸ್ವಾತಂತ್ರ್ಯವೆನ್ನುವ ದಯೆಯ ಬಾಯಿ ಮುಚ್ಚಿಸಿದೆ..."

ಗುಲಾಂ ಅಲಿ ಇನ್ನಷ್ಟು ಮಾತನಾಡಬೇಕು ಎನ್ನುವಷ್ಟರಲ್ಲಿ ಅವನ ಕೆಲಸಗಾರ ಕೋಣೆಯೊಳಕ್ಕೆ ಬಂದಿದ್ದ.

ಅವನ ತೋಳಿನಲ್ಲಿ ಗುಲಾಂ ಅಲಿಯ ಎರಡನೇ ಮಗುವಿತ್ತು. ಅದರ ಕೈಯಲ್ಲೊಂದು ಚಂದದ ರಬ್ಬರ್ ಬಲೂನು.

ಮಗುವನ್ನು ಕಂಡ ಗುಲಾಂ ಅಲಿ ತುಂಬ ಖುಷಿಯಿಂದ ಅದನ್ನು ಬಾಚಿ ತಬ್ಬಿಕೊಂಡ.

ತಕ್ಷಣವೇ ಅವನ ಎದೆಯ ಒತ್ತಡ ತಾಳಲಾಗದ ಬಲೂನು ದೊಡ್ಡ ಸದ್ದಿನೊಂದಿಗೆ ಒಡೆದು ಹೋಯಿತು.

ಈಗ ಮಗುವಿನ ಕೈಯಲ್ಲಿ ಉಳಿದದ್ದು ದಾರದ ತುದಿಗೆ ಅಂಟಿಕೊಂಡಿದ್ದ ಒಡೆದ ರಬ್ಬರ್ ಬಲೂನಿನ ಚೂರು ಮಾತ್ರ.

ತನ್ನ ಎರಡೇ ಬೆರಳುಗಳಿಂದ ಅದನ್ನು ತೆಗೆದುಕೊಂಡ ಗುಲಾಂ ಅಲಿ ಅದನ್ನು ಸರಕ್ಕನೇ ಆಚೆಗೆಸೆದ. ತುಂಬಾ ಅಸಹ್ಯಕರ ವಸ್ತುವೇನೋ ಎಂಬಂತೆ...

The Price of Freedom

ಆದರೆ ಆ ಇರಿಯುವ 'ಯಕ್'
ಉದ್ಗಾರ ಅವಳ ಎದೆಯನ್ನು
ಸೀಳಿ ನುಗ್ಗುತ್ತಿತ್ತು. ಅವಳಿಗೆ
'ಏಯ್, ಕಿತ್ತೋಗಿರೋ
ನನ್ಮಗನೇ, ಕಾರು ನಿಲ್ಲಿಸು!
ಒಂದೇ ಒಂದು ನಿಮಿಷ ಮತ್ತೆ
ಬಾ' ಎಂದು ಕೂಗಬೇಕು
ಅನ್ನಿಸುತ್ತಿತ್ತು. ಅದರೆ ಆ ಕಾರು
ತುಂಬ ದೂರ ಹೋಗಿಯಾಗಿತ್ತು.

ಯಕ್...!

ದಣಿವಿನ ದಿನವೊಂದು ಮುಗಿದ ನಂತರ ಹಾಸಿಗೆಯ ಮೇಲೆ ಬಿದ್ದುಕೊಂಡ ಕೂಡಲೇ ಅವಳು ನಿದ್ರೆಗೆ ಜಾರಿದಳು. ಅವಳು 'ಬಾಸ್' ಎಂಬ ಹೆಸರಿನಿಂದ ಕರೆಯುತ್ತಿದ್ದ ನೈರ್ಮಲ್ಯ ವಿಭಾಗದ ಸರಕಾರಿ ಅಧಿಕಾರಿಯೊಬ್ಬ ಆಗ ತಾನೇ ಅವಳೊಡನೆ ಸಂಭೋಗ ಮುಗಿಸಿ, ಕುಡಿದ ಅಮಲಿನಲ್ಲಿಯೇ ಮನೆಯ ಕಡೆಗೆ ಹೊರಟಿದ್ದ. ಅವನನ್ನು ತುಂಬಾ ಪ್ರೀತಿಸುವ ಅವನ ಕಾನೂನುಬದ್ಧ ಹೆಂಡತಿಯ ಪ್ರೇಮದ ಮೇಲಿನ ಅತೀವ ಕಾಳಜಿಯಿಂದ ತಾನು ಮನೆಗೆ ಹೊರಡಲೇಬೇಕೆಂದು ಹೊರಟಿದ್ದ. ಹಾಗಿಲ್ಲದಿದ್ದರೆ ಆ ರಾತ್ರಿ ಅವನು ಅಲ್ಲಿಯೇ ಉಳಿಯಲೂಬಹುದಿತ್ತು. ಆ ಅಧಿಕಾರಿಗೆ ದೇಹ ಸುಖ

ಕೊಟ್ಟಿದ್ದರ ಲೆಕ್ಕ ಚುಕ್ತಾ ಮಾಡಲು ಅವನು ಕೊಟ್ಟಿದ್ದ ದುಡ್ಡು, ಎಂಜಲಿನಿಂದ ಒದ್ದೆಯಾಗಿದ್ದ ಅವಳ ಬಿಗಿಯಾದ ಬ್ರಾದಿಂದ ಹೊರ ಜಾರಲು ಹವಣಿಸುತ್ತಿತ್ತು. ಅವಳ ಉಸಿರಾಟದ ಲಯಕ್ಕನುಗುಣವಾಗಿ ಆ ನಾಣ್ಯಗಳು ಒಂದರೊಡನೊಂದು ಸೇರಿ ಮಾಡುವ ಸದ್ದು ಅವಳ ಹೃದಯದ ಅನಿಯಮಿತ ಬಡಿತದೊಡನೆ ವಿಲೀನವಾಗುತ್ತಿತ್ತು. ನಿಜಕ್ಕೂ ಹೇಳಬೇಕೆಂದರೆ ಆ ನಾಣ್ಯಗಳು ಕರಗಿ ಅವಳ ರಕ್ತದೊಡನೆ ಬೆರೆಯುತ್ತಿದೆಯೇನೋ ಎಂದು ಭಾಸವಾಗುತ್ತಿತ್ತು! ಆ ಅಧಿಕಾರಿ ಬರುವಾಗ ತಂದಿದ್ದ ಬ್ರ್ಯಾಂಡಿಯ ಸಣ್ಣ ಬಾಟಲ್ ಮತ್ತು ಸೋಡಾ ಖಾಲಿಯಾದ ನಂತರ ನೀರಿನ ಜೊತೆ ಕುಡಿದ ಬಿಯೋರಾ ಎರಡೂ ಸೇರಿ ಅವಳ ಎದೆಯ ತುಂಬಾ ಕಾವು ಹರಡುತ್ತಿತ್ತು.

ಅವಳು ತನ್ನ ವಿಶಾಲವಾದ ತೇಗದ ಮರದ ಮಂಚದಲ್ಲಿ ಮುಖ ದಿಂಬಿಗಾನಿಸಿ ಮಲಗಿದ್ದಳು. ತೋಳುಗಳವರೆಗೂ ಬಟ್ಟೆಯಿಲ್ಲದೇ ಬೆತ್ತಲಾಗಿದ್ದ ಅವಳ ಕೈಗಳು, ಗಾಳಿಪಟದ ಬಿದಿರು ಕಮಾನಿನಂತೆ ಹರಡಿದ್ದವು. ಅವಳ ಸುಕ್ಕುಗಟ್ಟಿದ ಬಲ ಕಂಕುಳು ಪದೇ ಪದೇ ಶೇವ್ ಮಾಡುವುದರಿಂದ ನೀಲಿಗಟ್ಟಿತ್ತು. ಅದು ರೆಕ್ಕೆಪುಕ್ಕ ತರಿದ ಕೋಳಿಯ ಚರ್ಮವನ್ನು ಅವಳಿಗೆ ಕಸಿ ಮಾಡಿದ್ದಾರೇನೋ ಎನ್ನಿಸುವ ಹಾಗೆ ಕಾಣುತ್ತಿತ್ತು. ಅವಳ ಸಣ್ಣ, ಅಸ್ತವ್ಯಸ್ತಗೊಂಡ ರೂಮಿನ ತುಂಬಾ ವಸ್ತುಗಳು ಎಲ್ಲೆಂದರಲ್ಲಿ ಚೆಲ್ಲಾಡಿದ್ದವು. ಅವಳ ಹಾಸಿಗೆಯ ಕೆಳಗೆ ಅವಳ ಕಜ್ಜಿನಾಯಿಯು ಮೂರ್ನಾಲ್ಕು ಜೊತೆ ಹಳೆಯ ಚಪ್ಪಲಿಗಳ ಮೇಲೆ ತಲೆ ಆನಿಸಿಕೊಂಡು ಮಲಗಿತ್ತು. ನಿದ್ರೆಯಲ್ಲಿಯೂ ಅದು ಯಾವುದೋ ವಸ್ತುವನ್ನು ಕಂಡು ಹಲ್ಲು ಮಸೆಯುತ್ತಿತ್ತು. ಆ ನಾಯಿಯ ಚರ್ಮ ಎಷ್ಟು ಕಲೆಗಳಿಂದ ಕೂಡಿತ್ತೆಂದರೆ, ದೂರದಿಂದ ನೋಡಿದರೆ ಅದೊಂದು ನೆಲ ಒರೆಸುವ ಮಡಿಕೆಗಳ ಗೋಣಿಚೀಲದ ತುಂಡಿನಂತೆ ಕಾಣುತ್ತಿತ್ತು.

ಅವಳ ಮೇಕಪ್ ಸಾಮಗ್ರಿಗಳು: ರೋಜು, ಲಿಪ್ಸ್ಟಿಕ್, ಪೌಡರ್, ಒಂದು ಬಾಚಣಿಕೆ, ಕೂದಲಿನ ಗಂಟಿಗೆ ಹಾಕುವ ಹೇರ್ ಪಿನ್ನುಗಳು ಗೋಡೆಯಲ್ಲಿದ್ದ ಒಂದು ಪುಟ್ಟ ಗೂಡಿನ ತುಂಬಾ ಹರಡಿದ್ದವು. ಅಲ್ಲೇ ತೂಗುಬಿಟ್ಟಿದ್ದ ಒಂದು ಪಂಜರದಲ್ಲಿ ಹಸಿರು ಗಿಣಿಯೊಂದು ತನ್ನ ರೆಕ್ಕೆಗಳಲ್ಲಿ ಮುಖ ಹುದುಗಿಸಿ ಮಲಗಿತ್ತು. ಪಂಜರದ ತುಂಬಾ ಒಣಕಲು ಸೀಬೆಹಣ್ಣಿನ ತುಂಡುಗಳು, ಕೊಳೆತ ಕಿತ್ತಳೆ ತುಂಡುಗಳು ಚೆಲ್ಲಾಡಿದ್ದವು ಮತ್ತು ಆ ದುರ್ಗಂಧ ಸೂಸುತ್ತಿದ್ದ ಹಣ್ಣುಗಳ ಮೇಲೆಲ್ಲ ನೊಣ ಮತ್ತು ನುಸಿಗಳು ಹಾರಾಡುತ್ತಿದ್ದವು.

ಹಾಸಿಗೆಯ ಪಕ್ಕದಲ್ಲಿ ಮಣಕುಗಟ್ಟಿದ ಒರಗು ಬೆತ್ತದ ಕುರ್ಚಿಯೊಂದಿತ್ತು ಮತ್ತು ಆ ಕುರ್ಚಿಯ ಬಲಭಾಗದಲ್ಲಿದ್ದ ಸುಂದರ ಸ್ಟೂಲಿನ ಮೇಲೆ HMV ಕಂಪನಿಯವರು ತಯಾರಿಸಿದ portable ಗ್ರಾಮಾಫೋನ್ ಇತ್ತು. ಆ ಗ್ರಾಮಫೋನಿಗೆ

ಜಾಳುಜಾಳಾದ ಕರಿಯ ಬಟ್ಟೆಯೊಂದನ್ನು ಹೊದಿಸಲಾಗಿತ್ತು. ಸ್ಟೂಲಿನ ಮೇಲೆ ಮತ್ತು ರೂಮಿನ ಎಲ್ಲ ಕಡೆಯೂ ತುಕ್ಕು ಹಿಡಿದ ಸೂಜಿಗಳು ಬಿದ್ದಿದ್ದವು. ಸ್ಟೂಲಿನ ಹಿಂಭಾಗದ ಗೋಡೆಯ ಮೇಲೆ ನಾಲ್ಕು ಫೋಟೋ ಫ್ರೇಮುಗಳನ್ನು ನೇತುಹಾಕಲಾಗಿತ್ತು ಮತ್ತು ನಾಲ್ಕು ಗಂಡಸರ ಫೋಟೋಗಳು ಆ ಫ್ರೇಮಿನೊಳಗೆ ಬಂಧಿಸಲ್ಪಟ್ಟಿದ್ದವು.

ಆ ಫೋಟೋಗಳಿಂದ ಅನತಿ ದೂರದಲ್ಲಿ, ಅಂದರೆ ರೂಮಿನೊಳಗೆ ಕಾಲಿಟ್ಟರೆ ಎಡಬದಿಯ ಮೂಲೆಯಲ್ಲಿ ಒಂದು ಗಾಢವರ್ಣದ ಗಣೇಶನ ಚಿತ್ರ, ಬಹುಶಃ ಬಟ್ಟೆಯನ್ನು ಸುತ್ತುವ ರಟ್ಟಿನ ಕೊಳವೆಯಿಂದ ಕತ್ತರಿಸಿ ಫ್ರೇಮ್ ಹಾಕಿದ್ದು, ನೇತು ಹಾಕಲ್ಪಟ್ಟಿತ್ತು. ಅದರ ಮೇಲೆ ಜೀರ್ಣವಾದ ಹಾಗೂ ನಳನಳಿಸುತ್ತಿದ್ದ ಎರಡೂ ಬಗೆಯ ಹೂಗಳಿದ್ದವು. ಅಲ್ಲಿ ಎಣ್ಣೆ ಮಣಕುಗಟ್ಟಿದ ಗೂಡಿನಲ್ಲಿ ಎಣ್ಣೆಯ ಬಟ್ಟಲೊಂದಿತ್ತು, ಪಕ್ಕದಲ್ಲೇ ದೀಪವೊಂದು ಉರಿಯುತ್ತಿತ್ತು. ರೂಮಿನಲ್ಲಿ ಹೆಚ್ಚು ಗಾಳಿಯಾಡದ ಕಾರಣಕ್ಕಾಗಿ ಆ ದೀಪವು ಭಕ್ತನ ಹಣೆಯ ಮೇಲಿನ ನಾಮದಂತೆ ನಿಶ್ಚಲವಾಗಿ, ನೆಟ್ಟಗೆ ಉರಿಯುತ್ತಿತ್ತು. ಉರಿದು ನಂದಿದ ಗಂಧದಕಡ್ಡಿಯ ಹುಡಿ ಆ ಗೂಡನ್ನು ಮತ್ತಿಷ್ಟು ಗಲೀಜಾಗಿಸಿತ್ತು. ದಿನದ ಮೊದಲ ಗಳಿಕೆಯನ್ನು ಅವಳು ಕೈಯಲ್ಲಿ ಹಿಡಿದು ಗಣೇಶನ ವಿಗ್ರಹಕ್ಕೆ ತಾಕಿಸಿ, ನಂತರ ಹಣೆಗೊಮ್ಮೆ ಸೋಕಿಸಿ, ಆ ನಂತರ ಬ್ರಾ ಒಳಕ್ಕೆ ತುರುಕಿಕೊಂಡಳು. ಅವಳ ಮೊಲೆಗಳು ದೊಡ್ಡ ಗಾತ್ರವಿರುವುದರಿಂದ ಹೊರಗೆ ಬೀಳುವ ಸಾಧ್ಯತೆ ಇಲ್ಲವೇ ಇಲ್ಲ. ಆದರೆ ಮಾಧೋ ಪುಣೆಯಿಂದ ರಜೆಗೆಂದು ಬಂದಾಗ ಮಾತ್ರ ಹಾಸಿಗೆಯಲ್ಲಿ ಕಾಲಿಟ್ಟುಕೊಳ್ಳುವ ಜಾಗದ ಕೆಳಗೆ ಆ ಕಾರಣಕ್ಕೆಂದೇ ಗುಳಿ ಮಾಡಿಸಿದ ಸಣ್ಣ ಕಿಂಡಿಯಲ್ಲಿ ಸ್ವಲ್ಪ ಹಣ ಬಚ್ಚಿಡುತ್ತಾಳೆ.

ಗಿರಾಕಿಗಳನ್ನೊದಗಿಸುವ ದಲ್ಲಾಳಿ ರಾಮ್ ಲಾಲ್ ಮಾಧೋನಿಗೆ ಹಣ ಸಿಗದಂತೆ ಬಚ್ಚಿಡಲು ಹೇಳಿಕೊಟ್ಟಿದ್ದ. ಮಾಧೋ ಅವಳೊಡನೆ ಮಲಗಲು ಪುಣೆಯಿಂದ ಬರುತ್ತಾನೆ ಅನ್ನುವ ವಿಷಯ ತಿಳಿದಾಗ ಅವನು ಹೇಳಿದ್ದ, “ಯಾವಾಗಿನಿಂದ ಆ ಸೂಳೆಮಗನ ಜೊತೆ ಇದೆಲ್ಲ ವ್ಯವಹಾರ ಶುರುವಾಗಿದ್ದು? ಎಂಥ ವಿಚಿತ್ರ ಪ್ರೇಮ ನಿಮ್ಮದು! ಆ ಹಲ್ಕ ಸೂಳೆಮಗ ಒಂದು ಪೈಸೆ ಖರ್ಚು ಮಾಡದೇ ನಿನ್ನ ಜೊತೆ ಮಲಗುವುದಲ್ಲದೇ, ಹೋಗುವಾಗ ನಿನ್ನ ಹಣವನ್ನೇ ಕಬಳಿಸುತ್ತಾನೆ. ಈ ವಿಷಯದಲ್ಲಿ ಏನೋ ಸರಿಯಿಲ್ಲವೆನ್ನಿಸುತ್ತದೆ ನನಗೆ. ನಿನಗೆ ಅವನೆಂದರೆ ಯಾವುದೋ ಕಾರಣಕ್ಕೆ ಬಹಳ ಇಷ್ಟವಿರಬೇಕು. ಕಳೆದ ಏಳು ವರ್ಷಗಳಿಂದ ಈ ತಲೆಹಿಡುಕನ ಕೆಲಸ ಮಾಡ್ತಿದ್ದೇನಲ್ಲ, ಹಾಗಾಗಿ ಹುಡುಗಿಯರ ದೌರ್ಬಲ್ಯಗಳೆಲ್ಲ ನನಗೆ ಗೊತ್ತು.”

ರಾಮ್ ಲಾಲ್ ಇಡೀ ಬಾಂಬೆಯ ಉದ್ದಗಲಕ್ಕೂ ಹತ್ತು ರೂಪಾಯಿಯಿಂದ ನೂರು ರೂಪಾಯಿ ಚಾರ್ಜ್ ಮಾಡುವ ಸುಮಾರು 120 ಸೂಳೆಯರಿಗೆ ಗಿರಾಕಿ ಒದಗಿಸುತ್ತಾನೆ. ಅವನು ಸೌಗಂಧಿಗೆ ಹೇಳುತ್ತಾನೆ, "ನಾಯಿ, ಹಣವನ್ನು ಹಾಗೆ ದುಂದು ವೆಚ್ಚ ಮಾಡಬೇಡ. ನಿನಗೇ ಗೊತ್ತಿಲ್ಲದ ಹಾಗೆ ನಿನ್ನಲ್ಲಿರುವ ಬಟ್ಟೆಯೂ ಉಳಿಯದಂತೆ ಬೆತ್ತಲೆ ಮಾಡುತ್ತಾನೆ ಆ ತಾಯ್ಗಂಡ ಸೂಳೆಮಗ! ನಿನ್ನ ಹಾಸಿಗೆಯ ಕೆಳಗೆ ಒಂದು ಕಿಂಡಿ ಕೊರೆದು ನಿನ್ನ ಹಣವನ್ನೆಲ್ಲ ಅಲ್ಲಿ ಮುಚ್ಚಿಡು. ಅವನು ಬಂದಾಗ ಹೇಳು, 'ನಿನ್ನಾಣೆಗೂ ಮಾಧೋ, ಇಡೀ ದಿನ ಒಂದೇ ಒಂದು ಸಾಮಾನನ್ನೂ ಕಂಡಿಲ್ಲ! ಕೆಳಗಿನ ಅಂಗಡಿಯಿಂದ ನನಗಾಗಿ ಒಂದು ಕಪ್ ಚಹಾ, ಬಿಸ್ಕಿಟ್ ತರಿಸು, ಹೊಟ್ಟೆ ಹಸಿವಿನಿಂದ ಘರ್ಜಿಸುತ್ತಿದೆ,' ಎಂದು. ತಿಳಿಯಿತಾ? ಸದ್ಯದ ಪರಿಸ್ಥಿತಿ ಸರಿಯಿಲ್ಲ. ಕಾಂಗ್ರೆಸ್ ಪಾರ್ಟಿಯ ಸೂಳೆಮಕ್ಕಳು ಮದ್ಯಸಾರವನ್ನೂ ನಿಷೇಧಿಸಿದ್ದಾರೆ. ವ್ಯಾಪಾರ ತುಂಬಾ ಕಡಿಮೆಯಾಗಿಹೋಗಿದೆ. ಮದ್ಯವನ್ನೇನೋ ಹೇಗಾದರೂ ಮಾಡಿ ಹೊಂಚಬಹುದು. ದೇವರಾಣೆಗೂ ಹೇಳುತ್ತೇನೆ, ಖಾಲಿಯಾಗಿರುವ ಶೀಶೆಗಳನ್ನೆತ್ತಿ ಅದರಲ್ಲಿ ಉಳಿದಿರುವ ವೈನನ್ನು ಮೂಸಿ ನೋಡುವಾಗ ಮುಂದಿನ ಜನ್ಮದಲ್ಲಿಯೂ ಸೂಳೆಯಾಗಿಯೇ ಹುಟ್ಟಬೇಕು ಎಂದು ಪ್ರಾರ್ಥಿಸುವಂತಾಗುತ್ತದೆ."

ಸೌಗಂಧಿ ತನ್ನ ದೇಹದ ಎಲ್ಲ ಅಂಗಾಂಗಕ್ಕಿಂತ ತನ್ನ ತೋರ ಮೊಲೆಗಳನ್ನು ತುಂಬಾ ಇಷ್ಟ ಪಡುತ್ತಾಳೆ. ಅವಳ ಗೆಳತಿ ಜಮುನಾ, 'ನಿನ್ನ ಸಿಡಿಮದ್ದಿನಂಥ ಮೊಲೆಗಳಿಗೆ ಸರಿಯಾದ ಬ್ರಾದ ಒತ್ತಾಸೆ ಒದಗಿಸಿದರೆ ಅವು ಯಾವತ್ತೂ ತಮ್ಮ ಪೆಡಸುತನವನ್ನು ಕಳೆದುಕೊಳ್ಳುವುದಿಲ್ಲ,' ಎಂದು ಹುರಿದುಂಬಿಸುತ್ತಾಳೆ.

ಆಗೆಲ್ಲ ಸೌಗಂಧಿ ನಗುತ್ತಾ ಹೇಳುತ್ತಾಳೆ, "ಎಲ್ಲರೂ ನಿನ್ನಂತೆಯೇ ಎಂದು ಭಾವಿಸಿರುವೆಯಾ ಜಮುನಾ? ಈ ಗಂಡಸರು ಹತ್ತು ರೂಪಾಯಿ ಬಿಸಾಕಿ ತಮಗೆ ಬೇಕಾದ ಹಾಗೆ ನಿನ್ನನ್ನು ಬಳಸಿಕೊಳ್ಳುವುದರಿಂದ, ನೀನು ಎಲ್ಲರೂ ಹಾಗೆಯೇ ಇರುತ್ತಾರೆ ಎಂದುಕೊಂಡಿರುವೆ. ನನಗೇನಾದರೂ ಹಾಗೆಲ್ಲ ಎಲ್ಲ ಕಡೆಗೂ ಕೈ ಹಾಕಬೇಕಂತೆ, ಆಗ ಅವನಿಗೊಂದು ಗತಿ ಕಾಣಿಸದಿದ್ದರೆ ಕೇಳು!" ಹೀಗೆ ಹೇಳುವಾಗಲೇ ಮತ್ತೇನೋ ನೆನಪಾಗುತ್ತದೆ.

"ಓಹ್! ನಿನ್ನೆ... ನಿನ್ನೆ ಏನಾಯಿತು ಗೊತ್ತಾ? ರಾಮ್ ಲಾಲ್ ನಡುರಾತ್ರಿ ಎರಡು ಗಂಟೆಗೆ ಪಂಜಾಬಿಯೊಬ್ಬನನ್ನು ಕರೆತಂದ. ರಾತ್ರಿಗೆ ಮೂವತ್ತು ರೂಪಾಯಿಯಂತೆ ವ್ಯವಹಾರ ಕುದುರಿತು. ರಾಮ್ ಲಾಲ್ ಹೊರಟ ನಂತರ, ನಾನು ದೀಪವಾರಿಸಿದ್ದೇ ತಡ, ಈ ಗಂಡಸು ಪೂರ್ತಿ ಹೆದರಿಬಿಟ್ಟ! ಜಮುನಾ ಕೇಳಿಸಿಕೊಳ್ಳುತ್ತಿರುವೆಯಾ? ನಿನ್ನಾಣೆಗೂ ಸತ್ಯ ಹೇಳುತ್ತಿದ್ದೇನೆ, ದೀಪವಾರಿಸಿದ ಕೂಡಲೇ ಗಡಗಡ ನಡುಗಲು ಪ್ರಾರಂಭಿಸಿಬಿಟ್ಟ! ಅವನಿಗೆ ಕತ್ತಲೆಂದರೆ ಭಯ ಜಮುನಾ!

ನಾನು ಕೇಳಿದೆ, "ಯಾತಕ್ಕೋಸ್ಕರ ಕಾಯುತ್ತಿರುವೆ? ಆಗಲೇ ರಾತ್ರಿ ಮೂರಾಗುತ್ತಾ ಬಂದಿತು. ನಿನ್ನ ಗಡುವು ಮುಗಿಯುತ್ತ ಬರುತ್ತಿದೆ."
ಅವನು, "ಅದನ್ನು ಒತ್ತು, ಅದನ್ನು ಒತ್ತು," ಎಂದ.
ನಾನು, "ಏನು ನಿನ್ನ ಮಾತಿನ ಅರ್ಥ!" ಎಂದೆ.
ಅವನೆಂದ, "ಕರೆಂಟು! ಕರೆಂಟು!"
ನಾನು ಅರ್ಥವಾಗದೇ, "ಏನು ಕರೆಂಟು? ಏನು ಹಾಗೆಂದರೆ?" ಎಂದೆ.
ಅವನು, "ದೀಪ! ದೀಪ!" ಎಂದ.
ಅವನ ಕೀರಲು ದನಿ ಕೇಳಿ ನನಗಂತೂ ನಗು ತಡೆಯಲಾಗಲಿಲ್ಲ.

ನಾನು, "ಉಹುಂ, ಸಾಧ್ಯವೇ ಇಲ್ಲ" ಎಂದು ಛೇಡಿಸುತ್ತ ಅವನ ದಪ್ಪ ತೊಡೆಗಳನ್ನು ಚಿವುಟಿದ್ದೇ ತಡ, ಅವನು ಹಾಸಿಗೆಯಿಂದ ಕೆಳಗೆ ಹಾರಿದವನೇ ದೀಪ ಬೆಳಗಿಸಿದ.

ನಾನು ಮೈಮೇಲೆ ಬಟ್ಟೆ ಎಳೆದುಕೊಳ್ಳುತ್ತಾ ಹೇಳಿದೆ, "ಅಯ್ಯೋ ನಿನಗೆ ಸ್ವಲ್ಪವಾದರೂ ನಾಚಿಕೆ ಇಲ್ಲವೇ ಸೂಳೆಮಗನೇ?" ಅವನು ಹಾಸಿಗೆಗೆ ಹಿಂತಿರುಗುವುದರಲ್ಲೇ ನಾನು ಹಾರಿಹೋಗಿ ದೀಪವಾರಿಸಿದೆ.

"ಆ ಕೂಡಲೇ ಮತ್ತೆ ಗಾಬರಿಗೊಂಡ ಅವನು! ಅಬ್ಬ, ಎಂಥ ತಮಾಷೆ ಎನ್ನುತ್ತೀ ಇಡೀ ರಾತ್ರಿ! ಒಮ್ಮೆ ಕತ್ತಲು, ಮತ್ತೊಮ್ಮೆ ಬೆಳಕು, ಮತ್ತೊಮ್ಮೆ ಬೆಳಕು, ಇದ್ದಕ್ಕಿದ್ದಂತೆ ಕತ್ತಲು...! ಬೆಳಗಿನ ಜಾವದಲ್ಲಿ ಮೊದಲ ಟ್ರಾಮಿನ ಸದ್ದು ಕಿವಿಗೆ ಬಿದ್ದಿದ್ದೇ ತಡ, ಬೇಗ ಬೇಗ ಬಟ್ಟೆ ಹಾಕಿಕೊಂಡವನೇ ಎದ್ದುಬಿದ್ದು ಓಡಿಹೋದ. ಆ ಸೂಳೆಮಗನಿಗೆ ಬೆಟ್ಟಿಂಗ್ಗಿನಲ್ಲಿ ಬಿಟ್ಟಿ ಹಣವೇನಾದರೂ ಸಿಕ್ಕಿರಬೇಕು. ಇಲ್ಲದಿದ್ದರೆ ಯಾರು ಹಣವನ್ನು ಹೀಗೆ ಹಾಳು ಮಾಡುತ್ತಾರೆ ಹೇಳು? ಜಮುನಾ ನಾನು ಇಂತಹ ಗಿರಾಕಿಗಳಿಗೋಸ್ಕರ ಎಂತೆಂಥ ಪಟ್ಟುಗಳನ್ನು ಕಲಿತಿದ್ದೇನೆ ಗೊತ್ತೇ?"

ಸೌಗಂಧಿಗೆ ನಿಜಕ್ಕೂ ಈ ರೀತಿಯ ಪಟ್ಟುಗಳು ಅಥವಾ ತಂತ್ರಗಳು ತಿಳಿದಿದ್ದವು. ಅದನ್ನು ತನ್ನ ಒಂದೆರಡು ಗೆಳತಿಯರ ಜೊತೆ ಹಂಚಿಕೊಳ್ಳುತ್ತಾಳೆ ಕೂಡಾ. ಅವಳ ಉಪದೇಶ ಈ ರೀತಿ ಇರುತ್ತದೆ ಸಾಧಾರಣವಾಗಿ, "ಬಂದವನು ಒಳ್ಳೆಯವನಾಗಿದ್ದು, ಹೆಚ್ಚು ಮಾತು ಆಡಲು ಬರುವುದಿಲ್ಲವಾದರೆ, ಅವನನ್ನು ಚೆನ್ನಾಗಿ ಕೆಣಕಬೇಕು, ಕಚಗುಳಿ ಕೊಡಬೇಕು, ಅವನೊಡನೆ ಆಡಬೇಕು. ಅವನು ಗಡ್ಡ ಬಿಟ್ಟಿದ್ದರೆ ಅದರೊಳಗೆ ಬಾಚಣಿಕೆಯಂತೆ ಬೆರಳಾಡಿಸಿ ಒಂದಿಷ್ಟು ಕೂದಲುಗಳನ್ನು ತಿರುಚಬೇಕು. ಅವನಿಗೆ ದಪ್ಪ ಹೊಟ್ಟೆಯಿದ್ದರೆ, ಡೋಲಿನ ಹಾಗೆ ಬಡೆಯಬೇಕು. ಅವನು ಇಷ್ಟ ಬಂದಂತೆ ಮಾಡಲು ಅವಕಾಶವನ್ನೇ ನೀಡಬಾರದು. ಅವನು ಖುಷಿಯಲ್ಲಿ ಅಲ್ಲಿಂದ ಹೊರಡುತ್ತಾನೆ, ಮತ್ತು ನೀವು ಬಚಾವಾಗುತ್ತೀರಿ.

ಹೆಚ್ಚು ಮಾತನಾಡದ ಗಂಡಸರು ಅಪಾಯಕಾರಿಗಳು. ಅವಕಾಶ ಸಿಕ್ಕರೆ ತುಂಬಾ ನೋಯಿಸುತ್ತಾರೆ!"

ಆದರೆ ಸೌಗಂಧಿ ತಾನು ಅಂದುಕೊಂಡಷ್ಟು ಬುದ್ಧಿವಂತಳಾಗಿರಲಿಲ್ಲ. ಅವಳ ಬಳಿ ಬರುವ ಕೆಲವು ಖಾಯಂ ಗಿರಾಕಿಗಳಿದ್ದರು. ಅವಳು ತುಂಬಾ ಭಾವುಕಳಾಗಿದ್ದಳು, ಹಾಗಾಗಿ ನಿರ್ಧಾರದ ಘಳಿಗೆಗಳಲ್ಲಿ ಅವಳಿಗೆ ತಂತ್ರಗಳೆಲ್ಲ ನೆನಪಿಗೆ ಬಾರದಂತಾಗುತ್ತಿದ್ದವು. ಮಗುವಿಗೆ ಜನ್ಮ ಕೊಟ್ಟಾಗಿನಿಂದ ಹೊಟ್ಟೆಯ ಮೇಲಿದ್ದ ಚರ್ಮ ಸಡಿಲ ಬಿದ್ದ ಗುರುತುಗಳಿದ್ದವು ಮತ್ತು ಮೊದಲ ಬಾರಿಗೆ ಆ ಗುರುತುಗಳನ್ನು ಕಂಡಾಗ ಅವಳಿಗೆ ಹೆಣ್ಣು ನಾಯಿಯೊಂದು ಮನೆಯಲ್ಲಿದ್ದ ಮರಿಗಳ ನೆನಪಿನಲ್ಲಿ ಆತಂಕಗೊಳ್ಳುತ್ತಾ, ಎದುರಾದ ತನ್ನ ಕಡೆಗೆ ದೃಷ್ಟಿಯನ್ನೂ ಹರಿಸದೇ ನಿರ್ಲಕ್ಷಿಸುತ್ತಾ ಹೊರಟುಹೋದ ಹತಾಶೆಯಲ್ಲಿ ಅವಳ ಕಜ್ಜಿನಾಯಿ ನೆಲ ಕೆರೆದು ಕೆರೆದು ಉಂಟಾಗುತ್ತಿದ್ದ ಗೆರೆಗಳು ನೆನಪಾಗಿದ್ದವು.

ಸೌಗಂಧಿ ಯಾವಾಗಲೂ ತನ್ನದೇ ಲೋಕದಲ್ಲಿ ವಿಹರಿಸುವಂಥವಳು. ಆದರೆ ಒಂದು ಕಕ್ಕುಲಾತಿಯ ಮಾತು ಅವಳ ದೇಹದಲ್ಲಿ ಸಂತೋಷದ ತರಂಗಗಳನ್ನು ಎಬ್ಬಿಸುವಷ್ಟು ಶಕ್ತವಾಗಿತ್ತು ಮತ್ತು ಸೆಕ್ಸ್ ಅನ್ನುವುದು ನಿಷ್ಪ್ರಯೋಜಕ ಎಂದು ನಂಬಿಸಿಕೊಳ್ಳುವುದರಲ್ಲೇ ದೇಹಕ್ಕೆ ಅದು ಇಷ್ಟವೆಂದು ಅರಿವಾಗಿ ಹೋಗುತ್ತಿತ್ತು! ಇಡೀ ದಿನ ದೇಹವು ದಣಿದು ಸುಸ್ತಾಗಿ ಹೋಗಿ ಗಾಢ ನಿದ್ರೆಯೊಂದು ತನ್ನನ್ನು ಆವರಿಸಿಕೊಳ್ಳುವ ಕನಸು ಕಾಣುತ್ತಿದ್ದಳು. ಆಹ್! ಎಂಥ ಸುಖ ನಿದ್ರೆಯದು! ದೇಹದ ಕೊನೆಯ ಶಕ್ತಿಯ ಹನಿಯೂ ಸೋರಿಹೋದಷ್ಟು ಆಯಾಸವಾದಾಗಿನ ಮೂರ್ಛಾವಸ್ಥೆಯ ಸ್ಥಿತಿಯು ಎಂಥಾ ಆನಂದದಾಯಕ!

ಕೆಲವೊಮ್ಮೆ ಅವಳಿಗೆ ತನ್ನ ಇರುವಿಕೆಯ ಬಗ್ಗೆಯೇ ಅನುಮಾನ ಹುಟ್ಟಿಬಿಡುತ್ತಿತ್ತು ಮತ್ತು ಕೆಲವೊಮ್ಮೆ ಇರುವ, ಇಲ್ಲದಿರುವ ಎರಡೂ ಸ್ಥಿತಿಗಳ ನಡುವೆ ತೂಗಾಡುತ್ತಿರುವಂತೆ ಅವಳಿಗೆ ಭಾಸವಾಗುತ್ತಿತ್ತು. ಎತ್ತರದ ಆಕಾಶದಲ್ಲಿ ತೇಲುತ್ತಿರುವಾಗ ಗಾಳಿಯು ಅವಳನ್ನು ಸುತ್ತುವರೆದಾಗ ಮೇಲಿಂದ ಬೀಸುವ ಗಾಳಿ, ಕೆಳಗಿನ ಗಾಳಿ, ಎಡದ ಗಾಳಿ, ಬಲದ ಗಾಳಿ... ಒಟ್ಟಿನಲ್ಲಿ ಎಲ್ಲೆಲ್ಲೂ ಬರೀ ಗಾಳಿಯೇ, ಉಸಿರುಗಟ್ಟಿಸುವಷ್ಟು ಗಾಳಿ, ಆದರೆ ಅದ್ಭುತವಾದ ಗಾಳಿ ಕೂಡಾ!

ಸಣ್ಣವಳಿದ್ದಾಗ ಕಣ್ಣಾಮುಚ್ಚಾಲೆ ಆಟ ಆಡುವಾಗ, ಅವಳ ಅಮ್ಮನ ದೊಡ್ಡದೊಂದು ಟ್ರಂಕಿನೊಳಗೆ ಅವಳು ಬಚ್ಚಿಟ್ಟುಕೊಂಡು, ಸಿಕ್ಕಿಬೀಳುತ್ತೇನಾ ಅನ್ನುವ ನಿರೀಕ್ಷೆ ಮತ್ತು ಕಾತರದಲ್ಲಿರುವಾಗ ಇದ್ದಕ್ಕಿದ್ದಂತೆ ಉಸಿರುಗಟ್ಟುತ್ತಿದೆ ಅನ್ನಿಸಿ ಎದೆ ಬಡಿತ ಏರಿಬಿಡುತ್ತಿತ್ತು. ಆ ಭಾವನೆ ಎಷ್ಟು ಮಜವಾಗಿರುತ್ತಿತ್ತು!

ಸೌಗಂಧಿಗೆ ಇಡೀ ಜನ್ಮ ಜನರು ತನ್ನನ್ನು ಹುಡುಕುತ್ತಲೇ ಇರುವಾಗ, ಯಾರ ಕೈಗೂ ಸಿಕ್ಕದೇ ಹಾಗೇ ಟ್ರಂಕಿನೊಳಗೆ ಅಡಗಿಯೇ ಇದ್ದು, ಅಪರೂಪಕ್ಕೊಮ್ಮೆ ತಾನು ಅವರ ಕೈಲಿ ಸಿಕ್ಕಿಬಿದ್ದು, ಆ ನಂತರ ತಾನೂ ಆ ರೀತಿ ಯಾರನ್ನಾದರೂ ಹುಡುಕಬೇಕು ಎನ್ನಿಸುತ್ತದೆ. ಕಳೆದ ಐದು ವರ್ಷಗಳಿಂದ ಅವಳ ಬದುಕು ಥೇಟ್ ಕಣ್ಣಾಮುಚ್ಚಾಲೆ ಆಟದಂತೆಯೇ ಇದೆ: ಕೆಲವೊಮ್ಮೆ ಅವಳು ಯಾರದ್ದೋ ಹುಡುಕಾಟಕ್ಕೆ ಬಿದ್ದರೆ, ಮತ್ತೆ ಕೆಲವೊಮ್ಮೆ ಇನ್ಯಾವನೋ ಅವಳ ಹುಡುಕಾಟಕ್ಕೆ ಬೀಳುತ್ತಾನೆ. ಬದುಕು ಹೀಗೆಯೇ ಸಾಗುತ್ತಲಿದೆ.

ಅವಳು ಸಂತೋಷವಾಗಿಯೇ ಇದ್ದಳು, ಏಕೆಂದರೆ ಅವಳು ಸಂತೋಷವಾಗಿಯೇ ಇರಬೇಕಾಗಿತ್ತು. ಪ್ರತೀ ರಾತ್ರಿಯೂ ತನ್ನ ವಿಶಾಲವಾದ ತೇಗದ ಮರದ ಮಂಚವನ್ನು ಬೇರೆ ಬೇರೆ ಗಂಡಸಿನೊಡನೆ ಹಂಚಿಕೊಳ್ಳುತ್ತಿದ್ದಳು. ಅವರನ್ನೆಲ್ಲ ಹಿಡಿತದಲ್ಲಿಡುವ ಅನೇಕ ತಂತ್ರಗಳು ಅವಳಿಗೆ ಗೊತ್ತಿರಲೇಬೇಕಿತ್ತು. ಅವರ ಕೆಟ್ಟಾಕೊಳಕ ಆಸೆ ಮತ್ತು ಬೇಡಿಕೆಗಳನ್ನು ಒಪ್ಪಬಾರದೆಂದು ಅನೇಕ ಸಲ ಅವಳು ಪ್ರತಿಜ್ಞೆ ಮಾಡಿದ್ದರೂ, ಅವರನ್ನು ಉಪೇಕ್ಷಿಸಬೇಕೆಂದು ನಿರ್ಧರಿಸಿದ್ದರೂ, ಅಂಥ ಘಳಿಗೆಗಳು ಎದುರಾಗಿಯೇಬಿಟ್ಟಾಗ ಪ್ರತಿಬಾರಿಯೂ ಸೋತು ಬಿಡುತ್ತಿದ್ದಳು.

ಪ್ರೀತಿಸಲ್ಪಡಬೇಕು ಅನ್ನುವ ಆ ಕ್ಷಣದ ತೀವ್ರ ಬಯಕೆಯನ್ನು ಹತ್ತಿಕ್ಕಲಾಗುತ್ತಲೇ ಇರಲಿಲ್ಲ. ಪ್ರತಿ ದಿನವೂ ಒಬ್ಬೊಬ್ಬ ಗಂಡಸು ಅವಳನ್ನು ಪ್ರೀತಿಸುತ್ತೇನೆಂದು ಸಾರುತ್ತಿದ್ದ. ಸೌಗಂಧಿಗೂ ಗೊತ್ತಿತ್ತು ಅವರು ಸುಳ್ಳಾಡುತ್ತಿದ್ದಾರೆನ್ನುವುದು. ಆದರೂ ಉಕ್ಕಿದ ಆ ನಿಮಿಷದ ಭಾವನೆಗಳಲ್ಲಿ ಮುಳುಗಿಹೋದ ಅವಳು, ನಿಜಕ್ಕೂ ಅವರು ತನ್ನನ್ನು ಪ್ರೀತಿಸುತ್ತಿದ್ದಾರೆಂದೇ ನಂಬುತ್ತಿದ್ದಳು. 'ಪ್ರೀತಿ.' ಆಹ್ ಎಂಥ ಮಧುರವಾದ ಪದ! ಇಡೀ ದೇಹಕ್ಕೆ ಪ್ರೀತಿಯನ್ನು ಬಳಿದುಕೊಂಡು ಕಣಕಣದಲ್ಲೂ ಇಳಿಯುವಂತೆ ಮಸಾಜ್ ಮಾಡಿಕೊಳ್ಳಬೇಕು ಅನಿಸುತ್ತಿತ್ತು ಅವಳಿಗೆ. ತನ್ನನ್ನೇ ತಾನು ಪ್ರೀತಿಗೆ ಅರ್ಪಿಸಿಕೊಂಡು ಬಿಡಬೇಕು ಅನಿಸುತ್ತಿತ್ತು. ಪ್ರೀತಿ ಅನ್ನುವುದೇ ಒಂದು ಹೂಜಿಯೆಂದಿಟ್ಟುಕೊಳ್ಳಿ, ಅದರ ಬಾಯಿಯೊಳಗಿಂದ ಒಳಗಿಳಿದು ಅದರೊಳಗೆ ಮುದುಡಿ ಅಡಗಿ ಕುಳಿತು ಬಿರಟೆ ಜಡಿದು ಬಿಡುತ್ತಿದ್ದಳು. ಅವಳಿಗೆ ನಿಜಕ್ಕೂ ಪ್ರೇಮಿಸಬೇಕು ಎಂದು ಆಸೆಯಾದಾಗ, ಆ ಗಂಡಸು ಯಾರು ಅನ್ನುವುದನ್ನೂ ಲಕ್ಷಿಸುತ್ತಿರಲಿಲ್ಲ. ಆಗ ಬಂದ ಯಾವುದೇ ಗಂಡಸನ್ನೂ ಕರೆದುಕೊಂಡು, ಅವನನ್ನು ತೊಡೆಯ ಮೇಲೆ ಕುಳ್ಳರಿಸಿಕೊಂಡು, ಅವನ ತಲೆದಡವಿ, ಜೋಗುಳ ಹಾಡಿ ಅವನನ್ನು ಮಲಗಿಸಬೇಕು ಅನಿಸುತ್ತಿತ್ತು.

ಅವಳಲ್ಲಿ ಅದೆಂಥ ಅಗಾಧ ಪ್ರೇಮವಿರುತ್ತಿತ್ತೆಂದರೆ, ಆ ಕ್ಷಣದಲ್ಲಿ ಯಾವುದೇ ಗಿರಾಕಿಯನ್ನೂ ಅವಳು ಪ್ರೇಮಿಸಲು ಸಿದ್ಧವಿರುತ್ತಿದ್ದಳು ಮತ್ತು ಆ ಪ್ರೀತಿಯನ್ನು

ಚಿರಕಾಲ ಜೀವಂತವಾಗಿಡಲು ಶಕ್ತಳಿದ್ದಳು. ಆಗಲೇ ಹೇಳಿದೆನಲ್ಲ, ಗೋಡೆಯ ಮೇಲಿದ್ದ ನಾಲ್ಕು ಫೋಟೋಗಳಲ್ಲಿನ ಗಂಡಸರು, ಅವರೆಲ್ಲ ಅವಳು ಪ್ರೇಮ ನಿವೇದನೆ ಮಾಡಿಕೊಂಡಂಥವರೇ. ಅವಳು ಒಳ್ಳೆಯವಳೇ ಇದ್ದಳು, ಆದರೆ ಆ ಗಂಡಸರೇಕೆ ಒಳ್ಳೆಯವರಾಗಿರಲಿಲ್ಲ? ಅವಳಿಗದು ಅರ್ಥವೇ ಆಗುತ್ತಿರಲಿಲ್ಲ. ಹಾಗಾಗಿ ಒಮ್ಮೆ ಕನ್ನಡಿಯಲ್ಲಿ ನೋಡಿಕೊಳ್ಳುವಾಗ ಅಯಾಚಿತವಾಗಿ, "ಸೌಗಂಧಿ, ಕಾಲಕ್ಕೆ ನಿನ್ನ ಮೇಲೆ ಕರುಣೆಯಿಲ್ಲ," ಎಂದು ತನ್ನಷ್ಟಕ್ಕೆ ತಾನು ಹೇಳಿಕೊಳ್ಳುತ್ತಿದ್ದಳು. ಅವಳು ಸೂಳೆಗಾರಿಕೆಯಲ್ಲಿ ಕಳೆದ ಹಿಂದಿನ ಐದು ವರ್ಷಗಳ ಎಲ್ಲ ಹಗಲು, ರಾತ್ರಿಗಳು ಮಾತ್ರ ಅವಳಿಗೆ ಮುಖ್ಯವೆನಿಸಿದ್ದವು. ಅವಳು ಕನಸು ಕಂಡಷ್ಟು ಸಂತೋಷವಾಗಿಲ್ಲದೇ ಹೋದರೂ ತೃಪ್ತಿಯಿಂದಿದ್ದಳು. ಅವಳು ಅರಮನೆ ಕಟ್ಟಬೇಕು ಎನ್ನುವಂಥ ಕನಸನ್ನೇನೂ ಕಂಡವಳಲ್ಲ.

ಹಣವೆನ್ನುವುದು ನಿಜಕ್ಕೂ ಅಷ್ಟೊಂದು ದೊಡ್ಡ ವಿಷಯವೇ ಆಗಿರಲಿಲ್ಲ. ಅವಳು ಗಿರಾಕಿಗಳಿಂದ ಹತ್ತು ರೂಪಾಯಿ ಪಡೆಯುತ್ತಿದ್ದುದರಲ್ಲಿ, ಎರಡೂವರೆ ರೂಪಾಯಿ ರಾಮ್ ಲಾಲನಿಗೆ ಸೇರುತ್ತಿತ್ತು ಮತ್ತು ಉಳಿದ ಏಳೂವರೆ ರೂಪಾಯಿ ಅವಳಿಗೆ ಬೇಕಾದಷ್ಟಾಗಿತ್ತು. ಮಾಧೋ ಪುಣೆಯಿಂದ ಅವಳಿಗೆ 'ಚುಚ್ಚಲು' ಬಂದಾಗ (ರಾಮ್ ಲಾಲ್ ಹಾಗೆಯೇ ಕರೆಯುತ್ತಾನೆ ಅದನ್ನು), ಅವನ ಕೈಗೆ ಹತ್ತೋ, ಹದಿನೈದೋ ರೂಪಾಯಿಗಳನ್ನಿಡುತ್ತಿದ್ದಳು. ಹಾಗೆ ಮಾಡುತ್ತಿದ್ದುದಾದರೂ ಅವಳಿಗೆ ಅವನ ಮೇಲಿದ್ದ ಮೋಹದ ಕಾರಣಕ್ಕೆ ಮಾತ್ರ. ರಾಮ್ ಲಾಲ್ ಹೇಳುವುದು ನಿಜ, ಮಾಧೋನಲ್ಲಿ ಅವಳನ್ನು ಆಕರ್ಷಿಸುವಂಥದ್ದೇನೋ ಇತ್ತು.

ನಾನು ಯಾಕೆ ಸುಮ್ಮನೇ ಇದ್ದುದನ್ನು ಇದ್ದಂತೆ ಹೇಳಿಬಿಡಬಾರದು? ಸೌಗಂಧಿ ಮೊದಲಿಗೆ ಮಾಧೋನನ್ನು ಭೇಟಿಯಾದಾಗ ಅವನು ಹೇಳಿದ್ದ, "ನಿನಗೆ ನಿಜಕ್ಕೂ ನಾಚಿಕೆಯಾಗುವುದಿಲ್ಲವೇ? ನೀನು ಏನನ್ನು ಬಿಕರಿಗಿಟ್ಟಿರುವೆ ಎನ್ನುವುದು ನಿನಗೆ ತಿಳಿದಿದೆಯೇ? ನಾನು ಏತಕ್ಕಾಗಿ ಬಂದಿರುವೆನೆಂದು ನೀನು ತಿಳಿದಿರುವೆ? ಛಿ ಛಿ ಛಿ. ಹತ್ತು ರೂಪಾಯಿಯಲ್ಲಿ ಎರಡೂವರೆ ರೂಪಾಯಿ ಆ ತಲೆಹಿಡುಕನಿಗೆ ಸೇರುತ್ತದೆ ಬೇರೆ. ಉಳಿದದ್ದೆಷ್ಟು, ಏಳೂವರೆ ರೂಪಾಯಿ, ಸರಿ ತಾನೇ... ಏಳೂವರೆ? ಆ ಏಳೂವರೆ ರೂಪಾಯಿಗೆ ನೀನು ನನಗೆ ಕೊಡಲಾಗದ್ದನ್ನು ಕೊಡುವೆ ಎಂದು ಪ್ರಮಾಣ ಮಾಡುತ್ತೀಯೆ ಮತ್ತು ನಾನು ತೆಗೆದುಕೊಳ್ಳಲಾರದ ಏನೋ ಒಂದಕ್ಕಾಗಿ ಇಲ್ಲಿಗೆ ಬಂದಿರುವೆ! ನನಗೇನೋ ಹೆಂಗಸು ಬೇಕು, ಆದರೆ ನಿನಗೆ ಗಂಡಸು ಬೇಕೇ? ನನಗೆ ಯಾವ ಹೆಣ್ಣಾದರೂ ಆದೀತು, ಆದರೆ ನಿನಗೆ ನಾನು ನಿಜಕ್ಕೂ ಇಷ್ಟವಾಗುತ್ತೇನಾ? ನಮ್ಮ ಸಂಬಂಧವೇನು? ಉಹುಂ, ಏನಿಲ್ಲ, ಏನೇನೂ ಇಲ್ಲ. ಬರೀ ಹತ್ತು ರೂಪಾಯಿಗಳು. ಆ ತಲೆಹಿಡುಕನಿಗೆ ಕೊಟ್ಟ ಬಳಿಕ ಉಳಿವ ಮತ್ತು ನೀನು ಹುಡಿ ಹಾರಿಸುವ ಏಳೂವರೆ ರೂಪಾಯಿ, ಅದಷ್ಟೇ ನಮ್ಮಿಬ್ಬರನ್ನು

ಬಂಧಿಸಿರುವ ತಂತು. ನೀನು ಅದರ ಮೇಲೆ ಕಣ್ಣಿರಿಸಿರುವೆ, ನಾನು ಸಹಾ. ನಿನ್ನ ಹೃದಯ ಏನೋ ಹೇಳುತ್ತದೆ, ನನ್ನ ಹೃದಯ ಮತ್ತೇನೋ ಹೇಳುತ್ತದೆ. ನಾವಿಬ್ಬರೂ ಏಕೆ ಒಂದಾಗಬಾರದು? ನಾನು ಪುಣೆಯಲ್ಲಿ ಹೆಡ್ ಕಾನ್ಸ್ಟೇಬಲ್ ಆಗಿದ್ದೇನೆ. ನಾನು ತಿಂಗಳಿಗೊಮ್ಮೆ ಮೂರ್ನಾಲ್ಕು ದಿನ ಇಲ್ಲಿಗೆ ಬರುತ್ತೇನೆ. ನಾನು ನಿನಗೆ ಬೇಕಾದ್ದೆಲ್ಲವನ್ನೂ ಕೊಡಿಸುತ್ತೇನೆ. ಅಂದಹಾಗೆ ಈ ಮನೆಗೆ ಬಾಡಿಗೆಯೆಷ್ಟು?"

ಈ ರೀತಿಯಾಗಿ ಮಾಧೋ ಹೇಳಿದ್ದೆಲ್ಲವೂ ಕೇಳಿ ಕೇಳಿ ತಾನು ಹೆಡ್ ಕಾನ್ಸ್ಟೇಬಲ್ಲನ ಹೆಂಡತಿಯೇನೋ ಅನ್ನುವ ಭ್ರಮೆ ಆವರಿಸಿತ್ತು. ಮಾಧೋ ಅವಳ ರೂಮನ್ನು ಒಪ್ಪ ಮಾಡಿ, ಅವಳ ಮಂಚದಲ್ಲಿ ತಲೆಯನ್ನಿಡುವ ಭಾಗದ ಗೋಡೆಯಲ್ಲಿ ನೇತುಹಾಕಿದ್ದ ಕಾಮಶಾಸ್ತ್ರದ ಭಂಗಿಗಳ ಫೋಟೋಗಳನ್ನೆಲ್ಲ ಹರಿದು ಹಾಕಿದ್ದ. ಅವನು ಹೇಳಿದ್ದ, "ಸೌಗಂಧಿ, ನೀನು ಆ ರೀತಿಯಾದ ಫೋಟೋಗಳನ್ನು ತೂಗುಹಾಕಲು ನಾನು ಬಿಡುವುದಿಲ್ಲ. ಈ ನೀರಿನ ಹೂಜಿ ನೋಡು, ಅದೆಷ್ಟು ಕೊಳಕಾಗಿದೆ! ಆಮೇಲೆ ಈ ಚಿಂದಿ... ಈ ಚಿಂದಿಗಳನ್ನು ನೋಡು... ಅಬ್ಬ! ಎಷ್ಟು ದುರ್ನಾತ ಬೀರುತ್ತಿವೆ! ಅವನ್ನು ಹೊರಕ್ಕೆಸಿ. ಅದು ಸರಿ ನಿನ್ನ ಕೂದಲಿಗೆ ಅದೇನು ಮಾಡಿಕೊಂಡಿದ್ದೀಯ?"

ಮಾಧೋ ಮತ್ತು ಸೌಗಂಧಿ ಮೂರು ಸುದೀರ್ಘ ಗಂಟೆಗಳ ಕಾಲ ಮಾತನಾಡಿದ ನಂತರ ಸೌಗಂಧಿಗೆ ಅವನು ಎಷ್ಟೋ ವರ್ಷಗಳಿಂದ ಪರಿಚಯವಿರುವಂತೆ ಅನ್ನಿಸಿಬಿಟ್ಟಿತ್ತು. ಯಾರೂ ಅದುವರೆಗೆ ಆ ರೂಮಿನ ಗಬ್ಬುನಾತದ ಚಿಂದಿಗಳ ಬಗ್ಗೆ, ಕೊಳಕು ಹೂಜಿಯ ಬಗ್ಗೆ, ಉದ್ರೇಕಗೊಳಿಸುವ ಚಿತ್ರಗಳ ಬಗ್ಗೆ ತಲೆ ಕೆಡಿಸಿಕೊಂಡಿರಲಿಲ್ಲ.

ಹಾಗೆ ನೋಡಿದರೆ ಅವಳ ರೂಮನ್ನು ಮನೆ ಎಂದು ಯಾರೂ ಪರಿಗಣಿಸಿಯೇ ಇರಲಿಲ್ಲ. ಗಂಡಸರು ಬರುತ್ತಿದ್ದರು, ಹೋಗುತ್ತಿದ್ದರು, ಯಾರೂ ಆ ಹಾಸಿಗೆಯ ಕೊಳಕನ್ನು ಸಹಾ ಗಮನಿಸುತ್ತಿರಲಿಲ್ಲ. "ನಿನ್ನ ಮೂಗು ನೋಡು ಅದೆಷ್ಟು ಕೆಂಪಗಾಗಿದೆ! ನೆಗಡಿಯಾಗದಿದ್ದರೆ ಸಾಕು. ಇರು ಹೋಗಿ ಏನಾದರೂ ಮಾತ್ರೆ ತರುತ್ತೇನೆ," ಎಂದು ಯಾರೂ ಹೇಳಿರಲಿಲ್ಲ. ಮಾಧೋ ನಿಜಕ್ಕೂ ಒಳ್ಳೆಯ ಮನುಷ್ಯನಾಗಿದ್ದ. ಅವನು ಹೇಳಿದ್ದರಲ್ಲಿ ಯಾವ ತಪ್ಪೂ ಇರಲಿಲ್ಲ. ಎಷ್ಟು ಖಡಾಖಂಡಿತವಾಗಿ ಅವಳನ್ನು ಬಯ್ದಿದ್ದ! ಅವಳಿಗೆ ನಿಜಕ್ಕೂ ಅವನ ಅವಶ್ಯಕತೆ ಅನ್ನಿಸಿತ್ತು, ಹಾಗೆ ಶುರುವಾಗಿತ್ತು ಅವರಿಬ್ಬರ ಸಂಬಂಧ.

ಮಾಧೋ ತಿಂಗಳಿಗೊಮ್ಮೆ ಪುಣೆಯಿಂದ ಬರುತ್ತಿದ್ದ ಮತ್ತು ಹಿಂತಿರುಗುವ ಮೊದಲು ಯಾವಾಗಲೂ ಹೇಳುತ್ತಿದ್ದ, "ನೋಡು ಸುಗಂಧಿ, ಹೇಳುತ್ತೇನೆ ಕೇಳು, ನೀನೇನಾದರೂ ನಿನ್ನ ಈ ದಂಧೆಯನ್ನು ಮುಂದುವರಿಸಿದ್ದೇ ಆದರೆ ಅಲ್ಲಿಗೆ ನಮ್ಮ ಸಂಬಂಧ ಮುಗಿಯಿತೆಂದು ತಿಳಿ. ಒಬ್ಬನೇ ಒಬ್ಬ ಗಂಡಸು ಇಲ್ಲಿಗೆ ಬಂದಿದ್ದ ಎಂದು

ತಿಳಿಯಿತಾದರೆ, ನಿನ್ನ ಕೂದಲನ್ನು ಹಿಡಿದೆಳೆದು ಆಚೆ ದಬ್ಬುತ್ತೇನೆ. ನಾನು ಪುಣೆ ತಲುಪಿದ ಕೂಡಲೇ ನಿನ್ನ ಈ ತಿಂಗಳ ಖರ್ಚಿನ ಹಣವನ್ನು ಮನಿ ಆರ್ಡರ್ ಮಾಡುತ್ತೇನೆ. ನೆನಪಿಸು, ಅಂದಹಾಗೆ ಈ ರೂಮಿನ ಬಾಡಿಗೆ ಎಷ್ಟು?"

ಆದರೆ ಮಾಧೋ ಯಾವತ್ತೂ ಹಣವನ್ನು ಕಳಿಸಲೂ ಇಲ್ಲ ಮತ್ತು ಸೌಗಂಧಿ ಎಂದೂ ಅವಳ ದಂಧೆಯನ್ನು ನಿಲ್ಲಿಸಲೂ ಇಲ್ಲ. ಅಲ್ಲಿ ಏನು ನಡೆಯುತ್ತಿದೆ ಎನ್ನುವುದು ಇಬ್ಬರಿಗೂ ತಿಳಿದಿತ್ತು. ಸೌಗಂಧಿ ಮಾಧೋನನ್ನು, "ಅದೆಷ್ಟು ಕೊಚ್ಚಿಕೊಳ್ಳುತ್ತೀ? ಯಾವತ್ತು ನೀನು ನನಗೆಂದು ಏನಾದರೂ ಕೊಟ್ಟಿರುವೆ?" ಎಂದು ಕೇಳಲಿಲ್ಲ ಮತ್ತು ಮಾಧೋ ಸೌಗಂಧಿಯನ್ನು, "ಈ ಹಣ ಎಲ್ಲಿಂದ ಬಂತು? ಇದು ನಾನು ನಿನಗೆ ಕೊಟ್ಟಿದ್ದಲ್ಲ ಅಲ್ಲವೇ," ಎಂದೂ ಕೇಳಲಿಲ್ಲ. ಇಬ್ಬರೂ ಸುಳ್ಳಾಡುತ್ತಿದ್ದರು, ಇಬ್ಬರೂ ಮುಖವಾಡ ತೊಟ್ಟಿದ್ದರು. ಆದರೂ ಚಿನ್ನದ ಒಡವೆ ಕೊಳ್ಳುವ ಶಕ್ತಿಯಿಲ್ಲದವರು ಗಿಲೀಟು ಒಡವೆಯಲ್ಲೇ ತೃಪ್ತಿ ಪಡುವಂತೆ ಸೌಗಂಧಿಯೂ ಸಂಭ್ರಮ ಪಡುತ್ತಿದ್ದಳು.

ತುಂಬಾ ಸುಸ್ತಾಗಿದ್ದ ಸೌಗಂಧಿ ದೀಪವನ್ನೂ ಆರಿಸದೇ ಹಾಗೆಯೇ ಮಲಗಿಬಿಟ್ಟಿದ್ದಳು. ತಲೆಯ ಮೇಲೆ ತೂಗುಬಿದ್ದಿದ್ದ ದೀಪದ ಪ್ರಖರ ಬೆಳಕು ಸಹಾ ಅವಳನ್ನು ಎಚ್ಚರಗೊಳಿಸಲು ಶಕ್ಯವಾಗಿರಲಿಲ್ಲ. ಬಾಗಿಲು ಬಡಿದ ಸದ್ದು ಕೇಳಿಸಿತು. ನಡುರಾತ್ರಿಯ ಎರಡು ಗಂಟೆಯಲ್ಲಿ ಯಾರು ಬಂದಿರಬಹುದು? ಆ ಬಾಗಿಲ ಬಡಿತವು ನೊಣದ ಗುಯ್ಗುಡುವ ಸದ್ದಿನಂತೆ, ಸಣ್ಣಗೆ ಸೌಗಂಧಿಯ ಕಿವಿಯನ್ನು ತಲುಪುತ್ತಿತ್ತು.

ಬರಬರುತ್ತಾ ಆ ಬಡಿತ ಜೋರಾದಾಗ ಅವಳು ಎಚ್ಚರಗೊಂಡಳು. ಅವಳ ಬಾಯಿಯ ತುಂಬಾ ಹಿಂದಿನ ರಾತ್ರಿ ಕುಡಿದ ಸಾರಾಯಿ, ಹಲ್ಲಿನ ನಡುವೆ ಸಿಕ್ಕಿಕೊಂಡ ಮೀನಿನ ತುಂಡುಗಳಿಂದ ಉಂಟಾದ ಕಹಿ ಮತ್ತು ಅಂಟಾದ ಜೊಲ್ಲು ತುಂಬಿತ್ತು. ಲುಂಗಿಯ ಅಂಚಿನಿಂದ ಜೊಲ್ಲನ್ನು ತೊಡೆದು ಕಣ್ಣುಜ್ಜಿಕೊಂಡಳು. ಆಗ ತಾನು ಒಬ್ಬಳೇ ಇರುವುದು ಅರಿವಿಗೆ ಬಂತು. ಅವಳು ಮಂಚದಡಿ ಬಗ್ಗಿ ನೋಡಿದಳು, ಅವಳ ನಾಯಿ ಚಪ್ಪಲಿಗಳ ಮೇಲೊರಗಿ ಸುಖ ನಿದ್ರೆಯಲ್ಲಿತ್ತು. ಅವಳು ತಲೆಯೆತ್ತಿ ತನ್ನದೇ ರೆಕ್ಕೆಗಳ ನಡುವೆ ತಲೆ ಹುದುಗಿಸಿ ನಿದ್ರಿಸುತ್ತಿದ್ದ ಗಿಣಿಯಿದ್ದ ಪಂಜರವನ್ನು ನೋಡಿದಳು. ಯಾರೋ ಬಾಗಿಲು ಬಡಿಯುತ್ತಲೇ ಇದ್ದಾರೆ. ಮಿಡಿಯುತ್ತಿದ್ದ ತಲೆಯಲ್ಲಿಯೇ ಸೌಗಂಧಿ ಎದ್ದಳು. ಹೂಜಿಯಿಂದ ಒಂದು ಲೋಟದ ತುಂಬಾ ನೀರು ಮೊಗೆದು ಬಾಯಿ ಮುಕ್ಕಳಿಸಿದಳು. ಮತ್ತೊಂದು ಲೋಟದ ತುಂಬಾ ನೀರು ಮೊಗೆದು ಕುಡಿದು ಬಾಗಿಲನ್ನು ತೆರೆದಳು.

"ರಾಮ್ ಲಾಲ್?"

ರಾಮ್ ಲಾಲ್ ಬಾಗಿಲು ಬಡಿದು ಬಡಿದು ಸುಸ್ತಾಗಿದ್ದವ ಸಿಟ್ಟಿನಿಂದ, "ನೀನು ಸತ್ತಿದ್ದೀಯೋ ಹೇಗೆ? ನಾನು ಈ ಸರಿರಾತ್ರಿಯಲ್ಲಿ ಮೂರ್ಖನಂತೆ ಬಾಗಿಲು ಬಡಿಯುತ್ತಲೇ ಇರುವಾಗ ನೀನು ಅದೆಲ್ಲಿ ಹಾಳಾಗಿ ಹೋಗಿದ್ದೆ?" ಅಂದವನೇ ಮತ್ತೆ ದನಿ ತಗ್ಗಿಸಿ, "ಯಾರಾದರೂ ಇದ್ದಾರಾ ಒಳಗೆ?" ಎಂದು ಕೇಳಿದ.

ಸೌಗಂಧಿ ಇಲ್ಲವೆನ್ನುವಂತೆ ತಲೆಯಾಡಿಸುತ್ತಲೇ ರಾಮ್ ಲಾಲ್ ದನಿಯೆತ್ತರಿಸಿ, "ಮತ್ತೆ ಬಾಗಿಲೇಕೆ ತೆಗೆಯಲಿಲ್ಲ? ಆಹ್! ಇದೆಲ್ಲ ಅತಿಯಾಯಿತು ಯಾಕೋ. ಅದೆಂಥ ನಿದ್ರೆ ನಿನ್ನದು? ಹೀಗೆ ಒಬ್ಬೊಬ್ಬಳನ್ನು ಎಬ್ಬಿಸಲೂ ನಾನು ಎರಡೆರಡು ಗಂಟೆಗಳ ಕಾಲ ತಲೆ ಚಚ್ಚಿಕೊಂಡು ಸಾಯುತ್ತಿದ್ದರೆ ವ್ಯವಹಾರ ನಡೆಸಿದಂತೆಯೇ ಇದೆ. ಅದೇನು ಹಾಗೆ ದುರುಗುಟ್ಟಿ ನೋಡುತ್ತಿರುವೆ? ಬೇಗ ಆ ಲುಂಗಿಯನ್ನು ತೆಗೆದು ಹೂಗಳ ಡಿಸೈನಿನ ನಿನ್ನ ಸೀರೆಯನ್ನುಟ್ಟು, ಮುಖಕ್ಕೆ ಪೌಡರ್ ಹಚ್ಚಿ, ಈ ಕೂಡಲೇ ನನ್ನೊಡನೆ ಹೊರಡು. ಒಬ್ಬ ಶ್ರೀಮಂತ ಕಾರಿನಲ್ಲಿ ನಿನಗಾಗಿ ಕಾಯುತ್ತಿದ್ದಾನೆ. ಬೇಗ!"

ಸೌಗಂಧಿ ಆರಾಮ ಕುರ್ಚಿಯಲ್ಲಿ ಕುಳಿತಳು ಮತ್ತು, ರಾಮ್ ಲಾಲ್ ಒಳಗೆ ಬಂದವನೇ ಕನ್ನಡಿಯೆದುರು ನಿಂತು ತಲೆ ಬಾಚಿಕೊಳ್ಳಲಾರಂಭಿಸಿದ. ಸೌಗಂಧಿ ಸ್ಟೂಲಿನ ಹತ್ತಿರ ಹೋಗಿ, ಅಲ್ಲಿದ್ದ ಮುಲಾಮಿನ ಬಾಟಲನ್ನೆತ್ತಿಕೊಂಡು ಮುಚ್ಚಳ ತೆರೆದು, "ರಾಮ್ ಲಾಲ್, ನನಗೆ ಇವತ್ತು ಮನಸ್ಸಿಲ್ಲ," ಎಂದಳು.

ರಾಮ್ ಲಾಲ್ ಬಾಚಣಿಕೆಯನ್ನು ಮತ್ತೆ ಗೂಡಿನಲ್ಲಿ ಇಡುತ್ತಾ, ಅವಳ ಕಡೆ ತಿರುಗಿ, "ಹಾಗಂತ ಮೊದಲೇ ಹೇಳಬೇಕಿತ್ತು," ಎಂದ.

ಸೌಗಂಧಿ ಹಣೆಗೆ ಮತ್ತು ಗಂಡಸ್ಥಲಕ್ಕೆ ಮುಲಾಮು ತಿಕ್ಕುತ್ತ, "ಹಾಗಲ್ಲ ರಾಮ್ ಲಾಲ್, ನನಗೀಗ ಏನೋ ಸರಿಯಿಲ್ಲ. ತುಂಬಾ ಕುಡಿದುಬಿಟ್ಟಿರುವೆ," ಎಂದಳು.

ರಾಮ್ ಲಾಲ್ ಆಸೆಬುರುಕ ದನಿಯಲ್ಲಿ, "ಇನ್ನೂ ಉಳಿದಿದೆಯಾ? ಇದ್ದರೆ ಕೊಡು! ನನಗೂ ಸ್ವಲ್ಪ ಬೇಕು," ಎಂದ.

ಸೌಗಂಧಿ ಮುಲಾಮಿನ ಬಾಟಲನ್ನು ಕೆಳಗಿಡುತ್ತ, "ಇದ್ದಬದ್ದದ್ದನ್ನೆಲ್ಲ ಕುಡಿಯದಿದ್ದರೆ ಈ ತಲೆನೋವು ಯಾಕೆ ಬರುತ್ತಿತ್ತು ನನಗೆ? ರಾಮ್ ಲಾಲ್, ಒಂದು ಕೆಲಸ ಮಾಡು, ಆ ಮನುಷ್ಯನನ್ನು ಇಲ್ಲಿಗೇ ಕರೆದುಕೊಂಡು ಬಾ," ಎಂದಳು. "ಇಲ್ಲ, ಇಲ್ಲ, ಅವನು ಇಲ್ಲಿಗೆಲ್ಲ ಬರುವುದಿಲ್ಲ. ಅವನೊಬ್ಬ ತುಂಬಾ ಸಭ್ಯ ಮನುಷ್ಯ. ಈ ಓಣಿಯಲ್ಲಿ ಕಾರಿನಲ್ಲಿ ಬರಲೇ ಆತಂಕ ವ್ಯಕ್ತಪಡಿಸುತ್ತಿದ್ದ. ಸಿದ್ಧವಾಗಿ ಬಾ, ಆ ನಂತರ ಸರಿ ಹೋಗುತ್ತೀಯೆ," ಎಂದ.

ಇಷ್ಟೆಲ್ಲ ಕಷ್ಟ ಬರೀ ಏಳೂವರೆ ರೂಪಾಯಿಗೆ? ಸೌಗಂಧಿಗೆ ತಲೆ ನೋವಿದ್ದಾಗ ಕೆಲಸ ಮಾಡಲು ಮನಸ್ಸೇ ಆಗುತ್ತಿರಲಿಲ್ಲ. ಆದರೆ ಈಗ ಅವಳಿಗೆ ತುರ್ತಾಗಿ ಹಣದ ಅವಶ್ಯಕತೆಯಿತ್ತು. ಪಕ್ಕದ ಮನೆಯ ಮದರಾಸಿ ಹೆಂಗಸಿನ ಗಂಡ ಕಾರು ಅಪಘಾತದಲ್ಲಿ ಸತ್ತುಹೋಗಿದ್ದ. ಈಗ ಆ ಹೆಂಗಸು, ತನ್ನ ಪುಟ್ಟ ಮಗಳೊಡನೆ ಮದರಾಸಿಗೆ ಹೋಗಬೇಕಿತ್ತು. ಆದರೆ ಪ್ರಯಾಣಕ್ಕೆ ಬೇಕಿದ್ದಷ್ಟು ಹಣ ಅವಳ ಬಳಿಯಿರಲಿಲ್ಲ. ಅವಳಿಗೆ ತುಂಬಾ ಗಾಬರಿಯಾಗಿತ್ತು. ಹಿಂದಿನ ದಿನ ತಾನೆ ಸೌಗಂಧಿ ಅವಳಿಗೆ ಆಶ್ವಾಸನೆ ನೀಡಿದ್ದಳು, "ಯೋಚಿಸಬೇಡ. ಪುಣೆಯಿಂದ ನನ್ನ ಬಾಯ್ ಫ್ರೆಂಡ್ ಬರುವವನಿದ್ದಾನೆ. ಅವನಿಂದ ಹಣ ಪಡೆದು ನಿನಗೆ ತಿಕೀಟು ಮಾಡಿಸುತ್ತೇನೆ." ಮಾಧೋ ನಿಜಕ್ಕೂ ಬರುವವನಿದ್ದ, ಆದರೆ ಹಣದ ವ್ಯವಸ್ಥೆ ಸೌಗಂಧಿಯೇ ಮಾಡಿಕೊಳ್ಳಬೇಕಿತ್ತು. ಇದೆಲ್ಲ ಮನಸ್ಸಿನಲ್ಲಿಯೇ ಇದ್ದುದರಿಂದ, ಅವಳು ಎದ್ದು ಹೂಗಳ ಸೀರೆಯುಟ್ಟು ಸಿದ್ಧಳಾಗಿ ಕೆನ್ನೆಗಿಷ್ಟು ರೋಜು ಬಳಿದಳು. ಮತ್ತೊಂದು ಲೋಟ ನೀರು ಕುಡಿದು ರಾಮ್ ಲಾಲನ ಜೊತೆ ಹೊರಟಳು.

ಸಣ್ಣ ಊರಿನ ಲೆಕ್ಕಕ್ಕೆ ಸ್ವಲ್ಪ ದೊಡ್ಡದೇ ಅನಿಸುವಂತಿದ್ದ ಮಾರ್ಕೆಟಿನ ಓಣಿ ಮೌನ ಹೊದ್ದು ಮಲಗಿತ್ತು. ಬೀದಿ ದೀಪದ ಬೆಳಕು ಕ್ಷೀಣವಾಗಿತ್ತು. ಓಣಿಯ ಆ ತುದಿಯಲ್ಲಿ ನಿಂತಿದ್ದ ಕಾರನ್ನು ಕಂಡಳು. ರಾತ್ರಿಯು ಕೊನೆಗೊಳ್ಳುತ್ತಿರುವ ಆ ಘಳಿಗೆಯಲ್ಲಿ, ನಿಗೂಢ ಮೌನದಲ್ಲಿ ನಿಂತಿದ್ದ ಕಪ್ಪು ಕಾರು ಬರಿಯ ನೆರಳಿನಂತೆ ಭಾಸವಾಯಿತು. ಸೌಗಂಧಿಗೆ ಅವಳ ತಲೆನೋವು ಇಡಿಯ ವಾತಾವರಣವನ್ನೆಲ್ಲ ಆವರಿಸಿರುವ ಹಾಗೆ ಭಾಸವಾಯಿತು. ಬ್ರಾಂಡಿ ಮತ್ತು ಬೆಳದಿಂಗಳ ನಶೆಯು ಗಾಳಿಯನ್ನೂ ಪ್ರಭಾವಿಸಿದೆಯೇನೋ ಅನ್ನುವಂತೆ ಅದು ತೀಕ್ಷ್ಣವಾಗಿತ್ತು. ರಾಮ್ ಲಾಲ್ ಮುಂದೆ ನಡೆದು ಕಾರಿನಲ್ಲಿದ್ದವರಿಗೆ ಏನೋ ಹೇಳಿದ.

ಸೌಗಂಧಿಯೂ ಅಷ್ಟರಲ್ಲಿ ಕಾರನ್ನು ಸಮೀಪಿಸಿದ್ದಳು. ರಾಮ್ ಲಾಲ್ ತುಸು ಬದಿಗೆ ಸರಿದು, "ಇಗೋ ಇವಳೇ! ತುಂಬಾ ಒಳ್ಳೆಯವಳು. ಈಗ ತಾನೆ ದಂಧೆ ಶುರು ಮಾಡಿದ್ದಾಳೆ," ಎಂದವನೇ ಸೌಗಂಧಿಯ ಕಡೆ ತಿರುಗಿ, "ಸೌಗಂಧಿ, ಇಲ್ಲಿ ಬಾ. ಬಾಸ್ ನಿನ್ನನ್ನು ನೋಡಬೇಕಂತೆ," ಎಂದ.

ಸೀರೆಯನ್ನು ಬೆರಳುಗಳಿಂದ ಸ್ವಲ್ಪ ಮೇಲಕ್ಕೆ ಎತ್ತಿಹಿಡಿದು, ಕಾರಿನ ಮನುಷ್ಯ ಅವಳೆಡೆಗೆ ಬಿಡುತ್ತಿದ್ದ ಟಾರ್ಚಿನ ಬೆಳಕಿನಲ್ಲಿ ಮುಖ ಕಾಣುವಂತೆ ನಿಂತಳು. ಸೌಗಂಧಿಯ ನಿದ್ರೆಯಿಂದ ತುಂಬಿದ ಕಣ್ಣುಗಳೆಡೆ ಬೆಳಕು ಬಿದ್ದಕೂಡಲೇ ಅಲ್ಲಿದ್ದ ದೀಪ ಸಣ್ಣದೊಂದು ಕ್ಲಿಕ್ ಸದ್ದಿನಿಂದ ಆರಿಹೋಗಿ, ಕಾರಿನಲ್ಲಿದ್ದ ಮನುಷ್ಯ, "ಯಕ್!" ಅಂದಿದ್ದೇ ತಡ, ಕಾರಿನ ಎಂಜಿನ್ ಮತ್ತೆ ಜೀವ ಪಡೆದು, ಕಾರು ಓಣಿಯುದ್ದಕ್ಕೂ ಸಾಗಿ ಕಣ್ಮರೆಯಾಯಿತು.

ಸೌಗಂಧಿಗೆ ಪ್ರತಿಕ್ರಿಯೆ ತೋರಲೂ ಸಮಯವಿರಲಿಲ್ಲ. ಆ ಮನುಷ್ಯನ ಟಾರ್ಚಿನ ಬೆಳಕು ಇನ್ನೂ ಕಣ್ಣುಗಳಿಗೆ ಚುಚ್ಚುತ್ತಿದೆಯೇನೋ ಅನಿಸುತ್ತಿತ್ತು. ಅವಳು ಆ ಮನುಷ್ಯನ ಮುಖವನ್ನೂ ನೋಡಲಾಗಿರಲಿಲ್ಲ. ಅದೀಗ ತಾನೇ ಏನು ನಡೆದಿತ್ತು? ಅವಳ ಕಿವಿಗಳಲ್ಲಿ ಈಗಲೂ ಮೊರೆಯುತ್ತಿರುವ, "ಯಕ್..." ಏನದು?

"ಅವನಿಗೆ ಬಹುಶಃ ನೀನು ಹಿಡಿಸಲಿಲ್ಲವೆನ್ನಿಸುತ್ತದೆ," ರಾಮ್ ಲಾಲ್ ಹೇಳಿದ. "ಸರಿ, ನಾನಿನ್ನು ಹೊರಡುತ್ತೇನೆ. ಏನೂ ಉಪಯೋಗವಿಲ್ಲದೇ ಎರಡು ಗಂಟೆ ಕಾಲ ವ್ಯರ್ಥವಾಯಿತು." ಸೌಗಂಧಿಗೆ ಆ ಕ್ಷಣದಲ್ಲಿ ಏನಾದರೂ ತೀವ್ರವಾದದ್ದೇನಾದರೂ ಮಾಡಬೇಕು ಅನ್ನಿಸಿಬಿಟ್ಟಿತು. ಆ ಕಾರು ಎಲ್ಲಿ? ಆ ಮನುಷ್ಯ? ಓಹ್! ಆ ಯಕ್ ಪದದ ಅರ್ಥ ನಾನು ಹಿಡಿಸಲಿಲ್ಲವೆಂದೇ? ಸೂಳೆಮಗ...

ಕಾರು ಹೊರಟುಹೋಗಿ ಆಗಿತ್ತು. ಹಿಂಬದಿಯ ಎರಡು ಕೆಂಪು ಪಾರ್ಕಿಂಗ್ ದೀಪಗಳು, ನಡುರಾತ್ರಿಯ ಖಾಲಿ ಮಾರ್ಕೆಟಿನ ಓಣಿಯಲ್ಲಿ ಮಂಕಾಗುತ್ತಾ ಸಾಗುತ್ತಿತ್ತು. ಆದರೆ ಆ ಇರಿಯುವ 'ಯಕ್' ಉದ್ಗಾರ ಅವಳ ಎದೆಯನ್ನು ಸೀಳಿ ನುಗ್ಗುತ್ತಿತ್ತು. ಅವಳಿಗೆ, "ಏಯ್, ಕಿತ್ತೋಗಿರೋ ನನ್ಮಗನೇ, ಕಾರು ನಿಲ್ಲಿಸು! ಒಂದೇ ಒಂದು ನಿಮಿಷ ಮತ್ತೆ ಬಾ," ಎಂದು ಕೂಗಬೇಕು ಅನಿಸುತ್ತಿತ್ತು. ಅದರೆ ಆ ಕಾರು ತುಂಬಾ ದೂರ ಹೋಗಿಯಾಗಿತ್ತು.

ಅವಳು ನಿರ್ಜನವಾಗಿದ್ದ ಆ ಮಾರ್ಕೆಟ್ಟಿನಲ್ಲಿ ನಿಂತೇ ಇದ್ದಳು. ಗಾಳಿಗೆ ಪಟಪಟಿಸುತ್ತಿದ್ದ ಅವಳ ಆ ಸೀರೆ 'ಯಕ್! ಯಕ್!' ಎಂದು ಹೇಳುತ್ತಿರುವ ಹಾಗೆ ಅನ್ನಿಸಿತು. ಆ ಉದ್ಗಾರವನ್ನು ಅವಳೆಷ್ಟು ದ್ವೇಷಿಸುತ್ತಿದ್ದಳು! ಉಟ್ಟ ಸೀರೆಯನ್ನು ತುಂಡುತುಂಡು ಮಾಡಿ ಗಾಳಿಗೆ ಹಾರಬಿಡಬೇಕು ಅನ್ನಿಸಲಾರಂಭಿಸಿತು. ಇಲ್ಲಿಗೆ ಬರುವ ಮೊದಲು ಆಕರ್ಷಕವಾಗಿ ಕಾಣಲೆಂದೇ ಪೌಡರ್, ಲಿಪ್ಸ್ಟಿಕ್ ಮೆತ್ತಿದ್ದು ನೆನಪಾಗಿ ಅವಮಾನವಾದಂತೆನಿಸಿ ಬೆವರಲಾರಂಭಿಸಿದಳು. ತನ್ನ ಕಾರ್ಯವನ್ನು ಸಮರ್ಥಿಸಿಕೊಳ್ಳುವಂತೆ, "ನಾನೇನೂ ಆ ಹಂದಿಗೋಸ್ಕರ ಅಲಂಕಾರ ಮಾಡಿಕೊಳ್ಳಲಿಲ್ಲ! ಇದು ನನ್ನ ಎಂದಿನ ಅಭ್ಯಾಸ, ನನ್ನೊಬ್ಬಳದ್ದೇ ಅಲ್ಲ, ಎಲ್ಲರದ್ದೂ ಇದೇ ಅಭ್ಯಾಸ. ಆದರೆ ಈ ನಡುರಾತ್ರಿಯ ಎರಡು ಗಂಟೆ, ರಾಮ್ ಲಾಲ್, ಈ ಮಾರ್ಕೆಟ್, ಆ ಕಾರು, ಆ ಟಾರ್ಚಿನ ಬೆಳಕು! ಮತ್ತೆ ಮತ್ತೆ ನೆನಪಾಗಿ ಸುತ್ತಲಿದ್ದ ಮಿಣುಕು ಬೀದಿದೀಪಗಳ ಬೆಳಕಿನಲ್ಲಿ ಮತ್ತೆ ಆ ಕಾರಿನ ಎಂಜಿನ್ನಿನ ರೊಯ್ ಸದ್ದು ಕಿವಿಯಲ್ಲಿ ಮೊರೆಯಿತು.

ಅವಳು ಬೆವರಲಾರಂಭಿಸಿದಳು ಮತ್ತು ಅವಳ ಹಣೆಗೆ ಮೆತ್ತಿದ್ದ ಮುಲಾಮು ಚರ್ಮದೊಳಗೆ ಇಳಿಯಲಾರಂಭಿಸಿತು. ಅವಳ ದೇಹವೇ ಅವಳಿಗೆ ಅಪರಿಚಿತ

ಅನ್ನಿಸಿ, ಆ ಹಣೆ ತನಗೆ ಸೇರಿದ್ದಲ್ಲವೇ ಅಲ್ಲ ಎನ್ನಿಸಲಾರಂಭಿಸಿತು. ಬೆವರಿದ ಮುಖಕ್ಕೆ ತಣ್ಣನೆಯ ಗಾಳಿ ಬಂದು ರಾಚಿದ ಕೂಡಲೇ ಯಾರೋ ಸ್ಯಾಟಿನ್ ಬಟ್ಟೆಯ ತುಂಡೊಂದನ್ನು ಹಣೆಯ ಮೇಲೆ ಇರಿಸಿದಂತೆ ಅನ್ನಿಸಿತು ಸೌಗಂಧಿಗೆ. ಅವಳ ತಲೆ ಇನ್ನೂ ನೋವಿನಿಂದ ಮಿಡಿಯುತ್ತಿತ್ತು. ಆದರೆ ಅವಳ ಯೋಚನೆಗಳ ಗದ್ದಲವು ಈ ನೋವನ್ನು ಮರೆಮಾಚಿತ್ತು.

ಸೌಗಂಧಿಗೆ ಆ ನೋವು ಇಡೀ ದೇಹವನ್ನೇ ಸುತ್ತುವರೆಯಲಿ ಎನ್ನಿಸಿತು. ತಲೆಯಲ್ಲಿ ನೋವು, ಕಾಲಿನಲ್ಲಿ ನೋವು, ಹೊಟ್ಟೆಯಲ್ಲಿ ನೋವು, ಕೈಗಳಲ್ಲಿ ನೋವು ಹರಡಿ ಯೋಚಿಸಲೂ ಅಸಾಧ್ಯವಾದ ಸ್ಥಿತಿ ತಲುಪಬೇಕು ಅನ್ನಿಸಿತು ಅವಳಿಗೆ. ಎದೆಯೊಳಗೆ ಏನೋ ವಿಚಿತ್ರವಾದ ತಳಮಳ ಆದಂತೆನ್ನಿಸಿತು. ಅದು ನೋವೇ ಇರಬಹುದೇ? ಹೃದಯ ಒಂದು ಸಲ ಕಿವುಚಿದಂತಾಗಿ ಮತ್ತೆ ಯಥಾಸ್ಥಿತಿ ತಲುಪಿತು. ಏನದು? ಅಯ್ಯೋ! ಏನದು? ಆ 'ಯಕ್' ಅವಳ ಹೃದಯವನ್ನೇ ಅಲ್ಲಾಡಿಸಿಬಿಟ್ಟಿತ್ತು.

ಸೌಗಂಧಿ ಮನೆಯ ಕಡೆ ಹೆಜ್ಜೆ ಹಾಕಿದಳು. ಇದ್ದಕ್ಕಿದ್ದಂತೆ ಏನೋ ನೆನಪಾಗಿ ಅಲ್ಲೇ ನಿಂತಳು. "ರಾಮ್ ಲಾಲ್ ಏನು ಹೇಳಿದ್ದ? ನಾನು ಕುರೂಪಿ ಎಂದಲ್ಲವೇ? ಆದರೆ, ಉಹುಂ, ಇಲ್ಲ ರಾಮ್ ಲಾಲ್ ಹಾಗೆ ಹೇಳಿರಲಿಲ್ಲ. ಅವನು ಬಹುಶಃ ಅವನಿಗೆ ನೀನು ಇಷ್ಟವಾಗಿರಲಿಕ್ಕಿಲ್ಲ," ಎಂದಿದ್ದನಷ್ಟೇ. ಅಂದರೆ... ಬಹುಶಃ ಅವನಿಗೆ ನನ್ನ... ಅವನಿಗೆ ನನ್ನ ರೂಪ ಇಷ್ಟವಾಗಿರದೇ ಹೋಗಿರಬಹುದಾ? ಅವನಿಗೆ ನಾನು ಕುರೂಪಿ ಎನ್ನಿಸಿರಲಿಕ್ಕೂ ಸಾಕು, ಅದರಲ್ಲೇನು? ಎಷ್ಟೋ ಗಂಡಸರೂ ಕುರೂಪಿಗಳಾಗಿರುವುದಿಲ್ಲವೇ? ಹಿಂದಿನ ಹುಣ್ಣಿಮೆಯ ದಿನ ಬಂದಿದ್ದ ಅವನು ನಿಜಕ್ಕೂ ಕೆಟ್ಟದಾಗಿದ್ದ. ಆದರೆ ನಾನು ಅವನನ್ನು ಕಂಡು ಅಸಹ್ಯದಿಂದ ಮೂಗು ಮುರಿದಿರಲಿಲ್ಲ! ನನ್ನ ಮೇಲೇರಿದಾಗ ಮನಸ್ಸು ಪ್ರತಿಭಟಿಸಿತ್ತಲ್ಲವೇ? ನುಗ್ಗುತ್ತಿದ್ದ ವಾಕರಿಕೆಯನ್ನು ಬಲವಂತವಾಗಿ ಅದುಮಿಟ್ಟಿರಲಿಲ್ಲವೇ? ಆದರೆ ಸೌಗಂಧಿ, ನೀನು ಅವನನ್ನು ಕಂಡು ಒದ್ದಿರಲಿಲ್ಲ, ಕಿರುಚಿಕೊಂಡಿರಲಿಲ್ಲ. ಅವನು ಬೇಡವೆಂದು ವಾಪಸ್ ಕಳಿಸಿರಲಿಲ್ಲ. ಈ ಕಾರಿನಲ್ಲಿದ್ದ ಶ್ರೀಮಂತನ ಹಾಗೆ ಮುಖದೆದುರಿಗೇ ಉಗಿದಿರಲಿಲ್ಲ.

'ಯಕ್!!'

ಏನಿರಬಹುದು ಆ ಯಕ್‌ನ ಅರ್ಥ!
ಅಬ್ಬ ಎಂಥ ಕೆಟ್ಟ ಹಾಸ್ಯ! ಇವಳನ್ನು ಹುಟ್ಟಿಸಿದ ಅಮ್ಮನೂ ಇವಳನ್ನು ಅರೆಘಳಿಗೆ ನಿಂತು ನೋಡಿರಲಾರಳು
ಈ ನಾಯಿ ನನ್ನ ಬೂಟು ತಿಕ್ಕಲು ಲಾಯಕ್ಕಷ್ಟೇ
ರಾಮ್ ಲಾಲ್, ಈ ವಿಚಿತ್ರ ಪ್ರಾಣಿಯನ್ನು ಅದೆಲ್ಲಿಂದ ಹುಡುಕಿ ತಂದೆ?

ರಾಮ್ ಲಾಲ್, ಇವಳನ್ನೇನಾ ನೀನು ಎರ್ರಾ ಬಿರ್ರಿ ಹೊಗಳಿದ್ದು? ಇದಕ್ಕೆ ಹತ್ತು ರೂಪಾಯಿ ಕೊಡಬೇಕಾ?! ಇವಳ ಬದಲು ಯಾವುದೋ ಹಸುವಿನ ಮೇಲೆ ಹತ್ತುವುದು ವಾಸಿ...

ಸೌಗಂಧಿ ತಲೆಯಿಂದ ಕಾಲ್ಬೆರಳಿನವರೆಗೂ ಕುದಿಯುತ್ತಿದ್ದಳು. ತನ್ನ ಮೇಲೆ ತಾನು ಸಿಟ್ಟು ಮಾಡಿಕೊಳ್ಳುತ್ತಿದ್ದಳು, ರಾಮ್ ಲಾಲನ ಮೇಲೆ ಕ್ರೋಧಗೊಳ್ಳುತ್ತಿದ್ದಳು. ಕೊನೆಗೆ ಅದೆಲ್ಲವನ್ನೂ ಬದಿಗೆ ಸರಿಸಿ, ಆ ಮನುಷ್ಯನ ಬಗ್ಗೆ ಯೋಚಿಸಲಾರಂಭಿಸಿದಳು. ದೇಹದ ಕಣಕಣವೂ ಅವನನ್ನು ಒಂದು ಸಲ... ಒಂದೇ ಒಂದು ಸಲ ಕಾಣಲು ಬಯಸುತ್ತಿತ್ತು. ನಡೆದ ಎಲ್ಲ ಘಟನೆಗಳೂ ಒಮ್ಮೆ ಪುನರಾವರ್ತನೆಯಾಗಲೆಂದು ಬಯಸಿದಳು... ಒಂದೇ ಒಂದು ಬಾರಿ!

ಆಗ ಆ ಘಟನೆ ಹೀಗಿರುತ್ತದೆ –
ಅವಳು ಕಾರಿನೆಡೆಗೆ ನಿಧಾನವಾಗಿ ನಡೆಯುತ್ತಾಳೆ.
ಟಾರ್ಚ್ ಅನ್ನು ಬೆಳಗಿಸುತ್ತಾ ಕೈಯೊಂದು ಕಾರಿನಿಂದ ಹೊರಗೆ ಚಾಚುತ್ತದೆ
ಅವಳ ಮುಖದ ಮೇಲೆ ಆ ಬೆಳಕು ಬೀಳುತ್ತದೆ
ಆ ಕೂಡಲೇ ಅವಳ ಕಿವಿಗೆ 'ಯಕ್' ಅನ್ನುವ ಶಬ್ದ ಬೀಳುತ್ತದೆ...

ಆದರೆ ಈ ಬಾರಿ ಅವಳು ಕಾಡು ಬೆಕ್ಕಿನಂತೆ ಅವನ ಮೇಲೆರಗಿ ಮುಖವನ್ನು ಪರಚುತ್ತಾಳೆ. ಅವಳ ಉದ್ದುದ್ದ ಉಗುರುಗಳಿಂದ ಅವನ ಕೆನ್ನೆ ಬಗೆಯುತ್ತಾಳೆ. ಕೂದಲು ಹಿಡಿದು ಅವನನ್ನು ಕಾರಿನಿಂದ ಹೊರಕ್ಕೆಳೆದು ಕರುಣೆಯ ಸುಳಿವೂ ಇಲ್ಲದೇ ಅವನನ್ನು ಸಿಕ್ಕಸಿಕ್ಕಲ್ಲಿ ಗುದ್ದುತ್ತಾಳೆ. ಆ ನಂತರ ಆಯಾಸವಾಗಿ ಅಲ್ಲೇ ಕುಸಿದು ಅಳುತ್ತಾಳೆ.

ಈ ಕಣ್ಣೀರಿನಲ್ಲಿ ಕೊನೆಗೊಳ್ಳುವ ಅಂತ್ಯವನ್ನು ಏಕೆ ಹಾಕಿದ್ದಳೆಂದರೆ ಈಗಾಗಲೇ ಅವಳ ಕಣ್ಣಲ್ಲಿ ಮೂರ್ನಾಲ್ಕು ಹನಿಗಳು ಮೂಡಿವೆ. ಅಷ್ಟು ಸಿಟ್ಟು ಮತ್ತು ಅಷ್ಟು ಅಸಹಾಯಕತೆ ಒಟ್ಟೊಟ್ಟಿಗೇ ಆವರಿಸಿದಂತೆನಿಸಿತು. ತನ್ನನ್ನೇ ತಾನು ಪ್ರಶ್ನಿಸಿಕೊಂಡಳು, "ಯಾಕೆ ಅಳುತ್ತಿರುವುದು? ಏನಾಗಿದೆ ನಿನಗೆ?" ಕಣ್ಣಿನಲ್ಲಿ ನೀರು ಇನ್ನೂ ಈಜುತ್ತಲೇ ಇತ್ತು. ಅವಳು ಕಣ್ಣು ಮಿಟುಕಿಸಿದ ಕೂಡಲೇ ರೆಪ್ಪೆಯೆಲ್ಲ ಒದ್ದೆಯಾಯಿತು ಮತ್ತು ತೇವವಾದ ಕಣ್ಣುಗಳಿಂದ ಸೌಗಂಧಿ ಆ ಕಾರು ಹೋದ ದಿಕ್ಕನ್ನೇ ನೋಡಿದಳು.

ಇದ್ದಕ್ಕಿದ್ದಂತೆ ಅಲ್ಲೊಂದು ಸದ್ದು... ಪರ್, ಪರ್, ಪರ್. ಎಲ್ಲಿಂದ ಆ ಸದ್ದು ಬರುತ್ತಿದೆಯೆಂದು ನೋಡಿದವಳಿಗೆ ಯಾರೂ ಕಾಣಿಸಲಿಲ್ಲ. ಆಗ ಅವಳಿಗದು ತನ್ನ ಜೋರಾದ ಎದೆಬಡಿತ, ಆ ಕಾರಿನ ಸದ್ದಲ್ಲ ಎಂದು ಗೊತ್ತಾಯಿತು. ಏನಾಗುತ್ತಿದೆ?

ಸರಾಗವಾಗಿ ಬಡಿದುಕೊಳ್ಳುತ್ತಿದ್ದ ಎದೆ ಇದ್ದಕ್ಕಿದ್ದ ಹಾಗೆ ಅಷ್ಟು ಭಾರವಾಗಿ ಯಾಕೆ ಬಡಿದುಕೊಳ್ಳಲು ಪ್ರಾರಂಭಿಸಿತು? ಗೀರು ಬಿದ್ದ ಗ್ರಾಮಾಫೋನ್ ರೆಕಾರ್ಡಿನ ಮೇಲೆ ಮುಳ್ಳು ಸಿಕ್ಕಿಕೊಂಡು ಹಾಡಿದ್ದೇ ಹಾಡು, "ನಾನು ನಕ್ಷತ್ರಗಳನ್ನು ಎಣಿಸುತ್ತಲಿರುವಾಗ ರಾತ್ರಿಯು ಕಳೆದೇ ಹೋಗಿತ್ತು," ಎನ್ನುವ ಹಾಡಿನಲ್ಲಿ ಒಂದೇ ಕಡೆಗೆ ಸಿಕ್ಕಿಬಿದ್ದು, 'ನಕ್ಷತ್ರ, ನಕ್ಷತ್ರ, ನಕ್ಷತ್ರ...' ಎಂದು ಪುನರಾವರ್ತನೆಯಾಗುವಂತೆ ಆಯಿತು.

ಆಕಾಶದ ತುಂಬಾ ಅಸಂಖ್ಯ ನಕ್ಷತ್ರಗಳಿದ್ದವು. ಸೌಗಂಧಿ ತಲೆಯೆತ್ತಿ ನೋಡಿ ಉದ್ಗರಿಸಿದಳು, "ಆಹ್! ಎಷ್ಟು ಚೆಂದ!" ಎಂದು. ಬೇರೆಡೆಗೆ ಮನಸ್ಸು ಹೊರಳಿಸಿಕೊಂಡು ಮನಸ್ಸನ್ನು ಸಮಾಧಾನಗೊಳಿಸಲೆಂದು ನೋಡಿದರೆ, ಆ ನಕ್ಷತ್ರಗಳೇ ಅವಳಿಗೆ ಮರೆತಿದ್ದನ್ನು ನೆನಪಿಸುವಂತೆ, "ನಕ್ಷತ್ರಗಳು ಸುಂದರ. ಆದರೆ ನೀನೇಷ್ಟು ಕುರೂಪಿ. ಆ ಮನುಷ್ಯ ನಿನ್ನನ್ನು ಅವಹೇಳನ ಮಾಡಿದ್ದು ಆಗಲೇ ಮರೆತೆಯಾ?" ಎಂದು ಕೇಳಿದವು.

ಆದರೆ ಸೌಗಂಧಿ ಕುರೂಪಿಯಾಗಿರಲಿಲ್ಲ. ಇತ್ತೀಚೆಗೆ ಕನ್ನಡಿಯೆದುರು ನಿಂತ ಎಲ್ಲ ಸಂಧರ್ಭಗಳನ್ನೂ ಮೆಲುಕು ಹಾಕಿದಳು. ಐದು ವರ್ಷದ ಕೆಳಗೆ ತಂದೆ–ತಾಯಿಯ ಜೊತೆ ಚಿಂತೆಯಿಲ್ಲದೇ ಇದ್ದಂತೆ ಈಗ ಇಲ್ಲವಾದರೂ, ಕುರೂಪಿ ಎನ್ನುವಂತೆ ಖಂಡಿತಾ ಇರಲಿಲ್ಲ. ನಿಜಕ್ಕೂ ಹೇಳಬೇಕೆಂದರೆ, ಗಂಡಸರು ಎವೆಯಿಕ್ಕದೇ ನೋಡುವ ಹೆಂಗಸರ ಗುಂಪಿಗೆ ಅವಳನ್ನು ಸೇರಿಸಬಹುದಾಗಿತ್ತು. ಗಂಡಸರು ಜೊಲ್ಲು ಸುರಿಸುವ ಎಲ್ಲ ದೇಹ ಸೌಂದರ್ಯವೂ ಅವಳಿಗಿತ್ತು ಮತ್ತು ಅವಳು ಚಿಕ್ಕ ವಯಸ್ಸಿನವಳಾಗಿದ್ದಳು, ಒಳ್ಳೆಯ ಫಿಗರ್ ಇತ್ತು! ಕೆಲವೊಮ್ಮೆ ಸ್ನಾನ ಮಾಡುವಾಗ, ಅವಳು ಖುಷಿಯಿಂದ ತನ್ನ ದುಂಡಾದ ದೃಢವಾದ ಕಾಲುಗಳನ್ನೇ ನೋಡಿಕೊಳ್ಳುತ್ತಿದ್ದಳು. ಅವಳಲ್ಲಿ ವಿನಯವಿತ್ತು, ಅವಳು ಸ್ನೇಹಮಯಿಯಾಗಿದ್ದಳು.

ಅವಳದ್ದು ಕಾರುಣ್ಯಭರಿತ ಹೃದಯವಾಗಿತ್ತು. ಹಾಗಾಗಿ ಅಲ್ಲಿಯವರೆಗೆ ಬಂದ ಯಾವುದೇ ಗಿರಾಕಿಯನ್ನು ಅವಳು ನಿರಾಶೆಗೊಳಿಸಿರಲಿಲ್ಲ.

ಹಿಂದಿನ ವರ್ಷ ಕ್ರಿಸ್ಮಸ್ ಸಮಯದಲ್ಲಿ ಅವಳು ಗೋಲ್ ಪರ್ತಾದಲ್ಲಿದ್ದಾಗಿನ ದಿನಗಳನ್ನು ನೆನಪು ಮಾಡಿಕೊಂಡಳು. ಒಬ್ಬ ಸಣ್ಣ ವಯಸ್ಸಿನಾತ ಅಲ್ಲಿಯೇ ರಾತ್ರಿ ಕಳೆದು, ಮರುದಿನ ಹೊರಡುವ ಮುನ್ನ ಗೂಟಕ್ಕೆ ಸಿಕ್ಕಿಸಿದ್ದ ತನ್ನ ಕೋಟನ್ನು ತೆಗೆದುಕೊಳ್ಳಲು ಹೋದಾಗ ಅದರಲ್ಲಿದ್ದ ಪರ್ಸ್ ಕಾಣೆಯಾಗಿರುವುದು ಗಮನಕ್ಕೆ ಬಂದಿತ್ತು. ಸೌಗಂಧಿಯ ಮನೆಯ ಕೆಲಸದವಳು ಅದನ್ನು ಹಾರಿಸಿದ್ದಳು. ಆ ಮನುಷ್ಯ ತುಂಬಾ ದುಃಖಕ್ಕೊಳಗಾಗಿದ್ದ. ಆತ ರಜೆಗೆಂದು ಹೈದರಾಬಾದಿನಿಂದ ಬಂದಿದ್ದ, ಈಗ ವಾಪಸ್ ಹೋಗಲು ಅವನ ಬಳಿ ಹಣವೇ ಇರಲಿಲ್ಲ. ಸೌಗಂಧಿಗೂ ತುಂಬಾ ಪಾಪ ಅನ್ನಿಸಿ ಅವನು ಕೊಟ್ಟ ಹತ್ತು ರೂಪಾಯಿಯನ್ನು ಹಿಂತಿರುಗಿಸಿಬಿಟ್ಟಿದ್ದಳು.

"ನಾನು ಯಾವತ್ತು, ಏನು ತಪ್ಪು ಮಾಡಿರುವೆ?" ಸುತ್ತಲಿದ್ದ ಕತ್ತಲಾದ ಬೀದಿ ದೀಪಗಳನ್ನು, ಕಬ್ಬಿಣದ ವಿದ್ಯುತ್ ಕಂಬಗಳನ್ನು, ಫುಟ್ಪಾತಿಗೆ ಹಾಕಿದ್ದ ಚೌಕಾಕಾರದ ಟೈಲ್ಸ್, ಜಲ್ಲಿಯ ರಸ್ತೆ ಎಲ್ಲವನ್ನೂ ಕೇಳಿದಳು. ಭೂಮಿಯ ಮೇಲಿರುವುದನ್ನೆಲ್ಲ ಕೇಳಿದ ನಂತರ ತಲೆಯೆತ್ತಿ ಆಕಾಶದ ನಕ್ಷತ್ರಗಳನ್ನೆಲ್ಲ ಕೇಳಿದಳು, ಆದರೆ ಅಲ್ಲಿಂದಲೂ ಯಾವ ಉತ್ತರವೂ ಬರಲಿಲ್ಲ.

ಆ ಪ್ರಶ್ನೆಗೆ ಉತ್ತರ ಅವಳಿಗೇ ಗೊತ್ತಿತ್ತು. ಅವಳು ಕೆಟ್ಟದಾಗಿರುವುದಿರಲಿ, ನಿಜಕ್ಕೂ ಚೆಂದಕ್ಕೇ ಇದ್ದಳು. ಆದರೂ ಯಾರಾದರೂ ಅವಳನ್ನು ಹೊಗಳಲಿ ಅನ್ನಿಸಿತು, ಯಾವನಾದರೊಬ್ಬ ಅವಳ ಭುಜದ ಮೇಲೆ ಕೈಯಿರಿಸಿ, "ಸೌಗಂಧಿ, ನೀನು ಚೆಂದವಿಲ್ಲವೆಂದು ಯಾರು ಹೇಳಿದರು? ಹೇಳಿದವರೇ ಚೆಂದವಿಲ್ಲದವರು!" ಇಲ್ಲ, ಅದೇನೂ ಅಗತ್ಯವಿಲ್ಲ. "ಸೌಗಂಧಿ ನೀನು ನಿಜಕ್ಕೂ ಚೆಂದವಿದ್ದೀಯ," ಎಂದರೆ ಸಾಕು. ಯಾರಾದರೊಬ್ಬರು ತನ್ನನ್ನು ಹೊಗಳಲಿ ಎಂದು ಈ ಹಿಂದೆ ಎಂದೂ ಬಯಸದವಳು, ಇಂದೇಕೆ ಬಯಸುತ್ತಿದ್ದೇನೆ ಅನ್ನಿಸಿತು ಅವಳಿಗೆ. ನಿರ್ಜೀವ ವಸ್ತುಗಳೆಲ್ಲ ತನ್ನ ಬೆಲೆ ಸಾಬೀತು ಪಡಿಸಲೆಂದು ಯಾಕೆ ಬಯಸುತ್ತಿದ್ದೇನೆ? ಜಗತ್ತನ್ನೆಲ್ಲ ತೊಡೆಯ ಮೇಲೆ ಮಲಗಿಸಿಕೊಳ್ಳಬೇಕೆಂದು ಯಾಕೆ ಅನಿಸುತ್ತಿದೆ? ಯಾರಿಗಾದರೂ ಸಾಂತ್ವನ ನೀಡಬೇಕೆಂಬ ಉತ್ಕಟ ಆಸೆ ದೇಹದಲ್ಲೆಲ್ಲ ಹುಟ್ಟುತ್ತಿದೆ? ಬೀದಿ ದೀಪದ ಕೊರೆಯುವ ಕಬ್ಬಿಣದ ಕಂಬವನ್ನು ತಬ್ಬಿ ಕೆಂಡದಂತೆ ಸುಡುತ್ತಿರುವ ಕೆನ್ನೆಗಳನ್ನು ಒತ್ತಬೇಕು ಎಂದು ಅವಳಿಗೇಕೆ ಅನಿಸುತ್ತಿದೆ?

ಇದ್ದಕ್ಕಿದ್ದಂತೆ ಸುತ್ತಲಿನ ಎಲ್ಲವೂ ಅವಳನ್ನು ಕರುಣೆಯಿಂದ ನೋಡುತ್ತಿರುವಂತೆ ಅನ್ನಿಸಿಬಿಟ್ಟಿತು. ಬೀದಿ ದೀಪಗಳು, ಲೈಟು ಕಂಬಗಳು, ಫುಟ್ಪಾತಿಗೆ ಹೊದೆಸಿದ್ದ ಕಲ್ಲುಗಳು, ಎಲ್ಲವೂ! ತಲೆಯ ಮೇಲೆ ಹರಡಿದ್ದ ನಕ್ಷತ್ರಗಳಿಂದ ತುಂಬಿದ, ದೀಪದ ಬೆಳಕಿನಲ್ಲಿ ಹಾಲಿನಂತೆ ಬೆಳಗುತ್ತಿದ್ದ ಆಕಾಶ ಕೂಡಾ ಅವಳನ್ನು ಅರ್ಥ ಮಾಡಿಕೊಳ್ಳುತ್ತಿರುವಂತೆ ಅನ್ನಿಸಿತು ಮತ್ತು ಅದಕ್ಕೆ ಪ್ರತಿಯಾಗಿ ನಕ್ಷತ್ರಗಳ ಮಿನುಗು ಕೂಡಾ ತನಗೆ ಅರ್ಥವಾಗುತ್ತಿದೆ ಅನ್ನಿಸಿತು ಸೌಗಂಧಿಗೆ.

ಆದರೆ ಒಳಗಿದ್ದ ಆ ಗೊಂದಲವೇನು? ಯಾಕೆ ಅಷ್ಟು ತಳಮಳಗೊಂಡಿದ್ದಾಳೆ? ಒಳಗಿನ ಕುದಿತದಿಂದ ಬಿಡುಗಡೆ ಹೊಂದಬೇಕು ಎಂದು ಮನಸ್ಸು ಬಯಸುತ್ತಿದೆ, ಆದರೆ ಹೇಗೆ ಎನ್ನುವುದೇ ಅರ್ಥವಾಗುತ್ತಿಲ್ಲ.

ಸೌಗಂಧಿ ಓಣಿಯ ಮೂಲೆಯಲ್ಲಿದ್ದ ಕೆಂಪು ಪೋಸ್ಟ್ ಬಾಕ್ಸಿನ ಪಕ್ಕ ನಿಂತಿದ್ದಳು. ಕುಳಿರ್ಗಾಳಿ ಬೀಸಿದಾಗ ಅದರ ಬಾಯಿಯಲ್ಲಿದ್ದ ಕಬ್ಬಿಣದ ನಾಲಿಗೆಯಂತೆ ಹೊರಚಾಚಿದ ವಸ್ತು ದಡಬಡ ಸದ್ದು ಮಾಡಿತು. ಮತ್ತೆ ಆ ಕಾರು ಹೋದ ದಿಕ್ಕಿನತ್ತ ನೋಡಿದಳು ಸೌಗಂಧಿ. ಅಲ್ಲಿ ಏನೂ ಕಾಣಿಸಲಿಲ್ಲ. ಒಂದೇ ಒಂದು ಸಾರಿ ಆ ಕಾರು

ಹಿಂದಿರುಗಿ ಬಂದು... ಬಂದು... ಆದರೆ ಅಷ್ಟರಲ್ಲೇ ಮತ್ತೆ ಹೇಳಿಕೊಂಡಳು, "ಅದು ಬಾರದಿದ್ದರೆ ನನಗೆ ಯಾವ ತೊಂದರೆಯೂ ಇಲ್ಲ. ನಿಜಕ್ಕೂ ಹೇಳಬೇಕೆಂದರೆ ಅದು ಬಾರದಿದ್ದರೇನೇ ಒಳ್ಳೆಯದು. ನಾನ್ಯಾಕೆ ಅದರ ವಿಷಯವಾಗಿ ಈ ರೀತಿ ಚಿಂತೆಗೆ ಬಿದ್ದಿದ್ದೇನೆ? ನಾನು ಮನೆಗೆ ಹೋಗಿ, ಮಗುವಿನಂತೆ ನಿದ್ರಿಸುತ್ತೇನೆ. ಎಲ್ಲವೂ ಪುನರಾವರ್ತಿಸುವುದರಿಂದ ಏನು ಪ್ರಯೋಜನ? ಕಾರಣವೇ ಇಲ್ಲದೇ ನಾನೇಕೆ ಇಷ್ಟು ಚಿಂತಿಸುತ್ತಿದ್ದೇನೆ? ನಡೆ ಸೌಗಂಧಿ, ಮನೆಗೆ ಹೋಗುವಾ. ಒಂದು ಲೋಟ ತಣ್ಣೀರು ಕುಡಿದು, ಮುಲಾಮು ತಿಕ್ಕಿ, ಹಾಸಿಗೆಗೆ ಬೀಳು. ಒಳ್ಳೆಯ ನಿದ್ರೆ ಬಂದರೆ, ನಾಳೆಗೆ ನೀನು ಸರಿ ಹೋಗಿರುತ್ತೀಯೆ. ಸುಡುಗಾಡಿಗೆ ಹೋಗಲಿ ಅವನು ಮತ್ತು ಆ ಕಾರು!"

ಈ ಯೋಚನೆಗಳು ಸೌಗಂಧಿಗೆ ತುಸು ನೆಮ್ಮದಿ ಕೊಟ್ಟವು. ತಣ್ಣೀರಿನ ಕೊಳದಲ್ಲಿ ಆಗತಾನೇ ಮಿಂದು ಎದ್ದು ಬಂದಂತೆ ಅನಿಸುತ್ತಿತ್ತು ಅವಳಿಗೆ. ಪ್ರಾರ್ಥನೆಯ ಬಳಿಕ ಹಗುರಾಗುವ ದೇಹದಂತೆ ಈಗಲೂ ಅನ್ನಿಸಿತ್ತು. ಮನೆಯತ್ತ ಹೆಜ್ಜೆ ಹಾಕುವಾಗ ಅವಳ ಉತ್ಸಾಹ ಸ್ವಲ್ಪ ಹೆಚ್ಚಿ, ಹೆಜ್ಜೆಗಳು ಹಗುರವೆನ್ನಿಸಿದವು. ಫ್ಲಾಟನ್ನು ತಲುಪುವುದರ ಒಳಗೆ ಮತ್ತೆ ಆ ಮನುಷ್ಯನ ನೆನಪು ಮರುಕಳಿಸಿದಂತಾಗಿ, ದೇಹದ ತುಂಬಾ ನೋವಿನ ಮಿಡಿತ ಹೆಚ್ಚಿತು. ಅವಳ ಹೆಜ್ಜೆಗಳು ಮತ್ತೆ ಭಾರವಾದವು, ಮತ್ತೆ ಆ ನೆನಪು ಮೊದಲಿನಿಂದ ಹೆಜ್ಜೆಹೆಜ್ಜೆಗೂ ಮರುಕಳಿಸಲು ಆರಂಭಿಸಿತು. ಮತ್ತೆ ರೂಮನ್ನು ಬಿಟ್ಟು ಮಾರ್ಕೆಟಿನ ಓಣಿಗೆ ಕಾಲಿಟ್ಟಂತೆ, ಮುಖಕ್ಕೆ ಪ್ರಖರ ಬೆಳಕೊಂದು ಬಿಟ್ಟಂತೆ, ಮತ್ತೆ ಆ ಅವಮಾನವಾದಂತೆ. ಕುರಿ ಅಥವಾ ಮೇಕೆಯ ಚರ್ಮದಡಿ ಮಾಂಸವಿದೆಯೋ ಇಲ್ಲವೋ ಎಂದು ಪರೀಕ್ಷಿಸಲು ಬೆರಳಿನಿಂದ ರೋಮಭರಿತ ದೇಹವನ್ನು ಒತ್ತುವಂತೆ ಯಾರೋ ಅವಳ ಎದೆಗೂಡನ್ನು ಬೆರಳಿನಿಂದ ಗಟ್ಟಿಯಾಗಿ ಒತ್ತುತ್ತಿರುವಂತೆನಿಸಿತ್ತು ಅವಳಿಗೆ.

ಆ ಶ್ರೀಮಂತ ಸೂಳೆಮಗ...! ಅವನಿಗೆ ಬಾಯಿಗೆ ಬಂದಂತೆ ಶಪಿಸಬೇಕೆನ್ನಿಸಿತು ಸೌಗಂಧಿಗೆ. ಆದರೆ ಅದರಿಂದೇನು ಸಿಗುತ್ತದೆ? ಅವಳೆಂದುಕೊಂಡಳು, "ಅವನ ಇಡೀ ದೇಹದ ಅಂಗುಲಂಗುಲವನ್ನೂ ತಿರಸ್ಕಾರದ ಮಾತುಗಳಿಂದ ತುಂಬಿಸಿದರೆ ಅದು ನಿಜವಾದ ಸುಖ ಮತ್ತು ನೆಮ್ಮದಿ. ಅವನು ಇಡೀ ಜನ್ಮ ನರಳುವಂತೆ ಏನಾದರೂ ಹೇಳಿದರೆ ಅದು ನಿಜವಾದ ಖುಷಿ. ಅಥವಾ ಅವನೆದುರು ತೊಟ್ಟ ಬಟ್ಟೆಯನ್ನು ಹರಿದು ಚಿಂದಿ ಮಾಡಿ ಕೇಳಬೇಕು, "ನೀನು ಬಂದಿದ್ದು ಇದಕ್ಕಾಗೇ ತಾನೇ? ಇಗೋ ಬಿಟ್ಟಿಯಾಗಿ ಇದನ್ನು ತೆಗೆದುಕೋ, ಬಿಟ್ಟಿಯಾಗಿ! ಆದರೆ ನನ್ನೊಳಗಿರುವುದನ್ನು ಕೊಳ್ಳಲು ನಿನ್ನ ಅಪ್ಪನಿಂದಲೂ ಸಾಧ್ಯವಿಲ್ಲ!"

ಸೌಗಂಧಿ ಸೇಡು ತೀರಿಸಿಕೊಳ್ಳುವ ವಿವಿಧ ಮಾರ್ಗಗಳನ್ನು ಯೋಚಿಸುತ್ತಿದ್ದಳು. ಮತ್ತೆ ಒಂದೇ ಒಂದು ಸಲ ಅವನು ಸಿಕ್ಕಿಬಿಟ್ಟರೆ ಹೀಗೆ ಮಾಡುತ್ತೇನೆ...

ಅಲ್ಲಲ್ಲ, ಹೀಗಲ್ಲ, ಹಾಗೆ ಮಾಡುತ್ತೇನೆ...
ಹೀಗೆ ಸೇಡು ತೀರಿಸಿಕೊಳ್ಳುತ್ತೇನೆ...
ಊಹೂಂ, ಹಾಗಲ್ಲ... ಹೇಗೆಂದರೆ...

ಆದರೆ ತಾನು ಮತ್ತೆಂದೂ ಅವನನ್ನು ನೋಡುವುದಿಲ್ಲ ಎನ್ನುವ ಸತ್ಯ ಸೌಗಂಧಿಗೆ ಅರಿವಾಗಿ, ಮತ್ತೆ ಉಸಿರು ಎಳೆದುಕೊಳ್ಳಲೂ ಸಮಯವಿಲ್ಲದಂತೆ ಅವನನ್ನು ಶಪಿಸಲು ಶುರು ಮಾಡುತ್ತಿದ್ದಳು. ತುಂಬಾ ಕೆಟ್ಟ ಪದದಿಂದೇನೂ ಅವನನ್ನು ಬಯ್ಯುವುದು ಅವಳಿಗೆ ಬೇಕಿರಲಿಲ್ಲ. ಮೂಗಿನ ಮೇಲೆ ನೊಣವೊಂದು ಕುಳಿತಂತೆ ಬಯ್ಗುಳವೊಂದನ್ನು ಅವನಿಗೆ ಮೆತ್ತಬೇಕು ಅನಿಸುತ್ತಿತ್ತು.

ಈ ರೀತಿಯ ಸ್ಥಿತಿಯಲ್ಲಿ, ಅವಳು ಎರಡನೇ ಮಹಡಿಯ ತನ್ನ ರೂಮನ್ನು ತಲುಪಿದ್ದಳು. ಬ್ರಾ ಒಳಗಿನಿಂದ ಕೀಲಿಯನ್ನು ತೆಗೆದು, ಬೀಗ ತೆಗೆಯಲು ನೋಡಿದರೆ ಅಲ್ಲಿದ್ದ ಬೀಗ ಕಾಣೆಯಾಗಿತ್ತು! ಸೌಗಂಧಿ ಬಾಗಿಲನ್ನು ತಳ್ಳಿದಾಗ ಒಂದು ಸಣ್ಣ ಕ್ರೀಂಚ್ ದನಿ ಹೊರಟಿತು. ಅಷ್ಟರಲ್ಲಿ ಯಾರೋ ಒಳಗಿನಿಂದ ಚೈನ್ ತೆರೆದರು ಮತ್ತು ಬಾಗಿಲು ತೆರೆದುಕೊಂಡಿತು.

ಸೌಗಂಧಿ ಒಳಗೆ ಹೆಜ್ಜೆಯಿಟ್ಟಳು. ಮಾಧೋ ಕಿಸಕಿಸ ನಗುತ್ತಾ ಬಾಗಿಲು ಮುಚ್ಚಿ ಸೌಗಂಧಿಗೆ ಹೇಳಿದ, "ಅಂತೂ ಇವತ್ತು ನಾನು ಹೇಳಿದ್ದನ್ನು ಗಂಭೀರವಾಗಿ ತೆಗೆದುಕೊಂಡೆ ನೋಡು! ಬೆಳಗ್ಗಿನ ವಾಕಿಂಗ್ ಆರೋಗ್ಯಕ್ಕೆ ತುಂಬಾ ಒಳ್ಳೆಯದು! ಈ ರೀತಿ ದಿನವೂ ಎದ್ದು ನಸುಕಿನಲ್ಲೇ ವಾಕಿಂಗ್ ಮಾಡಿದರೆ ನಿನ್ನ ಜಡತ್ವವೆಲ್ಲ ಓಡಿಹೋಗುತ್ತದೆ ಮತ್ತು ನಿನ್ನ ಸೊಂಟದ ನೋವು ಸಹಾ. ಎಷ್ಟು ದಿನದಿಂದ ಆ ನೋವನ್ನು ಅನುಭವಿಸುತ್ತಲೇ ಬಂದಿದ್ದೀಯ. ವಿಕ್ಟೋರಿಯಾ ಗಾರ್ಡನ್ ತನಕ ನಡೆದು ವಾಪಸ್ಸಾಗಿರಬೇಕು, ಅಲ್ಲವೇ?"

ಸೌಗಂಧಿ ಉತ್ತರಿಸಲಿಲ್ಲ ಮತ್ತು ಮಾಧೋ ಕೂಡಾ ಉತ್ತರಕ್ಕಾಗಿ ಬಲವಂತ ಪಡಿಸಲೂ ಇಲ್ಲ. ನಿಜಕ್ಕೂ ಹೇಳಬೇಕೆಂದರೆ, ಅವಳು ತನ್ನ ಪ್ರಶ್ನೆಗಳಿಗೆ ಉತ್ತರಿಸಲೇಬೇಕೆಂದು ಅವನು ಎಂದೂ ನಿರೀಕ್ಷಿಸುತ್ತಲೂ ಇರಲಿಲ್ಲ, ಏನಾದರೂ ಮಾತಾಡಬೇಕಲ್ಲ ಎಂದು ಮಾತಾಡುತ್ತಿದ್ದನಷ್ಟೇ. ಮಾಧೋ ಮಣಕುಗಟ್ಟಿದ ಬೆತ್ತದ ಕುರ್ಚಿಯ ಮೇಲೆ ಕುಳಿತು, ಕಾಲ ಮೇಲೆ ಕಾಲು ಹಾಕಿ, ಮೀಸೆ ಹುರಿಮಾಡಿಕೊಂಡ.

ಸೌಗಂಧಿ ಹಾಸಿಗೆಯ ಮೇಲೆ ಕುಳಿತು, "ನಾನು ನಿನ್ನನ್ನೇ ನಿರೀಕ್ಷಿಸುತ್ತಿದ್ದೆ," ಎಂದಳು. ಮಾಧೋ ಆಶ್ಚರ್ಯಚಕಿತನಾದ! "ನನ್ನನ್ನು ನಿರೀಕ್ಷಿಸುತ್ತಿದ್ದೆಯಾ? ನಿನಗೆ ಹೇಗೆ ಗೊತ್ತಿತ್ತು ನಾನು ಬರುತ್ತೇನೆನ್ನುವುದು?" ಸೌಗಂಧಿ ತೆಳುವಾದ ನಗೆ ಬೀರುತ್ತಾ, "ನೀನು ಕನಸಲ್ಲಿ ಬಂದಿದ್ದೆ. ಆಗ ಎಚ್ಚರವಾಗಿಬಿಟ್ಟಿತು. ಎದ್ದು ನೋಡಿದರೆ ಯಾರೂ ಇರಲಿಲ್ಲ. ಹೇಗೂ ಎದ್ದಿದ್ದೇನಲ್ಲ ಎಂದು ವಾಕಿಂಗ್ ಹೊರಟುಬಿಟ್ಟೆ." ಮಾಧೋಗೆ

ಇದು ಖುಷಿ ಕೊಟ್ಟಿತು. "ಮತ್ತು ನಾನು ಬಂದೇಬಿಟ್ಟೆ! ಪ್ರೀತಿಸುವವರ ಹೃದಯಗಳು ಒಂದರೊಡನೊಂದು ಕೂಡಿಕೊಂಡಿರುತ್ತವೆ ಅನ್ನುವುದು ಎಷ್ಟು ಸತ್ಯ! ಕನಸು ಬಿದ್ದಿದ್ದು ಯಾವಾಗ?"

"ಸುಮಾರು ನಾಲ್ಕು ಗಂಟೆಯ ಸಮಯದಲ್ಲಿ."

ಮಾಧೋ ಕುರ್ಚಿಯಿಂದೆದ್ದು ಸೌಗಂಧಿಯ ಪಕ್ಕ ಕುಳಿತು ಹೇಳಿದ, "ನನಗೆ ನೀನು ಸರಿಯಾಗಿ ಎರಡು ಗಂಟೆಗೆ ಬಿದ್ದ ಕನಸಲ್ಲಿ ಬಂದಿದ್ದೆ. ನೀನು ಇದೇ ಸೀರೆಯುಟ್ಟು ನನ್ನ ಪಕ್ಕ ನಿಂತಿದ್ದೆ. ಏನನ್ನು ಹಿಡಿದಿದ್ದೆ... ಏನದು... ಓಹ್! ನೆನಪಾಯಿತು, ನೀನು ಹಣದ ಚೀಲವೊಂದನ್ನು ಕೈಯಲ್ಲಿ ಹಿಡಿದು ನಿಂತಿದ್ದೆ. ನೀನು ಆ ಚೀಲವನ್ನು ನನ್ನ ಕೈಗಿಡುತ್ತಾ, "ಮಾಧೋ ಅದೇನು ದೊಡ್ಡ ಚಿಂತೆ ನಿನ್ನದು? ತೆಗೆದುಕೋ ಈ ಚೀಲವನ್ನು. ನನ್ನ ಹಣ ನಿನ್ನದೂ ಅಲ್ಲವೇ?" ಎಂದೆ.

"ಸೌಗಂಧಿ, ಆಣೆ ಮಾಡಿ ಹೇಳುತ್ತೇನೆ, ಆ ಕೂಡಲೇ ಎದ್ದೆ, ಟಿಕಿಟು ಮಾಡಿಸಿದೆ ಮತ್ತು ಇಲ್ಲಿಗೆ ಬಂದೇಬಿಟ್ಟೆ. ಏನು ಹೇಳಲಿ? ನಾನೀಗ ತುಂಬಾ ತೊಂದರೆಯಲ್ಲಿದ್ದೇನೆ. ಅದ್ಯಾರು ಎಲ್ಲಿದ್ದರೋ ತಿಳಿದಿಲ್ಲ, ಇದ್ದಕ್ಕಿದ್ದಂತೆ ನನ್ನ ವಿರುದ್ಧ ಪೊಲೀಸ್ ಕಂಪ್ಲೇಂಟ್ ಕೊಟ್ಟಿದ್ದಾರೆ. ಆ ಇನ್ಸ್‌ಪೆಕ್ಟರಿಗೆ ಇಪ್ಪತ್ತು ರೂಪಾಯಿ ಕೊಟ್ಟುಬಿಟ್ಟರೆ ಅವನು ನನ್ನನ್ನು ಬಿಟ್ಟು ಬಿಡುತ್ತಾನೆ. ನಿನಗೆ ಸುಸ್ತಾಗಿಲ್ಲವೇ? ಬಾ ಮಲಗು, ನಾನು ನಿನ್ನ ಪಾದಗಳಿಗೆ ಮಸಾಜ್ ಮಾಡುತ್ತೇನೆ. ವಾಕಿಂಗ್ ಮಾಡಿ ಅಭ್ಯಾಸವಿಲ್ಲದಿದ್ದರೆ, ಸುಸ್ತಾಗುವುದು ಖಂಡಿತ. ಬಾ ಇಲ್ಲಿ, ನನ್ನ ಕಡೆಗೆ ಕಾಲನ್ನಿಟ್ಟು ಮಲಗಿಕೋ."

ಸೌಗಂಧಿ ಅಲ್ಲಿಯೇ ಮಲಗಿದಳು. ಕೈಗಳನ್ನು ಮಡಚಿ ತಲೆಯಡಿ ದಿಂಬಿನಂತೆ ಇಟ್ಟುಕೊಂಡು, ಜಿಗುಪ್ಸೆ ತುಂಬಿದ ದನಿಯಲ್ಲಿ ಹೇಳಿದಳು, "ಮಾಧೋ, ಯಾವ ಸೂಳೆಮಗ ನಿನ್ನ ವಿರುದ್ಧ ರಿಪೋರ್ಟು ಮಾಡಿದ? ನೀನು ಜೈಲಿಗೆ ಹೋಗಬಹುದೆನ್ನುವ ಸಣ್ಣ ಸಾಧ್ಯತೆಯಿದ್ದರೂ ನನಗೆ ಸತ್ಯ ಹೇಳು. ಆತನಿಗೆ ಇಪ್ಪತ್ತೋ ಮೂವತ್ತೋ ರೂಪಾಯಿ ಕೊಡು. ಊಹೂಂ, ಐವತ್ತಾಗಲಿ, ನೂರಾದರೂ ಸರಿಯೇ, ನೀನು ಆ ಬಗ್ಗೆ ಎಂದೂ ಪಶ್ಚಾತ್ತಾಪ ಪಡುವುದಿಲ್ಲ. ನೀನು ಇದರಿಂದ ಬಿಡಿಸಿಕೊಂಡರೆ, ಅದೇ ದೊಡ್ಡ ಅದೃಷ್ಟ. ಸರಿ, ಸಾಕು ಒತ್ತಿದ್ದು ನಿಲ್ಲಿಸು, ನನಗೆ ಅಷ್ಟೇನೂ ದಣಿವಾಗಿಲ್ಲ. ಅದನ್ನು ನಿಲ್ಲಿಸಿ ನನಗೆ ಎಲ್ಲವನ್ನೂ ಪೂರ್ತಿಯಾಗಿ ಹೇಳು. 'ಪೊಲೀಸ್ ರಿಪೋರ್ಟ್' ಅನ್ನುವ ಮಾತು ಕೇಳಿಯೇ ನನ್ನ ಎದೆ ಹೊಡೆದುಕೊಳ್ಳುತ್ತಿದೆ. ನೀನು ಯಾವಾಗ ಹಿಂತಿರುಗುವೆ?"

ಮಾಧೋಗೆ ಸೌಗಂಧಿಯ ಉಸಿರಿನಲ್ಲಿ ಸಾರಾಯಿ ವಾಸನೆ ಬರುತ್ತಿತ್ತು. ಅವನು ಇದೇ ಸರಿಯಾದ ಸಮಯ ಎಂದು ಆಲೋಚಿಸಿ, ಆತುರದಲ್ಲಿ, "ನಾನು ಮಧ್ಯಾಹ್ನದ ರೈಲಿಗೆ ವಾಪಸ್ ಹೊರಡಬೇಕು. ಸಂಜೆಯೊಳಗೆ ಆ ಸಬ್ ಇನ್ಸ್‌ಪೆಕ್ಟರಿಗೆ ಐವತ್ತೋ ನೂರೋ ಕೊಡದಿದ್ದರೆ, ಆಮೇಲೆ... ನನಗನ್ನಿಸುತ್ತದೆ ಅವನಿಗೆ ತೀರಾ ಹೆಚ್ಚೇನೂ ಕೊಡಬೇಕಿಲ್ಲ ಎಂದು. ಬಹುಶಃ ಐವತ್ತು ಸಾಕಾಗಬಹುದು."

"ಐವತ್ತು!" ಸೌಗಂಧಿ ಜೋರಾಗಿ ಉದ್ಗರಿಸಿದಳು.

ನಂತರ ನಿಧಾನವಾಗಿ ಎದ್ದು, ಗೋಡೆಯ ಮೇಲೆ ತೂಗುಹಾಕಿದ್ದ ನಾಲ್ಕು ಫೋಟೋಗಳ ಎದುರು ಹೋಗಿ ನಿಂತಳು. ಆ ಫೋಟೋಗಳಲ್ಲಿ ಮಾಧೋನದ್ದು ಎಡದಿಂದ ಮೂರನೆಯದಾಗಿತ್ತು; ಅವನು ಕುರ್ಚಿಯೊಂದರ ಮೇಲೆ ಕುಳಿತಿದ್ದ, ಹಿಂದೆ ಹೂಗಳ ಡಿಸೈನ್ ಇರುವ ಪರದೆ ಇಳಿಬಿಟ್ಟಿತ್ತು. ತೊಡೆಯ ಮೇಲೆ ಕೈಗಳನ್ನಿಟ್ಟು ಕುಳಿತು, ಒಂದು ಕೈನಲ್ಲಿ ಗುಲಾಬಿಯೊಂದನ್ನು ಹಿಡಿದಿದ್ದ. ಅವನ ಪಕ್ಕ ಇದ್ದ ಸ್ಟೂಲ್ ಒಂದರ ಮೇಲೆ ಎರಡು ದಪ್ಪ ಪುಸ್ತಕಗಳಿದ್ದವು. ಫೋಟೋದಲ್ಲಿ ಇದ್ದುದೆಲ್ಲವೂ ಎಷ್ಟು ಸ್ಪಷ್ಟವಾಗಿ ಕಾಣುತ್ತಿತ್ತು ಎಂದರೆ, ಎಲ್ಲವೂ, "ನಮ್ಮ ಫೋಟೋ ತೆಗೆಸಿಕೊಳ್ಳುತ್ತಿದ್ದೇವೆ! ನಾವು ಚಿತ್ರ ತೆಗೆಸಿಕೊಳ್ಳುತ್ತಿದ್ದೇವೆ!" ಎಂದು ಸಾರಿ ಹೇಳುತ್ತಿರುವಂತೆ ಇದೆ.

ಫೋಟೊದಲ್ಲಿದ್ದ ಮಾಧೋನ ಕಣ್ಣುಗಳು ಅಗಲವಾಗಿ ಅರಳಿದ್ದವು ಮತ್ತು ಆ ಇಡೀ ಸನ್ನಿವೇಶವೇ ಅವನಿಗೆ ಮುಜುಗರ ತರಿಸುತ್ತಿರುವಂತೆ ಭಾಸವಾಗುತ್ತಿತ್ತು.

ಸೌಗಂಧಿ ಕೀರಲು ದನಿಯಲ್ಲಿ ನಕ್ಕಳು, ಆ ನಗು ಮಾಧೋನನ್ನು ಸೂಜಿಗಳಿಂದ ಚುಚ್ಚುತ್ತಿರುವಂತೆ ಅನ್ನಿಸಿತು.

ಅವನು ಮಲಗ್ಗಿದ್ದಲ್ಲಿಂದ ಎದ್ದು, ಅವಳ ಬಳಿ ಹೋಗಿ, "ಯಾರ ಫೋಟೋ ನೋಡಿ ನಗುತ್ತಿರುವೆ?" ಎಂದು ಕೇಳಿದ.

ಸೌಗಂಧಿ ಎಡದಿಂದ ಮೊದಲು ಇದ್ದ ನೈರ್ಮಲ್ಯ ಇಲಾಖೆಯ ಅಧಿಕಾರಿಯ ಫೋಟೋ ಕಡೆ ಬೆರಳು ಮಾಡಿ, "ಇವನು, ಈ ಮನುಷ್ಯನದ್ದು. ಅವನ ಮೂತಿ ನೋಡು. ಅವನು ಒಮ್ಮೆ ಒಬ್ಬಳು ರಾಣಿ ತನ್ನೊಡನೆ ಒಮ್ಮೆ ಪ್ರೇಮದಲ್ಲಿ ಬಿದ್ದಿದ್ದಳು ಎಂದು ಬಡಾಯಿ ಕೊಚ್ಚಿಕೊಳ್ಳುತ್ತಿದ್ದ. ಯಕ್! ರಾಣಿಯೊಬ್ಬಳು ಪ್ರೇಮದಲ್ಲಿ ಬೀಳುವ ಮೂತಿಯೇ ಇದು?"

ಸೌಗಂಧಿ ಆ ಫೋಟೋವನ್ನು ಎಷ್ಟು ರಭಸದಿಂದ ಕಿತ್ತಳೆಂದರೆ, ತೂಗುಬಿಟ್ಟಿದ್ದ ಮೊಳೆ, ಪ್ಲಾಸ್ಟರಿನ ಜೊತೆಯಲ್ಲಿ ಕಿತ್ತು ಬಂದಿತು. ಮಾಧೋ ಆಘಾತಕ್ಕೆ ಒಳಗಾದ ಮತ್ತು ಅವನು ಚೇತರಿಸಿಕೊಳ್ಳುವ ಮುನ್ನವೇ, ಸೌಗಂಧಿ ಅದನ್ನು ಕಿಟಕಿಯಾಚೆ

ಎಸೆದಳು. ಎರಡು ಮಹಡಿಗಳಿಂದ ನೆಲಕ್ಕೆ ಬಿದ್ದು, ಅದರ ಗಾಜು ಪುಡಿಪುಡಿಯಾದ ಸದ್ದು ಕೇಳಿಸಿತು. "ಕಸ ಒಯ್ಯುವ ರಾಣಿ ಕಸ ಬಾಚಲು ಬರುತ್ತಾಳಲ್ಲ, ಆಗ ಇವನನ್ನು ಜೊತೆಗೆ ಕೊಂಡೊಯ್ದು ತನ್ನದಾಗಿಸಿಕೊಳ್ಳಲಿ," ಎಂದು ವ್ಯಂಗ್ಯದಿಂದ ಹೇಳಿದಳು. ಹಾಗೆ ಹೇಳಿದ ಸೌಗಂಧಿ, ದೊಡ್ಡ ಕಹಿ ನಗೆ ನಕ್ಕಳು. ಎರಡು ಬೆಣಚು ಕಲ್ಲುಗಳನ್ನು ಒಂದರೊಡನೊಂದು ತಿಕ್ಕಿದಾಗ ಉದುರುವ ಕಿಡಿಗಳಂತಿತ್ತು ಅವಳ ತುಟಿಗಳಿಂದ ಹೊರಬಿದ್ದ ಆ ನಗು. ಮಾಧೋ ತಾನೂ ಬಲವಂತದ ನಗೆಯೊಂದನ್ನು ಬೀರಿದ.

ಸೌಗಂಧಿ ಎರಡನೇ ಫೋಟೋವನ್ನು ಗೋಡೆಯಿಂದ ರಭಸದಿಂದ ಕಿತ್ತು, ಕಿಟಕಿಯಾಚೆ ಎಸೆದಳು.

"ಈ ಸ್ಥಳವನ್ನು ಏನಂದುಕೊಂಡಿದ್ದಾನೆ ಆ ಸೂಳೆಮಗ?" ಕೇಳುತ್ತಾಳೆ, "ಇವತ್ತಿನಿಂದ ಕುರೂಪಿ ಗಂಡಸರಿಗೆ ಇಲ್ಲಿಗೆ ಪ್ರವೇಶವಿಲ್ಲ... ಸರಿಯಲ್ಲವೇ ಮಾಧೋ?" ಮಾಧೋ ಮತ್ತೆ ಬಲವಂತದ ನಗು ನಗುತ್ತಾನೆ.

ಒಂದು ಕೈಯಿಂದ ಪೇಟಾ ಸುತ್ತಿದ್ದ ಗಂಡಸಿನ ಆ ಫೋಟೋವನ್ನು ಕೀಳುತ್ತಾ, ಮತ್ತೊಂದು ಕೈಯನ್ನು ಮಾಧೋನ ಫೋಟೋದೆಡೆಗೆ ಚಾಚುತ್ತಾಳೆ. ಮಾಧೋ ಅವಳು ತನ್ನನ್ನೇ ಕೀಳಲು ತೊಡಗಿದ್ದಾಳೋ ಅನ್ನುವಂತೆ ಹಿಂದಕ್ಕೆ ಅಡಿಯಿಡುತ್ತಾನೆ.

ಸೌಗಂಧಿ ಆ ಎರಡೂ ಫೋಟೋಗಳನ್ನು ಮೊಳೆ ಮತ್ತು ಪ್ಲಾಸ್ಟರಿನ ಸಮೇತ ಕಿತ್ತು ಹಾಕುತ್ತಾ ಗಟ್ಟಿಯಾಗಿ ನಕ್ಕು ಕಿರುಚುತ್ತಾಳೆ,

"ಥೂ ಊ ಊ...!"

ಎರಡೂ ಫ್ರೇಮುಗಳನ್ನು ಕಿಟಕಿಯಾಚೆ ಎಸೆಯುತ್ತಾಳೆ ಮತ್ತು ಕ್ಷಣಕಾಲದಲ್ಲೇ ಗಾಜುಗಳು ಫಳ್ಳೆಂದು ಪುಡಿಪುಡಿಯಾದ ಸದ್ದು ಕಿವಿಗೆ ಬೀಳುತ್ತದೆ.

ಮಾಧೋಗೆ ತನ್ನೊಳಗೇ ಏನೋ ಪುಡಿಪುಡಿಯಾದ ಭಾವನೆ. ಬಲವಂತವಾಗಿ ನಗಲು ಪ್ರಯತ್ನಿಸುತ್ತಾನೆ.

"ಹು, ಒಳ್ಳೆಯ ಕೆಲಸ ಮಾಡಿದೆ. ನನಗೂ ಆ ಫೋಟೋ ಇಷ್ಟವಿರಲಿಲ್ಲ," ಹೇಳುತ್ತಾನೆ.

ಸೌಗಂಧಿ ನಿಧಾನವಾಗಿ ಅವನೆಡೆಗೆ ಬರುತ್ತಾಳೆ. "ನಿನಗೂ ಇಷ್ಟವಿರಲಿಲ್ಲವೇ ಆ ಫೋಟೋ?" ಮತ್ತೆ ಮತ್ತೆ ಹೇಳುತ್ತಾಳೆ, "ನಿನಗಾದರೂ ಅದು ಹೇಗೆ ಸಾಧ್ಯವಾದೀತು! ಅದು ಸರಿ ನಿನ್ನಲ್ಲಿ ಇಷ್ಟ ಪಡುವಂಥದ್ದು ಏನಾದರೂ ಇದೆಯೇ? ನೀನೋ... ನಿನ್ನ ಜೋಕರ್ ಮೂಗೋ, ನೀನೋ... ನಿನ್ನ ಕೂದಲಿನ ಹಣೆಯೋ,

ನೀನೋ... ನಿನ್ನ ಕತ್ತೆಯಂಥ ಹೊಳ್ಳೆಯೋ, ನೀನೋ... ನಿನ್ನ ತಿರುಚಿದ ಕಿವಿಯೋ, ನೀನೋ... ನಿನ್ನ ಬಾಯಿಯ ದುರ್ವಾಸನೆಯೋ, ನೀನೋ... ನಿನ್ನ ದುರ್ಗಂಧದ ದೇಹವೋ... ನಿನಗೂ ಆ ಫೋಟೋ ಇಷ್ಟವಾಗಲಿಲ್ಲ ಅಲ್ಲವೇ? ಯಕ್! ಅದು ನಿನ್ನ ದೋಷಗಳನ್ನೆಲ್ಲ ಮರೆಮಾಡಿಟ್ಟುಕೊಂಡಿತ್ತು. ನಿನಗೆ ಗೊತ್ತಾ, ಈಗೀಗ ನೀನು ನಿನ್ನ ಕುಂದುಕೊರತೆಗಳ ಬಗ್ಗೆಯೂ ಹೆಮ್ಮೆ ಪಡಬೇಕು!"

ಮಾಧೋ ಮತ್ತಿಷ್ಟು ಹಿಂಜರಿಯುತ್ತಾನೆ. ಗೋಡೆಗೆ ಒತ್ತರಿಸಿಕೊಳ್ಳುತ್ತ ಕಿರುಚುತ್ತಾನೆ, "ನೋಡು, ಸೌಗಂಧಿ, ನೀನು ಮತ್ತೆ ನಿನ್ನ ದಂಧೆಯನ್ನು ಪ್ರಾರಂಭಿಸಿದ್ದೀಯ ಎನ್ನಿಸುತ್ತಿದೆ ನನಗೆ. ಇದು ನಾನು ನಿನಗೆ ಕಡೆಯ ಬಾರಿಗೆ ಹೇಳುತ್ತಿದ್ದೇನೆ..." ಸೌಗಂಧಿ ಅವನನ್ನು ನಡುವಲ್ಲೇ ತಡೆಯುತ್ತಾಳೆ. "ನೀನು ಮತ್ತೆ ದಂಧೆ ಶುರು ಮಾಡಿದರೆ..." ಅವನನ್ನೇ ಅಣಕಿಸುವ ದನಿಯಲ್ಲಿ, "ನಮ್ಮ ಸಂಬಂಧ ಇಲ್ಲಿಗೆ ಮುಗಿಯಿತು. ನಿನ್ನ ಜೊತೆ ಯಾವುದೇ ಗಂಡಸಾದರೂ ಮಲಗಿದ ಎಂದರೆ, ನಿನ್ನ ಕೂದಲನ್ನು ಹಿಡಿದೆಳೆಯುತ್ತೇನೆ ಮತ್ತು ಆಚೆಗಟ್ಟುತ್ತೇನೆ. ತಿಳಿಯಿತೇ? ನಾನು ಪುಣೆ ಸೇರಿದ ಕೂಡಲೆ ಈ ತಿಂಗಳ ಖರ್ಚಿನ ಹಣವನ್ನು ಮನಿ ಆರ್ಡರ್ ಮಾಡುತ್ತೇನೆ. ಈ ರೂಮಿನ ಬಾಡಿಗೆಯೆಷ್ಟು?"

ಮಾಧೋ ದಿಗ್ಭ್ರಮೆಗೊಳ್ಳುತ್ತಾನೆ.

ಅವಳು ತನಗೇ ಎನ್ನುವಂತೆ ಹೇಳಿಕೊಳ್ಳುತ್ತಾಳೆ, "ನಾನು ಹೇಳುತ್ತೇನೆ... ಹದಿನೈದು ರೂಪಾಯಿ. ಹದಿನೈದು. ನಾನು ಹತ್ತು ರೂಪಾಯಿ ತೆಗೆದುಕೊಳ್ಳುತ್ತೇನೆ ಒಬ್ಬನಿಂದ. ನಿನಗೇ ತಿಳಿದಿರುವಂತೆ, ಅದರಲ್ಲಿ ಎರಡೂವರೆ ಆ ತಲೆಹಿಡುಕನಿಗೆ ಹೋಗುತ್ತದೆ. ಉಳಿದ ಏಳೂವರೆ... ಏಳೂವರೆ ತಾನೇ? ಅದು ನನಗೆ ಸೇರುತ್ತದೆ. ಮತ್ತು ಆ ಏಳೂವರೆ ರೂಪಾಯಿಗಳಿಗೆ, ನಾನು ನಿನಗೆ ಕೊಡಲಾಗದ್ದನ್ನೆಲ್ಲ ಕೊಡುತ್ತೇನೆಂದು ಆಣೆ ಮಾಡಿದೆ ಮತ್ತು ನೀನು ತೆಗೆದುಕೊಳ್ಳಲಾಗದ ಎಲ್ಲದಕ್ಕಾಗಿ ಇಲ್ಲಿಗೆ ಬಂದೆ. ನಮ್ಮ ಸಂಬಂಧವೇನಿತ್ತು? ಏನೇನೂ ಇಲ್ಲ... ಆ ಹತ್ತು ರೂಪಾಯಿಗಳಷ್ಟೇ. ಅಷ್ಟಕ್ಕಾಗಿ ನಾವು, "ನನಗೆ ನೀನು ಬೇಕು, ನಿನಗೆ ನಾನು ಬೇಕು," ಎಂದೆಲ್ಲ ಸುಳ್ಳು ಹೇಳಿಕೊಂಡೆವು. ಮೊದಲಿಗೆ ಅದು ಹತ್ತು ರೂಪಾಯಿ ಇತ್ತು, ಈಗ ಅದು ಐವತ್ತಕ್ಕೆ ಬಂದು ನಿಂತಿದೆ. ನಿನಗೂ ಅದರ ಮೇಲೆ ಕಣ್ಣು ಮತ್ತು ನನಗೂ ಕೂಡಾ. ಅದೇನು ನಿನ್ನ ಕೂದಲಿಗೆ ಏನು ಮಾಡಿಕೊಂಡೆ?"

ಒಂದು ಬೆರಳಿನಿಂದ ಮಾಧೋನ ಟೋಪಿಯನ್ನು ಎಗರಿಸುತ್ತಾಳೆ. ಮಾಧೋಗೆ ಅದು ಸ್ವಲ್ಪವೂ ಇಷ್ಟವಾಗುವುದಿಲ್ಲ.

"ಸೌಗಂಧಿ!"

ಸೌಗಂಧಿ ಮಾಧೋನ ಜೇಬಿನಿಂದ ಕರ್ಚೀಫನ್ನು ಹೊರಗೆಳೆದು, ಅದನ್ನು ಮೂಸಿ, ನೆಲಕ್ಕೆ ಬಿಸಾಡುತ್ತಾಳೆ. "ಇದೊಂದು ಚಿಂದಿ ಬಟ್ಟೆ, ಒಂದು ಚಿಂದಿ! ಕೆಟ್ಟ ದುರ್ನಾತ ಬರುತ್ತಿದೆ, ತೆಗೆದು ಅದನ್ನು ಹೊರಗೆಸೆ."

"ಸೌಗಂಧಿ!"

"ಯಕ್! ನಿನ್ನ ಸೌಗಂಧಿ ಇದು, ಸೌಗಂಧಿ ಅದು ಎಲ್ಲದರ ಮನೆ ಹಾಳಾಗೋಗ. ಅದು ಸರಿ... ನಿನಗೆ ಐವತ್ತು ರೂಪಾಯಿ ಕೊಡಲು ನಿನ್ನಮ್ಮ ಕಾದು ನಿಂತಿದ್ದಾಳಾ ಇಲ್ಲಿ? ಅಥವಾ ನೀನೇನು ಸಣ್ಣ ವಯಸ್ಸಿನ, ಸುಂದರಾಂಗ ಪುರುಷ ಕುದುರೆಯೋ ನೋಡಿದೊಡನೆ ನಿನ್ನೊಡನೆ ಪ್ರೇಮಕ್ಕೆ ಬೀಳಲು? ಸೂಳೆಮಗನೇ! ನನ್ನನ್ನು ಮೆಚ್ಚಿಸಲು ಪ್ರಯತ್ನಿಸುತ್ತಿದ್ದೀಯಾ? ನಾನೇನು ಇಲ್ಲಿ ಕಾದು ಬಿದ್ದಿರುವವಳಾ? ನೀನೊಬ್ಬ ಕಿತ್ತೋದವನು! ನಿನ್ನನ್ನು ನೀನು ಏನೆಂದು ತಿಳಿದಿದ್ದೀ? ನಾನು ನಿನ್ನನ್ನೇ ಕೇಳುತ್ತಿರುವುದು.

"ನೀನ್ಯಾವನೋ? ಕಿತ್ತೋದ ಕಳ್ಳ ಈ ಸರಿರಾತ್ರಿಯಲ್ಲಿ ನೀನು ಇಲ್ಲಿಗೇಕೆ ಬಂದಿರುವೆ? ಪೊಲೀಸರನ್ನು ಕರೆಯಲೇನು? ಪುಣೆಯಲ್ಲಿ ನಿನ್ನ ಮೇಲೊಂದು ಪೋಲೀಸ್ ರಿಪೋರ್ಟ್ ನಿಜವಾಗಿಯೂ ಇತ್ತು ಅಂತಲೇ ಇಟ್ಟುಕೊಂಡರೂ, ಅದಕ್ಕೆ ನಾನೇಕೆ ಚಿಂತಿಸಬೇಕು? ನಾನು ಇಲ್ಲಿಯೇ ನಿನ್ನ ಮೇಲೊಂದು ಕೇಸ್ ಹಾಕುತ್ತೇನೆ."

ಮಾಧೋ ಗಾಬರಿಗೊಂಡ, "ಸೌಗಂಧಿ, ಏನಾಗಿದೆ ನಿನಗೆ?"

"ಹೋಗಲೋ ನಿನ್ನಮ್ಮನ್! ನೀನ್ಯಾವನು ಅದನ್ನೆಲ್ಲ ಕೇಳಲು? ಮೊದಲು ಇಲ್ಲಿಂದ ತೊಲಗು... ಇಲ್ಲವಾದರೆ!"

ಸೌಗಂಧಿಯ ಕೊಳಕು ನಾಯಿ ಅವಳ ಕಿರುಚಾಟವನ್ನು ಕೇಳಿ, ಮಂಚದಡಿಯಿಂದ ಆಕ್ರಮಣಕಾರಿಯಾಗಿ ಎದ್ದು ಬಂದು, ಮಾಧೋನೆಡೆಗೆ ತಿರುಗಿ, ಬೊಗಳಲು ಶುರು ಮಾಡುತ್ತದೆ. ಸೌಗಂಧಿ ಗಟ್ಟಿಯಾಗಿ ನಗುತ್ತಾಳೆ, ಮಾಧೋಗೆ ಗಾಬರಿಯಾಗುತ್ತದೆ. ಅವನು ತನ್ನ ಟೋಪಿಯನ್ನು ತೆಗೆದುಕೊಳ್ಳಲು ಬಾಗುತ್ತಾನೆ, ಆದರೆ ಸೌಗಂಧಿ ಕಿರುಚುತ್ತಾಳೆ, "ಅದನ್ನು ಮುಟ್ಟಬೇಡ! ಮೊದಲು ಇಲ್ಲಿಂದ ತೊಲಗು! ನೀನು ತಲುಪಿದ ಕೂಡಲೆ ನಿನ್ನ ಕಿತ್ತೋದ ಟೋಪಿಯನ್ನು ಪಾರ್ಸೆಲ್ ಕಳಿಸುತ್ತೇನೆ" ಮತ್ತಿಷ್ಟು ಗಟ್ಟಿಯಾಗಿ ನಗುತ್ತಾಳೆ. ಬೆತ್ತದ ಕುರ್ಚಿಯ ಮೇಲೆ ಕುಳಿತುಕೊಳ್ಳುತ್ತಾಳೆ. ಅವಳ ನಾಯಿಯು ಮಾಧೋನನ್ನು ರೂಮಿನಿಂದಾಚೆಗೆ ತಳ್ಳಿಕೊಂಡು ಓಡಿಸುತ್ತದೆ ಮತ್ತು ಮೆಟ್ಟಿಲಿಳಿದು ಹೋಗಲು ಹೇಳುವಂತೆ ಬೊಗಳುತ್ತದೆ.

ವಾಪಸ್ಸು ಬಂದಾಗ ನಾಯಿ ಬಾಲವನ್ನು ರಭಸವಾಗಿ ಅಲ್ಲಾಡಿಸುತ್ತಿರುತ್ತದೆ. ಸೌಗಂಧಿಯ ಪಾದಗಳ ಬಳಿ ಕುಳಿತು, ತಲೆ ಅಲ್ಲಾಡಿಸುತ್ತಾ, ಕೆನ್ನೆಯಡಿ ಕಿವಿ ಮಡಚಿ ಮಲಗುತ್ತದೆ. ಸೌಗಂಧಿಗೆ ಆಗ ಇದ್ದಕ್ಕಿದ್ದಂತೆ ತನ್ನನ್ನು ಸುತ್ತುವರೆದ ಗಾಬರಿಗೊಳಿಸುವ ಗಾಢ ಮೌನ, ಆವರೆಗೆ ಎಂದೂ ಅನುಭವಿಸಿಲ್ಲದ ಗಾಢ ಮೌನ ಅರಿವಿಗೆ ಬರುತ್ತದೆ.

ಜನಭರಿತ ರೈಲೊಂದು ಎಲ್ಲ ಸ್ಟೇಷನ್ನುಗಳಲ್ಲೂ ಪ್ರಯಾಣಿಕರನ್ನು ಇಳಿಸಿ ಇಳಿಸಿ, ಕೊನೆಗೆ ಖಾಲಿಯಾಗಿ ನಿರ್ಜನವಾದ ತಗಡಿನ ಚಾವಣಿಯಡಿ ನಿಂತಿರುವಂತೆ ಭಾಸವಾಗುತ್ತದೆ. ಅತ್ಯಂತ ನೋವು ಕೊಡುವ ಶೂನ್ಯಭಾವ. ಸೌಗಂಧಿ ಆ ಭಾವವನ್ನು ತೊಡೆದು ಹಾಕಲು ಪ್ರಯತ್ನಿಸಿ ಸೋಲುತ್ತಾಳೆ. ಇದ್ದಕ್ಕಿದ್ದಂತೆ ಮನಸ್ಸಿನ ತುಂಬಾ ಏನೇನೋ ಆಲೋಚನೆಗಳು, ಆದರೆ ಮನಸ್ಸು ಜರಡಿಯಂತಾಗಿಯೂ, ಸಾವಿರಾರು ಯೋಚನೆಗಳನ್ನು ಅದರಲ್ಲಿ ಹಾಕಿದಂತೆಯೂ ಕುರ್ಚಿಯಲ್ಲಿಯೇ ಕುಳಿತಿರುತ್ತಾಳೆ,

ಆದರೆ ಯೋಚನೆಗಳು ಮುಗಿದ ನಂತರವೂ, ಅವಳಿಗೆ ತನ್ನನ್ನು ತಾನು ಸಂತೈಸಿಕೊಳ್ಳುವ ಮಾರ್ಗ ಹೊಳೆಯುವುದಿಲ್ಲ. ಅವಳು ತನ್ನ ಕೊಳಕು ನಾಯಿಯನ್ನು ಎತ್ತಿಕೊಂಡು, ತನ್ನ ವಿಶಾಲವಾದ ತೇಗದ ಮರದ ಮಂಚದ ಮೇಲೆ ಒಂದು ತುದಿಗೆ ಮಲಗಿಸಿ, ಅದರ ಪಕ್ಕ ಮಲಗುತ್ತಾಳೆ.

ಕೂಡಲೇ ಗಾಢವಾದ ನಿದ್ರೆ ಅವಳನ್ನು ಆವರಿಸುತ್ತದೆ...

The Insult

ನನಗೋಸ್ಕರ ಅಷ್ಟನ್ನೂ
ಮಾಡಲು ಆಗುವುದಿಲ್ಲವಾ?'

'ಆಗುವುದಿಲ್ಲ'

'ಇಲ್ಲಿವರೆಗೆ ನನ್ನನ್ನು ತುಂಬ
ಪ್ರೀತಿಸುತ್ತೇನೆ ಎನ್ನುತ್ತಿದ್ದಿರಿ ಮತ್ತೆ'

'ಅದು ನಿಜ. ಆದರೆ ಅದು
ನಮ್ಮಿಬ್ಬರ ನಡುವೆ ಸಾಂಗತ್ಯ
ಇರುವವರೆಗೆ ಮಾತ್ರ, ಬಿಟ್ಟು
ಹೋಗುವವರನ್ನು ಹೇಗೆ
ಪ್ರೀತಿಸುವುದು'

ದಾಂಪತ್ಯದನುಸಂಧಾನ

"ನನಗೆ ಇನ್ನು ನಿಮ್ಮ ಜೊತೆ ಬದುಕುವುದು ಅಸಾಧ್ಯ. ನನಗೆ ಡೈವೋರ್ಸ್ ಬೇಕು."

"ನಿನ್ನ ಮೈಯಲ್ಲಿ ದೆವ್ವ ಹೊಕ್ಕಿದೆಯಾ! ಏನು ಹೇಳುತ್ತಿರುವೆ ನೀನು!! ದೊಡ್ಡ ತಪ್ಪು ಮಾಡುತ್ತಿರುವೆ. ನಿನಗೆ ಪದೇಪದೇ ಈ ರೀತಿ ಕೆರಳುತ್ತದೆ, ಮತ್ತೆ ಕೊನೆಗೆ ವಿವೇಕ ಕಳೆದುಕೊಂಡು ಮಾತನಾಡಲು ಶುರು ಮಾಡುತ್ತೀಯ."

"ನೀವು ಮಹಾ ಚುರುಕು ಬಿಡಿ ನಾನೂ ನೋಡಿದ್ದೀನಲ್ಲ... ಇಡೀ ದಿನ ಕುಡಿಯುತ್ತಲೇ ಇರುವುದು."

"ಹೌದು ಕುಡಿಯುತ್ತೇನೆ ನಿಜ. ಆದರೆ ನಿನ್ನ ಹಾಗೆ ಮಾತೆತ್ತಿದರೆ ಬಾಯಿಗೆ ಬಂದ ಅವಿವೇಕದ ಮಾತುಗಳನ್ನಾಡುವುದಿಲ್ಲ. ಬೇಜವಾಬ್ದಾರಿತನದಿಂದ ಅಸಂಬದ್ಧವಾಗಿ ಮಾತನ್ನಾಡುವುದಿಲ್ಲ."

"ಹಾಗಾದರೆ ನಾನೀಗ ಬೇಜವಾಬ್ದಾರಿತನದಿಂದ ಅಸಂಬದ್ಧ ಮಾತುಗಳನ್ನಾಡುತ್ತಿರುವೆ ಎಂದಾಯಿತು."

"ನಾನೆಲ್ಲಿ ಹಾಗೆ ಹೇಳಿದೆ? ಆದರೆ ನೀನೇ ಹೇಳು... ಡೈವೋರ್ಸ್ ಬೇಕು ಅನ್ನುತ್ತಿರುವೆಯಲ್ಲ, ಅದನ್ನು ಏನೆನ್ನಬೇಕು?"

"ಆದರೆ ನನಗೆ ಡೈವೋರ್ಸ್ ಬೇಕು. ಹೆಂಡತಿಗೆ ಸ್ವಲ್ಪವೂ ಕಾಳಜಿ ತೋರಿಸದ ಗಂಡನಿಂದ ಮತ್ತೇನು ಕೇಳಬಹುದು?"

"ಡೈವೋರ್ಸ್ ಬಿಟ್ಟು ನನ್ನಿಂದ ಇಂತದ್ದು ಕೇಳಬೇಡ ಅನ್ನುವಂಥದ್ದು ಮತ್ತೇನೂ ಇಲ್ಲ."

"ನೀವು ಕೊಡಲು ಸಾಧ್ಯವಾಗುವಂಥದ್ದು ಬಹುಶಃ ಮತ್ತೇನೂ ಇಲ್ಲವೂ ಇಲ್ಲ ಎಂದು ಭಾವಿಸುತ್ತೇನೆ."

"ಇದೊಂದು ಹೊಸ ಆರೋಪ ಹೊರೆಸುತ್ತಿದ್ದೀಯೆ. ನಿನಗಿಂತ ಅದೃಷ್ಟವಂತೆ ಇನ್ಯಾರಿರಲು ಸಾಧ್ಯ... ಮನೆಯಲ್ಲೇ ಕುಳಿತುಕೊಂಡು..."

"ಆ ಅದೃಷ್ಟವು ನರಕಕ್ಕೆ ಹೋಗಲಿ!"

"ನಿನ್ನ ಅದೃಷ್ಟವನ್ನು ನರಕಕ್ಕೆ ಕಳಿಸಬೇಡ... ನೀನು ಯಾಕೆ ಇಷ್ಟು ಅಸಮಾಧಾನ ಗೊಂಡಿರುವೆ ಎಂದು ನನಗೆ ನಿಜಕ್ಕೂ ಅರ್ಥವಾಗುತ್ತಿಲ್ಲ. ಪ್ರಾಮಾಣಿಕವಾಗಿ ಹೇಳುತ್ತಿರುವೆ... ನನಗೆ ನೀನು ಅಂದರೆ ಹುಚ್ಚು ಪ್ರೀತಿ."

"ದೇವರು ನನ್ನನ್ನು ಕಾಪಾಡಲಿ ಇಂಥ ಪ್ರೀತಿಯಿಂದ."

"ನೋಡು, ಈ ಥರ ನಂಜಿನ ಮಾತು ಸಾಕು. ಮಕ್ಕಳು ಶಾಲೆಗೆ ಹೋದರಾ?"

"ಓ ಮಕ್ಕಳಲ್ಲಿ ನಿಮಗೆ ಸಿಕ್ಕಾಪಟ್ಟೆ ಆಸಕ್ತಿ ನೋಡಿ. ಅವರು ಶಾಲೆಗೆ ಹೋದರೇನು, ನರಕಕ್ಕೆ ಹೋದರೇನು! ಅವರು ಸತ್ತಾದರೂ ಹೋಗಲಿ ಎಂದು ಬೇಡಿಕೊಳ್ಳುತ್ತಿರುವೆ."

"ಒಂದು ದಿನ ಇಕ್ಕಳದಿಂದ ನಿನ್ನ ಸುಡುವ ನಾಲಿಗೆಯನ್ನು ಕಿತ್ತುಹಾಕಿ ಬಿಡುತ್ತೇನೆ. ನಿನ್ನ ಹೊಟ್ಟೆಯಲ್ಲಿ ಹುಟ್ಟಿದ ಮಕ್ಕಳ ಬಗ್ಗೆ ಕೆಟ್ಟ ಮಾತಾಡುತ್ತೀಯಲ್ಲ ನಾಚಿಕೆ ಆಗುವುದಿಲ್ಲವಾ?"

"ಹೇಳುತ್ತಿರುವೆ ಕೇಳಿ... ಈ ಥರ ಹೊಲಸು ಮಾತನ್ನಾಡಿದರೆ ನಾನು ಸುಮ್ಮನಿರುವುದಿಲ್ಲ. ಈ ಥರ ಕೀಳು ಮಾತನ್ನು ಕಟ್ಟಿಕೊಂಡ ಹೆಂಡತಿಯ ಬಗ್ಗೆ ಆಡಲು ನಾಚಿಕೆಯಾಗುವುದಿಲ್ಲವಾ? ನ್ಯಾಯವಾಗಿ ನೋಡಿದರೆ ಗೌರವ ನೀಡುವುದು ನಿಮ್ಮ ಕರ್ತವ್ಯ. ಆದರೆ ಕೆಟ್ಟ ಸಹವಾಸದಿಂದ ನೀವು ಹೀಗಾಗಿದ್ದೀರ."

"ಸರಿ ನೀನು ಈ ಥರ ತಲೆ ಕೆಟ್ಟವಳಂತೆ ಆಡುತ್ತೀಯಲ್ಲ ಅದನ್ನು ಯಾರ ಲೆಕ್ಕಕ್ಕೆ ಹಾಕೋಣ?"

"ನಿಮ್ಮ ಲೆಕ್ಕಕ್ಕೇ... ಇನ್ಯಾರ ಲೆಕ್ಕಕ್ಕೆ ಹಾಕಲು ಸಾಧ್ಯ."

"ನೀನು ಯಾವಾಗಲೂ ನನ್ನ ಮೇಲೆಯೇ ತಪ್ಪು ಹೊರೆಸುತ್ತೀಯಲ್ಲ. ನಿನಗೇನಾಗಿದೆ ಅರ್ಥವಾಗುತ್ತಿಲ್ಲ ನೋಡು."

"ನನಗೆ ಏನಾಗಿದೆ ಎಂದಿರಾ! ನಿಮಗೇನಾಗಿದೆಯೋ ಅದೇ ನನಗೂ ಆಗಿರುವುದು. ನೀವು ಯಾವಾಗಲೂ ಉಸಿರುಗಟ್ಟಿಸುತ್ತೀರಾ. ನಾನು ನಿಮಗೆ ಈಗಾಗಲೇ ಹೇಳಿದ್ದೀನಿ, ನನಗೆ ಡೈವೋರ್ಸ್ ಬೇಕು."

"ನಿನಗೆ ಎರಡನೇ ಮದುವೆ ಆಗಬೇಕಾ... ನಾನು ಸಾಕಾದೆನಾ ನಿನಗೆ?"

"ಥು! ನಾನು ಎಂಥ ಹೆಂಗಸು ಅಂತ ಮಾಡಿದಿರಿ ನೀವು?"

"ಮತ್ತೆ ಡೈವೋರ್ಸಿನಿಂದ ಅದೇನು ಅಂಥಾ ಒಳ್ಳೆಯದಾಗಿ ಬಿಡುತ್ತದೆ?"

"ನಾನು ನನಗೆ ಬೇಕಿದ್ದು ಮಾಡಿಕೊಳ್ಳುತ್ತೇನೆ. ಕೂಲಿ ಮಾಡಿ ಸಂಪಾದಿಸಿ ಮಕ್ಕಳನ್ನ ಸಾಕುತ್ತೇನೆ."

"ಕೂಲಿ ಹೇಗೆ ಮಾಡುತ್ತೀ? ಬೆಳಗ್ಗೆ ಎಳುವುದೇ ಒಂಬತ್ತು ಗಂಟೆಗೆ! ತಿಂಡಿ ತಿಂದ ಮೇಲೆ ಮತ್ತೆ ಬಿದ್ದುಕೊಳ್ಳುತ್ತೀ. ಮಧ್ಯಾಹ್ನ ಊಟ ಆದಮೇಲೆ ಮೂರು ಗಂಟೆ ನಿದ್ದೆ ಹೊಡೆಯುತ್ತೀ. ಸುಮ್ಮನೆ ಮೂರ್ಖಿಳ ಥರ ಮಾತನಾಡಬೇಡ."

"ಸರಿ ಹಾಗಿದ್ದರೆ. ನಾನು ಯಾವಾಗಲೂ ನಿದ್ದೆ ಮಾಡುತ್ತಿರುತ್ತೇನೆ. ಮತ್ತೆ ನೀವು ಸದಾ ಎಚ್ಚರವಾಗಿಯೇ ಇರುತ್ತೀರಾ ಪಾಪ. ನಿನ್ನೆ ತಾನೇ ನಿಮ್ಮ ಆಫೀಸಿನವರು ಯಾರೋ ಬಂದಿದ್ದವರು ಹೇಳುತ್ತಿದ್ದರಲ್ಲ ಆಫೀಸಿನಲ್ಲಿ ಟೇಬಲ್ ಮೇಲೆ ತಲೆ ಇಟ್ಟುಕೊಂಡು ಸದಾ ಗೊರಕೆ ಹೊಡೆಯುತ್ತೀರಿ ನೀವು ಎಂದು."

"ಯಾರದು ಹಾಗೆ ಹೇಳಿದ ಆ ಗೂಬೆ ನನ್ಮಗ?"

"ನಾಲಿಗೆ ಬಿಗಿಹಿಡಿದು ಮಾತಾಡಿ."

“ಸಿಟ್ಟು ಬಂತು ಅದಕ್ಕೇ. ಸಿಟ್ಟು ಬಂದಾಗ ನೀನೂ ನಾಲಿಗೆ ಹತೋಟಿ ಕಳೆದುಕೊಳ್ಳುತ್ತೀಯಲ್ಲ.”

“ನನಗೆ ನಿಮ್ಮ ಮೇಲೆ ಸಿಟ್ಟು ಬಂದಿದೆ ಆದರೆ ಒಂದೇ ಒಂದು ಕೆಟ್ಟ ಪದ ಬಳಸಿಲ್ಲ. ಯಾರೂ ಸಭ್ಯತೆಯ ಗಡಿ ದಾಟಬಾರದು. ಅದೇ ಕೆಟ್ಟ ಜನರ ಸಹವಾಸಕ್ಕೆ ಬಿದ್ದಿದ್ದೀರಲ್ಲ ಅದರ ಪ್ರಭಾವ ಇದು.”

“ಒಂದು ಪ್ರಶ್ನೆ ಕೇಳುತ್ತೇನೆ. ಕೆಟ್ಟ ಸಹವಾಸ ಕೆಟ್ಟ ಸಹವಾಸ ಅನ್ನುತ್ತಿರುತ್ತೀಯಲ್ಲ, ಅವರು ಯಾರು ಎಂದು ಹೇಳು ಸ್ವಲ್ಪ.”

“ಅದ್ಯಾವನೋ ಇದ್ದಾನಲ್ಲ ಬಟ್ಟೆ ವ್ಯಾಪಾರಿ ಎಂದು ಹೇಳಿಕೊಳ್ಳುವ ಅವನು? ಅವನು ಹಾಕಿಕೊಳ್ಳುವ ಬಟ್ಟೆ ಗಮನಿಸಿದ್ದೀರಾ? ಅಗ್ಗದ ಕೊಳಕು ಬಟ್ಟೆಗಳು. ಅವನು ಗ್ರಾಜುಯೇಟ್ ಆಗಿರಬಹುದು, ಆದರೆ ಅವನ ಅಭ್ಯಾಸಗಳನ್ನ ನೋಡಿ, ಅವನ ನಡವಳಿಕೆ ನೋಡಿದರೆ ಜಿಗುಪ್ಸೆ ಬರುತ್ತದೆ.”

“ಅವನು ಒಂಥರಾ ಅತೀಂದ್ರಿಯವಾದಿ.”

“ಅದೇನರ್ಥ ಹಾಗೆಂದರೆ?”

“ನಿನಗೆ ಅರ್ಥವಾಗುವುದಿಲ್ಲ. ಕೆಲಸಕ್ಕೆ ಬಾರದ ವಿಷಯಕ್ಕೆ ನನ್ನ ಸಮಯ ವ್ಯರ್ಥ ಮಾಡಲು ನಾನು ಇಷ್ಟ ಪಡುವುದಿಲ್ಲ.”

“ನಿಜ... ನಿಮ್ಮ ಸಮಯ ತುಂಬಾ ಅಮೂಲ್ಯವಾದದ್ದು ಪಾಪ... ಒಂದು ವಾಕ್ಯದಲ್ಲಿ ಹೇಳಿಬಿಟ್ಟರೆ ಅದು ವ್ಯರ್ಥವಾಗಿಹೋಗುತ್ತದೆ ನೋಡಿ ಪಾಪ.”

“ಅದೇನು ಹೇಳಲು ಪ್ರಯತ್ನಿಸುತ್ತಿರುವೆ ನೀನು?”

“ನನಗೇನೂ ಹೇಳುವುದು ಇಲ್ಲ. ಏನು ಹೇಳಬೇಕಿತ್ತೋ ಅದನ್ನಾಗಲೇ ಹೇಳಿ ಆಗಿದೆ. ನನಗೆ ಡೈವೋರ್ಸ್ ಕೊಟ್ಟರೆ ಇದೆಲ್ಲದರಿಂದ ಬಿಡುಗಡೆ ಸಿಗುತ್ತದೆ. ಈ ಥರ ದಿನನಿತ್ಯದ ಜಗಳದಿಂದ ಬದುಕು ನರಕ ಆಗಿಹೋಗಿದೆ.”

“ನಿನ್ನ ಕಿವಿಯಲ್ಲಿ ಒಂದು ಪ್ರೀತಿ ಮಾತು ಪಿಸುಗುಟ್ಟಿದರೂ ಬದುಕು ನರಕವಾಯಿತು ಎಂದೇ ಅನ್ನುವೆ. ಅದಕ್ಕೆ ಯಾರೇನು ಮಾಡಲು ಆಗುತ್ತದೆ?”

“ಇನ್ನೇನೂ ಮಾಡಲಾಗುವುದಿಲ್ಲ. ಡೈವೋರ್ಸ್ ಕೊಡಬಹುದು ಅಷ್ಟೇ.”

“ಸರಿ ಹಾಗಿದ್ದರೆ ಮುಲ್ಲಾನ ಕರೆಸು, ನಿನ್ನ ಇಷ್ಟ ಹಾಗಿದ್ದರೆ ನಾನೇಕೆ ಇಲ್ಲವೆನ್ನಲಿ.”

“ನಾನೆಲ್ಲಿಂದ ಮುಲ್ಲಾನ ಕರೆ ತರಲಿ?”

“ಆದರೆ ಡೈವೋರ್ಸ್ ಬೇಕಿರುವುದು ನಿನಗೆ. ನನಗೆ ಬೇಕಾಗಿದ್ದರೆ ಇಷ್ಟು ಹೊತ್ತಿಗೆ ಚಿಟಿಕೆ ಹೊಡೆಯುವುದರಲ್ಲಿ ಹತ್ತು ಮುಲ್ಲಾಗಳನ್ನು ಕರೆಸಿಬಿಡುತ್ತಿದ್ದೆ. ಈ ವಿಷಯದಲ್ಲಿ ನೀನು ನನ್ನಿಂದ ಯಾವ ಸಹಾಯವನ್ನೂ ನಿರೀಕ್ಷಿಸಬೇಡ. ಇದು ನಿನಗೆ ಸೇರಿದ್ದು, ನೀನೇ ನಿಭಾಯಿಸಿಕೊಳ್ಳಬೇಕು.”

“ನನಗೋಸ್ಕರ ಅಷ್ಟನ್ನೂ ಮಾಡಲು ಆಗುವುದಿಲ್ಲವಾ?”

“ಆಗುವುದಿಲ್ಲ.”

“ಇಲ್ಲಿವರೆಗೆ ನನ್ನನ್ನು ತುಂಬಾ ಪ್ರೀತಿಸುತ್ತೇನೆ ಎನ್ನುತ್ತಿದ್ದಿರಿ ಮತ್ತೆ.”

“ಅದು ನಿಜ. ಆದರೆ ಅದು ನಮ್ಮಿಬ್ಬರ ನಡುವೆ ಸಾಂಗತ್ಯ ಇರುವವರೆಗೆ ಮಾತ್ರ, ಬಿಟ್ಟು ಹೋಗುವವರನ್ನು ಹೇಗೆ ಪ್ರೀತಿಸುವುದು.”

“ಹಾಗಾದರೆ ನಾನೇನು ಮಾಡಬೇಕು?”

“ನಿನಗೇನು ಇಷ್ಟವೋ ಅದನ್ನು ಮಾಡಿಕೋ... ಇಲ್ಲಿ ನೋಡು ಇನ್ನು ಇದರ ಬಗ್ಗೆ ನನ್ನ ಪ್ರಾಣ ತಿನ್ನಬೇಡ. ಮುಲ್ಲಾನ ಕರೆಸು, ಅವರು ಡೈವೋರ್ಸ್ ಪೇಪರ್ ಸಿದ್ಧ ಪಡಿಸಲಿ, ನಾನು ಸಹಿ ಹಾಕುತ್ತೇನೆ.”

“ಮದುವೆಯಲ್ಲಿ ನನಗೆ ಕೊಡುತ್ತೇನೆ ಅಂದಿದ್ದಿರಲ್ಲ, ಆ ದುಡ್ಡು?”

“ಈಗ ಡೈವೋರ್ಸ್ ಕೇಳುತ್ತಿರುವುದು ನೀನು. ಹಾಗಾಗಿ ಇದೆಲ್ಲ ಪ್ರಶ್ನೆ ಏಳುವುದಿಲ್ಲ.”

“ಏನು ಹಾಗೆಂದರೆ?”

“ನಿನ್ನಣ್ಣ ಬ್ಯಾರಿಸ್ಟರ್ ಅಲ್ಲವಾ? ಅವರಿಗೆ ಪತ್ರ ಬರೆದು ಇದೆಲ್ಲ ಏನು ಎಂದು ಯಾಕೆ ತಿಳಿದುಕೊಳ್ಳಬಾರದು? ಹೆಂಗಸು ತಾನಾಗಿ ಡೈವೋರ್ಸ್ ಕೇಳಿದಾಗ ಅವಳಿಗೆ ಯಾವ ಹಕ್ಕೂ ಇರುವುದಿಲ್ಲ.”

“ಸರಿ ಹಾಗಿದ್ದರೆ ನೀವೇ ಡೈವೋರ್ಸ್ ಕೊಡಿ.”

“ನಾನು ಯಾಕೆ ಅಂಥ ಕೆಲಸ ಮಾಡಲಿ! ನಾನು ನಿನ್ನನ್ನು ಪ್ರೀತಿಸುತ್ತೇನೆ.”

“ಈ ಥರದ ಕಪಟ ಉಪಾಯಗಳೇ ನನಗೆ ಹಿಡಿಸುವುದಿಲ್ಲ. ನಿಮಗೆ ನನ್ನ ಮೇಲೆ ಪ್ರೀತಿ ಇದ್ದಿದ್ದರೆ ನನ್ನನ್ನು ಹೀಗೆ ನಡೆಸಿಕೊಳ್ಳುತ್ತಿರಲಿಲ್ಲ.”

“ಹೇಗೆ ನಡೆಸಿಕೊಂಡೆ ನಿನ್ನನ್ನು?”

“ಗೊತ್ತೇ ಇಲ್ಲದವರ ಥರ. ಮೊನ್ನೆ ನನ್ನ ಹೊಸ ಸೀರೆಯಲ್ಲಿ ನಿಮ್ಮ ಬೂಟು ಒರೆಸಿಕೊಂಡಿರಿ.”

"ದೇವರೇ! ನಾನು ಹಾಗೆ ಮಾಡಲಿಲ್ಲ."

"ಮತ್ತೆ ಇನ್ಯಾರು ಮಾಡಿದ್ದು... ದೇವತೆಗಳಾ?"

"ನನಗೆ ಗೊತ್ತಿರುವ ಹಾಗೆ ನಿನ್ನ ಹೊಸ ಸೀರೆಯಿಂದ ಬೂಟು ಒರೆಸಿದ್ದು ನಿನ್ನ ಮೂವರು ಸುಪುತ್ರಿಯರು. ನಾನು ಅವರ ಮೇಲೆ ಕಿರುಚಾಡಿದ್ದೆ ಎಂದು ನೆನಪು."

"ಅವರು ಅಷ್ಟೊಂದು ತಲೆಹರಟೆಗಳಲ್ಲ."

"ಅವರು ತಲೆಹರಟೆಗಳೇ. ಯಾಕೆಂದರೆ ನೀನು ಅವರನ್ನು ಸರಿಯಾಗಿ ಬೆಳೆಸಿಲ್ಲ. ಶಾಲೆಯಿಂದ ವಾಪಸ್ ಬಂದಮೇಲೆ ಅವರನ್ನೇ ಕೇಳು ನಿನ್ನ ಸೀರೆಯನ್ನು ಹಾಗೆ ಬಳಸಿದರೋ ಇಲ್ಲವೋ ಎಂದು."

"ಅವರನ್ನೇನೂ ಕೇಳಬೇಕಾಗಿಲ್ಲ."

"ನಿನಗೇನೋ ಆಗಿದೆ ಇವತ್ತು. ಅದೇನು ಅಂತಲಾದರೂ ಗೊತ್ತಾದರೆ, ನಾನು ಏನಾದರೂ ನಿರ್ಧಾರಕ್ಕೆ ಬರಲು ಸಾಧ್ಯವಾಗುತ್ತದೆ."

"ನೀವು ನಿರ್ಧಾರಕ್ಕೆ ಬರಲು ಸ್ವತಂತ್ರರು, ಆದರೆ ನನಗೆ ನನ್ನ ನಿರ್ಧಾರ ಮುಖ್ಯ. ಸರಿ ಡೈವೋರ್ಸ್ ಕೊಡಿ. ಹೆಂಡತಿಯ ಬಗ್ಗೆ ಸ್ವಲ್ಪವೂ ಕಾಳಜಿ ಇಲ್ಲದ ಗಂಡನ ಜೊತೆ ಬದುಕಿಯಾದರೂ ಏನು ಪ್ರಯೋಜನ?'

"ನಾನು ಯಾವತ್ತೂ ನಿನ್ನ ಬಗ್ಗೆ ಕಾಳಜಿ ಮಾಡಿದ್ದೀನಿ."

"ನಾಳೆ ಈದ್ ಅಂತ ಗೊತ್ತಲ್ಲವಾ?"

"ಗೊತ್ತು. ನಿನ್ನೆ ತಾನೇ ಮಕ್ಕಳಿಗೆ ಹೊಸ ಶೂ, ಫ್ರಾಕ್ ಹೊಲಿಸಲು ಹೊಸ ಬಟ್ಟೆ ಎಲ್ಲ ತಂದೆನಲ್ಲ. ಎಂಟು ದಿನಗಳ ಕೆಳಗೆ ನಿನಗೆ ಅರವತ್ತು ರೂಪಾಯಿ ಕೊಟ್ಟೆ ಕೂಡಾ."

"ನಮ್ಮಪ್ಪನಿಗೆ ಮತ್ತು ತಾತನಿಗೆ ದೊಡ್ಡ ಉಪಕಾರ ಮಾಡಿದಿರಿ ಬಿಡಿ."

"ಉಪಕಾರದ ಪ್ರಶ್ನೆಯಲ್ಲ. ಅದು ಸರಿ ವಿಷಯ ಏನು ಹೇಳು?"

"ಸರಿ, ತಿಳಿದುಕೊಳ್ಳಬೇಕಾ ವಿಷಯವೇನು ಎಂದು? ಆ ಅರವತ್ತು ರೂಪಾಯಿ ಯಾತಕ್ಕೂ ಸಾಲುವುದಿಲ್ಲ. ಮಕ್ಕಳ ಮೂರು ಫ್ರಾಕ್ ಬಟ್ಟೆಗೆ ನಲವತ್ತು ರೂಪಾಯಿ ಖರ್ಚಾಯಿತು. ಹೊಲೆಯಲು ದರ್ಜಿ ಒಂದೊಂದು ಫ್ರಾಕಿಗೆ ಏಳು ರೂಪಾಯಿ ತೆಗೆದುಕೊಂಡ. ಈಗ ಹೇಳಿ, ನೀವು ನನಗೆ ಮತ್ತು ನನ್ನ ಮಕ್ಕಳಿಗೆ ಅದೇನು ಮಹಾ ಉಪಕಾರ ಮಾಡಿದಿರಿ ಎಂದು."

"ಹಾಗಿದ್ದರೆ ಉಳಿದ ಖರ್ಚಿಗೆಲ್ಲ ನೀನೇ ವ್ಯವಸ್ಥೆ ಮಾಡಿದ್ದಾ?"

"ಮತ್ತಿನ್ನೇನು? ಇಲ್ಲದಿದ್ದರೆ ಅವರ ಫ್ರಾಕ್ ಹೇಗೆ ಸಿದ್ಧವಾಗುತ್ತಿದ್ದವು?"

"ಸರಿ ನೀನು ಖರ್ಚು ಮಾಡಿದ್ದನ್ನು ನಾನು ನಿನಗೆ ಈಗ ಕೊಡುತ್ತೇನೆ ಆಯಿತಲ್ಲ? ಇಷ್ಟೇನಾ ನಿನ್ನನ್ನು ಕೊರೆಯುತ್ತಿದ್ದ ವಿಷಯ?"

"ನಾಳೆ ಈದ್ ಹಬ್ಬ ಅಂದೆ."

"ಗೊತ್ತಾಯಿತು, ಗೊತ್ತಾಯಿತು. ಎರಡು ಕೋಳಿ ತರಿಸುತ್ತೇನೆ. ಶಾವಿಗೆಯನ್ನೂ ತರಿಸುತ್ತೇನೆ. ಉಳಿದಿದ್ದೆಲ್ಲ ವ್ಯವಸ್ಥೆ ಮಾಡಿದ್ದೀಯಾ?"

"ನಾನೇನು ವ್ಯವಸ್ಥೆ ಮಾಡಲಿ!"

"ಯಾಕೆ?"

"ನಾನು ನಾಳೆ ಹಸಿರು ಸೀರೆ ಉಟ್ಟುಕೊಳ್ಳಬೇಕು ಎಂದೆಣಿಸಿದ್ದೆ. ಅದಕ್ಕೆ ಮ್ಯಾಚಿಂಗ್ ಹಸಿರು ಚಪ್ಪಲಿ ಆರ್ಡರ್ ಕೂಡ ಮಾಡಿದ್ದೆ. ಆ ಚೈನಿ ಚಪ್ಪಲಿ ಅಂಗಡಿಗೆ ಹೋಗಿ ಚಪ್ಪಲಿ ಸಿದ್ಧವಾಗಿದೆಯಾ, ಇಲ್ಲವಾ ಎಂದು ನೋಡಿಕೊಂಡು ಬನ್ನಿ ಎಂದು ಎಷ್ಟು ಸಲ ಹೇಳಿದೆ. ನಿಮಗೆ ನನ್ನನ್ನು ಕಂಡರೆ ಕಾಳಜಿಯೇ ಇಲ್ಲವಲ್ಲ, ಅದ್ಯಾಕೆ ಹೋಗುತ್ತೀರಾ ಹೇಳಿ ನೀವಾದರೂ."

"ಅಯ್ಯಪ್ಪ ದೇವರೇ! ಇದು ವಿಷಯ ಅಂತಾಯಿತು, ಹಸಿರು ಚಪ್ಪಲಿ! ಮೊನ್ನೆಯೇ ತಂದು ನಿನ್ನ ಕಪಾಟಿನಲ್ಲಿಟ್ಟಿದ್ದೇನೆ. ಆದರೆ ನೀನು ಯಾವಾಗಲೂ ನಿದ್ದೆ ಹೊಡೆಯುತ್ತಿರುತ್ತೀಯಲ್ಲ, ಹಾಗಾಗಿ ಕಪಾಟಿನಲ್ಲಿ ಯಾಕೆ ನೋಡಲಿಲ್ಲ ಎಂದು ನಾನು ಕೇಳುವುದಿಲ್ಲ ಬಿಡು!"

Green Sandals

**ನಾವಿಬ್ಬರೂ ಆಗಸದಲ್ಲಿನ
ಎರಡು ಮೋಡಗಳಂತಿದ್ದೆವು,
ಒಂದು ಮಳೆ ತುಂಬಿ
ಭಾರವಾಗಿತ್ತು... ಇನ್ನೊಂದು
ಉದ್ರಿಕ್ತ ಮಿಂಚಿನಂತೆ ಫಳಫಳಿಸಿ,
ಕಣ್ಮರೆಯಾಗಿಬಿಟ್ಟಿತು. ಯಾವ
ಕಾನೂನುರೀತ್ಯಾ ಈ ತೀರ್ಪು?
ಇದು ಆಗಸದ ಕಾನೂನೇ,
ಭೂಮಿಯ ಕಾನೂನೇ ಅಥವಾ
ಇದನ್ನೆಲ್ಲ ಸೃಷ್ಟಿಸಿದ ದೇವರ
ಕಾನೂನೇ?**

ರಂಗು ಕಳೆದುಕೊಂಡ ಪ್ರೀತಿ...

ಹೌದು, ಅದೂ ಆ ವರ್ಷದ ಇದೇ ಸಮಯ. ಆಕಾಶ ತೊಳೆದ ನೀಲಿ ಬಣ್ಣಕ್ಕಿತ್ತು, ಅವನ ಕಣ್ಣುಗಳಂತೆ. ಸೂರ್ಯ ಒಂದು ಸುಂದರ ಕನಸಿನಂತೆ ಮೃದುವಾಗಿದ್ದ. ನೆಲದಿಂದ ಹೊಮ್ಮಿದ ಪರಿಮಳ ನನ್ನ ಹೃದಯವನ್ನು ತಲುಪಿ ನನ್ನನ್ನು ಇಡಿಯಾಗಿ ಆವರಿಸಿತ್ತು. ನಾನು ಅವನ ಪಕ್ಕ ಮಲಗಿ ನನ್ನಾತ್ಮದ ತುಡಿತವನ್ನು ಅವನಿಗೆ ನಿವೇದಿಸಿದ್ದೆ.

ಅವನು ನನಗೆ ಹೇಳಿದ್ದ, “ನನ್ನ ಬದುಕಿನಲ್ಲಿ ಯಾವುದರ ಕೊರತೆಯಿತ್ತೋ ಅದನ್ನು ನೀನು ತುಂಬಿಕೊಟ್ಟಿದ್ದೀ. ನಿನ್ನೊಡನೆ

ಹಂಚಿಕೊಳ್ಳಲು ನೀನು ಅನುವು ಮಾಡಿಕೊಟ್ಟ ಈ ಮಾಂತ್ರಿಕ ಕ್ಷಣಗಳು ನನ್ನಲ್ಲಿದ್ದ ಶೂನ್ಯವನ್ನು ತುಂಬಿಕೊಟ್ಟಿವೆ. ನಿನ್ನ ಪ್ರೀತಿ ಇಲ್ಲದೇ ಹೋಗಿದ್ದರೆ, ನನ್ನ ಬದುಕು ಖಾಲಿಯಾಗಿಯೇ ಉಳಿದು ಬಿಡುತ್ತಿತ್ತು. ಒಂದು ರೀತಿಯ ಅಪೂರ್ಣತೆ. ನಿನಗೆ ಏನು, ಹೇಗೆ ಹೇಳಲಿ ಎನ್ನುವುದೇ ಅರ್ಥವಾಗುತ್ತಿಲ್ಲ, ಆದರೆ ನಾನು ಇಂದು ಪರಿಪೂರ್ಣನಾದೆ. ಒಂದು ರೀತಿಯ ಸಾರ್ಥಕತೆ. ನನಗೆ ಇನ್ನು ನೀನು ಬೇಕಿಲ್ಲ" ಹಾಗೆ ಹೇಳಿದವನು ಹೊರಟು ಹೋಗಿದ್ದ... ಮತ್ತೆಂದೂ ಮರಳಿ ಬಾರದಂತೆ.

ನಾನು ಅತ್ತಿದ್ದೆ. ನನಗೆ ಉತ್ತರಿಸಲು ಬೇಡಿಕೊಂಡಿದ್ದೆ. "ನಿನಗೆ ನಾನು ಯಾಕೆ ಬೇಕಿಲ್ಲ, ನಾನು ಇಡಿಯಾಗಿ ಪ್ರೀತಿಯಿಂದ, ಬಯಕೆಯಿಂದ ನಿಗಿನಿಗಿಸುತ್ತಿರುವಾಗ ನೀನು ನಿನ್ನ ಆತ್ಮದಲ್ಲಿದ್ದ ಶೂನ್ಯವನ್ನು ನಾನು ತುಂಬಿದೆ ಎಂದ ಆ ಕ್ಷಣದಿಂದ ನನ್ನಾತ್ಮವು ಬರಿದಾಗಿ ಹೋಯಿತು" ಅವನು ಹೇಳಿದ್ದ, "ನಾವು ಹಂಚಿಕೊಂಡ ಆ ಕ್ಷಣಗಳು ನನ್ನ ಖಾಲಿತನವನ್ನು ತುಂಬಿದೆ. ನಿನ್ನ ವ್ಯಕ್ತಿತ್ವದ ಅಣುಅಣುವೂ ನನ್ನನ್ನು ಪರಿಪೂರ್ಣನನ್ನಾಗಿಸಿದೆ. ನಮ್ಮ ಸಂಬಂಧವು ವಿಧಿಲಿಖಿತದಂತೆ ಕೊನೆಗೊಂಡಿದೆ."

ಇವು ಅತ್ಯಂತ ಕ್ರೂರ ಮಾತುಗಳಾಗಿದ್ದವು, ಜೀವಂತವಾಗಿರುವಾಗಲೇ ಕಲ್ಲುಗಳಿಂದ ಹೊಡೆದಂತೆ. ನಾನು ಕಣ್ಣೀರಿಟ್ಟಿದ್ದೆ. ಆದರೆ ಅವನು ನಿರ್ಧಾರ ಮಾಡಿ ಆಗಿತ್ತು. ನಾನು ಅವನಿಗೆ ಹೇಳಿದ್ದೆ, "ನನ್ನ ವ್ಯಕ್ತಿತ್ವದ ಅಣು ಎಂದು ಹೇಳುತ್ತಿರುವೆಯಲ್ಲ... ಅದೇ ನಿನ್ನನ್ನು ಪರಿಪೂರ್ಣವಾಗಿಸಿದ ಅದೇ ಅಣುಗಳು, ಅವು ನನ್ನ ದೇಹದ ಭಾಗವಾಗಿದ್ದವು. ನಾನು ಅವುಗಳನ್ನು ನಿನಗೆ ಕೊಟ್ಟಿದ್ದೆ, ಆದರೆ ಅಷ್ಟಕ್ಕೆ ನಮ್ಮ ಸಂಬಂಧ ಮುಗಿದು ಹೋಗುತ್ತದಾ? ನನ್ನಲ್ಲಿ ಉಳಿದಿರುವ ಈ ಭಾಗವು ನಿನಗೆ ಇತ್ತ ಆ ಭಾಗದಿಂದ ಕತ್ತರಿಸಿ ಬೇರ್ಪಡಲಾಗುತ್ತದಾ? ನೀನೇನೋ ಪರಿಪೂರ್ಣನಾದೆ, ಆದರೆ ನನ್ನನ್ನು ಅಪೂರ್ಣಳಾಗಿಸಿದೆ. ನಾನು ನಿನ್ನನ್ನು ದೇವರಂತೆ ಆರಾಧಿಸಲಿಲ್ಲವಾ?"

ಅವನು ಹೇಳಿದ್ದ, "ಅರೆಬಿರಿದ ಹೂವುಗಳಿಂದ ದುಂಬಿ ಹೀರಿದ ಮಕರಂದ ಮತ್ತೆ ಹೂವನ್ನು ಸೇರುವುದು ಅಸಾಧ್ಯ. ಅದು ಎಂದಿಗೂ ಕಹಿಯನ್ನು ಸಿಹಿ ಮಾಡಲು ಶಕ್ತವಾಗುವುದಿಲ್ಲ. ದೇವರನ್ನು ನಾವು ಆರಾಧಿಸಬೇಕು, ಆದರೆ ಅವನು ಆರಾಧಕನಲ್ಲ. ಅವನು ಅಗಾಧ ಶೂನ್ಯದಲ್ಲಿ, ಇರುವಿಕೆಯನ್ನು ಇಲ್ಲದಿರುವಿಕೆಯ (ಅಸ್ತಿತ್ವವನ್ನು ಅನಸ್ತಿತ್ವದ) ಜೊತೆಗೆ ಬೆರೆಸಿ ಜೀವವನ್ನು ಸೃಷ್ಟಿಸಿದ. ನಂತರ ಆ ಶೂನ್ಯವು ಶೂನ್ಯವಾಗಿ ಉಳಿಯಲಿಲ್ಲ, ಏಕೆಂದರೆ ಅದು ಅವನಿಗೆ ಈಗ ಅಗತ್ಯವಿರಲಿಲ್ಲ. ಹೊಸ ಜೀವದ ಹುಟ್ಟಿನ ನಂತರ ತಾಯಿ ಇಲ್ಲವಾದಳು."

ಹೆಂಗಸಿಗೆ ಅಳಲು ಸಾಧ್ಯವಿದೆ. ಆದರೆ ಅವಳಿಗೆ ವಾದ ಮಾಡಲು ಬಾರದು. ಅವಳ ವಾದವೆಂದರೆ ಅವಳ ಕಣ್ಣಿನಿಂದ ಚಿಮ್ಮುವ ಹನಿಗಳು ಮಾತ್ರ. ನಾನು

ಅವನಿಗೆ ಹೇಳಿದ್ದೆ, "ನನ್ನನ್ನು ನೋಡು. ನಾನು ಅಳುತ್ತಿದ್ದೇನೆ. ನೀನು ಹೋಗಲೇಬೇಕೆಂದಿದ್ದರೆ, ನಿನ್ನನ್ನು ತಡೆಯುವುದು ಅಸಾಧ್ಯ. ಆದರೆ ಈ ಕಣ್ಣೀರಿನ ಹನಿಗಳನ್ನು ನಿನ್ನ ಕರವಸ್ತ್ರದ ಮಡಿಕೆಗಳಲ್ಲಿ ಅಡಗಿಸಿ ನಿನ್ನೊಂದಿಗೆ ತೆಗೆದುಕೊಂಡು ಹೋಗಿ ಎಲ್ಲಿಯಾದರೂ ಹೂತು ಬಿಡು. ಏಕೆಂದರೆ ನನಗೆ ಮತ್ತೊಮ್ಮೆ ಅಳಬೇಕು ಅನ್ನಿಸಿದಾಗ ನೀನು ಅದಾಗಲೇ ನಮ್ಮ ಪ್ರೀತಿಯ ಅಂತ್ಯಕ್ರಿಯೆಯನ್ನು ಮಾಡಿ ಮುಗಿಸಿ ಆಗಿದೆ ಎಂದು ನನಗೆ ತಿಳಿಯುತ್ತದೆ. ಇದೊಂದನ್ನು ನನಗಾಗಿ ಮಾಡು, ನನ್ನ ಸಂತೋಷದ ಸಲುವಾಗಿ ಮಾಡು."

ಅವನು ಹೇಳಿದ್ದ, "ನಾನು ನಿನ್ನನ್ನು ಸಂತೋಷಗೊಳಿಸಿದ್ದೇನೆ. ನಾನು ಬರುವ ಮೊದಲು ನಿನ್ನ ಬದುಕಿನಲ್ಲಿ ಮೃಗತೃಷ್ಣೆಯಾಗಿಯೇ ಉಳಿದಿದ್ದ ಸರ್ವೋಚ್ಚ ಆನಂದವನ್ನು ನಾನು ನಿನಗೆ ಕೊಟ್ಟಿದ್ದೇನೆ. ನಾನು ನಿನಗಿತ್ತ ಆ ಆನಂದದ ನೆನಪಿನಲ್ಲಿ ನೀನು ನಿನ್ನ ಉಳಿದ ಬದುಕನ್ನು ಕಳೆಯಲಾರೆಯಾ? ನನ್ನನ್ನು ಪರಿಪೂರ್ಣನಾಗಿಸುವಲ್ಲಿ ನೀನು ಅಪೂರ್ಣಳಾದೆ ಎಂದು ನೀನು ಹೇಳಬಹುದು. ಆದರೆ ಬದುಕು ಮುಂದುವರಿಯಬೇಕಾದರೆ ಅಪರಿಪೂರ್ಣತೆ ಅಗತ್ಯವಲ್ಲವಾ? ನಾನೊಬ್ಬ ಗಂಡಸು. ಇಂದು ನೀನು ನನ್ನ ಬದುಕಿಗೆ ಪರಿಪೂರ್ಣತೆಯನ್ನು ಕೊಟ್ಟೆ. ನಾಳೆ ಮತ್ತೊಬ್ಬಳಾಗಬಹುದು. ಆ ಸರ್ವೋಚ್ಚ ಆನಂದವನ್ನು ಮತ್ತೆ ಮತ್ತೆ ಬೇಕಾದಷ್ಟು ಬಾರಿ ಅನುಭವಿಸುವಂತೆ ನನ್ನನ್ನು ಸೃಷ್ಟಿಸಲಾಗಿದೆ. ನೀನು ಇಂದು ತುಂಬಿಸಿದ ಖಾಲಿತನ ನಾಳೆ ಮತ್ತೆ ಕಾಣಿಸಿಕೊಳ್ಳುತ್ತದೆ, ಅದನ್ನು ತುಂಬಲು ಬೇರೆಯವರು ಇರುತ್ತಾರೆ."

ನಾನು ಅಳುತ್ತಲೇ ಇದ್ದೆ.

ನಾನು ಯೋಚಿಸಿದ್ದೆ, "ನಾನು ಅಲ್ಪಕಾಲ ನನ್ನ ಮುಷ್ಟಿಯಲ್ಲಿ ಹಿಡಿದಿದ್ದ ಆ ಕ್ಷಣಗಳು ಈಗ ಮುಗಿದುಹೋದವು. ಈ ಮಾಂತ್ರಿಕತೆ ನನ್ನನ್ನು ಕೊಚ್ಚಿ ಸೆಳೆದೊಯ್ಯಲು ನಾನೇಕೆ ಅನುವು ಮಾಡಿಕೊಟ್ಟೆ? ನಾನೇಕೆ ನನ್ನ ಚಡಪಡಿಸುವ, ಜೋರಾಗಿ ಮಿಡಿವ ಆತ್ಮವನ್ನು ಈ ಬದುಕಿನ ಪಂಜರದಲ್ಲಿ ಬಂಧಿಯಾಗಿಸಿದೆ?"

ಹೌದು, ಅದು ಪದಗಳಲ್ಲಿ ವಿವರಿಸಲಾಗದಂಥ ಸಂಭ್ರಮ.

ಹೌದು, ನಾವಿಬ್ಬರೂ ಒಬ್ಬರನ್ನೊಬ್ಬರು ಬಳಸಿದಾಗ ಅದೊಂದು ಸ್ವಪ್ನದಂತೆನಿಸಿತ್ತು,

ಹೌದು, ಅದೊಂದು ಆಕಸ್ಮಿಕವಾಗಿತ್ತು,

ಆದರೆ ಅವನು ಈಗ ಅದರಿಂದ ಹೊರ ನಡೆದಿದ್ದಾನೆ, ಇಡಿಯಾಗಿ... ಒಂದಿಷ್ಟೂ ಮುಕ್ಕಾಗದಂತೆ, ನನ್ನನ್ನು ಮಾತ್ರ ಚೂರುಚೂರಾಗಿಸಿ. ಅವನಿಗೆ ಈಗ ನಾನೇಕೆ

ಬೇಕಿಲ್ಲ, ಅವನೆಡೆಗಿನ ನನ್ನ ಉತ್ಕಟ ಬಯಕೆಯು ನನ್ನ ದೇಹ ಮತ್ತು ಆತ್ಮವನ್ನು ಇನ್ನೂ ಸುಡುತ್ತಲೇ ಇರುವಾಗ? ನಾನು ನನ್ನ ಶಕ್ತಿಯನ್ನು ಅವನಿಗೆ ಕೊಟ್ಟಿದ್ದೇನೆ. ನಾವಿಬ್ಬರೂ ಆಗಸದಲ್ಲಿನ ಎರಡು ಮೋಡಗಳಂತಿದ್ದೆವು, ಒಂದು ಮಳೆ ತುಂಬಿ ಭಾರವಾಗಿತ್ತು... ಇನ್ನೊಂದು ಉದ್ರಿಕ್ತ ಮಿಂಚಿನಂತೆ ಫಳಫಳಿಸಿ ಕಣ್ಮರೆಯಾಗಿಬಿಟ್ಟಿತು. ಯಾವ ಕಾನೂನುರೀತ್ಯಾ ಈ ತೀರ್ಪು? ಇದು ಆಗಸದ ಕಾನೂನೇ, ಭೂಮಿಯ ಕಾನೂನೇ ಅಥವಾ ಇದನ್ನೆಲ್ಲ ಸೃಷ್ಟಿಸಿದ ದೇವರ ಕಾನೂನೇ?

ಹೌದು, ನಾನು ಹೀಗೆಲ್ಲ ಯೋಚಿಸಿದ್ದೆ.

ಎರಡು ಆತ್ಮಗಳು ಸಂಧಿಸುತ್ತವೆ ಮತ್ತು ಒಂದು ಆತ್ಮ ಅನಂತ ವಿಸ್ತಾರವನ್ನು ತನ್ನದಾಗಿಸಿಕೊಂಡು ಮುನ್ನಡೆದುಬಿಡುತ್ತದೆ. ಇದೇನು ಕವಿತೆಯೇ? ಎರಡು ಆತ್ಮಗಳು ಸಂಧಿಸಿದಾಗ, ಎರಡೂ ಒಂದರೊಡನೊಂದು ಸೇರಿ ಸಣ್ಣ ಬಿಂದುವಾಗಿ, ಬ್ರಹ್ಮಾಂಡದ ಭ್ರೂಣವೇ ಆಗಬೇಕು. ಆದರೆ ಎರಡರಲ್ಲಿ ಒಂದು ಮಾತ್ರ ಭಗ್ನವಾಗಿ, ಪರಿತ್ಯಕ್ತಗೊಳ್ಳಬೇಕೆಂದು ಯಾಕೆ ಪೂರ್ವನಿರ್ಧಾರಿತವಾಗಿದೆ? ಬ್ರಹ್ಮಾಂಡದ ಭ್ರೂಣವಾದ ಆ ಸಣ್ಣ ಬಿಂದುವನ್ನು ಕಂಡುಕೊಳ್ಳಲು ಆ ಇನ್ನೊಂದು ಆತ್ಮಕ್ಕೆ ಸಹಾಯ ಮಾಡಿದ್ದಕ್ಕೆ ಸಿಕ್ಕ ಶಿಕ್ಷೆಯೇ ಇದು?

ಹೌದು, ಅದು ಆ ವರ್ಷದ ಇದೇ ಸಮಯ. ಆಗಸ ಅವನ ಕಣ್ಣುಗಳಂತೆಯೇ ತೊಳೆದ ನೀಲ ಬಣ್ಣಕ್ಕಿತ್ತು, ಇಂದಿನಂತೆಯೇ. ಸೂರ್ಯ ಒಂದು ಸುಂದರ ಕನಸಿನಂತೆ ಮೃದುವಾಗಿದ್ದ. ನಾನು ಅವನ ಪಕ್ಕ ಮಲಗಿ ನನ್ನಾತ್ಮದ ತುಡಿತವನ್ನು ಅವನಿಗೆ ನಿವೇದಿಸಿದ್ದೆ. ಅವನು ಇಲ್ಲಿ ಇಲ್ಲ. ಅವನು ಮತ್ತ್ಯಾವುದೋ ಆಗಸದಲ್ಲಿ ಬೇರೆ ಮೋಡಗಳೊಡನೆ ಆಟವಾಡುತ್ತಿರುವ ಹೊಳೆವ ಮಿಂಚು. ಅವನು ತನ್ನ ಪರಿಪೂರ್ಣತೆಯನ್ನು ಕಂಡುಕೊಂಡಿದ್ದ. ಅವನು ನನ್ನನ್ನು ಹಾವಿನಂತೆ ಕಚ್ಚಿ ಹೊರಟು ಹೋಗಿದ್ದ. ಆದರೆ ಅವನು ಒಮ್ಮೆ ಸಂಚರಿಸಿದ್ದ ಈ ಉದರದೊಳಗೆ ಅದೇನದು ವಿಚಿತ್ರವಾದ ಚಡಪಡಿಕೆ? ಇದು ನನ್ನ ಪರಿಪೂರ್ಣತೆಯ ಆರಂಭವೇ?

ಉಹು, ಇರಲಾರದು. ಇದು ನನ್ನ ಅಳಿವು, ನನ್ನ ಕೊನೆ. ಆದರೆ ನನ್ನ ದೇಹದ ಖಾಲಿ ಸ್ಥಳಗಳೆಲ್ಲವೂ ಏಕೆ ತುಂಬಿಕೊಳ್ಳುತ್ತಿವೆ? ಆದರೆ ಈ ಬಿರುಕಿನಲ್ಲಿ ಯಾವ ಭಗ್ನಾವಶೇಷಗಳನ್ನು ತುಂಬಿಸಲಾಗುತ್ತಿದೆ? ನನ್ನ ನರನಾಡಿಗಳಲ್ಲಿ ಇದೇನು ವಿಚಿತ್ರ ಸಂವೇದನೆ? ನನ್ನ ಇಡೀ ಜೀವವು ಉದರದಲ್ಲಿ ಇರುವ ಆ ಚಿಕ್ಕ ಜೀವದೊಡನೆ ಯಾತಕ್ಕೆ ಒಂದಾಗಲು ಬಯಸುತ್ತಿದೆ? ಈ ನನ್ನ ಹೃದಯವೆನ್ನುವ ಮುಳುಗುತ್ತಿರುವ ಕಾಗದದ ದೋಣಿಯು ಅದು ಯಾವ ವಿಶಾಲ ಕಡಲಿನಲ್ಲಿ ಕಾಣಿಸಿಕೊಳ್ಳುತ್ತದೆ?

ನನ್ನ ದೇಹದ ಉರಿಯಲ್ಲಿ ಹಾಲು ಕುದಿಯುತ್ತಿರುವಂತೆ ಭಾಸವಾಗುತ್ತಿದೆ. ಯಾವ ಅತಿಥಿಯ ಆಗಮನಕ್ಕಿರಬಹುದು? ಯಾರಿಗಾಗಿ ಮೃದುಹಾಸನ್ನು ನೇಯಲು ನನ್ನ

ಹೃದಯವು ರಕ್ತವನ್ನು ಪಂಪ್ ಮಾಡುತ್ತಿದೆ? ನನ್ನ ಮನಸ್ಸಿನಲ್ಲಿರುವ ಬಣ್ಣಬಣ್ಣದ ಲಕ್ಷಾಂತರ ರೇಶಿಮೆ ಎಳೆಗಳು ಮಿಳಿತವಾಗಿ ಮಟ್ಟ ದಿರಿಸುಗಳನ್ನು ಸಿದ್ಧಪಡಿಸುತ್ತಿವೆ.

ಯಾರಿಗಾಗಿ ನನ್ನ ತ್ವಚೆಯು ಹೀಗೆ ಹೊಂಬಣ್ಣವನ್ನು ತಾಳುತ್ತಿದೆ?

ಹೌದು, ಅದು ಆ ವರ್ಷದ ಇದೇ ಸಮಯ. ಆಗಸ ಅವನ ಕಣ್ಣುಗಳಂತೆಯೇ ತೊಳೆದ ನೀಲ ಬಣ್ಣ ತಾಳಿತ್ತು, ಇಂದಿನಂತೆಯೇ. ಆದರೆ ಆ ಆಗಸವೇಕೆ ಕೆಳಗಿಳಿದು ನನ್ನ ಉದರಕ್ಕೆ ನೀಲ ಚಾವಣಿಯೊಂದನ್ನು ರೂಪಿಸುತ್ತಿದೆ? ಅವನ ಕಣ್ಣಿನ ನೀಲವರ್ಣ ನನ್ನ ರಕ್ತದಲ್ಲೆಲ್ಲ ಸಂಚರಿಸುತ್ತಿರುವಂತೆ ಭಾಸವಾಗುತ್ತಿದೆ?

ನನ್ನ ಉಬ್ಬುತ್ತಿರುವ ಸ್ತನಗಳು ಅದೇಕೆ ಮಸೀದಿಯ ಅಮೃತಶಿಲೆಯ ಗುಮ್ಮಟದಷ್ಟು ಪಾವಿತ್ರ್ಯವನ್ನು ತನ್ನದಾಗಿಸಿಕೊಳ್ಳುತ್ತಿದೆ?

ಇಲ್ಲ, ಇಲ್ಲಿ ನಡೆಯುತ್ತಿರುವುದರಲ್ಲಿ ಪಾವಿತ್ರ್ಯತೆಯೇನೂ ಇಲ್ಲ. ನಾನು ಈ ಗುಮ್ಮಟಗಳನ್ನು ನೆಲಸಮ ಮಾಡುತ್ತೇನೆ. ಬೇಡದ ಅತಿಥಿಗಾಗಿ ಆಹಾರ ತಯಾರಿಸುತ್ತಿರುವ ನನ್ನ ದೇಹದಲ್ಲಿನ ಈ ಬೆಂಕಿಯನ್ನು ಆರಿಸುತ್ತೇನೆ. ಆ ಲಕ್ಷಗಟ್ಟಲೆ ವರ್ಣಗಳ ರೇಶಿಮೆ ದಾರವನ್ನು ಗೋಜಲಾಗಿಸಿ ಎಸೆಯುತ್ತೇನೆ.

ಹೌದು, ಅದು ಆ ವರ್ಷದ ಇದೇ ಸಮಯ. ಆಗಸ ಅವನ ಕಣ್ಣುಗಳಂತೆಯೇ ತೊಳೆದ ನೀಲ ಬಣ್ಣ ತಾಳಿತ್ತು, ಇಂದಿನಂತೆಯೇ. ಆದರೆ ನಾನೇಕೆ ಅವನ ಹೆಜ್ಜೆ ಗುರುತುಗಳನ್ನು ಹೊಂದಿರದ ಆ ದಿನಗಳ ನೆನಪುಗಳನ್ನು ಮತ್ತೆ ಬಂಧಿಸಲು ಯತ್ನಿಸುತ್ತಿದ್ದೇನೆ? ಈ ನನ್ನ ಉದರದಾಳದಲ್ಲಿ ಇರುವುದು ಏನು? ಅದು ಮಟ್ಟ ಹೆಜ್ಜೆಗಳ ಗುರುತುಗಳೇ? ನನಗೆ ಅದರ ಪರಿಚಯವಿದೆಯೇ? ನಾನು ಅದನ್ನು ಅಳಿಸಿ ಹಾಕುತ್ತೇನೆ. ಅದು ಕ್ಯಾನ್ಸರಿನಂತೆ, ಕುರುವಿನಂತೆ, ಒಂದು ಭಯಂಕರ ಯಾತನೆ. ಆದರೆ ಅದೇಕೆ ಹಾಯೆನಿಸುವ ಮುಲಾಮಿನಂತೆ ಭಾಸವಾಗುತ್ತಿದೆ? ಅದು ಮುಲಾಮು ಆಗಿದ್ದಲ್ಲಿ ಯಾವ ಗಾಯವನ್ನು ಅದು ಮಾಯಿಸುತ್ತದೆ? ಅವನು ಮಾಡಿಹೋದ ಆ ಗಾಯವನ್ನೇ? ಇಲ್ಲ. ಈ ಗಾಯವು ನಾನು ಹುಟ್ಟಿದಾಗಿನಿಂದ ನನ್ನೊಡನೆಯೇ ಇದೆ. ನನ್ನ ಗರ್ಭದಲ್ಲಿ ಕಾಣಿಸದಂತೆ ಸುಪ್ತವಾಗಿ ಇದ್ದೇ ಇದೆ.

ನನ್ನ ಗರ್ಭವು ಏನು? ಮಣ್ಣಿನ ಕುಡಿಕೆಯೇ, ಮಕ್ಕಳಾಟಿಕೆಯೇ, ನಾನದನ್ನು ಪುಡಿಪುಡಿಯಾಗಿಸುತ್ತೇನೆ. ಆದರೆ ಯಾವುದೋ ದನಿ ನನ್ನ ಕಿವಿಯಲ್ಲಿ ಪಿಸುಗುಟ್ಟುತ್ತದೆ: ಈ ಜಗತ್ತು ಹಲವು ರಸ್ತೆಗಳು ಸೇರುವ ಜಂಕ್ಷನ್. ಅದರ ನಡುವೆ ನಿನ್ನ ಮಣ್ಣಿನ ಕುಡಿಕೆಯನ್ನು ಪುಡಿ ಮಾಡಬೇಡ. ನೂರಾರು ಬೆರಳುಗಳು ನಿನ್ನತ್ತ ಬೆಟ್ಟು ಮಾಡಿ ದೋಷಾರೋಪ ಹೊರಿಸುತ್ತವೆ. ಈ ಜಗತ್ತೇ ಒಂದು ಜಂಕ್ಷನ್. ಆದರೆ ಅವನು ಎರಡು ರಸ್ತೆಗಳು ಕೂಡುವಲ್ಲಿ ನಡುರಸ್ತೆಯಲ್ಲಿ ಬಿಟ್ಟು

ಹೊರಟುಹೋದ... ಎರಡೂ ಅಪೂರ್ಣತೆಯತ್ತ, ಕಣ್ಣೀರಿನತ್ತ ಕೊಂಡೊಯ್ಯುವ ಅರೆಬರೆ ರಸ್ತೆಗಳು. ಕಣ್ಣ ಹನಿಯೊಂದು ನನ್ನ ಚಿಪ್ಪಿನೊಳಗೆ ಜಾರಿದೆ ಮುತ್ತೊಂದನ್ನು ತಯಾರಿಸಲು. ಅದು ಯಾರನ್ನು ಅಲಂಕರಿಸುತ್ತದೆ? ಚಿಪ್ಪು ತೆರೆದು ಅದರೊಳಗಿನ ಮುತ್ತು ಗೋಚರಿಸಿದಾಗ ದೋಷಾರೋಪದ ಬೆರಳುಗಳು ನನ್ನತ್ತ ತಿರುಗಿ ಅದನ್ನು ಕೂಡುರಸ್ತೆಯಲ್ಲಿ ಎಸೆಯುತ್ತವೆ. ಆ ಬೆರಳುಗಳು ಹಾವುಗಳಾಗಿ, ಆ ಚಿಪ್ಪನ್ನು ಮತ್ತು ಮುತ್ತನ್ನು ಕಚ್ಚಿ ವಿಷದಿಂದ ನೀಲವಾಗಿಸುತ್ತವೆ.

ಆಗಸ ಅವನ ಕಣ್ಣುಗಳಂತೆಯೇ ತೊಳೆದ ನೀಲವರ್ಣ ತಾಳಿತ್ತು, ಇಂದಿನಂತೆಯೇ. ಅದೇಕೆ ಕಳಚಿ ಬೀಳುವುದಿಲ್ಲ? ಯಾವ ಸ್ತಂಭಗಳು ಅದಕ್ಕೆ ಆಧಾರವಾಗಿವೆ? ಮುಂದೆ ಬರಲಿರುವ ಭೂಕಂಪನವು ಈ ಮಹಾಸೌಧದ ಅಡಿಪಾಯವನ್ನು ಅಲ್ಲಾಡಿಸುತ್ತದಾ? ಈ ಆಗಸವೇಕೆ ನನ್ನ ತಲೆಯ ಮೇಲಿನ ಚಾವಣಿಯಂತಿದೆ?

ನಾನು ಬೆವರಿನಲ್ಲಿ ತೋಯ್ದು ಹೋಗಿದ್ದೇನೆ. ನನ್ನೆಲ್ಲ ರಂಧ್ರಗಳು ತೆರೆದಿವೆ. ಎಲ್ಲೆಡೆಯೂ ಬೆಂಕಿಯ ಕೆನ್ನಾಲಿಗೆ. ನನ್ನ ಮೂಸೆಯೊಳಗೆ ಚಿನ್ನವು ಕರಗುತ್ತಿದೆ. ಜ್ವಾಲೆಯು ಚಿಮ್ಮುತ್ತಿದೆ. ಚಿನ್ನವು ಲಾವಾದಂತೆ ಉಕ್ಕುತ್ತಿದೆ. ಅವನ ಕಣ್ಣುಗಳ ನೀಲವರ್ಣವು ನನ್ನ ನರನಾಡಿಗಳಲ್ಲಿ ಪ್ರವಹಿಸುತ್ತಿದೆ. ಗಂಟಾನಾದ ಕೇಳಿಸುತ್ತಿದೆ.

ಯಾರೋ ಬರುತ್ತಿದ್ದಾರೆ. ಬಾಗಿಲುಗಳು ತೆರೆಯುತ್ತಿವೆ. ಮೂಸೆಯು ಮಗುಚಿಬಿದ್ದಿದೆ. ಚಿನ್ನವು ಕರಗಿ ಹರಿಯುತ್ತಿದೆ. ಗಂಟೆಗಳು ಮೊಳಗುತ್ತಿವೆ. ಅದು ಹೊರಬರುತ್ತಿದೆ.

ನನಗೆ ನಿದ್ರೆಯಿಂದ ಕಣ್ಣೆಳೆಯುತ್ತಿದೆ. ಆ ನೀಲ ಆಗಸ ಕೊಳಕಾಗಿದೆ. ಇನ್ನೇನು ಕಳಚಿ ಬೀಳುತ್ತದೆ.

ಯಾರ ಅಳು ಅದು ನಾನು ಕೇಳುತ್ತಿರುವುದು? ಅದನ್ನು ನಿಲ್ಲಿಸಿ. ನನ್ನ ಎದೆಯ ಮೇಲೆ ಸುತ್ತಿಗೆಯ ಹೊಡೆತದಂತೆ ಬೀಳುತ್ತಿದೆ.

ಅದನ್ನು ನಿಲ್ಲಿಸಿ

ಅದನ್ನು ನಿಲ್ಲಿಸಿ

ಅದನ್ನು ನಿಲ್ಲಿಸಿ

ನನ್ನ ಮಡಿಲು ಕಾಯುತ್ತಿದೆ. ನನ್ನ ಕೈಗಳು ಅದನ್ನು ಅಪ್ಪಿ ಹಿಡಿಯಲು ಕಾಯುತ್ತಿವೆ. ನನ್ನ ದೇಹದ ಉರಿಯಲ್ಲಿ ಹಾಲು ಕೊತಕೊತ ಕುದಿಯುತ್ತಿದೆ. ನನ್ನ ದುಂಡು ಸ್ತನಗಳು ಬಟ್ಟಲುಗಳಾಗಿವೆ. ಅದನ್ನು ತನ್ನಿ. ಮೃದುವಾಗಿ ನನ್ನ ತೋಳಿನಲ್ಲಿಡಿ.

ಬೇಡ, ಅದನ್ನು ನನ್ನಿಂದ ಕಸಿಯಬೇಡಿ. ದೂರ ಮಾಡಬೇಡಿ, ನಿಮ್ಮಲ್ಲಿ ಮೊರೆಯಿಡುತ್ತಿದ್ದೇನೆ.

ಬೆರಳುಗಳು... ಬೆರಳುಗಳು... ಅವರು ನನ್ನತ್ತ ಬೆರಳು ಮಾಡಿ ತೋರಿಸಲಿ. ನಾನು ಲಕ್ಷಿಸುವುದಿಲ್ಲ. ಈ ಜಗತ್ತು ಎರಡು ಕೂಡುರಸ್ತೆಗಳು ಸೇರುವಲ್ಲಿನ ಸಂಧಿಸ್ಥಳದಲ್ಲಿದೆ. ನನ್ನ ಮಣ್ಣಿನ ಕುಡಿಕೆಯನ್ನು ನಡುರಸ್ತೆಯಲ್ಲಿ ಪುಡಿ ಮಾಡಲಿ ಪರವಾಗಿಲ್ಲ.

ನನ್ನ ಬದುಕು ನಾಶವಾಗುತ್ತದೆ. ಆಗಲಿ ಬಿಡಿ. ನನ್ನ ಮಾಂಸದ ತುಣುಕನ್ನು ನನಗೆ ಕೊಡಿ. ನನ್ನಾತ್ಮವನ್ನು ನನ್ನಿಂದ ಕಸಿಯದಿರಿ. ಅದು ಎಷ್ಟು ಅಮೂಲ್ಯವೆನ್ನುವುದು ನಿಮಗೆ ಗೊತ್ತಿಲ್ಲ. ಅದು ನನ್ನ ದೇಹವು ಯಾರನ್ನೋ ಪರಿಪೂರ್ಣವಾಗಿಸಿದ ಆ ಘಳಿಗೆಗಳ ಅತ್ಯದ್ಭುತ ಫಲ. ಇದು ನನ್ನ ಪರಿಪೂರ್ಣತೆಯ ಘಳಿಗೆಯೇ?

ನಂಬಿಕೆ ಬರದಿದ್ದರೆ ನನ್ನ ಒಡಲಿನ ಖಾಲಿತನವನ್ನು ಕೇಳಿ. ಹಾಲು ತುಂಬಿರುವ ನನ್ನ ಸ್ತನಗಳನ್ನು ಕೇಳಿ. ನನ್ನ ದೇಹದ ಕಣಕಣದಲ್ಲೂ ಹೊಮ್ಮುತ್ತಿರುವ ಜೋಗುಳವನ್ನು ಕೇಳಿ. ತೊಟ್ಟಿಲಾಗಿ ಪರಿವರ್ತಿತವಾಗಿರುವ ನನ್ನ ತೋಳುಗಳನ್ನು ಕೇಳಿ.

ದೋಷಾರೋಪ ಮಾಡುವ ಆ ಬೆರಳುಗಳು, ಮಾಡಲಿ ಬಿಡಿ. ನಾನು ಆ ಬೆರಳುಗಳನ್ನು ತುಂಡರಿಸಿ ನನ್ನ ಕಿವಿಗೆ ಅಡ್ಡಲಾಗಿ ಇರಿಸಿಕೊಳ್ಳುತ್ತೇನೆ. ನಾನು ಮೂಗಳಾಗುತ್ತೇನೆ, ನಾನು ಕಿವುಡಿಯಾಗುತ್ತೇನೆ, ನಾನು ಕುರುಡಿಯಾಗುತ್ತೇನೆ. ಆದರೆ ನನ್ನದೇ ಒಂದು ಭಾಗವಾಗಿರುವ ಈ ಕಿರಿದಾದ ಜೀವ ನನ್ನನ್ನು ಗುರುತಿಸುತ್ತದೆ. ನಾನು ಅದರ ಮೇಲೆ ಬೆರಳುಗಳನ್ನಾಡಿಸಿ ಅದನ್ನು ಗುರುತಿಸುತ್ತೇನೆ. ಬೇಡಿಕೊಳ್ಳುತ್ತೇನೆ... ಅದನ್ನು ದೂರ ಮಾಡಬೇಡಿ. ತುಂಬಿ ಹರಿಯುತ್ತಿರುವ ಹಾಲಿನ ಬಟ್ಟಲನ್ನು ಉರುಳಿಸಬೇಡಿ. ನನ್ನ ರಕ್ತದಿಂದ ನೇಯ್ದ ಮೃದು ಹಾಸಿಗೆಗೆ ಬೆಂಕಿ ಹಚ್ಚಬೇಡಿ. ತೊಟ್ಟಿಲಾಗಿರುವ ನನ್ನ ತೋಳುಗಳನ್ನು ಕತ್ತರಿಸಬೇಡಿ. ನನ್ನ ಕಿವಿಗೆ ಸಂಗೀತವೆನಿಸುತ್ತಿರುವ ಅದರ ಅಳುವಿನಿಂದ ನನ್ನ ಕಿವಿಗಳನ್ನು ವಂಚಿತರಾಗಿಸಬೇಡಿ. ಅದನ್ನು ನನ್ನಿಂದ ದೂರ ಮಾಡಬೇಡಿ.

ಲಾಹೋರ್
21 ಜನವರಿ:

ಪೊಲೀಸರಿಗೆ ರಸ್ತೆ ಬದಿಯಲ್ಲಿ ಒಂದು ನವಜಾತ ಶಿಶು ಸಿಕ್ಕಿದೆ. ಅದರ ಬೆತ್ತಲೆ ದೇಹವನ್ನು ಒದ್ದೆ ಬಟ್ಟೆಯಿಂದ ಸುತ್ತಲಾಗಿದೆ. ಚಳಿಗೆ ಮಗು ಸಾಯಲಿ ಎಂಬ ಉದ್ದೇಶದಿಂದ ಎನ್ನುವುದು ಸ್ಪಷ್ಟವಾಗಿದೆ. ಆದರೆ ಮಗು ಜೀವಂತವಾಗಿತ್ತು, ಹಾಗೂ ಅದನ್ನು ಆಸ್ಪತ್ರೆಗೆ ಒಯ್ಯಲಾಗಿದೆ. ಮಗುವಿಗೆ ಸುಂದರವಾದ ನೀಲ ಕಣ್ಣುಗಳಿವೆ...

By the Roadside

ಕೆಲವು ಗಂಡಸರಿಗೆ
ಪ್ರೀತಿಸುವುದು ಹೇಗೆ ಅಂತಲೇ
ತಿಳಿದಿಲ್ಲ. ಅಂದರೆ, ಅವರಿಗೆ
ಪ್ರೀತಿಸುವುದು ಬೇಕು,
ಆದರೆ ಆ ಆಸೆಯನ್ನು
ಪೂರೈಸುವ ನಿಟ್ಟಿನಲ್ಲಿ ಏನು
ಮಾಡಬೇಕೆಂಬುದೇ ತಿಳಿದಿಲ್ಲ.
ಇದಕ್ಕೆ ಬಹುಶಃ ಏನಾದರೂ
ಮಾನಸಿಕ ಕಾರಣಗಳಿರಬಹುದು.
ನಿಮಗೇನನ್ನಿಸುತ್ತದೆ?

ಬಂಜರಾದವನು

ನಾವು ಸರಿಯಾಗಿ ಎರಡು ವರ್ಷಗಳ ಹಿಂದೆ ಇದೇ ದಿನ ಅಪೋಲೋ ಬಂದರಿನಲ್ಲಿ ಭೇಟಿಯಾಗಿದ್ದು. ಆಗ ಸಂಜೆಯ ಸಮಯ. ಬೀಚಿನ ಉದ್ದಕ್ಕೂ ಹಾಕಿದ್ದ ಕಲ್ಲು ಬೆಂಚುಗಳಿಂದ ಬಟ್ಟೆಯ ದಪ್ಪ ಮಡಿಕೆಗಳಂತೆ ಕಾಣಿಸುತ್ತಿದ್ದ ದೂರದ ಸಮುದ್ರದ ತೆರೆಗಳ ಹಿಂದೆ ಸೂರ್ಯನ ಕೊನೆಯ ಕಿರಣಗಳು ಜಾರಿ ಮರೆಯಾಗಿದ್ದವು.

ಗೇಟ್ ವೇ ಆಫ್ ಇಂಡಿಯಾದ ಈ ಬದಿಯಲ್ಲಿ, ಮೊದಲನೇ ಬೆಂಚಿನ ಮೇಲೆ ತಲೆಯನ್ನು ಮಸಾಜ್ ಮಾಡಿಸಿಕೊಳ್ಳುತ್ತ ಕುಳಿತಿದ್ದ ಮನುಷ್ಯನನ್ನು ದಾಟಿ ಹೋಗಿ ನಾನು ಎರಡನೇ

ಬೆಂಚಿನ ಮೇಲೆ ಕುಳಿತೆ. ನನ್ನ ದೃಷ್ಟಿ ಹಾಯುವಷ್ಟು ದೂರಕ್ಕೂ ನೀರಿನ ವಿಸ್ತಾರವನ್ನು ನೋಡುತ್ತ ಕುಳಿತೆ.

ಆಕಾಶ ಮತ್ತು ಸಮುದ್ರ ಒಂದರೊಳಗೊಂದು ಲೀನವಾಗುವ ಕ್ಷಿತಿಜದಲ್ಲಿ ದೊಡ್ಡ ದೊಡ್ಡ ತೆರೆಗಳು ಏಳುತ್ತಿದ್ದವು. ಅವು ಬೃಹದಾಕಾರದ ಮಣ್ಣಾದ ಕಾರ್ಪೆಟ್ಟನ್ನು ದಡದೆಡೆಗೆ ಸುರುಳಿ ಸುತ್ತುತ್ತಿರುವಂತೆ ಕಾಣಿಸುತ್ತಿದ್ದವು. ಬೀಚಿನ ಉದ್ದಕ್ಕೂ ನೆಟ್ಟಿದ್ದ ಬೀದಿ ದೀಪದ ಕಂಬಗಳ ಬೆಳಕು ನೀರಿನುದ್ದಗಲಕ್ಕೂ ದಪ್ಪ ಗೆರೆಗಳನ್ನು ಪ್ರತಿಫಲಿಸಿತ್ತು.

ನನ್ನೆದುರಿದ್ದ ಕಲ್ಲಿನ ಗೋಡೆಯ ಅಡಿಯಲ್ಲಿ ಕಟ್ಟಿಹಾಕಿದ್ದ ಹಾಯಿದೋಣಿಗಳ ಪಟಸ್ತಂಭಗಳು ದೋಣಿಗಳು ಗೋಡೆಗೆ ಬಡಿದಾಗಲೆಲ್ಲ ಸಣ್ಣಗೆ ಓಲಾಡುತ್ತಿದ್ದವು. ತೆರೆಗಳ ಸದ್ದು ಬೀಚಿನಲ್ಲಿದ್ದ ಜನರ ದನಿಯೊಡನೆ ಬೆರೆತು ಉಂಟಾದ ಮರ್ಮರವು ಸಂಜೆಯ ಗಾಳಿಯಲ್ಲಿ ಲೀನವಾಗುತ್ತಿತ್ತು. ಆಗೀಗ ಸಾಗಿಹೋಗುತ್ತಿದ್ದ ಕಾರಿನ ಹಾರ್ನುಗಳು ದೊಡ್ಡದಾಗಿ ಸದ್ದು ಮಾಡುತ್ತಿದ್ದವು, ಯಾವುದೋ ಆಸಕ್ತಿಕರ ಕಥೆಯನ್ನು ಕೇಳುವುದರಲ್ಲಿ ಮುಳುಗಿ ಹೋದವರ್ಯಾರೋ ನಡುವಲ್ಲಿ, "ಹ್ಮ್" ಎಂದಂತೆ.

ನನಗೆ ಇಂತಹ ಸಮಯದಲ್ಲಿ ಸಿಗರೇಟ್ ಸೇದುವುದು ತುಂಬ ಇಷ್ಟ. ನಾನು ಜೇಬಿಗೆ ಕೈ ಹಾಕಿ ಸಿಗರೇಟ್ ಪ್ಯಾಕ್ ಹೊರತೆಗೆದೆ. ಆದರೆ ಬೆಂಕಿಪೊಟ್ಟಣ ಸಿಗಲಿಲ್ಲ, ಎಲ್ಲಿ ಕಳೆದುಕೊಂಡಿದ್ದೆನೋ ಯಾರಿಗೆ ಗೊತ್ತು? ನಾನು ಪ್ಯಾಕನ್ನು ಮರಳಿ ಜೇಬಿನಲ್ಲಿಡುತ್ತಿರುವಾಗ ಯಾರೋ 'ಇಲ್ಲಿದೆ ಬೆಂಕಿಪೊಟ್ಟಣ' ಎಂದರು. ನಾನು ತಿರುಗಿ ನೋಡಿದೆ. ಬೆಂಚಿನ ಹಿಂದೆ ಒಬ್ಬ ತರುಣ ನಿಂತಿದ್ದ. ಸಾಧಾರಣವಾಗಿ ಬಾಂಬೆಯಲ್ಲಿರುವವರು ಬೆಳ್ಳಗಿರುತ್ತಾರೆ ಸರಿ. ಆದರೆ ಈತನ ಮುಖ ಭಯ ಹುಟ್ಟಿಸುವಷ್ಟು ಬಿಳಿಚಿಕೊಂಡಿತ್ತು. 'ನೀವು ಕರುಣಾಮಯಿ' ಎಂದು ಅವನಿಗೆ ಕೃತಜ್ಞತೆ ಸಲ್ಲಿಸಿದೆ. ಅವನು ನನಗೆ ಬೆಂಕಿಪೊಟ್ಟಣ ನೀಡಿದ. ನಾನು ಅವನಿಗೆ ಮತ್ತೊಮ್ಮೆ ಕೃತಜ್ಞತೆ ಸಲ್ಲಿಸಿ, ನನ್ನೊಡನೆ ಕುಳಿತುಕೊಳ್ಳಲು ಆಹ್ವಾನಿಸಿದೆ. "ನಿಮ್ಮ ಸಿಗರೇಟನ್ನು ಹಚ್ಚಿಕೊಳ್ಳಿ. ನಾನು ಹೊರಡಬೇಕು," ಎಂದ. ಇದ್ದಕ್ಕಿದ್ದಂತೆ ನನಗೆ ಯಾಕೋ ಅವನು ಸುಳ್ಳಾಡುತ್ತಿದ್ದಾನೆ ಅನ್ನಿಸಿತು. ಅವನ ದನಿಯಲ್ಲೇ ಕಂಡುಹಿಡಿಯಬಹುದಿತ್ತು ಅವನಿಗೆ ಹೊರಡಲು ಯಾವ ಆತುರವೂ ಇಲ್ಲ ಮತ್ತು ಅವನು ಎಲ್ಲಿಗೂ ಹೋಗಬೇಕಾಗಿಲ್ಲ ಎನ್ನುವ ವಿಷಯ. ಅವನ ದನಿಯಿಂದಲೇ ನಾನು ಅದನ್ನು ಹೇಗೆ ಕಂಡುಹಿಡಿದೆನೆಂದು ನಿಮಗೆ ಆಶ್ಚರ್ಯವೆನ್ನಿಸುತ್ತಿರಬಹುದು, ಆದರೆ ನನಗೆ ಆ ರೀತಿ ಅನ್ನಿಸಿತು. ನಾನು ಮತ್ತೆ ಹೇಳಿದೆ, "ಅದೇನು ಅಷ್ಟೊಂದು ಆತುರದಲ್ಲಿರುವಿರಿ? ಕುಳಿತುಕೊಳ್ಳಿ." ನನ್ನ ಸಿಗರೇಟ್ ಪ್ಯಾಕನ್ನು ಅವನ ಮುಂದೆ

ಹಿಡಿದು 'ತೆಗೆದುಕೊಳ್ಳಿ' ಎಂದೆ. ಅವನು ಅದು ಯಾವ ಬ್ರಾಂಡಿನದ್ದು ಎಂದು ನೋಡಿ, "ಥ್ಯಾಂಕ್ಸ್, ನನಗೆ ನನ್ನ ಬ್ರ್ಯಾಂಡಿನದ್ದೇ ಆಗಬೇಕು," ಎಂದ. ನಂಬಿದರೆ ನಂಬಿ ಬಿಟ್ಟರೆ ಬಿಡಿ ನನಗೇಕೋ ಅವನು ಮತ್ತೆ ಸುಳ್ಳಾಡುತ್ತಿದ್ದಾನೆ ಅಂತಲೇ ಅನ್ನಿಸಿತು.

ಅವನ ದನಿಯು ಮೊದಲಿನಂತೆಯೇ ಅವನಿಗೆ ಕೈ ಕೊಟ್ಟಿತು.

ನನಗೇಕೋ ಅವನಲ್ಲಿ ಆಸಕ್ತಿ ಹುಟ್ಟಿತು. ಅವನನ್ನು ಹೇಗಾದರೂ ಕೂರಿಸಿ, ಸಿಗರೇಟ್ ಹಚ್ಚುವಂತೆ ಮಾಡಲೇಬೇಕೆಂದು ದೃಢ ನಿಶ್ಚಯ ಮಾಡಿದೆ. ಅದಕ್ಕೆ ಹೆಚ್ಚೇನೂ ಕಷ್ಟಪಡಬೇಕಿಲ್ಲ ಅನ್ನಿಸಿತು, ಏಕೆಂದರೆ ಅವನಾಡಿದ ಎರಡು ವಾಕ್ಯಗಳಲ್ಲೇ ಅವನೊಬ್ಬ ಮೂರ್ಖ ಎಂದು ಅರಿವಾಗಿತ್ತು. ಅವನಿಗೆ ಕುಳಿತು ಒಂದು ಸಿಗರೇಟ್ ಸೇದಬೇಕು ಅನಿಸುತ್ತಿತ್ತು, ಆದರೆ ಅದೇ ಸಮಯಕ್ಕೆ ಏನೋ ಹಿಂಜರಿಕೆಯೂ ಇತ್ತು. ಅವನ ದನಿಯಲ್ಲಿ ಆ ದ್ವಂದ್ವವನ್ನು ನಾನು ಸ್ಪಷ್ಟವಾಗಿ ಗುರುತಿಸಿದ್ದೆ. ಆದರೆ ನಿಜಕ್ಕೂ ಹೇಳುತ್ತೇನೆ, ಇದನ್ನು ಹೇಳುವಾಗಲೇ ಅವನಿಗೆ ಬದುಕಿನಲ್ಲಿ ಯಾವ ಗುರಿಯಿಲ್ಲ ಅಂತಲೂ ಅನ್ನಿಸಿಬಿಟ್ಟಿತು.

ಅವನ ಮುಖ ತೀರ ಬಡಕಲಾಗಿತ್ತು. ಅವನ ಮೂಗು, ಕಣ್ಣುಗಳು ಮತ್ತು ಬಾಯಿ ಎಲ್ಲವೂ ಎಷ್ಟು ಚೆಂದವಿದ್ದವೆಂದರೆ ಯಾರೋ ಅವುಗಳನ್ನೆಲ್ಲ ಚಿತ್ರಿಸಿ, ನಂತರ ನೀರಿನಲ್ಲಿ ತೊಳೆದಿಟ್ಟಂತೆ. ಆಗಾಗ ಅವನ ತುಟಿಗಳು ಉಬ್ಬಿಕೊಳ್ಳುತ್ತಿದ್ದವು. ಆದರೆ ಆ ಸ್ಪಷ್ಟತೆಯೂ ಕಿಡಿಯೊಂದು ಆರಿ ಬೂದಿಯಾದಂತೆ ಮರೆಯಾಗುತ್ತಿತ್ತು. ಅವನ ಉಳಿದ ಅಂಗಗಳೂ ಹಾಗೆಯೇ ವರ್ತಿಸುತ್ತಿದ್ದವು. ಅವನ ಕಣ್ಣುಗಳು ಮಣ್ಣಿನ ನೀರಿನ ಬಣ್ಣದ ದಪ್ಪ ಹನಿಗಳಂತಿದ್ದವು. ಅದರ ಮೇಲೆ ಅವನ ತೆಳುವಾದ ರೆಪ್ಪೆಗಳು ಜೋತು ಬಿದ್ದಿದ್ದವು. ಅವನ ಕೂದಲು ಸುಟ್ಟ ಕಾಗದದ ಬಣ್ಣದ್ದಿತ್ತು. ಹತ್ತಿರದಲ್ಲಿದ್ದರೆ ನೀವು ಅವನ ಮೂಗಿನ ಆಕಾರವನ್ನು ನೋಡಬಹುದಿತ್ತು, ದೂರದಿಂದ ಅದು ಅಪ್ಪಚ್ಚಿಯಾದಂತೆ ಕಾಣಿಸುತ್ತಿತ್ತು.

ಅವನ ದೇಹ ತುಸು ಬಾಗಿತ್ತು. ಹಾಗಾಗಿ ಅವನು ಸಾಧಾರಣ ಎತ್ತರದವನಂತೆ ತೋರುತ್ತಿದ್ದ. ಆದರೆ ಇದ್ದಕ್ಕಿದ್ದಂತೆ ಅವನು ಭಂಗಿ ಬದಲಿಸಿ ನೆಟ್ಟಗೆ ನಿಂತಾಗ ಸಾಕಷ್ಟು ಎತ್ತರ ಕಾಣಿಸುತ್ತಿದ್ದ. ಅವನ ಬಟ್ಟೆ ಹಳತಾಗಿತ್ತು, ಆದರೆ ಕೊಳಕಾಗಿರಲಿಲ್ಲ. ಅವನ ಕೋಟಿನ ತೋಳುಪಟ್ಟಿಗಳು ಸವೆದು, ಅಲ್ಲಲ್ಲಿ ಜೂಲಾಗಿದ್ದವು. ಅವನ ಕಾಲರಿನ ಬಳಿ ಹೊಲಿಗೆ ಬಿಟ್ಟಿತ್ತು ಮತ್ತು ಅವನ ಶರಟು ಇನ್ನೊಂದೇ ಒಂದು ಒಗೆತಕ್ಕೂ ಬಾಳಿಕೆ ಬರುವಂತೆ ಕಾಣಿಸಲಿಲ್ಲ. ಆದರೆ ಆ ಬಟ್ಟೆಯಲ್ಲೂ ಅವನು ಘನತೆ ಕಾಪಾಡಿಕೊಳ್ಳಲು ಪ್ರಯತ್ನಿಸುತ್ತಿದ್ದ. 'ಪ್ರಯತ್ನಿಸುತ್ತಿದ್ದ' ಎಂದು ಏಕೆ ಹೇಳುತ್ತಿರುವೆನೆಂದರೆ ನಾನು ಮತ್ತೊಮ್ಮೆ ಅವನತ್ತ ನೋಡಿದಾಗ ದಾರಿದ್ರ್ಯದ

ಅಲೆಯೊಂದು ಪಸರಿಸಿ, ಅವನಿಗೆ ಯಾರಿಗೂ ಕಾಣದಂತೆ ಮಾಯವಾಗಬೇಕು ಎನ್ನಿಸುತ್ತಿದೆಯೋ ಎಂಬಂತೆ ಭಾಸವಾಯಿತು.

ನಾನು ಎದ್ದು ನಿಂತು, ಸಿಗರೇಟೊಂದನ್ನು ಹೊತ್ತಿಸಿ, ಮತ್ತೊಮ್ಮೆ ಅವನಿಗೆ ಪ್ಯಾಕ್ ನೀಡುತ್ತಾ 'ಆರಾಮವಾಗಿ ತೆಗೆದುಕೊಳ್ಳಿ' ಎಂದೆ. ನಾನು ಒಂದು ಸಿಗರೇಟನ್ನು ಹೊರಗೆಳೆದು ಮುಂದಿಟ್ಟೆ. ಅವನಿಗೆ ನಿರಾಕರಿಸಲು ಸಾಧ್ಯವೇ ಆಗದಂತೆ. ಅವನು ಸಿಗರೇಟನ್ನು ತೆಗೆದು, ಬಾಯಲ್ಲಿಟ್ಟು ಬೆಂಕಿ ಹೊತ್ತಿಸಿದ. ನಿಧಾನವಾಗಿ ಹೊಗೆ ಎಳೆಯಲು ಪ್ರಾರಂಭಿಸಿದಾಗಲೇ ಅವನಿಗೆ ತನ್ನ ತಪ್ಪಿನ ಅರಿವಾಯಿತು.

ಬಾಯಿಂದ ಸಿಗರೇಟ್ ಹೊರದೆಗೆದು, ಕೆಮ್ಮುವಂತೆ ನಟಿಸುತ್ತಾ, "ಕ್ಯಾಂವೆಂಡರ್ಸ್ ನನಗೆ ಒಗ್ಗುವುದೇ ಇಲ್ಲ. ಅದರ ತಂಬಾಕು ತುಂಬಾ ಸ್ಟ್ರಾಂಗ್ ಆಗಿದೆ. ನನ್ನ ಗಂಟಲಿಗೆ ಅದು ತುಂಬಾ ಕಟು ಎನ್ನಿಸುತ್ತದೆ," ಎಂದ. "ನಿಮಗೆ ಯಾವ ಸಿಗರೇಟ್ ಇಷ್ಟ?" ನಾನು ಕೇಳಿದೆ. "ನನಗೆ... ನನಗೆ..." ಅವನು ತೊದಲುತ್ತಾ, "ನಿಜ ಹೇಳಬೇಕೆಂದರೆ ನಾನು ಹೆಚ್ಚು ಸಿಗರೇಟ್ ಸೇದುವುದಿಲ್ಲ. ಡಾಕ್ಟರ್ ಅರೋಲ್ಕರ್ ಸಿಗರೇಟ್ ಸೇದಬೇಡವೆಂದು ಹೇಳಿದ್ದಾರೆ. ಆದರೆ ಸೇದುವುದೇ ಆದರೆ ನಾನು ಥ್ರಿಬಲ್ ಫೈವ್ ಅನ್ನು ತುಂಬ ಇಷ್ಟ ಪಡುತ್ತೇನೆ, ಅದರ ತಂಬಾಕು ಸ್ಟ್ರಾಂಗ್ ಇಲ್ಲ."

ಡಾಕ್ಟರ್ ಅರೋಲ್ಕರ್ ಬಾಂಬೆಯಲ್ಲಿ ತುಂಬಾ ಪ್ರಖ್ಯಾತರಾಗಿದ್ದರು ಏಕೆಂದರೆ ಅವರು ಒಂದು ಭೇಟಿಗೆ ಹತ್ತು ರೂಪಾಯಿ ಶುಲ್ಕ ತೆಗೆದುಕೊಳ್ಳುತ್ತಿದ್ದರು ಮತ್ತು ಅವರು ಹೇಳುವ ಬ್ರ್ಯಾಂಡಿನ ಸಿಗರೇಟ್ ಕೂಡಾ ತುಂಬಾ ದುಬಾರಿ ಬೆಲೆಯದ್ದು. ಅವನು ಒಂದೇ ಉಸಿರಿನಲ್ಲಿ ಎರಡು ಸುಳ್ಳು ಹೇಳಿದ್ದ, ಎರಡನ್ನೂ ನಾನು ನಂಬಲಿಲ್ಲ ಅದು ಬೇರೆ ಮಾತು, ಆದರೆ ನಾನು ಏನೂ ಹೇಳದೆ ಸುಮ್ಮನಿದ್ದೆ.

ನಾನು ನಿಮಗೆ ಸತ್ಯ ಹೇಳಿಬಿಡುತ್ತೇನೆ, ನನಗೆ ಅವನ ಸುಳ್ಳನ್ನೆಲ್ಲ ಬಯಲಿಗೆಳೆಯಬೇಕೆಂಬ ಉದ್ದೇಶವಿತ್ತು. ಅದರಿಂದ ಅವಮಾನಿತನಾದ ಅವನು ನನ್ನಲ್ಲಿ ಕ್ಷಮೆ ಬೇಡುತ್ತಾನೆ ಎಂದುಕೊಂಡಿದ್ದೆ. ಆದರೆ ಅವನನ್ನು ನೋಡಿದರೆ ಸುಳ್ಳು ಅವನ ವ್ಯಕ್ತಿತ್ವದ ಒಂದು ಭಾಗವೇ ಆಗಿದೆ ಎಂದು ನನಗೆ ಅರ್ಥವಾಗಿಬಿಟ್ಟಿತು. ಹೆಚ್ಚಿನ ಜನರ ಮುಖ ಸುಳ್ಳಾಡಿದ ನಂತರ ನಾಚಿಕೆಯಿಂದ ಕೆಂಪಗಾಗುತ್ತದೆ, ಅವನಿಗೆ ಅದೇನೂ ಆಗಲಿಲ್ಲ. ಅವನು ಹೇಳುವುದನ್ನೆಲ್ಲ ಅವನೇ ನಂಬುತ್ತಿದ್ದ. ಅವನೆಷ್ಟು ಪ್ರಾಮಾಣಿಕತೆಯಿಂದ ಸುಳ್ಳಾಡುತ್ತಿದ್ದನೆಂದರೆ, ಅವನ ಆತ್ಮಸಾಕ್ಷಿಗೆ ಅದು ಸೂಜಿಮೊನೆಯಷ್ಟೂ ಚುಚ್ಚಲಿಲ್ಲ.

ಸರಿ ಇದೆಲ್ಲ ಸಾಕು. ನಾನು ಇದರ ವಿವರಗಳನ್ನೆಲ್ಲ ಹೇಳುತ್ತ ಹೋದರೆ ಪುಟಗಟ್ಟಲೆ ಬರೆಯುತ್ತ ಹೋಗಿ ಕಥೆ ಬೇಸರ ಹುಟ್ಟಿಸಬಹುದು. ಆ ನಂತರ ಸಣ್ಣದಾಗಿ ಅವನ ಕಾಲೆಳೆದು, ನಾನೇನು ಮಾತನಾಡಬೇಕಿತ್ತೋ ಅಲ್ಲಿಗೆ ನಮ್ಮ

ಸಂಭಾಷಣೆಯನ್ನು ಎಳೆದು ತಂದೆ. ನಾನು ಅವನಿಗೆ ಮತ್ತೊಂದು ಸಿಗರೇಟ್ ಕೊಟ್ಟು ಸಮುದ್ರದ ಸೌಂದರ್ಯವನ್ನು ಹೊಗಳಲಾರಂಭಿಸಿದೆ. ನಾನು ಸಣ್ಣ ಕಥೆಗಳ ಬರಹಗಾರನಾಗಿರುವುದರಿಂದ ಅಪೋಲೋ ಬಂದರ್, ಸಮುದ್ರ ಮತ್ತು ಅಲ್ಲಿನ ಜನಜಂಗುಳಿಯನ್ನು ಎಷ್ಟು ಆಸಕ್ತಿಕರವಾಗಿ ವರ್ಣಿಸಲು ಪ್ರಾರಂಭಿಸಿದೆನೆಂದರೆ ಅವನು ಆರು ಸಿಗರೇಟುಗಳನ್ನು ಸೇದಿದ ನಂತರವೂ ಒಮ್ಮೆಯಾದರೂ ಗಂಟಲಿನ ಯಾವುದೇ ತೊಂದರೆಯ ಬಗ್ಗೆ ಹೇಳಿಕೊಳ್ಳಲಿಲ್ಲ.

ಇದ್ದಕ್ಕಿದ್ದಂತೆ ಅವನು ನನ್ನ ಹೆಸರೇನೆಂದು ಕೇಳಿದ. ನಾನು ಹೇಳಿದ ಕೂಡಲೇ ಅವನು ಬೆಂಚಿನಿಂದ ಧಡಕ್ಕನೆ ಎದ್ದು ನಿಂತು, "ನೀವು ಮಾಂಟೋನಾ? ನಾನು ನಿಮ್ಮ ಕೆಲವು ಕಥೆಗಳನ್ನು ಓದಿದ್ದೀನಿ. ಆದರೆ ನೀವೇ ಮಾಂಟೋ ಅನ್ನುವುದು ನನಗೆ ಗೊತ್ತಿರಲಿಲ್ಲ. ನಿಮ್ಮನ್ನು ಭೇಟಿ ಮಾಡಿ ತುಂಬಾ ಖುಷಿಯಾಯ್ತು. ದೇವರೇ, ತುಂಬಾ ಖುಷಿಯಾಯ್ತು ನಿಜಕ್ಕೂ!"

ನಾನು ಅವನಿಗೆ ಧನ್ಯವಾದಗಳನ್ನು ಅರ್ಪಿಸುವುದರಲ್ಲಿ ಅವನು ಮತ್ತೆ ಪ್ರಾರಂಭಿಸಿದ, "ನನಗೆ ಚೆನ್ನಾಗಿ ನೆನಪಿದೆ. ಇತ್ತೀಚೆಗೆ ನಿಮ್ಮ ಕಥೆಯೊಂದನ್ನು ಓದಿದೆ... ಏನದು ಆ ಕಥೆಯ ಹೆಸರು? ಅದರಲ್ಲಿ ಒಬ್ಬಳು ಹುಡುಗಿ ಒಬ್ಬ ಹುಡುಗನನ್ನು ಪ್ರೀತಿಸುತ್ತಾಳೆ. ಆದರೆ ಆ ಹುಡುಗ ಅವಳನ್ನು ಬಳಸಿದ ನಂತರ ಇದ್ದಕ್ಕಿದ್ದಂತೆ ಕಣ್ಮರೆಯಾಗುತ್ತಾನೆ. ಮತ್ತೊಬ್ಬ ಹುಡುಗನೂ ಅವಳೊಡನೆ ಪ್ರೀತಿಯಲ್ಲಿರುತ್ತಾನೆ, ಅದೇ ಕಥೆ ಹೇಳುತ್ತಿರುತ್ತಾನಲ್ಲ ಆ ಹುಡುಗ. ಆ ಹೆಣ್ಣಿನ ದುಃಸ್ಥಿತಿ ಗೊತ್ತಾದ ಆ ಹುಡುಗ ಅವಳನ್ನು ನೋಡಲು ಹೋಗುತ್ತಾನೆ.

ಅವನು ಹೇಳುತ್ತಾನೆ, "ಕಳೆದುಹೋದದ್ದರ ಬಗ್ಗೆ ಚಿಂತಿಸಬೇಡ. ಆ ಪ್ರೀತಿಯ ನೆನಪಿನಲ್ಲಿ ಬೆಳೆಯುತ್ತಾ ಮುಂದೆ ಸಾಗಿಬಿಡು. ಅದರಿಂದ ದೊರಕಿದ ಸಂತೋಷದ ಸಂಪೂರ್ಣ ಉಪಯೋಗ ಪಡೆದುಕೋ" ಕಥೆಯ ಬಗ್ಗೆ ಹೆಚ್ಚು ನೆನಪಿಲ್ಲ. ಹೇಳಿ, ಇದು ಸಾಧ್ಯವೇ? ಕ್ಷಮಿಸಿ ಇದನ್ನು ಕೇಳುವ ಹಕ್ಕು ನನಗಿಲ್ಲ. ಆದರೆ ನಿಮ್ಮ ಕಥೆಯಲ್ಲಿ ನೀವೇ ಅಲ್ಲವಾ ವೇಶ್ಯಾಗೃಹದಲ್ಲಿ ಅವಳನ್ನು ಭೇಟಿಯಾಗಿ, ನಂತರ ಹುಣ್ಣಿಮೆಯ ರಾತ್ರಿಯಲ್ಲಿ ದಣಿದು ಮಲಗಿದ ಅವಳನ್ನು ತೊರೆದು ಹೋಗುವವನು?"

ಅವನು ಇದ್ದಕ್ಕಿದ್ದಂತೆ ಮಾತು ನಿಲ್ಲಿಸಿ, "ನಾನು ಅದನ್ನು ಕೇಳಬಾರದಿತ್ತು. ಯಾರೂ ತಮ್ಮ ವೈಯುಕ್ತಿಕ ವಿಷಯಗಳ ಬಗ್ಗೆ ಮಾತನಾಡಲು ಇಷ್ಟಪಡುವುದಿಲ್ಲ." "ಹೇಳುತ್ತೇನೆ. ಆದರೆ ಈಗ ತಾನೇ ಭೇಟಿಯಾದ ನಿಮ್ಮೊಡನೆ ಎಲ್ಲವನ್ನೂ ಮಾತನಾಡಲು ಒಂದು ರೀತಿ ಹಿಂಸೆಯೆನಿಸುತ್ತಿದೆ. ನಿಮಗೇನನ್ನಿಸುತ್ತದೆ?" ನನ್ನ ಕಥೆಯ ಬಗ್ಗೆ ಮಾತನಾಡುವಾಗ ಪುಟಿಯುತ್ತಿದ್ದ ಅವನ ಉತ್ಸಾಹ ಇದ್ದಕ್ಕಿದ್ದಂತೆ ಸತ್ತುಹೋಯಿತು.

"ನಿಜ ನೀವು ಹೇಳುವುದು," ಅವನು ಉಸುರಿದ, "ಆದರೆ ನಿಮಗೆ ಹೇಗೆ ಗೊತ್ತು ಇದು ನಮ್ಮ ಕೊನೆಯ ಭೇಟಿ ಅಲ್ಲವೆಂದು?"

"ಬಾಂಬೆ ತುಂಬಾ ವಿಸ್ತಾರವಾದ ಊರು ಎನ್ನುವುದು ನಿಜ, ಆದರೆ ನನಗೇಕೋ ನಾವು ಇನ್ನೂ ಬಹಳ ಸಲ ಭೇಟಿಯಾಗುತ್ತೇವೆ ಅನಿಸುತ್ತಿದೆ. ನಾನು ಹೇಗೂ ನಿರುದ್ಯೋಗಿ ಅಂದರೆ ನಾನೊಬ್ಬ ಕಥೆಗಾರ. ದಿನವೂ ರಾತ್ರಿ ನೀವು ನನ್ನನ್ನು ಇಲ್ಲಿ ಕಾಣಬಹುದು, ಆರೋಗ್ಯ ಸರಿ ಇಲ್ಲದಿರುವ ದಿನಗಳನ್ನು ಹೊರತುಪಡಿಸಿ. ಇಲ್ಲಿಗೆ ಬಹಳ ಹೆಣ್ಣುಮಕ್ಕಳು ಬರುತ್ತಾರೆ. ನಾನು ಪ್ರೀತಿಯಲ್ಲಿ ಬೀಳಲು ಇಲ್ಲಿಗೆ ಬರುತ್ತೇನೆ... ಪ್ರೀತಿ ಅನ್ನುವುದು ಕೆಟ್ಟದೇನಲ್ಲವಲ್ಲ!"

"ಪ್ರೀತಿ... ಪ್ರೀತಿ..." ಅವನಿಗೆ ಏನೋ ಹೇಳಬೇಕಿತ್ತು, ಹೇಗೆ ಪ್ರಾರಂಭಿಸಬೇಕೆಂದು ತಿಳಿಯುತ್ತಿಲ್ಲ. ಅವನು ಬೆಂಕಿ ಹತ್ತಿದ ಹಗ್ಗದ ಕೊನೆಯ ಸುರುಳಿಯೂ ಉರಿದುಹೋದಂತೆ ಮೌನವಾದ.

ನಾನು ಪ್ರೀತಿಯ ವಿಷಯವನ್ನು ತಮಾಷೆಗೆ ಎತ್ತಿದ್ದೆ. ಆದರೆ ಸತ್ಯಕ್ಕೂ ಹೇಳಬೇಕೆಂದರೆ ಆ ವಾತಾವರಣ ಅದೆಷ್ಟು ಆಹ್ಲಾದಕರವಾಗಿತ್ತೆಂದರೆ, ಆ ವಾತಾವರಣದಲ್ಲಿ ಪ್ರೀತಿಯಲ್ಲಿ ಬೀಳದೇ ದಾರಿಯೇ ಇರಲಿಲ್ಲ. ಮುಸ್ಸಂಜೆಯಲ್ಲಿ ಬೀದಿ ದೀಪಗಳು ಮಿನುಗುವಾಗ, ತಂಗಾಳಿ ಬೀಸುವಾಗ, ರೋಮ್ಯಾಂಟಿಕ್ ಭಾವ ತಾನೇ ತಾನಾಗಿ ವಾತಾವರಣವನ್ನೆಲ್ಲ ಆವರಿಸುತ್ತದೆ ಮತ್ತು ಆ ಕ್ಷಣದಲ್ಲಿ ಸಹಜವಾಗಿಯೇ ಹೆಣ್ಣಿನ ಸಾಮೀಪ್ಯ ಬೇಕೆನ್ನಿಸಿಬಿಡುತ್ತದೆ. ಒಟ್ಟಿನಲ್ಲಿ ದೇವರಿಗೇ ಗೊತ್ತು ಅವನು ಅದ್ಯಾವ ಕಥೆಯ ಬಗ್ಗೆ ಹೇಳುತ್ತಿದ್ದನೆಂದು. ನನಗೆ ನನ್ನ ಕಥೆಗಳೆಲ್ಲವೂ ನೆನಪಿರುವುದಿಲ್ಲ, ಅದರಲ್ಲೂ ಪ್ರೇಮಕಥೆಗಳು. ನಿಜ ಜೀವನದಲ್ಲಿ ನಾನು ಹೆಂಗಸರಿಗೆ ಅಷ್ಟೊಂದು ನಿಕಟವಾಗಿರುವುದಿಲ್ಲ. ಒಟ್ಟಿನಲ್ಲಿ ಅವನು ಹೇಳುತ್ತಿರುವ ಆ ಕಥೆ ನಾನು ಯಾವುದೋ ಆಸೆಯನ್ನು ಪೂರೈಸಿಕೊಳ್ಳಲು ಬರೆದ ಯಾವುದೋ ಅಗ್ಗದ ಪ್ರೇಮ ಕಥೆಯಾಗಿರಬೇಕು. ಆದರೆ ಈಗ ನಾನು ಕಥೆಗಳ ಬಗ್ಗೆ ಮಾತನಾಡಲು ಪ್ರಾರಂಭಿಸಿದ್ದೇನೆ.

ಅವನು ಪ್ರೇಮ ಎಂಬ ಪದವನ್ನು ಪುನರುಚ್ಚರಿಸಿದಾಗ ನನಗೆ ಆ ವಿಷಯದ ಬಗ್ಗೆ ಮತ್ತಷ್ಟು ಮಾತನಾಡಬೇಕು ಅನ್ನಿಸಿತು. "ಹೌದು ನಮ್ಮ ಪೂರ್ವಿಕರು ಪ್ರೇಮವನ್ನು ಹಲವು ರೀತಿಯದ್ದು ಎಂದು ವಿಭಾಗಿಸಿದರು. ಆದರೆ ಪ್ರೀತಿಯು ಮುಲ್ತಾನನಲ್ಲಿರಲಿ, ಹಿಮಾವೃತ ಸೈಬೀರಿಯಾದಲ್ಲಿರಲಿ, ಚಳಿಗಾಲದಲ್ಲಿರಲಿ, ಬೇಸಿಗೆಯಲ್ಲಿರಲಿ, ಶ್ರೀಮಂತರರಿರಲಿ, ಬಡವರಾಗಿರಲಿ, ಅಂದವಿರಲಿ, ಕುರೂಪಿಗಳಿರಲಿ, ನಯ ನಾಜೂಕಿಲ್ಲದವರಾಗಲಿ, ಸುಸಂಸ್ಕೃತರಾಗಿರಲಿ, ಪ್ರೀತಿ ಅನ್ನುವುದು ಪ್ರೀತಿಯಷ್ಟೇ. ಅದರಲ್ಲಿ ವ್ಯತ್ಯಾಸವೇನಿಲ್ಲ. ಹೇಗೆ ಮಕ್ಕಳು ಒಂದೇ ಒಂದು ವಿಧದಲ್ಲಿ ಮಾತ್ರ

ಹುಟ್ಟಲು ಸಾಧ್ಯವಿದೆಯಲ್ಲ, ಹಾಗೆ ಪ್ರೀತಿ ಕೂಡಾ ಹುಟ್ಟುವುದು ಒಂದೇ ರೀತಿಯಲ್ಲಿ. ಸಯ್ಯಿದಾ ಹೆರಿಗೆಗೆ ಆಸ್ಪತ್ರೆಗೆ ಹೋದರೂ ಒಂದೇ, ರಾಜಕುಮಾರಿ ಕಾಡಿಗೆ ಹೋದರೂ ಒಂದೇ. ಒಬ್ಬ ಕಸಗುಡಿಸುವಾಕೆ ಗುಲಾಂ ಮಹಮ್ಮದನಲ್ಲಿ ಪ್ರೇಮದ ಕದಲಿಕೆ ಹುಟ್ಟಿಸುವುದು ಮತ್ತು ರಾಣಿಯು ನಟವರ್ ಲಾಲನಲ್ಲಿ ಪ್ರೀತಿ ಮೂಡಿಸುವುದು ಎಲ್ಲವೂ ಒಂದೇ. ಕೆಲವು ಮಕ್ಕಳು ದಿನ ತುಂಬುವ ಮೊದಲೇ ಹುಟ್ಟುತ್ತವೆ, ಹಾಗಾಗಿ ಶಕ್ತಿಹೀನವಾಗಿರುತ್ತವೆ. ಹಾಗೆಯೇ ಪ್ರೇಮವೂ ಅವಸರದಲ್ಲಿ ಹುಟ್ಟಿದರೆ ಗಟ್ಟಿಯಾಗಿರುವುದಿಲ್ಲ. ಕೆಲವೊಮ್ಮೆ ಹೆರಿಗೆ ಯಾತನಾಮಯವಾಗಿರುತ್ತದೆ, ಕೆಲವೊಮ್ಮೆ ಪ್ರೀತಿ ಹುಟ್ಟುವುದೂ ಯಾತನಾಮಯವಾಗಿರುತ್ತದೆ. ಕೆಲವೊಮ್ಮೆ ಗರ್ಭಪಾತವಾಗುವಂತೆ, ಪ್ರೀತಿ ಕೂಡಾ ಕೆಲವೊಮ್ಮೆ ಬೆಳೆಯುವ ಮೊದಲೇ ಸಾಯುತ್ತದೆ. ಕೆಲವು ಹೆಂಗಸರು ಬಂಜೆಯರಿರುತ್ತಾರೆ ಮತ್ತು ಆಗಾಗ್ಗೆ ಪ್ರೀತಿಸಲು ಅಶಕ್ತರಾದ ಗಂಡಸರು ಕೂಡಾ ಎದುರಾಗುತ್ತಾರೆ. ಹಾಗೆಂದು ಅವರಿಗೆ ಪ್ರೀತಿಸುವುದು ಬೇಡವೆಂದೇನೂ ಅಲ್ಲ. ಊಹೂಂ, ಹಾಗಲ್ಲ. ಅವರಿಗೆ ಬೇಕು, ಆದರೆ ಪ್ರೀತಿಸುವುದು ಹೇಗೆಂಬುದೇ ಗೊತ್ತಿರುವುದಿಲ್ಲ. ಕೆಲವು ಹೆಂಗಸರಿಗೆ ಮಕ್ಕಳಾಗುವುದಿಲ್ಲ. ಕೆಲವು ಗಂಡಸರಲ್ಲಿ ಪ್ರೀತಿ ಎನ್ನುವುದೇ ಉದಯಿಸುವುದಿಲ್ಲ, ಅವರಲ್ಲಿ ಭಾವನಾತ್ಮಕ ಕೊರತೆಯೇನೋ ಇರುತ್ತದೆ. ಪ್ರೀತಿಯ ಗರ್ಭಪಾತವೂ ಆಗಬಹುದು."

ನಾನು ಹೇಳಲು ಅದೆಷ್ಟು ಉತ್ಸುಕನಾಗಿದ್ದೆನೆಂದರೆ, ನಾನು ಹೇಳುತ್ತಿರುವುದು ಅವನೊಳಗೆ ಇಳಿಯುತ್ತಿದೆಯೋ ಇಲ್ಲವೋ ಎನ್ನುವುದನ್ನು ಗಮನಿಸಲೂ ಮರೆತಿದ್ದೆ. ನಾನು ಅವನೆಡೆಗೆ ನೋಡಿದಾಗ ದೃಷ್ಟಿ ನೆಟ್ಟು ಎತ್ತಲೋ ಕಳೆದು ಹೋಗಿದ್ದ. ನಾನು ನಿಲ್ಲಿಸಿದೆ. ಕಾರೊಂದರ ಹಾರ್ನ್ ದೊಡ್ಡದಾಗಿ ಸದ್ದು ಮಾಡಿದಾಗ, ಅವನು ಮೈಮರೆತದ ಸ್ಥಿತಿಯಿಂದಾಚೆ ಬಂದು, ಅನ್ಯಮನಸ್ಕನಾಗಿ, "ಹೌದು, ನೀವು ಹೇಳುತ್ತಿರುವುದು ಸಂಪೂರ್ಣವಾಗಿ ನಿಜ!" ಎಂದ. ನನಗೆ ಅವನ ಮಾತನ್ನು ಅಲ್ಲಗಳೆಯಬೇಕೆನ್ನಿಸಿತು, "ನಾನು ಸಂಪೂರ್ಣವಾಗಿ ಸತ್ಯವಾಡುತ್ತಿರುವೆನೇ? ಈಗ ತಾನೇ ನಾನೇನು ಹೇಳಿದೆನೆಂದು ಹೇಳಿ ನೋಡೋಣ," ಎಂದು. ನಾನೇನೂ ಹೇಳದೆ, ಗಾಢವಾದ ಯೋಚನೆಗಳಿಂದ ಹೊರಬರಲು ಸ್ವಲ್ಪ ಸಮಯ ಕೊಟ್ಟೆ. ಅವನು ತುಸು ಹೊತ್ತು ಅವನ ಯೋಚನೆಗಳಲ್ಲೇ ಮುಳುಗಿದ್ದ. ನಂತರ ಮತ್ತೆ ಹೇಳಿದ, "ನೀವು ಹೇಳುವುದು ಪೂರ್ತಿ ಸತ್ಯ. ಆದರೆ ನಾವು ಬೇರೇನಾದರೂ ಮಾತಾಡೋಣ."

ಆದರೆ ನನಗೆ ಇದ್ದಕ್ಕಿದ್ದಂತೆ ಹೊಳೆದ ಆ ಯೋಚನಾಲಹರಿ ಎಷ್ಟು ಉತ್ಸಾಹ ತರಿಸಿತ್ತೆಂದರೆ, ಅದನ್ನು ನಿಲ್ಲಿಸುವುದು ಸಾಧ್ಯವಾಗದೇ ಮತ್ತೆ ಪ್ರಾರಂಭಿಸಿದೆ. "ನಾನೇನು ಹೇಳುತ್ತಿದ್ದೆನೆಂದರೆ ಕೆಲವು ಗಂಡಸರಿಗೆ ಪ್ರೀತಿಸುವುದು ಹೇಗೆ ಅಂತಲೇ

ತಿಳಿದಿಲ್ಲ. ಅಂದರೆ, ಅವರಿಗೆ ಪ್ರೀತಿಸುವುದು ಬೇಕು, ಆದರೆ ಆ ಆಸೆಯನ್ನು ಪೂರೈಸುವ ನಿಟ್ಟಿನಲ್ಲಿ ಏನು ಮಾಡಬೇಕೆಂಬುದೇ ತಿಳಿದಿಲ್ಲ. ಇದಕ್ಕೆ ಬಹುಶಃ ಏನಾದರೂ ಮಾನಸಿಕ ಕಾರಣಗಳಿರಬಹುದು. ನಿಮಗೇನನ್ನಿಸುತ್ತದೆ?" ಅವನ ಮುಖ ಬಣ್ಣಗೆಟ್ಟಿತು, ಅದೇ ಆಗ ಪ್ರೇತದರ್ಶನವಾದಂತೆ! ಅದೆಷ್ಟು ಹಠಾತ್ ಬದಲಾವಣೆಯೆಂದರೆ ನನಗೆ ಯೋಚನೆಯಾಗಿ ಕೇಳಿದೆ,

"ನೀವು ಸರಿಯಾಗಿರುವಿರಾ? ನಿಮ್ಮ ಆರೋಗ್ಯ ಸರಿ ಇಲ್ಲವೆನಿಸುತ್ತಿದೆ."

"ಇಲ್ಲ, ಏನಾಗಿಲ್ಲ," ಅವನೆಂದರೂ ಅವನ ವ್ಯಥೆ ಹೆಚ್ಚಿದಂತೆನಿಸಿತು.

"ನನ್ನ ಆರೋಗ್ಯಕ್ಕೇನಾಗಿಲ್ಲ. ನಿಮಗೇಕೆ ಹಾಗನ್ನಿಸಿತು?"

"ಈ ಕ್ಷಣ ನಿಮ್ಮನ್ನು ಕಂಡ ಯಾರಿಗಾದರೂ ಗೊತ್ತಾಗುತ್ತದೆ ನಿಮ್ಮ ಆರೋಗ್ಯ ಸರಿಯಿಲ್ಲವೆಂದು. ನೀವು ತುಂಬಾ ಮಂಕಾಗುತ್ತಿರುವಿರಿ. ನೀವು ಮನೆಗೆ ಹೋದರೆ ಒಳ್ಳೆಯದು ಅನಿಸುತ್ತಿದೆ. ಬನ್ನಿ, ನಾನೂ ನಿಮ್ಮೊಡನೆ ಬರುತ್ತೇನೆ."

"ಬೇಡ, ನಾನೊಬ್ಬನೇ ಹೋಗುತ್ತೇನೆ. ನನಗೆ ರೋಗವೇನಿಲ್ಲ. ಕೆಲವೊಮ್ಮೆ ನನ್ನ ಹೃದಯ ನನಗೆ ತೊಂದರೆ ಕೊಡುತ್ತದಷ್ಟೇ. ಇನ್ನೊಂದು ನಿಮಿಷದಲ್ಲಿ ಸರಿಯಾಗುತ್ತೇನೆ, ನೀವು ದಯವಿಟ್ಟು ಮಾತು ಮುಂದುವರಿಸಿ."

ನಾನು ಸ್ವಲ್ಪ ಹೊತ್ತು ಮಾತಿಲ್ಲದೇ ಕುಳಿತಿದ್ದೆ. ಬಹುಶಃ ಅವನು ನನ್ನ ಮಾತುಗಳನ್ನು ಅರಗಿಸಿಕೊಳ್ಳುವ ಮನಃಸ್ಥಿತಿಯಲ್ಲಿ ಇರಲಿಲ್ಲ. ಆದರೂ ಅವನು ಮತ್ತೆ ಬಲವಂತ ಮಾಡಿದಕ್ಕೆ ನಾನು ಮತ್ತೆ ಪ್ರಾರಂಭಿಸಿದೆ.

"ಪ್ರೀತಿಸಲು ಅಶಕ್ತರಾದ ಗಂಡಸರ ಬಗ್ಗೆ ನಿಮಗೇನನ್ನಿಸುತ್ತದೆ ಎಂದು ಕೇಳುತ್ತಿದ್ದೆ. ಅವರ ಸ್ಥಿತಿಯನ್ನು ಊಹಿಸಿಕೊಳ್ಳುವುದೂ ನನ್ನಿಂದ ಅಸಾಧ್ಯ. ಕೆಲವು ಬಗೆಯ ಹೆಂಗಸರನ್ನು ನೋಡಿದರೂ ಅಷ್ಟೇ. ಮಕ್ಕಳಾಗಬೇಕೆನ್ನುವ ಗೀಳಿನವರು, ಕಣ್ಣೀರಾಗಿ ದೇವರಲ್ಲಿ ಒಂದು ಮಗುವಿಗಾಗಿ ಮೊರೆ ಇಡುವವರು, ಅವರ ಮೊರೆಯಿಂದ ಏನೂ ಉಪಯೋಗವಾಗಲಿಲ್ಲ ಎಂದಾದಾಗ ತನ್ನ ಬಂಜೆತನವನ್ನು ಸೌಂದರ್ಯದ ಮೋಡಿಯಿಂದ ನಿವಾರಿಸಿಕೊಳ್ಳಲೆತ್ನಿಸುವವರು, ಸ್ಮಶಾನದ ಬೂದಿ ಮೆತ್ತಿಕೊಂಡು, ಸಾಧುಗಳು ಹೇಳಿಕೊಟ್ಟ ಮಂತ್ರಗಳನ್ನುಚ್ಚರಿಸುತ್ತಾ ಅಸಂಖ್ಯಾತ ರಾತ್ರಿಗಳನ್ನು ನಿದ್ರೆಯಿಲ್ಲದೆ ಕಳೆಯುವರು, ಅದರ ಜೊತೆಜೊತೆಗೇ ದೇವರನ್ನೂ ಬೇಡಿಕೊಳ್ಳುತ್ತಾ, ಏನಾದರೂ ಕಾಣಿಕೆ ಅರ್ಪಿಸುತ್ತಿರುವರು; ಬಹುಶಃ ಪ್ರೀತಿಸಲಾರದ ಗಂಡಸರ ಸ್ಥಿತಿಯೂ ಹೀಗೇ ಇರುತ್ತದೇನೋ. ಅವರಿಗೂ ನಮ್ಮ ಸಹಾನುಭೂತಿಯ ಅವಶ್ಯಕತೆಯಿದೆ. ನಿಜಕ್ಕೂ ಹೇಳಬೇಕೆಂದರೆ ನಾನು ಅಂಧರಿಗಿಂತ ಇಂತವರಿಗೆ ಹೆಚ್ಚು ಸಹಾನುಭೂತಿ ತೋರಿಸುತ್ತೇನೆ."

ಅವನ ಕಣ್ಣಲ್ಲಿ ನೀರೂರಿತು. ಅವನು ಗಂಟಲು ಸರಿಪಡಿಸಿಕೊಳ್ಳುತ್ತಾ ಎದ್ದು ನಿಂತ. ಎತ್ತಲೋ ನೋಡುತ್ತಾ, "ಓಹ್, ತಡವಾಗುತ್ತಿದೆ... ನನಗೆ ಬಹಳ ಮುಖ್ಯವಾದ ಕೆಲಸವಿದೆ. ನಾವು ಮಾತನಾಡುತ್ತ ಕುಳಿತಿರುವಾಗ ಸಮಯ ನಿಜಕ್ಕೂ ಹಾರಿಹೋಗಿಬಿಟ್ಟಿದೆ."

ನಾನೂ ಎದ್ದು ನಿಂತೆ. ಅವನು ನನ್ನಿಂದ ಮುಖದಿರುವಿ, ನನ್ನ ಕೈಗಳನ್ನು ಬಿಗಿಯಾಗಿ ಹಿಡಿದು, ನನ್ನತ್ತ ನೋಡದೇ ಹೇಳಿದ, "ನಾನೀಗ ಹೊರಡುತ್ತೇನೆ." ಆ ನಂತರ ಅವನು ಹೊರಟುಹೋದ.

ನಾವು ಮತ್ತೆ ಅಪೊಲೋ ಬಂದರಿನಲ್ಲಿ ಭೇಟಿಯಾದೆವು. ನಾನು ಸಾಧಾರಣವಾಗಿ ವಾಯುವಿಹಾರಕ್ಕೆ ಹೋಗುವುದಿಲ್ಲ. ಆದರೆ ಇದು ನಾನು ಅಪೋಲೋ ಬಂದರಿನಲ್ಲಿ ಆಸಕ್ತಿ ಕಳೆದುಕೊಳ್ಳುವ ಒಂದು ತಿಂಗಳಿಗೂ ಮೊದಲು. ಅಂದರೆ ಆಗ್ರಾದ ಕವಿಯೊಬ್ಬ ಸಕ್ಕರೆಲೇಪಿತ ಮಾತುಗಳಿಂದ ತುಂಬಿದ ಮಾರುದ್ದದ ಪತ್ರದಲ್ಲಿ ಅಪೋಲೋ ಬಂದರ್ ಮತ್ತು ಅಲ್ಲಿನ ಸುಂದರ ಹುಡುಗಿಯರ ಬಗ್ಗೆ ಹೊಲಸು ಮಾತುಗಳನ್ನಾಡುತ್ತ, ನಾನು ಬಾಂಬೆಯಲ್ಲಿ ಇರುವುದಕ್ಕೆ ಅದೆಷ್ಟು ಅದೃಷ್ಟ ಮಾಡಿರುವೆನೋ ಎಂದು ಬರೆದಿದ್ದ ಪತ್ರ ಬರುವ ಒಂದು ತಿಂಗಳಿಗೆ ಮೊದಲು. ಈಗ ಯಾರಾದರೂ ನನಗೆ ಅಲ್ಲಿ ಹೋಗಲು ಹೇಳಿದಾಗಲೆಲ್ಲ, ನನಗೆ ಆ ಪತ್ರದ ನೆನಪಾಗಿ ಹೊಟ್ಟೆ ತೊಳೆಸುವಂತಾಗುತ್ತದೆ. ಆದರೆ ನಮ್ಮ ಎರಡನೇ ಭೇಟಿ ನಾನು ಇನ್ನೂ ಸಾಯಂಕಾಲದ ಹೊತ್ತು ಅಲ್ಲಿಗೆ ಹೋಗಿ, ಮಾಲೀಶ್ ಮಾಡುವವರು ತಮ್ಮ ಗಿರಾಕಿಗಳ ತಲೆ ತಟ್ಟುವುದರಲ್ಲಿ ನಿರತರಾಗಿರುವ ಸಮೀಪದ ಕಲ್ಲು ಬೆಂಚಿನ ಮೇಲೆ ಕೂರುತ್ತಿದ್ದಾಗಿನ ಕಾಲದಲ್ಲಿ ಆಗಿದ್ದು.

ಮುಸ್ಸಂಜೆ ಮುಗಿದು ರಾತ್ರಿಯು ಕಾಲಿಡುತ್ತಿತ್ತು. ಅಕ್ಟೋಬರ್ ತಿಂಗಳ ಬೇಗೆ ಇನ್ನೂ ಅಲ್ಲಿಯೇ ಠಳಾಯಿಸುತ್ತಿತ್ತಾದರೂ. ಜೊತೆಜೊತೆಗೆ ತಂಗಾಳಿಯೂ ಬೀಸುತ್ತಿತ್ತು. ಜನರು ದಣಿದ ಪ್ರಯಾಣಿಕರಂತೆ ಓಡಾಡುತ್ತಿದ್ದರು. ನನ್ನ ಹಿಂದಿದ್ದ ಕಾಲು ಹಾದಿಯಂಚಿನಲ್ಲಿ ಕಾರುಗಳು ಸಾಲಾಗಿ ನಿಂತಿದ್ದವು. ಹೆಚ್ಚುಕಡಿಮೆ ಎಲ್ಲ ಬೆಂಚುಗಳ ಮೇಲೆಯೂ ಜನರಿದ್ದರು. ನಾನು ಇಬ್ಬರು ವಾಚಾಳಿ ಗಂಡಸರ ಪಕ್ಕ ಕುಳಿತುಕೊಂಡೆ. ಆ ಗುಜರಾತಿ, ಪಾರ್ಸಿ ಗಂಡಸರಿಬ್ಬರು ಅದೆಷ್ಟು ಹೊತ್ತಿನಿಂದ ಅಲ್ಲಿ ಕುಳಿತಿದ್ದರೋ ದೇವರಿಗೇ ಗೊತ್ತು. ಅವರು ಗುಜರಾತಿಯಲ್ಲಿ ಮಾತನಾಡುತ್ತಿದ್ದರು, ಆದರೆ ಅವರ ಉಚ್ಚಾರಣೆ ಬೇರೆ ರೀತಿಯಲ್ಲಿತ್ತು. ಆ ಪಾರ್ಸಿಯ ದನಿಯ ಏರಿಳಿತ ಹೇಗಿತ್ತೆಂದರೆ, ವೇಗವಾಗಿ ಮಾತನಾಡಿದಾಗ ಗಿಣಿ ಮತ್ತು ಮೈನಾ ಕಿತ್ತಾಡುತ್ತಿರುವಂತೆ ಕೇಳಿಸುತ್ತಿತ್ತು. ನನಗೆ ಅವರ ಕೊನೆಯಿಲ್ಲದ ವಟವಟ ಕೇಳಿ ಕೇಳಿ ಸಾಕಾಗಿ ಎದ್ದೆ. ತಾಜ್ ಮಹಲ್ ಹೋಟೆಲಿನ ದಿಕ್ಕಿನಲ್ಲಿ ಹೋಗಲು ತಿರುಗಿದಾಗ, ಅವನು ನನ್ನೆಡೆಗೆ

ನಡೆದು ಬರುತ್ತಿದ್ದುದನ್ನು ಕಂಡೆ. ನನಗೆ ಅವನ ಹೆಸರು ತಿಳಿದಿರಲಿಲ್ಲ, ಹಾಗಾಗಿ ಅವನನ್ನು ಕೂಗಲಾಗಲಿಲ್ಲ. ಆದರೆ ಅವನು ನನ್ನನ್ನು ನೋಡಿದ ಕೂಡಲೇ, ಅವನು ಹುಡುಕುತ್ತಿದ್ದುದು ಸಿಕ್ಕಿದಂತೆ ನನ್ನನ್ನೇ ದಿಟ್ಟಿಸಿ ನೋಡಿದ. ಅಲ್ಲಿ ಯಾವ ಬೆಂಚೂ ಖಾಲಿ ಇರಲಿಲ್ಲ. ಹಾಗಾಗಿ ನಾನು, "ನಾವು ಭೇಟಿಯಾಗಿ ಸಾಕಷ್ಟು ಸಮಯವೇ ಕಳೆದಿರಬೇಕು. ಇಲ್ಲಿ ಯಾವ ಬೆಂಚೂ ಖಾಲಿ ಇಲ್ಲ. ನಾವು ರೆಸ್ಟೋರೆಂಟಿನಲ್ಲೇ ಕುಳಿತುಕೊಳ್ಳೋಣ," ಎಂದೆ. ಅವನೇನೋ ಅಸಂಬದ್ಧವಾಗಿ ಗೊಣಗಿದ, ನಾವಿಬ್ಬರೂ ಅಲ್ಲಿಂದ ಹೊರಟೆವು.

ಸ್ವಲ್ಪ ದೂರ ನಡೆದ ನಂತರ, ರೆಸ್ಟೋರೆಂಟ್ ಸಿಕ್ಕಿತು. ನಾವು ಬೆತ್ತದ ಕುರ್ಚಿಗಳಲ್ಲಿ ಕುಳಿತು ಚಹಾಗೆ ಆರ್ಡರ್ ಮಾಡಿದೆವು. ನಾನು ಅವನಿಗೆ ಸಿಗರೇಟ್ ನೀಡಿದೆ. ಕಾಕತಾಳೀಯವಾಗಿ ನಾನು ಅವತ್ತೇ ಡಾಕ್ಟರ್ ಆರೋಲ್ಕರ್ ಅವರಲ್ಲಿ ಹೋಗಿದ್ದೆ ಮತ್ತು ಅವರು ನನಗೆ ಸಿಗರೇಟ್ ನಿಲ್ಲಿಸಲು ಹೇಳಿ, ಅದು ಸಾಧ್ಯವಾಗದಿದ್ದರೆ ಥ್ರಿಬಲ್ ಫೈವ್ ಬ್ರ್ಯಾಂಡಿನಂಥ ಒಳ್ಳೆಯ ಗುಣಮಟ್ಟದ ಸಿಗರೇಟನ್ನಾದರೂ ಸೇದಲು ಹೇಳಿದ್ದರು. ಡಾಕ್ಟರ್ ಸಲಹೆಯಂತೆ ಆ ಸಾಯಂಕಾಲವೇ ಒಂದು ಪ್ಯಾಕ್ ಥ್ರಿಬಲ್ ಫೈವ್ ಕೊಂಡಿದ್ದೆ. ನನ್ನ ಗೆಳೆಯ ಅದನ್ನು ಜಾಗರೂಕತೆಯಿಂದ ಪರಿಶೀಲಿಸಿ, ನನ್ನೊಡನೆ ಏನೋ ಹೇಳಲು ಸಿದ್ಧನಾದವನು ನಂತರ ಏನೂ ಹೇಳದೇ ಮೌನವಾದ. ನಾನು ನಕ್ಕೆ.

"ನೀವು ಹೇಳಿದ್ದಕ್ಕೆ ಈ ಸಿಗರೇಟನ್ನು ತಂದೆ ಎಂದುಕೊಳ್ಳಬೇಡಿ. ಇವತ್ತು ಎದೆನೋವಿನ ಕಾರಣಕ್ಕೆ ಡಾಕ್ಟರ್ ಆರೋಲ್ಕರ್ ಅವರಲ್ಲಿ ಹೋಗಿದ್ದೆ. ಅವರು ಈ ಸಿಗರೇಟನ್ನಾದರೆ ಒಂದೆರಡು ಸೇದಬಹುದು, ಎಂದರು." ನಾನು ಮಾತನಾಡುವಾಗ ಅವನನ್ನೇ ನೋಡಿದೆ. ನನ್ನ ಮಾತುಗಳು ಅವನಿಗೆ ಕ್ಷೋಭೆಯನ್ನುಂಟುಮಾಡಿವೆ ಅನ್ನಿಸಿತು. ನಾನು ಜೇಬಿಗೆ ಕೈ ಹಾಕಿ ಡಾಕ್ಟರ್ ಆರೋಲ್ಕರ್ ಅವರ ಪ್ರಿಸ್ಕ್ರಿಪ್ಷನ್ ತೆಗೆದು ಟೇಬಲ್ ಮೇಲಿಟ್ಟು ಹೇಳಿದೆ, "ಇದರಲ್ಲಿರುವುದನ್ನೆಲ್ಲ ಓದಲು ಸಾಧ್ಯವಾಗುತ್ತಿಲ್ಲ. ಆದರೆ ಜಗತ್ತಿನಲ್ಲಿರುವ ಎಲ್ಲ ವೈಟಮಿನ್ ಮಾತ್ರೆಗಳನ್ನೂ ಬರೆದಿದ್ದಾರೆ ಅನಿಸುತ್ತಿದೆ." ಅವನು ಪ್ರಿಸ್ಕ್ರಿಪ್ಷನ್ನಿನ ಮೇಲಿದ್ದ ಡಾಕ್ಟರ್ ಆರೋಲ್ಕರ್ ಅವರ ಹೆಸರು, ವಿಳಾಸದ ಪಕ್ಕ ಬರೆದಿದ್ದ ದಿನಾಂಕವನ್ನು ಓದಿದ ನಂತರ, ಅವನ ಮುಖದಲ್ಲಿ ಆವರೆಗಿದ್ದ ಚಡಪಡಿಕೆ ಮಾಯವಾಯಿತು.

ಅವನು ನಗುತ್ತಾ ಹೇಳಿದ, "ಅದ್ಯಾಕೆ ಬರಹಗಾರರು ಸಾಕಷ್ಟು ಜನ ಅಪೌಷ್ಟಿಕತೆಯಿಂದ ನರಳುತ್ತಿರುತ್ತಾರೆ?"

"ಏಕೆಂದರೆ ಅವರಿಗೆ ತಿನ್ನಲು ಸಾಕಷ್ಟು ಸಿಗುವುದಿಲ್ಲ. ತುಂಬ ಕೆಲಸ ಮಾಡುತ್ತಾರಾದರೂ ಹೆಚ್ಚು ಹಣ ಸಿಗುವುದಿಲ್ಲ."

ಚಹಾ ಬಂದಿತು. ನಾವು ಬೇರೆ ವಿಷಯಗಳ ಬಗ್ಗೆ ಮಾತನಾಡಲು ತೊಡಗಿದೆವು. ಬಹುಶಃ ನಮ್ಮ ಮೊದಲ ಭೇಟಿಯಾಗಿ ಎರಡೂವರೆ ತಿಂಗಳು ಕಳೆದಿರಬಹುದು. ಅವನ ಮುಖ ಮತ್ತಷ್ಟು ಪೇಲವವಾಗಿತ್ತು, ಅವನ ಕಣ್ಣುಗಳ ಕೆಳಗೆ ಕಪ್ಪು ವರ್ತುಲಗಳು ಮೂಡಿದ್ದವು. ಅವನಿಗೇನೋ ಸುದೀರ್ಘಕಾಲದ ಮಾನಸಿಕ ಸಮಸ್ಯೆ ಇದ್ದಂತಿತ್ತು.

ಏಕೆಂದರೆ ನಮ್ಮ ಮಾತುಕಥೆಯ ನಡುವೆ ಇದ್ದಕ್ಕಿದ್ದಂತೆ ಮಾತು ನಿಲ್ಲಿಸಿ ನಿಟ್ಟುಸಿರು ಬಿಡುತ್ತಿದ್ದ, ನಗಲೆತ್ನಿಸಿದರೆ ಸದ್ದೇ ಹೊರಬರಲಿಲ್ಲ. ಇದ್ದಕ್ಕಿದ್ದಂತೆ ನಾನು ಕೇಳಿದೆ, "ಅದೇಕೆ ಅಷ್ಟು ದುಃಖಿಯಾಗಿರುವಿರಿ?"

"ದುಃಖಿ... ದುಃಖಿ..." ಅವನು ಹೇಳುವಾಗಲೇ ಅವನ ತುಟಿಗಳ ಮೇಲೊಂದು ನಗು ಮೂಡಿತು, ಸಾವಿನ ಅಂಚಿನಲ್ಲಿರುವವರು ತಾವು ಸಾವಿಗೆ ಹೆದರುವುದಿಲ್ಲ ಎಂದು ಕಷ್ಟಪಟ್ಟು ಸಾಬೀತು ಪಡಿಸಲು ಪ್ರಯತ್ನಿಸುವಂತೆ, "ನಾನು ದುಃಖಿಯಾಗಿಲ್ಲ. ನೀವು ದುಃಖಿಯಾಗಿರಬೇಕು," ಎಂದ.

ನಂತರ ಅವನು ಒಂದೇ ಗುಟುಕಿಗೆ ಕಪ್ಪಿನ ಚಹಾವನ್ನೆಲ್ಲ ಹೀರಿ ಖಾಲಿ ಮಾಡಿ ಎದ್ದು ನಿಂತು, "ಸರಿ ಹಾಗಿದ್ದರೆ. ನಾನು ಹೊರಡಬೇಕು. ನನಗೆ ಮುಖ್ಯವಾದ ಕೆಲಸವೊಂದಿದೆ."

ಅವನಿಗೆ ಯಾವ ಮುಖ್ಯ ಕೆಲಸವೂ ಇಲ್ಲ ಎಂದು ನನಗೆ ಖಚಿತವಾಗಿ ಗೊತ್ತಿತ್ತಾದರೂ ನಾನು ಅವನನ್ನು ತಡೆಯಲಿಲ್ಲ. ನನಗೆ ಅವನ ಹೆಸರನ್ನು ತಿಳಿಯಲು ಅವಕಾಶವಾಗಲಿಲ್ಲ, ಆದರೆ ಅವನಿಗೇನೋ ಗಂಭೀರವಾದ ಮಾನಸಿಕ ಕಾಯಿಲೆ ಎಂಬುದಂತೂ ತಿಳಿಯಿತು. ಅವನಿಗೆ ದುಃಖವನ್ನೂ ಮೀರಿದ ಖಿನ್ನತೆ ಇದ್ದಂತಿದ್ದರೂ ಬೇರೆಯವರಿಗೆ ಅವನ ದುಃಖವನ್ನು ತಿಳಿಯಪಡಿಸಬೇಕು ಎಂಬ ಉದ್ದೇಶವಿರಲಿಲ್ಲ.

ಅವನು ಎರಡು ಬದುಕುಗಳನ್ನು ಬದುಕಲು ಬಯಸುತ್ತಿದ್ದ: ಒಂದು ಹೊರಗಿನ ವಾಸ್ತವ ಜಗತ್ತು, ಇನ್ನೊಂದು ಅವನ ಮನಸ್ಸಿನೊಳಗಿನ ಜಗತ್ತು. ಎರಡನೇ ಬದುಕು ಅವನು ಎಚ್ಚರವಾಗಿರುವ ಪ್ರತಿಕ್ಷಣವನ್ನೂ ಕಬಳಿಸುತ್ತಿತ್ತು. ಅವನು ಎರಡು ಬದುಕಿನಲ್ಲೂ ಸೋಲನ್ನುಂಡಿದ್ದ, ಅದರ ಕಾರಣ ನನಗೆ ತಿಳಿಯಲಿಲ್ಲ.

ಅವನು ಮೂರನೇ ಬಾರಿ ಅಪೋಲೋ ಬಂದರಿನಲ್ಲಿ ನನಗೆ ಎದುರಾದಾಗ ನಾನು ಅವನನ್ನು ನನ್ನ ಮನೆಗೆ ಆಹ್ವಾನಿಸಿದೆ. ನಾವು ದಾರಿಯುದ್ದಕ್ಕೂ ಒಂದೇ ಒಂದು ಪದ ಮಾತಾಡಲಿಲ್ಲ, ಆದರೆ ಮನೆ ತಲುಪಿದ ನಂತರ ನಾವು ಬದಲಾದೆವು. ಅವನ ಮುಖದಲ್ಲಿ ಮೊದಲು ದುಃಖದ ಮೋಡ ಕವಿಯಿತಾದರೂ ಅವನು

ಬಲವಂತವಾಗಿ ದೂರ ಸರಿಸಿ, ಅವನ ಸ್ವಭಾವಕ್ಕೆ ವಿರುದ್ಧವಾಗಿ ಉತ್ಸಾಹದಿಂದ ಮಾತನಾಡುತ್ತಾ ನನ್ನನ್ನು ಮೆಚ್ಚಿಸಲು ಪ್ರಯತ್ನಿಸಿದ. ಅದನ್ನು ಕಂಡು ನನಗೆ ಅವನ ಮೇಲೆ ಇನ್ನಿಷ್ಟು ಕನಿಕರ ಮೂಡಿತು. ಅವನು ವಾಸ್ತವದಿಂದ ತಪ್ಪಿಸಿಕೊಳ್ಳಲು ಕಷ್ಟಪಟ್ಟು ಪ್ರಯತ್ನಿಸುತ್ತಿದ್ದ. ಕೆಲವೊಮ್ಮೆ ಈ ರೀತಿಯ ಆತ್ಮವಂಚನೆ ಅವನಿಗೆ ಖುಷಿ ಕೊಡುತ್ತಿರುವಂತೆನಿಸಿತು.

ನಾವು ಮಾತನಾಡುತ್ತಿರುವಾಗ, ಅವನು ನನ್ನ ಮೇಜನ್ನು ಅವಲೋಕಿಸುತ್ತಿರುವಾಗ ಫ್ರೇಮ್ ಹಾಕಿದ್ದ ಒಂದು ಹೆಣ್ಣಿನ ಫೋಟೋ ಕಣ್ಣಿಗೆ ಬಿತ್ತು. ಅವನು ಎದ್ದು ನಿಂತು, ಅದರ ಬಳಿ ಸಾರಿದ. "ನಾನು ಈ ಫೋಟೋ ನೋಡಿದರೆ ನಿಮ್ಮ ಅಭ್ಯಂತರ ಇಲ್ಲವಷ್ಟೇ?" ಕೇಳಿದ.

"ಖಂಡಿತ ಇಲ್ಲ"

ಅವನು ಅದರ ಕಡೆಗೊಂದು ಸ್ಥೂಲ ನೋಟ ಹರಿಸಿ, ಮತ್ತೆ ತನ್ನ ಕುರ್ಚಿಗೆ ಹೋಗಿ ಕುಳಿತ. "ಬಹಳ ಸುಂದರಿ. ಅವಳು ಬಹುಶಃ ನಿಮಗೆ..." ಎನ್ನುವುದರಲ್ಲಿ ನಾನು, "ಇಲ್ಲ, ಅದು ಬಹಳ ಮೊದಲಿನದ್ದು. ನನಗೆ ಅವಳನ್ನು ಕಂಡರೆ ಇಷ್ಟವಿತ್ತು, ಪ್ರೀತಿಸಿದ್ದೆ ಕೂಡಾ. ಆದರೆ ಅವಳಿಗದು ತಿಳಿದಿರಲಿಲ್ಲ ಅನ್ನುವುದೇ ದುಃಖದ ವಿಷಯ. ನಾನು... ನಾನು... ಊಹೂಂ, ಅವಳ ತಾಯ್ತಂದೆಯರು ಅವಳಿಗೆ ಬೇರೆ ಕಡೆ ಮದುವೆ ಮಾಡಿಬಿಟ್ಟರು. ಇದು ಪ್ರಾರಂಭವಾಗುವ ಮೊದಲೇ ಕೊನೆಯುಸಿರೆಳೆದ ನನ್ನ ಮೊದಲ ಪ್ರೇಮದ ಸ್ಮಾರಕ."

'ಪ್ರೇಮದ ಸ್ಮಾರಕ' ಅವನು ಪುನರುಚ್ಚರಿಸಿದ, ಅವನ ಒಣ ತುಟಿಗಳ ಮೇಲೆ ನಾಲಿಗೆಯಾಡಿಸುತ್ತಾ, "ಆದರೆ ನಿಮಗೆ ಮತ್ತೂ ಒಂದಿಷ್ಟು ಪ್ರೇಮ ಎದುರಾಗಿರಬೇಕು. ಅಂದರೆ ನಿಮಗೆ ನಿಜದ ಪ್ರೀತಿಯ ಅನುಭವವಾಗಿರಬೇಕು"

ನನಗೆ ಹೇಳಬೇಕೆನ್ನಿಸುತ್ತಿತ್ತು, ನಾನೂ ನಿನ್ನಂತೆ ಪ್ರೇಮಿಸಲು ಅಶಕ್ತನಾದ ಗಂಡಸರಲ್ಲಿ ಒಬ್ಬ ಎಂದು. ಆದರೆ ಯಾಕೋ ಅದನ್ನು ಹೇಳದೇ ತಡೆದು ಅಕಾರಣವಾಗಿ ಸುಳ್ಳೊಂದನ್ನು ಹೇಳಿದೆ, "ಹು ಸಾಕಷ್ಟು ನನ್ನ ಪಾಲಿಗೆ ಬಂದವು. ನಿಮಗೂ ಸಾಕಷ್ಟು ಪ್ರೇಮಿಗಳು ಇದ್ದಿರಬೇಕು"

ಅವನು ಮೌನ ತಾಳಿದ, ಸಾಗರದ ಆಳದಂಥ ಮೌನ. ಅವನು ಯೋಚನೆಗಳಲ್ಲಿ ಕಳೆದುಹೋಗಿದ್ದ. ಅವನ ಮೌನ ನನ್ನನ್ನು ನಿರುತ್ಸಾಹಗೊಳಿಸಿದಾಗ ನಾನು ಹೇಳಿದೆ, "ಹಲೋ! ಏನು ಯೋಚಿಸುತ್ತಿರುವಿರಿ?"

"ನಾನು... ನಾನು... ಏನಿಲ್ಲ. ಯಾವುದರದೋ ಬಗ್ಗೆ ಯೋಚಿಸುತ್ತಿದ್ದೆ."

"ಏನನ್ನಾದರೂ ನೆನಪಿಸಿಕೊಳ್ಳುತ್ತಿದ್ದಿರಾ? ಹಳೆಯ ಕನಸೇನಾದರೂ? ಹಳೆಯ ಗಾಯ?"

"ಗಾಯ... ಹಳೆಯದೊಂದು... ಗಾಯ... ಯಾವುದೋ ಒಂದು ಗಾಯವಲ್ಲ. ನನಗಿರುವುದು ಒಂದೇ ಒಂದು, ಅದು ತುಂಬ ಆಳದ್ದು, ಮಾರಣಾಂತಿಕವಾದದ್ದು. ಅದೊಂದು ಗಾಯ ಸಾಕು," ಅವನು ಹೀಗೆ ಹೇಳಿ, ಎದ್ದು ಕೋಣೆಯ ತುಂಬಾ ಓಡಾಡಲಾರಂಭಿಸಿದ.

ಆದರೆ ಕೋಣೆ ಚಿಕ್ಕದು, ಅದರ ತುಂಬಾ ಕುರ್ಚಿಗಳು, ಮೇಜು, ಮಂಚ ಇದ್ದಿದ್ದರಿಂದ ಹೆಚ್ಚು ಜಾಗವಿರಲಿಲ್ಲ. ಹಾಗಾಗಿ ಅವನು ಮೇಜಿನ ಬಳಿ ನಿಲ್ಲಬೇಕಾಯಿತು. ಅವನು ಆ ಫೋಟೋವನ್ನೇ ದಿಟ್ಟಿಸಿ ನೋಡುತ್ತ ಹೇಳಿದ, "ಇಬ್ಬರೂ ಎಷ್ಟು ಒಂದೇ ಥರ ಇದ್ದಾರೆ ನಿಮ್ಮವಳು ಮತ್ತು ನನ್ನವಳು. ಆದರೆ ಅವಳ ಮುಖದಲ್ಲಿ ಇಷ್ಟು ತುಂಟತನವಿರಲಿಲ್ಲ ಮತ್ತು ಅವಳ ಕಣ್ಣುಗಳು ಇನ್ನೂ ಅಗಲವಾಗಿಯೂ, ಗಮನ ಸೆಳೆಯುವಂತೆಯೂ ಇದ್ದವು."

ಅವನು ನಿರಾಶೆಯ ನಿಟ್ಟುಸಿರಿಟ್ಟು ಕುರ್ಚಿಯ ಮೇಲೆ ಕುಳಿತ. "ಸಾವನ್ನು ಅರ್ಥ ಮಾಡಿಕೊಳ್ಳುವುದೇ ಕಷ್ಟ, ಅದರಲ್ಲೂ ಅಷ್ಟು ಸಣ್ಣ ವಯಸ್ಸಿನವರ ಸಾವು. ದೇವರನ್ನು ಎದುರಿಸುವಂಥ ಒಂದು ಶಕ್ತಿ ಇದೆಯೇನೋ, ಹೊಟ್ಟೆಕಿಚ್ಚಿನ ಶಕ್ತಿ... ಯಾರನ್ನೂ ಸಂತೋಷವಾಗಿ ಇರಲು ಬಯಸದಂಥ ಶಕ್ತಿ. ಇರಲಿಬಿಡಿ."

"ಇಲ್ಲ ಇಲ್ಲ ನೀವು ಹೇಳಿದಂತೆ..." ನಾನು ಅವನನ್ನು ಮಾತಿಗಿಳಿಯಲು ಉತ್ತೇಜಿಸಿದೆ.

"ಪ್ರಾಮಾಣಿಕವಾಗಿ ಹೇಳಬೇಕೆಂದರೆ, ನೀವು ಎಂದಿಗೂ ಪ್ರೀತಿಯಲ್ಲಿ ಬಿದ್ದಿಲ್ಲ ಅನ್ನಿಸಿತ್ತು ನನಗೆ."

"ಯಾಕೆ? ಈಗ ತಾನೇ ಹೇಳಿದಿರಿ ನನಗೆ ತುಂಬಾ ಪ್ರಿಯತಮೆಯರಿರಬೇಕು," ಎಂದು ಅವನು ನನ್ನತ್ತ ಪ್ರಶ್ನಾರ್ಥಕವಾಗಿ ನೋಡಿದ.

"ನಾನು ಎಂದಿಗೂ ಪ್ರೇಮದಲ್ಲಿ ಬೀಳದಿದ್ದರೆ, ನಾನೇಕೆ ಸದಾ ದುಃಖಿಯಾಗಿರುತ್ತೇನೆ? ನಾನೇಕೆ ನನ್ನ ಕಡೆಗೆ ಗಮನ ಕೊಡುವುದಿಲ್ಲ? ನಾನು ಒಂದು ಮೋಂಬತ್ತಿಯಂತೆ ಕರಗಿ ಹೋಗುತ್ತಿರುವೆನೆಂದು ನನಗೇಕೆ ಅನಿಸುತ್ತದೆ?"

ಇವೆಲ್ಲ ವಾಗಾಡಂಬರದ ಪ್ರಶ್ನೆಗಳಾಗಿದ್ದವು. ನಾನು ಹೇಳಿದೆ, ನಿಮಗೆ ತುಂಬಾ ಜನ ಪ್ರೇಮಿಗಳು ಇರಬೇಕೆನಿಸುತ್ತದೆ ಎಂದು ನನಗನ್ನಿಸುತ್ತದೆ ಎಂದು ನಾನು ಹೇಳಿದ್ದು ಬರೀ ಸುಳ್ಳು. ಆದರೆ ಕೂಡಾ ದುಃಖಿಯಾಗಿಲ್ಲವೆಂದು ಸುಳ್ಳಾಡಿದ್ದಿರಿ.

ನೀವು ಅನಾರೋಗ್ಯಪೀಡಿತನಾಗಿರುವ ವಿಷಯಕ್ಕೂ ಸುಳ್ಳಾಡಿದ್ದಿರಿ. ಬೇರೆಯವರಿಗೆ ಏನನ್ನಿಸುತ್ತಿದೆ ಎಂದು ತಿಳಿಯುವುದು ಸುಲಭವಲ್ಲ. ನಿಮ್ಮ ದುಃಖಕ್ಕೆ ಬೇರೆ ಬೇರೆ ಕಾರಣಗಳಿರಬಹುದು. ಆದರೆ ನೀವು ಹೇಳದೇ ನನಗೆ ಹೇಗೆ ಗೊತ್ತಾಗಬೇಕು? ದಿನೇ ದಿನೇ ಕೃಶವಾಗುತ್ತಿದ್ದೀರಿ ಅನ್ನುವುದು ನಿಜ. ಅಂದಮೇಲೆ ಏನೋ ಘೋರವಾದದ್ದನ್ನು ಅನುಭವಿಸಿದ್ದೀರಿ ಅನ್ನುವುದು ಸ್ಪಷ್ಟ. ನಿಮ್ಮ ಪರಿಸ್ಥಿತಿ ಕಂಡು ಬೇಸರವಾಯಿತು."

"ನನ್ನ ಪರಿಸ್ಥಿತಿ ಕಂಡು ಬೇಸರವಾಯಿತಾ?" ಕಣ್ಣಿನ ತುಂಬಾ ನೀರು ತುಂಬಿಕೊಂಡಿತು.

ಅವನೆಂದ, "ನನಗೆ ಯಾರ ಕರುಣೆಯೂ ಬೇಕಿಲ್ಲ. ಕರುಣೆ ಅವಳನ್ನು ಸಮಾಧಿಯಿಂದ ಮರಳಿ ತರುವುದಿಲ್ಲ. ನಾನು ಪ್ರೀತಿಸಿದ ಆ ಹೆಣ್ಣನ್ನು. ನೀವು ಪ್ರೀತಿಸಿಲ್ಲ. ನೀವು ಎಂದೂ ಪ್ರೀತಿಯಲ್ಲಿ ಬಿದ್ದಿಲ್ಲ ಅನ್ನುವುದರಲ್ಲಿ ಅನುಮಾನವೇ ಇಲ್ಲ, ಏಕೆಂದರೆ ನಿಮ್ಮಲ್ಲಿ ಗಾಯದ ಕಲೆಗಳೇ ಇಲ್ಲ. ಇಲ್ಲಿ ನೋಡಿ," ತನ್ನೆಡೆಗೆ ಬೆಟ್ಟು ಮಾಡಿ ತೋರಿಸಿಕೊಂಡ. "ನನ್ನ ದೇಹದ ಪ್ರತಿ ಅಂಗುಲದಲ್ಲೂ ಪ್ರೀತಿಯ ಕಲೆ. ನನ್ನ ಅಸ್ತಿತ್ವವೇ ಒಡೆದು ಚೂರಾದ ಹಡಗು. ನಾನು ಏನು ಹೇಳಲಿ? ನಿಮಗೆ ಅರ್ಥವಾಗುವುದಿಲ್ಲ ಅಂದಮೇಲೆ ನಾನು ಯಾಕೆ ಹೇಳಬೇಕು? ನಿಮ್ಮ ಬಳಿ ಯಾರಾದರೂ ತಮ್ಮ ತಾಯಿ ಸತ್ತು ಹೋದರು ಎಂದರೆ ಅವರಿಗೆ ಹೇಗೆ ಅನಿಸುತ್ತಿರುತ್ತದೋ ಹಾಗೆಯೇ ನಿಮಗೂ ಅನ್ನಿಸಬೇಕೆಂದೇನೂ ಇಲ್ಲ. ನನ್ನ ಪ್ರೀತಿಯು ನಿಮಗಾಗಲಿ, ಬೇರೆಯವರಿಗಾಗಲಿ ಮಾಮೂಲು ಪ್ರೇಮಕಥೆ ಎನ್ನಿಸಬಹುದು. ನನ್ನ ಮೇಲೆ ಅದು ಬೀರಿದ ಪರಿಣಾಮ ನಿಮಗೆ ಅರ್ಥವಾಗುವುದಿಲ್ಲ. ನಾನು ಪ್ರೀತಿಸಿದವನು, ನನಗೇ ಎಲ್ಲವೂ ಘಟಿಸಿದ್ದು."

ಅವನು ಮೌನವಾದ. ಅವನ ಗಂಟಲಿನಲ್ಲಿ ಏನೋ ತಡೆದಂತಾಗಿರಬೇಕು, ಅವನು ಪದೇಪದೇ ನುಂಗಲು ಪ್ರಯತ್ನಿಸುತ್ತಿದ್ದ.

"ಅವಳು ನಿನ್ನ ನಂಬಿಕೆಯನ್ನು ದುರುಪಯೋಗ ಮಾಡಿಕೊಂಡಳೇ? ಅಥವಾ ಬೇರೇನಾದರೂ ಆಯಿತಾ?"

"ನನಗೆ ಮೋಸ ಮಾಡುವುದಾ? ಅವಳಿಗೆ ಯಾರನ್ನೂ ಮೋಸಗೊಳಿಸುವ ಸಾಮರ್ಥ್ಯವಿರಲಿಲ್ಲ. ದೇವರೇ! ಹಾಗೆ ಹೇಳಬೇಡಿ. ನಾವು ಸಂತೋಷವಾಗಿ ರುವುದನ್ನು ಸಹಿಸದ ಸಾವನ್ನು ನಾನು ದೂಷಿಸುತ್ತೇನೆ. ಅದು ಅವಳನ್ನು ಕಚ್ಚಿಕೊಂಡು ಹಾರಿಹೋಯಿತು. ಅಯ್ಯೋ, ಇದೆಲ್ಲ ಅತಿಯಾಯಿತು. ನೀವೇಕೆ ನನಗೆ ಇದನ್ನೆಲ್ಲ ನೆನಪಿಸಿದಿರಿ? ಕೇಳಿ, ಆ ಕಥೆಯನ್ನು ಸ್ವಲ್ಪ ಹೇಳುತ್ತೇನೆ. ಅವಳು ಬಲಾಢ್ಯ ಶ್ರೀಮಂತನೊಬ್ಬನ ಮಗಳು. ನಾನು ಅವಳನ್ನು ಭೇಟಿಯಾಗುವ ಮೊದಲೇ

ನನ್ನೆಲ್ಲ ಪಿತ್ರಾರ್ಜಿತ ಆಸ್ತಿಯನ್ನು ಹಾಳುಗೆಡವಿದ್ದೆ. ನನ್ನಲ್ಲಿ ಏನೆಂದರೆ ಏನೂ ಇರಲಿಲ್ಲ. ನಾನು ಹುಟ್ಟೂರನ್ನು ಬಿಟ್ಟು ಲಖನೌಗೆ ಹೋಗಿದ್ದೆ. ನನ್ನ ಬಳಿ ಕಾರ್ ಇತ್ತು, ಡ್ರೈವಿಂಗ್ ಬರುತ್ತಿತ್ತು. ಹಾಗಾಗಿಯೇ ನಾನು ಡ್ರೈವರ್ ಕೆಲಸ ಮಾಡಲು ನಿರ್ಧರಿಸಿದೆ. ಮೊದಲ ಕೆಲಸಕ್ಕೆ ಒಬ್ಬರು ಡೆಪ್ಯುಟಿ ಕಲೆಕ್ಟರ್ ಹತ್ತಿರ ಸೇರಿಕೊಂಡೆ. ಅವರಿಗೆ ಒಬ್ಬಳೇ ಹೆಣ್ಣುಮಗಳು..." ಅವನು ಇದ್ದಕ್ಕಿದ್ದಂತೆ ಮಾತು ನಿಲ್ಲಿಸಿದ.

ಸ್ವಲ್ಪ ಹೊತ್ತಿನ ನಂತರ, ಅನ್ಯಮನಸ್ಕತೆಯಿಂದ ಹೊರಬಂದ ಅವನು, "ನಾನೇನು ಹೇಳುತ್ತಿದ್ದೆ?" ಎಂದು ಕೇಳಿದ.

"ಡೆಪ್ಯುಟಿ ಸಾಹೇಬರ ಮನೆಯಲ್ಲಿ ಕೆಲಸ ಸಿಕ್ಕಿತು ಎನ್ನುತ್ತಿದ್ದಿರಿ."

"ಹೌದು, ಜಹರಾ ಅವರ ಒಬ್ಬಳೇ ಮಗಳು. ನಾನು ದಿನವೂ ಬೆಳಗ್ಗೆ ಒಂಬತ್ತಕ್ಕೆ ಅವಳನ್ನು ಶಾಲೆಗೆ ಬಿಡುತ್ತಿದ್ದೆ. ಅವಳು ಪರ್ದಾ ಹಾಕಿರುತ್ತಿದ್ದಳು. ಡ್ರೈವರ್ ಕಣ್ಣಿಗೆ ಕಾಣದಂತೆ ಎಷ್ಟು ಕಾಲ ಮುಖ ಮರೆಸಿಕೊಂಡಿರಲು ಸಾಧ್ಯ? ಎರಡನೇ ದಿನವೇ ಅವಳ ಮುಖದರ್ಶನವಾಯಿತು. ಅವಳು ಕೇವಲ ಸುಂದರಿಯಾಗಿರಲಿಲ್ಲ. ಅವಳಲ್ಲಿ ಹೇಳಲಾರದಂಥದ್ದೇನೋ ವಿಶೇಷತೆಯಿತ್ತು. ಅವಳು ತುಂಬಾ ಗಂಭೀರವಾಗಿರುತ್ತಿದ್ದಳು ಮತ್ತು ಅವಳ ಮಧ್ಯ ಬೈತಲೆ ಅವಳಿಗೊಂದು ಘನತೆ ತಂದುಕೊಟ್ಟಿತ್ತು. ಅವಳು... ಅವಳು... ಅವಳನ್ನು ಹೇಗೆ ವರ್ಣಿಸಲಿ? ಪದಗಳೇ ಸಿಕ್ಕುತ್ತಿಲ್ಲ."

ಅವನು ವಿವರವಾಗಿ ಜಹರಾಳ ಸದ್ಗುಣಗಳ ಪಟ್ಟಿ ಮಾಡಲು ಪ್ರಯತ್ನಿಸಿದ. ಅವಳು ಮತ್ತೆ ಜೀವ ತಳೆಯುವ ರೀತಿಯಲ್ಲಿ ಅವಳನ್ನು ವರ್ಣಿಸುತ್ತಲಿದ್ದ, ಆದರೆ ಅವನು ಆ ಪ್ರಯತ್ನದಲ್ಲಿ ಯಶಸ್ವಿಯಾಗಲಿಲ್ಲ. ಅವನ ಮನಸ್ಸು ಯೋಚನೆಗಳಿಂದ ತುಂಬಿ ಭಾರವಾದಂತಿತ್ತು. ಆಗಾಗ ಅವನು ಉತ್ಸುಕನಾಗುತ್ತಿದ್ದನಾದರೂ, ಮತ್ತೆ ಕೆಲವೇ ಕ್ಷಣಗಳಲ್ಲಿ ದುಃಖಿತನಾಗಿ ನಿಟ್ಟುಸಿರಿಡಲು ಪ್ರಾರಂಭಿಸುತ್ತಿದ್ದ. ಅವನು ತನ್ನ ಕಥೆಯನ್ನು ನಿಧಾನವಾಗಿ ಹೇಳುತ್ತಿದ್ದ, ಆ ಯಾತನೆಯನ್ನು ನಿರೂಪಿಸುವುದರಲ್ಲಿಯೇ ಸಂತೋಷ ಕಾಣುತ್ತಿದ್ದಾನೋ ಎನ್ನಿಸುವಂತೆ.

ಆ ಕಥೆ ಹೀಗಿದೆ...

ಅವನು ಜಹರಾಳೊಡನೆ ಪ್ರೀತಿಯಲ್ಲಿ ಬಿದ್ದ. ಅವಳ ಕ್ಷಣಿಕ ದರ್ಶನ ಪಡೆಯುವ ಬಗೆ ಹೇಗೆಂದು ತಂತ್ರ ರೂಪಿಸುವುದರಲ್ಲಿ ನಿರತನಾಗಿ ಅನೇಕ ದಿನಗಳನ್ನು ಕಳೆದ. ಆದರೆ ಆ ಪ್ರೇಮದ ಬಗ್ಗೆ ಗಂಭೀರವಾಗಿ ಯೋಚಿಸಿದಾಗ, ಅದೆಷ್ಟು ಅಸಾಧ್ಯದ ವಿಷಯವೆಂಬುದು ಅವನಿಗೆ ಅರ್ಥವಾಯಿತು. ಡ್ರೈವರ್ ಒಬ್ಬ ಮಾಲೀಕನ ಮಗಳನ್ನು ಪ್ರೀತಿಸುವುದಾದರೂ ಹೇಗೆ? ಅವನು ಈ ಕಹಿಸತ್ಯದ ಬಗ್ಗೆ ಯೋಚಿಸಿ

ತುಂಬ ದುಃಖಿತನಾದ. ಧೈರ್ಯ ಒಗ್ಗೂಡಿಸಿಕೊಂಡು ಜಹರಾಳಿಗೊಂದು ಪತ್ರ ಬರೆದ. ಅವನಿಗೆ ಆ ಸಾಲುಗಳು ಈಗಲೂ ನೆನಪಿವೆ:

ಜಹರಾ,

ನಾನು ನಿಮ್ಮ ನೌಕರನೆಂದು ನನಗೆ ಗೊತ್ತು. ನಿಮ್ಮ ತಂದೆ ನನಗೆ ತಿಂಗಳಿಗೆ ಮೂವತ್ತು ರೂಪಾಯಿ ಸಂಬಳ ಕೊಡುತ್ತಾರೆ. ಆದರೆ ನಾನು ನಿಮ್ಮನ್ನು ಪ್ರೀತಿಸುತ್ತೇನೆ. ನಾನೇನು ಮಾಡಬೇಕು, ಏನು ಮಾಡಬಾರದು... ನಿಮ್ಮ ಸಲಹೆ ಬೇಕಿದೆ ನನಗೆ.

ಅವನು ಈ ಪತ್ರವನ್ನು ಅವಳ ಪುಸ್ತಕವೊಂದರಲ್ಲಿ ಇಟ್ಟ. ಮರುದಿನ ಅವಳನ್ನು ಶಾಲೆಗೆ ಕರೆದೊಯ್ಯುವಾಗ ಅವನ ಕೈ ನಡುಗುತ್ತಿತ್ತು ಮತ್ತು ಸ್ಟಿಯರಿಂಗ್ ವೀಲ್ ಅವನ ಹಿಡಿತದಿಂದ ಜಾರುತ್ತಿತ್ತು. ಸದ್ಯ ದೇವರ ದಯದಿಂದ ಅಪಘಾತವೇನಾಗಲಿಲ್ಲ! ಇಡೀ ದಿನ ವಿಚಿತ್ರ ಭಾವ. ಸಂಜೆ ಅವಳನ್ನು ಮನೆಗೆ ಕರೆದೊಯ್ಯುವಾಗ, ಜಹರಾ ಅವನಿಗೆ ಗಾಡಿ ನಿಲ್ಲಿಸಲು ಆದೇಶಿಸಿದಳು. ಅವನು ನಿಲ್ಲಿಸಿದ. ಜಹರಾ ಗಂಭೀರವಾಗಿ ಹೇಳಿದಳು, "ನೋಡು ನಯೀಮ್ ಮತ್ತೆ ಈ ರೀತಿ ಮಾಡಬೇಡ. ನಾನು ಅಪ್ಪನಿಗೆ ಈ ವಿಷಯ ಹೇಳಲಿಲ್ಲ, ಅದೇ ನೀನು ಪುಸ್ತಕದೊಳಗಿಟ್ಟ ಪತ್ರದ ಬಗ್ಗೆ. ಆದರೆ ಇನ್ನೊಂದು ಸಲ ಹೀಗೆ ಮಾಡಿದರೆ ನಾನು ಹೇಳಲೇಬೇಕಾಗುತ್ತದೆ. ಅರ್ಥವಾಯಿತಾ? ನಡಿ ಹೋಗೋಣ."

ಅವನು ಕೆಲಸ ಬಿಟ್ಟು, ಆ ಪ್ರೀತಿಯನ್ನು ಮರೆಯಬೇಕೆಂದುಕೊಂಡ. ಆದರೆ ಅದು ಅಸಾಧ್ಯವಾಗಿತ್ತು. ಅವನ ಯೋಜನೆಯನ್ನು ಕಾರ್ಯಗತಗೊಳಿಸಬೇಕಾ ಇಲ್ಲವಾ ಎನ್ನುವ ದ್ವಂದ್ವದಲ್ಲೇ ಒಂದು ತಿಂಗಳು ಕಳೆದುಹೋಯಿತು. ಅವನು ಮತ್ತೊಂದು ಪತ್ರ ಬರೆಯುವ ಧೈರ್ಯ ಮಾಡಿ, ಅದನ್ನು ಜಹರಾಳ ಪುಸ್ತಕದೊಳಗಿಟ್ಟ. ಏನಾಗಬಹುದು ಎಂದು ಕಾದ. ಮರುದಿನ ಅವನನ್ನು ಕೆಲಸದಿಂದ ತೆಗೆದುಹಾಕಬಹುದು ಎಂದೆಣಿಸಿದ, ಆದರೆ ಹಾಗಾಗಲಿಲ್ಲ. ಜಹರಾಳನ್ನು ಶಾಲೆಯಿಂದ ಮನೆಗೆ ಕರೆತರುವಾಗ, ಅವಳು ಮತ್ತೊಮ್ಮೆ ಅವನಿಗೆ ಆ ರೀತಿ ಮಾಡದಿರಲು ಎಚ್ಚರಿಕೆ ನೀಡಿದಳು. "ನಿನಗೆ ನಿನ್ನ ಮರ್ಯಾದೆಯ ಬಗ್ಗೆ ಕಾಳಜಿ ಇಲ್ಲದಿದ್ದರೆ, ನನ್ನ ಮರ್ಯಾದೆಯ ಬಗ್ಗೆಯಾದರೂ ಕಾಳಜಿ ಇರಲಿ," ಅವಳು ಈ ರೀತಿ ಕಠಿಣ ಮಾತುಗಳನ್ನಾಡಿದಾಗ, ನಯೀಮ್ ಭರವಸೆ ಕಳೆದುಕೊಂಡ. ಅವನು ಮತ್ತೆ ಕೆಲಸ ಬಿಟ್ಟು ಲಖನೌ ಅನ್ನು ಶಾಶ್ವತವಾಗಿ ತೊರೆಯಬೇಕು ಎಂದು ಯೋಚಿಸಿದ. ತಿಂಗಳು ಕಳೆದ ನಂತರ ತನ್ನ ಕೋಣೆಯಲ್ಲಿ ಒಂದು ಪತ್ರ ಬರೆಯಲು ಕುಳಿತ. ಲಾಂದ್ರದ ಮಬ್ಬು ಬೆಳಕಿನಲ್ಲಿ ಹೀಗೆ ಬರೆದ:

ಜಹರಾ,

ನೀನು ಹೇಳಿದಂತೆ ಮಾಡಲು ನಾನು ಶಕ್ತಿಮೀರಿ ಪ್ರಯತ್ನಿಸಿದೆ. ಆದರೆ ನನಗೆ ನನ್ನ ಭಾವನೆಗಳನ್ನು ನಿಯಂತ್ರಿಸಿಕೊಳ್ಳಲಾಗುತ್ತಿಲ್ಲ. ಇದು ನನ್ನ ಕೊನೆಯ ಪತ್ರ. ನಾನು ನಾಳೆ ಸಂಜೆ ಲಖನೌ ತೊರೆದು ಹೋಗುತ್ತಿದ್ದೇನೆ, ನೀನು ಅಪ್ಪನಿಗೆ ಏನೂ ಹೇಳುವುದಿರುವುದಿಲ್ಲ ಆ ನಂತರ. ನಿನ್ನ ಮೌನ ನನ್ನ ಹಣೆಬರಹವನ್ನು ನಿರ್ಧರಿಸುತ್ತದೆ. ಆದರೆ ನಾನು ದೂರದಲ್ಲಿ ಇರುತ್ತೇನೆ ಅಂದಮಾತ್ರಕ್ಕೆ ನಿನ್ನನ್ನು ಪ್ರೀತಿಸುವುದನ್ನು ನಿಲ್ಲಿಸುತ್ತೇನೆ ಎಂದು ಭಾವಿಸಬೇಡ. ಅದೇನೇ ಆದರೂ ನಾನು ನಿನ್ನನ್ನು ಪ್ರೀತಿಸುತ್ತಲೇ ಇರುತ್ತೇನೆ. ನಿನ್ನನ್ನು ಶಾಲೆಗೆ ಬಿಟ್ಟು, ಕರೆತರುತ್ತಿದ್ದುದನ್ನು ನಾನು ಯಾವತ್ತೂ ನೆನಪಿಟ್ಟುಕೊಳ್ಳುತ್ತೇನೆ, ನಿನಗೆ ಪ್ರಯಾಣ ಸುಖಕರವಾಗಿರಲಿ ಎಂದು ನಾನು ನಿಧಾನವಾಗಿ ಡ್ರೈವ್ ಮಾಡುತ್ತಿದ್ದೆ, ಇನ್ನು ಯಾವ ರೀತಿಯಲ್ಲಿ ನಾನು ನನ್ನ ಪ್ರೀತಿಯನ್ನು ವ್ಯಕ್ತಪಡಿಸಲಿ?

ಅವನು ಆ ಪತ್ರವನ್ನು ಜಹರಾಳ ಪುಸ್ತಕವೊಂದರಲ್ಲಿಟ್ಟ. ಶಾಲೆಗೆ ಹೋಗುವಾಗ ಅವಳೇನೂ ಹೇಳಲಿಲ್ಲ... ವಾಪಸ್ ಬರುವಾಗಲೂ ಅವಳೇನೂ ಹೇಳಲಿಲ್ಲ. ಅವನು ಎಲ್ಲ ಭರವಸೆ ಕಳೆದುಕೊಂಡ. ತನ್ನ ಕೋಣೆಗೆ ಹೋದ. ಸಾಮಾನುಗಳನ್ನೆಲ್ಲ ಜೋಡಿಸಿ ಬದಿಗಿರಿಸಿದ. ನಂತರ ಲಾಂದ್ರದ ಮಬ್ಬು ಬೆಳಕಿನಲ್ಲಿ ಮಂಚದ ಮೇಲೆ ಕುಳಿತು ಜಹರಾಳ ಬಗೆಗಿನ ತನ್ನ ನಿಷ್ಪ್ರಯೋಜಕ ಪ್ರೇಮವನ್ನು ಕುರಿತು ಯೋಚಿಸುತ್ತಾ ಕುಳಿತ. ಅವನು ವ್ಯಾಕುಲನಾಗಿದ್ದ. ಅವನಿಗೆ ತನ್ನ ಸ್ಥಿತಿ ಗೊತ್ತಿತ್ತು. ತಾನೊಬ್ಬ ಕೆಲಸದಾಳು ಮತ್ತು ಯಜಮಾನನ ಮಗಳನ್ನು ಪ್ರೀತಿಸಲು ತನಗೆ ಯಾವುದೇ ಹಕ್ಕಿಲ್ಲ ಎನ್ನುವುದು ಗೊತ್ತಿತ್ತು. ಆದರೆ ತಾನೇಕೆ ಅವಳನ್ನು ಪ್ರೀತಿಸಬಾರದು ಎನ್ನುವುದು ಮಾತ್ರ ಅವನಿಗೆ ಅರ್ಥವಾಗಲಿಲ್ಲ. ಇಷ್ಟಕ್ಕೂ ಅವನು ಅವಳಿಂದ ಯಾವ ಉಪಯೋಗವನ್ನೂ ಪಡೆಯಲೂ ಯೋಚಿಸಿರಲಿಲ್ಲ.

ಮಧ್ಯರಾತ್ರಿಯಲ್ಲಿ ಈ ಬಗ್ಗೆ ಮೆಲುಕು ಹಾಕುತ್ತ ಕುಳಿತಿರುವಾಗಲೇ ಯಾರೋ ಬಾಗಿಲು ತಟ್ಟಿದಂತಾಯಿತು. ಅವನ ಹೃದಯದ ಬಡಿತ ತಪ್ಪಿದಂತಾಯಿತು. ನಂತರ ಅದು ತೋಟದ ಮಾಲಿ ಇರಬೇಕೆಂದು ಲೆಕ್ಕ ಹಾಕಿದ. ಯಾರಿಗೋ ಮನೆಯಲ್ಲಿ ಕಾಯಿಲೆ ಆಗಿರಬೇಕು, ಹಾಗಾಗಿ ಸಹಾಯ ಕೇಳಲು ಬಂದಿರಬಹುದು ಎಂದುಕೊಂಡ. ಆದರೆ ಬಾಗಿಲು ತೆರೆದರೆ ಅಲ್ಲಿ ಜಹರಾ ನಿಂತಿದ್ದಳು. ಹೌದು ಜಹರಾ! ಒಂದು ಶಾಲ್ ಕೂಡಾ ಹೊದೆಯದೆ ಡಿಸೆಂಬರ್ ಚಳಿಯಲ್ಲಿ ನಿಂತಿದ್ದಳು! ಅವನಿಗೆ ಮಾತಾಡಲು ಹೊಳೆಯಲಿಲ್ಲ. ಅವರು ಒಂದಿಷ್ಟು ನಿಮಿಷಗಳು ಸಾವಿನ ಮನೆಯಲ್ಲಿನ ಮೌನದಲ್ಲಿ ನಿಂತಿದ್ದರು. ಕೊನೆಗೆ ಜಹರಾಳೇ ಬಾಯಿ ತೆರೆದು ನಡುಗುವ ದನಿಯಲ್ಲಿ ಹೇಳಿದಳು, "ನಯೀಮ್ ನಾನು ಬಂದಿದ್ದೇನೆ. ಈಗ ಹೇಳು,

ನಿನಗೇನು ಬೇಕು. ಆದರೆ ನಾನು ನಿನ್ನ ಕೋಣೆಯೊಳಗೆ ಕಾಲಿರಿಸುವ ಮುನ್ನ ಕೆಲವು ಪ್ರಶ್ನೆಗಳನ್ನು ಕೇಳಬೇಕು."

ನಯೀಮ್ ಮೌನದಿಂದಿದ್ದ.

"ನೀನು ನನ್ನನ್ನು ನಿಜಕ್ಕೂ ಪ್ರೀತಿಸುತ್ತೀಯಾ?" ಅವಳು ಕೇಳಿದಳು.

ನಯೀಮನಿಗೆ ಯಾರೋ ಬಲವಾಗಿ ಹೊಡೆದಂತೆ ಭಾಸವಾಯಿತು. ಅವನು ಕೆಂಪಾಗಿ, "ಜಹರಾ ನಾನು ಈ ಪ್ರಶ್ನೆಗೆ ಹೇಗೆ ಉತ್ತರಿಸಲಿ, ಅದಕ್ಕೆ ಉತ್ತರಿಸಿದರೆ ನನ್ನ ಪ್ರೀತಿಯನ್ನೇ ನಾನು ಅವಮಾನಿಸಿದಂತೆ. ನನ್ನನ್ನು ಪ್ರೀತಿಸುತ್ತೀಯೆಂದು ಹೇಳಬಾರದಾ?"

ಜಹರಾ ಏನೂ ಮಾತನಾಡಲಿಲ್ಲ. ಆ ನಂತರ ಎರಡನೇ ಪ್ರಶ್ನೆ ಕೇಳಿದಳು. "ನನ್ನ ತಂದೆ ಶ್ರೀಮಂತ. ಆದರೆ ನನ್ನಲ್ಲಿ ಏನೂ ಇಲ್ಲ. ನನ್ನದೆಂದು ಹೇಳುವುದೆಲ್ಲ ನಿಜಕ್ಕೂ ನನ್ನದಲ್ಲ, ಅವರದ್ದು. ನಾನು ಶ್ರೀಮಂತಳಲ್ಲದಿದ್ದರೂ ನೀನು ನನ್ನನ್ನು ಪ್ರೀತಿಸುತ್ತೀಯಾ?" ನಯೀಮ್ ಬಹಳ ಭಾವುಕ ವ್ಯಕ್ತಿ. ಈ ಪ್ರಶ್ನೆಯೂ ಅವನನ್ನು ಆಳವಾಗಿ ಕುಟುಕಿತು. "ಜಹರಾ ದಯವಿಟ್ಟು ಕಳಪೆ ಪ್ರೇಮ ಕಾದಂಬರಿಗಳಲ್ಲಿ ಉತ್ತರ ಸಿಗಬಹುದಾದಂಥ ಪ್ರಶ್ನೆಗಳನ್ನು ನನ್ನಲ್ಲಿ ಕೇಳಬೇಡ." ಜಹರಾ ಅವನ ಕೋಣೆಯೊಳಗೆ ಬಂದು, ಮಂಚದ ಮೇಲೆ ಕುಳಿತು ಹೇಳಿದಳು, "ನಾನು ನಿನ್ನವಳು ಮತ್ತು ಎಂದೆಂದಿಗೂ ನಿನ್ನವಳಾಗಿಯೇ ಇರುತ್ತೇನೆ."

ಜಹರಾ ಅವಳ ಮಾತನ್ನುಳಿಸಿಕೊಂಡಳು. ಅವರು ಲಖನೌ ಬಿಟ್ಟು ಡೆಲ್ಲಿಗೆ ಹೋಗಿ, ಅಲ್ಲಿ ಮದುವೆಯಾಗಿ, ಪುಟ್ಟ ಮನೆಯೊಂದನ್ನು ಹಿಡಿದರು. ಡೆಪ್ಯುಟಿ ಸಾಹೇಬರು ಅವರನ್ನು ಹುಡುಕಿಕೊಂಡು ಬಂದ ದಿನ, ನಯೀಮ್ ಕೆಲಸದಲ್ಲಿದ್ದ. ಅವರು ಜಹರಾಳನ್ನು ಕಟುವಾದ ಮಾತುಗಳಿಂದ ತನ್ನ ಮರ್ಯಾದೆ ಹಾಳುಗೆಡವಿದಳು ಎಂದು ನಿಂದಿಸಿದರು. ನಯೀಮನನ್ನು ಬಿಟ್ಟು, ನಡೆದಿದ್ದನ್ನೆಲ್ಲ ಮರೆತುಬಿಡಲು ಕೇಳಿಕೊಂಡರು. ಅವರು ನಯೀಮನಿಗೆ ಎರಡು ಸಾವಿರವೋ ಮೂರು ಸಾವಿರವೋ ಹಣ ನೀಡಲೂ ಸಿದ್ಧರಾಗಿದ್ದರು. ಆದರೆ ಯೋಜನೆ ಫಲಿಸಲಿಲ್ಲ. ಜಹರಾ ಎಂದಿಗೂ ಅವನನ್ನು ಬಿಟ್ಟು ಬರುವುದಿಲ್ಲ ಎಂದುಬಿಟ್ಟಳು.

ಅವಳು ತಂದೆಗೆ ಹೇಳಿದಳು, "ಅಪ್ಪ, ನಾನು ನಯೀಮನೊಂದಿಗೆ ತುಂಬಾ ಸಂತೋಷದಿಂದಿರುವೆ. ನನಗೆ ಅವನಿಗಿಂತ ಒಳ್ಳೆಯ ಗಂಡನನ್ನು ಹುಡುಕಲಾಗುತ್ತಿರಲಿಲ್ಲ. ನಿಮ್ಮಿಂದ. ನಮಗೇನೂ ಬೇಡ. ನಿಮ್ಮ ಆಶೀರ್ವಾದವೊಂದು ಸಿಕ್ಕಿದರೆ, ನಮಗೆ ಅದೇ ಖುಷಿ," ಜಹರಾಳ ತಂದೆ ಕೆರಳಿದರು.

ನಯೀಮನನ್ನು ಕಂಬಿ ಎಣಿಸುವಂತೆ ಮಾಡುತ್ತೇನೆ ಎಂದು ಬೆದರಿಸಿದರು. ಜಹರಾ ಕೇಳಿದಳು, "ಅಪ್ಪ, ನಯೀಮ್ ಏನು ಅಪರಾಧ ಮಾಡಿದ್ದಾನೆ? ನಿಮಗೆ ಸತ್ಯ ತಿಳಿಯಬೇಕೆಂದಿದ್ದರೆ ಕೇಳಿ, ನಾವಿಬ್ಬರೂ ನಿರಪರಾಧಿಗಳು. ನಾವಿಬ್ಬರೂ ಪ್ರೀತಿಸುತ್ತೇವೆ, ಅವನೇ ನನ್ನ ಪತಿ. ಇದೇನೂ ಅಪರಾಧವಲ್ಲ. ನಾನು ಪುಟ್ಟ ಮಗುವಲ್ಲ."

ಡೆಪ್ಯುಟಿ ಸಾಹೇಬರು ಚಾಣಾಕ್ಷರಾಗಿದ್ದರು. ಮಗಳು ಸ್ವತಃ ಈ ಮದುವೆಗೆ ಸಮ್ಮತಿಸಿದ್ದರೆ ಅವಳ ಗಂಡನ ಮೇಲೆ ಯಾವ ಕೇಸ್ ಹಾಕುವುದು ಅಸಾಧ್ಯ ಎಂದರಿತರು. ಅವರು ಜಹರಾಳ ತಂಟೆಗೆ ಹೋಗಲಿಲ್ಲ. ಸ್ವಲ್ಪ ಕಾಲ ಅವರು ತನ್ನ ಕೆಲವು ಪರಿಚಿತರ ಮೂಲಕ ನಯೀಮನಿಗೆ ಬೆದರಿಕೆ ಹಾಕಲು ಪ್ರಯತ್ನಿಸಿದರು, ಹಣದ ಆಮಿಷವೊಡ್ಡಿದರು. ಯಾವುದೂ ಫಲಕಾರಿಯಾಗಲಿಲ್ಲ.

ಮದುವೆಯಾದ ಜೋಡಿ ಖುಷಿಯಾಗಿದ್ದರು. ನಯೀಮ್ ಹೆಚ್ಚು ಹಣವನ್ನೇನೂ ಸಂಪಾದಿಸುತ್ತಿರಲಿಲ್ಲ. ಜಹರಾ ಏನೂ ಕೆಲಸ ಮಾಡಿ ಅಭ್ಯಾಸವಿಲ್ಲದವಳು ಈಗ ಅಗ್ಗದ ಬಟ್ಟೆ ತೊಡಬೇಕಿತ್ತು, ಮನೆಗೆಲಸವನ್ನೆಲ್ಲ ಮಾಡಬೇಕಿತ್ತು. ಆದರೂ ಜಹರಾಗೆ ನಯೀಮನ ಪ್ರೀತಿಯು ದಿನಕ್ಕೊಂದು ಬಗೆಯಲ್ಲಿ ಅನಾವರಣವಾಗುತ್ತಿದ್ದ ಹೊಸ ಪ್ರಪಂಚವೊಂದನ್ನು ಕಂಡ ಸಂಭ್ರಮ. ಅವಳು ನಿಜಕ್ಕೂ ತುಂಬಾ ಸಂತೋಷವಾಗಿದ್ದಳು, ನಯೀಮ್ ಕೂಡಾ. ಒಂದು ದಿನ ಜಹರಾಗೆ ಇದ್ದಕ್ಕಿದ್ದಂತೆ ತೀವ್ರ ಎದೆ ನೋವು ಬಂದು, ನಯೀಮ್ ಏನಾದರೂ ಮಾಡುವ ಮುನ್ನವೇ ಸಾವನ್ನಪ್ಪಿದ್ದಳು. ಹೀಗೆ ನಯೀಮನ ಬದುಕು ಎಂದೆಂದಿಗೂ ಅಂಧಕಾರದಲ್ಲಿ ಮುಳುಗಿಹೋಗಿತ್ತು...

ಅವನು ತನ್ನ ಕಥೆಯನ್ನು ನಿಧಾನವಾಗಿ, ರುಚಿರುಚಿಯಾಗಿ ಹೇಳಿ ಮುಗಿಸಲು ನಾಲ್ಕು ಗಂಟೆಗಳು ತಗುಲಿದವು. ಅವನು ಮುಗಿಸಿದಾಗ ಅವನ ಮುಖದಲ್ಲಿನ ವಿವರ್ಣತೆ ಮಾಯವಾಗಿ, ಅವನ ಮುಖ ರಂಗೇರಿತು, ಯಾರೋ ರಕ್ತದಾನ ಮಾಡಿದರೇನೋ ಎನ್ನುವಂತೆ. ಆದರೂ ಅವನ ಕಣ್ಣುಗಳು ಒದ್ದೆಯಾಗಿದ್ದವು, ಗಂಟಲು ಒಣಗಿತ್ತು.

ಅವನು ಕಥೆ ಮುಗಿದ ನಂತರ ಎಲ್ಲಿಗೋ ಹೋಗಬೇಕಿರುವವನಂತೆ ಅವಸರದಲ್ಲಿ ಎದ್ದು ನಿಂತ. "ನಿಮಗೆ ಈ ಕಥೆ ಹೇಳಿದ್ದು ತಪ್ಪೆನಿಸುತ್ತಿದೆ. ನಾನು ಮಾಡಿದ್ದು ನಿಜಕ್ಕೂ ತಪ್ಪು. ಜಹರಾಳ ನೆನಪು ನನ್ನನ್ನು ಬಿಟ್ಟು ಮತ್ಯಾರಿಗೂ ಸೇರಿದ್ದಲ್ಲ... ಆದರೆ... ಆದರೆ..." ಅವನು ಕಣ್ಣೀರನ್ನು ತಡೆದುಕೊಳ್ಳುತ್ತಿರುವಾಗಲೇ ಅವನ ದನಿ ನಡುಗಿತು, "ನಾನು ಬದುಕಿದ್ದೇನೆ, ಅವಳು... ಅವಳು..." ಅವನು ಮುಂದುವರಿಸಲಾರದೇ ನನ್ನ ಕೈ ಕುಲುಕಿ ಹೊರಟೇಬಿಟ್ಟ. ನಾನು ಮತ್ತೆ ಅವನನ್ನು ನೋಡಲಿಲ್ಲ. ಅವನನ್ನು

ಹುಡುಕಿಕೊಂಡು ಅಪೋಲೋ ಬಂದರಿಗೆ ಬಹಳ ಸಲ ಹೋದೆ, ಆದರೆ ಅವನೆಂದಿಗೂ ಸಿಗಲೇ ಇಲ್ಲ.

ಅದಾದ ಆರೇಳು ತಿಂಗಳಿಗೆ ಅವನಿಂದ ಒಂದು ಪತ್ರ ಬಂದಿತು, ಅದನ್ನಿಲ್ಲಿ ಹಾಕುತ್ತೇನೆ...

ಸಾಹಿಬ್,

ನಿಮ್ಮ ಮನೆಯಲ್ಲಿ ನಾನು ಹೇಳಿದ ಪ್ರೇಮಕಥೆ ನಿಮಗೆ ನೆನಪಿರಬೇಕು. ಅದು ಪೂರ್ತಿಯಾಗಿ ಸುಳ್ಳು. ಸಂಪೂರ್ಣ ಸುಳ್ಳು. ಯಾವ ಜಹರಾನೂ ಇಲ್ಲ, ಯಾವ ನಯೀಮ್ ಇಲ್ಲ. ನಾನು ನಿಜ, ನಾನು ಜಹರಾಳನ್ನು ಪ್ರೇಮಿಸಿದ ನಯೀಮ್ ಅಲ್ಲ. ನೀವು ಒಮ್ಮೆ ಹೇಳಿದ್ದಿರಿ ಕೆಲವರಿಗೆ ಪ್ರೀತಿಸುವುದೇ ಅಸಾಧ್ಯ ಎಂದು. ನಾನು ಅಂಥವರಲ್ಲೊಬ್ಬ, ಇಡೀ ಯೌವನವನ್ನು ಪ್ರೀತಿಸಲು ಪ್ರಯತ್ನಿಸುತ್ತಲೇ ವ್ಯರ್ಥ ಮಾಡಿದವನು ನಾನು.

ಜಹರಾಳೆಡೆಗಿನ ನಯೀಮನ ಪ್ರೀತಿಯನ್ನು ನಾನು ನನ್ನ ಖುಷಿಗೋಸ್ಕರ ಹುಟ್ಟು ಹಾಕಿದ್ದಷ್ಟೇ, ಜಹರಾಳ ಸಾವಿನಂತೆ. ನನಗೀಗಲೂ ಅರ್ಥವಾಗಿಲ್ಲ ನನ್ನ ಕಥೆಯಲ್ಲಿ ಅವಳನ್ನು ಯಾಕೆ ಸಾಯಿಸಿದೆ ಎಂದು, ಬಹುಶಃ ನಾನು ಮುಟ್ಟಿದ್ದೆಲ್ಲ ಶಾಪಗ್ರಸ್ತವಾಗುತ್ತದೆ ಎನ್ನುವುದನ್ನು ಸಾಬೀತುಗೊಳಿಸಲಿರಬಹುದು.

ನೀವು ನನ್ನ ಕಥೆಯನ್ನು ನಂಬಿದಿರೋ ಇಲ್ಲವೋ ನನಗೆ ಗೊತ್ತಿಲ್ಲ. ಅದರೆ ನಿಮಗೊಂದು ವಿಚಿತ್ರ ಹೇಳುತ್ತೇನೆ. ನಾನು ಅಂದುಕೊಂಡೆ, ಅಂದರೆ ನಾನು ನನ್ನ ಕಥೆ ಹೇಳುವಾಗ ನಾನು ಹೇಳುವುದೆಲ್ಲ ಸತ್ಯವೆಂದುಕೊಂಡಿದ್ದೆ! ನೂರಕ್ಕೆ ನೂರು ಸತ್ಯ! ನಾನು ಜಹರಾಳನ್ನು ಪ್ರೀತಿಸಿದ್ದೆ ಮತ್ತು ಅವಳು ನಿಜಕ್ಕೂ ಸತ್ತುಹೋದಳು ಎನ್ನಿಸಿತ್ತು.

ಇನ್ನೂ ಹೆಚ್ಚಿನ ಆಶ್ಚರ್ಯದ ವಿಷಯವೇನು ಗೊತ್ತಾ, ದಿನ ಕಳೆದಂತೆ ನನ್ನ ಕಥೆಯು ಹೆಚ್ಚು ಹೆಚ್ಚು ಸತ್ಯವೆಂದು ನನಗೇ ಅನ್ನಿಸಲಾರಂಭಿಸಿದ್ದು ಮತ್ತು ಜಹರಾಳ ನಗು ನನ್ನ ಕಿವಿಗಳಲ್ಲಿ ಪ್ರತಿಧ್ವನಿಸಲಾರಂಭಿಸಿದ್ದು. ನನಗೆ ಅವಳ ಬಿಸಿಯುಸಿರು ಕೂಡಾ ತಗಲುವಂತೆನಿಸುತ್ತಿತ್ತು. ನನ್ನ ಕಥೆಯ ಪ್ರತಿ ಘಳಿಗೆಯೂ ಜೀವ ತಳೆದಿತ್ತು ಮತ್ತು ನಾನು ನಾನಾಗೇ ನನ್ನ ಸಮಾಧಿಯನ್ನು ತೋಡಿಕೊಂಡಿದ್ದೆ.

ಅವಳು ಕಾಲ್ಪನಿಕ ವ್ಯಕ್ತಿಯಾದರೂ, ನನಗಿಂತ ನಿಜದ ರೂಪ ತಾಳಿದ್ದಳು. ಅವಳು ಸತ್ತುಹೋದಳು ಮತ್ತು ನಾನು ಕೂಡಾ ಸಾಯಲೇಬೇಕು. ನಿಮಗೆ ಈ ಪತ್ರ ನಾನು ಸತ್ತ ನಂತರ ಸಿಗುತ್ತದೆ. ಹೋಗಿ ಬರುತ್ತೇನೆ. ನಾನು ಜಹರಾಳನ್ನು ಎಲ್ಲಿಯಾದರೂ ಭೇಟಿಯಾಗುತ್ತೇನೆ, ಆದರೆ ಎಲ್ಲಿ?

ನೀವೊಬ್ಬರು ಕಥೆಗಾರರು, ಹಾಗಾಗಿಯೇ ನಿಮಗೆ ಈ ಪತ್ರ ಬರೆದಿದ್ದೇನೆ. ನೀವು ಇದನ್ನೊಂದು ಕಥೆಯಾಗಿಸಿ, ಏಳೆಂಟು ರೂಪಾಯಿಗಳನ್ನು ಪಡೆಯಬಹುದು. (ನೀವೊಮ್ಮೆ ಹೇಳಿದ್ದಿರಿ ಒಂದು ಕಥೆಗೆ ಏಳೆಂಟು ರೂಪಾಯಿ ಸಿಗುತ್ತದೆಂದು). ಇದು ನಿಮಗೆ ನನ್ನ ಉಡುಗೊರೆ.

ಗುಡ್ ಬೈ.

ನಿಮ್ಮ,

ನಯೀಮ್

ನಯೀಮ್ ಜಹರಾಳನ್ನು ಸೃಷ್ಟಿಸಿ ಸತ್ತುಹೋದ. ನಾನು ಈ ಕಥೆಯನ್ನು ಬರೆದೆ ಮತ್ತು ಬದುಕಿದ್ದೇನೆ. ಇದು ನನ್ನ ಬದುಕಿನ ವರ...

Barren

ಏನು ಹೇಳಲಿ ಮಾಂಟೋ
ಸಾಬ್, ಆ ಬೇವರ್ಸಿಗೆ
ಯಾವುದರಲ್ಲೂ ಆಸಕ್ತಿಯಿಲ್ಲ
– ಬಟ್ಟೆ, ಊಟ, ಒಡವೆ
ಏನೂ ಬೇಡ. ತಿಂಗಳುಗಟ್ಟಲೆ
ಸ್ನಾನ ಮಾಡುವುದಿಲ್ಲ,
ಬಟ್ಟೆಯ ಮೇಲೆಲ್ಲ ಹೇನುಗಳು
ಹರಿದಾಡುವವರೆಗೆ ಹಾಗೆಯೇ
ಇರುತ್ತಾಳೆ. ಯಾರಾದರೂ
ಹಶೀಶ್ ಕೊಟ್ಟರೆ ಮಾತ್ರ
ಖುಷಿಯಲ್ಲಿ ಒಂದೆರಡು ದಮ್
ಎಳೆಯುತ್ತಾಳೆ.

ಅರ್ಥವಾಗದವಳು

ನಾಗ್ಪಾಡಾ ಪೊಲೀಸ್ ಠಾಣೆಯ ಎದುರು ಒಂದು ಉದ್ಯಾನವನವಿತ್ತು. ಅದರ ಪಕ್ಕ ಒಂದು ಇರಾನಿ ಟೀ ಹೌಸ್ ಇತ್ತು. ಧೋಂಡೂ ಯಾವಾಗಲೂ ಅಲ್ಲಿಯೇ ಕಾಣಸಿಗುತ್ತಿದ್ದ. ಲೈಟ್ ಕಂಬಕ್ಕೆ ಒರಗಿಕೊಂಡು, ಗಿರಾಕಿಗಳಿಗೆ ಕಾಯುತ್ತಾ. ಅವನು ಸೂರ್ಯಾಸ್ತದ ಸಮಯಕ್ಕೆ ಅಲ್ಲಿಗೆ ಬರುತ್ತಿದ್ದ ಮತ್ತು ಬೆಳಗಿನ ಜಾವ ನಾಲ್ಕರವರೆಗೂ ಅರೆಘಳಿಗೆ ಪುರುಸೊತ್ತಿಲ್ಲದ ಕೆಲಸ. ಯಾರಿಗೂ ಅವನ ನಿಜವಾದ ಹೆಸರೇನು ಎಂದು ಗೊತ್ತಿರಲಿಲ್ಲ. ಎಲ್ಲರೂ ಅವನನ್ನು ಧೋಂಡೂ ಎಂದು ಕರೆಯುತ್ತಿದ್ದರು, ಅಂದರೆ ಹುಡುಕುವವನು ಎಂದರ್ಥ. ಅದು ಅವನಿಗೆ ಸರಿಯಾದ ಹೆಸರಾಗಿತ್ತು. ಏಕೆಂದರೆ ಅವನ

ವೃತ್ತಿಯೇ ಗಿರಾಕಿಗಳಿಗೆ ಬೇಕಿದ್ದಂಥ ಎಲ್ಲ ರೀತಿಯ, ಎಲ್ಲ ಲಕ್ಷಣದ ಹೆಣ್ಣುಮಕ್ಕಳನ್ನು ಹುಡುಕುವುದು. ಅವನು ಹತ್ತು ವರ್ಷಗಳಿಂದ ಈ ವ್ಯವಹಾರ ನಡೆಸುತ್ತಿದ್ದಾನೆ. ಈ ಹತ್ತು ವರ್ಷಗಳಲ್ಲಿ ಅವನು ಎಲ್ಲ ಧರ್ಮ, ಜಾತಿ, ಮನೋಧರ್ಮದ ಸಾವಿರಾರು ಹೆಂಗಸರ ಜೊತೆ ವ್ಯವಹರಿಸಿದ್ದಾನೆ.

ಮೊದಲಿನಿಂದಲೂ ಈ ನಾಗ್ಪಾಡಾ ಪೊಲೀಸ್ ಠಾಣೆಯ ಎದುರಿನ ಇರಾನಿ ಟೀ ಹೌಸಿಗೆ ಮುಖ ಮಾಡಿ ನಿಂತಿರುವ ದೀಪದ ಕಂಬದ ಬಳಿಯೇ ಅವನು ವ್ಯವಹಾರ ನಡೆಸುವುದು. ಆ ದೀಪದ ಕಂಬವೆಂದರೆ ಅವನ ಗುರುತೇ ಎನ್ನುವಂತಾಗಿ ಹೋಗಿತ್ತು. ನಾನು ಅದರ ಆಸುಪಾಸಿನಲ್ಲಿ ಅಡ್ಡಾಡುವಾಗ, ಆ ದೀಪದ ಕಂಬವನ್ನು ನೋಡಿದರೆ ಪಾನ್ ರಸ ಬಳಿದುಕೊಂಡ ಗಲೀಜು ಧೋಂಡೂನನ್ನೇ ನೋಡುತ್ತಿರುವೆನೇನೋ ಎಂಬಂತೆ ಭಾಸವಾಗುತ್ತಿತ್ತು. ದೀಪದ ಕಂಬ ಎತ್ತರವಾಗಿತ್ತು. ಧೋಂಡೂ ಕೂಡಾ ಅದೇ ರೀತಿ ಎತ್ತರವಾಗಿದ್ದ.

ಆ ಕಂಬದ ತುದಿಯಲ್ಲಿದ್ದ ವಿರೂಪಗೊಂಡ ಉಕ್ಕಿನ ಫ್ರೇಮ್ ಮೂಲಕ ನೂರಾರು ವಿದ್ಯುತ್ ಲೈನುಗಳು ಎಲ್ಲ ದಿಕ್ಕುಗಳಲ್ಲಿಯೂ ಅಕ್ಕಪಕ್ಕದಲ್ಲಿ ಅಂಟಿಕೊಂಡಿದ್ದ ಕಟ್ಟಡಗಳಿಗೆ, ಅಂಗಡಿಗಳಿಗೆ ಮತ್ತು ಇತರೇ ಲೈಟ್ ಕಂಬಗಳಿಗೆ ಹಾದು ಹೋಗುತ್ತಿದ್ದವು. ದೂರವಾಣಿ ಇಲಾಖೆಯು ಆ ಕಂಬಕ್ಕೆ ಒಂದು ಜಂಕ್ಷನ್ ಬಾಕ್ಸನ್ನು ನೇತುಹಾಕಿತ್ತು ಮತ್ತು ರಿಪೇರಿ ಮಾಡುವವರು ಆಗಾಗ್ಗೆ ಅದನ್ನು ರಿಪೇರಿ ಮಾಡುತ್ತಿರುವುದನ್ನು ಕಾಣಬಹುದಿತ್ತು. ನನಗೆ ಒಮ್ಮೊಮ್ಮೆ ಧೋಂಡೂ ಕೂಡಾ ಗಿರಾಕಿಗಳ ಲೈಂಗಿಕ ಸಂಕೇತಗಳನ್ನು ಪರೀಕ್ಷಿಸಲು ಕಂಬಕ್ಕೆ ನೇತುಹಾಕಿರುವ ಜಂಕ್ಷನ್ ಬಾಕ್ಸೇನೋ ಅನ್ನಿಸಿಬಿಡುತ್ತಿತ್ತು. ಅವನಲ್ಲಿಗೆ ಸ್ಥಳೀಯರು ಮಾತ್ರವಲ್ಲದೇ, ನಗರದ ಸೇಠುಗಳು ಕೂಡಾ ತಮ್ಮ ಲೈಂಗಿಕ ಕೇಬಲ್ಲುಗಳನ್ನು ಸರಿಪಡಿಸಿಕೊಳ್ಳಲು ಆಗೀಗ ಬರುತ್ತಿದ್ದರು.

ಅವನಿಗೆ ಆ ಧಂದೆಯಲ್ಲಿರುವ ಎಲ್ಲ ಹೆಂಗಸರ ಪರಿಚಯವೂ ಇತ್ತು. ಅವನಿಗೆ ಅವರೆಲ್ಲರ ದೇಹದ ನಿಕಟ ಪರಿಚಯವಿತ್ತು, ಏಕೆಂದರೆ ಅವರೇ ಅವನ ಮಾರಾಟದ ಸರಕುಗಳಾಗಿದ್ದರು. ಅವನಿಗೆ ಅವರ ಸ್ವಭಾವ ಕೂಡಾ ಚಿರಪರಿಚಿತವಾಗಿತ್ತು. ಯಾವ ಹೆಂಗಸು ಯಾವ ಗಿರಾಕಿಯನ್ನು ಸಂತೋಷ ಪಡಿಸಬಲ್ಲಳು ಎಂಬುದು ಅವನಿಗೆ ನಿಖರವಾಗಿ ಗೊತ್ತಿತ್ತು. ಆದರೆ ಅದಕ್ಕೊಂದೇ ಅಪವಾದದಂತೆ ಇದ್ದವಳೆಂದರೆ ಸಿರಾಜ್. ಅವನಿಗೆ ಈವರೆಗೆ ಅವಳ ಆಳವನ್ನು ಮಾತ್ರ ಅಳೆಯಲು ಆಗಿರಲಿಲ್ಲ.

ಧೋಂಡೂ ಹಲವಾರು ಬಾರಿ ನನಗೆ ಹೇಳಿದ್ದ, “ಮಾಂಟೋ ಸಾಬ್, ಇವಳೊಬ್ಬಳು ತಲೆ ಕೆಟ್ಟಂತೆ ಆಡುತ್ತಾಳೆ. ಇವಳನ್ನು ಮಾತ್ರ ಅರ್ಥ ಮಾಡಿಕೊಳ್ಳಲು ಆಗಿಯೇ ಇಲ್ಲ. ಇವಳಂಥ ಹುಡುಗಿಯನ್ನು ನಾನು ಈವರೆಗೆ ಕಂಡೇ ಇಲ್ಲ. ಎಷ್ಟು ಬೇಗ

ಅವಳ ಮೂಡ್ ಬದಲಾಗುತ್ತದೆ ಗೊತ್ತಾ. ಜೋರಾಗಿ ಅಬ್ಬರ ಮಾಡಿಕೊಂಡು ನಗುತ್ತಿರುತ್ತಾಳೆ. ಸಧ್ಯ ಖುಷಿಯಾಗಿದ್ದಾಳೆ ಎಂದುಕೊಳ್ಳುವುದರಲ್ಲಿ ಇದ್ದಕ್ಕಿದ್ದಂತೆ ಭೋರಿಟ್ಟು ಅಳಲು ಪ್ರಾರಂಭಿಸುತ್ತಾಳೆ. ಯಾರ ಜೊತೆಗೂ ಹೊಂದಿಕೊಳ್ಳುವುದಿಲ್ಲ. ಎಲ್ಲರ ಜೊತೆಗೂ ಜಗಳ. ಕೋಟಿ ಸಲ ಹೇಳಿದ್ದೀನಿ ಇದನ್ನೆಲ್ಲ ಸರಿಪಡಿಸಿಕೋ ಎಂದು. ಆದರೆ ಅವಳು ಸ್ವಲ್ಪವೂ ಬದಲಾಗಿಲ್ಲ. ಕೆಲವು ಸಲ, "ಬಾಂಬೆಗೆ ಬರುವ ಮೊದಲು ಎಲ್ಲಿದ್ದೆಯೋ ಅಲ್ಲಿಗೇ ಹೋಗಿಬಿಡು, ನಿನ್ನ ಸಹವಾಸ ಸಾಕಾಗಿಹೋಗಿದೆ," ಎಂದು ಕೂಡಾ ಹೇಳಿಬಿಟ್ಟಿದ್ದೇನೆ. ನೀವು ಅವಳನ್ನು ನೋಡಿದ್ದೀರಾ? ಉಡಲು ನೆಟ್ಟಗೆ ಬಟ್ಟೆಯಿಲ್ಲ, ಕೈಯಲ್ಲಿ ಒಂದೇ ಒಂದು ಕಾಸಿಲ್ಲ, ಆದರೂ ಗಿರಾಕಿಗಳ ಜೊತೆ ಹೊಂದಿಕೊಂಡು ಹೋಗುವುದಿಲ್ಲ. ತಲೆಕೆಟ್ಟ ಹಠಮಾರಿ ಹೆಣ್ಣು!"

ನಾನು ಸಿರಾಜಳನ್ನು ನೋಡಿದ್ದೆ. ತೆಳ್ಳಗೆ, ಸುಂದರವಾಗಿದ್ದಳು. ಅವಳ ಆಯತಾಕಾರದ ಮುಖಕ್ಕೆ ಆ ಕಣ್ಣುಗಳು ಅಳತೆ ಮೀರಿದ ಕಿಟಕಿಗಳಂತೆ ಕಾಣುತ್ತಿದ್ದವು. ಅವುಗಳಿಂದ ಕಣ್ಣು ಕೀಳುವುದೇ ಪ್ರಯಾಸದ ಕೆಲಸ. ಕ್ಲೇರ್ ರೋಡಿನಲ್ಲಿ ಮೊದಲ ಬಾರಿಗೆ ನೋಡಿದಾಗ, ಅವಳ ಕಣ್ಣುಗಳಿಗೆ, "ಒಂದು ನಿಮಿಷ ಅತ್ತ ಸರಿಯಲಾಗುತ್ತದಾ... ಈ ಹುಡುಗಿಯನ್ನು ನೋಡಬೇಕು," ಎಂದು ಹೇಳಬೇಕೆನಿಸಿತ್ತು. ಅವಳು ಸಪೂರವಾಗಿದ್ದಳು. ಆದರೂ ಅದೆಷ್ಟು ಸಮೃದ್ಧವಾಗಿದ್ದಳು! ಅವಳೊಂದು ಕಂಠಮಟ್ಟ ಕಡುಮದಿರೆ ತುಂಬಿಸಿದ ಗಾಜಿನ ಪಾನಪಾತ್ರೆಯಂತೆ ಅನ್ನಿಸುತ್ತಿದ್ದಳು. ಅವಳಲ್ಲಿನ ಚಡಪಡಿಕೆ ಎದ್ದು ಕಾಣಿಸುತ್ತಿತ್ತು. ಕಡುಮದಿರೆ ಎಂದೇಕೆ ಹೇಳಿದೆನೆಂದರೆ ಅವಳ ವ್ಯಕ್ತಿತ್ವದಲ್ಲೇ ಒಂದು ರೀತಿಯ ಕಡುತ್ವ, ತೀಕ್ಷ್ಣತೆ ಇತ್ತು. ಆದರೆ ಈ ಅಮಲೇರಿಸುವ ಮದಿರೆಯಂಥವಳ ಬೆಂಕಿಯನ್ನು ಆರಿಸುವಂತೆ ಯಾರೋ ತುಸು ನೀರನ್ನು ಬೆರೆಸಿದ್ದಾರೆ ಎಂದು ನನಗೆ ಭಾಸವಾಗುತ್ತಿತ್ತು.

ಅವಳ ಕುಪಿತ ನಡವಳಿಕೆಯ ನಡುವೆಯೂ ಅವಳ ಹೆಣ್ತನ ಎದ್ದು ಕಾಣುತ್ತಿತ್ತು. ಅವಳ ಕೂದಲು ದಟ್ಟವಾಗಿತ್ತು, ಗರುಡ ಮೂಗು. ಅವಳ ಬೆರಳು ಕರಡು ತಯಾರಕನ ಚೂಪಾದ ಪೆನ್ಸಿಲನ್ನು ನೆನಪಿಸುತ್ತಿತ್ತು. ಅವಳು ಎಲ್ಲದರ ಬಗೆಗೂ ಸದಾ ಸಣ್ಣ ಸಿಟ್ಟಿನಲ್ಲಿಯೇ ಇರುವಂತೆ ತೋರುತ್ತಿತ್ತು, ಧೋಂಡೂನ ಬಗ್ಗೆ, ಅವನು ಒರಗಿ ನಿಲ್ಲುವ ಆ ದೀಪದ ಕಂಬದ ಬಗ್ಗೆ, ಅವನು ತರುವ ಉಡುಗೊರೆಗಳ ಬಗ್ಗೆ ಮತ್ತು ಅವಳೊಡನೆಯೇ ಸದಾ ಇರುತ್ತಿದ್ದ ಅವಳದೇ ಅಗಲ ಕಣ್ಣುಗಳ ಬಗ್ಗೆ...

ಆದರೆ ಇದೆಲ್ಲ ಕಥೆಗಾರನ ಅನಿಸಿಕೆಗಳಷ್ಟೇ. ಧೋಂಡೂನ ಅಭಿಪ್ರಾಯಗಳು ಬೇರೆಯೇ ಇದ್ದವು. ಒಂದು ದಿನ ಅವನು ನನಗೆ ಹೇಳಿದ, "ಮಾಂಟೋ ಸಾಬ್, ಇವತ್ತು ಆ ಹಡಬೆ ಬೇವರ್ಸಿ ಸಿರಾಜ್ ಏನು ಮಾಡಿದಳು ಊಹೆ ಮಾಡಿ. ಸಧ್ಯ ನನ್ನ ಅದೃಷ್ಟ ನೆಟ್ಟಗಿತ್ತು. ದೇವರ ದಯೆ ನನ್ನ ಮೇಲಿಲ್ಲದಿದ್ದರೆ, ನಾಗ್ಪಾಡಾ

ಪೊಲೀಸರು ನನ್ನ ಬಗ್ಗೆ ಕರುಣೆ ತೋರಿಸದಿದ್ದರೆ ನಾನು ಲಾಕಪ್ಪಿನಲ್ಲಿರಬೇಕಿತ್ತು. ಅದೊಂದು ದೊಡ್ಡ ದುರಂತವಾಗುತ್ತಿತ್ತು."

"ಏನಾಯಿತು?"

"ಅದೇ ಮಾಮೂಲು. ನನ್ನ ಸಮಸ್ಯೆ ಏನೆಂದು ನನಗೇ ಅರ್ಥವಾಗುವುದಿಲ್ಲ. ನನಗೆ ತಲೆ ಕೆಟ್ಟಿರಬೇಕು ಅನಿಸುತ್ತದೆ. ಇದೇನು ಮೊದಲ ಸಲವಲ್ಲ ಅವಳು ನನಗೆ ಈ ರೀತಿ ಸಮಸ್ಯೆ ತಂದೊಡ್ಡಿರುವುದು. ಆದರೂ ಇನ್ನೂ ಅವಳ ಜೊತೆಗೆ ಸಂಪರ್ಕವಿರಿಸಿಕೊಂಡಿದ್ದೀನಿ. ಅವಳನ್ನು ದೂರ ಮಾಡಿ ಕೈ ತೊಳೆದುಕೊಳ್ಳಬೇಕು. ಅವಳೇನು ನನ್ನ ತಂಗಿಯಲ್ಲ, ತಾಯಿಯಲ್ಲ ಅವಳ ಬದುಕಿಗೊಂದು ದಾರಿ ತೋರಿಸಲು ಹೆಣಗಾಡುವುದಕ್ಕೆ. ನಿಜವಾಗಿಯೂ ಮಾಂಟೋ ಸಾಬ್ ಏನು ಮಾಡಬೇಕೆಂದೇ ತೋಚುತ್ತಿಲ್ಲ."

ನಾವಿಬ್ಬರೂ ಇರಾನಿ ಟೀ ಹೌಸಿನಲ್ಲಿ ಚಹಾ ಹೀರುತ್ತ ಕುಳಿತಿದ್ದೆವು. ಧೋಂಡೂ ಅವನ ಕಪ್‌ನ ಸ್ಪೆಷಲ್ ಕಾಫಿ ಮಿಶ್ರಿತ ಚಹಾವನ್ನು ಸಾಸರಿಗೆ ಸುರಿದು ಹೀರಲಾರಂಭಿಸಿದ.

"ಆದರೆ ವಿಷಯ ಏನು ಗೊತ್ತಾ, ನನಗೆ ಆ ಬೇವರ್ಸಿ ಸಿರಾಜಳನ್ನು ಕಂಡರೆ ಪಾಪ ಅನಿಸುತ್ತದೆ."

"ಯಾತಕ್ಕೆ?"

"ದೇವರಿಗೇ ಗೊತ್ತು. ನನಗೂ ಗೊತ್ತಾಗಿದ್ದರೆ ಚೆನ್ನಾಗಿರುತ್ತಿತ್ತು," ಅವನು ಚಹಾ ಹೀರುವುದನ್ನು ಮುಗಿಸಿ, ಕಪ್ಪನ್ನು ಸಾಸರಿನ ಮೇಲೆ ಮಗುಚಿ ಹಾಕಿದ. "ನಿಮಗೆ ಗೊತ್ತಾ ಅವಳಿನ್ನೂ ಯಾರೊಟ್ಟಿಗೂ ಮಲಗದ ಕನ್ಯೆ ಎಂದು?"

"ಇಲ್ಲ, ನನಗೆ ಗೊತ್ತಿರಲಿಲ್ಲ ಧೋಂಡೂ."

ಧೋಂಡೂಗೆ ನನ್ನ ದನಿಯಲ್ಲಿದ್ದ ಅನುಮಾನ ಅರಿವಾಗಿರಬೇಕು. ಅವನಿಗದು ಇಷ್ಟವಾಗಲಿಲ್ಲ. "ನಾನು ಸುಳ್ಳು ಹೇಳುತ್ತಿಲ್ಲ ಮಾಂಟೋ ಸಾಬ್. ಅವಳು ನೂರಕ್ಕೆ ನೂರು ಕನ್ಯೆಯೇ. ಬಾಜಿ ಕಟ್ಟೋಣವಾ?"

"ಅದು ಹೇಗೆ ಸಾಧ್ಯ?" ನಾನು ಕೇಳಿದೆ.

"ಯಾಕೆ ಸಾಧ್ಯವಿಲ್ಲ? ಈ ಸಿರಾಜಳಂಥ ಹುಡುಗಿ ಜನ್ಮಪೂರ್ತಿ ಈ ವೃತ್ತಿಯಲ್ಲಿದ್ದೂ ಕನ್ಯೆಯಾಗಿಯೇ ಉಳಿಯುವ ಸಾಧ್ಯತೆ ಇದೆ. ಅವಳು ಯಾರನ್ನೂ ಮುಟ್ಟುವುದಕ್ಕೇ ಬಿಡುವುದಿಲ್ಲ. ನನಗೆ ಅವಳ ಚರಿತ್ರೆ ಪೂರ್ತಿ ಗೊತ್ತು. ಅವಳು ಪಂಜಾಬಿನವಳು. ಲೈಮಿಂಗ್ಟನ್ ರಸ್ತೆಯಲ್ಲಿ ದಂಧೆ ನಡೆಸುತ್ತಿದ್ದ ಒಬ್ಬ ಹೆಂಗಸಿನ ಮನೆಯಲ್ಲಿ ಇದ್ದಳು.

ಆದರೆ ಗಿರಾಕಿಗಳ ಜೊತೆ ಇವಳ ಮುಗಿಯದ ಜಗಳದಿಂದಾಗಿ ಅಲ್ಲಿಂದ ಒದ್ದು ಹೊರ ಹಾಕಿದರು. ಅಲ್ಲಿ ಮೂರು ತಿಂಗಳು ಹೇಗೆ ಇದ್ದಳು ಅನ್ನುವುದೇ ನನಗೆ ಆಶ್ಚರ್ಯ. ಬಹುಶಃ ಅಲ್ಲಿ ಇನ್ನೂ ಇಪ್ಪತ್ತು ಹುಡುಗಿಯರು ಇದ್ದಿದ್ದರಿಂದ ಇರಬಹುದು. ಆದರೆ ಮಾಂಟೋ ಸಾಬ್, ಎಷ್ಟು ದಿನಾ ಅಂತ ಯಾರಿಗಾದರೂ ಬಿಟ್ಟಿ ಸಾಕಲಾಗುತ್ತದೆ? ಒಂದು ದಿನ ಉಟ್ಟ ಬಟ್ಟೆ ಬಿಟ್ಟು ಮತ್ತೇನೂ ಇಲ್ಲದಂತೆ ಅವಳನ್ನು ಮನೆಯಿಂದ ಆಚೆ ಹಾಕಿದರು. ಆ ನಂತರ ಫರಾಸ್ ರಸ್ತೆಯ ಇನ್ನೊಬ್ಬ ಹೆಂಗಸಿನ ಮನೆಗೆ ಹೋದಳು. ಅಲ್ಲಿಯೂ ಅವಳು ಬದಲಾಗಲಿಲ್ಲ. ಒಂದು ದಿನ ಗಿರಾಕಿಯೊಬ್ಬನನ್ನು ಕಚ್ಚಿಬಿಟ್ಟಳು. ಅಲ್ಲಿಯೂ ಎರಡು ತಿಂಗಳಿಗಿಂತ ಜಾಸ್ತಿ ಇರಲಿಲ್ಲ. ಅವಳಿಗೇನಾಗಿದೆ ಅಂತಲೇ ಅರ್ಥವಾಗುವುದಿಲ್ಲ. ಅವಳಲ್ಲಿ ಅದಮ್ಯ ಜೀವನ ಪ್ರೀತಿ ಇದೆ, ಅದನ್ನು ಯಾರಿಗೂ ಆರಿಸಲಾಗದು. ಫರಾಸ್ ರಸ್ತೆಯಿಂದ ಖೇತ್ವಾಡಿಯ ಹೋಟೆಲ್ ಒಂದಕ್ಕೆ ಹೋಗಿ ಅಲ್ಲಿಯೂ ತೊಂದರೆ ಮಾಡಿಕೊಂಡಳು. ಮ್ಯಾನೇಜರ್ ಒಂದು ದಿನ ಅವಳನ್ನು ಹೊರಹಾಕಿದ. ಏನು ಹೇಳಲಿ ಮಾಂಟೋ ಸಾಬ್, ಆ ಬೇವರ್ಸಿಗೆ ಯಾವುದರಲ್ಲೂ ಆಸಕ್ತಿಯಿಲ್ಲ. ಬಟ್ಟೆ, ಊಟ, ಒಡವೆ ಏನೂ ಬೇಡ. ತಿಂಗಳುಗಟ್ಟಲೆ ಸ್ನಾನ ಮಾಡುವುದಿಲ್ಲ, ಬಟ್ಟೆಯ ಮೇಲೆಲ್ಲ ಹೇನುಗಳು ಹರಿದಾಡುವವರೆಗೆ ಹಾಗೆಯೇ ಇರುತ್ತಾಳೆ. ಯಾರಾದರೂ ಹಶೀಶ್ ಕೊಟ್ಟರೆ ಮಾತ್ರ ಖುಷಿಯಲ್ಲಿ ಒಂದೆರಡು ದಮ್ ಎಳೆಯುತ್ತಾಳೆ. ಒಂದೊಂದು ಸಲ ಹೋಟೆಲ್ ಹೊರಗೆ ಸಂಗೀತ ಕೇಳುತ್ತ ನಿಂತಿರುವುದು ನೋಡಿದ್ದೀನಿ."

"ಅವಳನ್ನು ಯಾಕೆ ವಾಪಸ್ ಕಳಿಸುವುದಿಲ್ಲ? ಅಲ್ಲಾ ಅವಳಿಗೆ ಈ ಕೆಲಸ ಮಾಡಲು ಮನಸ್ಸಿಲ್ಲ ಅನ್ನುವುದು ಸ್ಪಷ್ಟವಾಗಿ ಗೊತ್ತಾಗುತ್ತಿದೆ. ಅವಳ ಬಸ್ ಚಾರ್ಜ್ ಬೇಕಿದ್ದರೆ ನಾನೇ ಕೊಡುತ್ತೇನೆ," ನಾನೆಂದೆ.

ಧೋಂಡೂಗೆ ಅದು ಹಿಡಿಸಲಿಲ್ಲ, "ಮಾಂಟೋ ಸಾಬ್, ಆ ಹಡಬೆ ಬೇವರ್ಸಿಯ ಬಸ್ ಚಾರ್ಜ್ ಯಾರು ಕೊಡುತ್ತಾರೆ ಅನ್ನುವ ಪ್ರಶ್ನೆಯಲ್ಲ. ನಾನೇ ಅದನ್ನು ಕೊಡಬಹುದು. ಅದೇನೂ ಕಷ್ಟದ ಕೆಲಸವಲ್ಲ."

"ಮತ್ತೆ ಯಾಕೆ ಅವಳನ್ನು ವಾಪಸ್ ಕಳಿಸುವುದಿಲ್ಲ?"

ಅವನು ಕಿವಿಯ ಹಿಂದೆ ಸಿಕ್ಕಿಸಿದ್ದ ಸಿಗರೇಟ್ ತೆಗೆದು ಹಚ್ಚಿ ದೀರ್ಘವಾಗಿ ಎಳೆದುಕೊಂಡು, ಮೂಗಿನಿಂದ ಹೊಗೆ ಆಚೆ ಬಿಡುತ್ತಾ ಹೇಳಿದ, "ನನಗೆ ಅವಳು ಹೋಗುವುದು ಇಷ್ಟವಿಲ್ಲ."

"ಅವಳನ್ನು ಪ್ರೀತಿಸುತ್ತೀಯಾ?" ಕೇಳಿದೆ.

"ಏನು ಹೇಳುತ್ತಿದ್ದೀರಾ ಮಾಂಟೋ ಸಾಬ್!" ಅವನು ತನ್ನೆರಡೂ ಕಿವಿಗಳನ್ನು

ಮುಟ್ಟಿಕೊಂಡು, "ಕುರಾನಿನ ಮೇಲೆ ಪ್ರಮಾಣ ಮಾಡಿ ಹೇಳುತ್ತೇನೆ ಇಂತಹ ಕೆಟ್ಟ ಯೋಚನೆ ನನ್ನ ತಲೆಯಲ್ಲೆಂದೂ ಮೂಡಿಲ್ಲ. ಅದು ಏನೆಂದರೆ ನನಗೆ ಅವಳನ್ನು ಕಂಡರೆ ಸ್ವಲ್ಪ ಇಷ್ಟ ಅಷ್ಟೇ."

"ಯಾತಕ್ಕೆ?"

"ಅವಳಿಗೆ ಉಳಿದವರ ಹಾಗೆ ಬರೀ ಹಣದಲ್ಲಿ ಆಸಕ್ತಿ ಇಲ್ಲ. ಎಲ್ಲ ದರಿದ್ರದವಕ್ಕೂ ಅದೇ ಆಸಕ್ತಿ. ಇವಳು ಮಾತ್ರ ಬೇರೆಯೇ. ನಾನು ಅವಳಿಗಾಗಿ ವ್ಯವಹಾರ ಕುದುರಿಸಿದಾಗ, ಒಪ್ಪಿಕೊಂಡು ಹೋಗುತ್ತಾಳೆ. ಅವಳನ್ನು ಟ್ಯಾಕ್ಸಿಯಲ್ಲಿ ಕೂರಿಸಿದಾಗ ಆರಾಮವಾಗಿಯೇ ಹೊರಡುತ್ತಾಳೆ. ಮಾಂಟೋ ಸಾಬ್, ಗಿರಾಕಿಗಳು ಖುಷಿಯಾಗಿ ಸಮಯ ಕಳೆಯೋಣವೆಂದು ಬರುತ್ತಾರೆ. ಅವರು ಹಣ ಖರ್ಚು ಮಾಡಿರುತ್ತಾರೆ. ಅವರಿಗೇನು ಸಿಗುತ್ತದೆ ಎಂದು ನೋಡುತ್ತಾರೆ, ಅದನ್ನು ಮುಟ್ಟಲು ಬಯಸುತ್ತಾರೆ. ಆಗ ಶುರುವಾಗುತ್ತದೆ ಸಮಸ್ಯೆ. ಅವಳು ಯಾರಿಗೂ ಮುಟ್ಟಲು ಬಿಡುವುದೇ ಇಲ್ಲ. ಅವರನ್ನು ಹೊಡೆಯಲು ಶುರು ಮಾಡುತ್ತಾಳೆ. ಅವನೇನಾದರೂ ಸಂಭಾವಿತನಾಗಿದ್ದರೆ ಅಲ್ಲಿಂದ ಸುಮ್ಮನೆ ಹೊರಟು ಹೋಗುತ್ತಾನೆ. ಉಳಿದವರು ರೋಷಾವಿಷ್ಟರಾಗುತ್ತಾರೆ. ನಾನು ಅವರು ಕೊಟ್ಟ ಹಣವನ್ನು ಹಿಂತಿರುಗಿಸಬೇಕು. ಜೊತೆಗೆ ಕೈ ಜೋಡಿಸಿ, ಕಾಲು ಹಿಡಿದು ಬೇಡಿಕೊಳ್ಳಬೇಕು. ನಾನು ಕುರಾನ್ ಮೇಲೆ ಪ್ರಮಾಣ ಮಾಡಿ ಹೇಳುತ್ತೇನೆ. ನಾನು ಯಾಕೆ ಇದೆಲ್ಲ ಮಾಡುತ್ತೇನೆ? ಸಿರಾಜಳಿಗೋಸ್ಕರ. ಮಾಂಟೋ ಸಾಬ್, ನಿಮ್ಮ ಮೇಲೆ ಆಣೆ ಮಾಡಿ ಹೇಳುತ್ತೇನೆ ಈ ಹಡಬೆ ಬೇವರ್ಸಿಯಿಂದಾಗಿ ನನ್ನ ಬಿಸಿನೆಸ್ ಅರ್ಧಕ್ಕರ್ಧ ಇಳಿದುಬಿಟ್ಟಿದೆ."

ಒಂದು ದಿನ ನಾನು ಧೋಂಡೂ ಇಲ್ಲದೇ ಒಬ್ಬನೇ ಸಿರಾಜಳನ್ನು ಭೇಟಿಯಾಗಲು ಯೋಚಿಸಿದೆ. ಅವಳು ಬೈಕುಲ್ಲಾ ಸ್ಟೇಷನ್‌ನ ಸಮೀಪದ ಕಸದ ರಾಶಿ ಪೇರಿಸುವ ಕೊಳಚೆ ಜಾಗವೊಂದರಲ್ಲಿ ವಾಸಿಸುತ್ತಿದ್ದಳು. ಕಾರ್ಪೊರೇಷನ್ ಬಡವರಿಗಾಗಿ ಅಲ್ಲಿ ಒಂದು ರಾಶಿ ತಗಡಿನ ಗುಡಿಸಲುಗಳನ್ನು ಕಟ್ಟಿಸಿತ್ತು. ಈ ಕಸದ ತೊಟ್ಟಿಗೆ ಅನತಿ ದೂರದಲ್ಲಿಯೇ ತಲೆಯೆತ್ತಿ ನಿಂತಿದ್ದ ಎತ್ತರದ ಕಟ್ಟಡಗಳ ಬಗ್ಗೆ ನಾನು ಇಲ್ಲಿ ಬರೆಯುವುದಿಲ್ಲ. ಏಕೆಂದರೆ ಅದಕ್ಕೂ ಈ ಕಥೆಗೂ ಸಂಬಂಧವಿಲ್ಲ. ಈ ರೀತಿಯ ಮೇಲು–ಕೀಳಿನ ತಾರತಮ್ಯವೇ ಈ ಲೋಕದ ಮತ್ತೊಂದು ಹೆಸರವಲ್ಲವೇ?

ಧೋಂಡೂನಿಂದ ಅವಳ ಗುಡಿಸಲು ಇರುವ ಸ್ಥಳದ ಬಗ್ಗೆ ಒಂದು ಅಂದಾಜು ಇತ್ತು. ನಾನು ಅಲ್ಲಿಗೆ ಹೋದೆ. ನಾನು ಒಳ್ಳೆಯ ಬಟ್ಟೆಗಳನ್ನು ಹಾಕಿಕೊಂಡಿದ್ದಕ್ಕೆ ಒಂದು ರೀತಿಯ ಅಪರಾಧಿ ಪ್ರಜ್ಞೆಯೊಡನೆ. ಆದರೆ ಇದು ನನ್ನ ಬಗ್ಗೆ ಬರೆಯುತ್ತಿರುವ ಕಥೆಯಲ್ಲ. ಅವಳ ಗುಡಿಸಿಲಿನ ಆಚೆ ಒಂದು ಮೇಕೆಯನ್ನು ಕಟ್ಟಿಹಾಕಿತ್ತು. ನಾನು ಹತ್ತಿರವಾದ ಕೂಡಲೇ ಅದು ಅರಚಿಕೊಂಡಿತು. ಒಬ್ಬಳು ಮುದಿ ಹೆಂಗಸು

ಕುಂಟುತ್ತಾ ಕೋಲಿನ ಸಹಾಯದಿಂದ ಅಲ್ಲಿಗೆ ಬಂದಳು. ನಾನು ಇನ್ನೇನು ಹೊರಟು ಬಿಡಬೇಕು... ಅಷ್ಟರಲ್ಲಿ ಬಾಗಿಲಿಗೆ ನೇತು ಹಾಕಿದ್ದ ಚಿಂದಿಯಾದ ಒರಟು ಬಟ್ಟೆಯೊಂದರ ಪರದೆಯಲ್ಲಿದ್ದ ತೂತಿನ ಮೂಲಕ ಆಯತಾಕಾರದ ಮುಖದ ಅಗಲ ಕಣ್ಣುಗಳು ಕಾಣಿಸಿದವು. ಅವಳು ನನ್ನನ್ನು ಗುರುತಿಸಿದ್ದಳು. ಏನೋ ಮಾಡುತ್ತಿದ್ದಳು ಅನಿಸುತ್ತದೆ. ಹೊರಬಂದವಳು, "ಇಲ್ಲೇನು ಮಾಡುತ್ತಿದ್ದೀರಾ?" ಎಂದು ಕೇಳಿದಳು.

"ನಿನ್ನನ್ನು ಭೇಟಿಯಾಗಲು ಬಂದೆ."

"ಬನ್ನಿ ಒಳಗೆ."

"ಇಲ್ಲ, ನೀನು ನನ್ನ ಜೊತೆ ಬಾ ಸ್ವಲ್ಪ."

ಆ ಮುದಿ ಹೆಂಗಸು ಹೇಳಿದಳು, "ಹತ್ತು ರೂಪಾಯಿ ಆಗುತ್ತದೆ."

ನಾನು ಪರ್ಸ್ ಹೊರಗೆಳೆದು ಅವಳಿಗೆ ಹಣ ಕೊಟ್ಟು "ಬಾ" ಎಂದೆ ಸಿರಾಜಳಿಗೆ.

ಅವಳು ತನ್ನ ಕಿಟಕಿಯಂಥ ಅಗಲ ಕಣ್ಣುಗಳಿಂದ ನನ್ನನ್ನು ನೋಡಿದಳು. ಅವಳು ಚೆಂದವಾಗಿಯೂ, ಅಂತರ್ಮುಖಿಯಾಗಿಯೂ, ಒಳಗೊಳಗೆ ಹೆಪ್ಪುಗಟ್ಟಿದಂತೆಯೂ ಅನ್ನಿಸಿದಳು, ಮಮ್ಮಿಕರಿಸಿ ಸಂರಕ್ಷಿಸಲ್ಪಟ್ಟ ರಾಣಿಯಂತೆ. ನಾನು ಅವಳನ್ನು ಒಂದು ಹೋಟೆಲಿಗೆ ಕರೆದುಕೊಂಡು ಹೋದೆ. ಸ್ವಲ್ಪ ಗಲೀಜಾದ ಬಟ್ಟೆ ತೊಟ್ಟಿದ್ದ ಅವಳು ತನ್ನ ಅಗಲ ಕಣ್ಣುಗಳಿಂದ ಜಗತ್ತನ್ನು ದಿಟ್ಟಿಸುತ್ತ ನನ್ನೆದುರು ಕುಳಿತಳು. ಅವಳ ಅಗಲ ಕಣ್ಣುಗಳೆದುರು ಅವಳ ಇಡಿಯ ವ್ಯಕ್ತಿತ್ವವೇ ಗೌಣವೆನಿಸುತ್ತಿತ್ತು.

ನಾನು ಸಿರಾಜಳಿಗೆ 40 ರೂಪಾಯಿಗಳನ್ನು ಕೊಟ್ಟೆ. ಅವಳು ಮೌನವಾಗಿ ಕುಳಿತಿದ್ದಳು. ಅವಳ ಜೊತೆ ಮುಂದುವರಿಯಲು ನಾನು ನಾಲ್ಕು ಲಾರ್ಜ್ ವಿಸ್ಕಿಯನ್ನು ಸರಸರನೆ ಕುಡಿಯಬೇಕಾಯಿತು. ನಂತರ ಅವಳ ಕೈಗಳನ್ನು ಮುಟ್ಟಿದೆ ಅವಳ ಗಿರಾಕಿಗಳಂತೆ. ಆದರೆ ಅವಳು ಪ್ರತಿರೋಧಿಸಲಿಲ್ಲ. ಆ ನಂತರ ನಾನು ಅಶ್ಲೀಲವಾದದ್ದೇನನ್ನೋ ಮಾಡಿದೆ. ಅದರಿಂದ ಅವಳು ಸಿಡಿಮದ್ದಿನ ಬ್ಯಾರಲ್ಲಿನಂತೆ ಸಿಡಿಯುತ್ತಾಳೆಂದು ಅನಿಸುತ್ತಿತ್ತು ನನಗೆ. ಆದರೆ ಅವಳು ಆಶ್ಚರ್ಯಕರ ರೀತಿಯಲ್ಲಿ ಯಾವುದಕ್ಕೂ ಪ್ರತಿಕ್ರಯಿಸದೇ ಸುಮ್ಮನೇ ಕುಳಿತಿದ್ದವಳು, ಸುಮ್ಮನೆ ಅಗಲ ಕಣ್ಣುಗಳಿಂದ ನನ್ನನ್ನೇ ನೋಡಿ, "ಒಂದು ಗಾಂಜಾದ ಸಿಗರೇಟ್ ಕೊಡಿಸು," ಅಂದಳು.

"ಸ್ವಲ್ಪ ಕುಡಿ" ಎಂದೆ.

"ಊಹೂಂ, ನನಗೆ ಗಾಂಜಾನೇ ಬೇಕು" ಎಂದಳು.

ನಾನು ಗಾಂಜಾ ತರಲು ಹೇಳಿದೆ. ಅದು ಸುಲಭವಾಗಿ ಸಿಗುತ್ತಿತ್ತು. ಅವಳು ಅನುಭವಸ್ಥಳಂತೆ ಗಾಂಜಾ ಸೇದಲು ಶುರು ಮಾಡಿದಳು. ಅವಳ ಕಣ್ಣುಗಳು ತಮ್ಮ ಶಕ್ತಿಯನ್ನು ಕಳೆದುಕೊಂಡಂತೆ ತೋರಿತು. ಅವಳ ಮುಖವು ದಾಳಿಯ ನಂತರದ ಪಟ್ಟಣದಂತೆ ಕಾಣಿಸುತ್ತಿತ್ತು. ಪ್ರತಿ ಗೆರೆ, ಮುಖಚರ್ಯೆಯಲ್ಲಿಯೂ ವಿನಾಶದ ಕುರುಹು. ಆದರೆ ಅದು ವಿನಾಶವೇ? ಅವಳು ಪೂರ್ಣ ವ್ಯಕ್ತಿಯಾಗುವ ಮೊದಲೇ ದಾಳಿಗೊಳಗಾಗಿದ್ದಳೇ? ಅಡಿಪಾಯ ಸಿದ್ಧವಾಗುವ ಮೊದಲೇ ಅವಳ ಪ್ರಪಂಚ ಕೆಡವಲ್ಪಟ್ಟಿತ್ತಾ? ಅವಳು ಕನ್ಯೆಯೋ, ಅಲ್ಲವೋ ಎನ್ನುವುದು ನನಗೆ ಮುಖ್ಯ ವಿಷಯವಾಗಿರಲಿಲ್ಲ. ಆದರೆ ನನಗೆ ಅವಳ ಜೊತೆ ಮಾತನಾಡಬೇಕಿತ್ತು. ಅವಳಿಗೆ ಅದರಲ್ಲಿ ಆಸಕ್ತಿ ಇದ್ದಂತಿರಲಿಲ್ಲ. ಅವಳು ನನ್ನ ಜೊತೆ ಜಗಳವಾದರೂ ಆಡಲಿ ಅನಿಸುತ್ತಿತ್ತು. ಆದರೆ ಅವಳು ಒಂದು ರೀತಿಯ ಔದಾಸೀನ್ಯದಲ್ಲಿದ್ದಳು. ಕೊನೆಗೆ, ನಾನು ಅವಳನ್ನು ಮರಳಿ ಮನೆಗೆ ಕರೆದೊಯ್ದೆ.

ಧೋಂಡೂಗೆ ನನ್ನ ರಹಸ್ಯ ಕಾರ್ಯಾಚರಣೆಯ ವಿಷಯ ತಿಳಿದಾಗ, ಅವನು ಅಸಮಾಧಾನಗೊಂಡ. ಒಬ್ಬ ಗೆಳೆಯನಾಗಿಯೂ ಮತ್ತು ಒಬ್ಬ ವ್ಯವಹಾರಿಕ ಮನುಷ್ಯನಾಗಿಯೂ ಅವನಿಗೆ ನೋವಾಗಿತ್ತು. ಅವನು ನನಗೆ ವಿವರಣೆ ಕೊಡಲು ಆಸ್ಪದವನ್ನೇ ನೀಡಲಿಲ್ಲ. "ಮಾಂಟೋ ಸಾಬ್, ನಿಮ್ಮಿಂದ ಇದನ್ನು ನಿರೀಕ್ಷಿಸಿರಲಿಲ್ಲ," ಎಂದಷ್ಟೇ ಹೇಳಿ ಹೊರಟುಹೋದ. ಮರುದಿನ ಅವನು ಕಾಣಿಸಲಿಲ್ಲ. ಅವನಿಗೆ ಹುಷಾರಿಲ್ಲವೇನೋ ಎಂದುಕೊಂಡೆ. ಅದರ ಮರುದಿನವೂ ಅವನ ಸುಳಿವಿಲ್ಲ. ಒಂದು ವಾರ ಕಳೆಯಿತು. ನಾನು ದಿನಕ್ಕೆರಡು ಸಲ ಧೋಂಡೂನ ಕಾರ್ಯಭಾರ ನಡೆಯುತ್ತಿದ್ದ ಸ್ಥಳವನ್ನು ಹಾದು ಕೆಲಸಕ್ಕೆ ಹೋಗಬೇಕಿತ್ತು. ಆ ಲೈಟ್ ಕಂಬವನ್ನು ನೋಡಿದಾಗಲೆಲ್ಲ ಅವನು ನೆನಪಾಗುತ್ತಿದ್ದ.

ನಾನು ಒಂದು ದಿನ ಸಿರಾಜಳನ್ನು ಹುಡುಕಿಕೊಂಡು ಹೋದೆ, ಆದರೆ ಅಲ್ಲಿ ಆ ಮುದುಕಿ ಮಾತ್ರ ಇದ್ದಳು. ಸಿರಾಜಳ ಬಗ್ಗೆ ಅವಳಲ್ಲಿ ವಿಚಾರಿಸಿದಾಗ ಅವಳು ಪಕ್ಕಾ ತಲೆಹಿಡುಕಳಂತೆ ನಗುತ್ತಾ, "ಅವಳಿಲ್ಲ ಈಗ. ಬೇಕಿದ್ದರೆ ಬೇರೆಯವಳನ್ನು ವ್ಯವಸ್ಥೆ ಮಾಡುತ್ತೇನೆ," ಅಂದಳು. ಅವಳೆಲ್ಲಿ, ಧೋಂಡೂನ ಜೊತೆ ಓಡಿ ಹೋದಳಾ ಅನ್ನುವುದು ನನ್ನ ಪ್ರಶ್ನೆಯಾಗಿತ್ತು. ಆ ಸಾಧ್ಯತೆಯೂ ಕಡಿಮೆಯಿತ್ತು. ಅವರಿಬ್ಬರೂ ಪ್ರೀತಿಯಲ್ಲೇನೂ ಬಿದ್ದಿರಲಿಲ್ಲ... ಧೋಂಡೂ ಆ ರೀತಿಯವನಾಗಿ ಕಾಣಿಸುತ್ತಿರಲಿಲ್ಲ. ಅವನಿಗೆ ಪ್ರೀತಿಸುವ ಹೆಂಡತಿ, ಮಕ್ಕಳಿದ್ದರು. ಆದರೆ ಈಗ ಅವರಿಬ್ಬರೂ ಎಲ್ಲಿ ಕಾಣೆಯಾಗಿದ್ದರು? ಬಹುಶಃ ಧೋಂಡೂಗೆ ಇನ್ನು ಅವಳನ್ನು ಮನೆಗೆ ಕಳಿಸಿಬಿಡುವುದೇ ಸರಿ ಅನ್ನಿಸಿರಬೇಕು. ಆ ಬಗ್ಗೆ ಅವನು ಯಾವ ನಿರ್ಧಾರಕ್ಕೂ ಬರಲಾಗದವನಾಗಿದ್ದ ಎಂದುಕೊಂಡೆ.

ಒಂದು ತಿಂಗಳು ಕಳೆಯಿತು. ಒಂದು ಸಂಜೆ ಆ ಇರಾನಿ ಟೀ ಹೌಸಿನ ಬಳಿ ಹೋಗುತ್ತಿರುವಾಗ, ಕಂಬಕ್ಕೆ ಒರಗಿ ನಿಂತಿದ್ದ ಧೋಂಡೂ ಕಾಣಿಸಿದ. ನನ್ನನ್ನು ನೋಡಿದ ಕೂಡಲೇ ಅವನು ಮುಗುಳ್ನಕ್ಕ. ನಾವಿಬ್ಬರೂ ಟೀ ಹೌಸಿಗೆ ಹೋದೆವು. ನಾನು ಏನನ್ನೂ ಕೇಳಲು ಹೋಗಲಿಲ್ಲ. ಅವನು ತನಗೆ ಕಾಫಿ ಮಿಶ್ರಿತ ಸ್ಪೆಷಲ್ ಚಹಾ, ನನಗೊಂದು ಮಾಮೂಲು ಚಹಾಗೆ ಆರ್ಡರ್ ಕೊಟ್ಟ. ನಂತರ ಏನೋ ಮಹತ್ತರವಾದ ಸುದ್ದಿಯನ್ನು ಹೇಳುವವನಂತೆ ನನ್ನೆಡೆಗೆ ಅವನ ಕುರ್ಚಿ ತಿರುಗಿಸಿಕೊಂಡು,

"ಮತ್ತೆ ಏನು ವಿಷಯ ಮಾಂಟೋ ಸಾಬ್?" ಎಂದ.

"ಜೀವನ ಎಂದಿನಂತೆ ನಡೆಯುತ್ತಿದೆ ಧೋಂಡೂ," ಎಂದೆ.

"ನಿಜ... ಜೀವನ ನಡೆಯುತ್ತಾ ಇರುತ್ತದೆ. ನಿಜಕ್ಕೂ ಇದೊಂದು ವಿಚಿತ್ರ ಜಗತ್ತು ಅಲ್ಲವಾ?" ಎಂದ ಮುಗುಳ್ನಗುತ್ತಾ.

"ಒಪ್ಪಿದೆ."

ಚಹಾ ಬಂದಿತು. ನಾವು ಅದನ್ನು ಕುಡಿಯಲಾರಂಭಿಸಿದೆವು. ಧೋಂಡೂ ತನ್ನ ಕಾಫಿ ಮಿಶ್ರಿತ ಚಹಾವನ್ನು ಸಾಸರಿಗೆ ಸುರಿದುಕೊಂಡು ಒಂದು ಗುಟುಕು ಕುಡಿದು ಹೇಳಿದ, "ಮಾಂಟೋ ಸಾಬ್, ಅವಳು ನನಗೆ ಎಲ್ಲ ಕಥೆ ಹೇಳಿದಳು. ಅವಳು ನಿಮ್ಮ ಬಗ್ಗೆ ಮಾತನಾಡುತ್ತಾ ನಿಮ್ಮ ಗೆಳೆಯ ಒಂಥರಾ ಲೂಸು ಅಂದಳು."

ನಾನು ನಗುತ್ತಾ, "ಯಾಕೆ?" ಎಂದೆ.

"ನೀವು ಅವಳನ್ನು ಒಂದು ಹೋಟೆಲಿಗೆ ಕರೆದುಕೊಂಡು ಹೋಗಿ, ತುಂಬ ಹಣ ಕೊಟ್ಟು, ಏನು ಮಾಡಬಹುದಿತ್ತೋ ಅದೇನನ್ನೂ ಮಾಡಲಿಲ್ಲ ಅಂತ ಹೇಳಿದಳು."

ನನ್ನ ಗಡಿಬಿಡಿಯ ಬಗ್ಗೆ ಅವಳು ಆಡಿದ ಮಾತು ಕೇಳಿ ನನಗೆ ತಬ್ಬಿಬ್ಬಾಯಿತು.

"ನಾನು ಅಲ್ಲಿಗೆ ಹೋಗಿದ್ದು ಬೇರೆಯದೇ ಕಾರಣಕ್ಕೆ ಧೋಂಡೂ," ಎಂದೆ.

ಅವನು ಗಹಗಹಿಸಿ ನಗುತ್ತಾ, "ಗೊತ್ತಾಯಿತು. ಕ್ಷಮಿಸಿ ನಿಮ್ಮ ಬಗ್ಗೆ ಕೋಪಗೊಂಡೆ ಅವತ್ತು. ಒಟ್ಟಿನಲ್ಲಿ ಎಲ್ಲ ಮುಗಿದ ಹಾಗಾಯಿತು."

"ಏನು ಎಲ್ಲ ಮುಗಿದಿದ್ದು?"

"ಇನ್ನೇನು... ಆ ನಾಯಿ ಸಿರಾಜಳ ವಿಷಯ. ಮತ್ತೇನಿರಲು ಸಾಧ್ಯ."

"ಏನಾಯಿತು?"

ಧೋಂಡೂ ಅವನ ಕಥೆ ಹೇಳಿದ, ಎಲ್ಲ ತುಂಡರಿಸಿದ ಭಾಗಗಳಾಗಿ. "ಅವತ್ತು ಅವಳನ್ನು ಹೊರಗೆ ಕರೆದುಕೊಂಡು ಹೋದಿರಲ್ಲ, ಆ ದಿನ ನೆನಪಿದೆಯಾ? ಅವತ್ತು ನನ್ನ ಬಳಿ ಬಂದು ಅವಳು, "ನನ್ನ ಹತ್ತಿರ ನಲವತ್ತು ರೂಪಾಯಿ ಇದೆ, ನನ್ನನ್ನು ಲಾಹೋರಿಗೆ ಕರೆದುಕೊಂಡು ಹೋಗು," ಎಂದಳು.

ನಾನು ಹೇಳಿದೆ, "ನಿನಗೇನು ಬಂತು ಇದ್ದಕ್ಕಿದ್ದ ಹಾಗೆ,"

ಅವಳು, "ದಯವಿಟ್ಟು ನನಗೋಸ್ಕರ ಬಾ ಧೋಂಡೂ, ನೀನು ಬರಲೇಬೇಕು!" ಅಂದಳು.

ಮಾಂಟೋ ಸಾಬ್ ನಿಮಗೆ ಗೊತ್ತು ನನಗೆ ಅವಳ ಮಾತನ್ನು ತಳ್ಳಿ ಹಾಕಲಾಗುವುದಿಲ್ಲ ಎಂದು.

"ಸರಿ ನಡಿ ನಿನಗೋಸ್ಕರ ಬರುತ್ತೇನೆ ಅಂದೆ."

ನಾವು ಟಿಕೆಟ್ ಖರೀದಿಸಿ ರೈಲನ್ನೇರಿದೆವು. ಲಾಹೋರಿನಲ್ಲಿ ಒಂದು ಹೋಟೆಲಿನಲ್ಲಿ ಉಳಿದುಕೊಂಡೆವು. ಯಾವ ಹೋಟೆಲ್ ಎನ್ನುವುದನ್ನು ಅವಳು ಮೊದಲೇ ನಿರ್ಧರಿಸಿದ್ದಳು. ಮರುದಿನ ಅವಳು ತನಗೊಂದು ಬುರ್ಕಾ ಬೇಕು ಎಂದು ಕೇಳಿದಳು, ತಂದುಕೊಟ್ಟೆ. ಅವಳು ಅದನ್ನು ಧರಿಸಿ ಆ ದಿನದಿಂದ ಬೆಳಗ್ಗೆಯೇ ಹೋಟೆಲ್ ಬಿಟ್ಟು, ನನ್ನ ಜೊತೆ ಟಾಂಗಾದಲ್ಲಿ ಲಾಹೋರಿನ ಬೀದಿಬೀದಿಯನ್ನೂ ಸುತ್ತಲಾರಂಭಿಸಿದಳು. ದಿನಗಳು ಕಳೆದವು.

ನನಗೆ ನಾನು ಹೇಳಿಕೊಂಡೆ, "ನೋಡು ಏನಾಗುತ್ತಿದೆ ಧೋಂಡೂ. ಈ ಹಡಬೆ ಸಿರಾಜ್ ಮೊದಲಿನಷ್ಟೇ ತಿಕ್ಕಲು ತಿಕ್ಕಲಾಗಿ ಆಡುತ್ತಿದ್ದಾಳೆ. ಈಗ ನೋಡು ಕರ್ಮ, ನೀನೂ ಅವಳಂತೆಯೇ ಹುಚ್ಚನಾಗಿದ್ದೀ. ಬಾಂಬೆಯಿಂದ ಇಷ್ಟು ದೂರ ಈ ತಲೆ ಕೆಟ್ಟವಳೊಡನೆ ಯಾಕೆ ಬಂದೆ!"

ಮಾಂಟೋ ಸಾಬ್, ಒಂದು ದಿನ ನಾವು ಟಾಂಗಾದಲ್ಲಿ ಹೋಗುತ್ತಿದ್ದಾಗ ಇದ್ದಕ್ಕಿದ್ದಂತೆ ರಸ್ತೆಯ ನಡುಮಧ್ಯೆ ಟಾಂಗಾ ನಿಲ್ಲಿಸಲು ಹೇಳಿದಳು. ಒಬ್ಬನನ್ನು ತೋರಿಸಿ, "ಧೋಂಡೂ, ಅಲ್ಲಿದ್ದಾನಲ್ಲ ಅವನನ್ನು ನನ್ನ ಹತ್ತಿರ ಕರೆದುಕೊಂಡು ಬರುತ್ತೀಯಾ. ನಾನು ಈಗ ಹೋಟೆಲಿಗೆ ಹೋಗುತ್ತೇನೆ," ಅಂದಳು.

ನಾನು ಗಲಿಬಿಲಿಗೊಂಡವನೇ ಟಾಂಗಾದಿಂದ ಇಳಿಯುವುದರಲ್ಲಿ ಅವಳು ತೋರಿಸಿದಾತ ಹೊರಟು ಹೋಗುವುದರಲ್ಲಿದ್ದ. ನಾನು ಅವನನ್ನು ಹಿಂಬಾಲಿಸಿದೆ. ದೇವರ ದಯೆಯಿಂದ ನನಗೆ ಮನುಷ್ಯರನ್ನು ಅರ್ಥಮಾಡಿಕೊಳ್ಳುವ ಶಕ್ತಿ ಇದೆ. ಅವನ ಜೊತೆ ಒಂದೆರಡು ಘಳಿಗೆ ಮಾತನಾಡುವುದರಲ್ಲೇ ಅವನೊಬ್ಬ ಪ್ಲೇಬ್ಲಾಯ್ ಅನ್ನುವುದು ಅರ್ಥವಾಗಿಬಿಟ್ಟಿತು.

ನಾನು ಅವನಿಗೆ ಹೇಳಿದೆ, "ಬಾಂಬೆಯಿಂದ ಸ್ಪೆಷಲ್ ಮಾಲು ತಂದಿದ್ದೀನಿ," ಎಂದು. ಅವನು, "ನಡಿ ಈಗಲೇ ಹೋಗೋಣ," ಎಂದ. ನಾನು, "ನಿನ್ನಲ್ಲಿ ಹಣವಿದೆಯಾ ತೋರಿಸು ಮೊದಲು," ಎಂದೆ. ಅವನು ಬ್ಯಾಂಕ್ ನೋಟುಗಳ ಒಂದು ಕಟ್ಟನ್ನು ನನ್ನ ಮುಖದೆದುರು ಅಲ್ಲಾಡಿಸಿದ. ನನಗೆ ನಾನು ಹೇಳಿಕೊಂಡೆ, "ಯಾಕೆ ಒಂದಿಷ್ಟು ಬಿಸಿನೆಸ್ ಮಾಡಿಕೊಳ್ಳಬಾರದು ನೀನು ಇವನೊಡನೆ?" ಎಂದು.

ಆದರೆ ಆ ಬೇವರ್ಸಿ ಸಿರಾಜ್ ಎಲ್ಲ ಬಿಟ್ಟು ಇಡೀ ಲಾಹೋರ್ ಅಲೆದಾಡಿ ಇವನನ್ನೇ ಯಾಕೆ ಆರಿಸಿದಳು ಎನ್ನುವುದು ನನಗೆ ಅರ್ಥವೇ ಆಗಲಿಲ್ಲ. "ಏನು ಬೇಕಿದ್ದರೂ ಇರಲಿ ಬಿಡು ಧೋಂಡೂ," ಎಂದುಕೊಂಡವನೇ ಅವನನ್ನು ಟಾಂಗಾದಲ್ಲಿ ಸೀದಾ ಹೋಟೆಲಿಗೆ ಕರೆದೊಯ್ದೆ. ಒಳಗೆ ಹೋಗಿ ಸಿರಾಜಳಿಗೆ, "ಅವನನ್ನು ಕರೆದುಕೊಂಡು ಬಂದಿದ್ದೇನೆ," ಎಂದು ಹೇಳಿದೆ.

ಅವಳು, "ಒಂದು ನಿಮಿಷ" ಎಂದಳು. ಹಾಗಾಗಿ ನಾನು ಕಾಯುತ್ತಾ ನಿಂತೆ. ಸ್ವಲ್ಪ ಹೊತ್ತಿನ ಬಳಿಕ ಆ ಸ್ಫುರದ್ರೂಪಿ ಗಂಡಸನ್ನು ಒಳಗೆ ಕರೆದೊಯ್ದೆ. ಅವನು ಅವಳನ್ನು ನೋಡಿದ ಕೂಡಲೇ ಓಡಿಹೋಗಲು ಯತ್ನಿಸಿದ. ಆದರೆ ಸಿರಾಜ್ ಅವನನ್ನು ಗಟ್ಟಿಯಾಗಿ ಹಿಡಿದುಕೊಂಡಳು."

ಧೋಂಡು ಆರಿಹೋಗಿದ್ದ ಕಾಫಿ-ಚಹಾವನ್ನು ಸಾಸರಿಗೆ ಸುರಿದು, ಒಂದೇ ಗುಟುಕಿಗೆ ಹೀರಿ ಒಂದು ಬೀಡಿ ಹೊತ್ತಿಸಿದ.

"ಸಿರಾಜ್ ಅವನನ್ನು ಹಿಡಿದುಕೊಂಡಳಾ?"

ಧೋಂಡೂ ದನಿ ಎತ್ತರಿಸಿ, "ಹೌದು, ಆ ಬೇವರ್ಸಿಯನ್ನು ಹಿಡಿದುಕೊಂಡು ಹೇಳಿದಳು, "ಎಲ್ಲಿ ಹೋಗುತ್ತೀ? ನನ್ನನ್ನು ಯಾಕೆ ಮನೆಯಿಂದ ಓಡಿಸಿಕೊಂಡು ಬಂದೆ? ನಾನು ನಿನ್ನನ್ನು ಪ್ರೀತಿಸಿದೆ. ನೀನು ಕೂಡ ನನ್ನನ್ನು ಪ್ರೀತಿಸುತ್ತೀಯೆಂದು ಹೇಳಿದ್ದೆ. ಆದರೆ ನಾನು ಅಮೃತಸರದಲ್ಲಿದ್ದ ನನ್ನ ಮನೆ, ನನ್ನ ಹೆತ್ತವರು, ನನ್ನ ಅಣ್ಣತಮ್ಮಂದಿರು, ಅಕ್ಕತಂಗಿಯರನ್ನು ಬಿಟ್ಟು ನಿನ್ನ ಜೊತೆ ಲಾಹೋರಿಗೆ ಓಡಿಬಂದು ಇದೇ ಹೋಟೆಲಿನಲ್ಲಿ ಉಳಿದುಕೊಂಡೆವು, ನೆನಪಿದೆಯಾ? ಆ ನಂತರ ಅಂದೇ ಮಧ್ಯರಾತ್ರಿಯಲ್ಲಿ ನೀನು ಕಾಣೆಯಾದೆ. ನನ್ನನ್ನು ಬೀದಿಪಾಲು ಮಾಡಿದೆ. ನನ್ನನ್ನು ಯಾಕೆ ಇಲ್ಲಿಗೆ ಕರೆದುಕೊಂಡು ಬಂದೆ? ನನ್ನನ್ನು ಮನೆ ಬಿಡಿಸಿ ನಿನ್ನ ಜೊತೆ ಯಾಕೆ ಓಡಿಸಿಕೊಂಡು ಬಂದೆ? ನಾನು ನಿನಗಾಗಿ ಏನೆಲ್ಲ ಮಾಡಲೂ ತಯಾರಿದ್ದೆ, ಆದರೆ ಕೊನೆ ಘಳಿಗೆಯಲ್ಲಿ ನೀನು ನನಗೆ ಮೋಸ ಮಾಡಿದೆ. ಆದರೆ ನಾನು ಹಿಂದಿರುಗಿ ಬಂದು ನಿನ್ನನ್ನು ಹುಡುಕಿದ್ದೀನಿ. ನನಗೆ ಈಗಲೂ ನಿನ್ನನ್ನು ಕಂಡರೆ ಪ್ರೀತಿ. ಸ್ವಲ್ಪವೂ ಬದಲಾಗಿಲ್ಲ. ಬಾ ಇಲ್ಲಿ," ಅಂದವಳೇ ಮಾಂಟೋ ಸಾಬ್ ಅವನ ಕುತ್ತಿಗೆಯ ಸುತ್ತ ಕೈ ಹಾಕಿ ತಬ್ಬಿಕೊಂಡಳು.

ಆ ಬೇವರ್ಸಿಯ ಕೆನ್ನೆಯ ಮೇಲೆ ಕಣ್ಣೀರು ಹರಿಯಲಾರಂಭಿಸಿತು. ತನ್ನನ್ನು ಕ್ಷಮಿಸೆಂದು ಬೇಡಲಾರಂಭಿಸಿದ.

"ನಾನು ತಪ್ಪು ಮಾಡಿದೆ. ನನಗೆ ಭಯವಾಗಿತ್ತು. ನಾನು ನಿನ್ನನ್ನು ಮತ್ತೆ ಎಂದಿಗೂ ಬಿಡುವುದಿಲ್ಲ..." ಯಾರಿಗೆ ಗೊತ್ತು ಅವನು ಅದೇನು ಬಡಬಡಿಸುತ್ತಿದ್ದನೋ. ಆ ನಂತರ ಸಿರಾಜ್ ನನ್ನನ್ನು ಹೊರಗೆ ಹೋಗಲು ಹೇಳಿದಳು. ನಾನು ಹೊರಗೆ ಹೋದೆ.

ಬೆಳಗ್ಗೆ ನಾನಿನ್ನೂ ನಿದ್ರಿಸುತ್ತಿದ್ದೆ.

ಅವಳು ನನ್ನನ್ನು ಎಬ್ಬಿಸಿ, "ಧೋಂಡೂ ನಡಿ ಹೊರಡೋಣ," ಎಂದಳು.

"ಎಲ್ಲಿಗೆ?"

"ವಾಪಸ್ ಬಾಂಬೆಗೆ"

"ಆ ಬೇವರ್ಸಿಯ ಕಥೆ ಏನು?"

"ಮಲಗಿದ್ದಾನೆ. ನನ್ನ ಬುರ್ಕಾವನ್ನು ಅವನ ಮೇಲೆ ಹಾಕಿ ಬಂದೆ," ಅಂದಳು.

ಧೋಂಡೂ ತನಗೆ ಮತ್ತೊಂದು ಕಾಫಿ ಮಿಶ್ರಿತ ಚಹಾ ಆರ್ಡರ್ ಮಾಡಿದ. ನಾನು ತಲೆ ಎತ್ತಿ ನೋಡುವಾಗ ಸಿರಾಜ್ ಹೋಟೆಲ್ ಒಳಗೆ ಬರುವುದು ಕಾಣಿಸಿತು. ಅವಳ ಆಯತಾಕಾರದ ಮುಖ ಹೊಳೆಯುತ್ತಿತ್ತು, ಅವಳ ಅಗಲ ಕಣ್ಣುಗಳಲ್ಲಿ ಶಾಂತಿ, ಸಮಾಧಾನಗಳಿದ್ದವು.

Siraj

ಈಗ ಅವನು ಈ ದೇಶಕ್ಕಾಗಿ ನೆನ್ನೆ ಮೊನ್ನೆಯವರೆಗೆ ಅವನ ನೆರೆಹೊರೆಯಾಗಿದ್ದವರ ಜೊತೆಗೇ ಹೋರಾಡಬೇಕು, ತಲೆತಲಾಂತರದಿಂದ ಎರಡೂ ಮನೆಯವರ ನಡುವೆ ಬಾಂಧವ್ಯವಿದ್ದವರ ವಿರುದ್ಧವೇ ಯುದ್ಧ ಮಾಡಬೇಕು.

ಯುದ್ಧವೆಂಬುದನ್ನೇ ಮರೆತವರು

ಈ ಕಾಶ್ಮೀರ್ ಯುದ್ಧವೆನ್ನುವುದೇ ವಿಚಿತ್ರವಾಗಿತ್ತು. ಅದು ಎಲ್ಲ ಯುದ್ಧಗಳಂತಿರಲಿಲ್ಲ. ಸುಬೇದಾರ್ ರಬ್ ನವಾಜನಿಗೆ ಹಲವೊಮ್ಮೆ ತನ್ನ ಮೆದುಳೇ ಬಂದೂಕಾಗಿ ಪರಿವರ್ತನೆ ಹೊಂದಿದೆಯೇನೋ ಎನ್ನಿಸಿಬಿಡುತ್ತಿತ್ತು... ತುಕ್ಕು ಹಿಡಿದು ಕೆಟ್ಟು ಹೋದ ಕುದುರೆಯ ಬಂದೂಕು.

ಅವನು ಹಿಂದಿನ ಮಹಾಯುದ್ಧದ ಹಲವಾರು ಮುಖ್ಯ ಯುದ್ಧಗಳಲ್ಲಿ ವೀರಾವೇಶದಿಂದ ಹೋರಾಡಿದ್ದ. ಕೊಲ್ಲುವುದು ಮತ್ತು ಕೊಲ್ಲಲ್ಪಡುವುದು ಅವನಿಗೆ ತಿಳಿದಿತ್ತು. ಅವನ

ಬುದ್ಧಿವಂತಿಕೆ ಮತ್ತು ಶೌರ್ಯದ ಕಾರಣಕ್ಕೆ ಅವನಿಗಿಂತ ಹಿರಿಕಿರಿಯರೆಲ್ಲರಿಗೂ ಅವನೆಂದರೆ ಅಪಾರ ಗೌರವವಿತ್ತು. ಹಾಗಾಗಿ ಕಮಾಂಡರುಗಳು ಅವನಿಗೆ ಯಾವಾಗಲೂ ಅತ್ಯಂತ ಕಷ್ಟದ ಮತ್ತು ಅಪಾಯಕಾರಿಯಾದ ಜವಾಬ್ದಾರಿಗಳನ್ನೇ ವಹಿಸುತ್ತಿದ್ದರು ಮತ್ತು ಅವನೆಂದೂ ಅವರ ನಂಬಿಕೆಯನ್ನು ಸುಳ್ಳಾಗಿಸಿರಲಿಲ್ಲ.

ಆದರೆ ಈ ಯುದ್ಧ... ಇದರ ರೀತಿನೀತಿಯೇ ವಿಚಿತ್ರವಾಗಿತ್ತು. ಈ ಯುದ್ಧಕ್ಕೆ ಮೊದಲು ಅವನ ಹೃದಯದಲ್ಲಿ ಅತ್ಯಂತ ಉತ್ಸಾಹವಿತ್ತು, ಹೋರಾಡುವ ಹಂಬಲವಿತ್ತು. ಹಸಿವು ನೀರಡಿಕೆಗಳನ್ನು ಲೆಕ್ಕಿಸದೇ ಶತ್ರುಗಳನ್ನು ನಿರ್ನಾಮ ಮಾಡುವ ತುಡಿತವೊಂದೇ ಅವನ ಮನಸ್ಸಿನಲ್ಲಿತ್ತು. ಆದರೆ ಅವನಿಗೆ ಎದುರಾಗುತ್ತಿದ್ದ ಶತ್ರುಗಳೆಲ್ಲ ಅವನಿಗೆ ತೀರಾ ಪರಿಚಿತರೇ ಆಗಿರುತ್ತಿದ್ದರು. ಬಹುತೇಕರು ಹಿಂದಿನ ಯುದ್ಧದಲ್ಲಿ ಸ್ನೇಹದಿಂದ ಜೊತೆಗೂಡಿ ಶತ್ರುಗಳ ವಿರುದ್ಧ ಹೋರಾಡಿದ್ದವರು, ಇಂದು ಅವರೇ ಜೀವ ತೆಗೆಯಲು ಸಿದ್ಧರಾದ ಆಜನ್ಮ ಶತ್ರುಗಳಾಗಿ ಮಾರ್ಪಾಡಾಗಿದ್ದರು.

ಕೆಲವೊಮ್ಮೆ ಇದೆಲ್ಲ ಕನಸಾ ಎನ್ನಿಸಿಬಿಡುತ್ತಿತ್ತು ಸುಬೇದಾರ್ ರಬ್ ನವಾಜನಿಗೆ... ಮಹಾಯುದ್ಧ ಘೋಷಣೆಯಾದದ್ದು, ಪಟ್ಟಿಯಲ್ಲಿ ಅವನ ಹೆಸರು ಸೇರ್ಪಡೆಯಾಗಿದ್ದು, ದೈಹಿಕ ಪರೀಕ್ಷೆಗಳು, ಗುರಿ ತರಬೇತಿಗಳು, ಯುದ್ಧರಂಗಕ್ಕೆ ರವಾನೆಯಾಗಿದ್ದು, ಅಲ್ಲಿಂದ ಇಲ್ಲಿಗೆ, ಇಲ್ಲಿಂದ ಅಲ್ಲಿಗೆ ಮತ್ತು ಕೊನೆಗೊಂದು ದಿನ ಯುದ್ಧ ಮುಗಿದಿದ್ದು. ಅದು ಮುಗಿದ ಕೂಡಲೇ ಪಾಕಿಸ್ತಾನದ ಸ್ಥಾಪನೆಯಾಗಿತ್ತು ಮತ್ತು ಹಿಂದೆಯೇ ಕಾಶ್ಮೀರ್ ಯುದ್ಧ ಶುರುವಾಗಿತ್ತು.

ಒಂದರ ಹಿಂದೆಯೇ ಮತ್ತೊಂದು ತಲೆ ಗಿರ್ರೆನ್ನುವ ವೇಗದಲ್ಲಿ ನಡೆಯುತ್ತಾ ಹೋಗಿತ್ತು. ಇದಕ್ಕೆಲ್ಲ ಕಾರಣರಾದವರು ಜನರನ್ನು ಗಲಿಬಿಲಿಗೊಳಿಸಲು, ಅದರ ಬಗ್ಗೆ ಯೋಚಿಸಲು ಸಮಯವೇ ಸಿಗದಂತಿರಲು ಹೀಗೆಲ್ಲ ಮಾಡುತ್ತಿರಬಹುದಾ ಎನ್ನಿಸಿತ್ತು. ಇಲ್ಲದಿದ್ದರೆ ಇಷ್ಟು ಮಹತ್ವದ ಘಟನೆಗಳು, ಕ್ರಾಂತಿಗಳು ಒಂದಾದನಂತರ ಮತ್ತೊಂದು, ಅದರ ನಂತರ ಮತ್ತೊಂದು, ಹಿಂದೆಯೇ ಇನ್ನೊಂದು... ಇದಕ್ಕೆಲ್ಲ ಮತ್ತೆ ಯಾವ ರೀತಿಯ ವಿವರಣೆ ಕೊಡಲು ಸಾಧ್ಯ?

ಸುಬೇದಾರ್ ರಬ್ ನವಾಜನಿಗೆ ಒಂದು ಮಾತ್ರ ಅರ್ಥವಾಗಿತ್ತು. ಕಾಶ್ಮೀರವನ್ನು ಗೆಲ್ಲಲು ತಾವು ಯುದ್ಧ ಮಾಡುತ್ತಿದ್ದೇವೆ ಎನ್ನುವುದು. ಅವರು ಯಾತಕ್ಕೆ ಕಾಶ್ಮೀರವನ್ನು ಗೆಲ್ಲಬೇಕಿತ್ತು? ಯಾಕೆಂದರೆ ಅದನ್ನು ಆಕ್ರಮಿಸುವುದು ಪಾಕಿಸ್ತಾನದ ಭದ್ರತೆ ಮತ್ತು ಉಳಿವಿಗೆ ಬಹು ಮುಖ್ಯವಾದ ನಿರ್ಣಾಯಕ ಅಂಶವಾಗಿತ್ತು. ಆದರೆ ಅವನು ಗುಂಡು ಹಾರಿಸಲು ಗುರಿ ಇಡುವಾಗ ಪರಿಚಿತ ಮುಖವೊಂದು ಎದುರಾದರೆ ಅವನಿಗೆ ಕ್ಷಣಕಾಲ ತಾವು ಯಾತಕ್ಕೆ ಯುದ್ಧ ಮಾಡುತ್ತಿದ್ದೇವೆ, ಯಾತಕ್ಕಾಗಿ ತಾನು ಗುರಿ ಇಟ್ಟೆ ಎನ್ನುವುದೇ ಮರೆತು ಹೋಗುತ್ತಿತ್ತು. ಅಂಥ ಸಂದರ್ಭಗಳಲ್ಲಿ ತಾನು

ಮೆಡಲ್ ಸಂಪಾದಿಸಲಾಗಲಿ, ಹಣಕ್ಕಾಗಲಿ ಹೋರಾಡದೇ, ತನ್ನ ಮಾತೃಭೂಮಿಗಾಗಿ ಹೋರಾಡುತ್ತಿರುವೆನೆಂದು ತನಗೆ ತಾನೇ ನೆನಪಿಸಿಕೊಳ್ಳಬೇಕಾಗುತ್ತಿತ್ತು.

ಆದರೆ ಈ ದೇಶ ಮೊದಲೂ ಅವನ ದೇಶವೇ ಆಗಿತ್ತು, ಅವನದ್ದಾಗಿದ್ದ ಈ ಪ್ರದೇಶ ಈಗ ಪಾಕಿಸ್ತಾನದ ಒಂದು ಭಾಗವಾಗಿದೆ. ಈಗ ಅವನು ಈ ದೇಶಕ್ಕಾಗಿ ನಿನ್ನೆ ಮೊನ್ನೆಯವರೆಗೆ ಅವನ ನೆರೆಹೊರೆಯಾಗಿದ್ದವರ ಜೊತೆಗೇ ಹೋರಾಡಬೇಕು, ತಲೆತಲಾಂತರದಿಂದ ಎರಡೂ ಮನೆಯವರ ನಡುವೆ ಬಾಂಧವ್ಯವಿದ್ದವರ ವಿರುದ್ಧವೇ ಯುದ್ಧ ಮಾಡಬೇಕು. ಅವರಿಗೆ ಕೂಡಾ ಹಿಂದೆಂದೂ ಅಲ್ಲಿನ ನೀರಿನ ರುಚಿ ಕೂಡಾ ನೋಡದ ಆ ಅನ್ಯ ದೇಶವು ಅವರ ದೇಶವಾಗಿ ಹೋಗಿತ್ತು. ಅದರ ಸಲುವಾಗಿ ಹೋರಾಡಲು ಅವರ ಭುಜದ ಮೇಲೆ ಬಂದೂಕನ್ನು ತಗುಲಿಸಿ ಆಜ್ಞಾಪಿಸಿದ್ದರು. "ಹೋಗಿ, ಬದುಕಲು ನಿಮ್ಮ ತಲೆಯ ಮೇಲೊಂದು ಸೂರು ಕಟ್ಟಿಕೊಳ್ಳಲು ಒಂದಿಷ್ಟು ಜಾಗವಿನ್ನೂ ಸಿಗದ, ಅಲ್ಲಿನ ನೀರು ಮತ್ತು ಗಾಳಿ ಕೂಡಾ ಸರಿಯಾಗಿ ಪರಿಚಯವಾಗದ ಅದೀಗ ನಿಮ್ಮ ದೇಶ. ಆ ದೇಶಕ್ಕಾಗಿ ನೀವು ಈಗ ಪಾಕಿಸ್ತಾನದ ವಿರುದ್ಧ ಹೋರಾಡಿ... ನಿಮ್ಮ ಬದುಕಿನ ಬಹುಭಾಗವನ್ನು ಕಳೆದ ಅದೇ ಪಾಕಿಸ್ತಾನದ ವಿರುದ್ಧ."

ರಬ್ ನವಾಜ್ ಹಿಂದುಸ್ತಾನದಲ್ಲಿ ತಮ್ಮ ಮನೆ, ಆಸ್ತಿಯನ್ನೆಲ್ಲ ಬಿಟ್ಟು ಓಡಿ ಬಂದ ಮುಸ್ಲಿಂ ಸೈನಿಕರ ಬಗ್ಗೆ ಯೋಚಿಸಿದ. ಅಲ್ಲಿ ಅವರಿಗಿದ್ದ ಎಲ್ಲವನ್ನೂ ಕಿತ್ತುಕೊಂಡು ಅಲ್ಲಿಂದ ಹೊರಹಾಕಿದ್ದರು. ಇಲ್ಲಿ ಸಿಕ್ಕಿದ್ದಾದರೂ ಏನು ಬಂದೂಕನ್ನು ಹೊರತುಪಡಿಸಿ... ಅದೇ ಅಳತೆಯ, ಅದೇ ತೂಕದ, ಅದೇ ಕಂಪನಿಯ ಬಂದೂಕು. ಮೊದಲು ಅವರು ಒಟ್ಟಾಗಿ ಒಬ್ಬನೇ ಶತ್ರುವಿನ ವಿರುದ್ಧ ಹೋರಾಡಿದ್ದರು. ನಿಜಕ್ಕೂ ಹೇಳಬೇಕೆಂದರೆ ಮೊದಲಿನವನ ಶತ್ರುವಾಗಿದ್ದೂ ತಮ್ಮ ಹೊಟ್ಟೆಪಾಡಿಗಾಗಿ, ಮೆಡಲ್ಲುಗಳಿಗಾಗಿ, ಕೀರ್ತಿಗಾಗಿ. ಆದರೆ ಈಗ ಅವರೇ ಇಬ್ಭಾಗವಾಗಿದ್ದರು.

ಮೊದಲು ಎಲ್ಲರೂ ಹಿಂದುಸ್ತಾನಿ ಸೈನಿಕರಾಗಿದ್ದರು. ಈಗ ಅವರು ಹಿಂದೂಸ್ತಾನಿ ಮತ್ತು ಪಾಕಿಸ್ತಾನಿ ಸೈನಿಕರೆಂದು ಎರಡು ಭಾಗವಾಗಿದ್ದಾರೆ. ಈಗಲೂ ಭಾರತದಲ್ಲಿ ಮುಸ್ಲಿಂ ಸೈನಿಕರಿದ್ದಾರೆ ಎನ್ನುವ ವಿಷಯ ಅವನನ್ನು ಗೊಂದಲಕ್ಕೀಡುಮಾಡಿತು, ಕಾಶ್ಮೀರದ ಬಗ್ಗೆ ಯೋಚಿಸುತ್ತಾ ಹೋದಂತೆ ಅವನ ಮನಸ್ಸು ಮತ್ತಿಷ್ಟು ಕೆಸರಾಯಿತು. ಮುಂದೆ ಯೋಚಿಸಲು ಆಗಲಿಲ್ಲ ಅವನಿಗೆ.

ಪಾಕಿಸ್ತಾನಿಗಳು ಕಾಶ್ಮೀರಕ್ಕಾಗಿ ಹೋರಾಡುತ್ತಿದ್ದಾರೋ ಅಥವಾ ಕಾಶ್ಮೀರದ ಮುಸ್ಲಿಮರಿಗಾಗಿ ಹೋರಾಡುತ್ತಿದ್ದಾರೋ? ಕಾಶ್ಮೀರದ ಮುಸ್ಲಿಮರಿಗಾಗಿ ಎಂದಾದರೆ, ಹೈದರಾಬಾದ್ ಮತ್ತು ಜುನಾಗಡದ ಮುಸ್ಲಿಮರಿಗಾಗಿ ಯಾಕೆ ಹೋರಾಡುತ್ತಿಲ್ಲ?

ಇದು ಇಸ್ಲಾಂ ಧರ್ಮಕ್ಕೋಸ್ಕರ ನಡೆಯುತ್ತಿರುವ ಹೋರಾಟವಾದರೆ ಉಳಿದ ಮುಸ್ಲಿಂ ರಾಷ್ಟ್ರಗಳು ಅವರೊಡನೆ ಯಾಕೆ ಹೋರಾಟಕ್ಕಿಳಿಯುತ್ತಿಲ್ಲ?

ಬಹಳ ಹೊತ್ತು ಯೋಚಿಸಿದ ನಂತರ ರಬ್ ನವಾಜನಿಗೆ ಇದೆಲ್ಲ ಸಾಮಾನ್ಯ ಸೈನಿಕನೊಬ್ಬನ ಬುದ್ಧಿಮತ್ತೆಗೆ ಅರ್ಥವಾಗದಂಥ ಸೂಕ್ಷ್ಮ ವಿಷಯಗಳು, ಅವನು ಮಂದ ಬುದ್ಧಿಯವನಾಗಬೇಕು ಎನ್ನಿಸಿತು. ಮಂದ ಬುದ್ಧಿಯವನಷ್ಟೇ ಒಳ್ಳೆಯ ಸೈನಿಕನಾಗಬಲ್ಲ. ಇದರ ಬಗ್ಗೆಯೆಲ್ಲ ಯೋಚಿಸಲೇಬಾರದು ಎನ್ನುವ ತೀರ್ಮಾನಕ್ಕೆ ಬರುತ್ತಿದ್ದ. ಅವನ ಕಳ್ಳ ಮನಸ್ಸು ಆಗಾಗ ಇಂತಹ ಯೋಚನೆಗಳ ಕಡೆಗೆ ಮತ್ತೆ ಮತ್ತೆ ಎಳೆದೊಯ್ಯುತ್ತಿತ್ತು ಮತ್ತು ಮತ್ತೆ ಮತ್ತೆ ಈ ರೀತಿಯ ಯೋಚನೆಗಳತ್ತಲೇ ಹೋಗುತ್ತೇನಲ್ಲ ಎಂದು ನಗು ಬರುತ್ತಿತ್ತು.

ಕಿಶನ್ ಗಂಗಾ ನದಿಯ ತಟದಲ್ಲಿ ಮುಜಫರಾಬಾದಿನಿಂದ ಕಿರನ್ನಿಗೆ ಹೋಗುವ ರಸ್ತೆಯನ್ನು ವಶಕ್ಕೆ ಪಡೆಯಲು ಸ್ವಲ್ಪ ಕಾಲದಿಂದ ಹೋರಾಟ ನಡೆಯುತ್ತಿತ್ತು. ಇದೊಂದು ರೀತಿಯ ವಿಚಿತ್ರ ಯುದ್ಧ. ರಾತ್ರಿಯ ಹೊತ್ತು, ಬಂದೂಕದ ಗುಂಡುಗಳ ಬದಲಿಗೆ ಬಯ್ಗುಳಗಳ ಸುರಿಮಳೆಯಾಗುತ್ತಿತ್ತು. ಅಕ್ಕಪಕ್ಕದ ಬೆಟ್ಟಗಳಿಂದ ಹೊರಬೀಳುತ್ತಿದ್ದ ಈ ಬಯ್ಗುಳಗಳು ಹೊತ್ತು ಕಳೆಯುತ್ತಾ ಹೋದಂತೆ ಹೆಚ್ಚುತ್ತಲೇ ಹೋಗುತ್ತಿದ್ದವು.

ಒಂದು ಸಂಜೆ ಸುಬೇದಾರ್ ರಬ್ ನವಾಜ್ ತನ್ನ ತುಕಡಿಯನ್ನು ಅನಿರೀಕ್ಷಿತ ದಾಳಿಯೊಂದಕ್ಕೆ ಸಿದ್ಧಪಡಿಸುತ್ತಿರುವಾಗ, ಬೆಟ್ಟದ ಆ ಬದಿಯಿಂದ ಶತ್ರುಗಳ ಅಶ್ಲೀಲ ಬಯ್ಗುಳಗಳು ಕೇಳಿಸಿತು. ಅವನಿಗೆ ತನ್ನ ಕಿವಿಗಳನ್ನೇ ನಂಬಲಾಗಲಿಲ್ಲ. ದೊಡ್ಡದಾದ ನಗುವಿನ ಜೊತೆಗೆ ಬಯ್ಗುಳ ಕೂಡಾ ಕೇಳಿಸಿತು.

“ಹಂದಿ ನನ್ಮಕ್ಕಳಾ ಏನು ನಡೆಯುತ್ತಿದೆ ಇಲ್ಲಿ?” ಗೊಣಗಿಕೊಂಡ.

ಅವನ ಕಡೆಯವನೊಬ್ಬನೂ ಆ ಬಯ್ಗುಳಗಳಿಗೆ ಪ್ರತಿಯಾಗಿ ಸಾಧ್ಯವಾದಷ್ಟೂ ದೊಡ್ಡ ದನಿಯಲ್ಲಿ ಬಯ್ದವನು, ರಬ್ ನವಾಜನಿಗೆ ಹೇಳಿದ, “ಸುಬೇದಾರ್ ಸಾಬ್, ಮತ್ತೆ ನಮ್ಮನ್ನು ಬಯ್ಯುತ್ತಿದ್ದಾರೆ ತಾಯ್ಗಂಡ ನನ್ಮಕ್ಕಳು.”

ರಬ್ ನವಾಜನಿಗೆ ಕೂಡಾ ಸಹಜವಾಗಿಯೇ ಹೊಲಸು ಮಾತುಗಳನ್ನಾಡಬೇಕು ಎಂಬ ಯೋಚನೆ ಬಂದಿತು. ಆದರೆ ಅದನ್ನು ತಡೆದ. ಆ ಕಡೆಯವರೂ ಈಗ ಮೌನವಾದರು, ಇವರನ್ನು ಅನುಸರಿಸಿದಂತೆ. ಆದರೆ ಸ್ವಲ್ಪ ಹೊತ್ತಿನ ನಂತರ ಧಾರಾಕಾರ ಬಯ್ಗುಳಗಳ ಸುರಿಮಳೆ ಅದೆಷ್ಟು ಅಸಹನೀಯವಾಯಿತೆಂದರೆ ಇತ್ತ ಕಡೆಯವರೂ ತಾಳ್ಮೆಗೆಟ್ಟು ಅವರ ಹೊಲಸು ಬಯ್ಗುಳಗಳಿಗೆ ಸರಿಗಟ್ಟುವಂಥ ಹೊಲಸು ಬಯ್ಗುಳ ಬಯ್ಯಲು ಪ್ರಾರಂಭಿಸಿದರು.

ಒಂದೆರಡು ಬಾರಿ ಅವರನ್ನು ಸುಮ್ಮನಾಗಿಸಲು ಯತ್ನಿಸಿದರೂ, ಹೆಚ್ಚು ಒತ್ತಾಯಪೂರ್ವಕವಾಗಿ ಹೇಳಲಿಲ್ಲ. ನಿಜಕ್ಕೂ ಹೇಳಬೇಕೆಂದರೆ ಮನುಷ್ಯನೊಬ್ಬನಿಗೆ ಅಂಥ ಮಾತುಗಳನ್ನು ಕೇಳಿದ ನಂತರ ಉಗ್ರವಾಗಿ ಪ್ರತಿಕ್ರಯಿಸದೇ ಉಳಿಯುವುದು ಅಸಾಧ್ಯವಾಗಿತ್ತು.

ರಾತ್ರಿಯಾದ್ದರಿಂದ ಶತ್ರುಗಳು ಕಾಣಿಸುತ್ತಿರಲಿಲ್ಲ, ಬೆಳಗಿನ ಹೊತ್ತಾಗಿದ್ದರೂ ಆ ಗುಡ್ಡಗಾಡು ಪ್ರದೇಶದಲ್ಲಿ ಯಾರಾದರೂ ಕಾಣಿಸುವುದು ಅಸಾಧ್ಯವೇ ಆಗಿತ್ತು. ಆ ಬಯ್ಗುಳಗಳು ಬೆಟ್ಟ, ಕಣಿವೆಗಳಲ್ಲಿ ಪ್ರತಿಧ್ವನಿಸಿ ನಂತರ ಗಾಳಿಯಲ್ಲಿ ಲೀನವಾಗುತ್ತಿದ್ದವು. ಕೆಲವು ಬರಡು ಗುಡ್ಡಗಳಾಗಿದ್ದರೆ ಮತ್ತೆ ಕೆಲವು ದೇವದಾರು ಮರಗಳಿಂದ ಆವೃತ್ತವಾಗಿದ್ದವು. ಅದು ಬಹಳ ಕಷ್ಟಕರವಾದ ಭೂ ಪ್ರದೇಶವಾಗಿತ್ತು.

ಸುಬೇದಾರ್ ರಬ್ ನವಾಜನ ತುಕಡಿಯು ಮರಗಳಿಲ್ಲದ ಬೆಟ್ಟದ ಮೇಲಿತ್ತು. ಅವನ ಸೈನಿಕರು ಶತ್ರುಗಳ ಮೇಲೇರಿ ಹೋಗಿ ತಮ್ಮತ್ತ ತೂರಿದ ಅಸಹ್ಯದ ಮಾತುಗಳಿಗೆ ವಾರಗಟ್ಟಲೆ ವಿರಾಮವಿಲ್ಲದಂತೆ ಪ್ರತಿಕಾರದ ದಾಳಿ ಮಾಡಿ ಅವರನ್ನು ಸದೆಬಡಿಯಲು ತಹತಹಿಸುತ್ತಿದ್ದರು. ಒಂದು ದಾಳಿಯನ್ನು ಯೋಜಿಸಿ ಯಶಸ್ವಿಯಾಗಿ ನಿರ್ವಹಿಸಿದರು. ಅದರಲ್ಲಿ ಇಬ್ಬರು ಸೈನಿಕರು ಸತ್ತರು ಮತ್ತು ನಾಲ್ವರು ಗಾಯಗೊಂಡರು. ಶತ್ರುಗಳೂ ಮೂವರು ಸೈನಿಕರನ್ನು ಕಳೆದುಕೊಂಡು ತಮ್ಮ ಆಹಾರ ಮತ್ತು ದಿನಸಿಗಳನ್ನು ಅಲ್ಲಿಯೇ ಬಿಟ್ಟು ಬೇರೆಡೆಗೆ ಹೋದರು.

ಸುಬೇದಾರ್ ರಬ್ ನವಾಜ್ ಮತ್ತು ಅವನ ಸೈನಿಕರಿಗೆ ಶತ್ರುಗಳ ಸೈನಿಕನನ್ನು ಸೆರೆ ಹಿಡಿಯಲಾಗಲಿಲ್ಲವಲ್ಲ ಎಂದು ಬೇಸರವಾಯಿತು. ಹಾಗೆ ಸಿಕ್ಕಿದ್ದರೆ ಆ ಹೊಲಸು ಬಯ್ಗುಳಗಳಿಗೆ ನೇರಾನೇರ ಪ್ರತೀಕಾರ ತೆಗೆದುಕೊಳ್ಳಬಹುದಿತ್ತು. ಆದರೆ ಇದರಿಂದ ಅವರು ಬಹುಮುಖ್ಯ ನೆಲೆಯೊಂದನ್ನು ವಶಪಡಿಸಿಕೊಳ್ಳಲು ಸಾಧ್ಯವಾಯಿತು. ರಬ್ ನವಾಜ್ ಕಮಾಂಡರ್ ಮೇಜರ್ ಅಸ್ಲಂಗೆ ಜಯದ ಈ ಸುದ್ದಿಯನ್ನು ರವಾನಿಸಿದ. ಅವನ ಶೌರ್ಯಕ್ಕೆ ಮೆಚ್ಚುಗೆ ದೊರೆಯಿತು.

ಅಲ್ಲಿ ಹಲವಾರು ಬೆಟ್ಟಗಳ ತುದಿಯಲ್ಲಿ ಕೊಳಗಳು ಕಾಣಬರುತ್ತಿದ್ದವು. ಆ ನೀರು ತಿಳಿಯಾಗಿಯೂ, ಸಿಹಿಯಾಗಿಯೂ ಇರುತ್ತಿತ್ತು. ಅದು ಕೊರೆಯುತ್ತಿದ್ದರೂ ಅವರೆಲ್ಲ ಬಟ್ಟೆ ಕಳಚಿ ಅದರಲ್ಲಿ ಧುಮುಕಿದರು. ಇದ್ದಕ್ಕಿದ್ದಂತೆ ಗುಂಡಿನ ಸದ್ದು ಕೇಳಿಸಿತು. ಅವರು ಕೊಳದಿಂದಾಚೆ ಜಿಗಿದು ಬೆತ್ತಲಾಗಿಯೇ ಓಡಿದರು. ಸುಬೇದಾರ್ ರಬ್ ನವಾಜ್ ತನ್ನ ಬೈನಾಕ್ಯುಲರ್ ಇದ್ದೆಡೆಗೆ ತೆವಳಿಕೊಂಡು ಹೋಗಿ, ಅದರಿಂದ ಆ ಸ್ಥಳವನ್ನೆಲ್ಲ ಪರಿಶೀಲನೆ ಮಾಡಿದ.

ಅವನಿಗೆ ಯಾರೂ ಕಾಣಿಸಲಿಲ್ಲ. ಮತ್ತಷ್ಟು ಗುಂಡುಗಳು ಹಾರಿದವು. ಈ ಬಾರಿ ಅದು ಬರುವ ದಿಕ್ಕನ್ನು ಕಂಡು ಹಿಡಿಯಲು ಅವನಿಗೆ ಸಾಧ್ಯವಾಯಿತು. ಅವರು ಇದ್ದ

ನೆಲೆಯಿಂದ ಕೆಲವು ನೂರು ಅಡಿಗಳಷ್ಟು ದೂರದಲ್ಲಿದ್ದ ಪುಟ್ಟ ಬೆಟ್ಟವೊಂದರಿಂದ ಬರುತ್ತಿತ್ತು. ಅವನು ತನ್ನ ಸೈನಿಕರಿಗೆ ಗುಂಡು ಹಾರಿಸಲು ಆದೇಶ ನೀಡಿದ.

ಶತ್ರು ಸೈನಿಕರಿಗೆ ಅಡಗಲು ಒಳ್ಳೆಯ ಸ್ಥಳವಿರಲಿಲ್ಲ. ರಬ್ ನವಾಜನಿಗೆ ಅವರು ನಿಂತಲ್ಲಿಯೇ ಹೆಚ್ಚು ಹೊತ್ತು ನಿಲ್ಲಲು ಸಾಧ್ಯವಿಲ್ಲ ಎನ್ನುವ ನಂಬಿಕೆಯಿತ್ತು. ಅವರು ಅಲ್ಲಿಂದ ಕದಲಿದ ಕೂಡಲೇ ಅವರ ಗುಂಡಿಗೆ ನೇರ ಗುರಿಯಾಗುತ್ತಾರೆ ಎಂಬುದು ಗೊತ್ತಿತ್ತು. ಆಗೊಮ್ಮೆ ಈಗೊಮ್ಮೆ ಗುಂಡು ಹಾರುತ್ತಿತ್ತು. ಕೊನೆಗೊಮ್ಮೆ ರಬ್ ನವಾಜ್ ಇನ್ನು ಗುಂಡುಗಳನ್ನು ವ್ಯರ್ಥ ಮಾಡಬೇಡಿ ಎಂದು ಆದೇಶಿಸಿದ. ಶತ್ರುಗಳು ತಾವಾಗಿಯೇ ತಾಳ್ಮೆ ಕಳೆದುಕೊಳ್ಳುವವರೆಗೆ ಕಾಯಬೇಕಿತ್ತು ಅಷ್ಟೇ. ಆ ನಂತರ ಅವನು ತನ್ನ ಬೆತ್ತಲಾದ ದೇಹವನ್ನು ನೋಡಿಕೊಂಡು, "ಹಂದಿ ನನ್ಮಕ್ಕಳು, ಮನುಷ್ಯ ಬಟ್ಟೆಯಿಲ್ಲದೇ ನಿಜಕ್ಕೂ ಮೂರ್ಖನಂತೆ ಕಾಣಿಸುತ್ತಾನೆ," ಎಂದು ಗೊಣಗಿಕೊಂಡ.

ಎರಡು ದಿನಗಳ ಕಾಲ ಇದು ಮುಂದುವರಿಯಿತು. ಆಗಾಗ ಗುಂಡಿನ ವಿನಿಮಯವಾಗುತ್ತಿತ್ತು. ಆದರೆ ಶತ್ರುಗಳು ಇವರು ನಿರೀಕ್ಷಿಸಿದಂತೆಯೇ ಕಾದು ನೋಡಲು ನಿರ್ಧರಿಸಿದ್ದರು. ಇದ್ದಕ್ಕಿದ್ದಂತೆ ಹಲವು ಡಿಗ್ರಿಗಳಷ್ಟು ತಾಪಮಾನ ಇಳಿದು ಬಿಟ್ಟಿತು. ತನ್ನವರನ್ನು ಬೆಚ್ಚಗಿಡಲು ಸುಬೇದಾರ್ ರಬ್ ನವಾಜ್ ಚಹಾದ ಕೆಟಲ್ ಸದಾ ಬೆಂಕಿಯಲ್ಲಿ ಕಾಯುತ್ತಿರಲಿ ಎಂದು ಆದೇಶ ನೀಡಿದ. ಅದು ಕೊನೆಯಿಲ್ಲದ ಟೀ ಪಾರ್ಟಿಯಂತಿತ್ತು.

ಮೂರನೇ ದಿನ ಸಹಿಸಲಸಾಧ್ಯವಾದ ಕೊರೆತದಲ್ಲಿ ಹುಡುಕಲು ಹೋಗಿದ್ದ ಸೈನಿಕನು, ಶತ್ರುಗಳು ಇದ್ದ ಸ್ಥಳದಲ್ಲಿ ಸ್ವಲ್ಪ ಓಡಾಟದ ಸುಳಿವು ಇದ್ದಂತಿದೆ ಎಂದು ವರದಿ ಸಲ್ಲಿಸಿದ. ಸುಬೇದಾರ್ ರಬ್ ನವಾಜ್ ತನ್ನ ಬೈನಾಕ್ಯುಲರಿನಲ್ಲಿ ನೋಡಿದ. ಹೌದು, ಅಲ್ಲೇನೋ ನಡೆಯುತ್ತಿರುವ ಸುಳಿವು. ರಬ್ ನವಾಜ್ ತನ್ನ ಬಂದೂಕನ್ನೆತ್ತಿ ಗುಂಡು ಹಾರಿಸಿದ. ಯಾರೋ ಅವನ ಹೆಸರು ಕೂಗಿದರು ಅಥವಾ ಅವನಿಗೆ ಹಾಗನ್ನಿಸಿತು. ಕಣಿವೆಯುದ್ದಕ್ಕೂ ಪ್ರತಿಧ್ವನಿಸಿತು, "ಹಂದಿ ನನ್ಮಕ್ಕಳಾ, ನಿಮಗೇನು ಬೇಕು?" ರಬ್ ನವಾಜ್ ಅರಚಿದ.

ಅವರಿಬ್ಬರ ನೆಲೆಗಳ ನಡುವಿನ ಅಂತರ ತೀರ ಹೆಚ್ಚೇನೂ ಇರಲಿಲ್ಲ. ದನಿಯೊಂದು ಕೇಳಿಸಿತು, "ಹೊಲಸು ಮಾತನ್ನಾಡಬೇಡ ಸಹೋದರನೇ."

ರಬ್ ನವಾಜ್ ತನ್ನ ಜೊತೆಗಾರರನ್ನು ನೋಡಿದ. 'ಸಹೋದರ' ಎನ್ನುವ ಪದ ಗಾಳಿಯಲ್ಲೇ ತೂಗಾಡುತ್ತಿರುವಂತೆನಿಸಿತು. ಅವನು ಕೈಗಳನ್ನು ಬಾಯಿಯ ಸುತ್ತ ಇಟ್ಟು ಕಿರುಚಿದ, "ಸಹೋದರ! ಇಲ್ಲಿ ಯಾರೂ ಸಹೋದರರಿಲ್ಲ. ಇರುವವರೆಲ್ಲ ನಿನ್ನಮ್ಮನ ಪ್ರಿಯತಮರು."

"ರಬ್ ನವಾಜ್" ಆ ದನಿ ಕೂಗಿತು. ಅವನು ನಡುಗಿದ. ಆ ದನಿ ಬೆಟ್ಟಗಳಲ್ಲೆಲ್ಲ ಅನುರಣಿಸಿ ಗಾಳಿಯಲ್ಲಿ ಲೀನವಾಯಿತು.

"ಹಂದಿ ನನ್ಮಕ್ಕಳು ಅದು ಯಾರಿರಬಹುದು?" ಅವನು ಪಿಸುಗುಟ್ಟಿದ.

ಅವನಿಗೆ ತಿಳಿದಿತ್ತು ತಿತ್ವಾಲ್ ಸೆಕ್ಟರಿನಲ್ಲಿದ್ದ ಪಡೆಗಳಲ್ಲಿದ್ದವರು ಹೆಚ್ಚಾಗಿ 6/9 ಜಾಟ್ ರೆಜಿಮೆಂಟಿನಲ್ಲಿದ್ದವರು ಎಂದು. ಅವನದ್ದೇ ರೆಜಿಮೆಂಟ್. ಆದರೆ ಇದ್ಯಾವ ಜೋಕರ್ ತನ್ನ ಹೆಸರನ್ನು ಕೂಗುತ್ತಿರುವವನು? ಅವನಿಗೆ ಆ ರೆಜಿಮೆಂಟಿನಲ್ಲಿ ಅನೇಕ ಗೆಳೆಯರಿದ್ದರು ಮತ್ತು ಕೆಲವು ಶತ್ರುಗಳು ಕೂಡಾ. ಆದರೆ ಇದ್ಯಾರು ತನ್ನನ್ನು ಸಹೋದರನೆಂದು ಕರೆದವನು?

ರಬ್ ನವಾಜ್ ತನ್ನ ಬೈನಾಕ್ಯುಲರ್ ಮೂಲಕ ಮತ್ತೊಮ್ಮೆ ನೋಡಿದ, ಆದರೆ ಏನೂ ಕಾಣಿಸಲಿಲ್ಲ. ಅವನು ಕೂಗಿದ, "ಯಾರದು? ನಾನು ರಬ್ ನವಾಜ್, ರಬ್ ನವಾಜ್, ರಬ್ ನವಾಜ್"

"ನಾನು... ರಾಮ್ ಸಿಂಗ್" ಆ ದನಿ ಉತ್ತರಿಸಿತು.

ರಬ್ ನವಾಜ್ ಕುಣಿದಾಡಿದ, "ರಾಮ್ ಸಿಂಗ್... ಓಹ್ ರಾಮ್ ಸಿಂಗ್, ರಾಮ್ ಸಿಂಗ್... ಹಂದಿ ನನ್ಮಗನೇ."

"ನಿನ್ನ ಜಾಲವನ್ನು ಹೆಣೆಯಬೇಡ, ಕುಂಬಾರ ನನ್ಮಗನೇ" ಉತ್ತರ ಬಂದಿತು.

ರಬ್ ನವಾಜ್ ತನ್ನ ಗುಂಪಿನವರತ್ತ ನೋಡಿದ. ಅವರೆಲ್ಲ ಯುದ್ಧದ ನಡುವೆ ನಡೆದ ಈ ಅನಿರೀಕ್ಷಿತ ಚಕಮಕಿಯನ್ನು ಕಂಡು ಆಶ್ಚರ್ಯಗೊಂಡಿದ್ದರು.

"ಅವನು ಹೊಲಸು ಮಾತುಗಳನ್ನಾಡುತ್ತಿದ್ದಾನೆ, ಹಂದಿ ನನ್ಮಗ," ಎಂದವನೇ ಕೂಗಿದ, "ಅಸಹ್ಯದ ಮನುಷ್ಯನೇ, ನಾಲಿಗೆ ಬಿಗಿಹಿಡಿ."

ರಾಮ್ ಸಿಂಗ್ ನಗಲು ಪ್ರಾರಂಭಿಸಿದ. ರಬ್ ನವಾಜನಿಗೂ ನಗು ತಡೆಯಲಾಗಲಿಲ್ಲ. ಅವನ ಕಡೆಯವರು ಮಾತಿಲ್ಲದೇ ನಿಂತುಬಿಟ್ಟರು.

"ನೋಡು, ಗೆಳೆಯನೇ... ನಾವೀಗ ಚಹಾ ಕುಡಿಯಬೇಕು," ರಾಮ್ ಸಿಂಗ್ ಹೇಳಿದ.

"ಸರಿ ಮುಂದುವರಿಸಿ. ಮಜಾ ಮಾಡಿ," ರಬ್ ನವಾಜ್ ಉತ್ತರಿಸಿದ.

"ಆಗುವುದಿಲ್ಲ. ನಮ್ಮ ಚಹಾದ ಸಾಮಾನುಗಳು ಬೇರೆ ಕಡೆ ಇವೆ."

"ಬೇರೆ ಕಡೆ ಅಂದರೆ ಅದೆಲ್ಲಿ?"

"ಸರಿಯಾಗಿ ಹೇಳುತ್ತೇನೆ ಕೇಳು. ಅದನ್ನು ತರಲು ನಾವು ಪ್ರಯತ್ನಿಸಿದರೆ ನೀನು ನಮ್ಮನ್ನು ಚಿಂದಿ ಚಿಂದಿಯಾಗಿಸಬಹುದು. ನಾವು ಮರೆಯಿಂದ ಹೊರ ಬರಬೇಕಾಗುತ್ತದೆ."

"ಸರಿ ಈಗೇನು ಬೇಕು, ಹಂದಿ ನನ್ಮಗನೇ" ರಬ್ ನವಾಜ್ ನಕ್ಕ.

"ನಾವು ಅದನ್ನೆಲ್ಲ ತರುವವರೆಗೆ ನೀನು ಗುಂಡು ಹಾರಿಸಬೇಡ ಅಷ್ಟೇ."

"ಸರಿ ಹೋಗು," ರಬ್ ನವಾಜ್ ಹೇಳಿದ.

"ನಮ್ಮನ್ನು ಉಡಾಯಿಸುತ್ತೀಯ ಕುಂಬಾರ ನನ್ಮಗನೇ," ರಾಮ್ ಸಿಂಗ್ ಕೂಗಿದ.

"ಬಾಯಿ ಮುಚ್ಚು ತೆವಳುವ ಸಿಕ್ ಆಮೆಯೇ," ರಬ್ ನವಾಜ್ ಹೇಳಿದ.

"ಯಾವುದರ ಮೇಲಾದರೂ ಆಣೆ ಮಾಡು ನೀನು ಗುಂಡು ಹಾರಿಸುವುದಿಲ್ಲವೆಂದು."

"ಯಾವುದರ ಮೇಲೆ?"

"ನಿನಗಿಷ್ಟವಾದ ಯಾವುದರ ಮೇಲಾದರೂ"

ರಬ್ ನವಾಜ್ ನಕ್ಕು ಹೇಳಿದ, "ಆಣೆ ಮಾಡಿದ್ದೇನೆ. ಈಗ ಹೋಗಿ ಅದನ್ನೆಲ್ಲ ತನ್ನಿ."

ಕೆಲ ಕ್ಷಣಗಳು ಏನೂ ನಡೆಯಲಿಲ್ಲ. ಒಬ್ಬ ತನ್ನ ಬೈನಾಕ್ಯುಲರಿನಲ್ಲಿ ಆ ಪುಟ್ಟ ಬೆಟ್ಟವನ್ನೇ ನೋಡುತ್ತಿದ್ದ. ಅವನು ಬಂದೂಕಿನ ಕಡೆ ತೋರಿಸಿ ಗುಂಡು ಹಾರಿಸಲಾ ಎನ್ನುವಂತೆ ಸನ್ನೆ ಮಾಡಿ ಕೇಳಿದ ರಬ್ ನವಾಜನಿಗೆ. "ಬೇಡ ಬೇಡ... ಗುಂಡು ಹಾರಿಸಬೇಡಿ," ರಬ್ ನವಾಜ್ ಹೇಳಿದ.

ಇದ್ದಕ್ಕಿದ್ದಂತೆ ಒಬ್ಬಾತ ಮುಂದೆ ನೆಗೆದು, ಒಂದು ಪೊದೆಯತ್ತ ಬಾಗಿ ಓಡಿದ. ಕೆಲ ಕ್ಷಣಗಳ ಬಳಿಕ ಕೈಯಲ್ಲಿ ಏನೇನೋ ಸಾಮಾನುಗಳನ್ನು ಹಿಡಿದು ಹಿಂದಿರುಗಿ ಓಡಿದ. ಆ ನಂತರ ಅವನು ಮಾಯವಾದ. ರಬ್ ನವಾಜ್ ತನ್ನ ಬಂದೂಕನ್ನೆತ್ತಿ ಗುಂಡು ಹಾರಿಸಿದ.

"ಧನ್ಯವಾದ" ರಾಮ್ ಸಿಂಗ್ ದನಿ ಕೇಳಿಸಿತು.

"ಪರವಾಗಿಲ್ಲ" ರಬ್ ನವಾಜ್ ಹೇಳಿದ.

"ಸರಿ ಈಗ ಟೀ ಕುಡಿಯುತ್ತಿರುವವರಿಗೆ ಒಂದು ಸುತ್ತು ಕೊಡೋಣ."

ಯುದ್ಧ ಅನ್ನುವುದಕ್ಕಿಂತ ಮನರಂಜನೆ ಎನ್ನುವಂತೆ ಸ್ವಲ್ಪ ಕಾಲ ಗುಂಡಿನ ಚಕಮಕಿ ಮುಂದುವರಿಯಿತು. ಶತ್ರುಗಳಿದ್ದ ಕಡೆ ಹೊಗೆಯು ಸುರುಳಿಸುರುಳಿಯಾಗಿ ಆಗಸಕ್ಕೇರಿತು.

"ನಿಮ್ಮ ಚಹಾ ಸಿದ್ಧವಾಯಿತಾ ರಾಮ್ ಸಿಂಗ್," ಅವನು ಕೂಗಿದ.

"ಇನ್ನೂ ಇಲ್ಲ ಕುಂಬಾರ ನನ್ಮಗನೇ."

ರಬ್ ನವಾಜ್ ಕುಂಬಾರರ ಜಾತಿಯವನು. ಅದರ ಬಗ್ಗೆ ಯಾರಾದರೂ ಮಾತನಾಡಿದರೆ ಅವನಿಗೆ ಕೆರಳುತ್ತಿತ್ತು. ರಾಮ್ ಸಿಂಗ್ ಒಬ್ಬನಿಗೆ ಮಾತ್ರ ಆ ಹೆಸರಿನಲ್ಲಿ ಕರೆದು ಜೀರ್ಣಿಸಿಕೊಳ್ಳುವ ಶಕ್ತಿ ಇತ್ತು. ಅವರಿಬ್ಬರೂ ಪಂಜಾಬಿನ ಒಂದೇ ಹಳ್ಳಿಯಲ್ಲಿ ಆಡಿ ಬೆಳೆದವರು. ಒಂದೇ ವಯಸ್ಸು, ಒಂದೇ ಪ್ರಾಥಮಿಕ ಶಾಲೆಯಲ್ಲಿ ಓದಿದವರು. ಅವರ ತಂದೆಯಂದಿರು ಕೂಡಾ ಬಾಲ್ಯದ ಗೆಳೆಯರೇ. ಅವರಿಬ್ಬರೂ ಒಂದೇ ದಿನ ಸೈನ್ಯಕ್ಕೆ ಸೇರಿದ್ದರು. ಹಿಂದಿನ ಯುದ್ಧದಲ್ಲಿ ಇಬ್ಬರೂ ಒಂದೇ ಸೈನ್ಯದಲ್ಲಿದ್ದು ಹೋರಾಡಿದ್ದರು.

"ಹಂದಿ ನನ್ಮಕ್ಕಳು. ಯಾವತ್ತಿಗೂ ಸೋಲೊಪ್ಪಿಕೊಳ್ಳುವುದಿಲ್ಲ," ರಬ್ ನವಾಜ್ ತನ್ನ ಪಡೆಯವರಿಗೆ ಹೇಳಿದ.

"ಮುಚ್ಚು ಬಾಯಿ. ಕೂರೆ ಹತ್ತಿದ ಕತ್ತೆ," ರಾಮ್ ಸಿಂಗ್ ಕಿರುಚಿದ.

ಒಬ್ಬ ಮನುಷ್ಯ ಎದ್ದು ನಿಲ್ಲುವುದು ಕಾಣಿಸಿತು. ರಬ್ ನವಾಜ್ ಅವನ ಬಂದೂಕನ್ನೆತ್ತಿ ಆ ದಿಕ್ಕಿನಲ್ಲಿ ಗುಂಡು ಹಾರಿಸಿದ. ಅತ್ತಲಿಂದೊಂದು ಚೀತ್ಕಾರ ಕೇಳಿಸಿತು. ಅವನು ಬೈನಾಕ್ಯುಲರ್ ಮೂಲಕ ನೋಡಿದ. ಅದು ರಾಮ್ ಸಿಂಗ್. ಅವನು ಹೊಟ್ಟೆಯನ್ನು ಒತ್ತಿ ಹಿಡಿದು ಬಾಗಿದವನು ನೆಲದ ಮೇಲೆ ಕುಸಿದ. ರಬ್ ನವಾಜ್ 'ರಾಮ್ ಸಿಂಗ್' ಎಂದು ಕೂಗುತ್ತಾ ಎದ್ದು ನಿಂತ. ಅತ್ತ ಕಡೆಯಿಂದ ಗುಂಡಿನ ಸುರಿಮಳೆಯಾಯಿತು.

ಒಂದು ಗುಂಡು ಅವನ ಎಡಭುಜವನ್ನು ಸವರಿಕೊಂಡು ಹೋಯಿತು. ಅವನು ನೆಲಕ್ಕುರುಳಿದ. ಕೆಲವು ಶತ್ರು ಸೈನಿಕರು ಇದನ್ನೇ ಅನುಕೂಲಕ್ಕೆ ಬಳಸಿಕೊಂಡು ಬಯಲಿನಿಂದ ಸುರಕ್ಷಿತ ಸ್ಥಳಕ್ಕೆ ಓಡಿದರು. ರಬ್ ನವಾಜ್ ತನ್ನ ತುಕಡಿಗೆ ಆ ಬೆಟ್ಟದ ಮೇಲೆ ದಾಳಿ ಮಾಡಲು ಆಜ್ಞಾಪಿಸಿದ. ಮೂರು ಜನ ಸತ್ತರು, ಆದರೆ ಉಳಿದವರು ರಬ್ ನವಾಜನ ಮಾರ್ಗದರ್ಶನದಲ್ಲಿ ಆ ನೆಲೆಯನ್ನು ಆಕ್ರಮಿಸಿಕೊಳ್ಳುವಲ್ಲಿ ಯಶಸ್ವಿಯಾದರು.

ರಾಮ್ ಸಿಂಗ್ ನೆಲದ ಮೇಲೆ ಬಿದ್ದಿದ್ದ. ಅವನಿಗೆ ಹೊಟ್ಟೆಯಲ್ಲಿ ಗುಂಡು ಬಿದ್ದಿತ್ತು. ರಬ್ ನವಾಜನನ್ನು ಕಂಡು ಅವನ ಕಣ್ಣುಗಳು ಬೆಳಗಿದವು.

"ಕುಂಬಾರ ನನ್ಮಗನೇ, ಯಾಕಾಗಿ ಈ ರೀತಿ ಮಾಡಿದೆ?" ಕೇಳಿದ.

ರಬ್ ನವಾಜನಿಗೆ ತನಗೇ ಗುಂಡು ಬಿದ್ದಿದೆಯೇನೋ ಅನ್ನಿಸಿತು. ಆದರೆ ಅವನು ಮುಗುಳ್ನಕ್ಕು, ರಾಮ್ ಸಿಂಗ್‌ನ ಮೇಲೆ ಬಾಗಿ ಅವನ ಬೆಲ್ಟನ್ನು ಸಡಿಲಗೊಳಿಸಲಾರಂಭಿಸಿದ.

"ಹಂದಿ ನನ್ಮಗನೇ, ಎದ್ದು ನಿಂತುಕೋ ಅಂತ ನಿನಗೆ ಯಾರು ಹೇಳಿದರು?"

"ನಾನು ನಿನಗೆ ಸರಿಯಾಗಿ ಕಾಣಿಸಲು ಆ ರೀತಿ ಮಾಡಿದೆ, ನೀನು ಗುಂಡಿಕ್ಕಿಬಿಟ್ಟೆ." ರಾಮ್ ಸಿಂಗ್ ಪ್ರಯಾಸದಿಂದ ಹೇಳಿದ.

ರಬ್ ನವಾಜ್ ಅವನ ಬೆಲ್ಟ್ ಸಡಲಿಸಿದ. ಗಾಯ ಆಳವಾಗಿತ್ತು, ತುಂಬಾ ರಕ್ತ ಹೋಗುತ್ತಿತ್ತು. ರಬ್ ನವಾಜ್ ದನಿ ಗದ್ಗದವಾಯಿತು. "ದೇವರ ಮೇಲೆ ಆಣೆ ಮಾಡಿ ಹೇಳುತ್ತೇನೆ, ನಾನು ಸುಮ್ಮನೆ ಮೋಜಿಗಾಗಿ ಗುಂಡು ಹಾರಿಸಿದೆ. ನನಗೇನು ಗೊತ್ತು ಅದು ನೀನು ಎಂದು? ನೀನು ಯಾವಾಗಲೂ ಕತ್ತೆಯೇ ರಾಮ್ ಸಿಂಗ್."

ರಾಮ್ ಸಿಂಗ್‌ಗೆ ಬೇಗನೇ ರಕ್ತ ಹೋಗುತ್ತಿತ್ತು, ರಾಮ್ ಸಿಂಗ್ ಜೀವಂತವಾಗಿದ್ದಾನಲ್ಲ ಎಂದು ರಬ್ ನವಾಜನಿಗೆ ಆಶ್ಚರ್ಯವಾಯಿತು. ಅವನನ್ನು ಕದಲಿಸುವುದು ಬೇಡ ಎಂದು ನಿಶ್ಚಯಿಸಿದ. ಕಮಾಂಡರ್ ಮೇಜರ್ ಅಸ್ಲಂಗೆ ವಯರ್ ಲೆಸ್ಸಿನಲ್ಲಿ ಮಾತಾಡಿ ವೈದ್ಯಕೀಯ ಸಹಾಯ ಕಳಿಸಲು ಕೋರಿದ. ಅವರು ಬರಲು ಬಹಳ ಸಮಯ ಹಿಡಿಯುತ್ತದೆಂದು ಅವನಿಗೆ ಗೊತ್ತಿತ್ತು. ರಾಮ್ ಸಿಂಗ್ ಬಹಳ ಹೊತ್ತು ಜೀವಂತವಾಗಿ ಉಳಿಯುವುದಿಲ್ಲವೆಂದು ಅವನಿಗೆ ಅನಿಸುತ್ತಿತ್ತು.

ಆದರೂ ಅವನು ನಗುತ್ತಾ, "ಡಾಕ್ಟರ್ ಬರುತ್ತಿದ್ದಾರೆ ಚಿಂತಿಸಬೇಡ," ಎಂದ.

ರಾಮ್ ಸಿಂಗ್ ಕ್ಷೀಣ ದನಿಯಲ್ಲಿ, "ನನಗೇನೂ ಚಿಂತೆಯಿಲ್ಲ. ಆದರೆ ಹೇಳು, ಎಷ್ಟು ಜನ ನನ್ನ ಜೊತೆಗಾರರನ್ನು ಕೊಂದೆ?"

"ಒಬ್ಬನನ್ನು ಮಾತ್ರ," ನವಾಜ್ ಹೇಳಿದ.

"ನಿಮ್ಮ ಕಡೆಯವರು ಎಷ್ಟು ಜನರನ್ನು ಕಳೆದುಕೊಂಡೆ?"

"ಆರು" ರಬ್ ನವಾಜ್ ಸುಳ್ಳಾಡಿದ.

"ಆರು! ನಾನು ನೆಲಕ್ಕುರುಳಿದಾಗ ಅವರು ಧೃತಿಗೆಟ್ಟಿದ್ದರು. ನಾನು ಅವರಿಗೆ ಹೋರಾಡಲು ಹುರಿದುಂಬಿಸಿದೆ, ಅವರ ಶಕ್ತಿ ಎಲ್ಲವನ್ನೂ ಪಣಕ್ಕಿಡಲು ಹೇಳಿದೆ. ಆರು..." ಅವನ ಮನಸ್ಸು ಎತ್ತೆತ್ತಲೋ ಹರಿಯಲಾರಂಭಿಸಿತು.

ಅವನು ತಮ್ಮ ಹಳ್ಳಿಯ ಬಗ್ಗೆ ಮಾತನಾಡಲು ಪ್ರಾರಂಭಿಸಿದ, ತಮ್ಮ ಬಾಲ್ಯ, ಶಾಲೆಯ ಕಥೆಗಳು, 6/9 ಜಾಟ್ ರೆಜಿಮೆಂಟ್, ಅಲ್ಲಿನ ಕಮಾಂಡಿಂಗ್ ಅಧಿಕಾರಿಗಳು, ವಿಚಿತ್ರ ಊರುಗಳಲ್ಲಿನ ವಿಚಿತ್ರ ಹೆಂಗಸರ ಜೊತೆಗಿನ ಪ್ರೇಮ ಪ್ರಕರಣಗಳು... ಕಡುಯಾತನೆಯಲ್ಲಿದ್ದರೂ ಮಾತನಾಡುತ್ತಲೇ ಇದ್ದ.

"ಆ ಹೆಂಗಸು ನಿನಗೆ ನೆನಪಿದೆಯಾ ಹಂದಿ?"

"ಯಾರು ಹೇಳು?" ರಬ್ ನವಾಜ್ ಕೇಳಿದ.

"ಇಟಲಿಯಲ್ಲಿದ್ದಳಲ್ಲ ಅವಳು. ಅವಳನ್ನು ಏನೆಂದು ಕರೆಯುತ್ತಿದ್ದೆವು ಎಂದು ನೆನಪಿದೆಯಾ... ನರಭಕ್ಷಕಳು."

ರಬ್ ನವಾಜ್ ಅವಳನ್ನು ನೆನಪಿಸಿಕೊಂಡ. "ಹೌದು ನೆನಪಾಯಿತು. ಅವಳ ಹೆಸರು ಮ್ಯಾಡಮ್ ಮಿನಿತಫ್ಯಾಂತೋ ಆ ಥರ ಏನೋ ಇತ್ತು. ಅವಳು ಹೇಳುತ್ತಿದ್ದಳಲ್ಲ... ಹಣ ಇಲ್ಲದಿದ್ದರೆ ಯಾವ ಕೆಲಸವೂ ಇಲ್ಲ! ಆದರೆ ಅವಳಿಗೆ ನಿನ್ನನ್ನು ಕಂಡರೆ ಮೋಹವಿತ್ತು, ಆ ಮುಸೊಲಿನಿಯ ಮಗಳಿಗೆ."

ರಾಮ್ ಸಿಂಗ್ ಜೋರಾಗಿ ನಕ್ಕ, ಅವನ ಗಾಯದಿಂದ ರಕ್ತ ಜೋರಾಗಿ ಉಕ್ಕಿ ಹರಿಯಿತು. ರಬ್ ನವಾಜ್ ಅದಕ್ಕೆ ಬಟ್ಟೆಯೊಂದನ್ನು ಕಟ್ಟಿ ತಾತ್ಕಾಲಿಕ ಬ್ಯಾಂಡೇಜ್ ಮಾಡಿದ.

"ಇನ್ನು ಮಾತನಾಡಬೇಡ" ನಯವಾಗಿ ಎಚ್ಚರಿಕೆ ನೀಡಿದ.

ರಾಮ್ ಸಿಂಗ್ ದೇಹ ಪೂರ್ತಿ ಉರಿಯುತ್ತಿತ್ತು. ಅವನಿಗೆ ಮಾತನಾಡಲು ಶಕ್ತಿ ಇರಲಿಲ್ಲ, ಆದರೂ ಮಾತನಾಡುತ್ತಲೇ ಇದ್ದ. ಆಗಾಗ ಟ್ಯಾಂಕಿನಲ್ಲಿ ಪೆಟ್ರೋಲ್ ಎಷ್ಟಿದೆಯೆಂದು ಪರೀಕ್ಷಿಸುವವನಂತೆ ನಿಲ್ಲಿಸುತ್ತಿದ್ದ.

ಸ್ವಲ್ಪ ಸಮಯದ ನಂತರ ಅವನು ಅರೆಪ್ರಜ್ಞಾವಸ್ಥೆಗೆ ಜಾರಿದ. ಆಗಾಗ ಎಚ್ಚರಗೊಂಡು ಮತ್ತೆ ಪ್ರಜ್ಞೆ ಕಳೆದುಕೊಳ್ಳುತ್ತಿದ್ದ. ಒಂದು ಸಲ ಹಾಗೆ ಎಚ್ಚರವಾದಾಗ ರಬ್ ನವಾಜನಿಗೆ ಹೇಳಿದ, "ಸತ್ಯಕ್ಕೂ ಹೇಳು ನಿಮಗೆ ನಿಜಕ್ಕೂ ಕಾಶ್ಮೀರ ಬೇಕಾ?"

ರಬ್ ನವಾಜ್ ಉತ್ಕಟತೆಯಿಂದ, "ಹೌದು ರಾಮ್ ಸಿಂಗ್" ಎಂದ.

"ನನಗೆ ನಂಬಿಕೆ ಬರುತ್ತಿಲ್ಲ. ನಿನ್ನನ್ನು ಯಾರೋ ದಾರಿ ತಪ್ಪಿಸಿದ್ದಾರೆ," ರಾಮ್ ಸಿಂಗ್ ಹೇಳಿದ.

"ಇಲ್ಲ ಇಲ್ಲ, ನಿನಗೆ ದಾರಿ ತಪ್ಪಿಸಿದ್ದಾರೆ ಅಷ್ಟೇ. ನಮ್ಮ ಪವಿತ್ರ ಪ್ರವಾದಿಗಳ ಮೇಲೆ ಪ್ರಮಾಣ ಮಾಡುತ್ತೇನೆ," ರಬ್ ನವಾಜ್ ಹೇಳಿದ.

"ಆಣೆ ಮಾಡಬೇಡ... ನೀನೇ ಸರಿ ಎಂದು ನಂಬುತ್ತೇನೆ."

ಅವನ ಮುಖದಲ್ಲೊಂದು ವಿಚಿತ್ರ ಭಾವವಿತ್ತು, ರಬ್ ನವಾಜನ ಮಾತನ್ನು ಅವನು ನಂಬುತ್ತಿಲ್ಲವೆಂಬ ಭಾವ.

ಸೂರ್ಯಾಸ್ತವಾಗುವ ತುಸು ಮೊದಲು ಮೇಜರ್ ಅಸ್ಲಂ ಒಂದಿಷ್ಟು ಸೈನಿಕರೊಡನೆ ಅಲ್ಲಿಗೆ ಬಂದ. ಆದರೆ ಜೊತೆಯಲ್ಲಿ ವೈದ್ಯರು ಬಂದಿರಲಿಲ್ಲ. ರಾಮ್ ಸಿಂಗ್ ಎಚ್ಚರ, ಪ್ರಜ್ಞಾವಸ್ಥೆಗಳ ನಡುವೆ ತೂಗಾಡುತ್ತಿದ್ದ. ಏನೇನೋ ಬಡಬಡಿಸುತ್ತಿದ್ದ. ಆದರೆ ಅವನ ದನಿ ಎಷ್ಟು ಕ್ಷೀಣವಾಗಿತ್ತೆಂದರೆ ಅವನೇನು ಹೇಳುತ್ತಿದ್ದಾನೆ ಎಂಬುದೇ ಅರ್ಥವಾಗುತ್ತಿರಲಿಲ್ಲ.

ಮೇಜರ್ ಅಸ್ಲಂ 6/9 ಜಾಟ್ ರೆಜಿಮೆಂಟಿನಲ್ಲಿ ಅಧಿಕಾರಿಯಾಗಿದ್ದವನು. ರಾಮ್ ಸಿಂಗ್ ಕೂಡಾ ಅವನ ಕೈ ಕೆಳಗೆ ಕೆಲವು ವರ್ಷ ಕೆಲಸ ಮಾಡಿದ್ದ. ಅವನು ಬಾಗಿ, "ರಾಮ್ ಸಿಂಗ್ ರಾಮ್ ಸಿಂಗ್" ಎಂದು ಕರೆದ. ರಾಮ್ ಸಿಂಗ್ ಕಣ್ಣು ತೆರೆದು ಅಟೆನ್ಷನ್ ನಿಲ್ಲುವವನಂತೆ ದೇಹವನ್ನು ಸೆಟೆಸಿದ. ಬಹಳ ಕಷ್ಟ ಪಟ್ಟು ತೋಳನ್ನೆತ್ತಿ ಸಲ್ಯೂಟ್ ಮಾಡಿದ. ಅರ್ಥವಾಗದಿರುವಂಥ ಯಾವುದೋ ವಿಚಿತ್ರ ಭಾವ ಅವನ ಮುಖವನ್ನು ಆವರಿಸಿತು. ಅವನ ತೋಳು ಶಕ್ತಿಯಿಲ್ಲದಂತೆ ನೆಲಕ್ಕೆ ಬಿತ್ತು.

ಅವನು ಗೊಣಗಿಕೊಂಡ, "ರಾಮ್ ಸಿಂಗ್, ನೀನೊಬ್ಬ ಕತ್ತೆ, ಇದು ಒಂದು ಯುದ್ಧ ಅನ್ನುವುದನ್ನೇ ಮರೆತೆ, ಇದೊಂದು ಯುದ್ಧ..." ವಾಕ್ಯ ಮುಗಿಸಲಾಗಲಿಲ್ಲ ಅವನಿಗೆ. ಅರೆತೆರೆದ ಕಣ್ಣುಗಳಿಂದ ರಬ್ ನವಾಜನನ್ನು ನೋಡುತ್ತ, ಅವನು ಕೊನೆಯುಸಿರೆಳೆದ...

The Last salute

ಅವಳು ನಟಿಸಿದ ಮೊದಲ
ಸಿನೆಮಾ ತೆರೆಯ ಮೇಲೆ
ಕಾಣಿಸಿಕೊಂಡಾಗ
ಜನರು ಅವಳನ್ನು ಕಂಡು
ಮೋಹಪರವಶರಾದರು.
ಅವಳ ಮಗುವಿನಂಥ ಮುಗ್ಧತೆ,
ನವಿರಾದ ಪ್ರಣಯ ದೃಶ್ಯಗಳಲ್ಲಿ
ಅವಳು ಪುಟ್ಟ ಚಿಟ್ಟೆಯಂತೆ
ಅತ್ತಿಂದಿತ್ತ ಇತ್ತಿಂದತ್ತ
ಉಲ್ಲಾಸದಿಂದ ಹಾರಾಡಿದ್ದನ್ನು
ನೋಡಿದವರಿಗೆ ಅವಳು ಅತ್ಯಂತ
ಸುಂದರಿ ಎನಿಸಿದ್ದಳು.

ಋತುವಿನಂಥವಳು

ಲತೀಕಾರಾಣಿ ನೋಡಲು ಸುಂದರವಾಗಿರಲಿಲ್ಲ. ಅವಳಲ್ಲಿ ತೀರಾ ಆಕರ್ಷಿಸುವಂಥದ್ದೂ ಏನಿರಲಿಲ್ಲ, ಆದಾಗ್ಯೂ ಅವಳು ನಟಿಸಿದ ಮೊದಲ ಸಿನಿಮಾ ತೆರೆಯ ಮೇಲೆ ಕಾಣಿಸಿಕೊಂಡಾಗ ಜನರು ಅವಳನ್ನು ಕಂಡು ಮೋಹಪರವಶರಾದರು. ಅವಳ ಮಗುವಿನಂಥ ಮುಗ್ಧತೆ, ನವಿರಾದ ಪ್ರಣಯ ದೃಶ್ಯಗಳಲ್ಲಿ ಅವಳು ಪುಟ್ಟ ಚಿಟ್ಟೆಯಂತೆ ಅತ್ತಿಂದಿತ್ತ ಇತ್ತಿಂದತ್ತ ಉಲ್ಲಾಸದಿಂದ ಹಾರಾಡಿದ್ದನ್ನು ನೋಡಿದವರಿಗೆ ಅವಳು ಅತ್ಯಂತ ಸುಂದರಿ ಎನಿಸಿದ್ದಳು. ಅವಳ ಮುಖಲಕ್ಷಣ, ಹಾವಭಾವ ಎಲ್ಲವೂ ಎಷ್ಟು ಮೋಹಕವೆನ್ನಿಸಿದವೆಂದರೆ ಬೆಳಕಿಗೆ ಪತಂಗಗಳ ಹಿಂಡು ಮುತ್ತಿಕೊಂಡು ಗುಯ್ಗುಡುವಂತೆ

ಅವಳಿಗೆ ಮುಕರಿಕೊಂಡರು. ನೀವು ಯಾರನ್ನಾದರೂ, "ಉಳಿದ ತಾರೆಯರಲ್ಲಿ ಕಾಣದ ಅದೇನನ್ನು ಇವಳಲ್ಲಿ ಕಂಡಿರಿ," ಎಂದು ಕೇಳಿದರೆ ಅಥವಾ "ಅವಳ ಪ್ರತಿಸ್ಪರ್ಧಿಗಳಿಗಿಂತ ಅವಳು ಹೇಗೆ ವಿಭಿನ್ನಳು," ಎಂದೇನಾದರೂ ಕೇಳಿದರೆ 'ಅವಳ ಮುಗ್ಧತೆ' ಎನ್ನುತ್ತಿದ್ದುದರಲ್ಲಿ ಅನುಮಾನವೇ ಇಲ್ಲ. ನಿಜಕ್ಕೂ ಅವಳಲ್ಲಿ ಯಾವುದೇ ಕಾಪಟ್ಯವಿರಲಿಲ್ಲ, ತೆರೆಯ ಮೇಲೆ ಕಿನ್ನರಿಯಂತೆ ಕಾಣುತ್ತಿದ್ದಳು. ಅವಳಲ್ಲಿ ನಿರ್ಮಲವಾದ, ಚಿತ್ತಿಲ್ಲದ, ಸರಳ ಮುಗ್ಧತೆ ಹೊಮ್ಮುತ್ತಿತ್ತು. ಅವಳನ್ನು ಕಂಡರೆ ಮನಸ್ಸಿನಲ್ಲಿ ಮುಗ್ಧತೆ... ಅತೀವ ಮುಗ್ಧತೆ ಅನ್ನುವುದೊಂದನ್ನು ಬಿಟ್ಟರೆ ಬೇರೇನೂ ಭಾವನೆ ಮೂಡುತ್ತಿರಲಿಲ್ಲ.

ಅವಳು ತೆರೆಯ ಮೇಲೆ ಕಾಣಿಸುತ್ತಿದ್ದ ಚಿತ್ರಗಳಲ್ಲಿ ಹಳ್ಳಿಗಾಡಿನ ಯಾರೋ ಅನಕ್ಷರಸ್ಥನ ಮಗಳು ಥಳುಕಿನ ಜಗತ್ತಿನಿಂದ ದೂರವಾಗಿ ಯಾವುದೋ ಪುಟ್ಟ ಗುಡಿಸಲಿನಲ್ಲಿ ಇಡೀ ಜಗತ್ತನ್ನೇ ಕಾಣುವಂಥ ಪಾತ್ರಗಳಾಗಿರುತ್ತಿದ್ದವು. ಅವಳು ಯಾವಾಗಲೂ ಸಾಧಾರಣ ಪಾತ್ರಗಳಲ್ಲಿ ನಟಿಸುತ್ತಿದ್ದಳು, ರೈತನ, ಕೂಲಿಕಾರನ, ರೈಲ್ವೆ ಸಿಗ್ನಲ್‌ಮನ್‌ನ ಮಗಳಾಗಿ... ಈ ರೀತಿಯ ಪಾತ್ರಗಳು. ಅವಳು ಈ ರೀತಿಯ ಪಾತ್ರಗಳಲ್ಲಿ ಅತ್ಯಂತ ಸಹಜವಾಗಿ, ಲೀಲಾಜಾಲವಾಗಿ... ಯಾವುದೇ ಆಕಾರದ ಪಾತ್ರೆಯಲ್ಲೂ ಹೊಂದಿಕೊಳ್ಳುವ ನೀರಿನಂತೆ ನಟಿಸುತ್ತಿದ್ದಳು. ಲತೀಕಾರಾಣಿ ಎಂದ ಕೂಡಲೇ ಮನಸ್ಸಿನಲ್ಲಿ ಕೃಶದೇಹ, ಪಾದಗಳು ಕಾಣುವಂತೆ ಮೊಣಕಾಲಿನವರೆಗೆ ಲಂಗ ತೊಟ್ಟ, ಕೆದರಿದ ಪುಟ್ಟ ಜುಟ್ಟಿನ ಹುಡುಗಿಯೊಬ್ಬಳು ಕಾಣಿಸಿಕೊಳ್ಳುತ್ತಾಳೆ, ಕುರಿಮಂದೆಯನ್ನು ಕಾಯುತ್ತಲೋ ಅಥವಾ ಮರಳಿನಲ್ಲಿ ಮನೆಗಳನ್ನು ಕಟ್ಟುತ್ತಲೋ ಇರುವ ಪುಟ್ಟ ಹುಡುಗಿ. ಬರಿಗಾಲು, ಬರಿದಾದ ತಲೆ, ಬಿಗಿ ರವಿಕೆಯೊಳಗೆ ವಿನಮ್ರತೆಯಿಂದ ಅಡಗಿ ಕುಳಿತಂತೆ ಕಾಣುವ ಪುಟ್ಟ ಮೊಲೆಗಳು, ನಿರ್ಲಿಪ್ತ ಕಣ್ಣುಗಳು, ಸಭ್ಯ ಮೂಗು, ಒಟ್ಟಿನಲ್ಲಿ ಅವಳನ್ನು ನೋಡಿದರೆ ಯಾವುದೇ ತಪ್ಪಿತಸ್ಥ ಭಾವವಿಲ್ಲದ ನಿಷ್ಕಂಳಕ ಹುಡುಗಿಯಂತೆ ಕಾಣಿಸುತ್ತಿದ್ದಳು.

ಅವಳ ಮೊದಲ ಸಿನಿಮಾ ಅವಳಿಗೆ ಖ್ಯಾತಿ ತಂದುಕೊಟ್ಟಿತು ಮತ್ತು ಆ ನಂತರ ಅವಳು ಪ್ರಖ್ಯಾತಳಾಗಿಯೇ ಉಳಿದಳು, ಈಗ ಅವಳು ನಟನೆ ನಿಲ್ಲಿಸಿ ಅದೆಷ್ಟೋ ವರ್ಷಗಳೇ ಕಳೆದುಹೋಗಿವೆ. ಅವಳ ಸುದೀರ್ಘ ವೃತ್ತಿ ಜೀವನದುದ್ದಕ್ಕೂ ಖ್ಯಾತಿ ಗಳಿಸಿದ್ದಷ್ಟೇ ಅಲ್ಲ, ಅಪಾರ ಹಣವನ್ನೂ ಗಳಿಸಿದಳು. ಅವಳು ಗಳಿಸಿದ ಪ್ರತಿ ಪೈಸೆಗೂ ಕ್ರಮಬದ್ಧವಾಗಿ ಲೆಕ್ಕವನ್ನಿಟ್ಟಳು. ಗಳಿಸಿದ ಖ್ಯಾತಿಯನ್ನೂ ಅಷ್ಟೇ ನಿರ್ಭಾವುಕತೆಯಿಂದ, ವ್ಯವಹಾರಿಕತೆಯಿಂದ ನಿರ್ವಹಿಸಿದಳು. ಏಣಿಯ ಪ್ರತಿ ಮೆಟ್ಟಿಲನ್ನೂ ಆತ್ಮವಿಶ್ವಾಸದಿಂದ ಹತ್ತುತ್ತಾ ಹೋದಳು.

ಲತೀಕಾರಾಣಿ ಅದ್ಭುತ ನಟಿಯಾಗಿದ್ದಳು, ಆದರೆ ವಿಚಿತ್ರ ಹೆಂಗಸು. ತನ್ನ ಇಪ್ಪತ್ತೊಂದನೇ ವಯಸ್ಸಿನಲ್ಲಿ, ಫ್ರಾನ್ಸಿನಲ್ಲಿ ಓದುತ್ತಿದ್ದವಳು, ಫ್ರೆಂಚ್ ಕಲಿಯುವುದನ್ನು

ಬಿಟ್ಟು ತನ್ನ ಮಾತೃಭಾಷೆಯೂ ಅಲ್ಲದ ಹಿಂದಿಯನ್ನು ಕಲಿಯಲಾರಂಭಿಸಿದಳು. ಮದ್ರಾಸಿನ ಒಬ್ಬ ತರುಣ ಸಹಪಾಠಿ ಅವಳೊಡನೆ ಪ್ರೇಮದಲ್ಲಿ ಬಿದ್ದಾಗ ಅವನನ್ನು ಮದುವೆಯಾಗಲು ತೀರ್ಮಾನಿಸಿದಳು.

ಆದರೆ ಈ ಮಧ್ಯೆ ಅವಳು ಬ್ಯಾರಿಸ್ಟರ್ ಪರೀಕ್ಷೆ ಪಾಸ್ ಮಾಡಲು ಲಂಡನ್ನಿಗೆ ಬಂದಿದ್ದ ಮಧ್ಯವಯಸ್ಕ ಬೆಂಗಾಲಿಯೊಬ್ಬನನ್ನು ಭೇಟಿಯಾದ ನಂತರ ಮನಸ್ಸು ಬದಲಿಸಿ ಅವನನ್ನು ಮದುವೆಯಾಗಲು ನಿಶ್ಚಯಿಸಿದಳು. ಸಾಕಷ್ಟು ಯೋಚಿಸಿಯೇ ಆ ತೀರ್ಮಾನಕ್ಕೆ ಬಂದಿದ್ದಳು, ಏಕೆಂದರೆ ತನ್ನ ಕನಸುಗಳನ್ನು ನನಸಾಗಿಸಲು ಆ ಮಧ್ಯವಯಸ್ಕ ಸಹಾಯ ಮಾಡುತ್ತಾನೆ ಎಂದು ಅವಳಿಗೆ ಅನ್ನಿಸಿತ್ತು. ಅವಳು ಮೊದಲು ಮದುವೆಯಾಗಬೇಕೆಂದುಕೊಂಡಿದ್ದ ಮದ್ರಾಸಿನ ಹುಡುಗ ಜರ್ಮನಿಯಲ್ಲಿ ಶ್ವಾಸಕೋಶ ಶಾಸ್ತ್ರವನ್ನು ಓದುತ್ತಿದ್ದ. ಅವಳ ಶ್ವಾಸಕೋಶದ ಆರೋಗ್ಯವನ್ನು ಕಾಪಾಡುವುದೊಂದನ್ನು ಬಿಟ್ಟು ಅವನಿಂದ ಮತ್ತೇನು ಸಿಗುವ ಸಾಧ್ಯತೆಯಿತ್ತು! ತನಗೆ ಅದರ ಅಗತ್ಯವಿಲ್ಲವೆಂದು ತೀರ್ಮಾನಿಸಿದಳು. ಬದಲಿಗೆ ಪ್ರಫುಲ್ಲ ರಾಯ್ ಎನ್ನುವ ಕನಸುಗಾರನಿಗೆ ತನ್ನ ಲಾವಣ್ಯದಿಂದ ಮೋಡಿ ಮಾಡಿ, ಸೆರೆಯಾಳಾಗಿಸಿಕೊಳ್ಳಲು ತೀರ್ಮಾನಿಸಿದಳು.

ಮಧ್ಯಮವರ್ಗದ ಪ್ರಫುಲ್ಲ ರಾಯ್, ಬಹಳ ಶ್ರಮಜೀವಿಯಾಗಿದ್ದ ಮತ್ತು ಅವನು ಮನಸ್ಸು ಮಾಡಿದ್ದರೆ ತನ್ನ ಎದುರಾಳಿಗಳನ್ನೆಲ್ಲ ಹಿಂದಿಕ್ಕಿ, ಜಗತ್ತಿನಲ್ಲೇ ಹೆಸರುವಾಸಿಯಾದ ಅತಿ ಶ್ರೇಷ್ಠ ಕಾನೂನು ಪದವಿಯನ್ನು ತನ್ನದಾಗಿಸಿಕೊಳ್ಳಬಹುದಿತ್ತು. ಆದರೆ ಅವನಿಗೆ ಕಾನೂನೆಂದರೆ ದ್ವೇಷ. ಅವನು ಕೇವಲ ತನ್ನ ಹೆತ್ತವರಿಗೆ ಸಂತೋಷವಾಗಲೆಂಬ ಕಾರಣಕ್ಕೆ ಲಂಡನ್ನಿಗೆ ಬಂದು, ಅರೆಮನಸ್ಸಿನಿಂದ ಲಿಂಕನ್ ಇನ್‌ನಲ್ಲಿ ಡಿನ್ನರ್ ಕೂಟಗಳಲ್ಲಿ ಭಾಗವಹಿಸುತ್ತಾ, ಮರುದಿನದ ತರಗತಿಗಳಿಗೆ ಹಾಜರಾಗುತ್ತಿದ್ದ. ಅವನಿಗೆ ಕಾನೂನು ಓದುವುದರಲ್ಲಿ ಮನಸ್ಸಿರಲಿಲ್ಲ. ಆದರೆ ತನಗೇನು ಬೇಕು ಎಂಬುದೂ ಅವನಿಗೆ ತಿಳಿದಿರಲಿಲ್ಲ. ಅವನು ಯಾವಾಗಲೂ ಶೂನ್ಯದೃಷ್ಟಿಯಲ್ಲಿ ಅಡ್ಡಾಡುತ್ತಿದ್ದ ಮತ್ತು ಅವನಿಗೆ ಜನಜಂಗುಳಿ ಎಂದರೆ ದ್ವೇಷ. ಅವನಿಗೆ ಪಾರ್ಟಿಗಳೆಂದರೂ ಆಸಕ್ತಿ ಇರಲಿಲ್ಲ. ಹೆಚ್ಚಿನ ಸಮಯ ತನ್ನ ಪಾಡಿಗೆ ತಾನು ಇರುತ್ತಿದ್ದ. ಕೆಲವೊಮ್ಮೆ ಯಾವುದಾದರೂ ಟೀ ಹೌಸಿಗೆ ಹೋಗುತ್ತಿದ್ದ, ವಯಸ್ಸಾದ ಮನೆಯೊಡತಿಯೊಡನೆ ಹರಟುತ್ತಾ ಗಾಳಿಯಲ್ಲಿ ಗೋಪುರ ಕಟ್ಟುವುದರಲ್ಲಿ ನಿರತನಾಗುತ್ತಿದ್ದ. ಆದರೆ ಅವನ ಹೃದಯಕ್ಕೆ ತಾನು ಒಂದಲ್ಲ ಒಂದು ದಿನ ಅದ್ಭುತವಾದದ್ದೇನನ್ನೋ ಸಾಧಿಸುವ ನಂಬಿಕೆಯಿತ್ತು.

ಅವನೊಡನೆ ಒಂದೆರಡು ಬಾರಿಯ ಭೇಟಿಯಲ್ಲಿ ಲತೀಕಾರಾಣಿ ಅವನು ಸಾಧಾರಣ ಮನುಷ್ಯನಲ್ಲವೆಂದು ತೀರ್ಮಾನಿಸಿದಳು. ಅವಳು ಯೌವನದ ಕಾರಣದಿಂದ

ಒಂದು ರೀತಿಯಲ್ಲಿ ಆಕರ್ಷಕವಾಗಿದ್ದಳು. ಅವಳಿಗೆ ಅಭಿಮಾನಿಗಳ ಕೊರತೆಯೂ ಇರಲಿಲ್ಲ. ಆದರೆ ತರುಣರ ಮೆಚ್ಚುಗೆಯ ಮಾತುಗಳಿಗೆ ಅವಳು ಮರುಳಾಗಿರಲಿಲ್ಲ, ಬದಲಿಗೆ ಅವೆಲ್ಲ ಕೆಲಸಕ್ಕೆ ಬಾರದ ವ್ಯವಹಾರಗಳೆಂದೆಣಿಸುತ್ತಿದ್ದಳು. ಅವಳನ್ನು ಪ್ರೀತಿಸುತ್ತಿದ್ದ ಮದ್ರಾಸಿ ಡಾಕ್ಟರ್ ಬಹುಶಃ ಅವಳನ್ನು ಸುಂದರಿಯೆಂದು ಪರಿಗಣಿಸಿದ್ದ. ಆದರೆ ಅವಳಿಗೇಕೋ ಅವನಿಗೆ ತನಗಿಂತ ತನ್ನ ಶ್ವಾಸಕೋಶದ ಮೇಲೆಯೇ ಹೆಚ್ಚು ಆಕರ್ಷಣೆ ಎನ್ನಿಸುತ್ತಿತ್ತು. ಒಂದು ದಿನ ಅವನು ಅವಳ ಶ್ವಾಸಕೋಶ ಯಾವುದೇ ಕುಂದಿಲ್ಲದೆ ಆರೋಗ್ಯಪೂರ್ಣವಾಗಿದೆ ಎಂದಿದ್ದ. ಅವಳಿಗೆ ತಾನು ಸುಂದರಿಯಲ್ಲವೆಂದು ತಿಳಿದಿತ್ತು, ತನಗೆ ಹೆಚ್ಚಿನ ಸೊಬಗೂ ಇಲ್ಲವೆಂಬುದರ ಅರಿವಿತ್ತು. ತನ್ನಲ್ಲಿ ಏನೋ ಕೊರತೆ ಇದೆಯೆಂದೂ, ಯಾರ ಸಹಾಯವೂ ಇಲ್ಲದೆ ತನ್ನ ಪರಿಸ್ಥಿತಿಯಲ್ಲಿ ಹೆಚ್ಚಿನ ಬದಲಾವಣೆಯಾಗುವುದು ಅಸಾಧ್ಯವೆಂದೂ ತಿಳಿದಿತ್ತು.

ಪ್ರಫುಲ್ಲ ರಾಯ್‌ನನ್ನು ಭೇಟಿಯಾದ ನಂತರ, ಲತೀಕಾಳಿಗೆ ಸದಾ ಸಿಗರೇಟು ಸೇದುತ್ತಾ ಕುಳಿತಿರುವ ಈ ಅನ್ಯಮನಸ್ಕ ತನ್ನನ್ನು ಈ ಹಿಂದೆ ಯಾರೂ ನೋಡದ ರೀತಿಯಲ್ಲಿ ನೋಡುತ್ತಿದ್ದಾನೆ ಎಂಬ ಅರಿವಾಗಿತ್ತು. ಅವನು ಅವಳನ್ನು ಆಳವಾಗಿ ವಿಮರ್ಶಿಸುತ್ತಾ, ಅವಳ ವ್ಯಕ್ತಿತ್ವದ ಪ್ರತಿ ಅಂಶ, ಅವಳ ನಗು, ಅವಳ ಚಹರೆ, ಅವಳ ರೂಪರೇಷೆ, ಅವಳು ನಡೆದಾಡುವ ರೀತಿ ಎಲ್ಲವನ್ನೂ ಬಿಚ್ಚಿಟ್ಟು ಅವನಿಗೆ ತೋಚಿದ ರೀತಿಯಲ್ಲಿ ಮತ್ತೆ ಜೋಡಿಸುತ್ತಿದ್ದಾನೆ ಎಂದು ಅವಳಿಗೆ ಅನ್ನಿಸಿತು. ಅವನು ಕೇವಲ ತನ್ನ ಕಣ್ಣುಗಳಿಂದ ಅವಳನ್ನು ನೋಡುತ್ತಿರಲಿಲ್ಲ, ಬೇರೆಯವರ ದೃಷ್ಟಿಯಿಂದಲೂ ನೋಡುತ್ತಿದ್ದ. ಅವನ ಮನಸ್ಸಿನಲ್ಲಿ ಅವಳನ್ನು ಪುನರ್ನಿರ್ಮಾಣ ಮಾಡುತ್ತ, ದೊರೆಯುತ್ತಿರುವ ಫಲಿತಾಂಶದ ಬಗ್ಗೆ ಸಂಭ್ರಮಿಸುತ್ತ, ತನ್ನೊಳಗೆ ತಾನೇ ಖುಷಿ ಪಡುತ್ತಿದ್ದ. ಅವಳನ್ನು ತನ್ನ ಅಳತೆಗೆ ತಕ್ಕಂತೆ ಪುನರ್ವಿನ್ಯಾಸ ಮಾಡಲು ಬಯಸುತ್ತಿದ್ದ.

ಅವಳು ಬುದ್ಧಿವಂತಳಾಗಿದ್ದಳು, ಹಾಗಾಗಿ ಪ್ರಫುಲ್ಲ ರಾಯ್ ತಾನು ಸಿದ್ಧಪಡಿಸಿದ ವಿನ್ಯಾಸವನ್ನು ತೆರೆದು ತೋರಿಸದಂಥ, ಕಟ್ಟಡ ನೇರವಾಗಿ ನಿಲ್ಲಲು ಏನು ಮಾಡಬೇಕು ಎಂದು ಹೇಳದಂಥ ಕಟ್ಟಡ ವಿನ್ಯಾಸಕಾರನಂತೆ ಎಂಬುದು ಅವಳಿಗೆ ಅರಿವಾಗಿತ್ತು. ಆದರೆ ಅವಳಿಗೆ ತಾನು ಏನಾಗಬೇಕೆಂಬ ಕನಸಿದೆ ಎನ್ನುವುದು ಅವನಿಗೆ ತಿಳಿದಿತ್ತು. ಪ್ರಫುಲ್ಲ ರಾಯ್‌ಗೆ ತನ್ನ ಮನಸ್ಸಿನಲ್ಲಿ ಯಾವ ಆಲೋಚನೆಗಳು ಹಾದು ಹೋಗುತ್ತಿವೆ ಎನ್ನುವುದು ಅವಳಿಗೆ ಗೊತ್ತಾಗುತ್ತಿದೆ ಅನಿಸುತ್ತಿತ್ತು... ಏಕೆಂದರೆ ಹಲವಾರು ಬಾರಿ ಅವನು ಮನಸ್ಸಿನಲ್ಲಿ ಯೋಚಿಸಿಕೊಂಡ ರೀತಿಯಲ್ಲಿ ಸೂಕ್ಷ್ಮವಾಗಿ ಅವಳು ಬದಲಾಗಿದ್ದಳು ಕೂಡಾ.

ಅವರಿಬ್ಬರೂ ಖುಷಿಯಾಗಿದ್ದರು... ತಮ್ಮ ನಡುವಿನ ಕೆಮಿಸ್ಟ್ರಿ ಹೇಗೆ ರೂಪುಗೊಳ್ಳುತ್ತಿದೆ ಎಂಬುದು ಅವರಿಗೆ ಗೊತ್ತಾಗುತ್ತಿತ್ತು. ಒಬ್ಬರಿಲ್ಲದೆ ಮತ್ತೊಬ್ಬರು ಅಪೂರ್ಣ

ಎನಿಸುತ್ತಿದ್ದರು. ಅವಳಿಗೆ ತನ್ನನ್ನು ತಾನು ಪರೀಕ್ಷಿಸಿಕೊಳ್ಳಲು ಅವನೊಂದು ಒರೆಗಲ್ಲಿನಂತಿದ್ದ. ಅವನು ಒಂದೇ ಒಂದು ಪದವನ್ನು ಆಡದೆಯೂ, ತಾನೇನು ಮಾಡಬೇಕೆಂದು ಅವನು ಅಪೇಕ್ಷಿಸುತ್ತಿದ್ದಾನೆ ಎಂಬುದು ಅವಳಿಗೆ ಗೊತ್ತಾಗುತ್ತಿತ್ತು. ಅವನ ಕಣ್ಣುಗಳಲ್ಲಿದ್ದ ಉತ್ಕಟತೆ ಅವನು ಹಾಸಿಗೆಯಲ್ಲಿರುವಾಗ ಅನುಭವಕ್ಕೆ ಬರುತ್ತಿಲ್ಲ ಎನ್ನುವುದೂ ಅವಳಿಗೆ ಗೊತ್ತಿತ್ತು. ಆದರೂ ಅವಳು ಖುಷಿಯಾಗಿದ್ದಳು. ಅವಳಿಗೆ ತನ್ನ ಕನಸುಗಳನ್ನು ನನಸಾಗಿಸಿಕೊಳ್ಳಲು ಅವನ ಕಣ್ಣುಗಳಲ್ಲಿನ ಉತ್ಕಟತೆ ಸಾಕಿತ್ತು.

ಅವಳು ಬಹಳ ಲೆಕ್ಕ ಹಾಕಿ ಎಚ್ಚರಿಕೆಯಿಂದ ತನ್ನ ನಡೆಯನ್ನು ನಿರ್ಧರಿಸುತ್ತಿದ್ದಳು ಮತ್ತು ಅವಳಲ್ಲಿ ಮುಂದೆ ನಡೆಯುವುದನ್ನು ಊಹಿಸುವ ಜಾಣತನವಿತ್ತು. ಪ್ರಫುಲ್ಲ ರಾಯ್ ಪರಿಚಯವಾದ ಎರಡು ತಿಂಗಳಲ್ಲಿ ಅವಳಿಗೆ ತನ್ನ ಕನಸುಗಳು ನನಸಾಗಬಹುದೆನ್ನುವ ಸಾಧ್ಯತೆ ಇದೆಯೆನ್ನುವುದು ಅರ್ಥವಾಗಿತ್ತು. ಹೇಗೆ ಆಗಬಹುದು, ಯಾವ ಸಂದರ್ಭದಲ್ಲಿ ಆಗಬಹುದು ಎನ್ನುವುದನ್ನು ಮಾತ್ರ ಅವನಿಗೆ ಬಿಟ್ಟಿದ್ದಳು. ಅದನ್ನೆಲ್ಲ ಸಾಧ್ಯವಾಗಿಸುವುದು ಅವನ ಜವಾಬ್ದಾರಿ.

ಅವನ ಕುಶಾಗ್ರಮತಿಯು ಸರಿಯಾದ ಸೂತ್ರ, ಸರಿಯಾದ ಸಂಯೋಜನೆ, ಸರಿಯಾದ ಸಮಯ ಎಲ್ಲವನ್ನೂ ಹೇಗೋ ವ್ಯವಸ್ಥೆ ಮಾಡುತ್ತದೆ ಎನ್ನುವ ನಂಬಿಕೆಯಿತ್ತು ಲತೀಕಾರಾಣಿಗೆ. ಅವರು ಭಾರತಕ್ಕೆ ಮರಳಬೇಕೆಂದು ಈಗಾಗಲೇ ನಿರ್ಧರಿಸಿ ಆಗಿತ್ತು. ಬರ್ಲಿನ್ನಿಗೆ ಪ್ರವಾಸಕ್ಕೆ ಹೋದರು. ಅಲ್ಲಿ ಅವರ ಗೆಳೆಯನೊಬ್ಬ ಅವರನ್ನು ಒಂದು ಪ್ರಖ್ಯಾತ ಸಿನಿಮಾ ಸ್ಟುಡಿಯೋಗೆ ಕರೆದೊಯ್ದ. ಲತೀಕಾರಾಣಿಗೆ ತನ್ನ ಭವಿಷ್ಯ ಅಲ್ಲಿಯೇ ಅಡಗಿದೆ ಎನ್ನುವುದು ಅರ್ಥವಾಗಿತ್ತು.

ಪ್ರಫುಲ್ಲ ಪ್ರಸಿದ್ಧ ಜರ್ಮನ್ ನಟಿಯೊಬ್ಬಳೊಡನೆ ಮಾತುಕಥೆಯಲ್ಲಿ ನಿರತನಾಗಿದ್ದಾಗ, ಲತೀಕಾಗೆ ಒಬ್ಬ ಕಲಾವಿದ ಕ್ಯಾನ್ವಾಸಿನ ಮೇಲೆ ಬೇರೊಂದು ಮುಖದ ಚಿತ್ರವನ್ನು ಬರೆಯಲು ಅದನ್ನೇ ಪರೀಕ್ಷಣಾ ದೃಷ್ಟಿಯಿಂದ ನೋಡುವಂತೆ ಅವಳನ್ನು ನೋಡುತ್ತಿದ್ದಾನೆ ಎಂದು ಗೊತ್ತಾಗಿತ್ತು... ಈಗ ಬಹುಶಃ ಲತೀಕಾಳನ್ನು ಹಾಗೆ ನೋಡುತ್ತಿದ್ದ.

ಅವರು ಬಾಂಬೆಗೆ ಬಂದು ಸ್ವಲ್ಪ ಸಮಯವಾಗಿರಬಹುದು... ಪ್ರಫುಲ್ಲ ತಾಜ್ ಹೋಟೆಲಿನಲ್ಲಿ ಇಂಗ್ಲಿಷಿನವನೊಬ್ಬನನ್ನು ಭೇಟಿಯಾದ, ಹೋವರ್ಡ್ ಪ್ಯಾಸ್ಕಲ್. ಮೊದಲು ನೈಟ್ ಪದವಿ ಪಡೆದವನು, ಈಗ ಸ್ವಲ್ಪ ಕೆಟ್ಟ ಪರಿಸ್ಥಿತಿಯಲ್ಲಿದ್ದ. ಆದರೆ ಅವನಿಗೆ ಬಹಳಷ್ಟು ವ್ಯಕ್ತಿಗಳ ಪರಿಚಯವಿತ್ತು. ಸುಮಾರು ಅರವತ್ತು ವಯಸ್ಸಿನ ಆತ ಮಾತನಾಡುವಾಗ ಉಗ್ಗುತ್ತಿದ್ದ, ಅತ್ಯಂತ ಸಂಭಾವಿತ ನಡವಳಿಕೆಯವನು. ಪ್ರಫುಲ್ಲನಿಗೆ ಆತನಿಂದ ಏನು ಕೆಲಸ ಸಾಧಿಸಿಕೊಳ್ಳಬಹುದೆಂದು ಗೊತ್ತಾಗದಿದ್ದರೂ,

ದೂರಾಲೋಚನೆಯ ಲತೀಕಾಳಿಗೆ ಅವನಿಂದ ಬಹಳ ಉಪಯೋಗವಿದೆ ಎನ್ನುವುದು ತಿಳಿದುಬಿಟ್ಟಿತು. ನರ್ಸ್ ಒಬ್ಬ ರೋಗಿಗೆ ಕೊಡುವಂಥ ಲಕ್ಷ್ಯವನ್ನು ಅವನಿಗೆ ಕೊಟ್ಟು ಹದಗೊಳಿಸುವ ತೀರ್ಮಾನಕ್ಕೆ ಬಂದಳು.

ಸ್ವಲ್ಪವೇ ದಿನಗಳಲ್ಲಿ, ಡಿನ್ನರ್ ಮಾಡುತ್ತಿರುವ ಸಂದರ್ಭದಲ್ಲಿ ಲತೀಕಾ ಲೆಕ್ಕ ಹಾಕಿದಂತದ್ದೇ ಘಟನೆ ನಡೆಯಿತು. ಪ್ರಫುಲ್ಲ ರಾಯ್ ನೇತೃತ್ವದಲ್ಲೊಂದು ಸಿನಿಮಾ ಕಂಪನಿ ತೆರೆಯಬೇಕು ಮತ್ತು ಅದರಲ್ಲಿ ಸರ್ ಹೋವರ್ಡ್ ಪ್ಯಾಸ್ಕಲ್‌ನ ಇಬ್ಬರು ಗೆಳೆಯರು ನಿರ್ದೇಶಕರಾಗಬೇಕು ಎಂಬ ನಿರ್ಧಾರ ತೆಗೆದುಕೊಳ್ಳಲಾಯಿತು. ಸಾಮಾನ್ಯವಾಗಿ ಹೊಸ ಕಂಪನಿಯೊಂದನ್ನು ಸ್ಥಾಪಿಸುವಾಗ ಎದುರಾಗುವ ತೊಡಕುಗಳೆಲ್ಲ ಈ ಪ್ರಭಾವಿ ಜನರ ಕಾರಣದಿಂದ ಹೇಳಹೆಸರಿಲ್ಲದಂತಾದವು.

ಲತೀಕಾಳಿಗೆ ಸರ್ ಹೋವರ್ಡನ ಉಪಯುಕ್ತತೆಯ ಬಗ್ಗೆ ಯಾವ ಅನುಮಾನವೂ ಇರಲಿಲ್ಲ. ಅವಳು ಅಂದುಕೊಂಡಿದ್ದು ಸರಿಯೆಂದು ಈಗ ಸಾಬೀತಾಗಿತ್ತು. ಕೆಲವೊಮ್ಮೆ ಲತೀಕಾ ಸರ್ ಹೋವರ್ಡನಿಗೆ ಕೊಡುತ್ತಿದ್ದ ಹೆಚ್ಚಿನ ಗಮನದಿಂದ ಪ್ರಫುಲ್ಲನಿಗೆ ಅಸೂಯೆಯಾಗುತ್ತಿತ್ತು. ಆದರೆ ಲತೀಕಾ ಅದಕ್ಕೆಲ್ಲ ಸೊಪ್ಪು ಹಾಕಲಿಲ್ಲ. ಸರ್ ಹೋವರ್ಡನಿಗೆ ಅವಳ ಜೊತೆ ಓಡಾಡುವುದರಿಂದ ವಿಕೃತ ರೀತಿಯ ತೃಪ್ತಿ ದೊರಕುತ್ತಿತ್ತು. ಆದರೆ ಲತೀಕಾ ಅದರ ಬಗ್ಗೆ ತಲೆ ಕೆಡಿಸಿಕೊಳ್ಳಲಿಲ್ಲ.

ಕಂಪನಿಯ ಇಬ್ಬರು ಡೈರೆಕ್ಟರುಗಳೂ ಸ್ವಲ್ಪಮಟ್ಟಿಗೆ ಲತೀಕಾಳ ಸೌಂದರ್ಯ ಮತ್ತು ಮುಕ್ತ ಸ್ವಭಾವದಿಂದ ಉತ್ತೇಜನಗೊಂಡರು. ಲತೀಕಾ ಎಲ್ಲವೂ ಅಂದುಕೊಂಡಂತೆಯೇ ನಡೆಯುತ್ತಿದೆ ಎಂದುಕೊಂಡಳು. ಹಣವು ಕಂಪನಿಯ ಅಕೌಂಟಿನಲ್ಲಿರದೆ ಅವರ ಹೆಸರಿನಲ್ಲಿ ಇರುವವರೆಗೂ ಅವರ ಪ್ರಾಮುಖ್ಯತೆಯಿತ್ತು ಲತೀಕಾಳಿಗೆ. ಮುಂದೊಂದು ದಿನ ಬಾಂಬೆಯ ಮಾರ್ವಾಡಿ ಲೇವಾದೇವಿಗಾರರು ತನ್ನ ಒಂದು ದರ್ಶನಕ್ಕೆ ಲಕ್ಷಾಂತರ ಹಣ ಸುರಿಯಲು ಸಿದ್ಧರಾಗುತ್ತಾರೆ ಎಂಬುದು ಅವಳಿಗೆ ತಿಳಿದಿತ್ತು. ಆದರೆ ತಾನಂದುಕೊಂಡಂತೆಯೇ ಎಲ್ಲವೂ ನಡೆಯುತ್ತಿರುವುದರಿಂದ ಅವಳು ಸ್ವಲ್ಪವೂ ಆತುರಕ್ಕೆ ಬೀಳಲಿಲ್ಲ.

ಕಂಪನಿಯು ಸ್ಥಾಪನೆಗೊಂಡಿತು. ಎಲ್ಲ ಶೇರುಗಳೂ ಮಾರಾಟಗೊಂಡವು. ಸರ್ ಹೋವರ್ಡನಿಗೆ ಇದ್ದ ಸಂಪರ್ಕಗಳಿಂದ, ಸೂಕ್ತ ಸ್ಥಳದಲ್ಲಿ ಸ್ಟುಡಿಯೋ ನಿರ್ಮಾಣಕ್ಕೆ ಒಂದಿಷ್ಟು ಭೂಮಿಯೂ ಸಿಕ್ಕಿತು. ಕಂಪನಿಯ ನಿರ್ದೇಶಕರು ಪ್ರಫುಲ್ಲನಿಗೆ ಇಂಗ್ಲೆಂಡಿಗೆ ಹೋಗಿ ಅವಶ್ಯಕವಾದ ಯಂತ್ರೋಪಕರಣಗಳು ಹಾಗೂ ಇನ್ನಿತರ ಸಲಕರಣೆಗಳನ್ನು ಖರೀದಿಸುವ ವ್ಯವಸ್ಥೆ ಮಾಡಲು ಹೇಳಿದರು. ಅವನು ಹೊರಡುವ ಒಂದು ದಿನ ಮೊದಲು, ಪ್ರಫುಲ್ಲ ರಾಯ್ ಅಪ್ಪಟ ಸಾಂಪ್ರದಾಯಿಕ ಪಾಶ್ಚಿಮಾತ್ಯನಂತೆ ಲತೀಕಾಳಿಗೆ ತನ್ನನ್ನು ಮದುವೆ ಮಾಡಿಕೊಳ್ಳಲು ಒಪ್ಪಿಗೆಯೇ ಎಂದು ನಿವೇದನೆ

ಮಾಡಿಕೊಂಡ. ಅವಳು ಮದುವೆಗೆ ಒಪ್ಪಿಗೆ ನೀಡಿದಳು ಮತ್ತು ಅದೇ ದಿನ ಮದುವೆಯೂ ಆಗಿಬಿಟ್ಟಿತು. ಅವರ ಹನಿಮೂನ್ ಇಂಗ್ಲೆಂಡಿನಲ್ಲಿಯೇ ಆಯಿತು. ಆದರೆ ದೈಹಿಕವಾಗಿ ಅವರು ಪರಸ್ಪರರಲ್ಲಿ ಹೊಸದಾಗಿ ಶೋಧಿಸುವಂಥದ್ದೇನೂ ಇರಲಿಲ್ಲ. ಆ ಶೋಧನೆಗಳೆಲ್ಲ ಮೊದಲೇ ಮಾಡಿ ಮುಗಿಸಿದ್ದಾಗಿತ್ತು.

ಅವರಿಗೀಗ ಬೇಕಿದ್ದ ಖರೀದಿಗಳನ್ನೆಲ್ಲ ಸರಸರನೆ ಮಾಡಿ ಮುಗಿಸಿ ಬಾಂಬೆಗೆ ಹಿಂದಿರುಗುವ ಆತುರವಿತ್ತು. ಪ್ರಫುಲ್ಲನಿಗೆ ಸ್ಟುಡಿಯೋ ನಡೆಸುವುದರಲ್ಲಾಗಲಿ, ಸಿನಿಮಾ ನಿರ್ಮಾಣ ಮಾಡುವುದರಲ್ಲಾಗಲಿ ಏನೊಂದು ತಿಳಿವಳಿಕೆಯೂ ಇಲ್ಲವೆನ್ನುವ ವಿಷಯ ಲತೀಕಾಳಿಗೆ ಹೆಚ್ಚಿನ ಆತಂಕವನ್ನೇನೂ ಉಂಟುಮಾಡಲಿಲ್ಲ. ಅವನು ಚುರುಕಾದ, ಬುದ್ಧಿವಂತನಾದ ವ್ಯಕ್ತಿ ಎನ್ನುವುದು ಅವಳಿಗೆ ತಿಳಿದಿತ್ತು ಮತ್ತು ಏನೇ ಕೆಲಸ ಮಾಡಲು ಹೊರಟರೂ ಅದರಲ್ಲಿ ಯಶಸ್ವಿಯಾಗುತ್ತಾನೆ ಎಂಬುದರ ಬಗ್ಗೆ ಅವಳಿಗೆ ಯಾವ ಅನುಮಾನವೂ ಇರಲಿಲ್ಲ.

ಅವಳಿಗೆ ತಿಳಿದ ಮತ್ತೊಂದು ವಿಷಯವೇನೆಂದರೆ ನಾಯಕಿಯ ಪಾತ್ರ ವಹಿಸಲು ಸ್ಟುಡಿಯೋದಲ್ಲಿ ಮೊದಲ ದಿನ ಕಾಲಿಟ್ಟ ನಂತರ ಇಡೀ ದೇಶದಲ್ಲೇ ಬಿರುಗಾಳಿ ಎಬ್ಬಿಸುವ ಶಕ್ತಿ ತನಗಿದೆ ಎಂಬುದು. ಸಿನಿಮಾ ತಯಾರಿಕೆಯಲ್ಲಿ ಪ್ರಫುಲ್ಲನಿಗಿದ್ದ ತುಸುವೇ ಅನುಭವವೆಂದರೆ ಅವನು ಜರ್ಮನ್ ಸ್ಟುಡಿಯೋದಲ್ಲಿ ಕೆಲ ದಿನಗಳು ಇದ್ದಾಗ ಕಲಿತದ್ದು ಮಾತ್ರ. ಆದರೆ ಬಾಂಬೆಗೆ ವಾಪಸ್ಸಾದ ನಂತರ ಒಬ್ಬ ನಿರ್ದೇಶಕ ಮತ್ತು ಛಾಯಾಗ್ರಾಹಕನ ಜೊತೆ ಸೇರಿ, ಇಂಡಿಯಾ ಟಾಕೀಸ್ ಲಿಮಿಟೆಡ್‌ನ ಮೊದಲ ಸಿನಿಮಾ ನಿರ್ಮಾಣದ ಕೆಲಸ ಪ್ರಾರಂಭಿಸಿದ ನಂತರ, ಅವನ ಸಾಮರ್ಥ್ಯ, ದೃಢವಾದ ಹೆಜ್ಜೆಗಳಿಂದ ಎಲ್ಲರ ಮೆಚ್ಚುಗೆ ಪಡೆದ.

ಅವನು ಹೆಚ್ಚು ಮಾತುಗಾರನಲ್ಲ. ಅವನು ಬೆಳಿಗ್ಗೆ ಬೇಗ ಸ್ಟುಡಿಯೋಗೆ ಬಂದು ಇಡೀ ದಿನ ಚಿತ್ರಕಥೆ ಮತ್ತಿತರ ಅಗತ್ಯ ಕೆಲಸಗಳಲ್ಲಿ ಮುಳುಗುತ್ತಿದ್ದ. ಎಲ್ಲವೂ ವ್ಯವಸ್ಥಿತವಾಗಿ ನಡೆಯುತ್ತಿತ್ತು ಮತ್ತು ಅಂದುಕೊಂಡ ಸಮಯಕ್ಕೆ ಸರಿಯಾಗಿ ಮುಗಿಯುತ್ತಿತ್ತು. ಪ್ರತಿಯೊಂದು ವಿಭಾಗಕ್ಕೂ ಒಬ್ಬ ದಕ್ಷ ಮುಖ್ಯಸ್ಥನಿದ್ದ. ಅವರೆಲ್ಲ ಪ್ರಫುಲ್ಲನಿಗೆ ಎಲ್ಲ ಕೆಲಸಗಳ ವರದಿಯೊಪ್ಪಿಸುತ್ತಿದ್ದರು. ಯಾವುದೇ ರೀತಿಯ ಅನುಚಿತ ವರ್ತನೆಯನ್ನೂ ಅವನು ಸಹಿಸುತ್ತಿರಲಿಲ್ಲ, ಹಾಗಾಗಿ ಅಲ್ಲಿನ ವಾತಾವರಣ ಸ್ವಚ್ಛವಾಗಿಯೂ, ಶಿಸ್ತುಬದ್ಧವಾಗಿಯೂ ಇತ್ತು.

ಮೊದಲ ಚಿತ್ರ ಪ್ರಫುಲ್ಲ ರಾಯ್ ಯೋಜಿಸಿದ ದಿನವೇ ಬಿಡುಗಡೆಯಾಯಿತು. ಆ ದಿನಗಳಲ್ಲಿ ಸಿನಿಮಾಗಳು ಅಬ್ಬರ ಮತ್ತು ಅತಿ ರಂಜಿತವಾಗಿರುತ್ತಿದ್ದವು. ನಾಯಕಿಯು ಶ್ರೀಮಂತ ಮನೆತನದವಳಾಗಿದ್ದು, ಥಳುಕು ಬಳುಕಿನ ಬಟ್ಟೆಗಳನ್ನೇ ಧರಿಸಬೇಕಿತ್ತು. ರೊಮಾನ್ಸ್ ದೃಶ್ಯಗಳೆಲ್ಲ ಉತ್ಪ್ರೇಕ್ಷೆಯಿಂದ ಕೂಡಿದ್ದು ಅದರಲ್ಲಿ ಸ್ವಲ್ಪವೂ ವಾಸ್ತವಿಕತೆ

ಇರುತ್ತಿರಲಿಲ್ಲ. ಸಂಭಾಷಣೆಗಳು ನಾಟಕೀಯವಾಗಿರುತ್ತಿದ್ದವು. ಪ್ರಫುಲ್ಲನ ಈ ಸಿನಿಮಾ ಇದೆಲ್ಲ ಕ್ಲೀಷೆಗಳಿಗೆ ತದ್ವಿರುದ್ಧವಾಗಿತ್ತು ಹಾಗೂ ಇದು ಹಿಂದೂಸ್ತಾನದ ಎಲ್ಲೆಡೆ ಜಯಭೇರಿ ಬಾರಿಸಿತು. ಲತೀಕಾರಾಣಿ ಜನರ ಮನಸ್ಸಿನಲ್ಲಿ ನೆಲೆಯೂರಿ ನಿಂತುಬಿಟ್ಟಳು.

ಪ್ರಫುಲ್ಲ ರಾಯ್ ಈ ಚಿತ್ರದ ಯಶಸ್ಸಿನಿಂದ ಸಂತುಷ್ಟನಾದ. ಲತೀಕಾಳ ಮುಗ್ಧ ಸೌಂದರ್ಯ, ಸಹಜ ನಟನೆಯನ್ನು ಮೆಚ್ಚಿ ದಿನಪತ್ರಿಕೆಗಳಲ್ಲಿ ಪ್ರಕಟವಾದ ಲೇಖನಗಳನ್ನು ಓದುವಾಗ ತಾನೇ ಲತೀಕಾರಾಣಿಯನ್ನು ಕಡೆದ ಶಿಲ್ಪಿ ಎಂದು ಹೆಮ್ಮೆಯೆನಿಸುತ್ತಿತ್ತು. ಆದರೆ ಈ ಯಶಸ್ಸು ಲತೀಕಾಳ ಮೇಲೆ ತೀರಾ ಹೆಚ್ಚಿನ ಪರಿಣಾಮವನ್ನೇನೂ ಬೀರಿರಲಿಲ್ಲ. ಅವಳು ಅದನ್ನು ನಿರೀಕ್ಷಿಸಿಯೇ ಇದ್ದಳು ಮತ್ತು ಮುಂಬರುವ ದಿನಗಳಲ್ಲಿ ತನಗೇನು ಕಾದಿದೆ ಎಂಬುದು ಅವಳಿಗೆ ತೆರೆದ ಪುಸ್ತಕದಷ್ಟು ಸ್ಪಷ್ಟವಾಗಿ ಗೊತ್ತಿತ್ತು.

ಅವಳು ಪ್ರತಿಯೊಂದು ವಿಷಯದ ಬಗ್ಗೆಗೂ ಮುಂಚಿತವಾಗಿ ಲೆಕ್ಕಾಚಾರ ಹಾಕಿ ಆಗಿತ್ತು. ಸಿನಿಮಾ ಬಿಡುಗಡೆಯ ದಿನ ಯಾವ ದಿರಿಸು ಹಾಕಬೇಕು, ಬೇರೆಯವರ ಎದುರು ಗಂಡನೊಡನೆ ಯಾವ ರೀತಿ ಮಾತನಾಡಬೇಕು, ತನ್ನ ಕುತ್ತಿಗೆಗೆ ಬಿದ್ದ ಹಾರವನ್ನು ಯಾವ ರೀತಿಯಲ್ಲಿ ತೆಗೆಯಬೇಕು, ಅದನ್ನು ಯಾರಿಗೆ ದಯಪಾಲಿಸಬೇಕು, ಕೊನೆಗೆ ಯಾರನ್ನು ಕಂಡು, ಯಾವ ರೀತಿಯಾದ ನಗು ಬೀರಬೇಕು ಎಂಬುದನ್ನು ಕೂಡಾ ಲೆಕ್ಕಾಚಾರ ಹಾಕಿಯಾಗಿತ್ತು. ಸ್ಟುಡಿಯೋದಲ್ಲಿ ಅವಳು ಹೇಗೆ ವರ್ತಿಸಬೇಕು ಎನ್ನುವುದನ್ನೂ ನಿರ್ಧರಿಸಿ ಆಗಿತ್ತು.

ಸರ್ ಹೋವರ್ಡ್ ಪ್ಯಾಸ್ಕಲ್ ಸ್ಟುಡಿಯೋ ಇದ್ದ ಕಟ್ಟಡದಲ್ಲಿನ ಮೇಲಂತಸ್ತಿನ ಮನೆಯಲ್ಲಿಯೇ ವಾಸಿಸುತ್ತಿದ್ದುದು, ಲತೀಕಾ ಕೂಡಾ ಸಮೀಪದಲ್ಲಿಯೇ ವಾಸಿಸುತ್ತಿದ್ದಳು. ಲತೀಕಾ ಮುಂಜಾನೆಯೇ ಬಂದು, ಸರ್ ಹೋವರ್ಡನೊಡನೆ ಸ್ವಲ್ಪ ಕಾಲ ಕಳೆಯುತ್ತಿದ್ದಳು. ತೋಟಗಾರಿಕೆಯಲ್ಲಿ ಅವನಿಗಿದ್ದ ಆಸಕ್ತಿ ತಿಳಿದ ಲತೀಕಾ ಪ್ರತಿ ದಿನವೂ ಅವನೊಟ್ಟಿಗೆ ಅರ್ಧ ಗಂಟೆ ಗಿಡಗಳ ಬಗ್ಗೆ, ಹೂಗಳ ಬಗ್ಗೆ ಮಾತನಾಡುತ್ತಿದ್ದಳು. ನಂತರ ಮನೆಗೆ ಹಿಂದಿರುಗಿ ಗಂಡನಿಗೆ ತನಗೆ ಬೇಕಿದ್ದಷ್ಟು ಮುದ್ದು ಮಾಡುತ್ತಿದ್ದಳು. ಆ ನಂತರ ಅವನು ಸ್ಟುಡಿಯೋಗೆ ಹೊರಡುತ್ತಿದ್ದ. ನಂತರ ಲತೀಕಾರಾಣಿ ಮೇಕಪ್ಪಿನಲ್ಲಿ ನಿರತಳಾಗುತ್ತಿದ್ದಳು, ಕಣಕಣದಲ್ಲಿಯೂ ಅವಳು ಪ್ರಫುಲ್ಲನಿಂದ ರೂಪಿಸಲ್ಪಟ್ಟವಳೆಂಬ ಛಾಪು ಕೆತ್ತಿದಂತಿರುತ್ತಿತ್ತು.

ಎರಡನೇ ಸಿನಿಮಾ ಬಿಡುಗಡೆಯಾಯಿತು, ನಂತರ ಮೂರು, ನಾಲ್ಕು, ಐದನೆಯದು. ಎಲ್ಲವೂ ಯಶಸ್ವಿಯಾದವು. ನಿಜಕ್ಕೂ ಹೇಳಬೇಕೆಂದರೆ, ಇಂಡಿಯಾ ಟಾಕೀಸ್ ರೂಪಿಸಿದ ಹಾದಿಯಲ್ಲಿ ಉಳಿದ ಚಿತ್ರ ನಿರ್ಮಾಪಕರೂ ನಡೆಯುವುದಲ್ಲದೇ ಬೇರೆ

ದಾರಿಯಿರಲಿಲ್ಲ. ಪ್ರತಿ ಚಿತ್ರದ ಬಿಡುಗಡೆಯ ನಂತರವೂ ಇಂಡಿಯಾ ಟಾಕೀಸ್ ಲಿಮಿಟೆಡ್‌ನಷ್ಟೇ ಲತೀಕಾರಾಣಿಯ ಖ್ಯಾತಿ ಮತ್ತು ಜನಪ್ರಿಯತೆಯೂ ಬೆಳೆಯುತ್ತ ಹೋಯಿತು. ಆದರೆ ಬಹಳ ಕಡಿಮೆ ಜನಕ್ಕೆ ಅವಳ ಪತಿ ಪ್ರಫುಲ್ಲ ರಾಯ್‌ನ ಪರಿಚಯವಿತ್ತು. ಆದರೆ ಆ ವಿಷಯ ಅವನನ್ನು ಹೆಚ್ಚು ಬಾಧಿಸಲಿಲ್ಲ.

ಅವನು ಒಂಟಿಯಾಗಿ ಕುಳಿತಿರುತ್ತಿದ್ದ. ಸಿಗರೇಟ್ ಹೊಗೆಯಾಚೆ ಅವನ ಕಣ್ಣುಗಳು ಲತೀಕಾಳಿಗಾಗಿ ಮತ್ತಿಷ್ಟು ಆಕರ್ಷಕ ಪಾತ್ರಗಳನ್ನು ಹುಡುಕುವುದರಲ್ಲಿ ಮಗ್ನವಾಗಿರುತ್ತಿದ್ದವು. ಅವನ ಸಿನಿಮಾಗಳಲ್ಲಿ ನಾಯಕನಿಗೆ ಹೆಚ್ಚೇನೂ ಪಾತ್ರವಿರುತ್ತಿರಲಿಲ್ಲ, ಪ್ರಫುಲ್ಲನ ನಿರ್ದೇಶನದಲ್ಲಿ ಅವನು ರೊಬೋಟಿನಂತೆ ಕುಳಿತುಕೊಳ್ಳುವುದು, ಎದ್ದು ನಿಲ್ಲುವುದು, ನಡೆಯುವುದು ಇಷ್ಟು ಮಾಡಿದರೆ ಸಾಕಿತ್ತು.

ಸ್ಟುಡಿಯೋದಲ್ಲಿ ಕೂಡಾ ಅವನಿಗೆ ಹೆಚ್ಚಿನ ಸ್ಟಾರ್ ವ್ಯಾಲ್ಯೂ ಇರಲಿಲ್ಲ. ಅಲ್ಲಿನ ಶ್ರೇಣಿ ವ್ಯವಸ್ಥೆ ಹೀಗಿತ್ತು: ಪ್ರಫುಲ್ಲ ರಾಯ್, ಮಿಸೆಸ್ ರಾಯ್, ನಂತರ ಉಳಿದ ಅಮುಖ್ಯರು. ಸ್ವಲ್ಪ ದಿನಗಳಲ್ಲೇ ಈ ಶ್ರೇಣಿ ವ್ಯವಸ್ಥೆಗೆ ವಿರೋಧ ಹುಟ್ಟುತ್ತಿದೆಯೆಂಬುದು ಅರಿವಿಗೆ ಬಂದಿತ್ತು. ಎಲ್ಲ ಸಿನಿಮಾಗಳಲ್ಲೂ ಅವಳ ನಾಯಕನಾಗಿದ್ದವ ತಾನು ಕೂಡಾ ಯಾರಿಗಿಂತ ಏನು ಕಡಿಮೆ ಇಲ್ಲವೆಂದು ತೋರಿಸಿಕೊಳ್ಳಲಾರಂಭಿಸಿದ. ಅವರಿಬ್ಬರ ಜೋಡಿ ಜನಪ್ರಿಯವಾಗಿತ್ತು. ಆದರೂ ಅವನು ಲಘುವಾಗಿ ಪರಿಗಣಿಸಲ್ಪಡುತ್ತಿದ್ದ. ಹಾಗಾಗಿ ಸ್ಟುಡಿಯೋ ಅವನಿಗೆ ಕೊಡಲು ನಿರಾಕರಿಸಿದ ಮನ್ನಣೆಯನ್ನು ಅವನು ಹಕ್ಕಿನಿಂದ ಕೇಳುವುದು ಸ್ವಾಭಾವಿಕವಾಗಿತ್ತು. ಅವನಿಗೆ ಲತೀಕಾಳ ತಲೆ ಕಂಡರಾಗುತ್ತಿರಲಿಲ್ಲ, ಏಕೆಂದರೆ ಅವಳು ಒಬ್ಬ ನಟನಾಗಿ ಅವನಿಗೆ ಸ್ವಲ್ಪವೂ ಮರ್ಯಾದೆ ನೀಡುತ್ತಿರಲಿಲ್ಲ. ಅವನು ಸ್ಟುಡಿಯೋದಲ್ಲಿ ಎಲ್ಲರೆದುರೂ ಈ ಬಗ್ಗೆ ಮಾತನಾಡಲು ಪ್ರಾರಂಭಿಸಿದ್ದ.

ಪ್ರಫುಲ್ಲ ರಾಯ್ ತನ್ನ ಮುಂದಿನ ಸಿನಿಮಾಕ್ಕೆ ಅವನನ್ನು ಆರಿಸಲಿಲ್ಲ. ಅದರ ಬಗ್ಗೆ ಒಂದಿಷ್ಟು ಪ್ರತಿಭಟನೆ ಎದ್ದಿತಾದರೂ ಅದು ಬೇಗನೆ ಕೊನೆಗೊಂಡಿತು. ಹೊಸ ನಾಯಕನನ್ನು ಆರಿಸಲಾಯಿತು. ಅದರ ಬಗ್ಗೆ ಸ್ವಲ್ಪ ದಿನ ಗುಸುಗುಸು ನಡೆಯಿತಾದರೂ ನಂತರ ಅದೂ ಕೊನೆಗೊಂಡಿತು. ಲತೀಕಾಳಿಗೆ ತನ್ನ ಜೊತೆ ಒಂದಾದರೊಂದು ಹಿಟ್ ಚಿತ್ರದಲ್ಲಿ ನಟಿಸಿದ ನಾಯಕನ ಕುರಿತು ಯಾವ ಭಾವನೆಯೂ ಇರಲಿಲ್ಲ, ಹಾಗಾಗಿ ಅವನನ್ನು ಕೆಲಸದಿಂದ ಕಿತ್ತೊಗೆದಿದ್ದನ್ನು ರದ್ದು ಪಡಿಸಲು ಯಾವ ಪ್ರಯತ್ನವನ್ನೂ ಮಾಡಲಿಲ್ಲ.

ಹೊಸ ಸಿನಿಮಾ ಸೋತಿತು. ಅದರ ನಂತರದ ಸಿನಿಮಾಗೂ ಅದೇ ಗತಿಯಾಯಿತು. ಲತೀಕಾಳ ಜನಪ್ರಿಯತೆ ಇಳಿಮುಖವಾಗಲಾರಂಭಿಸಿತು. ಆ ನಂತರ ಅವಳು ತನ್ನ

ಹೊಸ ನಾಯಕ ನಟನೊಡನೆ ಓಡಿಹೋದಳೆಂಬ ಸುದ್ದಿ ಹರಡಿತು. ಆ ವಿಷಯ ಸಂಚಲನವನ್ನುಂಟು ಮಾಡಿತು. ಯಾರು ಇಲ್ಲಿಯವರೆಗೆ ಹೆಣ್ತನದ ಪಾವಿತ್ರ್ಯತೆಯ ಸಂಕೇತದ ಸರಕಿನಂತೆ ಬಿಕರಿಯಾಗುತ್ತಿದ್ದಳೋ ಅವಳೀಗ ಇಂಥ ಹಗರಣದಲ್ಲಿ ಸಿಲುಕಿಕೊಂಡಿದ್ದಳು. ಪ್ರಫುಲ್ಲ ಅತ್ಯಂತ ಘಾಸಿಗೊಳಗಾಗಿದ್ದ. ಲತೀಕಾ ಹೊಸ ನಾಯಕನಟನೊಡನೆ ಓಡಿ ಹೋದಳೆಂಬ ಸುದ್ದಿ ಕೇಳಿದ ನಂತರ ಹಲವಾರು ಬಾರಿ ಮೂರ್ಛೆ ಹೋದನೆಂದು ಅವನ ನಿಕಟವರ್ತಿಗಳು ಹೇಳುತ್ತಾರೆ. ಇದು ಅವನ ಜೀವನದ ಅತಿ ದೊಡ್ಡ ಆಘಾತವಾಗಿತ್ತು. ಅವನಿಗವಳು ತನ್ನ ಕನಸುಗಳಿಗೆ ರಂಗು ಬಳಿಯುವ ಕ್ಯಾನ್ವಾಸ್ ಆಗಿದ್ದಳು. ಈಗ ಎಲ್ಲವೂ ಚೂರುಚೂರಾಗಿ ಅವನ ಕಾಲ ಬುಡದಲ್ಲಿ ಬಿದ್ದಿತ್ತು. ಸ್ಟುಡಿಯೋಗೆ ಬೆಂಕಿ ಹಚ್ಚಿ ಆ ಜ್ವಾಲೆಗೆ ತಾನು ಆಹುತಿಯಾಗಬೇಕು ಎನ್ನಿಸುತ್ತಿತ್ತು ಅವನಿಗೆ. ಅದಕ್ಕೆ ಬೇಕಿದ್ದ ಧೈರ್ಯ ಅವನಲ್ಲಿ ಸಾಕಷ್ಟಿರಲಿಲ್ಲ.

ಕೊನೆಗೆ ಕೆಲಸದಿಂದ ಓಡಿಸಿದ್ದ ಹಳೆಯ ನಾಯಕ ಅವನ ಸಹಾಯಕ್ಕೆ ಬಂದ. ಅವನು ಲತೀಕಾಳ ವಿಷಯದಲ್ಲಿ ಪ್ರಫುಲ್ಲ ಊಹಿಸಿಕೊಳ್ಳಲೂ ಆಗದಂಥ ವಿಷಯವನ್ನೆಲ್ಲ ಹೇಳಿದ. ಅವನು ಹೇಳಿದ, "ಅವಳು ಪ್ರೀತಿಸುವ ಶಕ್ತಿಯೇ ಇಲ್ಲದಂಥ ಹೆಂಗಸು. ಹೊಸ ನಾಯಕನ ಜೊತೆ ಓಡಿಹೋಗಿರುವುದೂ ಅವನೊಡನೆ ಪ್ರೀತಿಯಲ್ಲಿ ಬಿದ್ದ ಕಾರಣಕ್ಕಾಗಿ ಅಲ್ಲ. ಕುಸಿದುಹೋದ ತನ್ನ ವೃತ್ತಿಯ ಪುನರುತ್ಥಾನ ಮಾತ್ರ ಅವಳ ಉದ್ದೇಶವಷ್ಟೇ. ಅವಳು ತನ್ನ ಪಾಡಿಗೆ ತಾನು ಹೋಗಿದ್ದಾಳೆ, ಆ ನಾಯಕನನ್ನು ಮನೆಯ ನೌಕರನಂತೆ ತನ್ನೊಡನೆ ಕರೆದೊಯ್ದಿದ್ದಾಳೆ ಅಷ್ಟೇ. ನನ್ನನ್ನು ಈ ಕಪಟ ನಾಟಕವಾಡಲೇನಾದರೂ ಕರೆದಿದ್ದರೆ ಅವಳಿಗೆ ಖಂಡಿತ ನಿರಾಶೆಯಾಗುತ್ತಿತ್ತು. ಏಕೆಂದರೆ ನಾನು ಇದನ್ನು ಖಂಡಿತವಾಗಿಯೂ ನಿರಾಕರಿಸುತ್ತಿದ್ದೆ. ಅವಳೀಗ ಹಿಂತಿರುಗಲು ಸಿದ್ಧಳಾಗಿದ್ದಾಳೆ ಏಕೆಂದರೆ ಅವಳ ಲೆಕ್ಕಾಚಾರದ ಪ್ರಕಾರ ಈಗಾಗಲೇ ವಿಳಂಬವಾಗಿದೆ. ಅವಳ ಸೂಚನೆಯ ಮೇರೆಗೆ ಇದನ್ನು ನಾನು ನಿಮಗೆ ತಿಳಿಸುತ್ತಲೂ ಇರಬಹುದು." ಎಲ್ಲ ಕ್ರಿಯೇಟಿವ್ ವ್ಯಕ್ತಿಗಳಂತೆ ಪ್ರಫುಲ್ಲ ಕೂಡಾ ಸರಳ ವ್ಯಕ್ತಿಯಾಗಿದ್ದ. ಲತೀಕಾ ಮರಳಿ ಬಂದ ಕೂಡಲೇ ಎಲ್ಲ ಮೋಸಹೋದ ಪ್ರೇಮಿಗಳಂತೆ ಅವಳ ದ್ರೋಹದ ವಿಷಯವನ್ನೆತ್ತಿ ದೂರಲಾರಂಭಿಸಿದ.

ಲತೀಕಾ ಮಾತನಾಡಲಿಲ್ಲ. ತನ್ನ ಮಾಜಿ ನಾಯಕ ಗಂಡನೊಡನೆ ಆಡಿದ ಮಾತುಗಳ ಕುರಿತೂ ಯಾವುದೇ ಪ್ರತಿಕ್ರಿಯೆ ನೀಡಲಿಲ್ಲ. ಬದಲಿಗೆ ಅವನ ಸಂಬಳವನ್ನು, ಎಲ್ಲ ನಟರೂ ತಿಂಗಳ ಸಂಬಳದ ಲೆಕ್ಕದಲ್ಲೇ ಕೆಲಸ ಮಾಡುತ್ತಿದ್ದುದು, ದುಪ್ಪಟ್ಟು ಮಾಡಬೇಕೆಂದು ಹೇಳಿದಳು. ಹೊರನೋಟಕ್ಕೆ ಅವನೊಂದಿಗೆ ಅತ್ಯಂತ ಸ್ನೇಹಮಯಿಯಾಗಿಯೇ ಇದ್ದಳು. ಒಳಗೊಳಗೆ ಅದು ಸತ್ತಿತ್ತು. ಅವರಿಬ್ಬರಲ್ಲಿ ಸಾಮರಸ್ಯವಿರಲಿಲ್ಲ. ಇಬ್ಬರೂ ಒಟ್ಟಿಗೇ ಹೊಸ ಸಿನಿಮಾ ಒಂದರಲ್ಲಿ ನಟಿಸಿದರು.

ಅದು ದೊಡ್ಡ ಮಟ್ಟದಲ್ಲಿ ಯಶಸ್ವಿಯಾಯಿತು. ಅದರ ಮುಂದಿನದು, ಅದರ ಮುಂದಿನದ್ದು ಕೂಡಾ. ಕಾಲ ಸರಿದಂತೆ ಹೊಸ ಹೊಸ ಸಿನಿಮಾ ಕಂಪನಿಗಳು ಉದಯವಾದವು. ಅನೇಕ ಹೊಸ ಮುಖಗಳು, ಲತೀಕಾರಾಣಿಗಿಂತ ಹೆಚ್ಚು ಆಕರ್ಷಕವಾದವು ಸಿನಿಮಾ ಜಗತ್ತಿಗೆ ಕಾಲಿಟ್ಟವು. ಅವಳ ಮೊದಲ ಹೀರೋಗೆ ಅವಳು ಪ್ರಫುಲ್ಲನನ್ನು ತೊರೆದು, ಹೊಸ ಹರಹನ್ನು ತೋರಿಸಬಲ್ಲಂಥ ಹೊಸಬನನ್ನು ಹುಡುಕುತ್ತಾಳೆ ಎಂಬುದರ ಬಗ್ಗೆ ಖಚಿತತೆ ಇತ್ತು. ಆದರೆ ಆ ರೀತಿಯಾದದ್ದೇನೂ ನಡೆಯಲಿಲ್ಲ.

ಲತೀಕಾಳ ಬಗ್ಗೆ ಬೇಕಾದಷ್ಟು ಪೊಳ್ಳುಮಾತುಗಳು ಮತ್ತು ಅವಳ ಮದುವೆಯ ಬಗ್ಗೆ ಬೇಕಾದಷ್ಟು ಊಹಾಪೋಹದ ಮಾತುಗಳು ಚಾಲ್ತಿಯಲ್ಲಿದ್ದವು. ಕೆಲವರು ಕೇವಲ ಲೈಂಗಿಕ ತೃಪ್ತಿಗೆ ಅವಳು ರಾಮ್ ಭರೋಸಾನನ್ನು ಆರಿಸಿಕೊಂಡಿದ್ದಾಳೆಂದು ಪ್ರಮಾಣಿಸಿ ಹೇಳುತ್ತಿದ್ದರು. ಅವಳ ಗಂಡನ ಜೊತೆಗಿನ ಸಂಬಂಧ ಕೇವಲ ಔಪಚಾರಿಕವಾದದ್ದು ಎನ್ನುತ್ತಿದ್ದರು. ಇದೆಲ್ಲ ಕಥೆಗಳನ್ನು ಹರಡುತ್ತಿದ್ದವನು ಅವಳ ಹಿಂದಿನ ನಾಯಕ ನಟ.

ಅವನು ಹೇಳುತ್ತಿದ್ದ, "ಲತೀಕಾಳಂಥ ಹೆಂಗಸು ತನಗಿಂತ ಕೆಳಮಟ್ಟದಲ್ಲಿರುವವ ನೊಡನೆ ಮಾತ್ರ ಮಲಗುತ್ತಾಳೆ, ಕೆಲಸದಾಳಿನಂಥವನು, ಅವಳ ಹುಚ್ಚಾಟಗಳನ್ನೆಲ್ಲ ಸಹಿಸಿಕೊಳ್ಳುವಂಥವನು, ಅವಳ ಋಣದಲ್ಲಿ ಸಿಕ್ಕಿಕೊಂಡಿರುವಂಥವನು ಹೀಗೆ. ಅವಳಿಗೆ ಪ್ರೀತಿಸುವ ಶಕ್ತಿ ಇದ್ದಿದ್ದರೆ ಅವಳು ಓಡಿಹೋಗಿದ್ದಳಲ್ಲ, ಅವನೊಡನೆಯೇ ಇರುತ್ತಿದ್ದಳು. ಅವಳ ಕಾಲ ಮುಗಿದಿದೆ ಅನ್ನುವುದೇ ಸತ್ಯ. ಅದು ಅವಳಿಗೂ ಅರ್ಥವಾಗಿದೆ. ಪ್ರಫುಲ್ಲ ರಾಯ್ ಕೂಡಾ ಖಾಲಿಯಾಗಿದ್ದಾನೆ ಎಂಬುದು ಅವಳಿಗೆ ಗೊತ್ತು. ಅವನಲ್ಲಿದ್ದ ಉತ್ಸಾಹ, ಪ್ರತಿಭೆಯನ್ನೆಲ್ಲ ಅವನು ಅವಳ ಮೇಲೆಯೇ ಪೋಲು ಮಾಡಿ ಆಗಿದೆ. ಅವನೀಗ ಹಿಂಡಿದ ಮಾವಿನಹಣ್ಣಿನಂತೆ, ತಿರುಳೆಲ್ಲ ಖಾಲಿಯಾಗಿದೆ. ನನ್ನ ಮಾತುಗಳನ್ನು ನೆನಪಿಟ್ಟುಕೊಳ್ಳಿ, ಸದ್ಯದಲ್ಲೇ ಅವಳು ಅವನನ್ನು ತೊರೆದು ಹೋಗಿ ಮತ್ಯಾವುದೋ ನಿರ್ಮಾಪಕನ ಹಾಸಿಗೆ ಬಿಸಿ ಮಾಡುತ್ತಾಳೆ."

ಲತೀಕಾ ಹಾಗೇನೂ ಮಾಡಲಿಲ್ಲ. ಅವಳ ಸಣ್ಣದೊಂದು ಹುಚ್ಚು ಸಾಹಸ ಅವಳಲ್ಲಿ ಯಾವ ಮಟ್ಟದ ಬದಲಾವಣೆಯನ್ನೂ ತಂದಿರಲಿಲ್ಲ. ಅವಳೀಗಲೂ ಸರ್ ಹೋವರ್ಡನಿಗೆ ಬೆಳಗ್ಗೆಯ ಫೋನ್ ಕರೆ ತಪ್ಪಿಸುತ್ತಿರಲಿಲ್ಲ ಮತ್ತು ಅವಳಿಗೆ ತೋಟಗಾರಿಕೆಯಲ್ಲಿದ್ದ ಆಸಕ್ತಿ ಸ್ವಲ್ಪವೂ ಕುಂದಿರಲಿಲ್ಲ. ಸ್ಟುಡಿಯೋದಲ್ಲಿ ಅವಳ ಬಗ್ಗೆ ನಡೆಯುತ್ತಿದ್ದ ಗಾಸಿಪ್‌ಗಳೆಲ್ಲ ಅವಳ ಕಿವಿಗೆ ಬೀಳುತ್ತಿತ್ತಾದರೂ ಅವಳು ಮೌನ ಮುರಿಯದಿರಲು ತೀರ್ಮಾನಿಸಿದ್ದಳು.

ಮೌನದಲ್ಲಿ, ಘನತೆಯಲ್ಲಿ.

ಮತ್ತೆರಡು ಚಿತ್ರಗಳಲ್ಲಿ ನಟಿಸಿದ್ದಳು. ಎರಡೂ ಅತ್ಯಂತ ಹೀನಾಯವಾದ ಸೋಲು ಕಂಡಿದ್ದವು. ಹಿಂದೊಮ್ಮೆ ಇಂಡಿಯಾ ಟಾಕೀಸ್ ಲಿಮಿಟೆಡ್‌ನ ಮಿನುಗುತಾರೆಯಾಗಿದ್ದವಳು ಈಗ ಆ ಹೊಳಪನ್ನು ಕಳೆದುಕೊಂಡಿದ್ದಳು. ಲತೀಕಾ ಈ ಎಲ್ಲ ಬದಲಾವಣೆಗಳಿಂದ ವಿಚಲಿತಳಾಗಿರಲಿಲ್ಲ. ಆದರೆ ಪ್ರಫುಲ್ಲ ರಾಯ್ ಅದನ್ನೆಲ್ಲ ತುಂಬಾ ಹಚ್ಚಿಕೊಂಡಿದ್ದಾನೆ ಎನ್ನುವುದು ಎಲ್ಲರಿಗೂ ತಿಳಿದ ವಿಷಯವೇ ಆಗಿತ್ತು. ಅವಳ ಮೊದಲಿನ ನಾಯಕನಟ, ತನಗೆ ಮೊದಲ ಬ್ರೇಕ್ ಕೊಟ್ಟವನ ಮೇಲಿನ ಗೌರವದಿಂದ, ತನ್ನ ಜವಾಬ್ದಾರಿಯನ್ನು ಯಾರಾದರೂ ಸಣ್ಣವರಿಗೆ ವಹಿಸಿಕೊಟ್ಟು, ನೆಮ್ಮದಿಯಿಂದ ದಿನಗಳೆಯಲು ಸಲಹೆಯನ್ನಿತ್ತಿದ್ದ. ಈ ಸಲಹೆ ಪ್ರಫುಲ್ಲ ರಾಯ್ ಮೇಲೆ ಯಾವ ಪರಿಣಾಮವನ್ನೂ ಬೀರಿರಲಿಲ್ಲ. ಹಲವರು ಅವನು ಮತ್ತೊಮ್ಮೆ ನವೀಕರಣಗೊಂಡ ಲತೀಕಾಳನ್ನು ಹಾಕಿಕೊಂಡು ಮತ್ತೆ ಸಿನಿಮಾ ಮಾಡುತ್ತಾನೆ ಅಂದುಕೊಂಡರು.

ಮನೆಯ ಕೆಲಸಗಾರರು ಪ್ರಫುಲ್ಲ ಈಗೀಗ ತುಂಬಾ ಮುಂಗೋಪಿಯಾಗಿದ್ದಾನೆ ಎಂದು ಹೇಳುತ್ತಿದ್ದರು. ಕೆಲವೊಮ್ಮೆ ಅವನು ಲತೀಕಾಳನ್ನು ಅತ್ಯಂತ ಕೊಳಕು ಭಾಷೆಯಲ್ಲಿ ನಿಂದಿಸುತ್ತಿದ್ದ, ಲತೀಕಾ ಅದಕ್ಕೆಲ್ಲ ಯಾವ ಪ್ರತಿಕ್ರಿಯೆಯನ್ನೂ ತೋರಿಸುತ್ತಿರಲಿಲ್ಲ. ರಾತ್ರಿಯ ಹೊತ್ತು ಅವನಿಗೆ ನಿದ್ರೆ ಬರುತ್ತಿರಲಿಲ್ಲ. ನಿದ್ರೆ ಹೋಗುವವರೆಗೆ ಲತೀಕಾ ಅವನ ತಲೆಗೆ ಮಸಾಜ್ ಮಾಡುತ್ತಲೋ ಅಥವಾ ಅವನ ಪಾದಗಳನ್ನು ಒತ್ತುತ್ತಲೋ ಇರುತ್ತಿದ್ದಳು.

ಹಿಂದೆ ಲತೀಕಾ ತನ್ನೊಡನೆಯೇ ಮಲಗಬೇಕೆಂದು ಪ್ರಫುಲ್ಲ ಎಂದೂ ಬಲವಂತ ಮಾಡುತ್ತಿರಲಿಲ್ಲ. ಆದರೆ ಈಗ ಅವಳು ಪಕ್ಕದಲ್ಲೇನಾದರೂ ಕಾಣಿಸದಿದ್ದರೆ ನಡುರಾತ್ರಿಯಲ್ಲಿ ಎದ್ದು ಇಡೀ ಮನೆ ಹುಡುಕಾಡಿ, ತನ್ನ ಜೊತೆ ಬಂದು ಮಲಗಲು ಬೇಡಿಕೊಳ್ಳುತ್ತಿದ್ದ. ಅವಳ ಮೊದಲಿನ ನಾಯಕ ನಟನಿಗೆ ಈ ವರದಿಗಳೆಲ್ಲವೂ ವ್ಯಥೆಯನ್ನುಂಟು ಮಾಡುತ್ತಿದ್ದವು.

ಅವನು ಹೇಳುತ್ತಿದ್ದ, "ಪ್ರಫುಲ್ಲ ರಾಯ್ ದೊಡ್ಡ ಮನಸ್ಸಿನವನು. ಅವನಿತ್ತ ಗೌರವಕ್ಕೆ ಯೋಗ್ಯಳಲ್ಲದ ಹೆಂಗಸಿನ ಕೃಪೆಯಲ್ಲಿ ಬದುಕಬೇಕಾದ ಹೀನ ಸ್ಥಿತಿ ಬಂದಿದೆ ಅವನಿಗೆ. ಅವಳೊಂದು ಹೆಣ್ಣಲ್ಲ, ಮಾಟಗಾತಿ. ನನಗೇನಾದರೂ ಮಾಡಲು ಸಾಧ್ಯವಾಗಿದ್ದರೆ, ಅವಳಿಗೆ ಗುಂಡಿಕ್ಕುತ್ತಿದ್ದೆ. ದುರಂತವೆಂದರೆ ಪ್ರಫುಲ್ಲ ರಾಯ್ ಆವಳೊಡನೆ ಮೊದಲಿಗಿಂತ ಹೆಚ್ಚು ಪ್ರೀತಿಯಲ್ಲಿ ಬಿದ್ದಿದ್ದಾನೆ"

ಇನ್ನು ಕೆಲವರು ಹೇಳುತ್ತಿದ್ದರು... ಅವನಿಗೆ ಲತೀಕಾಳ ಯೌವನವನ್ನಾಗಲಿ ಕೀರ್ತಿಯನ್ನಾಗಲಿ ಮರಳಿ ತರುವುದು ಅಸಾಧ್ಯವಾದುದರಿಂದ ಹೇಗಾದರೂ

ಅವಳನ್ನು ಮುಗಿಸಿಬಿಡಲು ಪ್ರಯತ್ನಿಸುತ್ತಿದ್ದಾನೆ ಎಂದು. ಒಂದಾನೊಂದು ಕಾಲದಲ್ಲಿ ಅವಳನ್ನು ದುಷ್ಟ ಶಕ್ತಿಗಳಿಂದ ರಕ್ಷಿಸಬೇಕಾದ ಪೂಜ್ಯ ವಸ್ತುವಿನಂತೆ ನೋಡಿದ್ದವನು, ಈಗ ಭ್ರಮನಿರಸನಗೊಂಡಿದ್ದಾನೆ ಎಂದು. ಅವಳು ಹಗರಣಗಳಲ್ಲಿ ಮತ್ತು ಭ್ರಷ್ಟಾಚಾರಗಳಲ್ಲಿ ಕಂಠಮಟ್ಟ ಮುಳುಗಿಹೋಗಲಿ ಎಂದು ಬಯಸುತ್ತಿದ್ದಾನೆ, ಯಾರಾದರೂ ಅವಳು ಮಾಡಿದ ಹೊಸ ದುಷ್ಕೃತ್ಯದ ಬಗ್ಗೆ ಅವನಿಗೆ ಹೇಳಿದರೆ ದುಃಖವಾಗಲಿ, ಆಶ್ಚರ್ಯವಾಗಲಿ ಆಗದಿರಲಿ ಎಂದು, ಅವನೊಂದು ಸ್ವಪ್ನಲೋಕದಲ್ಲಿ ಬದುಕುತ್ತಿದ್ದಾನೆ ಎಂದು.

ಆದರೆ ಅದೆಲ್ಲ ಮುಗಿದು ಹೋದ ಕಥೆಯಾಗಿತ್ತು. ಅವನೀಗ ಲತೀಕಾಳ ತಲೆಯನ್ನು ಬಂಡೆಯೊಂದರಿಂದ ಜಜ್ಜಿಹಾಕಿ, ನಂತರ ತನ್ನ ತಲೆಯನ್ನೂ ಜಜ್ಜಿಕೊಂಡು ಸಾಯುವುದೊಂದೇ ಸರಿಯಾದ ಮಾರ್ಗ ಎನ್ನುವಷ್ಟು ಕ್ರೌರ್ಯದ ವಾಸ್ತವ ಜಗತ್ತಿನಲ್ಲಿ ಬದುಕುತ್ತಿದ್ದ.

ಬದುಕು ಇನ್ನೂ ಸಾಗುತ್ತಿತ್ತು. ಕಂಪನಿಯು ತನ್ನ 22ನೇ ಸಿನಿಮಾ ನಿರ್ಮಾಣದ ಕೆಲಸ ಪ್ರಾರಂಭಿಸಿತ್ತು. ಇದೊಂದು ಹೊಸ ಪ್ರಯೋಗವಾಗಿತ್ತು. ಆ ವಿಷಯವನ್ನು ಎಷ್ಟು ಗೌಪ್ಯವಾಗಿಟ್ಟಿದ್ದರೆಂದರೆ, ಅದರಲ್ಲಿ ಕೆಲಸ ಮಾಡುತ್ತಿದ್ದವರೂ ಅದರ ಬಗ್ಗೆ ಊಹಾಪೋಹ ಮಾಡುತ್ತಿದ್ದುದಷ್ಟೇ. ಪ್ರಫುಲ್ಲ ತಡರಾತ್ರಿಯವರೆಗೂ ಕಚೇರಿಯಲ್ಲೇ ಇರುತ್ತಿದ್ದ. ಕೆಲವೊಂದು ಸಲ ಮನೆಗೆ ಹೋಗದೆ, ಅಲ್ಲಿಯೇ ನಿದ್ರಿಸುತ್ತಿದ್ದ. ಅವನ ಟೇಬಲ್ ಮೇಲೆ ಪೇಪರ್‌ಗಳ ರಾಶಿ ಪೇರಿಸಿಟ್ಟಿದ್ದ. ಅವನ ಆಷ್ ಟ್ರೇ ಸದಾ ಸಿಗರೇಟ್ ತುಂಡುಗಳಿಂದ ತುಂಬಿ ತುಳುಕುತ್ತಿತ್ತು. ಅವನೊಂದು ಚಿತ್ರಕಥೆ ಸಿದ್ಧಪಡಿಸುತ್ತಿದ್ದ, ಆದರೆ ಅದೇನು ಎಂಬುದು ಯಾರಿಗೂ ತಿಳಿದಿರಲಿಲ್ಲ.

ಎಷ್ಟೋ ತಿಂಗಳಿಂದ ಖಾಲಿ ಕುಳಿತಿದ್ದ ಸ್ಟುಡಿಯೋದ ವಸ್ತ್ರವಿನ್ಯಾಸ ವಿಭಾಗಕ್ಕೆ ಅದೊಂದು ದಿನ ಅನಿರೀಕ್ಷಿತ ಅತಿಥಿಯೊಬ್ಬರು ಬಂದರು: ಲತೀಕಾರಾಣಿ. ಅವಳು ಕಪ್ಪು ರೇಷ್ಮೆ ಸೀರೆಗೆ ಹೊಂದುವಂಥ ಉದ್ದ ತೋಳಿನ ರವಿಕೆಯೊಂದನ್ನು ಹೊಲೆದು ಕೊಡಲು ಹೇಳಿದಳು. ಅದರ ವಿನ್ಯಾಸದ ಬಗ್ಗೆ ಎಲ್ಲ ವಿವರಗಳನ್ನೂ ಕೊಟ್ಟಳು. ಕೇಶಾಲಂಕಾರ ತಜ್ಞೆಯಾದ ಮಿಸ್ ಡಿ ಮೆಲ್ಲೋ ಜೊತೆಯೂ ಹೊಸ ಕೇಶ ವಿನ್ಯಾಸದ ಸುದೀರ್ಘವಾದ ಚರ್ಚೆ ನಡೆಸಿದಳು.

ಅದರ ಬಗ್ಗೆ ಸುದ್ದಿ ಹರಡಿದಾಗ, ಅದಕ್ಕೂ, ಹೊಸ ನಿಗೂಢ ಸಿನಿಮಾಗೂ ಏನೋ ನಂಟಿದೆ ಎಂದು ಲೆಕ್ಕ ಹಾಕಿದರು. ಲತೀಕಾಳ ಮೊದಲಿನ ನಾಯಕ ನಟ ಅದು ಪ್ರಫುಲ್ಲ ರಾಯ್ ಜೀವನದ ಕಥೆಯನ್ನೇ ಆಧರಿಸಿದ ದುರಂತ ಸಿನಿಮಾ ಎಂದು ಅಭಿಪ್ರಾಯ ಪಟ್ಟ.

ಶೂಟಿಂಗ್ ಶುರುವಾಯಿತು. ಎಲ್ಲವೂ ಸರಿಯಾಗಿ ನಡೆಯುತ್ತಿದೆ ಎಂದುಕೊಳ್ಳುವಾಗ ಅದೊಂದು ದಿನ ಪ್ರಫುಲ್ಲ ರಾಯ್ ಅನಿರೀಕ್ಷಿತವಾಗಿ ಸೆಟ್‌ಗೆ ಬಂದವನು, ಒಂದೆರಡು ನಿಮಿಷ ಶೂಟಿಂಗ್ ನಡೆಯುತ್ತಿದ್ದ ಸೀನ್ ನೋಡಿ, ಛಾಯಾಗ್ರಾಹಕನಿಗೆ ಕಿರುಚಾಡಲು ಪ್ರಾರಂಭಿಸಿ ಅವನ ಕಿವಿಯ ಮೇಲೆ ಅಪ್ಪಳಿಸಿದ. ಅದರಿಂದ ಆ ಛಾಯಾಗ್ರಾಹಕ ಮೂರ್ಛೆ ಹೋದ. ಮೊದಲಿಗೆ ಯಾರೂ ಮಾತನಾಡಲಿಲ್ಲ. ಆದರೆ ಪ್ರಫುಲ್ಲ ರಾಯ್ ಕೋಪ ಇಳಿಯುವ ಲಕ್ಷಣವೇ ತೋರದಿದ್ದಾಗ ಮತ್ತು ಅದು ನಿಜಕ್ಕೂ ಹೆಚ್ಚುತ್ತಲೇ ಹೋಗುವ ಸೂಚನೆ ತೋರಿದಾಗ, ಅವನನ್ನು ಅಲ್ಲಿಂದ ಜಾಗ ಖಾಲಿ ಮಾಡಿಸಿ ಮನೆಗೆ ಸಾಗಿಸಿದರು.

ಎಷ್ಟೋ ವೈದ್ಯರನ್ನು ಕರೆಸಿದರು. ಆದರೆ ಪ್ರಫುಲ್ಲ ರಾಯ್ ಬುದ್ಧಿ ಭ್ರಮಣೆಯಾದಂತೆ ತೋರುತ್ತಿತ್ತು. ಆಗ ಈಗ ಲತೀಕಾಳನ್ನು ಕರೆಯುತ್ತಲೇ ಇರುತ್ತಿದ್ದ. ಅವಳು ಬಂದಾಗ, ಅವಳನ್ನು ನೋಡಿ ಕಿರುಚಲಾರಂಭಿಸುತ್ತಿದ್ದ. ಅವಳನ್ನು ಹರಿದು ಹಾಕಬೇಕೆನ್ನಿಸುತ್ತಿತ್ತು ಅವನಿಗೆ. ಎಷ್ಟು ಹೊಲಸು ಭಾಷೆಯಲ್ಲಿ ಅವಳನ್ನು ಬಯ್ಯುತ್ತಿದ್ದನೆಂದರೆ ಕೇಳುವವರಿಗೆ ತಮ್ಮ ಕಿವಿಗಳನ್ನೇ ನಂಬಲಾಗುತ್ತಿರಲಿಲ್ಲ. ವಿಲಕ್ಷಣವಾಗಿತ್ತು ಇದೆಲ್ಲ.

ನಾಲ್ಕು ದಿನಗಳ ಕಾಲ ಅವನ ಪರಿಸ್ಥಿತಿಯಲ್ಲಿ ಏನೂ ಬದಲಾವಣೆ ಕಂಡು ಬರಲಿಲ್ಲ. ಐದನೇ ದಿನ, ಲತೀಕಾ ಸರ್ ಹೋವರ್ಡ್ ಪ್ಯಾಸ್ಕಲ್ ಜೊತೆ ತೋಟಗಾರಿಕೆಯ ಬಗ್ಗೆ ಫೋನಿನಲ್ಲಿ ಮಾತನಾಡುತ್ತ, ತನ್ನ ಗಂಡನ ಮತಿಭ್ರಮಣೆಯ ಬಗ್ಗೆ ಹೇಳುತ್ತಿರುವಾಗಲೇ, ಪ್ರಫುಲ್ಲ ರಾಯ್‌ನ ಆರೋಗ್ಯ ಕ್ಷೀಣಿಸುತ್ತಿದೆ ಎಂಬ ಸುದ್ದಿ ಬಂದಿತು. ಅವನನ್ನು ಉಳಿಸುವ ಎಲ್ಲ ಪ್ರಯತ್ನವೂ ವಿಫಲವಾಗಿ, ಅವನು ಕೊನೆಯುಸಿರೆಳೆದ.

ಶವವಾಹಕರು ಅವನ ಶವ ಪೆಟ್ಟಿಗೆಯನ್ನು ತೆಗೆದುಕೊಂಡು ಹೋಗಲು ಬಂದಾಗ, ಲತೀಕಾರಾಣಿ ಆಗಮಿಸಿದಳು.

ಅವಳ ಕಣ್ಣುಗಳು ಊದಿಕೊಂಡಿದ್ದವು... ಅವಳ ಕೂದಲು ಕೆದರಿತ್ತು.

ಅವಳು ಚೆಂದದ ಕಪ್ಪು ಸೀರೆಯನ್ನುಟ್ಟು, ಅವಳ ಮೈಕಟ್ಟಿಗೆ ಸರಿಯಾಗುವಂಥ ರವಿಕೆ ತೊಟ್ಟಿದ್ದಳು.

ಅವಳ ಮೊದಲ ನಾಯಕ ನಟ ಅವಳ ಕಡೆಗೊಮ್ಮೆ ಕಣ್ಣು ಹರಿಸಿ, ಜಿಗುಪ್ಸೆಯಿಂದ ಮುಖದಿರುವಿ ಹೇಳಿದ, "ಈ ಬೊಗ್ಗಿಗೆ (Bitch) ಕಡೆಯ ದೃಶ್ಯ ಯಾವಾಗ ಚಿತ್ರೀಕರಣವಾಗುತ್ತದೆಂದು ಮೊದಲೇ ಗೊತ್ತಿತ್ತು."

A Woman for All Seasons

ಮಿಂಚಿನ ವೇಗದಲ್ಲಿ
ಚೂರಿಯನ್ನು ಹೇಗೆ
ಎದುರಾಳಿಯ ದೇಹದೊಳಗೆ
ಇಳಿಸುತ್ತಾನೆಂದರೆ
ಚುಚ್ಚಿಸಿಕೊಂಡಾತ ನೂರು
ಹೆಜ್ಜೆ ನಡೆದ ನಂತರ
ಇದ್ದಕ್ಕಿದ್ದಂತೆ ಅಲ್ಲಿಯೇ ಕುಸಿದು
ಬೀಳುತ್ತಾನೆ, ಇವೆಲ್ಲ ಮಮ್ಮದ್
ಭಾಯಿಯಿಂದ ಮಾತ್ರ ಸಾಧ್ಯ...
ಹೀಗೆ ಅವನ ಬಗ್ಗೆ ಬೇಕಾದಷ್ಟು
ಕಥೆಗಳು ಪ್ರಚಲಿತವಾಗಿದ್ದವು.

ದಾದಾ ಮಮ್ಮದ್

ಫರಾಸ್ ರಸ್ತೆಯಿಂದ ಸಫೇದ್ ಗಲ್ಲಿಯ ಕಡೆಗೆ ಹೊರಟರೆ ಕೊನೆಯಲ್ಲಿ ಒಂದಿಷ್ಟು ರೆಸ್ಟೋರೆಂಟುಗಳು ಎದುರಾಗುತ್ತವೆ. ಬಾಂಬೆಯಲ್ಲಿ ರೆಸ್ಟೋರೆಂಟುಗಳು ಎಲ್ಲೆಡೆ ಕಾಣಸಿಗುತ್ತವೆ. ಆದರೆ ಇಲ್ಲಿನ ರೆಸ್ಟೋರೆಂಟುಗಳು ವಿಶೇಷ, ಯಾಕೆಂದರೆ ಆ ಸ್ಥಳ ವೇಶ್ಯೆಯರಿಗೆ ಹೆಸರುವಾಸಿಯಾಗಿತ್ತು. ಈಗ ಕಾಲ ಬದಲಾಗಿದೆ. ಸುಮಾರು 20 ವರ್ಷಗಳ ಕೆಳಗೆ ನಾನು ಆ ರೆಸ್ಟೋರೆಂಟುಗಳಿಗೆ ಹೋಗುತ್ತಿದ್ದುದು.

ಸಫೇದ್ ಗಲ್ಲಿಯನ್ನು ಹಾದು ಹೋದರೆ ಅಲ್ಲಿ ದಿನಪೂರ್ತಿ ಸಿನಿಮಾಗಳನ್ನು ತೋರಿಸುತ್ತಿದ್ದ ಒಂದು ಥಿಯೇಟರ್ ಇತ್ತು. ಅಲ್ಲಿದ್ದ ನಾಲ್ಕೂ ಥಿಯೇಟರುಗಳ ಹೊರಗೂ ಉತ್ಸಾಹಿ ಜನರ

ಗುಂಪು ಸೇರುತ್ತಿತ್ತು ಮತ್ತು ಗಿರಾಕಿಗಳನ್ನು ಆಕರ್ಷಿಸಲು ಕಿವಿ ಕಿವುಡಾಗುವಂತೆ ಗಂಟೆ ಬಾರಿಸಿ ಅರಚುತ್ತಿದ್ದರು, "ಬನ್ನಿ, ಒಳಗೆ ಬನ್ನಿ, ಎರಡು ಆಣೆ, ಫಸ್ಟ್ ಕ್ಲಾಸ್ ಸಿನಿಮಾ, ಎರಡೇ ಆಣೆ!" ಒಮ್ಮೊಮ್ಮೆ ಈ ಗಂಟೆ ಬಾರಿಸುವವರು ಜನರನ್ನು ಬಲವಂತವಾಗಿ ಒಳಗೆ ತಳ್ಳುತ್ತಿದ್ದುದೂ ಉಂಟು.

ಅಲ್ಲಿ ಮಾಲೀಶ್ ಮಾಡುವವರು ಕೂಡಾ ಇರುತ್ತಿದ್ದರು. ಗಿರಾಕಿಗಳ ತಲೆಯನ್ನು ದಬದಬ ಕುಟ್ಟುವುದನ್ನೇ ಅತ್ಯಂತ ವೈಜ್ಞಾನಿಕವಾದ ರೀತಿಯ ಮಸಾಜ್ ಎಂದು ಅವರು ಹೇಳಿಕೊಳ್ಳುತ್ತಿದ್ದರು. ಮಸಾಜ್ ಮಾಡಿಸಿಕೊಳ್ಳಬೇಕು ಸರಿ, ಆದರೆ ಈ ಬಾಂಬೆಯ ಜನರಿಗೆ ಅದೇಕೆ ಅದರ ಮೇಲೆ ಅಷ್ಟು ಮೋಹವೋ ಕಾಣೆ. ಹಗಲು ರಾತ್ರಿ ಎನ್ನದೇ ಆ ಪರಿ ಮಸಾಜ್ ಮಾಡಿಸಿಕೊಳ್ಳುವ ಅಗತ್ಯವೇನಿದೆಯೋ ಗೊತ್ತಿಲ್ಲ. ಬೆಳಗಿನ ಜಾವದ ಮೂರು ಗಂಟೆಗೂ ಮಸಾಜ್ ಮಾಡುವವ ಬೇಕೆಂದರೆ ಸುಲಭದಲ್ಲಿ ದೊರಕುತ್ತಾನೆ. ರಾತ್ರಿಯಿಡೀ ರಸ್ತೆಯ ಈ ಮೂಲೆಯಿಂದ ಆ ಮೂಲೆಯವರೆಗೆ 'ಪಿ–ಪಿ–ಪಿ' ಎಂದು ಯಾರೋ ಒಬ್ಬರು ಕೂಗುತ್ತಲೇ ಇರುತ್ತಾರೆ. ಬಾಂಬೆಯಲ್ಲಿ ಪಿ ಅನ್ನುವುದು ಮಸಾಜಿಗೆ ಅಡ್ಡ ಹೆಸರು.

ಫರಾಸ್ ರೋಡ್ ಅನ್ನುವುದು ಒಂದು ರಸ್ತೆಯ ಹೆಸರಾದರೂ, ವೇಶ್ಯೆಯರೇ ಇರುವ ಇಡೀ ಬಡಾವಣೆಯನ್ನೇ ಆ ಹೆಸರಿನಿಂದ ಕರೆಯುತ್ತಿದ್ದರು. ಅಲ್ಲಿ ಬೇರೆ ಬೇರೆ ಹೆಸರಿನ ಹಲವಾರು ಓಣಿಗಳಿದ್ದರೂ, ಎಲ್ಲವನ್ನೂ ಸೇರಿಸಿ ಫರಾಸ್ ರೋಡ್ ಅಥವಾ ಸಫೇದ್ ಗಲ್ಲಿ ಎಂದೇ ಕರೆಯಲಾಗುತ್ತಿತ್ತು. ಅಲ್ಲಿ ನೂರಾರು ಅಂಗಡಿಗಳ ಕಬ್ಬಿಣದ ಸರಳುಗಳ ಹಿಂದೆ ಎಲ್ಲ ವಯಸ್ಸಿನ, ಬಣ್ಣದ ವೇಶ್ಯೆಯರು ತಮ್ಮನ್ನು ತಾವು ಮಾರಿಕೊಳ್ಳಲು ಗಿರಾಕಿಗಳಿಗಾಗಿ ಕಾಯ್ದು ನಿಲ್ಲುತ್ತಿದ್ದರು.

ಎಂಟು ಆಣೆಯಿಂದ ಹಿಡಿದು ನೂರು ರೂಪಾಯಿನವರೆಗಿನ ಯಹೂದಿ, ಪಂಜಾಬಿ, ಮರಾಠಿ, ಕಾಶ್ಮೀರಿ, ಗುಜರಾತಿ, ಆಂಗ್ಲೋ ಇಂಡಿಯನ್, ಫ್ರೆಂಚ್, ಚೀನಿ, ಜಪಾನಿ ವೇಶ್ಯೆಯರು ಯಾರು ಬೇಕೆಂದರೆ ಅವರು ಸಿಗುತ್ತಿದ್ದರು. ಅವರು ಹೇಗಿದ್ದರು ಎಂದು ನನ್ನನ್ನು ಕೇಳದಿರಿ, ಒಟ್ಟಿನಲ್ಲಿ ಹೆಂಗಸರು... ಅವರೆಲ್ಲರಿಗೂ ಗಿರಾಕಿಗಳು ಸಿಗುತ್ತಿದ್ದರು. ಅಲ್ಲಿ ತುಂಬಾ ಚೀನಿಯರು ವಾಸಿಸುತ್ತಿದ್ದರು. ಅದೇನು ವ್ಯಾಪಾರ ಮಾಡುತ್ತಿದ್ದರೋ ಗೊತ್ತಿಲ್ಲ, ಆದರೆ ತುಂಬಾ ಚೀನೀಯರು ಅಲ್ಲಿ ವಾಸಿಸುತ್ತಿದ್ದುದು ಮಾತ್ರ ಗೊತ್ತು. ಕೆಲವು ರೆಸ್ಟೋರೆಂಟುಗಳ ಮುಂದೆ ಇರುವ ಜಾಹೀರಾತು ಫಲಕಗಳಲ್ಲಿ ಸಣ್ಣ ಸಣ್ಣ ಕ್ರಿಮಿಕೀಟಗಳಂಥ ಅಕ್ಷರಗಳಲ್ಲಿ ಮೇಲಿನಿಂದ ಕೆಳಗೆ ಅದೇನೋ ಬರೆದಿರುತ್ತಿತ್ತು, ಅದೇನು ಬರೆದಿರುತ್ತಿತ್ತೋ ದೇವರಿಗೇ ಗೊತ್ತು.

ಅಲ್ಲಿ ತುಂಬ ಜನ ವ್ಯಾಪಾರಿಗಳು, ಎಲ್ಲ ಕೋಮಿನವರೂ ವಾಸಿಸುತ್ತಿದ್ದರು. ಅಲ್ಲಿ ಅರಬ್ ಸೇನ್ ಎನ್ನುವ ಗಲ್ಲಿಯೊಂದಿತ್ತು. ಅಲ್ಲಿನ ಜನರು ಅದನ್ನು ಅರಬ್ ಓಣಿ

ಎಂದು ಕರೆಯುತ್ತಿದ್ದರು, ಅಲ್ಲಿ ಸುಮಾರು 20–25 ಜನ ಅರಬ್ಬರು ಇದ್ದರು, ಅವರು ತಮ್ಮನ್ನು ಮುತ್ತಿನ ವ್ಯಾಪಾರಿಗಳೆಂದು ಕರೆದುಕೊಳ್ಳುತ್ತಿದ್ದರು. ಉಳಿದವರು ಪಂಜಾಬಿಗಳು ಮತ್ತು ರಾಂಪುರಿಗಳು.

ಅಲ್ಲಿ ನಾನು ಬಾಡಿಗೆಗೆ ಕೋಣೆಯೊಂದನ್ನು ಹಿಡಿದೆ. ಸೂರ್ಯನ ಬೆಳಕು ಕಾಣದ ಕೋಣೆ, ಹಾಗಾಗಿ ಯಾವಾಗಲೂ ವಿದ್ಯುತ್ ದೀಪ ಉರಿಸುತ್ತಲೇ ಇರಬೇಕಿತ್ತು. ಅದಕ್ಕೆ ತಿಂಗಳಿಗೆ ಒಂಬತ್ತೂವರೆ ರೂಪಾಯಿ ಬಾಡಿಗೆ. ನೀವು ಬಾಂಬೆಯನ್ನು ನೋಡಿಲ್ಲವಾದರೆ, ಅಲ್ಲಿ ಯಾರಿಗೂ ಯಾರ ಬಗ್ಗೆಯೂ ಆಸಕ್ತಿ ಇಲ್ಲವೆಂದು ಹೇಳಿದರೆ ನೀವು ನಂಬುವುದಿಲ್ಲವೇನೋ. ಆದರೆ ಸತ್ಯವೇನೆಂದರೆ, ನೀವು ನಿಮ್ಮ ಕೋಣೆಯಲ್ಲಿ ಸಾಯುತ್ತಿದ್ದರೂ ಕೂಡಾ ಯಾರೂ ಕೇಳುವವರು ಇರುವುದಿಲ್ಲ. ನಿಮ್ಮ ಸುತ್ತಮುತ್ತ ಯಾರಾದರೂ ಕೊಲೆಯಾದರೆ ಕೂಡಾ ನಿಮಗೆ ಆ ಸುದ್ದಿ ತಲುಪುವುದಿಲ್ಲ.

ಇಡೀ ಅರಬ್ ಗಲ್ಲಿಯಲ್ಲಿ ಎಲ್ಲರ ಬಗ್ಗೆ ಕಾಳಜಿ ವಹಿಸುವವ ಒಬ್ಬನೇ ಒಬ್ಬ ವ್ಯಕ್ತಿಯಿದ್ದ. ಅವನೇ ಮಮ್ಮದ್ ಭಾಯಿ. ಮಮ್ಮದ್ ಭಾಯಿ ರಾಂಪುರದವನು. ಲಾಠಿ, ಮರದ ದೊಣ್ಣೆ, ಕತ್ತಿ ಯಾವುದರಲ್ಲಿಯೇ ಆಗಲಿ, ಹೊಡೆದಾಡುವುದರಲ್ಲಿ ನಿಪುಣ. ಅರಬ್ ಗಲ್ಲಿಯ ರೆಸ್ಟೋರೆಂಟುಗಳಲ್ಲಿ ಆಗಾಗ್ಗೆ ಅವನ ಹೆಸರು ಕಿವಿಗೆ ಬೀಳುತ್ತಿತ್ತು. ಆದರೆ ಅವನನ್ನು ಭೇಟಿಯಾಗುವ ಸಂದರ್ಭ ಬಹಳ ಕಾಲದಿಂದಲೂ ಕೂಡಿಬಂದಿರಲಿಲ್ಲ.

ಆ ದಿನಗಳಲ್ಲಿ ನಾನು ನಸುಕಿನಲ್ಲಿಯೇ ಕೋಣೆಯಿಂದ ಹೊರಟು ಬಿಡುತ್ತಿದ್ದೆ. ಹಿಂದಿರುಗುವಾಗ ಬಹಳ ತಡವಾಗುತ್ತಿತ್ತು. ನನಗೆ ಅವನನ್ನು ಭೇಟಿಯಾಗಲು ಬಹಳ ಆಸೆಯಿತ್ತು. ಆ ನೆರೆಹೊರೆಯಲ್ಲಿ ಅವನೊಬ್ಬ ದಂತಕಥೆಯಾಗಿದ್ದ.

ಇಪ್ಪತ್ತು ಇಪ್ಪತ್ತೈದು ಜನರು ಶಸ್ತ್ರಾಸ್ತ್ರ ಸನ್ನದ್ಧರಾಗಿ ಬಂದರೂ ಅವನ ಕೂದಲೂ ಕೊಂಕದಂತೆ ನಿಮಿಷದಲ್ಲಿ ಅವರನ್ನೆಲ್ಲ ಹಿಮ್ಮೆಟ್ಟಿಸುತ್ತಾನೆ, ಚಾಕು ಚೂರಿ ಹಿಡಿದು ಕಾದಾಡುವುದರಲ್ಲಿ ಅವನನ್ನು ಸರಿಗಟ್ಟುವವರೇ ಇಲ್ಲ, ಮಿಂಚಿನ ವೇಗದಲ್ಲಿ ಚೂರಿಯನ್ನು ಹೇಗೆ ಎದುರಾಳಿಯ ದೇಹದೊಳಗೆ ಇಳಿಸುತ್ತಾನೆಂದರೆ ಚುಚ್ಚಿಸಿಕೊಂಡಾತ ನೂರು ಹೆಜ್ಜೆ ನಡೆದ ನಂತರ ಇದ್ದಕ್ಕಿದ್ದಂತೆ ಅಲ್ಲಿಯೇ ಕುಸಿದು ಬೀಳುತ್ತಾನೆ, ಇವೆಲ್ಲ ಮಮ್ಮದ್ ಭಾಯಿಯಿಂದ ಮಾತ್ರ ಸಾಧ್ಯ... ಹೀಗೆ ಅವನ ಬಗ್ಗೆ ಬೇಕಾದಷ್ಟು ಕಥೆಗಳು ಪ್ರಚಲಿತವಾಗಿದ್ದವು.

ನನಗೆ ಅವನ ಚಾಕು ಚೂರಿ ಹೊಡೆದಾಟಗಳನ್ನು ನೋಡಲು ಆಸಕ್ತಿಯೇನೂ ಇರಲಿಲ್ಲ. ಆದರೆ ಅವನ ಬಗ್ಗೆ ಕೇಳಿದ್ದ ಮತ್ತೆ ಕೆಲವು ಕಥೆಗಳಿಂದಾಗಿ ಅವನನ್ನು

ನೋಡಲೇಬೇಕೆಂದೆನಿಸಿತ್ತು. ಅವನ ಜೊತೆ ಮಾತಾಡಬೇಕು ಎಂದೆಲ್ಲ ಇರಲಿಲ್ಲ, ಸುಮ್ಮನೇ ಹತ್ತಿರದಿಂದ ನೋಡಬೇಕು ಎಂಬ ಆಸೆಯಷ್ಟೇ.

ಇಡೀ ಗಲ್ಲಿಯಲ್ಲಿ ಅವನ ಶಕ್ತಿ ಸಾಮರ್ಥ್ಯದ ಕಥೆಗಳು ಹಬ್ಬಿ ಉಳಿದೆಲ್ಲರನ್ನೂ ಮಂಕಾಗಿಸಿತ್ತು. ಅವನೊಬ್ಬ ದೊಡ್ಡ ದಾದಾ ಆಗಿದ್ದ. ಹಾಗಿದ್ದರೂ ಕೂಡಾ ಅವನು ಆ ಗಲ್ಲಿಯಲ್ಲಿ ಯಾವ ಹೆಣ್ಣುಮಕ್ಕಳನ್ನು ಕಣ್ಣೆತ್ತಿಯೂ ನೋಡುವುದಿಲ್ಲ, ಕಚ್ಚೆಭದ್ರದವನು ಎಂದು ಜನರು ಹೇಳುತ್ತಿದ್ದರು. ಬಡವರನ್ನು ಕಂಡರೆ ಕರುಣೆ ಇತ್ತು. ಅರಬ್ ಗಲ್ಲಿ... ಬರೀ ಅರಬ್ ಗಲ್ಲಿ ಯಾಕೆ, ಅದರ ಸುತ್ತಮುತ್ತಲಿನ ಗಲ್ಲಿಗಳಲ್ಲಿದ್ದ ಎಲ್ಲ ನಿರ್ಗತಿಕ ಹೆಣ್ಣುಮಕ್ಕಳಿಗೂ ಮಮ್ಮದ್ ಭಾಯಿ ಪರಿಚಿತನಿದ್ದ ಏಕೆಂದರೆ ಅವನು ಅವರಿಗೆಲ್ಲ ಸಹಾಯ ಮಾಡುತ್ತಿದ್ದ. ತಾನೇ ಆ ಹೆಣ್ಣುಮಕ್ಕಳ ಬಳಿ ಹೋಗುತ್ತಿರಲಿಲ್ಲ. ಬದಲಿಗೆ ತನ್ನ ಶಿಷ್ಯರಲ್ಲಿ ಒಬ್ಬನನ್ನು ಕಳಿಸಿ ಅವರ ಬಗ್ಗೆ ಎಲ್ಲ ವಿಷಯಗಳನ್ನು ತಿಳಿದುಕೊಳ್ಳುತ್ತಿದ್ದ.

ಅವನು ಹೊಟ್ಟೆಪಾಡಿಗೆ ಏನು ಮಾಡುತ್ತಿದ್ದ ಎಂಬುದು ನನಗೆ ತಿಳಿದಿಲ್ಲ. ಚೆನ್ನಾಗಿ ತಿಂದುಣ್ಣುತ್ತಿದ್ದ, ಒಳ್ಳೆಯ ಬಟ್ಟೆ ಹಾಕುತ್ತಿದ್ದ, ಅವನದ್ದೊಂದು ಟಾಂಗಾ ಇತ್ತು, ಅದಕ್ಕೊಂದು ದಷ್ಟಪುಷ್ಟವಾದ ಕುದುರೆ ಕಟ್ಟಿದ್ದ. ತಾನೇ ಟಾಂಗಾ ಓಡಿಸುತ್ತಿದ್ದ, ಜೊತೆಗೆ ಇಬ್ಬರು ಮೂವರು ನಂಬಿಕಸ್ಥರ ಪಡೆ ಇರುತ್ತಿತ್ತು. ಆ ಟಾಂಗಾದಲ್ಲಿ ಕುಳಿತು ಬಿಂಡಿ ಬಜಾರಿನಲ್ಲೊಂದು ಸುತ್ತು ಹಾಕುತ್ತಿದ್ದ ಅಥವಾ ಯಾವುದಾದರೂ ದರ್ಗಾಗೆ ಹೋಗಿ ಬರುತ್ತಿದ್ದ. ನಂತರ ಯಾವುದಾದರೂ ಇರಾನಿ ರೆಸ್ಟೋರೆಂಟಿನಲ್ಲಿ ಕುಳಿತು ತನ್ನ ಸಹಚರರೊಡನೆ ಹೊಡೆದಾಟಗಳ ಬಗ್ಗೆ ಉತ್ಸಾಹದಿಂದ ಮಾತನಾಡುತ್ತಿದ್ದ.

ಒಬ್ಬ ಮುಸ್ಲಿಂ ಮಾರ್ವಾಡಿ ನರ್ತಕ ನನ್ನ ಪಕ್ಕದ ಮನೆಯಲ್ಲಿದ್ದ. ಅವನು ಮಮ್ಮದ್ ಭಾಯಿಯ ಬಗ್ಗೆ ನೂರಾರು ಕಥೆಗಳನ್ನು ಹೇಳುತ್ತಿದ್ದ, ಅವನ ಬಳಿ ಒಂದು ಲಕ್ಷ ರೂಪಾಯಿ ಇರುವ ಕಥೆಯನ್ನೂ ಸೇರಿ. ಒಂದು ಸಲ ಇವನಿಗೆ ಕಾಲರಾ ರೋಗ ಬಂದಿದ್ದು ಮಮ್ಮದ್ ಭಾಯಿಗೆ ತಿಳಿದು, ಅರಬ್ ಗಲ್ಲಿಯ ಎಲ್ಲ ಡಾಕ್ಟರುಗಳನ್ನೂ ಅವನ ಕೋಣೆಗೆ ಕರೆಸಿ, "ನೋಡಿ ಈ ಆಶಿಕ್ ಹುಸೇನನಿಗೆ ಏನಾದರೂ ಆದರೆ ನಿಮ್ಮನ್ನು ಜೀವದಿಂದ ಉಳಿಸುವುದಿಲ್ಲ," ಎಂದಿದ್ದನಂತೆ. ಪೂಜ್ಯ ಭಾವನೆಯಲ್ಲಿ ಆಶಿಕ್ ಹುಸೇನ್ ಹೇಳಿದ್ದ, "ಮಾಂಟೋ ಸಾಬ್, ಮಮ್ಮದ್ ಭಾಯಿ ದೇವತಾ ಮನುಷ್ಯ! ದೇವತಾ ಮನುಷ್ಯ! ಅವನು ಆ ಡಾಕ್ಟರುಗಳನ್ನು ಬೆದರಿಸಿದಾಗ ಅವರು ಭಯದಿಂದ ನಡುಗಿಹೋದರು. ನನ್ನನ್ನು ಎಷ್ಟು ಚೆನ್ನಾಗಿ ನೋಡಿಕೊಂಡರೆಂದರೆ ಎರಡೇ ದಿನಗಳಲ್ಲಿ ನಾನು ಸಂಪೂರ್ಣ ಗುಣವಾಗಿದ್ದೆ!"

ಅರಬ್ ಗಲ್ಲಿಯ ಮೂಲೆಮೂಲೆಗಳಲ್ಲಿ ಮಮ್ಮದ್ ಭಾಯಿಯ ಬಗ್ಗೆ ಇಂತಹ ನೂರಾರು ಕಥೆಗಳನ್ನು ಕೇಳಿದ್ದೆ. ಒಬ್ಬ ಯುವಕ ಸಮರಕಲೆಯಲ್ಲಿ ಆಸಕ್ತಿ

ಇದ್ದವನು, ಹಾಗಾಗಿಯೇ ಮಮ್ಮದ್ ಭಾಯಿಯ ಶಿಷ್ಯನಾಗಿದ್ದಿರಬೇಕು, ಅವನು ಹೇಳಿದ್ದ ಮಮ್ಮದ್ ಭಾಯಿ ತನ್ನ ಬೆಲ್ಟಿನ ಕೆಳಗೆ ಒಂದು ಹರಿತವಾದ ಚೂರಿ ಅಡಗಿಸಿಟ್ಟುಕೊಳ್ಳುತ್ತಾನೆ. ಅದು ಕ್ಷೌರ ಮಾಡಿಕೊಳ್ಳುವಷ್ಟು ಹರಿತ. ಒರೆಯಿಲ್ಲದೆ ಹಾಗೇ ಇಟ್ಟುಕೊಳ್ಳುವುದರಿಂದ ಆ ಕೊರೆಯುವ ಚೂರಿ ಅವನ ಹೊಟ್ಟೆಗೆ ಒತ್ತುತ್ತ ಇರುತ್ತದೆ. ಅವನು ಬಾಗುವಾಗ ಸ್ವಲ್ಪ ಗಮನ ತಪ್ಪಿದರೆ ಅದು ಅವನ ಹೊಟ್ಟೆಯನ್ನೇ ಸೀಳಿ ಅವನ ಕಥೆಯೇ ಮುಗಿದು ಬಿಡುತ್ತದೆ ಎಂದು.

ದಿನಗಳೆದಂತೆ ನಾನು ಅವನನ್ನು ಭೇಟಿಯಾಗುವ ಆಸೆ ಎಷ್ಟು ಹೆಚ್ಚುತ್ತಿತ್ತು ಎಂದು ನಿಮಗೀಗ ಅರ್ಥವಾಗಿರಬೇಕು. ಅವನು ನೋಡಲು ಹೇಗಿದ್ದ ಎಂದು ನನಗೆ ಗೊತ್ತಿಲ್ಲ. ಆದರೆ ಅವನು ಬಹಳ ದೊಡ್ಡ ಗಾತ್ರದವನಿದ್ದಿರಬೇಕು ಎಂದು ನಾನು ಕಲ್ಪಿಸಿಕೊಂಡಿದ್ದೆ ಎಂಬುದು ಈಗಲೂ ನನಗೆ ನೆನಪಿದೆ, ಹರ್ಕ್ಯುಲಿಸ್ ಸೈಕಲ್ಲಿನ ಜಾಹೀರಾತಿಗೆ ರೂಪದರ್ಶಿಯಾಗಿದ್ದನಲ್ಲ ಅವನ ರೀತಿ.

ನಾನು ಆ ದಿನಗಳಲ್ಲಿ ನಸುಕಿನಲ್ಲಿಯೇ ಕೆಲಸಕ್ಕೆ ಹೊರಡುತ್ತಿದ್ದೆ ಮತ್ತು ಹಿಂದಿರುಗುವಾಗ ರಾತ್ರಿ ಹತ್ತು ಗಂಟೆಯಾಗಿರುತ್ತಿತ್ತು. ಬಂದ ನಂತರ ಬೇಗನೇ ಏನಾದರೂ ತಿಂದು ಹಾಸಿಗೆಗೆ ಬೀಳುತ್ತಿದ್ದೆ. ಬದುಕು ಈ ರೀತಿ ಇರುವಾಗ ಮಮ್ಮದ್ ಭಾಯಿಯನ್ನು ಭೇಟಿಯಾಗುವುದು ಹೇಗೆ?

ಒಮ್ಮೊಮ್ಮೆ ಕೆಲಸಕ್ಕೆ ಚಕ್ಕರ್ ಹಾಕಿ ಅರಬ್ ಗಲ್ಲಿಯಲ್ಲಿಯೇ ಉಳಿದು ಮಮ್ಮದ್ ಭಾಯಿಯನ್ನು ಭೇಟಿಯಾಗಲೇ ಎನ್ನಿಸಿಬಿಡುತ್ತಿತ್ತು. ಆದರೆ ಕೆಲಸವು ರಾಶಿ ರಾಶಿ ಬಿದ್ದಿದ್ದರಿಂದ ಇದನ್ನು ಕಾರ್ಯರೂಪಕ್ಕೆ ತರಲು ನನ್ನಿಂದ ಸಾಧ್ಯವಾಗಲಿಲ್ಲ. ಅವನನ್ನು ಹೇಗೆ ಭೇಟಿಯಾಗಲಿ ಎಂದು ಯೋಚಿಸುತ್ತಿರುವಾಗಲೇ ನನಗೆ ಫ್ಲು ಜ್ವರ ಶುರುವಾಯಿತು. ಅದು ಎಷ್ಟು ತೀವ್ರವಾಯಿತೆಂದರೆ ನನ್ನ ಆರೋಗ್ಯದ ಬಗ್ಗೆ ಹೆದರಿಕೆ ಶುರುವಾಯಿತು. ಅರಬ್ ಗಲ್ಲಿಯ ಒಬ್ಬ ಡಾಕ್ಟರ್ ಜ್ವರ ಹೀಗೇಯೇ ಇದ್ದರೆ ಅದು ನ್ಯುಮೋನಿಯಾಗೆ ತಿರುಗಬಹುದು ಎಂದು ಹೇಳಿದರು.

ನಾನು ಒಬ್ಬೊಂಟಿ ಜೀವ. ಪಕ್ಕದ ಮನೆಯಾತನಿಗೆ ಪುಣೆಯಲ್ಲಿ ಕೆಲಸ ಸಿಕ್ಕಿದ್ದರಿಂದ ಅಲ್ಲಿದ್ದ. ಜ್ವರವು ನನ್ನನ್ನು ಜೀವಂತ ಸುಡುತ್ತಿತ್ತು. ಒಂದೇಸಮ ನೀರು ಕುಡಿದರೂ ಬಾಯಾರಿಕೆ ತೀರುತ್ತಲೇ ಇಲ್ಲ. ನಾನು ಸ್ವಲ್ಪ ಗಟ್ಟಿಗನೇ. ನನ್ನನ್ನು ನೋಡಿಕೊಳ್ಳಲು ನನಗೆ ಯಾರ ಸಹಾಯವೂ ಬೇಕಿಲ್ಲ. ಆದರೆ ಈಗ ಬಂದಿರುವ ಜ್ವರ ಎಂಥದ್ದೆಂದು ನನಗೆ ಗೊತ್ತಾಗಲಿಲ್ಲ, ಫ್ಲು, ಮಲೇರಿಯಾ ಅಥವಾ ಬೇರೆ ಯಾವುದು ಎಂದು. ಅದು ನನ್ನನ್ನು ಅಡ್ಡಡ್ಡ ಮಲಗಿಸಿಬಿಟ್ಟಿತು.

ಜೀವನದಲ್ಲಿ ಮೊದಲ ಬಾರಿಗೆ ಯಾರಾದರೂ ನನ್ನನ್ನು ಸಾಂತ್ವನಗೊಳಿಸಬಾರದಾ ಎಂದು ಬಯಸುವಂತಾಗಿ ಹೋಯಿತು. ಅಥವಾ ಅದು ಸಾಧ್ಯವಾಗದಿದ್ದರೆ

ಯಾರೋ ಬಂದು ಒಂದು ಕ್ಷಣ ತಮ್ಮ ಮುಖವನ್ನು ತೋರಿಸಿದರೂ ಸಾಕು, ನನಗಾಗಿ ಮಿಡಿಯುವ ಜೀವವೊಂದು ಇದೆ ಎನ್ನಿಸಿ ನೆಮ್ಮದಿಯಾಗಬಹುದು ಎನ್ನುವಂತೆ.

ಎರಡು ದಿನ ನಾನು ಹಾಸಿಗೆಯಲ್ಲೇ ಹೊರಳಾಡುತ್ತ ಬಿದ್ದಿದ್ದೆ. ಆದರೆ ಯಾರೂ ಬರಲಿಲ್ಲ. ಆದರೆ ಯಾರು ಬರಬೇಕಿತ್ತು? ನನಗಿದ್ದ ಸ್ನೇಹಿತರಾದರೂ ಎಷ್ಟು ಜನ? ಬೆರಳೆಣಿಕೆಯಷ್ಟು ಸ್ನೇಹಿತರೂ ಎಷ್ಟು ದೂರದಲ್ಲಿದ್ದರೆಂದರೆ ನಾನು ಸತ್ತರೂ ಅವರಿಗೆ ವಿಷಯ ತಿಳಿಯುವುದು ಸಾಧ್ಯವಿರಲಿಲ್ಲ. ನಾನು ಮೊದಲೇ ಹೇಳಿದಂತೆ, ಬಾಂಬೆಯಲ್ಲಿ ಯಾರು ಯಾರ ಬಗ್ಗೆಯೂ ಗಮನ ಕೊಡುತ್ತಿರಲಿಲ್ಲ. ಯಾರು ಬದುಕಿದರೂ, ಸತ್ತರೂ ಉಳಿದವರಿಗದು ಅಮುಖ್ಯ.

ನಾನು ಬಹಳ ಕೆಟ್ಟ ಪರಿಸ್ಥಿತಿಯಲ್ಲಿದ್ದೆ. ಹೋಟೆಲಿನ ಚಹಾದ ಹುಡುಗ ಆಶಿಕ್, ಹುಸೇನನ ಹೆಂಡತಿಗೆ ಆರೋಗ್ಯ ಸರಿಯಿಲ್ಲ, ಹಾಗಾಗಿ ಅವನು ಊರಿಗೆ ಹೋದ ಎಂದಿದ್ದ. ಯಾರನ್ನು ಕರೆಯಲಿ? ನನಗೆ ಶಕ್ತಿಯೇ ಇರಲಿಲ್ಲ. ಶಕ್ತಿಗೂಡಿಸಿಕೊಂಡು ಡಾಕ್ಟರ್ ಬಳಿ ತೆವಳಿಕೊಂಡಾದರೂ ಹೋಗಲಾ ಎಂದು ಯೋಚಿಸುತ್ತಿರುವಾಗಲೇ ಬಾಗಿಲು ಬಡಿದ ಸದ್ದು. ಚಹಾದ ಹುಡುಗನಿರಬೇಕು ಎಂದುಕೊಂಡೇ ನಿರ್ಜೀವ ದನಿಯಲ್ಲಿ, “ಒಳಗೆ ಬನ್ನಿ,” ಎಂದೆ.

ಬಾಗಿಲು ತೆರೆಯಿತು. ಒಬ್ಬ ಸಣಕಲು ಮನುಷ್ಯ ಒಳ ಬಂದ. ಮೊದಲ ನೋಟದಲ್ಲೇ ಅವನ ಮೀಸೆ ನನ್ನ ಗಮನ ಸೆಳೆಯಿತು. ನಿಜಕ್ಕೂ ಹೇಳಬೇಕೆಂದರೆ ಅವನ ಮೀಸೆಯಿಂದಲೇ ಅವನು ಎದ್ದು ಕಾಣುತ್ತಿದ್ದ, ಅದಿಲ್ಲದಿದ್ದರೆ ಯಾರೂ ಅವನ ಕಡೆಗೆ ಗಮನ ನೀಡದಂತಿದ್ದ ಆ ವ್ಯಕ್ತಿ. ಅವನು ತನ್ನ ಕೈಸರ್ ವಿಲ್ಹೆಮ್ ಮೀಸೆಯನ್ನು ಬೆರಳಿನಿಂದ ತೀಡಿಕೊಳ್ಳುತ್ತ ನನ್ನ ಮಂಚದ ಬಳಿ ಬಂದ. ಅವನ ಹಿಂದೆಯೇ ಒಂದಿಷ್ಟು ಜನರು ಒಳಬಂದರು.

ನಾನು ದಿಗ್ಭ್ರಾಂತನಾದೆ. ಅವರು ಯಾರು, ನನ್ನಲ್ಲಿಗೆ ಯಾಕೆ ಬಂದರು ಎಂದು ಅರ್ಥವೇ ಆಗಲಿಲ್ಲ. ಕೈಸರ್ ವಿಲ್ಹೆಮ್ ಮೀಸೆಯ ಸಣಕಲು ಆಸಾಮಿ ಮೃದುವಾದ ದನಿಯಲ್ಲಿ, “ವಮಟೋ ಸಾಹಿಬ್, ಇದೇನು ಮಾಡಿಕೊಂಡಿರಿ? ಕರ್ಮವೇ, ನನಗೆ ಯಾಕೆ ಹೇಳಲಿಲ್ಲ?” ಮಾಂಟೋವನ್ನು ವಮಟೋ ಮಾಡುವುದು ನನಗೇನೂ ಹೊಸದಲ್ಲ. ಹಾಗಾಗಿ ಅದನ್ನು ಸರಿಪಡಿಸುವ ತಂಟೆಗೆ ಹೋಗಲಿಲ್ಲ ನಾನು. ಕ್ಷೀಣದನಿಯಲ್ಲಿ, “ಯಾರು ನೀವು?” ಎಂದು ಕೇಳಿದೆ.

“ಮಮ್ಮದ್ ಭಾಯಿ”

ನಾನು ಧಿಗ್ಗನೆ ಎದ್ದು ಕುಳಿತೆ "ಮಮ್ಮದ್ ಭಾಯಿ, ನೀವು ಮಮ್ಮದ್ ಭಾಯಿ... ಕುಖ್ಯಾತ ದಾದಾ!" ತಕ್ಷಣವೇ ನನಗೆ ನನ್ನ ಮಾತು ಎಡವಟ್ಟೆನದೆನಿಸಿ ನಿಲ್ಲಿಸಿದೆ.

ಮಮ್ಮದ್ ಭಾಯಿ ತನ್ನ ಕಿರುಬೆರಳಿನಿಂದ ಮೀಸೆಯನ್ನು ತೀಡಿ ನಗುತ್ತಾ, "ಹೌದು ಮಂಟೋ ಭಾಯಿ, ನಾನು ಮಮ್ಮದ್, ಕುಖ್ಯಾತ ದಾದಾ. ಹೋಟೆಲಿನ ಚಹಾದ ಹುಡುಗ ನಿಮ್ಮ ಆರೋಗ್ಯ ಸರಿ ಇಲ್ಲವೆಂದು ಹೇಳಿದ. ನನಗೆ ಹೇಳದೇ ಇರುವುದರ ಹಿಂದಿನ ಉದ್ದೇಶವಾದರೂ ಏನು? ಜನರು ಗುಟ್ಟು ಮಾಡಿದರೆ ಸಿಟ್ಟು ಕೆರಳುತ್ತದೆ."

ನಾನು ಏನೋ ಹೇಳುವುದರಲ್ಲಿ ಮಮ್ಮದ್ ಭಾಯಿ ಜೊತೆಯಲ್ಲಿ ಇದ್ದ ಒಬ್ಬನಿಗೆ, "ಇವನೇ ನಿನ್ನ ಹೆಸರೇನು? ಹೋಗಿ ಆ ಡಾಕ್ಟರ್ ಇದ್ದಾನಲ್ಲ ಅದೇನು ಅವನ ಹೆಸರು, ಏನೋ ಒಂದು... ಅರ್ಥವಾಯಿತಲ್ಲವಾ ಯಾರು ಅಂತ? ಅವನಿಗೆ ಹೋಗಿ ಹೇಳು ಮಮ್ಮದ್ ಭಾಯಿಗೆ ಅವನ ಅವಶ್ಯಕತೆ ಇದೆ ಎಂದು. ಏನು ಮಾಡುತ್ತಿದ್ದರೂ ಅದನ್ನು ಅತ್ತ ಬಿಸಾಕಿ ಈ ಕೂಡಲೇ ಬರಬೇಕೆಂದು ಹೇಳು. ಮತ್ತೆ ಆ ತಿರುಬೋಕಿಗೆ ಹೇಳು ಅವನ ಹತ್ತಿರ ಏನೇನು ಔಷಧಗಳಿವೆಯೋ ಅದನ್ನೆಲ್ಲ ಜೊತೆಗೆ ತೆಗೆದುಕೊಂಡು ಬಾ ಎಂದು," ಶಿಷ್ಯ ಆ ಕೂಡಲೇ ಹೊರಟ.

ನಾನು ಮಮ್ಮದ್ ಭಾಯಿಯನ್ನೇ ನೋಡಲಾರಂಭಿಸಿದೆ. ಅವನ ಬಗ್ಗೆ ಕೇಳಿದ್ದ ಎಲ್ಲ ಕಥೆಗಳೂ ನನ್ನ ಜ್ವರದಿಂದ ಬಳಲಿದ ಮನಸ್ಸಿನಲ್ಲಿ ಗಿರಕಿ ಹೊಡೆಯಲಾರಂಭಿಸಿದವು. ಆದರೆ ಪ್ರತಿಬಾರಿ ಅವನನ್ನು ನೋಡಿದಾಗಲೂ ನನ್ನ ತಲೆಯಲ್ಲಿ ಆ ಎಲ್ಲ ಚಿತ್ರಣವೂ ಕಲಸುಮೇಲೋಗರವಾಗಿ ಕಣ್ಣಿಗೆ ಕಾಣುತ್ತಿದ್ದುದು ಅವನ ಮೀಸೆಯಷ್ಟೇ. ಅದು ಹೆದರಿಕೆ ಹುಟ್ಟಿಸುತ್ತಿತ್ತು, ಜೊತೆಗೆ ಚೆಂದವಾಗಿಯೂ ಇತ್ತು. ನನಗನ್ನಿಸಿತು ಅವನ ಸೌಮ್ಯ ಮತ್ತು ಸೊಗಸಾದ ಚಹರೆ ಸ್ವಲ್ಪ ಹೆದರಿಕೆ ಹುಟ್ಟಿಸುವಂತೆ ಕಾಣಲಿ ಎಂದೇ ಆ ಮೀಸೆಯನ್ನು ಬೆಳೆಸಿರಬೇಕು ಎಂದು. ಅವನು ತಾನು ಹೇಳಿಕೊಳ್ಳುವಷ್ಟು ಕ್ರೂರಿಯಲ್ಲ ಎನ್ನಿಸಿತು ಆ ಕ್ಷಣಕ್ಕೆ.

ಕೋಣೆಯಲ್ಲಿ ಕುರ್ಚಿ ಇರಲಿಲ್ಲ, ಹಾಗಾಗಿ ಮಮ್ಮದ್ ಭಾಯಿಯನ್ನು ಹಾಸಿಗೆಯ ಮೇಲೆಯೇ ಕುಳಿತುಕೊಳ್ಳಲು ಹೇಳಿದೆ. ಆದರೆ ಅವನು ಒರಟಾಗಿ ನಿರಾಕರಿಸಿ, "ಹೀಗೆಯೇ ಸರಿ ಇದೆ. ನಿಂತೇ ಇರುತ್ತೇನೆ," ಎಂದ. ಆ ನಂತರ ಅವನು ಶತಪಥ ಹಾಕಲಾರಂಭಿಸಿದ ಕೋಣೆಯಲ್ಲಿ ಹೆಚ್ಚು ಜಾಗ ಇಲ್ಲದಿದ್ದರೂ. ತನ್ನ ಕುರ್ತಾ ಎತ್ತಿ ಪೈಜಾಮಾದ ಲಾಡಿಯ ಬಳಿ ಸಿಕ್ಕಿಸಿದ್ದ ಬಾಕು ಹೊರ ತೆಗೆದ. ಆ ಬಾಕು ಬೆಳ್ಳಿಯಿಂದ ಮಾಡಿದ್ದಿರಬೇಕು, ಅದರ ಹೊಳೆವ ಅಲಗು ವರ್ಣಿಸಲಸದಳವಾಗಿತ್ತು. ಅವನು ಅದನ್ನು ತನ್ನ ಮೊಣಕೈ ಹತ್ತಿರಕ್ಕೆ ತಂದು ಅಲ್ಲಿದ್ದ ಕೂದಲನ್ನು ನಯವಾಗಿ ಬೋಳಿಸಿದ. ಸಂತೃಪ್ತಿಯಿಂದ ಗುಟುರು ಹಾಕಿ ಬೆರಳಿನ ಉಗುರುಗಳನ್ನು ಕತ್ತರಿಸಲಾರಂಭಿಸಿದ.

ಅವನ ಇರುವಿಕೆಯೇ ನನ್ನ ಜ್ವರವನ್ನು ಹಲವು ಡಿಗ್ರಿಗಳಷ್ಟು ತಗ್ಗಿಸಿತ್ತು. ತುಸು ಶಾಂತವಾದ ಮನಸ್ಸಿನಿಂದ ಹೇಳಿದೆ, "ಮಮ್ಮದ್ ಭಾಯಿ, ನಿಮ್ಮ ಬಾಕು ತುಂಬ ಹರಿತವಾಗಿದೆ. ಹೊಟ್ಟೆಯ ಹತ್ತಿರ ಅದನ್ನು ಇಟ್ಟುಕೊಳ್ಳಲು ಭಯವಾಗುವುದಿಲ್ಲವಾ?" ಮಮ್ಮದ್ ಭಾಯಿ ನೀಟಾಗಿ ಉಗುರು ಕತ್ತರಿಸುತ್ತಾ, "ವಮಟೋ ಭಾಯಿ, ಈ ಬಾಕು ಬೇರೆಯವರಿಗೋಸ್ಕರ, ಅದಕ್ಕೆ ಆ ವಿಷಯ ಗೊತ್ತು. ಅದು ನನ್ನದು, ನನ್ನನ್ನು ಹೇಗೆ ನೋಯಿಸಲು ಸಾಧ್ಯ?" ಅವನು ತಾಯಿ ತನ್ನ ಮಗುವಿನ ಬಗ್ಗೆ ಮಾತನಾಡುತ್ತ, "ನನ್ನ ಮಗ ನನ್ನ ಮೇಲೆ ಕೈ ಮಾಡಲು ಹೇಗೆ ಸಾಧ್ಯ?" ಎಂದು ಹೇಳುವ ರೀತಿಯಲ್ಲಿ ಬಾಕುವಿನ ಬಗ್ಗೆ ಮಾತನಾಡಿದ.

ಡಾಕ್ಟರ್ ಬಂದರು. ಅವರ ಹೆಸರು ಪಿಂಟೋ ಮತ್ತು ನನ್ನ ಹೆಸರು ವಮಟೋ. ಅವನು ಕ್ರಿಶ್ಚಿಯನ್ ಧರ್ಮದ ರೀತಿಯಲ್ಲಿ ಮಮ್ಮದ್ ಭಾಯಿಗೆ ನಮಸ್ಕರಿಸಿ, ನನಗೆ ಏನಾಗಿದೆ ಎಂದು ಕೇಳಿದರು. ಮಮ್ಮದ್ ಭಾಯಿ ನನಗೆ ಏನಾಗಿದೆ ಎಂದು ಸಂಕ್ಷಿಪ್ತವಾಗಿ ಹೇಳಿದ. ಅದನ್ನು ಹೇಳುವಾಗ ಅವನ ದನಿ ಹೇಗಿತ್ತೆಂದರೆ ನನ್ನನ್ನು ಗುಣಪಡಿಸದಿದ್ದರೆ ನಿನಗಿದೆ ಗ್ರಹಚಾರ ಎನ್ನುವ ರೀತಿಯಲ್ಲಿ.

ಪಿಂಟೋ ವಿಧೇಯ ಹುಡುಗನಂತೆ ತನ್ನ ಕೆಲಸ ಮಾಡಿದರು. ನನ್ನ ನಾಡಿಬಡಿತ ಪರೀಕ್ಷಿಸಿ, ಎದೆಯ ಮೇಲೆ ಸ್ಟೆತಾಸ್ಕೋಪ್ ಇಟ್ಟು ನೋಡಿದರು. ನನ್ನ ಬ್ಲಡ್ ಪ್ರೆಷರ್ ನೋಡಿ ನಂತರ ನನಗೆ ಏನೇನು ತೊಂದರೆ ಇದೆ ಎಂದೆಲ್ಲ ವಿಚಾರಿಸಿಕೊಂಡರು. ನಂತರ ಮಮ್ಮದ್ ಭಾಯಿಯತ್ತ ತಿರುಗಿ ಹೇಳಿದರು, "ಚಿಂತಿಸುವ ಅಗತ್ಯವಿಲ್ಲ. ಇವರಿಗೆ ಮಲೇರಿಯಾ ಆಗಿದೆ. ಒಂದು ಇಂಜೆಕ್ಷನ್ ಕೊಡುತ್ತೇನೆ."

ಮಮ್ಮದ್ ಭಾಯಿ ಹತ್ತಿರದಲ್ಲೇ ನಿಂತಿದ್ದ. ಡಾಕ್ಟರ್ ಪಿಂಟೋ ಹೇಳುವುದನ್ನು ಕೇಳುತ್ತಾ ತನ್ನ ಮಣಿಕಟ್ಟನ್ನು ಶೇವ್ ಮಾಡುತ್ತಾ ಹೇಳಿದ, "ನನಗೆ ವಿವರಗಳು ಬೇಕಿಲ್ಲ. ಇಂಜೆಕ್ಷನ್ ಕೊಡುವುದು ಅಗತ್ಯವೆನಿಸಿದರೆ ಕೊಡು. ಆದರೆ ಅವನಿಗೇನಾದರೂ ಆದರೆ..."

ಡಾಕ್ಟರ್ ಭಯದಿಂದ ನಡುಗುತ್ತಾ, "ಇಲ್ಲ ಮಮ್ಮದ್ ಭಾಯಿ ಎಲ್ಲ ಸರಿಯಾಗುತ್ತದೆ."

ಮಮ್ಮದ್ ಭಾಯಿ ತನ್ನ ಬಾಕುವನ್ನು ಮರಳಿ ಸೊಂಟಕ್ಕೆ ಸಿಕ್ಕಿಸುತ್ತಾ, "ಸರಿ ಹಾಗಿದ್ದರೆ."

"ಈಗ ಈ ಇಂಜೆಕ್ಷನ್ ಕೊಡುತ್ತೇನೆ," ಡಾಕ್ಟರ್ ತನ್ನ ಬ್ಯಾಗಿನಲ್ಲಿದ್ದ ಸಿರಿಂಜ್ ತೆಗೆಯುತ್ತ ಹೇಳಿದರು.

"ತಾಳು ತಾಳು" ಮಮ್ಮದ್ ಭಾಯಿ ಅವನನ್ನು ತಡೆದ. ಅವನು ಅಧೀರನಾಗಿದ್ದ.

ಡಾಕ್ಟರ್ ಸಿರಿಂಜನ್ನು ಮರಳಿ ಬ್ಯಾಗಿನಲ್ಲಿರಿಸುತ್ತಾ ಅಳುದನಿಯಲ್ಲಿ, "ಏನು?" ಎಂದು ಕೇಳಿದರು.

"ನನಗೆ ಸೂಜಿ ಚುಚ್ಚುವುದನ್ನು ನೋಡಲಾಗುವುದಿಲ್ಲ," ಮಮ್ಮದ್ ಭಾಯಿ ಹೇಳುತ್ತಾ ತನ್ನ ಸಹಚಾರಿಗಳೊಡನೆ ಅಲ್ಲಿಂದ ಹೊರಟ.

ಡಾಕ್ಟರ್ ಪಿಂಟೋ ನನಗೆ ಕ್ವಿನೈನ್ ಇಂಜೆಕ್ಷನ್ ಕೊಟ್ಟರು. ಸ್ವಲ್ಪವೂ ನೋವಾಗದಂತೆ ಚುಚ್ಚಿದರು. ಸಾಧಾರಣವಾಗಿ ಮಲೇರಿಯಾ ಇಂಜೆಕ್ಷನ್ ಚುಚ್ಚುವಾಗ ತುಂಬ ನೋವಾಗುತ್ತದೆ. ಅವರು ಮುಗಿಸಿದ ನಂತರ ನಾನು ಎಷ್ಟು ಹಣ ಕೊಡಬೇಕು ಎಂದು ಕೇಳಿದೆ. "ಹತ್ತು ರೂಪಾಯಿ" ಅವರು ಹೇಳಿದರು.

ನನ್ನ ದಿಂಬಿನ ಕೆಳಗಿದ್ದ ಪರ್ಸ್ ತೆಗೆದು ಹತ್ತು ರೂಪಾಯಿ ನೀಡುವಾಗ ಮಮ್ಮದ್ ಭಾಯಿ ಬಂದ. ಸಿಟ್ಟಿನಿಂದ ನಮ್ಮನ್ನು ನೋಡುತ್ತಾ, "ಏನು ನಡೆಯುತ್ತಿದೆ ಇಲ್ಲಿ?" ಎಂದು ಗುಡುಗಿದ. "ಹಣ ಕೊಡುತ್ತಿದ್ದೇನೆ," ಎಂದೆ. "ಏನು! ನಮ್ಮಿಂದ ಹಣ ವಸೂಲಿ ಮಾಡುತ್ತೀಯಾ?' ಮಮ್ಮದ್ ಭಾಯಿ ಕೇಳಿದ. ಡಾಕ್ಟರ್ ಪಿಂಟೋ ಥರಥರ ನಡುಗಿದರು. "ನಾನೆಲ್ಲಿ ಹಣ ಕೇಳಿದೆ? ಅವರೇ ಕೊಡುತ್ತಿದ್ದರು" "ನಮ್ಮಿಂದಲೇ ಹಣ ವಸೂಲಿ! ವಾಪಸ್ ಕೊಡು..." ಮಮ್ಮದ್ ಭಾಯಿಯ ದನಿ ಅವನ ಬಾಕುವಿನಷ್ಟೇ ಹರಿತವಾಗಿತ್ತು. ಪಿಂಟೋ ನೋಟನ್ನು ನನಗೆ ವಾಪಸ್ ಕೊಟ್ಟು, ಬ್ಯಾಗ್ ಎತ್ತಿಕೊಂಡು, ಮಮ್ಮದ್ ಭಾಯಿಯಲ್ಲಿ ಕ್ಷಮೆ ಯಾಚಿಸಿ ಹೊರಟು ಹೋದರು.

ಮಮ್ಮದ್ ಭಾಯಿ ತಮ್ಮ ಚೂಪಾದ ಮೀಸೆಯನ್ನು ತಿರುಚುತ್ತಾ ನಕ್ಕು, "ವಮಟೋ ಭಾಯಿ, ಅವರು ನಮ್ಮಿಂದ ಶುಲ್ಕ ವಸೂಲಿ ಮಾಡಲು ಹೊರಟಿದ್ದರು ಅನ್ನುವುದನ್ನು ನನಗೆ ನಂಬಲಾಗುತ್ತಿಲ್ಲ. ನಿಮ್ಮಿಂದೇನಾದರೂ ಅವರು ಹಣ ಪಡೆದಿದ್ದರೆ ನಾನು ನನ್ನ ಮೀಸೆ ಬೋಳಿಸಿಕೊಳ್ಳುತ್ತಿದ್ದೆ ಗ್ಯಾರಂಟಿ. ಇಲ್ಲಿರುವ ಎಲ್ಲರೂ ನಿಮ್ಮ ಸೇವೆಗೆ ಸಿದ್ಧರಾಗಿದ್ದೇವೆ."

ಒಂದು ಕ್ಷಣ ಅಲ್ಲಿ ಮೌನ ಆವರಿಸಿತು. ನಂತರ ನಾನು ಕೇಳಿದೆ, "ಮಮ್ಮದ್ ಭಾಯಿ ನಾನು ನಿಮಗೆ ಹೇಗೆ ಗೊತ್ತು?" ಮಮ್ಮದ್ ಭಾಯಿ ಮೀಸೆ ಕುಣಿಸುತ್ತಾ, "ಮಮ್ಮದ್ ಭಾಯಿಗೆ ಯಾರು ಗೊತ್ತಿಲ್ಲ? ನಾನು ಇಲ್ಲಿಯ ಮುಖ್ಯಸ್ಥ. ನನ್ನ ಜನರ ಬಗ್ಗೆ ಎಲ್ಲ ವಿಷಯವನ್ನೂ ನಾನು ಗೊತ್ತು ಮಾಡಿಕೊಳ್ಳುತ್ತೇನೆ. ನನ್ನ ಸಿಐಡಿಗಳು ಇದ್ದಾರೆ. ಅವರು ನನಗೆ ಎಲ್ಲ ವಿಷಯ ತಲುಪಿಸುತ್ತಾರೆ. ನನಗೆ ನಿನ್ನ ವಿಷಯವೆಲ್ಲ ಗೊತ್ತು."

"ಯಾವ ವಿಷಯ?" ನಾನು ತಮಾಷೆಯಾಗಿಯೇ ಕೇಳಿದೆ.

"ನನಗೆ ಗೊತ್ತಿಲ್ಲದ್ದೇನಿದೆ? ನೀನು ಅಮೃತಸರದವನು, ಕಾಶ್ಮೀರಿ. ಇಲ್ಲಿನ ದಿನಪತ್ರಿಕೆಯೊಂದರಲ್ಲಿ ಕೆಲಸ ಮಾಡುತ್ತೀ. ನೀನು ಬಿಸ್ಮಿಲ್ಲಾ ಹೋಟೆಲಿನವರಿಗೆ ಹತ್ತು ರೂಪಾಯಿ ಸಾಲ ಹಿಂದಿರುಗಿಸಬೇಕು, ಹಾಗಾಗಿ ಆ ದಿಕ್ಕಿನ ಕಡೆ ತಲೆ ಇಟ್ಟೂ ಮಲಗುವುದಿಲ್ಲ. ಬಿಂಡಿ ಬಜಾರಿನ ಒಬ್ಬ ಪಾನ್ ಅಂಗಡಿಯವ ನಿನ್ನ ಹಿಂದೆ ಬಿದ್ದಿದ್ದಾನೆ. ಸಿಗರೇಟ್ ಮಾರಿದ್ದಕ್ಕೆ ತನಗೆ ಬರಬೇಕಾದ ಇಪ್ಪತ್ತು ರೂಪಾಯಿ ಹತ್ತು ಆಣೆಗಳನ್ನು ವಸೂಲಿ ಮಾಡಲು" ನನಗೆ ಅವಮಾನದಿಂದ ಸಾಯುವಂತಾಯಿತು.

ಮಮ್ಮದ್ ಭಾಯಿ ತನ್ನ ಮುಳ್ಳುಗೂದಲಿನ ಮೀಸೆಯನ್ನು ಮತ್ತೆ ತೀಡಿಕೊಳ್ಳುತ್ತಾ, "ವಮಟೋ ಭಾಯಿ ಚಿಂತಿಸಬೇಕಿಲ್ಲ. ನಿಮ್ಮ ಸಾಲವನ್ನು ತೀರಿಸಿದ್ದೇವೆ. ನೀವು ಹೊಸದಾಗಿ ಬದುಕು ಪ್ರಾರಂಭಿಸಬಹುದು. ಆ ಬೇವರ್ಸಿಗಳಿಗೆ ಹೇಳಿದ್ದೀನಿ ಮತ್ತೆಂದೂ ವಮಟೋ ಭಾಯಿಯ ವಿಷಯಕ್ಕೆ ತಲೆ ಹಾಕಬೇಡಿ ಎಂದು. ದೇವರ ದಯೆಯಿಂದ ನಿಮಗೆ ಇನ್ಯಾರೂ ತೊಂದರೆ ಕೊಡುವುದಿಲ್ಲ."

ನನಗೆ ಏನು ಹೇಳಬೇಕೆಂದೇ ತೋಚಲಿಲ್ಲ. ಕ್ವಿನೈನ್ ಇಂಜೆಕ್ಷನ್ ಪ್ರಭಾವದಿಂದ ಕಿವಿಯಲ್ಲಿ ಗುಯ್ಗುಡುವ ಸದ್ದು. ಅವನ ಕರುಣೆ ನನ್ನನ್ನು ಎಷ್ಟು ಭಾವಪರವಶನಾಗಿಸಿತ್ತೆಂದರೆ ನನ್ನ ಕೃತಜ್ಞತೆಯನ್ನು ಹೇಳಲು ಪದಗಳೇ ಸಿಗಲಿಲ್ಲ. ನಾನು, "ಮಮ್ಮದ್ ಭಾಯಿ, ದೇವರು ನಿಮ್ಮನ್ನು ಚೆನ್ನಾಗಿಟ್ಟಿರಲಿ," ಎಂದಷ್ಟೇ ಹೇಳಲು ಸಾಧ್ಯವಾಯಿತು. ಮಮ್ಮದ್ ಭಾಯಿ ಮೀಸೆ ಹುರಿ ಮಾಡಿ ಹೊರಟ.

ಡಾಕ್ಟರ್ ಪಿಂಟೋ ಪ್ರತಿದಿನ ಬೆಳಗ್ಗೆ ಸಂಜೆ ನನ್ನನ್ನು ನೋಡಲು ಬರುತ್ತಿದ್ದರು. ಪ್ರತಿಬಾರಿ ನಾನು ಹಣದ ಬಗ್ಗೆ ಮಾತಾಡಿದಾಗಲೂ ಅವರು ತಮ್ಮ ಕಿವಿಗಳನ್ನು ಮುಚ್ಚಿಕೊಂಡು ಹೇಳುತ್ತಿದ್ದರು, "ಬೇಡ ಮಿಸ್ಟರ್ ಮಾಂಟೋ! ಇದು ಮಮ್ಮದ್ ಭಾಯಿಯ ವ್ಯವಹಾರ. ನಾನು ಬಿಡಿಗಾಸನ್ನೂ ತೆಗೆದುಕೊಳ್ಳುವಂತಿಲ್ಲ." ಮಮ್ಮದ್ ಭಾಯಿ ಬಹಳ ಅದ್ಭುತ ಅನಿಸುತ್ತಿದ್ದ. ಅವನು ಎಷ್ಟು ಭಯ ಹುಟ್ಟಿಸಿದ್ದನೆಂದರೆ ಜಿಪುಣ ಪಿಂಟೋ ಡಾಕ್ಟರ್ ಇಂಜೆಕ್ಷನ್ ಕೂಡಾ ತನ್ನ ದುಡ್ಡಿನಲ್ಲೇ ತರುತ್ತಿದ್ದರು.

ಮಮ್ಮದ್ ಭಾಯಿ ನನ್ನನ್ನು ನೋಡಲು ದಿನವೂ ಬೆಳಗ್ಗೆ ಅಥವಾ ಸಾಯಂಕಾಲ ಬರುತ್ತಿದ್ದ, ಜೊತೆಗೆ ಐದಾರು ಶಿಷ್ಯಂದಿರು. ಇದೊಂದು ಸಾಧಾರಣ ಮಲೇರಿಯಾ ಖಾಯಿಲೆ ಎಂದು ನನಗೆ ಧೈರ್ಯ ಹೇಳಿ, "ಇನ್ಶಾ ಅಲ್ಲಾಹ್, ಡಾಕ್ಟರ್ ಪಿಂಟೋನ ಚಿಕಿತ್ಸೆ ನಿಮ್ಮನ್ನು ಬೇಗ ಗುಣಪಡಿಸುತ್ತದೆ," ಎನ್ನುತ್ತಿದ್ದ.

ಹದಿನೈದು ದಿನಗಳಲ್ಲಿ ನಾನು ಸಂಪೂರ್ಣ ಗುಣವಾದೆ. ಚೇತರಿಸಿಕೊಳ್ಳುತ್ತಿರುವ ಆ ಹದಿನೈದು ದಿನಗಳಲ್ಲಿ ಮಮ್ಮದ್ ಭಾಯಿಯ ಬಗ್ಗೆ ಎಲ್ಲವೂ ತಿಳಿಯುತ್ತಾ ಹೋಯಿತು. ಅವನ ವಯಸ್ಸು ಇಪ್ಪತ್ತೈದರ ಮೇಲೆ ಇರಬೇಕು. ಸಣಕಲು ಆಸಾಮಿ. ಆದರೆ ಅತ್ಯಂತ ಚುರುಕಿನ ಕೈಚಳಕ ಅವನದ್ದು. ಅರಬ್ ಗಲ್ಲಿಯ ಜನ

ಹೇಳುತ್ತಿದ್ದರು ಜೇಬಿನಿಂದ ಚಾಕು ತೆಗೆದು ಎದುರಿರುವ ವ್ಯಕ್ತಿಯ ಎದೆಗೆ ನೇರ ಚುಚ್ಚುವಂತೆ ಎಸೆಯಬಲ್ಲವನಾಗಿದ್ದ ಎಂದು. ಮೊದಲೇ ನಾನು ಹೇಳಿದ್ದೆನಲ್ಲ: ಅವನು ಚಾಕು ಚೂರಿ ದೊಣ್ಣೆಗಳನ್ನು ಬಳಸುವುದರಲ್ಲಿ ನಿಪುಣನೆಂದು. ಅವನು ನೂರಾರು ಕೊಲೆಗಳನ್ನು ಮಾಡಿರುವ ಬಗ್ಗೆ ಅಸಂಖ್ಯಾತ ಕಥೆಗಳು ಪ್ರಸಿದ್ಧಿ ಗಳಿಸಿದ್ದರೂ, ನಾನು ಅವುಗಳನ್ನು ನಂಬಲು ಸಿದ್ಧನಿರಲಿಲ್ಲ. ನನಗೆ ಅವನ ಬಾಕು ನೆನಪಾದರೆ ಬೆವರು ಕಿತ್ತುಕೊಂಡು ಬರುವಷ್ಟು ಹೆದರಿಕೆಯಾಗುತ್ತಿತ್ತು. ಅವನು ಯಾಕೆ ಯಾವಾಗಲೂ ಆ ಮಾರಕಾಸ್ತ್ರವನ್ನು ತನ್ನ ಹೊಟ್ಟೆಯ ಬಳಿ ಒರೆಯಿಲ್ಲದೆ ಇಟ್ಟುಕೊಳ್ಳುತ್ತಾನೆ?

ನನ್ನ ಆರೋಗ್ಯ ಸುಧಾರಿಸಿದ ಮೇಲೆ, ಅರಬ್ ಗಲ್ಲಿಯ ಚೈನೀಸ್ ರೆಸ್ಟೋರೆಂಟುಗಳಲ್ಲಿ ಆಗಾಗ ಎದುರಾಗುತ್ತಿದ್ದೆವು. ಅವನು ತನ್ನ ಬಾಕುವಿನಿಂದ ಕೈ ಉಗುರು ಕತ್ತರಿಸುತ್ತಿರುತ್ತಿದ್ದ. ನಾನು ಕೇಳಿದೆ, “ಮಮ್ಮದ್ ಭಾಯಿ ಇದು ಪಿಸ್ತೂಲು, ಬಂದೂಕುಗಳ ಕಾಲ. ನೀವು ಯಾಕೆ ಇನ್ನೂ ಬಾಕು ಬಳಸುತ್ತೀರಾ?” ಅವನು ಮೀಸೆ ಸರಿಮಾಡಿಕೊಂಡು, “ಏಮಟೋ ಭಾಯಿ, ನನಗೆ ಬಂದೂಕುಗಳಿಂದ ಯಾವ ಸಂತೋಷವೂ ಸಿಗುವುದಿಲ್ಲ. ಸಣ್ಣಮಕ್ಕಳೂ ಅದನ್ನು ಉಪಯೋಗಿಸಬಹುದು. ಟ್ರಿಗರ್ ಎಳೆದರೆ ಮುಗಿಯಿತು, ಢಮಾರ್! ಅದರಲ್ಲೇನು ಮಜಾ ಇದೆ? ಇದಿದೆಯಲ್ಲ... ಈ ಬಾಕು... ಈ ಚಾಕು... ಈ ಚೂರಿ... ಅದೆಷ್ಟು ಮಜಾ ನಿಮಗೆ ಗೊತ್ತಾ... ನನ್ನಾಣೆಗೂ... ಇದು ಏನು ಗೊತ್ತಾ... ಅದೇನೋ ಹೇಳುತ್ತೀರಲ್ಲ... ಹಾಂ... ಕಲೆ... ಇದು ಒಂದು ಕಲೆ... ಯಾರಿಗೆ ಚಾಕು ಚೂರಿ ಬಳಸುವ ಕಲೆ ಗೊತ್ತಿಲ್ಲವೋ ಅವನು ಕೆಲಸಕ್ಕೆ ಬಾರದವನು... ಪಿಸ್ತೂಲ್ ಏನು... ಅದೊಂದು ಆಟಿಕೆ... ಸಾಯಿಸುವ ಆಟಿಕೆ ಅಷ್ಟೇ... ಅದರಲ್ಲಿ ಯಾವ ಮಜಾ ಇದೆ ಮಣ್ಣು... ಈ ಬಾಕುವನ್ನು ನೋಡಿ... ಅದರ ಹರಿತವಾದ ಅಲಗನ್ನು ನೋಡಿ.”

ಹೀಗೆ ಹೇಳುತ್ತಾ ಹೆಬ್ಬೆರಳನ್ನು ಒದ್ದೆ ಮಾಡಿಕೊಂಡು ಅದರಿಂದ ಅಲಗನ್ನು ಸವರುತ್ತಾ, “ಇದರಿಂದ ಯಾವ ಸದ್ದೂ ಬರುವುದಿಲ್ಲ. ಯಾರದ್ದಾದರೂ ಹೊಟ್ಟೆಗೆ ಸೀದಾ ಇಳಿಸಿಬಿಡಬಹುದು. ಎಷ್ಟು ಸುಲಭವಾಗಿ ಹೊಟ್ಟೆಯೊಳಗೆ ಹೊಕ್ಕುತ್ತದೆ ಎಂದರೆ ಆ ಬೇವರ್ಸಿಗೆ ಗೊತ್ತು ಕೂಡಾ ಆಗುವುದಿಲ್ಲ. ಬಂದೂಕು, ಪಿಸ್ತೂಲು ಎಲ್ಲವೂ ಉಪಯೋಗವಿಲ್ಲದ್ದು, ಕೆಲಸಕ್ಕೆ ಬಾರದ್ದು,” ಎನ್ನುತ್ತಿದ್ದ.

ದಿನವೂ ಮಮ್ಮದ್ ಭಾಯಿಯನ್ನು ನೋಡುವುದು ಮಾಮೂಲಾಯಿತು. ನನಗೆ ಮಾಡಿದ ಉಪಕಾರಕ್ಕೆ ನಾನು ಕಟ್ಟುಬಿದ್ದಿದ್ದೆ. ಆದರೆ ನಾನು ಯಾವಾಗಲಾದರೂ ಕೃತಜ್ಞತೆ ಹೇಳಲು ಯತ್ನಿಸಿದರೆ ಅವನು ಸಿಟ್ಟಾಗಿ, “ನಾನು ನಿನಗೆ ಉಪಕಾರ ಮಾಡಲಿಲ್ಲ, ಅದು ನನ್ನ ಕರ್ತವ್ಯವಾಗಿತ್ತು,” ಎನ್ನುತ್ತಿದ್ದ.

ಅವನು ರೌಡಿ ಅನ್ನಿಸಿಕೊಂಡಿದ್ದರೂ, ಅವನಲ್ಲಿ ಹೆದರುವಂಥದ್ದೇನಿತ್ತು ಎಂದು ನನಗೆ ಇಂದಿಗೂ ಅರ್ಥವಾಗಿಲ್ಲ, ಅವನ ಮೀಸೆಯನ್ನು ಬಿಟ್ಟು. ಮುಳ್ಳುಹಂದಿಯ ಮುಳ್ಳುಗಳಂತೆ ಮೀಸೆಯ ಪ್ರತಿಯೊಂದು ಕೂದಲು ಕೂಡಾ ನೆಟ್ಟಗೆ ನಿಂತಿರುತ್ತಿತ್ತು. ಯಾರೋ ಹೇಳಿದರು ಅದಕ್ಕೆ ಅವನು ದಿನವೂ ಎಣ್ಣೆ ಹಚ್ಚುತ್ತಾನೆ ಎಂದು. ಆಹಾರ ತಿನ್ನುವಾಗ, ಅದರೊಳಗೆ ಬೆರಳುಗಳನ್ನು ಅದ್ದಿ ಅದರಿಂದ ಮೀಸೆ ಮಸಾಜ್ ಮಾಡುತ್ತಿದ್ದ, ಎಣ್ಣೆ ಹಚ್ಚಿದರೆ ಕೂದಲು ಚೆನ್ನಾಗಿ ಬೆಳೆಯುತ್ತದೆ ಎಂಬ ನಂಬಿಕೆಯಲ್ಲಿ. ಅವನ ಮೀಸೆ ಅಥವಾ ಅವನ ಬಳಿಯಿದ್ದ ಆ ಬಾಕುವಿನಿಂದಾಗಿ ಅವನು ದಾದಾ ಎನ್ನಿಸಿಕೊಂಡಿದ್ದ.

ನಾವು ಒಳ್ಳೆಯ ಸ್ನೇಹಿತರಾದೆವು. ಅವನು ಅನಕ್ಷರಸ್ಥನಾದರೂ ನನ್ನನ್ನು ಎಷ್ಟು ಗೌರವಿಸುತ್ತಿದ್ದ ಎಂದರೆ ಇಡೀ ಅರಬ್ ಗಲ್ಲಿಯಲ್ಲಿ ಆ ಬಗ್ಗೆ ಎಲ್ಲರೂ ಅಸೂಯೆಗೊಳ್ಳುವಷ್ಟು.

ಒಂದು ಮುಂಜಾನೆ ನಾನು ಕಚೇರಿಗೆ ಹೊರಟಾಗ, ಚೈನೀಸ್ ರೆಸ್ಟೋರೆಂಟಿನಲ್ಲಿ ಮಮ್ಮದ್ ಭಾಯಿ ಅರೆಸ್ಟ್ ಅಗಿದ್ದಾನೆಂದು ಯಾರೋ ಮಾತಾಡಿಕೊಳ್ಳುವುದು ಕಿವಿಗೆ ಬಿತ್ತು. ಇದು ನನಗೆ ಅಚ್ಚರಿಯುಂಟುಮಾಡಿತು ಏಕೆಂದರೆ ಮಮ್ಮದ್ ಭಾಯಿಗೆ ಆ ಏರಿಯಾದ ಎಲ್ಲ ಪೋಲೀಸರ ಜೊತೆಗೂ ಸ್ನೇಹವಿತ್ತು. ನಾನು ಯಾರನ್ನೋ ಮಮ್ಮದ್ ಭಾಯಿ ಅರೆಸ್ಟ್ ಆದ ಕಾರಣ ಕೇಳಿದೆ.

ಅರಬ್ ಗಲ್ಲಿಯ ವಾಸಿಯಾದ ಶಿರಿನ್ ಬಾಯಿಯ ಪುಟ್ಟ ಮಗಳು ಹಿಂದಿನ ದಿನ ಅತ್ಯಾಚಾರಕ್ಕೊಳಗಾಗಿದ್ದಳು. ಶಿರಿನ್ ಬಾಯಿ, ಮಮ್ಮದ್ ಭಾಯಿಯ ಬಳಿಗೆ ಹೋಗಿ ಹೇಳಿದ್ದಳು, "ನೀವು ನಮ್ಮ ರಕ್ಷಕ. ಯಾವನೋ ನನ್ನ ಮಗಳಿಗೆ ಹೀಗೆ ಮಾಡಿಬಿಟ್ಟಿದ್ದಾನೆ. ನೀವು ನೋಡಿದರೆ ಮನೆಯಲ್ಲಿ ಆರಾಮವಾಗಿ ಇದ್ದೀರಿ ಅವನಿಗೇನೂ ಮಾಡದೆ"

ಮಮ್ಮದ್ ಭಾಯಿ ಆ ವಯಸ್ಸಾದಾಕೆಯತ್ತ ಘೋರ ಅವಮಾನದ ಮಾತುಗಳನ್ನು ತೂರಿ ಹೇಳಿದ, "ನಾನೇನು ಮಾಡಬೇಕು ಈಗ?" ಶಿರಿನ್ ಬಾಯಿ, "ಆ ಸೂಳೆಮಗನ ಹೊಟ್ಟೆಯನ್ನು ಸೀಳಿ ಬಗೆಯಿರಿ," ಎಂದಳು.

ಮಮ್ಮದ್ ಭಾಯಿ ಹೋಟೆಲ್ ಒಂದರಲ್ಲಿ ಕುಳಿತು ಊಟ ಮಾಡುತ್ತಿದ್ದ. ಶಿರಿನ್ ಬಾಯಿ ಮಾತು ಮುಗಿಸಿದ ಕೂಡಲೇ ಅವನು ತನ್ನ ಸೊಂಟದಿಂದ ಬಾಕು ಹೊರಗೆಳೆದು ತನ್ನ ಹೆಬ್ಬೆರಳಿನಿಂದ ಅದು ಹರಿತವಾಗಿದೆಯೇ ಎಂದು ಪರೀಕ್ಷಿಸಿ ಹೇಳಿದ, "ನೀನು ಹೋಗು, ನಾನು ಆ ಕೆಲಸ ಮುಗಿಸುತ್ತೇನೆ."

ಅವನು ಮುಗಿಸಿದ. ಅರ್ಧ ಗಂಟೆಯೊಳಗೆ ಶಿರಿನ್ ಬಾಯಿಯ ಮಗಳನ್ನು ರೇಪ್ ಮಾಡಿದ ವ್ಯಕ್ತಿ ಸತ್ತಿದ್ದ. ಮಮ್ಮದ್ ಭಾಯಿ ಅರೆಸ್ಟ್ ಆದ. ಆದರೆ ಅದಕ್ಕೆ ಯಾವ ಸಾಕ್ಷಿಗಳೂ ಇರಲಿಲ್ಲ. ಅಲ್ಲಿ ಯಾರಾದರೂ ಇದ್ದಿದ್ದರೂ, ಅವರು ಯಾರೂ ಎಂದಿಗೂ ಕೋರ್ಟಿನಲ್ಲಿ ಸಾಕ್ಷಿ ಹೇಳುತ್ತಿರಲಿಲ್ಲ.

ಅವನು ಎರಡು ದಿನ ಪೋಲೀಸ್ ಕಸ್ಟಡಿಯಲ್ಲಿದ್ದ. ಆದರೆ ಅದು ಮತ್ತೊಂದು ಮನೆಯೇ ಇದ್ದಂತಿತ್ತು ಯಾಕೆಂದರೆ ಅಲ್ಲಿದ್ದ ಎಲ್ಲ ಅಧಿಕಾರಿಗಳಿಗೂ ಅವನು ಗೊತ್ತಿದ್ದವನೇ. ಆದಾಗ್ಯೂ ಅವನು ಬೇಲ್ ಸಿಕ್ಕಿ ಅಲ್ಲಿಂದ ಹೊರಬರುವಾಗ ತಾನು ಸಿಕ್ಕಿಬೀಳುವುದು ಖಂಡಿತ ಅನಿಸುತ್ತಿತ್ತು. ಹಾಗಾಗಿ ಅವನು ಸಪ್ಪೆಯಾಗಿದ್ದ.

ಮಮ್ಮದ್ ಭಾಯಿ ಆ ದಿನ ಚೈನೀಸ್ ರೆಸ್ಟೋರೆಂಟಿನಲ್ಲಿ ಸಿಕ್ಕಿದ. ಮಾಮೂಲಿಯಾಗಿ ಶುಭ್ರವಾಗಿರುತ್ತಿದ್ದ ಅವನ ಬಟ್ಟೆ ಅಂದು ಕೊಳಕಾಗಿತ್ತು. ನಾನು ಅವನ ಬಳಿ ಕೊಲೆಯ ವಿಷಯವನ್ನೇ ಮಾತಾಡಲಿಲ್ಲ. ಆದರೆ ಅವನೇ ಹೇಳಿದ, "ಮಂಟೋ ಸಾಬ್, ಆ ಸೂಳೆಮಗನನ್ನು ಕೊಲ್ಲಲು ಸ್ವಲ್ಪ ಹೆಚ್ಚು ಸಮಯ ತೆಗೆದುಕೊಂಡುಬಿಟ್ಟೆ. ಅವನಿಗೆ ಚೂರಿ ಚುಚ್ಚುವಾಗ ತಪ್ಪು ಮಾಡಿದೆ. ನನ್ನ ಕೈ ತಿರುಚಿಕೊಂಡುಬಿಟ್ಟಿತು. ಆದರೆ ಇದರಲ್ಲಿ ಆ ಸೂಳೆಮಗನದ್ದೂ ತಪ್ಪಿದೆ. ಅವನು ಇದ್ದಕ್ಕಿದ್ದಂತೆ ತಿರುಗಿಬಿಟ್ಟ. ಹಾಗಾಗಿ ಎಲ್ಲವೂ ಎಡವಟ್ಟಾಯಿತು. ಅವನು ಸತ್ತ, ಆದರೆ ಅಷ್ಟು ನೋವು ಅನುಭವಿಸುತ್ತ ಸತ್ತಿದ್ದಕ್ಕೆ ಸ್ವಲ್ಪ ಬೇಸರವಾಯಿತು."

ನಾನು ಹೇಗೆ ಪ್ರತಿಕ್ರಿಯಿಸಿರಬಹುದೆಂದು ನೀವು ಊಹಿಸಬಲ್ಲಿರಿ. ಅವನಿಗೆ ಅವನನ್ನು ಕೊಂದಿದ್ದು ಬೇಸರವಾಗಿರಲಿಲ್ಲ. ಆದರೆ ಹೆಚ್ಚು ನೋವಾಗುವಂತೆ ಸಾಯಿಸಿದೆನಲ್ಲ ಎಂದು ಬೇಜಾರಾಗಿತ್ತು!

ವಿಚಾರಣೆ ಶುರುವಾಯಿತು. ಮಮ್ಮದ್ ಭಾಯಿಗೆ ಸ್ವಲ್ಪ ಆತಂಕವಾಗಿತ್ತು ಏಕೆಂದರೆ ಈ ಹಿಂದೆ ಅವನು ನ್ಯಾಯಾಧೀಶರ ಎದುರು ನಿಂತಿರಲಿಲ್ಲ. ನಾನು ಮೊದಲೇ ಹೇಳಿದಂತೆ, ಅವನು ಅದೆಷ್ಟು ಜನರ ಕೊಲೆ ಮಾಡಿದ್ದನೋ ನನಗೆ ನಿಜಕ್ಕೂ ಗೊತ್ತಿಲ್ಲ. ಆದರೆ ಅವನಿಗೆ ನ್ಯಾಯಾಧೀಶರು, ವಕೀಲರು, ಸಾಕ್ಷಿಗಳು ಇವುಗಳ ಬಗ್ಗೆಯೆಲ್ಲ ಏನೂ ತಿಳಿದಿರಲಿಲ್ಲ. ಪೋಲೀಸರು ಕೇಸ್ ಮಂಡಿಸಿದರು.

ವಿಚಾರಣೆಯ ದಿನ ನಿಗದಿಯಾಯಿತು. ಮಮ್ಮದ್ ಭಾಯಿ ವಿಚಲಿತನಾಗಿದ್ದ. ಪದೇ ಪದೇ ತನ್ನ ಮೀಸೆ ತೀಡಿಕೊಳ್ಳುತ್ತಾ ಹೇಳಿದ, "ಮಂಟೋ ಸಾಹಿಬ್, ನಾನು ಕೋರ್ಟ್ ರೂಮಿಗೆ ಹೋಗುವ ಬದಲು ಸತ್ತು ಹೋಗುತ್ತೇನೆ, ಅದೇ ವಾಸಿ. ಅದು ಹೇಗಿದೆ ಅಂತ ನಿಮಗೆ ಗೊತ್ತಿಲ್ಲ!" ಅರಬ್ ಗಲ್ಲಿಯ ಅವನ ಸ್ನೇಹಿತರು ಸಾಕ್ಷಿಗಳು ಇಲ್ಲದ್ದರಿಂದ ಏನೂ ತೊಂದರೆಯಾಗುವುದಿಲ್ಲ ಎಂದು ಭರವಸೆ ಕೊಟ್ಟರು. ಆದರೆ

ಅವನ ಮೀಸೆ ಮಾತ್ರ ನ್ಯಾಯಾಧೀಶರು ಅವನ ವಿರುದ್ಧವಾಗಿ ತೀರ್ಪು ನೀಡುವಂತೆ ಮಾಡಬಹುದು ಎಂದು ಅಭಿಪ್ರಾಯ ಪಟ್ಟರು.

ಮಮ್ಮದ್ ಭಾಯಿ ಅದರ ಬಗ್ಗೆ ಯೋಚನೆ ಮಾಡಿದ. ಅವನ ವಿಚಾರಣೆಯ ದಿನ ಹತ್ತಿರವಾದಾಗ ಒಂದು ಇರಾನಿ ರೆಸ್ಟೋರೆಂಟಿನಲ್ಲಿ ಸಿಕ್ಕ. ಅತ್ಯಂತ ಚಿಂತಾಕ್ರಾಂತನಾಗಿದ್ದ. ಮೀಸೆಯನ್ನು ಏನು ಮಾಡಬೇಕು ಎಂಬುದೇ ಅರ್ಥವಾಗುತ್ತಿಲ್ಲ. ಕೋರ್ಟಿಗೆ ಆ ಮೀಸೆಯ ಸಮೇತ ಹೋದರೆ ಶಿಕ್ಷೆಗೊಳಪಡುವ ಎಲ್ಲ ಸಾಧ್ಯತೆಯೂ ಇತ್ತು.

ನಿಮಗಿದು ಒಂದು ಕಥೆಯಾಗಿ ತೋರುತ್ತಿರಬಹುದು. ಆದರೆ ಅವನಿಗೆ ನಿಜಕ್ಕೂ ಗಾಬರಿಯಾಗಿತ್ತು. ಎಂದೂ ಯಾವುದಕ್ಕೂ ತಲೆಕೆಡಿಸಿಕೊಳ್ಳದ ಅವನ ಈ ಸ್ಥಿತಿ ನೋಡಿ ಅವನ ಶಿಷ್ಯಂದಿರಿಗೂ ಚಿಂತೆಯಾಗಿತ್ತು.

ಆದರೆ ಅವನ ಆಪ್ತರನೇಕರು ಅವನಿಗೆ ಬುದ್ಧಿ ಹೇಳಿದ್ದರು, "ಮಮ್ಮದ್ ಭಾಯಿ, ನೀವು ಕೋರ್ಟಿಗೆ ಹೋಗಬೇಕು ಅಂತಿದ್ದರೆ ಮೀಸೆ ತೆಗೆಯಿರಿ. ಇಲ್ಲದಿದ್ದರೆ ಶಿಕ್ಷೆ ಗ್ಯಾರಂಟಿ!"

ಅದರ ಬಗ್ಗೆ ಎಷ್ಟು ಚಿಂತೆಗೊಳಗಾದ್ದನೆಂದರೆ ನಿಜಕ್ಕೂ ಅವನನ್ನು ಸಾಯಿಸಿದ್ದು ತಾನೋ ಅಥವಾ ತನ್ನ ಮೀಸೆಯೋ ಎನ್ನಿಸಲು ಪ್ರಾರಂಭವಾಯಿತು! ಯಾವ ನಿರ್ಧಾರಕ್ಕೂ ಬರಲಾಗಲಿಲ್ಲ. ತನ್ನ ಸೊಂಟದಲ್ಲಿದ್ದ ಚೂರಿ ತೆಗೆದು ಓಣಿಯಲ್ಲಿ ಬೀಸಿ ಒಗೆದ. ನನಗೆ ನನ್ನ ಕಣ್ಣನ್ನೇ ನಂಬಲಾಗಲಿಲ್ಲ.

"ಮಮ್ಮದ್ ಭಾಯಿ ಇದೇನು ಮಾಡುತ್ತಿದ್ದೀರಿ?"

"ಏನಿಲ್ಲ ವಮಟೋ ಭಾಯಿ. ನನಗೀಗ ದೊಡ್ಡ ತೊಂದರೆ ಎದುರಾಗಿದೆ. ನಾನು ಕೋರ್ಟಿಗೆ ಹೋಗಬೇಕು. ನನ್ನ ಸ್ನೇಹಿತರು ಹೇಳುತ್ತಿದ್ದಾರೆ ನ್ಯಾಯಾಧೀಶರು ನನ್ನ ಮೀಸೆಯನ್ನು ನೋಡಿದರೆ ನನಗೆ ಶಿಕ್ಷೆಯಾಗುವುದು ಗ್ಯಾರಂಟಿ ಎಂದು. ಏನು ಮಾಡಲಿ?"

ನಾನೇನು ಹೇಳಲಿ? ನಾನು ಅವನ ಮೀಸೆಯನ್ನೇ ನೋಡುತ್ತಾ ಹೇಳಿದೆ, "ಮಮ್ಮದ್ ಭಾಯಿ ಅವರು ಹೇಳುವುದು ಸರಿ. ನಿಮ್ಮ ಮೀಸೆ ನ್ಯಾಯಾಧೀಶರ ನಿರ್ಧಾರದ ಮೇಲೆ ನಿಜಕ್ಕೂ ಪ್ರಭಾವ ಬೀರುತ್ತದೆ. ನಿಜಕ್ಕೂ ಹೇಳಬೇಕೆಂದರೆ ಆ ನಿರ್ಣಯ ನಿಮ್ಮ ವಿರುದ್ಧವಲ್ಲ, ನಿಮ್ಮ ಮೀಸೆಯ ವಿರುದ್ಧವಾಗಿ ಅನ್ನಬಹುದು."

"ಹಾಗಿದ್ದರೆ ಅದನ್ನು ಬೋಳಿಸಿಬಿಡಲಾ?" ಮಮ್ಮದ್ ಭಾಯಿ ಕೇಳಿದ ತನ್ನ ಪ್ರಾಣಪ್ರಿಯವಾದ ಮೀಸೆಯನ್ನು ನೇವರಿಸುತ್ತ,

"ನಿಮಗೇನನ್ನಿಸುತ್ತದೆ?"

"ನನಗೇನು ಅನಿಸುತ್ತದೆ ಅನ್ನುವುದು ಮುಖ್ಯವಲ್ಲ. ಅದನ್ನು ತಿಳಿಯಪಡಿಸುವ ಅಗತ್ಯವೂ ಇಲ್ಲ. ಆದರೆ ಎಲ್ಲರೂ ಅದನ್ನು ಬೋಳಿಸುವುದು ಒಳ್ಳೆಯದು ಅನ್ನುತ್ತಿದ್ದಾರೆ. ಬೋಳಿಸಿ ಬಿಡಲಾ ವಮಟೋ ಭಾಯಿ?"

"ಹಾಗೆ ಮಾಡಿಬಿಡಿ. ಅದು ಸರಿ ಅನ್ನಿಸಿದರೆ ಮಾಡಿಬಿಡಿ. ಇದು ಕೋರ್ಟಿಗೆ ಸಂಬಂಧಪಟ್ಟ ವಿಷಯ. ನಿಮ್ಮ ಮೀಸೆ ನಿಜಕ್ಕೂ ಭಯ ಹುಟ್ಟಿಸುತ್ತದೆ."

ಮರುದಿನ ಮಮ್ಮದ್ ಭಾಯಿ ತನ್ನ ಮೀಸೆಯನ್ನು ಬೋಳಿಸಿದ, ಅದೂ ಬೇರೆಯವರ ಬುದ್ಧಿಮಾತಿಗೆ ಬೆಲೆ ಕೊಟ್ಟಷ್ಟೇ. ಅವರ ಕೇಸ್ ಎಫ್.ಎಚ್.ಟೀಗ್ ಅವರ ಮುಂದೆ ಬಂದಿತು. ಅವನ ವಿರುದ್ಧ ಸಾಕ್ಷಿಗಳಿರಲಿಲ್ಲ. ಆದರೆ ಜಡ್ಜ್ ಆತನೊಬ್ಬ ಸಮಾಜಘಾತುಕ ಶಕ್ತಿ ಎಂದು ತೀರ್ಮಾನಿಸಿ ಆ ಊರನ್ನು ಬಿಟ್ಟುಹೋಗುವಂತೆ ತೀರ್ಪು ನೀಡಿದರು. ಅವನಿಗೆ ಕೇವಲ ಒಂದು ದಿನ ಮಾತ್ರ ಕಾಲಾವಕಾಶವಿತ್ತು ಬಾಂಬೆ ಬಿಟ್ಟು ಹೋಗಲು.

ಕೋರ್ಟ್ ಬಿಟ್ಟು ಹೊರಬಂದ ಮೇಲೆ ಅವರು ನನಗೇನೂ ಹೇಳಲಿಲ್ಲ. ನಾವೆಲ್ಲ ಆ ಸಂಜೆ ಇರಾನಿ ರೆಸ್ಟೋರೆಂಟ್ ಒಂದರಲ್ಲಿ ಭೇಟಿಯಾದೆವು. ಇಪ್ಪತ್ತು ಶಿಷ್ಯಂದಿರು ಅವನನ್ನು ಸುತ್ತುವರೆದಿದ್ದರು. ಅವರೆಲ್ಲ ಚಹಾ ಕುಡಿದರು. ನನ್ನನ್ನು ನೋಡಿದಾಗ ಅವನೇನೂ ಹೇಳಲಿಲ್ಲ. ಮೀಸೆಯಿಲ್ಲದೆ ಅವನು ಅತ್ಯಂತ ಗೌರವಾನ್ವಿತನಂತೆ ಕಾಣುತ್ತಿದ್ದ. ಆದರೆ ಅವನು ದುಃಖಿತನಾಗಿದ್ದ.

ನಾನು ಅವನ ಪಕ್ಕ ಕುಳಿತು ಕೇಳಿದೆ, "ಏನಾಯಿತು ಮಮ್ಮದ್ ಭಾಯಿ?"

ಅವನು ಹಿಡಿಶಾಪ ಹಾಕುತ್ತಾ ಹೇಳಿದ, "ಮಮ್ಮದ್ ಭಾಯಿ ಸತ್ತ"

"ಯೋಚಿಸಬೇಡಿ. ಇಲ್ಲಿ ಅಲ್ಲದಿದ್ದರೆ ಮತ್ತೆ ಎಲ್ಲೋ ಬದುಕಬಹುದು."

ಅವನು ಎಲ್ಲ ಜಾಗಗಳಿಗೂ ಹಿಡಿಶಾಪ ಹಾಕಿದ. ಆ ನಂತರ, "ನಾನು ಬೇರೆಲ್ಲಿ ಬದುಕುತ್ತೇನೆ ಅನ್ನುವುದು ಪ್ರಶ್ನೆಯಲ್ಲ. ಇಲ್ಲಿ ಅಲ್ಲದಿದ್ದರೆ ಮತ್ತೆಲ್ಲೋ ಆಗುತ್ತದೆ. ಎಲ್ಲ ಒಂದೇ. ಆದರೆ ನಾನೇಕೆ ನನ್ನ ಮೀಸೆಯನ್ನು ಬೋಳಿಸಿದೆ?"

ಅವನು ತನಗೆ ಮೀಸೆ ಬೋಳಿಸಲು ಹೇಳಿದವರ ಮೇಲೆಲ್ಲ ಹರಿಹಾಯ್ದ. ನಂತರ ಕೇಳಿದ, "ಈ ಊರನ್ನು ಬಿಟ್ಟು ಹೋಗಲೇಬೇಕು ಅನ್ನುವುದೇ ಆಗಿದ್ದರೆ ನಾನು ಮೀಸೆಯ ಜೊತೆಯೇ ಹೋಗಬಹುದಿತ್ತಲ್ಲ?"

ನನಗೆ ನಗು ತಡೆಯಲಾಗಲಿಲ್ಲ.

ಅವನಿಗೆ ಸಿಟ್ಟು ಉಕ್ಕೇರಿತು. "ಎಂಥ ಮನುಷ್ಯ ನೀವು ವಮಟೋ ಸಾಹಿಬ್? ಥೂ... ಅವರು ನನಗೆ ಗಲ್ಲು ಶಿಕ್ಷೆ ವಿಧಿಸಬೇಕಿತ್ತು. ನಾನು ಯಾರಿಗೂ ಹೆದರಿದವನಲ್ಲ. ಆದರೆ ಅಯ್ಯೋ ದರಿದ್ರ ನನ್ನ ಮೀಸೆಗೆ ಹೆದರಿಬಿಟ್ಟೆನಲ್ಲ."

ಅವನು ತನ್ನ ಕಪಾಳಕ್ಕೆ ತಾನೇ ಎರಡು ಬಾರಿ ಬಾರಿಸಿಕೊಂಡು, "ಮಮ್ಮದ್ ಭಾಯಿ, ನಿನಗೆ ಒಳ್ಳೆಯದಾಗುವುದಿಲ್ಲ! ಥು ನಿನ್ನ ಮೀಸೆಗೇ ನೀನೇ ಹೆದರಿಕೊಂಡೆಯಾ? ಇಲ್ಲಿಂದ ತೊಲಗು, ನಿನ್ನಮ್ಮನ್..."

ಹೀಗೆನ್ನುವಾಗಲೇ ಅವನ ಕಣ್ಣಿನ ತುಂಬಾ ನೀರು ತುಂಬಿಕೊಂಡಿತು. ಆದರೆ ಅದು ಅವನ ನುಣುಪಾದ ಗಲ್ಲದ ಮೇಲೆ ಅದೆಷ್ಟು ವಿಚಿತ್ರವಾಗಿ ಕಾಣಿಸಿತು!

A Question of Honour

ನಿನ್ನನ್ನು ಪ್ರೀತಿಸಿದನಲ್ಲ
ಆ ವ್ಯಕ್ತಿ ಮುಖ್ಯವಲ್ಲ,
ಅಥವಾ ಅದು ಅವಶ್ಯಕವೂ
ಅಲ್ಲ. ನೀನು ಅವನನ್ನು
ಪ್ರೀತಿಸಿದ್ದು ಮಾತ್ರ ಮುಖ್ಯ...
ಅವನನ್ನು ಮರೆತುಬಿಡು,
ಆದರೆ ನಿನ್ನ ಪ್ರೀತಿಯನ್ನು
ನೆನಪಿನಲ್ಲಿಟ್ಟುಕೋ
ಮತ್ತು ಆ ನೆನಪುಗಳಿಂದಲೇ
ಬದುಕು...

ಪ್ರೀತಿ ಗಂಡಸಿಗೆ ಉಸಿರುಗಟ್ಟಿಸುತ್ತದೆ

ಅವಳು ಬಾಲ್ಕನಿಗೆ ಬರುತ್ತಾಳೆ... ಬೆಳ್ಳಿಯ ಬಣ್ಣದ ಸುರುಸುರು ಬತ್ತಿ ಹಚ್ಚಿದಂತೆ ತೋರುವ ಬಿಳಿಯ, ನಕ್ಕಿಯ ಸೀರೆಯುಟ್ಟು. ಅಲೆಅಲೆಯಾದ ರೇಷ್ಮೆ ಸೀರೆಯಲ್ಲಿ ಹುದುಗಿಸಿದ ನಕ್ಕಿಗಳು ಹೊಳೆಯುತ್ತವೆ ಮತ್ತು ನನ್ನ ಇಡಿಯ ದೇಹ ಕೆರಳಿದಂತೆ ಭಾಸವಾಗುತ್ತದೆ. ಈಗ ಕೆಲವು ದಿನಗಳಿಂದ ಅವಳು ನನ್ನನ್ನು ಕೆರಳಿಸುತ್ತಿದ್ದಾಳೆ.

ನಾನು ಅವಳನ್ನು ಸುಮಾರು ಇನ್ನೂರು ಬಾರಿ ನೋಡಿದ್ದೇನೆ. ಪ್ರತಿಬಾರಿಯ ಅವಳ ಚಿತ್ರಣವೂ ನನ್ನ ಮನಸ್ಸಿನಲ್ಲಿ ಕೆತ್ತಿದಂತೆ

ಕುಳಿತುಬಿಟ್ಟಿದೆ. ಒಮ್ಮೆ ಅವಳು ತನ್ನ ಮನೆಯ ಅಂಗಳದಲ್ಲಿ ಚಿಟ್ಟೆಯೊಂದನ್ನು ಬೆನ್ನಟ್ಟಿದ್ದಾಗ ನೋಡಿದ್ದೆ. ಅವಳು ನನ್ನ ಕಣ್ಣೆದುರು ಒಮ್ಮೆ ಮಾತ್ರ ಮಿಂಚಿನಂತೆ ಸುಳಿದು ಮಾಯವಾಗಿದ್ದಳು.

ಆ ಘಟನೆ ನೆನಪಾದಾಗಲೆಲ್ಲ, ನನ್ನ ಹೃದಯದಲ್ಲಿ ಹಕ್ಕಿಯೊಂದು ರೆಕ್ಕೆ ಬಡಿಯುತ್ತಿರುವಂತೆ ಭಾಸವಾಗುತ್ತದೆ, ಸ್ವಲ್ಪ ಬೆದರಿದರೂ ಅದು ಹಾರಿ ಹೋಗಿ ಬಿಡಬಹುದು ಎನ್ನಿಸುವಂತೆ.

ಒಮ್ಮೆ ಅವಳು ಬಿಸಿಲಿನಲ್ಲಿ ಬಾಲ್ಕನಿಯಲ್ಲಿ ನಿಂತಿದ್ದನ್ನು ನೋಡಿದೆ, ಒದ್ದೆಯಾದ ಕೂದಲನ್ನು ಒಣಗಿಸುತ್ತಾ. ಆ ರೂಪವನ್ನು ನಾನು ನೆನಪಿಸಿಕೊಳ್ಳಲು ಯತ್ನಿಸುವಾಗ ಸಾಕಷ್ಟು ಬಾರಿ ಕೇವಲ ಕಪ್ಪು ಆಕೃತಿಯಾಗಿ ಮಾತ್ರ ಕಾಣಿಸುತ್ತಾಳೆ, ಕೆಲವೊಮ್ಮೆ ಮಾತ್ರ ಪ್ರಖರ ಬೆಳಕಿನಂತೆ ಕಾಣಿಸುತ್ತಾಳೆ.

ನಾನು ಅವಳನ್ನು ಅದೆಷ್ಟು ಬಾರಿ ನೋಡಿರುವೆನೆಂದರೆ, ಅವಳನ್ನು ನೋಡಬೇಕೆನ್ನಿಸಿದಾಗೆಲ್ಲ ಎದುರು ಕಾಣಿಸಿಕೊಳ್ಳದೆಯೇ ಅವಳನ್ನು ಕರೆಸಿಕೊಳ್ಳಬಲ್ಲೆ. ಮೊದಲಲ್ಲಿ ಇದು ಸ್ವಲ್ಪ ಕಷ್ಟದ ಕೆಲಸ ಅನಿಸುತ್ತಿತ್ತು, ಆದರೀಗ ಅದು ಸುಳ್ಳಾಗಿದೆ.

ಕಳೆದ ಸಂಜೆ ನಾನು ಗೆಳೆಯನ ಮನೆಯಲ್ಲಿರುವಾಗ, ಇದ್ದಕ್ಕಿದ್ದಂತೆ ನನಗೆ ಅವಳನ್ನು ನೋಡಬೇಕೆನ್ನಿಸಿಬಿಟ್ಟಿತು. ನನ್ನ ಕಣ್ಣುಗಳನ್ನು ಮುಚ್ಚದೆಯೇ ಅವಳು ನನ್ನೆದುರು ನಿಂತಿದ್ದಳು. ಅವಳು ಎಂದೂ ಇರುವಂತೆಯೇ ಕಾಣಿಸುತ್ತಿದ್ದಳು. ನನ್ನೆದುರೇ ಕುಳಿತಿದ್ದ ನನ್ನ ಗೆಳೆಯನಿಗಾಗಲಿ, ಅವನ ಸಹೋದರಿಗಾಗಲಿ ಯಾವ ಸುಳಿವೂ ಸಿಗಲಿಲ್ಲ.

ಒಂದೇ ಒಂದು ಕ್ಷಣ ನಾನು ನನ್ನ ಮನಸ್ಸಿನಲ್ಲಿ ಅವಳನ್ನಿಟ್ಟಿದ್ದ ಪುಟ್ಟ ಪೆಟ್ಟಿಗೆಯಿಂದ ಅವಳನ್ನು ಹೊರಗೆಳೆದು, ಯಾರಿಗೂ ಅದರ ಸುಳಿವು ಸಿಗಬಾರದೆಂದು ತಕ್ಷಣವೇ ಒಳಗೆ ಇಟ್ಟುಬಿಟ್ಟಿದ್ದೆ. ನಾನು ಅವಳನ್ನು ನೋಡುತ್ತಿರುವಾಗಲೂ ಅವರೊಡನೆ ಮಾಮೂಲಿಯಾಗಿ ಮಾತನಾಡುತ್ತಲೇ ಇದ್ದೆ, ಒಂದೇ ಒಂದು ಕ್ಷಣಕ್ಕೂ ನನ್ನ ಮನಸ್ಸು ಅತ್ತಿತ್ತ ಅಲೆದಾಡದಂತೆ. ಆಗ ನಾನೇನು ಹೇಳುತ್ತಿದ್ದೆ?

"ಹೌದು, ಒಣಮೀನುಗಳಿಗೆ ವಾಸನೆ ಹೆಚ್ಚು. ದೇವರಿಗೇ ಗೊತ್ತು ಅದನ್ನು ಜನ ಹೇಗೆ ತಿನ್ನುತ್ತಾರೋ! ನನ್ನ ಮೂಗಿಗೇ ಅಸಾಧ್ಯ..."

ಅದಾದ ನಂತರ ಎಷ್ಟೋ ಹೊತ್ತು ನಾವು ಮೂಗುಗಳ ಬಗ್ಗೆ, ಅವೆಷ್ಟು ಬೇರೆಬೇರೆಯಾಗಿರುತ್ತವೆ ಎಂದೆಲ್ಲ ಮಾತನಾಡಿದೆವು.

ನನಗೆ ಅವಳ ಮೂಗು ಇಷ್ಟ. ನನ್ನ ಬಳಿ ತೆಳು ಗುಲಾಬಿ ಬಣ್ಣದ ಚಹಾದ ಪಿಂಗಾಣಿ ಸೆಟ್ ಇದೆ. ನನಗದು ತುಂಬ ಇಷ್ಟ, ಏಕೆಂದರೆ ಆ ಬಟ್ಟಲಿನ ಹಿಡಿ ಅವಳ ಮೂಗನ್ನೇ ಹೋಲುತ್ತದೆ. ನಿಮಗೆ ನಗು ಬರಬಹುದು ಇದನ್ನು ಹೇಳಿದರೆ... ಒಂದು ದಿನ ಅವಳನ್ನು ಸಮೀಪದಿಂದ ನೋಡಿದಾಗ ಅವಳ ಮೂಗನ್ನು ಹಿಡಿದು, ಅವಳ ತುಟಿಗಳ ಅಮೃತವನ್ನು ಕುಡಿಯಬೇಕೆಂಬ ವಿಚಿತ್ರ ಬಯಕೆ ನನ್ನಲ್ಲಿದ್ದಿತ್ತು. ಅವಳ ತುಟಿಗಳು ತುಂಬಾ ಸುಂದರವಾಗಿವೆ, ಬಹುಶಃ ಅವುಗಳು ಯಾವಾಗಲೂ ಒದ್ದೆಯಾಗಿರುವುದರಿಂದಲೋ ಏನೋ, ಬಿಡಿಸಿದ ಕಿತ್ತಲೆಯಂತೆ. ನನಗೆ ಅವುಗಳನ್ನು ಚುಂಬಿಸಬೇಕು ಅನ್ನಿಸಿದರೆ, ಅದಕ್ಕೆ ನಾನು ಹೆಣ್ಣಿನ ತುಟಿಗಳನ್ನು ಚುಂಬಿಸುವುದರ ಬಗ್ಗೆ ಯಾವುದೋ ಪುಸ್ತಕದಲ್ಲಿ ಓದಿದ್ದೆ ಎಂಬುದಾಗಲಿ, ಬೇರೆಯವರಿಂದ ಕೇಳಿದ್ದೆ ಎಂಬ ಕಾರಣಕ್ಕಾಗಲಿ ಊಹೂಂ, ಖಂಡಿತ ಅಲ್ಲ. ಇವೆಲ್ಲವೂ ತಿಳಿದಿರದಿದ್ದರೂ ಆಗಲೂ ನನಗವುಗಳಿಗೆ ಮುತ್ತಿಕ್ಕಬೇಕು ಅನಿಸುತ್ತಿತ್ತು. ಅವಳ ತುಟಿಗಳು ಹಾಗಿವೆ, ಅಪೂರ್ಣ ಮುತ್ತಿನಂತೆ.

ಆಕೆ ನನ್ನ ನೆರೆಯಲ್ಲಿದ್ದ ಡಾಕ್ಟರ್ ಅವರ ಒಬ್ಬಳೇ ಮಗಳು. ಅವಳು ದಿನವಿಡೀ ಅಪ್ಪನ ಡಿಸ್ಪೆನ್ಸರಿಯಲ್ಲಿ ಕುಳಿತಿರುತ್ತಾಳೆ. ಕೆಲವೊಮ್ಮೆ ಅದರ ಮುಂದೆ ಹಾದು ಹೋಗುವಾಗ, ಔಷಧಗಳ ಅಲಮಾರಿಯ ಪಕ್ಕ ನಿಂತಿರುತ್ತಾಳೆ, ಉದ್ದ ಕುತ್ತಿಗೆಯ ಬಾಟಲಿಯಂತೆ, ಒಳಗೆ ವರ್ಣರಂಜಿತವಾಗಿ... ಜೀವಂತಿಕೆಯಿಂದ ಪುಟಿಯುತ್ತ.

ನಾನು ಒಂದು ದಿನ ನೆಗಡಿಗೆ ಏನಾದರೂ ಪರಿಹಾರ ಕೇಳಲು ಅವರ ಡಿಸ್ಪೆನ್ಸರಿಯೊಳಗೆ ಹೋದೆ. ಡಾಕ್ಟರ್ ಅವಳಿಗೆ ಹೇಳಿದರು, “ಪಾಪು ಅವರ ಕರವಸ್ತ್ರದ ಮೇಲೆ ಕೆಲವು ಹನಿ ನೀಲಗಿರಿಯನ್ನು ಹಾಕು” ಎಂದು. ಅವಳು ನನ್ನ ಕರವಸ್ತ್ರವನ್ನು ಪಡೆದು, ಅಲಮಾರಿಯಿಂದ ಒಂದು ಪುಟ್ಟ ಬಾಟಲಿ ತೆಗೆದು ಕರವಸ್ತ್ರದ ಮೇಲೆ ಕೆಲ ಹನಿಗಳನ್ನು ಹಾಕಿದಳು.

ಆ ಕ್ಷಣದಲ್ಲಿ ನನಗೆ ನಾನು ಎದ್ದು ನಿಂತು ಅವಳ ಕೈಗಳನ್ನು ಹಿಡಿದು, “ದಯವಿಟ್ಟು ಈ ಬಾಟಲಿಗೆ ಬಿರಟೆ ಹಾಕಿ ಮುಚ್ಚಿಡು. ಅದರ ಬದಲು ನಿನ್ನ ಕಣ್ಣಿನ ಒಂದೇ ಒಂದು ಹನಿಯನ್ನು ನನಗೆ ನೀಡು ಸಾಕು, ಅದರಿಂದ ನನ್ನೆಲ್ಲ ಬೇನೆಯೂ ಗುಣವಾಗುತ್ತದೆ.” ಎಂದು ಹೇಳಬೇಕೆನಿಸಿತ್ತು. ಆದರೆ ನಾನು ನನ್ನ ಕರವಸ್ತ್ರದ ಮೇಲೆ ಸಿಂಪಡಿಸುತ್ತಿದ್ದ ಬಣ್ಣರಹಿತ ಹನಿಗಳನ್ನು ನೋಡುತ್ತ ಮೌನವಾಗಿ ನಿಂತಿದ್ದೆ.

ನಾನು ಅವಳನ್ನು ಗಮನಿಸಲು ಪ್ರಾರಂಭಿಸಿದಾಗಿನಿಂದ, ನನ್ನ ಹೃದಯಕ್ಕೆ ಒಂದೇ ಒಂದು ಆಸೆ. ಅವಳು ಅಳಬೇಕು, ಆಗ ಅವಳ ಕಣ್ಣಿನಲ್ಲಿ ತೇಲುವ ಹನಿಗಳನ್ನು ನಾನು ನೋಡಬೇಕು ಎಂದು. ನನ್ನ ಕಲ್ಪನೆಯಲ್ಲಿ ಅವಳ ಕಣ್ಣುಗಳು

ವಿಷಣ್ಣವಾಗುವುದನ್ನು ಹಲವಾರು ಬಾರಿ ನೋಡಿದ್ದೇನೆ, ಹಾಗಾಗಿಯೇ ಅವಳು ಅಳುವುದನ್ನು ನೋಡಬೇಕು ಎನ್ನುವ ಆಸೆ. ಅವಳ ದಟ್ಟ ರೆಪ್ಪೆಯ ಮೇಲೆ ಕಂಪಿಸುವ ಕಣ್ಣೀರು ಚೆಲುವಾಗಿ ಕಾಣಿಸುತ್ತದೆ. ಮುಚ್ಚಿದ ಕಿಟಕಿಯಾಚೆ ನರ್ತಿಸುವ ಮಳೆಹನಿಗಳಂತೆ ಕಾಣಿಸುತ್ತದೆ.

ನೀವು ಹೆಣ್ಣಿನ ಕಣ್ಣುಗಳಲ್ಲಿ ಕಣ್ಣೀರು ಇರುವ ಅಗತ್ಯ ಇಲ್ಲವೆಂದು ಯೋಚಿಸುವವರಾಗಿರಬಹುದು. ಆದರೆ ನನಗಂತೂ ಕಣ್ಣೀರಿಲ್ಲದ ಹೆಣ್ಣಿನ ಕಣ್ಣುಗಳನ್ನು ಊಹಿಸಿಕೊಳ್ಳುವುದೂ ಸಾಧ್ಯವಿಲ್ಲ. ಕಣ್ಣೀರು ಕಣ್ಣಿನ ಸ್ವೇದ ಬಿಂದುಗಳು. ಕಾರ್ಮಿಕನ ಹುಬ್ಬು, ಕಾರ್ಮಿಕನ ಹುಬ್ಬಾಗುವುದು ಅದು ಬೆವರಿನಿಂದ ಮಿನುಗಿದಾಗಲೇ. ಹೆಣ್ಣಿನ ಕಣ್ಣುಗಳು ಕೂಡಾ ಹೆಣ್ಣಿನ ಕಣ್ಣಾಗುವುದು ಕಣ್ಣೀರಿನಲ್ಲಿ ಮುಳುಗಿದಾಗಲೇ.

ಅವಳು ಬಿಳಿಯ ನಕ್ಕಿಯ ಸೀರೆಯಲ್ಲಿ ಬಾಲ್ಕನಿಗೆ ಬಂದಳು, ಬೆಳ್ಳಿಯ ಸುರುಸುರು ಬತ್ತಿ ಹಚ್ಚಿದಂತೆ. ಅಲೆಅಲೆಯಾದ ಬಟ್ಟೆಯ ದಿರಿಸಿಗೆ ಅಂಟಿಸಿದ್ದ ನಕ್ಕಿಗಳು ಹೊಳೆದವು ಮತ್ತು ನನ್ನ ಇಡೀ ದೇಹ ಕೆರಳಿದಂತಾಯಿತು. ಅವಳು ಇದ್ದಕ್ಕಿದ್ದಂತೆ ನನ್ನೆಡೆ ತಿರುಗಿದಳು, ಅಲ್ಲಿ ತನ್ನನ್ನು ಹೊರತುಪಡಿಸಿ ಮತ್ಯಾರೋ ಇದ್ದಾರೆ ಎಂಬುದು ಆ ರಾತ್ರಿಯ ನೀರವತೆಯಲ್ಲಿ ಅರಿವಿಗೆ ಬಂದಂತಾಗಿ.

ಅವಳ ಕಣ್ಣಿನಿಂದ ಎರಡು ಮುತ್ತುಗಳುದುರಿದವು. ಅವಳು ಅಳುತ್ತಿದ್ದಳು. ಅವಳು... ಅವಳು... ಅಳುತ್ತಿದ್ದಳು. ನಾನು ಅವಳನ್ನು ನೋಡುತ್ತ, ಮತ್ತೇನಾದರೂ ಮಾಡುವ ಮೊದಲೇ, ಅವಳ ಕಣ್ಣೀರು ಅವಳ ಯೌವನದ ಮೊದಲ ಬೆವರ ಹನಿ, ನೆಲಕ್ಕೆ ಬಿತ್ತು. ಬಹುಶಃ ಅವುಗಳಿಗೆ ನನ್ನ ಅನಪೇಕ್ಷಿತ ನೋಟ ಸಹಿಸಲಾಗಲಿಲ್ಲ ಎನ್ನಿಸುತ್ತದೆ. ಅವುಗಳಿಗೆ ಆಗ ತಾನೇ ಹುಟ್ಟಿದ ಮಗುವಿನಂತೆ ಅವಳ ಕಣ್ಣಿನ ಮೃದುಲ ಕೋಮಲ ತೊಟ್ಟಿಲಿನಲ್ಲಿಯೇ ಮಲಗಿರಬೇಕು ಅನಿಸುತ್ತಿದ್ದಿರಬೇಕು.

ನನ್ನ ಕಣ್ಣುಗಳು ಅವು ಕೆಳಗುರುಳುವಂತೆ ಮಾಡಿರಬೇಕು. ಅವಳು ಅಳುತ್ತಿದ್ದಳು, ಆದರೆ ನಾನು ಸಂತುಷ್ಟನಾಗಿದ್ದೆ. ಅವಳ ತೇವವಾದ ಕಣ್ಣುಗಳು ಇಬ್ಬನಿ ಮುಚ್ಚಿದ ಸರೋವರಗಳಂತೆ ಕಾಣಿಸುತ್ತಿದ್ದವು, ನಿಗೂಢವಾಗಿ, ಆಳವಾದ ಯೋಚನೆಗೆ ಹಚ್ಚುವಂತೆ. ಆಳವಿಲ್ಲದ ಕಣ್ಣೀರಿನಡಿಯಲ್ಲಿ ಮೇಲ್ಪದರದಲ್ಲಿ ಕಾಣಿಸಿಕೊಳ್ಳಲು ಹೆದರುವ ಪುಟ್ಟ ಮೀನುಗಳಂತೆ ಅವಳ ಕಣ್ಣುಗಳ ಬಿಳಿ ಮತ್ತು ಕಪ್ಪು ಭಾಗಗಳು ಹೊಳೆಯುತ್ತಿದ್ದವು.

ನಾನು ಅವಳೆಡೆಗೆ ನೋಡುವುದನ್ನು ಬಿಟ್ಟು ಡಿಸೆಂಬರಿನ ಕೊರೆವ ಚಳಿಯ ರಾತ್ರಿಯಲ್ಲಿ, ಕಂಪಿಸುತ್ತಿದ್ದ ಎರಡು ಮಣ್ಣಿನ ಹಣತೆಗಳಂಥ ಅವಳ ಕಣ್ಣುಗಳಲ್ಲಿಯೇ ಗಮನ ನೆಟ್ಟೆ. ಅವಳ ಕಣ್ಣುಗಳು ದೂರದಿಂದ... ತುಂಬಾ ದೂರದಿಂದ ಅವಳೆಡೆಗೆ

ಹೆಜ್ಜೆ ಹಾಕುತ್ತಿರುವ ನನ್ನನ್ನೇ ನೋಡಿದವು. ನಂತರ ಎರಡು ಹನಿ ಕಣ್ಣೀರು ರೂಪುಗೊಂಡು ಹೊರಬಂದು, ಅವಳ ದಟ್ಟ ಕಣ್ರೆಪ್ಪೆಗಳ ಮೇಲೆ ಸ್ವಲ್ಪ ಸಮಯ ತೂಗಾಡಿ, ನಂತರ ನಿಧಾನವಾಗಿ ಅವಳ ಬಿಳಿಚಿಕೊಂಡ ಕೆನ್ನೆಗಳ ಮೇಲುದುರಿದವು.

ಅವಳ ಬಲಗಣ್ಣಿನಲ್ಲಿ ಮತ್ತೊಂದು ಹನಿ ಕಣ್ಣೀರು ಮೂಡಿ, ಕೆಳಗುರುಳಿ, ಪ್ರಯಾಣದ ಕೊನೆ ತಲುಪಿದ ಯಾತ್ರಿಕನೊಬ್ಬ ಜೋರಾಗಿ ಉಸಿರೆಳೆದುಕೊಳ್ಳುವಂತೆ, ಕ್ಷಣಕಾಲ ಅವಳ ಕೆನ್ನೆಗಳ ಮೇಲೆ ತೂಗಾಡಿ ಅವಳ ತುಟಿಗಳ ತಿರುವಿನಲ್ಲಿ ಹರಿದು ಅದರ ಪಸೆಯಲ್ಲಿ ಕಾಣದಾಯಿತು. ಅವಳು ತೊಳೆದ ಕಣ್ಣುಗಳಿಂದ ನನ್ನನ್ನೇ ದಿಟ್ಟಿಸುತ್ತಾ ಕೇಳಿದಳು, "ಯಾರು ನೀನು?" ಅವಳಿಗೆ ನಾನು ಯಾರೆಂಬುದು ತಿಳಿದಿತ್ತು. ಹಾಗಿದ್ದೂ ನಾನು ಯಾರು ಎಂದು ಕೇಳಿದಾಗ, ಬಹುಶಃ ಅವಳು ತನ್ನನ್ನು ತಾನು ಕೇಳಿಕೊಳ್ಳುತ್ತಿರಬೇಕು ಅನ್ನಿಸಿತು. ನಾನು ಹೇಳಿದೆ, "ನೀನು ಶೀಲಾ."

ಅವಳ ಬಿಗಿಹಿಡಿದ ತುಟಿಗಳು ಕಂಪಿಸಿ, ಅವಳು ಬಿಕ್ಕುಗಳ ನಡುವೆಯೇ ಹೇಳಿದಳು, "ಶೀಲಾ... ಶೀಲಾ... ಅವಳು..."

ಅವಳು ಬಾಲ್ಕನಿಯ ಮೇಲೆ ಕುಳಿತಳು. ಅವಳು ದಣಿದಂತೆ ಕಾಣುತ್ತಿದ್ದಳು. ಇದ್ದಕ್ಕಿದ್ದಂತೆ ಅವಳು ಕನಸಿನಲ್ಲೆಲ್ಲೋ ಇರುವಂತೆ ಯಾವುದೋ ಲಹರಿಯಲ್ಲಿ ಮುಳುಗಿದಳು. ಮತ್ತೆ ತಲೆಯಾಡಿಸಿ ಎದ್ದು ನಿಂತಳು. ಆತಂಕದ ದನಿಯಲ್ಲಿ ಹೇಳಿದಳು, "ನಾನು... ನಾನು... ನಾನೇನು ಹೇಳುತ್ತಿದ್ದೆ? ನನಗೇನೂ ಆಗಿಲ್ಲ. ನಾನು ಆರಾಮವಾಗಿದ್ದೇನೆ... ನಾನು ಇಲ್ಲಿಗೆ ಹೇಗೆ ಬಂದೆ?" ನಾನು ಅವಳನ್ನು ಸಂತೈಸಿದೆ, "ಆತಂಕಗೊಳ್ಳಬೇಡ, ಶೀಲಾ... ನೀನು ನನಗೆ ಏನೂ ಹೇಳಿಲ್ಲ... ಅಂಥ ವಿಷಯಗಳನ್ನೆಲ್ಲ ಯಾರೂ ಹೇಳುವುದೂ ಇಲ್ಲ, ಕೇಳುವುದೂ ಇಲ್ಲ." ಶೀಲಾ ಏನೋ ಮಾಡಬಾರದ್ದು ಮಾಡುತ್ತಿರುವಾಗ ಸಿಕ್ಕಿಹಾಕಿಕೊಂಡಂತೆ ನನ್ನೆಡೆ ನೋಡಿದಳು. "ಎಂಥ ವಿಷಯಗಳು... ಎಂಥ ವಿಷಯಗಳು... ಅಂಥದ್ದೇನೂ ಇಲ್ಲ."

ನಾನವಳಿಗೆ ಹೇಳಿದೆ, "ಮೊನ್ನೆ ಡಿಸ್ಪೆನ್ಸರಿಯಲ್ಲಿ ನೀನು ಗಿಳಿಯೊಡನೆ ಆಟವಾಡುತ್ತಿದ್ದಾಗ, ನಿನ್ನ ಕೆಂಪು ನಾಲಿಗೆಯನ್ನು ಅದರತ್ತ ಚಾಚಿದ್ದೆ, ನಿನ್ನ ತೆಳುವಾದ ಬೆರಳುಗಳು ಅದರ ಪಂಜರದ ಮೇಲೆ ಆಡುತ್ತ ನಾದವನ್ನು ಹೊರಡಿಸುತ್ತಿದ್ದವು. ಆ ಕ್ಷಣದಲ್ಲಿ ನೀನು ಅಪೂರ್ಣವೆನಿಸಿದ್ದೆ. ಆದರೆ ಇಂದು, ನಿನ್ನ ಕಣ್ಣುಗಳಿಂದ ಕಣ್ಣೀರು ಉರುಳುತ್ತಿರುವಾಗ, ನೀನು ಪರಿಪೂರ್ಣ ಹೆಂಗಸೆನಿಸಿದೆ. ನಿನಗೆ ವ್ಯತ್ಯಾಸ ತಿಳಿಯುತ್ತಿಲ್ಲವೇ? ನೀನು ತಿಳಿದುಕೊಳ್ಳಲೇಬೇಕು. ನಿನ್ನೆ ನೀನು ಏನಾಗಿದ್ದೆಯೋ, ಇಂದು ಅದಾಗಿ ಉಳಿದಿಲ್ಲ. ಇಂದು ಏನಾಗಿರುವೆಯೋ ನಾಳೆ ಅದಾಗಿ ಉಳಿದಿರುವುದಿಲ್ಲ. ಆದರೆ ನಿನ್ನ ಹೃದಯದಲ್ಲಿ ಅಚ್ಚೊತ್ತಿರುವ ಸಂತೋಷದ

ಆ ಬಿಸಿ ಕಬ್ಬಿಣದ ಗುರುತು ಮಾಸದಂತೆ ಉಳಿಯುತ್ತದೆ, ಇದ್ದಂತೆಯೇ... ಅದು ಆಗಿದ್ದೇ ಒಳ್ಳೆಯದು ಎನ್ನಿಸುತ್ತಿಲ್ಲವೇ ನಿನಗೆ? ಅದು ನಿನ್ನ ಜೀವನದುದ್ದಕ್ಕೂ ನಿನ್ನೊಡನೆಯೇ ಉಳಿಯುತ್ತದೆ, ಸಂಪೂರ್ಣವಾಗಿ ನಿನ್ನದೇ ಆಗಿ. ಅದರ ಒಡೆತನ ನಿಸ್ಸಂಶಯವಾಗಿ ನಿನ್ನದೇ, ಅದರಲ್ಲಿ ಅನುಮಾನವೇ ಇಲ್ಲ. ನಿನ್ನ ಹೃದಯ ನನ್ನದಾಗಿರಬೇಕಿತ್ತು ಅನಿಸುತ್ತಿದೆ... ಒಂದು ಹೆಣ್ಣಿನ ಹೃದಯ... ಒಮ್ಮೆ ಹೊಕ್ಕಿಬಿಟ್ಟರೆ ನಂತರ ಸಂತೃಪ್ತವಾಗಿ ಬಿಡುತ್ತದೆ. ಹೆಣ್ಣಿನ ಹೃದಯದ ಅಗಾಧತೆಯಲ್ಲಿ ಎಷ್ಟೋ ನಿರ್ಜನ ಪ್ರದೇಶಗಳಿರುತ್ತವೆ... ಈ ಅಸಂಖ್ಯಾತ ನಿರ್ಜನ ಪ್ರದೇಶಗಳಲ್ಲಿ ತಮಗೆ ತಾವೇ ಆಶ್ರಯದಾಣಗಳಾಗುತ್ತವೆ, ವಸಾಹತುಗಳಾಗುತ್ತವೆ. ನೀನು ಅದೃಷ್ಟವಂತೆ... ಯಾವ ದಿನಕ್ಕಾಗಿ ನೀನು ಪ್ರತೀಕ್ಷೆ ಮಾಡಬೇಕಿತ್ತೋ ಅದು ಇಷ್ಟು ಬೇಗನೇ ಬಂದಿದೆ... ನೀನು ಅದೃಷ್ಟವಂತೆ."

ಅವಳ ಮುಖದಲ್ಲಿ ಆಶ್ಚರ್ಯವಿತ್ತು. ಅವಳು ಮೊದಲ ಬಾರಿ ಮೊಟ್ಟೆಯಿಟ್ಟ ಕೋಳಿಯಂತಿದ್ದಳು. ಅವಳು ಸ್ವಗತದಲ್ಲೆಂಬಂತೆ ಮಾತನಾಡಲು ಪ್ರಾರಂಭಿಸಿದಳು. "ಅದೃಷ್ಟವಂತೆ... ನಾನು ಅದೃಷ್ಟವಂತೆ... ಅದು ಹೇಗೆ? ನಿನಗೆ ಹೇಗೆ ಗೊತ್ತು?"

ನಾನು ಹೇಳಿದೆ, "ಗಾಳಿಪಟದ ದಾರ ತುಂಡಾಗಿ, ಮಕ್ಕಳೆಲ್ಲ ತಾರಸಿಯ ಮೇಲೆ ನಿಂತು ದಾರವನ್ನು ಹಿಡಿಯಲು ಕಿರುಚುತ್ತಿರುವಾಗ ಏನಾದರೂ ಹೇಳಬೇಕೇನು? ಆಕಾಶದ ವಿಸ್ತಾರಕ್ಕೆ ನೀನು ಹಾರಿಬಿಟ್ಟ ಗಾಳಿಪಟವೆಲ್ಲಿ? ನಿನ್ನೆಯ ತನಕ ನಿನ್ನ ಕೈಯಲ್ಲಿ ದಾರವಿತ್ತು. ಈಗ ಅದು ಎಲ್ಲಿ?" ಅವಳ ಕಣ್ಣಿನಿಂದ ನೀರು ಹರಿಯಲಾರಂಭಿಸಿತು.

ಅವಳು ದುಃಖತಪ್ತ ದನಿಯಲ್ಲಿ ಹೇಳಿದಳು, "ನಾನು ಅದೃಷ್ಟವಂತೆ. ತಾರಸಿಯ ಮೇಲೆ ಬಂದು ಕಿತ್ತುಹೋದ ಗಾಳಿಪಟ ಮರಳಿ ಬೇಕೆಂದು ಕಿರುಚುತ್ತಿರುವ ಆ ಹುಡುಗರಿಗೆ ಹೇಳು ಅವರು ತುಂಬಾ ಗದ್ದಲ ಮಾಡುತ್ತಿದ್ದಾರೆ ಎಂದು." ಅವಳ ಕಣ್ಣೀರು ಉಕ್ಕಿತು.

ಆ ಕಣ್ಮಳೆಯ ಮೂಲಕ ನನ್ನನ್ನು ನೋಡುತ್ತಾ ಕೇಳಿದಳು, "ಯಾರ ಒಣ ಗಂಟಲನ್ನು ನೀನು ಈ ಕಣ್ಣೀರಿನಿಂದ ತೇವವಾಗಿಸಲು ಬಯಸುತ್ತಿರುವೆ? ನನಗೆ ಗೊತ್ತು ನೀನು ಯಾತಕ್ಕಾಗಿ ನನಗೆ ಈ ರೀತಿ ಚುಚ್ಚು ಮಾತುಗಳನ್ನಾಡುತ್ತಿರುವೆ ಎಂದು."

ನಂತರ ಅವಳು ಜಿಗುಪ್ಸೆಯಿಂದ ಮುಖದಿರುವಿದಳು. ಆ ಕ್ಷಣದಲ್ಲಿ ಅವಳ ವಿವೇಕವು ಸಾಣೆ ಹಿಡಿದ ಚಾಕುವಿನಂತಿತ್ತು. ನಾನು ಅವಳೊಡನೆ ಶಾಂತವಾಗಿ ಮಾತನಾಡಿದೆ.

"ನನ್ನ ದೃಷ್ಟಿಯಲ್ಲಿ ನಡೆದಿರುವುದು ಇಷ್ಟು. ಆದರೆ ನಾನು ನಿನ್ನ ಬಳಿ ಎಲ್ಲವನ್ನೂ ಕೇಳಿ, ಎಲ್ಲವನ್ನೂ ಮರೆಯಲು ಹೇಳಿ, ಸುಳ್ಳು ಸಹಾನುಭೂತಿ ತೋರಿಸಿ, ಜಾದುಗಾರನಂತೆ ನಿನ್ನ ನೋವು, ದುಃಖ ಎಲ್ಲವನ್ನೂ ಮಂತ್ರದಂಡದ ಸಹಾಯದಿಂದ ಮಾಯವಾಗಿಸಿದ್ದರೆ, ನೀನು ನನ್ನನ್ನು ಗೆಳೆಯನೆಂದು ಒಪ್ಪಿಕೊಳ್ಳುತ್ತಿದ್ದೆಯೇನೋ, ಆದರೆ ನನಗದು ಸಾಧ್ಯವಿಲ್ಲ... ನಿನ್ನ ಹೃದಯವು ನಿನ್ನದೇ. ಅದೇನೆಲ್ಲವನ್ನು ಅನುಭವಿಸಿದೆಯೋ ಅದೆಲ್ಲವೂ ನಿನ್ನದೇ. ನಾನೇಕೆ ನಿನ್ನ ಹೃದಯದ ನಿಧಿಯನ್ನೆಲ್ಲ ಕದಿಯಬೇಕು? ನಾನೇಕೆ ನಿನ್ನ ಬದುಕಿನ ಅಮೂಲ್ಯ ನಿಧಿಯಂಥ ಈ ನೋವನ್ನು ಮರೆತುಬಿಡಲು ಹೇಳಬೇಕು? ಈ ನೋವು, ಈ ದುಃಖಭರಿತ ಘಟನೆ, ಇವುಗಳ ಅಡಿಪಾಯದ ಮೇಲೆ ನೀನು ನಿನ್ನ ಬದುಕನ್ನು ಕಟ್ಟಿಕೊಳ್ಳಬೇಕು. ನಾನು ಸುಳ್ಳಾಡಲು ಇಷ್ಟ ಪಡುವುದಿಲ್ಲ ಶೀಲಾ. ಆದರೆ ನಿನ್ನ ಸಮಾಧಾನಕ್ಕೆ ಅದನ್ನು ಕೂಡಾ ಮಾಡಬಲ್ಲೆ. ನಿನಗೇನು ಕೇಳಲಿಷ್ಟ ಅದನ್ನು ಹೇಳು."

ಅವಳ ಉತ್ತರ ಹರಿತವಾಗಿತ್ತು, "ನನಗೆ ಯಾರ ಸಹಾನುಭೂತಿಯೂ ಬೇಕಿಲ್ಲ."

ನಾನು ಹೇಳಿದೆ, "ನನಗೆ ಗೊತ್ತು... ಇಂಥ ಸಂದರ್ಭಗಳಲ್ಲಿ ಸಹಾನುಭೂತಿ ಬೇಕಾಗುವುದಿಲ್ಲ... ಆಟದ ನಿಯಮಾನುಸಾರ ಬೆಂಕಿಗೆ ಹಾರಬೇಕು ಎಂದಿದ್ದರೆ, ಯಾವ ಸಲಹೆಯೂ ಅವಶ್ಯವಿಲ್ಲ. ಪ್ರೀತಿಯ ಶವಯಾತ್ರೆಯನ್ನು ಯಾರ ಹೆಗಲ ಮೇಲೂ ಹೊರೆಸಲಾಗುವುದಿಲ್ಲ. ಇದರ ಹೆಣವನ್ನು ಉಳಿದ ಜೀವನದುದ್ದಕ್ಕೂ ನಾವೇ ಬೆನ್ನ ಮೇಲೆ ಹೊರಬೇಕು."

ಅವಳು ನನ್ನ ಮಾತನ್ನು ತುಂಡರಿಸಿ, "ನಾನು ಅದನ್ನು ಹೊರುತ್ತೇನೆ... ಅದರಿಂದ ನಿನಗೇನಾಗುವುದಿದೆ... ಯಾಕೆ ಇಂತಹ ಭಯಾನಕ ವಿಷಯಗಳನ್ನು ಹೇಳಿ ನನಗೆ ದಿಗಿಲು ಹುಟ್ಟಿಸುತ್ತಿದ್ದೀ? ನಾನು ಅವನನ್ನು ಪ್ರೀತಿಸಿದೆನಷ್ಟೇ. ನಾನು ಈಗಲೂ ಅವನನ್ನು ಪ್ರೀತಿಸುತ್ತಿಲ್ಲವೇ? ಅವನು ದ್ರೋಹ ಮಾಡಿದ. ಅವನು ನನ್ನೊಡನೆ ಸುಳ್ಳಾಡಿದ. ಆದರೆ ಈ ದ್ರೋಹ ಬಂದೆರಗಿದ್ದು ನಾನು ಪ್ರೀತಿಸಿದವನಿಂದ. ಅವನು ನನ್ನ ಬದುಕನ್ನು ಹಾಳುಗೆಡವಿದ್ದಾನೆ ನನಗೆ ಗೊತ್ತು, ನನಗೆ ಹೋಗಲು ಯಾವ ಸ್ಥಳವೂ ಇಲ್ಲ. ಅದರಿಂದ ಏನಾಗಬೇಕಿದೆ. ನಾನು ಈ ಆಟದಲ್ಲಿ ಸೋತೆ. ನೀನು ನನ್ನನ್ನು ಹೆದರಿಸಲು, ಹಂಗಿಸಲು ಯತ್ನಿಸುತ್ತಿರುವೆ. ಆದರೆ ನಾನು... ನಾನು ಸಾವಿಗೆ ಹೆದರುವುದಿಲ್ಲ. ನಾನು ಸಾವಿನೊಂದಿಗೆ ಮಾತನಾಡಿದ್ದೇನೆ. ನಿನಗಿದನ್ನು ಕೇಳಿ ನಡುಕ ಉಂಟಾಗಿರಬೇಕು. ನಿನಗೆ ಹೆಂಗಸರನ್ನು ಕಂಡರೆ ಭಯ, ಅದೇ ನನ್ನನ್ನು ನೋಡು, ನನಗೆ ಸಾವನ್ನು ಕಂಡರೂ ಭಯವಿಲ್ಲ."

ನಾನು ಅವಳನ್ನು ನೋಡಿದೆ. ಅವಳ ತುಟಿಗಳ ಮೇಲೆ ಬಲವಂತದ ನಗುವಿತ್ತು. ಅವಳ ಕಣ್ಣಿನಲ್ಲಿದ್ದ ನೀರಿನ ಪದರದ ಕೆಳಗೆ ಒಂದು ವಿಚಿತ್ರ ರೀತಿಯ ಬೆಳಕು ಹೊಳೆಯುತ್ತಿತ್ತು. ಅವಳು ಸಣ್ಣಗೆ ನಡುಗುತ್ತಿದ್ದಳು.

ನಾನು ಮತ್ತೊಮ್ಮೆ ಅವಳನ್ನೇ ಆಳವಾಗಿ ನೋಡುತ್ತ ಹೇಳಿದೆ, "ನನಗೆ ಸಾವೆಂದರೆ ಭಯ ಏಕೆಂದರೆ ನನಗೆ ಬದುಕಲು ಇಷ್ಟ. ನಿನಗೆ ಸಾವೆಂದರೆ ಭಯವಿಲ್ಲ ಏಕೆಂದರೆ ನಿನಗೆ ಹೇಗೆ ಬದುಕಬೇಕು ಎಂದು ತಿಳಿದಿಲ್ಲ. ಜೀವಿಸುವ ಕಲೆ ತಿಳಿದಿಲ್ಲದ ವ್ಯಕ್ತಿಗೆ ಬದುಕೇ ಸಾವಿನಂತಿರುತ್ತದೆ. ನಿನಗೆ ಸಾಯಬೇಕೆಂದಿದ್ದರೆ... ಮುಂದುವರಿಸು."

ಅವಳು ಆಶ್ಚರ್ಯದಿಂದ ನನ್ನೆಡೆ ನೋಡಿದಳು. ನಾನು ಮುಂದುವರಿಸಿದೆ, "ನೀನೀಗ ಯಾತಕ್ಕೆ ಸಾಯಲು ಬಯಸುತ್ತಿರುವೆ ಎಂದರೆ ನಿನ್ನ ಮೇಲೆ ಇದ್ದಕ್ಕಿದ್ದಂತೆಯೇ ಬಿದ್ದ ಶೋಕ ಪರ್ವತದಿಂದ ನೀನು ಮುಕ್ತಳಾಗಲಾರೆ ಎನ್ನಿಸುತ್ತಿದೆ ನಿನಗೆ. ಅದು ಸತ್ಯವಲ್ಲ. ನಿನ್ನಲ್ಲಿ ಪ್ರೀತಿಸುವ ಶಕ್ತಿ ಇದೆ ಎನ್ನುವುದಾದರೆ ಭಗ್ನ ಹೃದಯವನ್ನು ತಾಳಿಕೊಳ್ಳುವ ಶಕ್ತಿಯೂ ಇದೆ. ಪ್ರೇಮದಲ್ಲಿರುವಾಗ ನೀನು ಪಡೆದುಕೊಂಡ ಸಂತೋಷ, ಭಾವೋತ್ಕರ್ಷಗಳೇ ನಿನ್ನ ಬದುಕಿನ ತಿರುಳು. ಅದನ್ನು ಜೋಪಾನ ಮಾಡಿಕೋ ಮತ್ತು ಬದುಕಿನ ಉಳಿದ ದಿನಗಳನ್ನು ಆ ಮಾಂತ್ರಿಕ ಕ್ಷಣಗಳನ್ನು ಬೊಗಸೆ ತುಂಬಾ ಸವಿಯುತ್ತಾ ಕಳೆ. ನಿನ್ನನ್ನು ಪ್ರೀತಿಸಿದನಲ್ಲ ಆ ವ್ಯಕ್ತಿ ಮುಖ್ಯವಲ್ಲ ಅಥವಾ ಅದು ಅವಶ್ಯಕವೂ ಅಲ್ಲ. ನೀನು ಅವನನ್ನು ಪ್ರೀತಿಸಿದ್ದು ಮಾತ್ರ ಮುಖ್ಯ. ಅವನನ್ನು ಮರೆತುಬಿಡು. ಆದರೆ ನಿನ್ನ ಪ್ರೀತಿಯನ್ನು ನೆನಪಿನಲ್ಲಿಟ್ಟುಕೋ ಮತ್ತು ಆ ನೆನಪುಗಳಿಂದಲೇ ಬದುಕು. ನಿನ್ನ ಬದುಕಿನ ಬೆಲೆ ಬಾಳುವುದೆಲ್ಲವನ್ನು ಯಾರ ಸಲುವಾಗಿ ಹಾಳು ಮಾಡಿಕೊಂಡೆಯೋ ಆ ಕ್ಷಣಗಳ ನೆನಪು. ನೀನು ಊಹಿಸಲೂ ಆಗದಷ್ಟು ಬೆಲೆಬಾಳುವ ಮುತ್ತನ್ನು ಕೊಟ್ಟು ಪಡೆದ ಆ ಕ್ಷಣಗಳನ್ನು ಎಂದಾದರೂ ಮರೆಯಬಲ್ಲೆಯಾ? ಇಲ್ಲ, ಅಸಾಧ್ಯ! ಗಂಡಸು ಅವುಗಳನ್ನು ಮರೆತು ಬಿಡಬಹುದು, ಮರೆತು ಬಿಡುತ್ತಾನೆ, ಏಕೆಂದರೆ ಅವನು ಅದಕ್ಕೆ ಯಾವುದೇ ಬೆಲೆ ತೆತ್ತಿರುವುದಿಲ್ಲ... ಆದರೆ ಒಬ್ಬ ಹೆಂಗಸು ಅವುಗಳನ್ನು ಮರೆಯುವುದು ಅಸಾಧ್ಯ ಏಕೆಂದರೆ ಆ ಕ್ಷಣಿಕ ಘಳಿಗೆಗಳನ್ನು ತನ್ನದಾಗಿಸಿಕೊಳ್ಳಲು ಅವಳು ತನ್ನ ಇಡಿಯ ಜೀವಮಾನವನ್ನೇ ಬಲಿಗೊಟ್ಟಿರುತ್ತಾಳೆ. ನೀನು ಸಾಯಬೇಕೇ? ನೀನು ಅಷ್ಟು ಭಾರಿ ಬೆಲೆ ತೆತ್ತು ಪಡೆದ ಆ ಆಶ್ರಯವನ್ನು ತೊರೆಯುತ್ತೀಯಾ? ಬದುಕು, ಈ ಬದುಕನ್ನು ಸಂಪೂರ್ಣವಾಗಿ ಬಳಸಿಕೋ. ನಾವೆಲ್ಲರೂ ಸತ್ತು ಹೋಗುತ್ತೇವೆ, ಹಾಗಾಗಿಯೇ ನಾವು ಬದುಕುವುದು ಅವಶ್ಯಕ".

ನನ್ನ ಮಾತುಗಳು ಅವಳಿಗೆ ತೀವ್ರ ಬಳಲಿಕೆಯನ್ನುಂಟು ಮಾಡಿ ಅವಳು ಅಲ್ಲಿಯೇ ಕುಳಿತುಬಿಟ್ಟಳು. 'ನನಗೆ ಸುಸ್ತು' ಎಂದಳು.

"ಹೋಗಿ ಮಲಗು... ಸ್ವಲ್ಪ ವಿಶ್ರಮಿಸಿ ಉಳಿದ ಅಪಾಯಗಳನ್ನೆದುರಿಸಲು ಧೈರ್ಯ ಒಗ್ಗೂಡಿಸಿಕೋ."

ಅಷ್ಟು ಹೇಳಿ ನಾನು ಇನ್ನೇನು ಹೊರಡಬೇಕು, ಆಗ ಇದ್ದಕ್ಕಿದ್ದಂತೆ ಏನೋ ಹೊಳೆಯಿತು – ನಾನು ಹೊರಟ ನಂತರ ಅವಳು ಸತ್ತುಹೋದರೆ? ಆ ಯೋಚನೆಯಿಂದ ನನ್ನ ಹೃದಯದ ಬಡಿತವೊಂದು ತಪ್ಪಿದಂತಾಯಿತು. ಹಾಗೇನಾದರೂ ಆದಲ್ಲಿ ನನಗೂ ನಷ್ಟ.

ನಾನು ವಾಪಸ್ ಬಂದು, ಅವಳ ಹತ್ತಿರಕ್ಕೆ ಹೋಗಿ ದೈನ್ಯ ದನಿಯಲ್ಲಿ, "ಶೀಲಾ ನನ್ನದೊಂದು ಬೇಡಿಕೆ" ಎಂದೆ. ಶೀಲಾ ತಲೆಯೆತ್ತಿ ನನ್ನನ್ನು ನೋಡಿದಳು. "ನೋಡು, ನೀನು ಆತ್ಮಹತ್ಯೆಯ ಯೋಚನೆಯನ್ನು ದಯವಿಟ್ಟು ಕೈಬಿಡು. ನೀನು ಬದುಕಬೇಕು, ನೀನು ಬದುಕಲೇಬೇಕು" ಎಂದೆ.

"ಯಾಕೆ?" ಅವಳು ಕೇಳಿದಳು.

"ಯಾಕೆ? ನನ್ನನ್ನು ಯಾಕೆ ಕೇಳುತ್ತೀ ಶೀಲಾ? ನಿನ್ನ ಹೃದಯಕ್ಕೆ ಚೆನ್ನಾಗಿ ಗೊತ್ತು ನಾನೇಕೆ ಹೀಗೆ ಬೇಡಿಕೊಳ್ಳುತ್ತಿರುವೆನೆಂದು. ಆದರೆ ನಾವು ಆ ವಿಷಯಗಳನ್ನು ಕುರಿತು ಮಾತನಾಡುವುದು ಬೇಡ. ನನಗೆ ನಿನ್ನನ್ನು ಕಂಡರೆ ಯಾವ ಬೇಸರವೂ ಇಲ್ಲ, ನನ್ನ ಮೇಲೆಯೂ ಇಲ್ಲ. ನಾವು ಶುರು ಮಾಡಿದ್ದಕ್ಕೆ ಒಂದು ಕೊನೆ ಕಾಣಿಸಬೇಕಿದೆ. ನಾನು ಸ್ವಾರ್ಥಿಯೇ? ಪ್ರತಿಯೊಬ್ಬ ಗಂಡಸೂ ಸ್ವಾರ್ಥಿಯೇ... ದಯವಿಟ್ಟು ಬೇಡವೆಂದು ಬೇಡಿಕೊಳ್ಳುತ್ತಿರುವೆ... ಇದರಲ್ಲಿ ನನ್ನ ಸ್ವಾರ್ಥವಿದೆ. ನೀನು ಬದುಕು, ನೀನು ಬದುಕಿದ್ದರೆ ನನ್ನ ಪ್ರೀತಿ ಸದಾ ನಳನಳಿಸುತ್ತಿರುತ್ತದೆ. ನನಗೆ ನನ್ನ ಪ್ರೀತಿಯು ನಿನ್ನ ಬದುಕಿನಲ್ಲಿ ಸದಾ ಬೆರೆಯಬೇಕು... ನಿನ್ನ ಒಪ್ಪಿಗೆ ಇದ್ದರೆ ಮಾತ್ರ."

ಅವಳು ಬಹಳ ಹೊತ್ತು ಯೋಚಿಸುತ್ತಲೇ ಇದ್ದಳು. ಅವಳು ಮಂಕಾಗಿ ಕುಳಿತಿದ್ದಳು. "ನಾನು ಬದುಕಲೇ ಬೇಕಾಗಿದೆ." ಅವಳು ಮೆಲುವಾಗಿ ಹೇಳಿದಳು.

ಅವಳ ದನಿಯಲ್ಲಿ ನಿರ್ಧಾರದ ಸುಳಿವಿತ್ತು. ಅವಳ ದಣಿದ ತಾರುಣ್ಯವನ್ನು ತೂಕಡಿಸುತ್ತಿದ್ದ ಬೆಳದಿಂಗಳಲ್ಲಿಯೇ ಬಿಟ್ಟು ನಾನು ಚಾವಣಿಯಿಂದಿಳಿದು ನನ್ನ ಮನೆಗೆ ಹೋಗಿ ನಿದ್ರಿಸಿದೆ.

On the Balcony

ಅವಳ ಕಣ್ಣು ಕೆಂಪಾಗಿ
ಊದಿಕೊಂಡಿತ್ತು. ಅವಳು
ಎಷ್ಟು ಸುಸ್ತಾಗಿದ್ದಳೆಂದರೆ ಯಾವ
ಕ್ಷಣದಲ್ಲಾದರೂ ನೆಲಕ್ಕೆ ಗುಪ್ಪೆಯಂತೆ
ಉರುಳಬಹುದು ಅನ್ನಿಸುತ್ತಿತ್ತು.
'ತಲೆ ಎತ್ತು' ಅವಳಿಗೆ ಹೇಳಿದ.
'ಏನು?' ಅವಳು ಗಾಬರಿಯಾದಳು
'ಏನಿಲ್ಲ. ತಲೆ ಎತ್ತು ಅಂದೆ ಅಷ್ಟೇ'
ಅವಳು ತಲೆ ಎತ್ತಿದಳು.
ಅವಳ ಕಣ್ಣುಗಳು ಅರೆದ ಖಾರ
ಮೆತ್ತಿದ ಎರಡು ಖಾಲಿ
ತೂತಿನಂತೆ ಕಾಣಿಸಿದವು.

ಅವಳು ಗಾಢ ನಿದ್ರೆಯಲ್ಲಿದ್ದಳು...

ಅವನು ಕೈಸರ್ ಗಾರ್ಡನ್ನಿನಿಂದ ಸ್ವಲ್ಪ ದೂರದಲ್ಲಿ ಬೀದಿ ದೀಪದ ಕೆಳಗೆ ಎಲ್ಲವೂ ಅದೆಷ್ಟು ನಿರ್ಜನವಾಗಿದೆ ಎಂದು ಯೋಚಿಸುತ್ತಾ ಮೌನವಾಗಿ ನಿಂತಿದ್ದ. ಕೆಲವು ಟಾಂಗಾಗಳು, ಬರುವ ಸುಳಿವೇ ಇಲ್ಲದ ಗಿರಾಕಿಗಳಿಗಾಗಿ ಕಾಯುತ್ತಾ ನಿಂತಿದ್ದವು. ಕೆಲ ವರ್ಷಗಳ ಹಿಂದೆ ಇದು ಉತ್ಸಾಹದಿಂದ, ಸಂತೋಷದಿಂದ ತುಂಬಿದ್ದು, ಮೇಲ್ವರ್ಗದ ಗಂಡಸರು, ಹೆಂಗಸರು ವಾಸಿಸುತ್ತಿದ್ದ ಉಲ್ಲಾಸಭರಿತ ಸ್ಥಳವಾಗಿತ್ತು, ಈಗ ಎಲ್ಲವೂ ಹಾಳು ಬಿದ್ದಿತ್ತು. ಈಗ ಆ ಸ್ಥಳ ಬರಿದೇ ಕೆಲಸಕ್ಕೆ

ಬಾರದ ಒರಟರಿಂದ, ಪೋರ್ಕಿಗಳಿಂದ ತುಂಬಿಹೋಗಿತ್ತು. ಬಝಾರಿನಲ್ಲಿ ಈಗಲೂ ಜನಸಂದಣಿ ಇತ್ತಾದರೂ ಅದು ಮೊದಲಿನಂತೆ ವರ್ಣರಂಜಿತವಾಗಿರಲಿಲ್ಲ. ಅಂಗಡಿಗಳು, ಕಟ್ಟಡಗಳು ಪಾಳುಬಿದ್ದು, ಹೊಲಸಿನಿಂದ ತುಂಬಿ ಶೂನ್ಯದೃಷ್ಟಿಯ ವಿಧವೆಯರಂತೆ ಒಂದನ್ನೊಂದು ದಿಟ್ಟಿಸುತ್ತ ನಿಂತಿದ್ದವು.

ಒಂದು ಕಾಲದಲ್ಲಿ ಅಷ್ಟು ಬೆಡಗಿನಿಂದಿದ್ದ ಕೈಸರ್ ಗಾರ್ಡನ್ ಈಗ ಹೇಗೆ ಕೊಳಗೇರಿಯಾಗಿ ಪರಿವರ್ತಿತಗೊಂಡಿತು ಎಂದು ಯೋಚಿಸುತ್ತ ನಿಂತಿದ್ದ. ಆ ಚೈತನ್ಯ, ಉತ್ಸಾಹ ಎಲ್ಲವೂ ಎಲ್ಲಿ ಮಾಯವಾದವು? ಇಡೀ ಪ್ರದೇಶವು ಮೇಕಪ್ ಉಜ್ಜಿ ತೆಗೆದ ಹೆಂಗಸಿನಂತೆ ತೋರಿತು ಅವನಿಗೆ.

ಅವನಿಗೆ ಚೆನ್ನಾಗಿ ನೆನಪಿದೆ, ಬಹಳ ವರ್ಷಗಳ ಹಿಂದೆ ಅವನು ಕಲ್ಕತ್ತಾ ಬಿಟ್ಟು ಬಾಂಬೆಗೆ ಕೆಲಸಕ್ಕಾಗಿ ಬಂದಾಗ, ಈ ಜಾಗದಲ್ಲೊಂದು ಕೋಣೆ ಬಾಡಿಗೆಗೆ ಹುಡುಕಲು ವಾರಗಟ್ಟಲೆ ವ್ಯರ್ಥವಾಗಿ ಅಲೆದಿದ್ದ. ಯಾವುದೇ ಫಲ ಸಿಕ್ಕಿರಲಿಲ್ಲ. ಕಾಲ ಅದೆಷ್ಟು ಬದಲಾಗಿತ್ತು...! ಈಗ ಅಲ್ಲಿ ಓಡಾಡುತ್ತಿರುವ ಜನರನ್ನು ನೋಡಿದರೆ ಎಂಥವರಿಗೇ ಆಗಲಿ ಅಲ್ಲಿ ಬಾಡಿಗೆಗೆ ಸ್ಥಳ ದೊರಕುವುದು ಸಾಧ್ಯವಿತ್ತು... ನೇಕಾರರು, ಚಮ್ಮಾರರು, ದಿನಸಿ ವ್ಯಾಪಾರಿಗಳು.

ಮತ್ತೆ ಸುತ್ತಲೂ ದಿಟ್ಟಿಸಿದ. ಸಿನಿಮಾ ಕಂಪನಿಗಳ ಕಚೇರಿಗಳಿದ್ದ ಸ್ಥಳದಲ್ಲಿ ಈಗ ಮಲಗಲು, ಅಲ್ಲಿಯೇ ಅಡಿಗೆ ಮಾಡಿ ಉಣ್ಣಲು ಸಾಧ್ಯವಾಗುವಂಥ ಸಣ್ಣ ಸಣ್ಣ ಕೊಠಡಿಗಳಿವೆ. ನಗರದ ಅತ್ಯಂತ ಸುಸಂಸ್ಕೃತ ಜನರು ಸಂಜೆಯ ಕೂಟಗಳಿಗೆ ಸೇರುತ್ತಿದ್ದ ಆ ಸ್ಥಳವೀಗ ಅಗಸರು ಬಟ್ಟೆ ಒಗೆವ ಹಿತ್ತಲುಗಳಾಗಿವೆ. ಇದು ಕೂಡಾ ಕ್ರಾಂತಿಗಿಂತ ಕಡಿಮೆ ಏನಲ್ಲ, ಅವನತಿಯ ಅಂಚಿಗೆ ತಳ್ಳಿದ ಕ್ರಾಂತಿ.

ಇದರ ಮಧ್ಯೆ ಅವನು ನಗರವನ್ನು ತೊರೆದಿದ್ದ. ಆದರೆ ದಿನಪತ್ರಿಕೆಗಳ ವರದಿಗಳು ಮತ್ತು ಅಲ್ಲಿಯೇ ಇದ್ದ ಗೆಳೆಯರ ಮೂಲಕ ಅವನು ಹೊರಟ ನಂತರ ಕೈಸರ್ ಗಾರ್ಡನ್ ಸ್ಥಿತಿ ಏನಾಗಿದೆ ಎಂಬುದನ್ನು ಅರಿತಿದ್ದ. ಅಲ್ಲಿ ಅನೇಕ ಗಲಭೆಗಳಾಗಿದ್ದವು, ಹತ್ಯಾಕಾಂಡಗಳಾಗಿದ್ದವು, ಅತ್ಯಾಚಾರಗಳಾಗಿದ್ದವು. ಕೈಸರ್ ಗಾರ್ಡನ್ನಿನಲ್ಲಿ ನಡೆದ ಹಿಂಸಾಚಾರಗಳಿಂದ ಉಂಟಾದ ಕಲೆ ಅಲ್ಲಿನ ಪ್ರತಿಯೊಂದರ ಮೇಲೂ ಆಳವಾಗಿ ಮೂಡಿತ್ತು.

ಒಂದಾನೊಂದು ಕಾಲದಲ್ಲಿದ್ದ ವೈಭವಯುತವಾಗಿದ್ದ ವ್ಯಾಪಾರಿ ಮಳಿಗೆಗಳು ಮತ್ತು ಮನೆಗಳು ಈಗ ಹೊಲಸಾಗಿ ಕಾಣಿಸುತ್ತಿದ್ದವು. ಗಲಭೆಗಳಾದಾಗ ಹೆಂಗಸರನ್ನು ಬೆತ್ತಲಾಗಿಸಿ, ಅವರ ಮೊಲೆಗಳನ್ನು ಕತ್ತರಿಸಲಾಗಿತ್ತು ಎಂದು ಹೇಳಿದ್ದರು. ಹಾಗಾಗಿ ಅಲ್ಲಿದ್ದುದೆಲ್ಲವೂ ಬೆತ್ತಲಾಗಿ, ವಿಧ್ವಂಸಗೊಂಡಂತೆ ಕಾಣುತ್ತಿರುವುದರಲ್ಲಿ ಆಶ್ಚರ್ಯವೇನಿತ್ತು?

ಅವನ ಗೆಳೆಯನೊಬ್ಬ ಅವನಿಗೆ ಇರಲು ಒಂದು ಮನೆಯನ್ನು ಕೊಡಿಸುತ್ತೇನೆಂದು ಹೇಳಿದ್ದರಿಂದ ಅವನು ಈ ಸಂಜೆ ಅಲ್ಲಿಗೆ ಬಂದಿದ್ದ.

ಕೈಸರ್ ಗಾರ್ಡನ್ನಿನಲ್ಲಿ ಹಿಂದೆ ನಗರದ ಅತ್ಯುತ್ತಮ ರೆಸ್ಟೋರೆಂಟುಗಳು, ಹೋಟೆಲುಗಳು ಇದ್ದವು ಮತ್ತು ಯಾರಿಗಾದರೂ ಬೇಕೆನಿಸಿದಲ್ಲಿ ಬಾಂಬೆಯ ಅತ್ಯುತ್ತಮ ಹುಡುಗಿಯರನ್ನು ಒದಗಿಸಲು ಹೈ ಕ್ಲಾಸ್ ತಲೆಹಿಡುಕರು ಅಲ್ಲಿಯೇ ಇರುತ್ತಿದ್ದರು. ಹಿಂದೆ ಅಲ್ಲಿ ಕಳೆದ ಸುಂದರ ದಿನಗಳನ್ನು ಅವನು ನೆನಪಿಸಿಕೊಂಡ. ಅಲ್ಲಿನ ಹೆಂಗಸರು, ಕುಡಿತ, ಉತ್ತಮ ಅಭಿರುಚಿಯ ಹೋಟೆಲ್ ರೂಮುಗಳು ಎಲ್ಲವನ್ನೂ ನೆನಪಿಸಿಕೊಂಡ.

ಆಗ ಯುದ್ಧದ ಕಾರಣದಿಂದ ಸ್ಕಾಚ್ ವಿಸ್ಕಿ ಸಿಗುವುದು ಅಸಾಧ್ಯವಾಗಿದ್ದ ಕಾಲ. ಆದರೆ ಅವನು ಒಂದು ಸಂಜೆಯನ್ನೂ ಮದ್ಯಪಾನವಿಲ್ಲದೇ ಕಳೆದಿದ್ದಿಲ್ಲ. ದುಬಾರಿ ಬೆಲೆಯ ಸ್ಕಾಚ್ ಸಿಗುತ್ತಿತ್ತು, ಹಣ ಬಿಚ್ಚಲು ತಯಾರಾಗಿದ್ದರೆ...

ಅವನು ಕೈ ಗಡಿಯಾರ ನೋಡಿಕೊಂಡ. ಐದು ಗಂಟೆ ಸಮೀಪಿಸುತ್ತಿತ್ತು. ಫೆಬ್ರವರಿ ತಿಂಗಳ ಸಂಜೆಯು ನೆರಳುಗಳನ್ನು ಲಂಬಿಸಿತ್ತು. ಅಷ್ಟು ಹೊತ್ತು ಕಾಯಿಸಿದ ಗೆಳೆಯನನ್ನು ಶಪಿಸಿದ. ರಸ್ತೆ ಬದಿಯಲ್ಲಿದ್ದ ಗೂಡಂಗಡಿಯೊಂದಕ್ಕೆ ಹೋಗಿ ಚಹಾ ಹೀರೋಣ ಎಂದುಕೊಳ್ಳುವಾಗಲೇ ಕೊಳಕು ಬಟ್ಟೆಗಳನ್ನು ಧರಿಸಿದ್ದ ಮನುಷ್ಯನೊಬ್ಬ ಅವನ ಬಳಿಗೆ ಬಂದ.

"ಏನಾದರೂ ಬೇಕಿತ್ತಾ?" ಕೇಳಿದ ಆ ಅಪರಿಚಿತನನ್ನು.
"ಹೌದು." ಏನೋ ಒಳಸಂಚು ನಡೆಸುತ್ತಿರುವ ದನಿಯಲ್ಲಿ ಅವನು ಉತ್ತರಿಸಿದ.
ಯಾರೋ ನಿರಾಶ್ರಿತ ಪಾಪ ಕೆಟ್ಟ ಪರಿಸ್ಥಿತಿಗೆ ಸಿಲುಕಿಕೊಂಡು ಹಣ ಕೇಳುವ ಉದ್ದೇಶವಿರಬಹುದು ಎಂದುಕೊಂಡು, "ಏನು ಬೇಕಿತ್ತು?" ಎಂದು ಕೇಳಿದ.
"ನನಗೆ ಏನೂ ಬೇಡ." ಎಂದವನೇ ಸ್ವಲ್ಪ ಹಿಂಜರಿಯುತ್ತ ಅವನ ಹತ್ತಿರಕ್ಕೆ ಬಂದು, "ನಿಮಗೇನಾದರೂ ಬೇಕಾ?" ಎಂದ.
"ಏನು?"
"ಹುಡುಗಿಯೇನಾದರೂ?"
"ಎಲ್ಲಿದ್ದಾಳೆ?"

ಅವನ ದನಿ ಅಂಥ ಉತ್ತೇಜಕವಾಗಿಯೇನೂ ತೋರಲಿಲ್ಲ ಆ ಅಪರಿಚಿತನಿಗೆ. ಹಾಗಾಗಿ ಹೊರಡಲು ಉದ್ಯುಕ್ತನಾಗಿ "ನಿಮಗೆ ಆಸಕ್ತಿ ಇದ್ದಂತೆ ಕಾಣಿಸುತ್ತಿಲ್ಲ," ಎಂದ.

ಇವನು ಅವನನ್ನು ತಡೆದು, "ನಿನಗೆ ಹೇಗೆ ಗೊತ್ತು? ನೀನು ಏನನ್ನು ಒದಗಿಸುತ್ತಿರುವೆಯೋ ಅದು ಯಾವತ್ತೂ ಗಂಡಸರಿಗೆ ಅಗತ್ಯ ಇರುವಂಥದ್ದೇ,

ನೇಣುಗಂಬ ಏರುವ ಸ್ಥಿತಿಯಲ್ಲಿರುವಾಗಲೂ. ನೋಡು ಗೆಳೆಯ, ತುಂಬಾ ದೂರವೇನೂ ಇಲ್ಲದಿದ್ದರೆ, ನಾನು ಅಲ್ಲಿಗೆ ಬರಲು ಸಿದ್ಧನಾಗಿದ್ದೇನೆ. ಹೇಗೂ ಬಾರದ ಯಾರಿಗಾಗಿಯೋ ಕಾಯುತ್ತ ಸುಮ್ಮನೆ ನಿಂತಿದ್ದೆ."

ಆ ಮನುಷ್ಯ ಪಿಸುಗುಟ್ಟಿದ, "ಹತ್ತಿರ, ತುಂಬಾ ಹತ್ತಿರದಲ್ಲಿದೆ."

"ಎಲ್ಲಿ?"

"ರಸ್ತೆ ದಾಟಿದರೆ ಎದುರಿಗಿರುವ ಕಟ್ಟಡವೇ."

"ಯಾವುದು ಅದಾ?" ತೋರಿಸಿ ಕೇಳಿದ

"ಹೌದು."

"ನಿನ್ನ ಜೊತೆ ಬರಬೇಕಾ?"

"ಹೌದು. ಆದರೆ ನನ್ನ ಹಿಂದೆ ನಡೆದು ಬನ್ನಿ ದಯವಿಟ್ಟು."

ಅವರು ರಸ್ತೆ ದಾಟಿದರು. ಅದೊಂದು ಶಿಥಿಲವಾದ ಕಟ್ಟಡ, ಅದರ ಪ್ಲಾಸ್ಟರ್ ಅಲ್ಲಲ್ಲಿ ಉದುರಿತ್ತು. ಪ್ರವೇಶದ್ವಾರದ ಬಳಿಯೇ ಕಸದ ರಾಶಿ ಬಿದ್ದಿತ್ತು. ಪ್ರಾಂಗಣದ ಮೂಲಕ ಹಾಯ್ದು, ಕತ್ತಲ ಓಣಿಯೊಂದಕ್ಕೆ ಕಾಲಿಟ್ಟರು. ಕಟ್ಟಡ ಮುಗಿವ ಮುನ್ನವೇ ನಿರ್ಮಾಣ ಕಾರ್ಯ ನಿಂತುಹೋದಂತೆ ತೋರುತ್ತಿತ್ತು. ಗೋಡೆಗಳ ಇಟ್ಟಿಗೆಗಳಿಗೆ ಸಿಮೆಂಟ್ ಪ್ಲಾಸ್ಟರ್ ಮಾಡಿರಲಿಲ್ಲ. ಸುಣ್ಣದಕಲ್ಲು ಮತ್ತು ಸಿಮೆಂಟ್ ಮಿಶ್ರಣದ ಗುಪ್ಪೆ ಬಿದ್ದಿತ್ತು.

ಆ ಮನುಷ್ಯ ಜೀರ್ಣಾವಸ್ಥೆಯಲ್ಲಿದ್ದ ಮೆಟ್ಟಿಲನ್ನು ಹತ್ತುತ್ತ, "ಇಲ್ಲಿಯೇ ಕಾಯಿರಿ ದಯವಿಟ್ಟು. ಒಂದೇ ನಿಮಿಷ ಬರುತ್ತೇನೆ," ಅಂದ.

ಅವನು ತಲೆಯೆತ್ತಿ ನೋಡಿದಾಗ ಮೆಟ್ಟಿಲ ಆ ತುದಿಯಲ್ಲಿ ಪ್ರಕಾಶಮಾನವಾದ ಬೆಳಕು ಕಾಣಿಸಿತು.

ಒಂದೆರಡು ನಿಮಿಷ ಕಾಯ್ದ ನಂತರ ಅವನು ಮೆಟ್ಟಿಲು ಹತ್ತಲು ಪ್ರಾರಂಭಿಸಿದ. ಅವನು ಮೇಲೆ ಹತ್ತಿದಾಗ, ಅವನನ್ನು ಕರೆತಂದ ಮನುಷ್ಯ ಚೀರುತ್ತಿದ್ದುದು ಕೇಳಿಸಿತು, "ಈಗೇನು ನೀನು ಏಳುತ್ತೀಯೋ, ಇಲ್ಲವೋ?"

ಹೆಂಗಸಿನ ದನಿ, "ನನ್ನನ್ನು ಮಲಗಲು ಬಿಡು." ಎಂದು ಉತ್ತರಿಸಿತು.

ಆ ಮನುಷ್ಯ ಮತ್ತೆ ಕಿರುಚಿದ, "ಕೇಳಿಸಿತಾ... ಏಳುತ್ತೀಯೋ ಇಲ್ಲವೋ? ಏಳದಿದ್ದರೆ ನಿನಗೇನು ಮಾಡುತ್ತೇನೆಂದು ಗೊತ್ತಿದೆಯಲ್ಲ."

ಮತ್ತೆ ಆ ಹೆಂಗಸಿನ ದನಿ, "ನನ್ನನ್ನು ಸಾಯಿಸು ಬೇಕಿದ್ದರೆ. ಆದರೂ ನಾನು ಏಳುವುದಿಲ್ಲ. ನನ್ನ ಮೇಲೆ ಸ್ವಲ್ಪ ಕರುಣೆ ತೋರಿಸು."

ಆ ಮನುಷ್ಯ ಅವನ ದನಿಯನ್ನು ತಗ್ಗಿಸಿ, "ಇಲ್ಲಿ ನೋಡು ಮುದ್ದು, ಹಠಮಾರಿಯಂತಾಡಬೇಡ. ನೀನು ಏಳದಿದ್ದರೆ ನಾವು ಜೀವನ ಮಾಡುವುದಾದರೂ ಹೇಗೆ?"

"ಬದುಕು ಎಕ್ಕುಟ್ಟಿಹೋಗಲಿ. ನಾನು ಉಪವಾಸ ಸಾಯುತ್ತೇನೆ ಬೇಕಿದ್ದರೆ. ಆದರೆ ಈ ಹಾಸಿಗೆಯಿಂದ ನನ್ನನ್ನು ಎಬ್ಬಿಸಬೇಡ. ನನಗೆ ತುಂಬಾ ನಿದ್ರೆ," ಹೆಂಗಸಿನ ಉತ್ತರ.

ಆ ಮನುಷ್ಯ ಸಿಟ್ಟಿನಿಂದ ಕೂಗಾಡತೊಡಗಿದ, "ಹಾಗಿದ್ದರೆ ನೀನು ಏಳುವುದಿಲ್ಲ ಅಂತಾಯಿತು ನಾಯಿ, ಹೊಲಸು ನಾಯಿ...!"

ಆ ಹೆಂಗಸೂ ಹಿಂದಿರುಗಿ ಕಿರುಚಿದಳು, "ಏಳಲ್ಲ, ಏಳಲ್ಲ, ಏಳಲ್ಲ!"

ಆ ಮನುಷ್ಯ ಮತ್ತೆ ನಯವಾದ ದನಿಯಲ್ಲಿ, "ಹಾಗೆ ಕಿರುಚಬೇಡ. ಇಡೀ ಜಗತ್ತಿಗೆ ನಿನ್ನ ದನಿ ಕೇಳುತ್ತದೆ. ಬಾ... ಏಳು ಈಗ. ನಾವು ಮೂವತ್ತು ಅಥವಾ ನಲವತ್ತು ರೂಪಾಯಿ ಕೂಡಾ ಸಂಪಾದಿಸುವ ಸಾಧ್ಯತೆ ಇದೆ."

ಆ ಹೆಂಗಸು ಗದ್ಗದ ದನಿಯಲ್ಲಿ, "ನಿನ್ನನ್ನು ಬೇಡಿಕೊಳ್ಳುತ್ತೇನೆ, ನನ್ನನ್ನು ಏಳು ಅನ್ನಬೇಡ. ಎಷ್ಟು ರಾತ್ರಿ ಮತ್ತು ಎಷ್ಟು ಹಗಲುಗಳು ನಿದ್ರೆಯಿಲ್ಲದೇ ಕಳೆದಿದ್ದೇನೆ ಅನ್ನುವುದು ನಿನಗೇ ಗೊತ್ತು. ಕರುಣೆ ಇಡು ನನ್ನ ಮೇಲೆ, ದಯವಿಟ್ಟು."

"ಹೆಚ್ಚು ಹೊತ್ತೇನೂ ಆಗುವುದಿಲ್ಲ. ಒಂದೆರಡು ಗಂಟೆಗಳಷ್ಟೇ. ಆ ನಂತರ ನೀನು ಮನಸ್ಸು ಬಂದಷ್ಟು ಹೊತ್ತು ಮಲಗಬಹುದು. ನೋಡು, ನಿನ್ನನ್ನು ಏಳಿಸಲು ನಾನು ಬೇರೆ ಮಾರ್ಗ ಅನುಸರಿಸುವ ಮಟ್ಟಕ್ಕೆ ನನ್ನನ್ನು ಎಳೆಯಬೇಡ." ಅವನು ಹೇಳಿದ.

ಅರೆಘಳಿಗೆ ಮೌನ. ಅವನು ಆ ಮೆಟ್ಟಿಲನ್ನು ದಾಟಿ ತುದಿಗಾಲಿನಲ್ಲಿ ನಿಂತು ಆ ಪ್ರಕಾಶಮಾನವಾದ ಬೆಳಕಿದ್ದ ಕೊಠಡಿಯಲ್ಲಿ ಇಣುಕಿದ. ಕೊಠಡಿ ಎಂದು ಹೇಳುವಂಥದ್ದೇನೂ ಅಲ್ಲಿ ಇರಲಿಲ್ಲ. ಒಂದೆರಡು ಪಾತ್ರೆಗಳು, ನಡುಮಧ್ಯೆ ಮಲಗಿದ್ದ ಆ ಹೆಂಗಸು ಮತ್ತು ಅವಳ ಮೇಲೆ ಬಾಗಿ ನಿಂತಿದ್ದ ಆ ಮನುಷ್ಯ. ಅವನು ಅವಳ ಕಾಲುಗಳನ್ನು ಒತ್ತುತ್ತ ಹೇಳುತ್ತಿದ್ದ, "ಜಾಣೆಯಲ್ಲವಾ ನೀನು. ನಾನು ಪ್ರಮಾಣ ಮಾಡುತ್ತೇನೆ ಎರಡು ಗಂಟೆಗಳ ಒಳಗೆ ಹಿಂದಿರುಗಿ ಕರೆದುಕೊಂಡು ಬರುವೆನೆಂದು. ಆ ನಂತರ ನೀನು ತೃಪ್ತಿಯಾಗುವಷ್ಟು ಮಲಗು."

ಇದ್ದಕ್ಕಿದ್ದಂತೆ ಆ ಹೆಂಗಸು ಬೆಂಕಿ ತಗುಲಿದ ಪಟಾಕಿಯಂತೆ ಎದ್ದು ಕುಳಿತು, "ಸರಿ, ಬರುತ್ತೇನೆ." ಎಂದಳು.

ನೋಡುತ್ತಿದ್ದವನಿಗೆ ಇದ್ದಕ್ಕಿದ್ದಂತೆ ಗಾಬರಿಯಾಗಿ ಮೆಟ್ಟಿಲಿಳಿದು ಓಡಿದ. ಆ ಸ್ಥಳಕ್ಕೂ ಅವನಿಗೂ ಆದಷ್ಟೂ ಹೆಚ್ಚು ಅಂತರವಿರುವಂತೆ, ಆ ನಗರಕ್ಕೂ ಅವನಿಗೂ ನಡುವೆ ಅಂತರವಿರುವಂತೆ ಓಡಿ ಹೋಗಲು ಬಯಸುತ್ತಿದ್ದ.

ನಿದ್ರಿಸಲು ಬಯಸುತ್ತಿದ್ದ ಆ ಹೆಂಗಸಿನ ಬಗ್ಗೆ ಯೋಚಿಸತೊಡಗಿದ. ಅವಳು ಯಾರು? ಅವನು ಅಷ್ಟು ಅಮಾನವೀಯವಾಗಿ ಯಾಕೆ ನಡೆಸಿಕೊಳ್ಳುತ್ತಿದ್ದಾನೆ? ಆ ಗಂಡಸು ಯಾರು? ಆ ಕೊಠಡಿ ಯಾಕೆ ಅಷ್ಟೊಂದು ಬೆಳಕಾಗಿತ್ತು? ಅವರಿಬ್ಬರೂ ಅಲ್ಲಿಯೇ ವಾಸಿಸುತ್ತಾರಾ? ಅಲ್ಲಿ ಯಾಕೆ ವಾಸಿಸುತ್ತಿದ್ದಾರೆ? ಆ ಮಹಡಿಯ ಮೇಲಿನ ರೂಮಿನಲ್ಲಿದ್ದ ಕೋರೈಸುವ ಬೆಳಕಿನಿಂದ ಅವನ ಕಣ್ಣು ಇನ್ನೂ ಮಂಜಾಗಿಯೇ ಇತ್ತು. ಅವನಿಗೆ ಇನ್ನೂ ಸ್ಪಷ್ಟವಾಗಿ ಕಾಣಿಸುತ್ತಿರಲಿಲ್ಲ. ಸ್ವಲ್ಪ ಮಂದ ಬೆಳಕು ಇರಬಾರದಿತ್ತಾ ಅಲ್ಲಿ? ಅದೇಕೆ ಅಷ್ಟು ಪ್ರಖರವಾದ, ಕುರುಡಾಗಿಸುವಷ್ಟು ಬೆಳಕು ಇತ್ತು?

ಕತ್ತಲಿನಲ್ಲಿ ಏನೋ ಸದ್ದಾಯಿತು, ಏನೋ ಸರಿದಾಡಿದಂತಾಯಿತು. ಎರಡು ನೆರಳುಗಳು ಮಾತ್ರ ಕಾಣಿಸಿದವು, ಒಂದು ಅವನನ್ನು ಆ ಭೀಕರ ಸ್ಥಳಕ್ಕೆ ಕರೆದುಕೊಂಡು ಹೋದ ಆ ಮನುಷ್ಯನದ್ದಾಗಿತ್ತು.

“ಒಂದು ಸಲ ನೋಡು,” ಅವನೆಂದ.

“ನೋಡಿದೆ,”

“ಹೇಗಿದ್ದಾಳೆ... ಅವಳು ಆಗಬಹುದು ಅಲ್ಲವಾ?”

“ಆಗಬಹುದು.”

“ನಲವತ್ತು ರೂಪಾಯಿ ಆಗುತ್ತದೆ.”

“ಸರಿ.”

“ನನಗೆ ಆ ಹಣವನ್ನೀಗ ಕೊಡುತ್ತೀಯಾ?”

ಅವನಿಗೆ ಸ್ಪಷ್ಟವಾಗಿ ಯೋಚಿಸಲೂ ಆಗದಂತಾಯಿತು. ಜೇಬಿನಲ್ಲಿ ಕೈ ಹಾಕಿ ಒಂದು ಹಿಡಿ ನೋಟುಗಳನ್ನು ಎಳೆದು ಅವನಿಗೆ ಕೊಟ್ಟು, “ಎಣಿಸಿಕೋ,” ಎಂದ.

“ಐವತ್ತು ಇದೆ.”

“ಇಟ್ಟುಕೋ.”

“ಥ್ಯಾಂಕ್ ಯೂ.”

ದೊಡ್ಡ ಕಲ್ಲೊಂದನ್ನೆತ್ತಿ ಅವನ ತಲೆ ಜಜ್ಜಿ ಹಾಕಬೇಕು ಅನ್ನಿಸಿತು ಅವನಿಗೆ.

“ಅವಳನ್ನು ಕರೆದುಕೊಂಡು ಹೋಗಿ. ಆದರೆ ಚೆನ್ನಾಗಿ ನಡೆಸಿಕೊಳ್ಳಿ. ಒಂದೆರಡು ಗಂಟೆಗಳಲ್ಲಿ ವಾಪಸ್ ಕರೆದುಕೊಂಡು ಬಂದುಬಿಡಿ.”

"ಸರಿ."

ಅವನು ಆ ಹೆಂಗಸಿನೊಡನೆ ಹೊರನಡೆದ. ಹೊರಗೆ ಒಂದು ಟಾಂಗಾ ನಿಂತಿತ್ತು. ಅವನು ಸರ್ರನೆ ಅದನ್ನೇರಿ ಮುಂದೆ ಕುಳಿತ. ಆ ಹೆಂಗಸು ಹಿಂದೆ ಕುಳಿತಳು.

ಟಾಂಗಾ ಹೊರಟಿತು. ಒಂದು ಶಿಥಿಲವಾದ, ಗಿರಾಕಿಗಳಿಲ್ಲದ ಹೋಟೆಲ್ ಎದುರು ಟಾಂಗಾ ನಿಲ್ಲಿಸಲು ಹೇಳಿದ. ಒಳಗೆ ಹೋದರು. ಆಗ ಮೊದಲ ಬಾರಿಗೆ ಆ ಹೆಂಗಸನ್ನು ನೋಡಿದ. ಅವಳ ಕಣ್ಣು ಕೆಂಪಾಗಿ ಊದಿಕೊಂಡಿತ್ತು. ಅವಳು ಎಷ್ಟು ಸುಸ್ತಾಗಿದ್ದಳೆಂದರೆ ಯಾವ ಕ್ಷಣದಲ್ಲಾದರೂ ನೆಲಕ್ಕೆ ಗುಪ್ಪೆಯಂತೆ ಉರುಳಬಹುದು ಅನಿಸುತ್ತಿತ್ತು.

"ತಲೆ ಎತ್ತು," ಅವಳಿಗೆ ಹೇಳಿದ.
"ಏನು?" ಅವಳು ಗಾಬರಿಯಾದಳು.
"ಏನಿಲ್ಲ. ತಲೆ ಎತ್ತು ಅಂದೆ ಅಷ್ಟೇ."
ಅವಳು ತಲೆ ಎತ್ತಿದಳು. ಅವಳ ಕಣ್ಣುಗಳು ಅರೆದ ಕೆಂಪುಕಾರ ಮೆತ್ತಿದ ಎರಡು ಖಾಲಿ ತೂತಿನಂತೆ ಕಾಣಿಸಿದವು.
"ನಿನ್ನ ಹೆಸರೇನು?" ಅವನು ಕೇಳಿದ.
"ಬಿಡು ಅತ್ಲಾಗೆ," ಅವಳ ದನಿ ಕಠೋರವಾಗಿತ್ತು.
"ಎಲ್ಲಿಯವಳು ನೀನು?"
"ಅದನ್ನು ಕಟ್ಟಿಕೊಂಡು ಏನಾಗಬೇಕು ನಿನಗೆ?"
"ಅದೇಕೆ ಅಷ್ಟು ಕೆಟ್ಟದಾಗಿ ವರ್ತಿಸುತ್ತೀಯಾ?"
ಆ ಹೆಂಗಸು ಈಗ ಪೂರ್ತಿ ಎಚ್ಚರಗೊಂಡಳು. ತನ್ನ ಕೆಂಪಾದ ಕಣ್ಣುಗಳಿಂದ ಅವನನ್ನೇ ದಿಟ್ಟಿಸುತ್ತ ಹೇಳಿದಳು, "ನೀನು ನಿನ್ನ ಕೆಲಸ ಮುಗಿಸು. ನಾನು ಹೋಗಬೇಕು."
"ಎಲ್ಲಿಗೆ?"
"ಎಲ್ಲಿಂದ ಕರೆದುಕೊಂಡು ಬಂದೆಯೋ ಅಲ್ಲಿಗೆ," ಅವಳು ನಿರ್ಲಕ್ಷ್ಯದಲ್ಲಿ ಉತ್ತರಿಸಿದಳು.
"ನೀನು ಈಗಲೇ ಸ್ವತಂತ್ರಳು."
"ನೀನೇಕೆ ನಿನ್ನ ಕೆಲಸ ಮುಗಿಸುತ್ತಿಲ್ಲ? ನನ್ನನ್ನೇಕೆ ಅವಮಾನಿಸುತ್ತಿದ್ದೀಯಾ?"
"ನಾನು ನಿನ್ನನ್ನು ಅವಮಾನಿಸುತ್ತಿಲ್ಲ. ನಿನ್ನನ್ನು ಕಂಡರೆ ನನಗೆ ಕರುಣೆ ಉಕ್ಕುತ್ತಿದೆ," ಅವನೆಂದ ಕಾರುಣ್ಯದ ದನಿಯಲ್ಲಿ.
"ನನಗೆ ಕರುಣೆ ತೋರಿಸುವವರು ಬೇಕಿಲ್ಲ. ಯಾವ ಉದ್ದೇಶಕ್ಕೆ ಕರೆದುಕೊಂಡು ಬಂದೆಯೋ ಅದು ಮುಗಿಸಿಕೋ. ಆ ನಂತರ ನನ್ನನ್ನು ಬಿಡು," ಅವಳು ಹೆಚ್ಚುಕಡಿಮೆ ಕಿರುಚಿದಳು.

ಅವನು ಅವಳ ಭುಜಗಳ ಮೇಲೆ ಕೈ ಇರಿಸಲು ಪ್ರಯತ್ನಿಸಿದ, ಆದರೆ ಅವಳು ಅದನ್ನು ಒರಟಾಗಿ ಸರಿಸಿದಳು.

"ನನ್ನ ಪಾಡಿಗೆ ನನ್ನನ್ನು ಬಿಡು. ನನಗೆ ಎಷ್ಟೋ ದಿನಗಳಿಂದ ನಿದ್ರೆಯಿಲ್ಲ. ಆ ಜಾಗಕ್ಕೆ ಬಂದ ದಿನದಿಂದಲೂ ನಾನು ಎಚ್ಚರವಾಗಿಯೇ ಇದ್ದೇನೆ."

"ನೀನು ಇಲ್ಲಿ ಮಲಗಬಹುದು."

"ನಾನಿಲ್ಲಿ ಮಲಗಲು ಬರಲಿಲ್ಲ. ಇದು ನನ್ನ ಮನೆಯಲ್ಲ."

"ಆ ಕೋಣೆ ನಿನ್ನ ಮನೆಯಾ?"

ಅವಳಿಗೆ ಮತ್ತಷ್ಟು ಸಿಟ್ಟು ಉಕ್ಕೇರಿತು.

"ತಲೆಹರಟೆ ಸಾಕು ಮಾಡು. ನನಗೆ ಮನೆ ಇಲ್ಲ. ನೀನು ನಿನ್ನ ಕೆಲಸ ಮುಗಿಸು ಅಥವಾ ವಾಪಸ್ ಕರೆದುಕೊಂಡು ಹೋಗು. ನಿನ್ನ ಹಣ ಹಿಂತಿರುಗಿ ಪಡಿ ಅವನಿಂದ..."

"ಸರಿ. ವಾಪಸ್ ಕರೆದುಕೊಂಡು ಹೋಗುವೆ," ಅವನೆಂದ.

ಅವನು ಅವಳನ್ನು ಮತ್ತೆ ಆ ಕಟ್ಟಡದ ಬಳಿಗೆ ಕರೆದೊಯ್ದು ಅಲ್ಲಿ ಬಿಟ್ಟ.

ಮರುದಿನ ಕೈಸರ್ ಪಾರ್ಕಿನ ಆ ಜನರಿಲ್ಲದ ಹೋಟೆಲಿನಲ್ಲಿ ಕುಳಿತು, ತನ್ನ ಗೆಳೆಯನೊಬ್ಬನಿಗೆ ಆ ಹೆಂಗಸಿನ ಕಥೆ ಹೇಳಿದ. ಅವನ ಗೆಳೆಯ ಅದನ್ನು ಕೇಳಿ ತಲ್ಲಣಗೊಂಡ. ದುಃಖದ ದನಿಯಲ್ಲಿ, "ಅವಳು ಸಣ್ಣ ವಯಸ್ಸಿನವಳಾ?" ಎಂದು ಕೇಳಿದ.

ಅವನೆಂದ, "ಗೊತ್ತಿಲ್ಲ. ನಿಜ ಹೇಳಬೇಕೆಂದರೆ ನಾನು ಅವಳನ್ನು ನೋಡಲಿಲ್ಲ. ನನಗೆ ಕಲ್ಲೊಂದನ್ನು ಎತ್ತಿ ನನ್ನನ್ನು ಕರೆದುಕೊಂಡು ಹೋದವನ ತಲೆ ಜಜ್ಜಿ ಹಾಕಬೇಕು ಅನ್ನುವ ಕೆಟ್ಟ ಆಸೆಯೊಂದು ಹುಟ್ಟಿತಷ್ಟೇ."

ಅವನ ಗೆಳೆಯ ಹೇಳಿದ, "ಅದು ನಿಜಕ್ಕೂ ಅತ್ಯಂತ ಒಳ್ಳೆಯ ಕೆಲಸವೆನಿಸಿಕೊಳ್ಳುತ್ತಿತ್ತು."

ಅವನು ಆ ಹೋಟೆಲಿನಲ್ಲಿ ಗೆಳೆಯನೊಡನೆ ಹೆಚ್ಚು ಹೊತ್ತು ಇರಲಿಲ್ಲ. ಹಿಂದಿನ ದಿನದ ಘಟನೆ ಅವನನ್ನು ವಿಚಲಿತಗೊಳಿಸಿತ್ತು. ಚಹಾ ಕುಡಿದು ಅಲ್ಲಿಂದ ಹೊರಟರು.

ಅವನು ಟಾಂಗಾ ನಿಲ್ದಾಣಕ್ಕೆ ಹೋಗಿ ಆ ತಲೆಹಿಡುಕನಿಗಾಗಿ ಹುಡುಕಾಡಿದ. ಅವನು ಅಲ್ಲಿ ಇರಲಿಲ್ಲ. ಆರು ಗಂಟೆಯ ಸಮಯ, ಆ ಕಟ್ಟಡ ರಸ್ತೆಯ ಆಚೆ ಬದಿಯಲ್ಲಿಯೇ ಇತ್ತು, ಅವನಿಂದ ಕೆಲವು ಗಜಗಳಾಚೆ. ಅವನು ಆ ಕಟ್ಟಡದತ್ತ ಕಾಲು ಹಾಕಿದ. ಜನರು ಓಡಾಡುತ್ತಿದ್ದರು. ಶಾಂತವಾಗಿ, ಆ ಕತ್ತಲಿನಲ್ಲಿ ಹೆಜ್ಜೆ ಹಾಕಿದ.

ಆ ಮೆಟ್ಟಿಲಿನ ಬಳಿ ಬಂದವನು ಆ ಬೆಳಕನ್ನೇ ನೋಡಿದ. ಮೇಲೆ ನೋಡುತ್ತಾ ಸದ್ದಿಲ್ಲದಂತೆ ಮೆಟ್ಟಿಲನ್ನು ಹತ್ತಲು ಪ್ರಾರಂಭಿಸಿದ. ಲ್ಯಾಂಡಿಂಗ್ ಬಳಿ ಕ್ಷಣಕಾಲ ತಡೆದು ನಿಂತ. ಆ ಕೊಠಡಿಯಿಂದ ಪ್ರಖರ ಬೆಳಕು ಹೊರಬರುತ್ತಿತ್ತು. ಆದರೆ ಅಲ್ಲಿ ಯಾವ ಸದ್ದು ಕೂಡಾ ಇರಲಿಲ್ಲ, ಒಂದು ಸಣ್ಣ ಕದಲಿಕೆ ಸಹಾ ಇಲ್ಲ. ತೆರೆದ ಬಾಗಿಲನ್ನು ಸಮೀಪಿಸಿ ಒಳಗೆ ಇಣುಕಿದ. ಪ್ರಖರ ಬೆಳಕು ಮೊದಲಿಗೆ ಅವನ ಕಣ್ಣು ಕುಕ್ಕಿತು. ಅವನು ತಕ್ಷಣ ಬದಿಗೆ ಕತ್ತಲಿನತ್ತ ದೃಷ್ಟಿ ಹೊರಳಿಸಿದ ಕಣ್ಣುಗಳನ್ನು ಸರಿಪಡಿಸಿಕೊಳ್ಳಲು.

ನಂತರ ಬಾಗಿಲಿನತ್ತ ಮುನ್ನುಗ್ಗಿದ, ಆ ಬೆಳಕು ಅವನ ಕಣ್ಣಿಗೆ ಹಿಂಸೆ ಕೊಡದಂತೆ ಎಚ್ಚರಿಕೆ ವಹಿಸುತ್ತ ಒಳಗೆ ನೋಡಿದ.

ನೆಲದ ಮೇಲಿನ ಚಾಪೆಯ ಮೇಲೆ ಹೆಂಗಸೊಬ್ಬಳು ಮಲಗಿದ್ದಳು. ಅವಳನ್ನೇ ಗಮನವಿಟ್ಟು ನಿರುಕಿಸಿದ. ಅವಳು ನಿದ್ರಿಸುತ್ತಿದ್ದಳು, ದುಪ್ಪಟ್ಟಾದಿಂದ ಮುಖ ಮುಚ್ಚಿಕೊಂಡಿದ್ದಳು. ಅವಳ ಎದೆ ಉಸಿರಾಟಕ್ಕೆ ತಕ್ಕಂತೆ ಏರಿಳಿಯುತ್ತಿತ್ತು. ಅವನು ಕೊಠಡಿಯೊಳಗೆ ಹೊಕ್ಕವನು ಚೀರಿದ... ನಂತರ ಕೂಡಲೇ ಅದನ್ನು ನಿಗ್ರಹಿಸಿಕೊಂಡ.

ಆ ಹೆಂಗಸಿನ ಪಕ್ಕದಲ್ಲಿ ಬರಿಯ ನೆಲದ ಮೇಲೆ ಗಂಡಸೊಬ್ಬ ಬಿದ್ದಿದ್ದ. ಅವನ ತಲೆ ಬುರುಡೆ ಒಡೆದು ಮೆದುಳು ಹೊರಬಂದಿತ್ತು. ಒಂದು ರಕ್ತಸಿಕ್ತ ಇಟ್ಟಿಗೆ ಹತ್ತಿರದಲ್ಲೇ ಬಿದ್ದಿತ್ತು.
ಇದನ್ನೆಲ್ಲ ಅರೆಕ್ಷಣದಲ್ಲಿ ನೋಡಿದ.
ನಂತರ ಹೊರಹಾರಿ ಮೆಟ್ಟಿಲಿಳಿಯಲು ಹೊರಟವನು ಆಯತಪ್ಪಿ ಬಿದ್ದುಬಿಟ್ಟ.
ತನ್ನ ಗಾಯವನ್ನು ಲೆಕ್ಕಿಸದೇ, ತನ್ನ ಮಾನಸಿಕ ಸಮತೋಲನವನ್ನು ಕಾಯ್ದು ಕೊಳ್ಳುತ್ತಾ, ಕಷ್ಟಪಟ್ಟು ಮನೆ ತಲುಪಿದ.

ಇಡೀ ರಾತ್ರಿ ದಿಗಿಲು ಹುಟ್ಟಿಸುವ ಕನಸುಗಳು...

The Room with the Bright Light

ಮೊದಲ ಸಲ ಕಿಂಡಿಯಲ್ಲಿ
ಕಂಡಾಗಿನಿಂದ ಇಲ್ಲಿಯವರೆಗೆ
ಅವನ ಹೃದಯದಿಂದ
ಅವಳ ನೆನಹು ಅರೆಕ್ಷಣವೂ
ಮರೆಯಾಗಿರಲಿಲ್ಲ. ಅನೇಕ ಸಲ
ಮುಖ್ತರ್‌ಗೆ ಅನ್ನಿಸಿತ್ತು, ಹಿಂದು
ಧರ್ಮದವಳಾದ ಅವಳೊಡನೆ
ಪ್ರೀತಿಯಲ್ಲಿ ಬಿದ್ದಿದ್ದು
ತಪ್ಪಾಯಿತೇನೋ ಎಂದು.
ಮುಸ್ಲಿಮ್ ಹುಡುಗನಿಗೆ ಹಿಂದು
ಹುಡುಗಿಯ ಜೊತೆ ಪ್ರೇಮದಲ್ಲಿ
ಬೀಳಲು ಅದೆಷ್ಟು ಧೈರ್ಯ?

ಪ್ರೀತಿ ವಿಭಜನೆ

ಮೊದಲ ಬಾರಿ ಮುಖ್ತರ್ ಶಾರದಾಳನ್ನು ನೋಡಿದ್ದು ಚಾವಣಿಯ ಮೇಲೆ ಬಿದ್ದಿದ್ದ ಗಾಳಿಪಟವನ್ನು ತರಲು ಹೋದಾಗ. ರಸ್ತೆಯ ಆ ಬದಿಯಲ್ಲಿದ್ದ ಮನೆಯಲ್ಲಿ ವಾಸವಾಗಿದ್ದಳು ಅವಳು. ಅದೊಂದು ಕ್ಷಣದ ಮಿಂಚುನೋಟವಷ್ಟೇ. ಅವಳ ಮನೆ ಅವನ ಮನೆಗಿಂತ ತಗ್ಗಿನಲ್ಲಿ ಇದ್ದುದರಿಂದ, ಅವಳು ಮರಿಗೆಯಲ್ಲಿ ನೀರು ಹೊಯ್ದುಕೊಳ್ಳುತ್ತ ಮೈ ತೊಳೆದುಕೊಳ್ಳುತ್ತಿರುವುದನ್ನು ಅವಳ ಬಚ್ಚಲು ಮನೆಯ ತೆರೆದ ಕಿಟಕಿಯ ಮೂಲಕ ನೋಡಿದ್ದ. ಅವನಿಗೆ ಒಂದೇ ಆಶ್ಚರ್ಯ, ಈ ಹುಡುಗಿ ಇದ್ದಕ್ಕಿದ್ದಂತೆ ಎಲ್ಲಿಂದ ಪ್ರತ್ಯಕ್ಷವಾದಳು ಎಂದು. ಏಕೆಂದರೆ ಆ ಮನೆಯಲ್ಲಿ ಯಾವ ಹುಡುಗಿಯೂ ವಾಸವಿರಲಿಲ್ಲ.

ಮೊದಲಿದ್ದವರೆಲ್ಲ ಮದುವೆಯಾಗಿ ಹೊರಟು ಹೋಗಿದ್ದರು. ಅಲ್ಲಿದ್ದ ಒಬ್ಬಳೇ ಹೆಂಗಸೆಂದರೆ ರೂಪ್ ಕೌರ್... ಜೊತೆಗೆ ಅವಳ ಜೋಲುದೇಹದ ಗಂಡ ಮತ್ತು ಮೂರು ಮಕ್ಕಳು.

ಮುಖ್ತರ್ ಅವನ ಗಾಳಿಪಟವನ್ನೆತ್ತಿಕೊಂಡು, ಅವಳೆಡೆಗೆ ಮತ್ತೊಂದು ಕಳ್ಳನೋಟ ಬೀರಿದ. ಅವಳು ಅತ್ಯಂತ ಸುಂದರಿಯಾಗಿದ್ದಳು. ಅವನ ದೇಹದಲ್ಲೊಂದು ನಸುಗಂಪನ. ಅವಳ ಹೊಂಬಣ್ಣದ ದೇಹದ ಮೇಲಿನ ನೀರ ಹನಿಗಳು ಮಿನುಗುತ್ತಿದ್ದವು. ಅವಳ ತ್ವಚೆ ಗೋಧಿ ಬಣ್ಣಕ್ಕಿದ್ದರೂ, ಅದಕ್ಕೆ ತಾಮ್ರವರ್ಣದ ಹೊಳಪಿತ್ತು. ಅವಳ ದೇಹದ ಮೇಲೆ ಮಿಂಚುತ್ತಿದ್ದ ತುಂತುರು ಹನಿಗಳು, ಅವಳ ದೇಹವನ್ನು ಕರಗಿಸುತ್ತಿದ್ದವು, ಹನಿಹನಿಯಾಗಿ... ಅಥವಾ ಹಾಗೆಂದು ಭಾಸವಾಯಿತು ಅವನಿಗೆ.

ಅವನು ಚಾವಣಿಯ ಮೇಲೆ ನಾಲ್ಕು ಬದಿಯಲ್ಲಿಯೂ ಕಟ್ಟಿದ್ದ ಇಟ್ಟಿಗೆಯ ಗೋಡೆಯಲ್ಲಿದ್ದ ಸಣ್ಣ ಕಿಂಡಿಯ ಮೂಲಕ ಅವಳನ್ನು ನೋಡುತ್ತಿದ್ದ. ಸ್ನಾನ ಮಾಡುತ್ತಿದ್ದ ಅವಳ ದೇಹದ ಮೇಲೆಯೇ ಅವನ ಕಣ್ಣುಗಳು ನೆಟ್ಟಿದ್ದವು. ಅವಳಿಗೆ ಹೆಚ್ಚೆಂದರೆ ಹದಿನಾರು ವರ್ಷವಿದ್ದಿರಬಹುದು. ಅವಳ ಪುಟ್ಟ, ದುಂಡು ಮೊಲೆಗಳ ಮೇಲಿದ್ದ ನೀರಿನ ಹನಿಗಳನ್ನು ನೋಡುವುದೇ ರಮ್ಯವೆನಿಸಿತ್ತು. ಆದರೆ ಅವನಿಗೆ ಉದ್ರೇಕವಾಗಲಿಲ್ಲ. ಅವನು ಹದಿಹರೆಯದ, ಸುಂದರ, ನಗ್ನ ಹುಡುಗಿಯನ್ನು ತದೇಕಚಿತ್ತನಾಗಿ ಗಮನಿಸಿದ, ಅವಳೊಂದು ಸುಂದರ ವರ್ಣಚಿತ್ರವೋ ಎನ್ನುವಂತೆ.

ಅವಳ ತುಟಿಯಂಚಿನಲ್ಲೊಂದು ದೊಡ್ಡ ಮಚ್ಚೆ ತನ್ನ ಪಾಡಿಗೆ ತಾನು ಕುಳಿತಿತ್ತು, ಗಂಭೀರವಾಗಿ... ತಾನು ಅಲ್ಲಿರುವುದರ ಅರಿವೇ ಇಲ್ಲದಂತೆ. ಆದರೆ ಉಳಿದವರಿಗೆ ಅದರ ಅಸ್ತಿತ್ವ ಗೋಚರಿಸುತ್ತಿತ್ತು ಮತ್ತು ಅದು ಇರಲು ಅದು ಮಾತ್ರ ತಕ್ಕ ಜಾಗ ಎಂದೆನ್ನಿಸುವಂತಿತ್ತು. ಅವಳ ತೋಳುಗಳ ಇಳಿಜಾರಿನಲ್ಲೂ ಹೊಳೆವ ನೀರಿನ ಹನಿಗಳು. ಅವಳ ತಲೆಗೂದಲು ನಸುಗಂದು ಬಣ್ಣ. ಬಹುಶಃ ಅವಳ ತಲೆಗೂದಲು ಹೊಂಬಣ್ಣವನ್ನು ನಿರಾಕರಿಸಿದ್ದಿರಬೇಕು. ಅವಳ ದೇಹವು ಸಮೃದ್ಧವಾಗಿಯೂ, ಕೋಮಲವಾಗಿಯೂ ಇತ್ತು. ಆದರೂ ಅವನ ಮನಸ್ಸಿನಲ್ಲಿ ಯಾವುದೇ ಕಾಮುಕ ಭಾವನೆ ಸುಳಿಯಲಿಲ್ಲ. ಅವನು ಆ ಕಿಂಡಿಯ ಮೂಲಕ ಅವಳನ್ನು ನೋಡುತ್ತಲೇ ಇದ್ದ.

ಅವಳು ತನ್ನ ನಸುಗಂದು ತಾಮ್ರವರ್ಣದ ದೇಹಕ್ಕೆಲ್ಲ ಸೋಪ್ ಹಚ್ಚುತ್ತಾ ಹೋದಾಗ, ಅದರ ಪರಿಮಳ ಅವನ ಮೂಗಿಗಡರಿತು. ದೇಹದ ಮೇಲಿನ ನೊರೆ ಅಮೋಘವಾಗಿ ಕಾಣುತ್ತಿತ್ತು. ಸೋಪನ್ನು ತೊಳೆಯಲು ದೇಹದ ಮೇಲೆಲ್ಲ

ನೀರು ಸುರಿದಾಗ, ಅವಳು ಮೃದುವಾಗಿ, ಶಾಂತವಾಗಿ ಆ ನೊರೆಯ ತೆರೆಯನ್ನು ಸರಿಸಿದಂತೆನಿಸಿತು ಅವನಿಗೆ.

ಸ್ನಾನ ಮುಗಿಸಿದ ನಂತರ ಅವಳು ಟವಲ್ಲಿನಿಂದ ದೇಹವನ್ನು ಒರೆಸಿಕೊಂಡು, ಯಾವ ಅವಸರವೂ ಇಲ್ಲದೇ ಬಟ್ಟೆಯನ್ನು ಧರಿಸಿ, ಕಿಟಕಿಯನ್ನು ಎರಡೂ ಕೈಗಳಿಂದ ಹಿಡಿದು ಎದ್ದು ನಿಂತಳು. ನಿಂತವಳೇ ಅವನನ್ನು ಕಂಡು ನಾಚಿದಳು. ಅವಳ ಕಣ್ಣುಗಳು ನಾಚಿಕೆಯ ಕೊಳದಲ್ಲಿ ಮುಳುಗಿದಂತೆನಿಸಿತು ಮುಖ್ತರನಿಗೆ.

ಅವಳು ಥಟ್ಟನೆ ಕಿಟಕಿಯನ್ನು ಮುಚ್ಚಿದಾಗ ಮುಖ್ತರ್ ಯಾದೃಚ್ಛಿಕವಾಗಿ ನಕ್ಕ. ನಂತರ ಅವಳು ಕಿಟಕಿ ತೆರೆದು ಅವನತ್ತ ಕೋಪದಿಂದ ನೋಡಿದಳು. ಮುಖ್ತರ್ ಹೇಳಿದ, "ನನ್ನ ಮೇಲೆ ಸಿಟ್ಟಾಗಬೇಡ. ನೀನು ಯಾಕೆ ಕಿಟಕಿ ತೆರೆದಿಟ್ಟು ಸ್ನಾನ ಮಾಡುತ್ತಿದ್ದೆ?" ಅವಳು ಏನೂ ಹೇಳದೆ, ಮತ್ತೊಮ್ಮೆ ಸಿಟ್ಟಿನಿಂದ ಅವನನ್ನು ನೋಡಿ ಕಿಟಕಿ ಮುಚ್ಚಿದಳು.

ನಾಲ್ಕು ದಿನಗಳ ನಂತರ ರೂಪ್ ಕೌರ್ ಆ ಹುಡುಗಿಯೊಡನೆ ಅವನ ಮನೆಗೆ ಬಂದಳು.

ಮುಖ್ತರನ ಅಮ್ಮ ಮತ್ತು ತಂಗಿ ಹೆಣಿಗೆಯಲ್ಲಿ ನಿಪುಣರು. ನೆರೆಹೊರೆಯಲ್ಲಿದ್ದ ಹುಡುಗಿಯರೆಲ್ಲ ಅವರಲ್ಲಿಗೆ ಬಂದು ಕ್ರೋಶಾದ ಹೆಣಿಗೆ ಕಲಿಯುತ್ತಿದ್ದರು. ಆ ಹುಡುಗಿಗೂ ಅದನ್ನು ಕಲಿಯುವುದರಲ್ಲಿ ಆಸಕ್ತಿ ಇತ್ತು, ಹಾಗಾಗಿ ಅಲ್ಲಿಗೆ ಬಂದಿದ್ದಳು.

ಮುಖ್ತರ್ ಅವನ ಕೋಣೆಯಿಂದ ಅಂಗಳಕ್ಕೆ ಬಂದು, ಮುಗುಳ್ನಕ್ಕು ಹೊರಟ. ಅವನನ್ನು ನೋಡಿದಾಗ ಅವಳ ಇಡಿಯ ದೇಹ ಸೆಟೆದುಕೊಂಡಿತು. ಮುಖ್ತರನಿಗೆ ಅವಳ ಹೆಸರು ಶಾರದಾ ಎಂದೂ, ಅವಳು ರೂಪ್ ಕೌರ್‌ಳ ಮಾಮನ ಮಗಳೆಂದೂ ತಿಳಿಯಿತು. ಚಿಚೋಕಿ ಮಲ್ಯಾನ್ ಅನ್ನುವ ಸಣ್ಣ ಪಟ್ಟಣದಲ್ಲಿ ತನ್ನ ಬಡ ಸಂಬಂಧಿಕರೊಡನೆ ವಾಸವಾಗಿದ್ದವಳನ್ನು ರೂಪ್ ಕೌರ್ ತನ್ನೊಡನೆ ಇರಲು ಕರೆತಂದಿದ್ದಳು. ಅವಳು ಹೈಸ್ಕೂಲ್ ಮುಗಿಸಿದ್ದಳು. ತುಂಬ ಬುದ್ಧಿವಂತೆ ಕೂಡಾ. ಅವಳಿಗೆ ಕ್ರೋಶಾ ಕಲಿಯಲು ಹೆಚ್ಚು ಸಮಯವೇನೂ ಬೇಕಾಗಲಿಲ್ಲ.

ಸಾಕಷ್ಟು ದಿನಗಳು ಉರುಳಿದವು. ಅವಳ ಮೇಲೆ ತನಗೆ ಪ್ರೀತಿಯಾಗಿದೆ ಎಂದು ಮುಖ್ತರನಿಗೆ ಅರ್ಥವಾಗಿತ್ತು. ಅದು ದಿನದಿಂದ ದಿನಕ್ಕೆ ನಿಧಾನವಾಗಿ ಬೆಳೆದು ಬಂದಿತ್ತು. ಮೊದಲ ಸಲ ಕಿಂಡಿಯಲ್ಲಿ ಕಂಡಾಗಿನಿಂದ ಇಲ್ಲಿಯವರೆಗೆ ಅವನ ಹೃದಯದಿಂದ ಅವಳ ನೆನಹು ಅರೆಕ್ಷಣವೂ ಮರೆಯಾಗಿರಲಿಲ್ಲ. ಅನೇಕ ಸಲ

ಮುಖ್ತರನಿಗೆ ಅನ್ನಿಸಿತ್ತು ಹಿಂದು ಧರ್ಮದವಳಾದ ಅವಳೊಡನೆ ಪ್ರೀತಿಯಲ್ಲಿ ಬಿದ್ದಿದ್ದು ತಪ್ಪಾಯಿತೇನೋ ಎಂದು.

ಮುಸ್ಲಿಂ ಹುಡುಗನಿಗೆ ಹಿಂದು ಹುಡುಗಿಯ ಜೊತೆ ಪ್ರೇಮದಲ್ಲಿ ಬೀಳಲು ಅದೆಷ್ಟು ಧೈರ್ಯ? ಆದರೆ ಅವಳೊಡನೆ ಪ್ರೇಮದಲ್ಲಿ ಬೀಳದೇ ಇರುವುದನ್ನು ಅವನಿಂದ ಊಹಿಸಿಕೊಳ್ಳಲೂ ಸಾಧ್ಯವಿರಲಿಲ್ಲ. ಶಾರದಾ ಕೆಲವೊಮ್ಮೆ ಅವನ ಜೊತೆ ಮಾತನಾಡಿದರೂ ಸಂಕೋಚದಿಂದಲೇ ಇರುತ್ತಿದ್ದಳು. ಅವನನ್ನು ನೋಡಿದ ಕೂಡಲೇ ಅವಳ ಮನಸ್ಸಿನಲ್ಲಿ ಅವನು ಮೊದಲ ದಿನ ಕಿಂಡಿಯಲ್ಲಿ ತಾನು ನಗ್ನಳಾಗಿ ಸ್ನಾನ ಮಾಡುತ್ತಿದ್ದುದನ್ನು ನೋಡಿದ ನೆನಪೇ ನುಗ್ಗಿ ಬರುತ್ತಿತ್ತು.

ಒಂದು ದಿನ ಮುಖ್ತರನ ಅಮ್ಮ ಮತ್ತು ತಂಗಿ ಸ್ನೇಹಿತರೊಬ್ಬರ ಮನೆಯಲ್ಲಿ ಯಾರದ್ದೋ ಸಾವಿಗೆ ಸಂತಾಪ ಸೂಚಿಸಲು ಹೋಗಿದ್ದಾಗ ಶಾರದಾ ಬಂದಿದ್ದಳು, ಎಂದಿನಂತೆ ಪುಟ್ಟ ಚೀಲವನ್ನು ಹಿಡಿದು. ಬೆಳಗಿನ ಹತ್ತು ಗಂಟೆಯ ಸಮಯ. ಮುಖ್ತರ್ ಅಂಗಳದಲ್ಲಿದ್ದ ಮಂಚದ ಮೇಲೆ ಮೈಚೆಲ್ಲಿ ವೃತ್ತಪತ್ರಿಕೆ ಓದುವುದರಲ್ಲಿ ನಿರತನಾಗಿದ್ದ. "ಅಕ್ಕ ಎಲ್ಲಿ?" ಎಂದು ಅವನ ಅಕ್ಕನನ್ನು ಕುರಿತು ಕೇಳಿದಳು. ಮುಖ್ತರನ ಕೈ ಕಂಪಿಸಲಾರಂಭಿಸಿತು. "ಅವಳು ಹೊರಗೆ ಹೋಗಿದ್ದಾಳೆ." "ಮತ್ತೆ ಅಮ್ಮ?" ಶಾರದಾ ಕೇಳಿದಳು. ಅವನ ತಾಯಿಯನ್ನು ಅವಳು ಹಾಗೇ ಕರೆಯುತ್ತಿದ್ದುದು. ಮುಖ್ತರ್ ಮಂಚದಿಂದಿಳಿದು, "ಅವರು... ಅವರೂ ಅವಳ ಜೊತೆ ಹೋಗಿದ್ದಾರೆ." ಎಂದ.

"ಸರಿ ಹಾಗಿದ್ದರೆ" ಅವಳು ಚಿಂತಾಕ್ರಾಂತಳಾಗಿ ಹೇಳಿದಳು. ಕೈ ಜೋಡಿಸಿ ನಮಸ್ಕರಿಸಿ ಅವಳು ಇನ್ನೇನು ಹೊರಡಬೇಕು, ಅಷ್ಟರಲ್ಲಿ ಮುಖ್ತರ್ ಕರೆದ.
"ಶಾರದಾ!"
"ಏನು?"
ಅವಳು ಇದ್ದಕ್ಕಿದ್ದಂತೆ ಶಾಕ್ ಹೊಡೆಯಿತೇನೋ ಎನ್ನುವಂತೆ ಕಂಡಳು.
ಮುಖ್ತರ್ ಹೇಳಿದ, "ಕುಳಿತುಕೋ. ಅವರು ಇನ್ನೇನು ಬರುತ್ತಾರೆ."
"ಇಲ್ಲ ಹೊರಡುತ್ತೇನೆ," ಹಾಗೆ ಹೇಳಿದರೂ ಅವಳು ಕದಲದೇ ನಿಂತಿದ್ದಳು!

ಧೈರ್ಯ ಒಗ್ಗೂಡಿಸಿಕೊಂಡು ಮುಖ್ತರ್ ಅವಳ ಮಣಿಕಟ್ಟನ್ನು ಹಿಡಿದು ತನ್ನೆಡೆಗೆಳೆದುಕೊಂಡು ಅವಳ ತುಟಿಗಳಿಗೆ ಮುತ್ತಿಕ್ಕಿದ. ಅದೆಲ್ಲವೂ ಅದೆಷ್ಟು ಅನಿರೀಕ್ಷಿತವಾಗಿ ನಡೆದು ಹೋಯಿತೆಂದರೆ, ಶಾರದಾ ದಂಗುಬಡಿದವಳಂತೆ ನಿಂತಿದ್ದಳು. ಇಬ್ಬರೂ ಕಂಪಿಸುತ್ತಿದ್ದರು. "ನನ್ನನ್ನು ಕ್ಷಮಿಸು" ಮುಖ್ತರ್ ಅಷ್ಟೇ ಹೇಳಿದ. ಶಾರದಾ ಮೌನವಾಗಿದ್ದಳು. ಆದರೆ ಅವಳ ತಾಮ್ರವರ್ಣ ಕೆಂಪಾಗಿ

ಬದಲಾಗಿತ್ತು. ಅವಳ ತುಟಿಗಳು ನಡುಗಲಾರಂಭಿಸಿದವು, ತಮ್ಮನ್ನು ಗೋಳು ಹೊಯ್ದುಕೊಂಡಿದ್ದಕ್ಕೆ ದೂರು ನೀಡುತ್ತಿವೆಯೋ ಎನ್ನುವಂತೆ.

ಮುಖ್ತರ್ ಶಾರದಾಳನ್ನು ಎದೆಯ ಬಳಿ ಎಳೆದುಕೊಂಡ, ಅವಳು ಅದನ್ನು ವಿರೋಧಿಸಲಿಲ್ಲ. ಆದರೆ ಅವಳ ಮುಖದಲ್ಲಿ ವಿಸ್ಮಯವಿತ್ತು. ಅವಳು ತನ್ನನ್ನು ತಾನು, "ಅದೇನು ಈಗ ತಾನೇ ನಡೆದಿದ್ದು? ಏನು ನಡೆಯುತ್ತಿದೆ? ಇದೆಲ್ಲ ನಡೆಯಬೇಕಿತ್ತಾ? ಬೇರೆಯವರಿಗೂ ಇದೆಲ್ಲ ನಡೆಯುತ್ತದಾ," ಎಂದು ಪ್ರಶ್ನಿಸಿಕೊಳ್ಳುತ್ತಿರುವಂತೆ ಕಾಣಿಸಿತು.

ಮುಖ್ತರ್ ಅವಳನ್ನು ಮಂಚದ ಮೇಲೆ ಕೂರಿಸಿ ಕೇಳಿದ, "ಯಾಕೆ ಮಾತನಾಡುವುದಿಲ್ಲ ಶಾರದಾ?" ದುಪಟ್ಟಾದ ಅಡಿಯಲ್ಲಿ ಅವಳ ಎದೆ ಜೋರಾಗಿ ಬಡಿದುಕೊಳ್ಳುತ್ತಿತ್ತು. ಅವಳು ಅವನಿಗೆ ಉತ್ತರಿಸಲಿಲ್ಲ. ಮುಖ್ತರನಿಗೆ ಅವಳ ಮೌನ ಹಿಂಸೆಯೆನಿಸಿತು.

"ದಯವಿಟ್ಟು ಏನಾದರೂ ಹೇಳು ಶಾರದಾ. ನಾನು ಮಾಡಿದ್ದು ನಿನಗೆ ನೋಯಿಸಿದ್ದರೆ ದೇವರನ್ನು ಸಾಕ್ಷಿಯಾಗಿಟ್ಟುಕೊಂಡು ಕ್ಷಮೆ ಬೇಡುತ್ತೇನೆ. ಇನ್ನೆಂದಿಗೂ ನಿನ್ನನ್ನು ಕಣ್ಣೆತ್ತಿಯೂ ನೋಡುವುದಿಲ್ಲ. ನನಗೆ ಅಷ್ಟೆಲ್ಲ ಧೈರ್ಯ ಇಲ್ಲವೇ ಇಲ್ಲ. ಅದೇನು ಮೈಮೇಲೆ ಬಂದಿತೋ ಅರ್ಥವಾಗುತ್ತಿಲ್ಲ. ಸತ್ಯವೇನೆಂದರೆ... ಸತ್ಯವೇನೆಂದರೆ ನನಗೆ ನಿನ್ನ ಮೇಲೆ ಪ್ರೀತಿಯಾಗಿದೆ." ಶಾರದಾಳ ತುಟಿಗಳು 'ಪ್ರೀತಿ' ಎನ್ನುವ ಪದವನ್ನು ಉಚ್ಚರಿಸಲು ಪ್ರಯತ್ನಿಸುತ್ತಿರುವವೋ ಎಂಬಂತೆ ಅಲುಗಾಡಿದವು.

ಮುಖ್ತರ್ ಉತ್ಸಾಹದಿಂದ ಮಾತನಾಡಲಾರಂಭಿಸಿದ. "ಪ್ರೀತಿಯೆಂದರೆ ಏನು ಎನ್ನುವುದು ನಿನಗೆ ಅರ್ಥವಾಯಿತೋ ಇಲ್ಲವೋ ಗೊತ್ತಿಲ್ಲ. ನನಗೇ ಅದು ಹೆಚ್ಚು ಅರ್ಥವಾಗಿಲ್ಲ. ಆದರೆ ನಾನು ನಿನ್ನನ್ನು ಪ್ರೀತಿಸುತ್ತಿದ್ದೇನೆ, ಅಷ್ಟು ಮಾತ್ರ ಗೊತ್ತು. ನಾನು ನಿನ್ನನ್ನು ಇಡಿಯಾಗಿ ಒಂದು ಕೈಯಲ್ಲಿ ಹಿಡಿಯಬೇಕು. ನಿನಗೆ ಇಷ್ಟವಿದ್ದಲ್ಲಿ ನನ್ನ ಇಡೀ ಬದುಕನ್ನೇ ನಿನ್ನ ಕೈಯಲ್ಲಿಡುತ್ತೇನೆ. ಶಾರದಾ, ಯಾಕೆ ಮಾತನಾಡುತ್ತಿಲ್ಲ?"

ಶಾರದಾಳ ಕಣ್ಣುಗಳು ಸ್ವಪ್ನಶೀಲವಾದವು. ಮುಖ್ತರ್ ಮತ್ತೆ ಮಾತನಾಡಲು ತೊಡಗಿದ, "ಆ ದಿನ ನಿನ್ನನ್ನು ಕಿಂಡಿಯ ಮೂಲಕ ನೋಡಿದೆ. ಆ ದೃಶ್ಯವನ್ನು ನಾನು ಸಾಯುವವರೆಗೆ ಮರೆಯುವುದಿಲ್ಲ. ನೀನು ಏಕೆ ಇಷ್ಟು ಲಜ್ಜೆಗೊಂಡಿರುವೆ? ನನ್ನ ಕಣ್ಣುಗಳು ನಿನ್ನ ಸೌಂದರ್ಯವನ್ನು ಕದಿಯಲಿಲ್ಲ. ಕೇವಲ ಅದ್ಭುತ ದೃಶ್ಯವೊಂದನ್ನು ನೋಡಿದವಷ್ಟೇ. ಅವುಗಳನ್ನು ಮರಳಿ ತರುವೆಯಾದರೆ ನಿನ್ನ ಪಾದಗಳಿಗೆ ಮುತ್ತಿಕ್ಕುತ್ತೇನೆ," ಎಂದವನೇ ಅವಳ ಪಾದಕ್ಕೆ ಮುತ್ತಿಕ್ಕಿದ.

ಅವಳು ನಡುಗಿದಳು. ನಂತರ ಮಂಚದಿಂದ ಎದ್ದು ನಡುಗುವ ದನಿಯಲ್ಲಿ ಹೇಳಿದಳು, "ಇದೇನು ಮಾಡುತ್ತಿದ್ದೀ? ನಮ್ಮ ಧರ್ಮದಲ್ಲಿ..." ಅವಳ ಮಾತನ್ನು ತುಂಡರಿಸಿ ಮುಖ್ತರ್ ಉತ್ಸಾಹದಿಂದ ಹೇಳಿದ, "ಧರ್ಮದ ಮಾತು ಬಿಡು. ಪ್ರೀತಿಯೆನ್ನುವ ಧರ್ಮದಲ್ಲಿ ಎಲ್ಲವೂ ಸರಿಯೇ," ಅವನಿಗೆ ಮತ್ತೆ ಅವಳಿಗೆ ಮುತ್ತಿಡಬೇಕು ಅನ್ನಿಸಿತು.

ಅವಳು ಬದಿಗೆ ಹಾರಿ, ನಗುತ್ತಲೇ ಹೊರಗೆ ಓಡಿದಳು. ಮುಖ್ತರನಿಗೆ ಚಾವಣಿಯ ಮೇಲೆ ಓಡಿಹೋಗಿ, ಅಲ್ಲಿಂದ ಅಂಗಳಕ್ಕೆ ಜಿಗಿದು ನರ್ತಿಸಬೇಕು ಅನ್ನಿಸಿತು.

ಸ್ವಲ್ಪ ಹೊತ್ತಿನಲ್ಲಿ ಮುಖ್ತರನ ಅಮ್ಮ ಮತ್ತು ಅಕ್ಕ ಹಿಂದಿರುಗಿದರು, ಜೊತೆಗೆ ಶಾರದಾ ಕೂಡ. ಮುಖ್ತರ್ ನೆಲದಲ್ಲಿ ಕಣ್ಣುನೆಟ್ಟು ಅಲ್ಲಿಂದ ಜಾರಿಕೊಂಡ. ಅವನ ರಹಸ್ಯ ಹೊರಬೀಳಬಾರದಲ್ಲ! ಮರುದಿನ ಚಾವಣಿಗೆ ಹೋದ. ಅವಳು ಕಿಟಕಿಯ ಬಳಿ ತಲೆ ಬಾಚಿಕೊಳ್ಳುತ್ತಾ ನಿಂತಿದ್ದಳು. 'ಶಾರದಾ' ಮುಖ್ತರ್ ಕರೆದ. ಅವಳು ಗಾಬರಿಯಾದಳು. ಅವಳ ಕೈಲಿದ್ದ ಬಾಚಣಿಗೆ ಜಾರಿ ಕೆಳಗೆ ರಸ್ತೆಗೆ ಬಿತ್ತು.

"ನೀನು ಅಂಜುಬುರುಕಿ. ನೋಡು ನಿನ್ನ ಬಾಚಣಿಗೆ ಬಿದ್ದು ಹೋಯ್ತು."
"ನೀನು ಹೊಸದು ಕೊಡಿಸು ನನಗೆ. ಅದು ಗಟಾರಕ್ಕೆ ಬಿತ್ತು." ಶಾರದಾ ಹೇಳಿದಳು.
"ಈಗ?" ಮುಖ್ತರ್ ಕೇಳಿದ.
"ಇಲ್ಲ ಇಲ್ಲ ಸುಮ್ಮನೆ ತಮಾಷೆ ಮಾಡಿದೆ."
"ನಾನೂ ತಮಾಷೆ ಮಾಡಿದ್ದೆ. ಒಂದು ಬಾಚಣಿಗೆ ಕೊಳ್ಳುವ ಸಲುವಾಗಿ ನಿನ್ನನ್ನು ಬಿಟ್ಟು ಹೋಗುವವನಾ ನಾನು? ಸಾಧ್ಯವೇ ಇಲ್ಲ."
ಶಾರದಾ ನಕ್ಕು, "ಮತ್ತೆ ನಾನು ತಲೆ ಹೇಗೆ ಬಾಚಿಕೊಳ್ಳಲಿ?"
ಮುಖ್ತರ್ ಕಿಟಕಿಯ ಸರಳುಗಳಲ್ಲಿ ಕೈ ತೂರಿಸಿ, "ನನ್ನ ಬೆರಳುಗಳಿಂದ..."

ಶಾರದಾ ನಕ್ಕಳು. ಮುಖ್ತರನಿಗೆ ಆ ನಗುವಿನ ನೆರಳಿನಲ್ಲಿ ಇಡೀ ಬದುಕನ್ನೇ ಖುಷಿಯಲ್ಲಿ ಕಳೆದುಬಿಡಬಹುದು ಅನ್ನಿಸಿತು. "ಶಾರದಾ, ಓಹ್ ದೇವರೇ, ನೀನು ನಕ್ಕೆ. ನನಗೆ ಸಂಭ್ರಮ. ನೀನು ಯಾಕೆ ಇಷ್ಟು ಚೆಲುವಾಗಿದ್ದೀಯಾ? ಇಡೀ ಜಗತ್ತಿನಲ್ಲಿ ಇಷ್ಟು ಚೆಲುವೆ ಬೇರೆ ಯಾರೂ ಇಲ್ಲ. ನನಗೆ ನಮ್ಮಿಬ್ಬರ ನಡುವೆ ಇರುವ ಈ ಮಣ್ಣಿನ ತೆರೆಯನ್ನು ಪುಡಿ ಮಾಡಬೇಕು ಅನಿಸುತ್ತಿದೆ," ಶಾರದಾ ಮತ್ತೆ ನಕ್ಕಳು.

ಮುಖ್ತರ್ ಹೇಳಿದ, "ಮತ್ತೆ ಯಾರೂ ನಿನ್ನ ನಗುವನ್ನು ಕೇಳಬಾರದು ಮತ್ತು ನಗುವಾಗ ನಿನ್ನನ್ನು ನೋಡಲೂಬಾರದು. ಶಾರದಾ ನೀನು ನನಗಾಗಿ ಮಾತ್ರ ನಗಬೇಕು. ಯಾವಾಗಲೇ ಆಗಲಿ ನಿನಗೆ ನಗಬೇಕು ಅನ್ನಿಸಿದಾಗ ನನ್ನನ್ನು ಕರಿ. ನಾನು ನನ್ನ ಮುತ್ತುಗಳಿಂದ ನಿನ್ನ ಸುತ್ತ ರಕ್ಷಣೆಗೆ ಗೋಡೆಗಳನ್ನು ಕಟ್ಟುತ್ತೇನೆ."

"ನಿನಗೆ ಮಾತನಾಡಲು ಬರುತ್ತದೆ," ಶಾರದಾ ಹೇಳಿದಳು.

"ಹಾಗಿದ್ದರೆ ನನಗೇನಾದರೂ ಉಡುಗೊರೆ ಕೊಡು, ಪ್ರೀತಿಯ ನೋಟವೊಂದನ್ನಾದರೂ ಅಲ್ಲಿಂದಲೇ ಬೀರು. ನಾನು ನನ್ನ ಕಣ್ಣಿನಲ್ಲಿ ಆ ನೋಟವನ್ನು ಕಾಪಿಟ್ಟುಕೊಳ್ಳುತ್ತೇನೆ, ಬಚ್ಚಿಟ್ಟುಕೊಳ್ಳುತ್ತೇನೆ," ಅವಳ ಹಿಂದೆ ಯಾರದ್ದೋ ನೆರಳು ಕಾಣಿಸಿದಂತಾಗಿ ಅವನು ದೂರ ಹೋದ. ಅವನು ಹಿಂದಿರುಗಿದಾಗ, ಅವಳು ಕಿಟಕಿಯ ಬಳಿ ಇರಲಿಲ್ಲ.

ದಿನಗಳೆದಂತೆ ಅವರು ಹತ್ತಿರವಾದರು. ಸಣ್ಣ ಅವಕಾಶ ಸಿಕ್ಕಿದರೂ ಆ ಪ್ರೇಮಿಗಳು ಪ್ರೀತಿ ಮಾತುಗಳನ್ನು ಉಸುರಿಕೊಳ್ಳುತ್ತಿದ್ದರು. ಒಂದು ದಿನ ರೂಪ್ ಕೌರ್ ಮತ್ತು ಅವಳ ಗಂಡ ಲಾಲಾ ಕಾಲು ಮಲ್ ಹೊರಗೆ ಹೋಗಿದ್ದರು. ಮುಖ್ತರ್ ಎಲ್ಲಿಯೋ ಹೋಗುತ್ತಿರುವಾಗ ಸಣ್ಣ ಕಲ್ಲೊಂದು ತಗುಲಿತು. ಮೇಲೆ ನೋಡಿದಾಗ ಅಲ್ಲಿ ಶಾರದಾ ಕಾಣಿಸಿದಳು. ಅವಳು ಅವನನ್ನು ಮೇಲೆ ಬರಲು ಸಂಜ್ಞೆ ಮಾಡಿದಳು. ಅವರಿಬ್ಬರೇ ಇದ್ದರು. ಬಹಳ ಹೊತ್ತು ಪ್ರೀತಿಯಿಂದ ಮಾತನಾಡಿದರು.

ಮುಖ್ತರ್ ಹೇಳಿದ, "ಅಂದು ನಾನು ಮಾಡಿದ್ದಕ್ಕೆ ನಾನು ಕ್ಷಮೆ ಕೇಳುತ್ತೇನೆ ಮತ್ತು ಇವತ್ತು ಕೂಡಾ ಅದನ್ನೇ ಮಾಡುತ್ತೇನೆ. ಆದರೆ ಈ ಬಾರಿ ಕ್ಷಮೆ ಕೇಳುವುದಿಲ್ಲ." ನಂತರ ಅವನು ಶಾರದಾಳ ಕಂಪಿಸುವ ತುಟಿಗಳ ಮೇಲೆ ತನ್ನ ತುಟಿಗಳನ್ನು ಇಟ್ಟ. "ಇವತ್ತು ಕೂಡಾ ಸಾರಿ ಅನ್ನು," ಶಾರದಾ ತುಂಟತನದಿಂದ ಹೇಳಿದಳು. "ಉಹುಂ, ಅವು ನಿನ್ನ ತುಟಿಗಳಲ್ಲ, ನನ್ನವು. ನಾನು ತಪ್ಪು ಹೇಳಿದೆನಾ?" ಶಾರದಾ ನೋಟ ಕೆಳಗಿಳಿಸಿ, "ಬರೀ ತುಟಿಗಳಲ್ಲ, ನಾನು ಇಡಿಯಾಗಿ ನಿನ್ನವಳೇ."

ಮುಖ್ತರ್ ಚಿಂತಾಕ್ರಾಂತನಾದ. "ನೋಡು ಶಾರದಾ, ನಾವು ಅಗ್ನಿಪರ್ವತದ ಮೇಲೆ ನಿಂತಿದ್ದೇವೆ. ನಾನು ಭರವಸೆ ನೀಡುತ್ತೇನೆ ಮತ್ತು ನೀನು ಅದನ್ನು ನಂಬಬೇಕು. ನೀನಲ್ಲದೇ ಮತ್ತೆ ಯಾವ ಹೆಣ್ಣೂ ನನ್ನ ಬದುಕಿನೊಳಗೆ ಬರುವುದಿಲ್ಲ. ನಾನು ಇನ್ನು ಉಳಿದ ಬದುಕಿನುದ್ದಕ್ಕೂ ನಿನ್ನವನೇ ಆಗಿ ಉಳಿಯುತ್ತೇನೆ. ನನ್ನ ಪ್ರೀತಿ ಅಚಲ. ನೀನು ಕೂಡಾ ಈ ಪ್ರಮಾಣ ಮಾಡುತ್ತೀಯಾ?"

ಶಾರದಾ ದೃಷ್ಟಿಯನ್ನೆತ್ತಿ, "ನನ್ನ ಪ್ರೀತಿ ಸತ್ಯವಾದದ್ದು," ಎಂದಳು.

ಮುಖ್ತರ್ ಅವಳನ್ನು ತೋಳುಗಳಿಂದ ಬಳಸಿ ಎದೆಗಪ್ಪಿಕೊಂಡ. "ಬದುಕು, ಆದರೆ ಕೇವಲ ನನಗಾಗಿ, ನನ್ನ ಪ್ರೀತಿಗಾಗಿ. ದೇವರೇ! ಶಾರದಾ ನೀನು ನನ್ನ ಪ್ರೀತಿಯನ್ನು ಒಪ್ಪದಿದ್ದರೆ ನಾನು ಪ್ರಾಣ ಕಳೆದುಕೊಳ್ಳುತ್ತಿದ್ದೆ. ನೀನು ನನ್ನ ತೋಳುಗಳಲ್ಲಿರುವ ಈ ಕ್ಷಣದಲ್ಲಿ ಜಗತ್ತಿನ ಎಲ್ಲ ಹಾರೈಕೆ, ಎಲ್ಲ ಖುಷಿ ನನ್ನ ಮಡಿಲಿನಲ್ಲಿದೆ ಅನಿಸುತ್ತಿದೆ. ನಾನು ಎಷ್ಟು ಅದೃಷ್ಟವಂತ."

ಶಾರದಾ ಮುಖ್ತರನ ಭುಜಕ್ಕೆ ತನ್ನ ತಲೆಯಾನಿಸಿದಳು. "ನಿನಗೆ ಮಾತನಾಡಲು ಬರುತ್ತದೆ. ನನಗೆ ಹೃದಯದಲ್ಲಿರುವ ಮಾತುಗಳನ್ನೆಲ್ಲ ತುಟಿಗೆ ತರುವುದೇ ಗೊತ್ತಿಲ್ಲ".

ಅವರು ಒಬ್ಬರಲ್ಲೊಬ್ಬರು ತಲ್ಲೀನರಾಗಿ ಬಹಳ ಹೊತ್ತು ಒಟ್ಟಿಗಿದ್ದರು. ಮುಖ್ತರ್ ಹೊರಟ ನಂತರ ಅವನ ಜೀವಕ್ಕೆ ಹೊಸದಾದ ಸವಿಯಾದ ಉತ್ಸಾಹ ಬೆರೆತಿತ್ತು.

ಅವನು ರಾತ್ರಿಯೆಲ್ಲ ಯೋಚಿಸಿ, ಮರುದಿನ ಕಲ್ಕತ್ತಾಗೆ ಹೊರಟ. ಅಲ್ಲಿ ಅವನ ತಂದೆ ವ್ಯಾಪಾರ ನಡೆಸುತ್ತಿದ್ದರು. ಎಂಟು ದಿನಗಳ ನಂತರ ಅವನು ವಾಪಸ್ ಬಂದ. ಶಾರದಾ ಕ್ರೋಶಾ ಕಲಿಯಲು ಬಂದಿದ್ದಳು. ಅವರು ಮಾತನಾಡಲಿಲ್ಲವಾದರೂ ಅವಳ ಕಣ್ಣುಗಳು, "ಇಷ್ಟು ದಿನ ಎಲ್ಲಿ ಹೋಗಿದ್ದೆ? ನನಗೆ ಒಂದು ಮಾತೂ ಹೇಳದೆ ಕಲ್ಕತ್ತಾಗೆ ಹೊರಟುಬಿಟ್ಟೆಯಾ? ನಿನ್ನ ಪ್ರೀತಿಯ ಹಕ್ಕುಗಳೇನಾದವು? ನಾನು ನಿನ್ನ ಜೊತೆ ಮಾತನಾಡುವುದಿಲ್ಲ. ನನ್ನತ್ತ ನೋಡಬೇಡ. ಈಗೇನು ಹೇಳುವವನಿದ್ದೀ?" ಎಂದು ಕೇಳುತ್ತಿರುವಂತೆ ಅವನಿಗೆ ಅನ್ನಿಸಿತು.

ಮುಖ್ತರನಿಗೆ ಅವಳಲ್ಲಿ ಹೇಳುವುದು ಬಹಳಷ್ಟು ಇತ್ತು. ಆದರೆ ಇಬ್ಬರಿಗೂ ಬೇಕಿದ್ದ ಏಕಾಂತ ಒದಗಲಿಲ್ಲ. ಅವಳ ಜೊತೆ ತುಂಬ ಹೊತ್ತು ಮಾತನಾಡಬೇಕಿತ್ತು ಅವನಿಗೆ. ಎರಡು ದಿನಗಳು ಕಳೆದವು. ಎರಡು ದಿನಗಳು ಅವರ ಕಣ್ಣುಗಳಷ್ಟೇ ಮಾತನಾಡಿದವು. ಮೂರನೆಯ ದಿನ ರೂಪ್ ಕೌರ್ ಗಂಡನೊಡನೆ ಹೊರಗೆ ಹೊರಟಾಗ ಶಾರದಾ ಅವನನ್ನು ಕರೆದಳು.

ಮೆಟ್ಟಿಲ ಬಳಿ ಅವನನ್ನು ಭೇಟಿಯಾದಳು. ಮುಖ್ತರ್ ಅವಳನ್ನು ತಬ್ಬಲು ಮುಂದಾದಾಗ ಅವಳು ಅವನಿಂದ ಬಿಡಿಸಿಕೊಂಡು ಮೆಟ್ಟಿಲು ಹತ್ತಿ ಓಡಿದಳು. ಅವಳು ಸಿಟ್ಟಾಗಿದ್ದಳು.

ಮುಖ್ತರ್ ಹೇಳಿದ, "ಮುದ್ದು ಬಾ ಇಲ್ಲಿ ಕುಳಿತುಕೋ. ನಿನಗೆ ಮುಖ್ಯವಾದ ವಿಷಯವನ್ನು ಹೇಳಬೇಕು, ನಮ್ಮಿಬ್ಬರಿಗೂ ಸಂಬಂಧಿಸಿದ್ದು."

ಅವಳು ಮಂಚದ ಮೇಲೆ ಅವನ ಪಕ್ಕ ಕುಳಿತಳು. "ಏನೋ ಒಂದು ನೆಪ ಹೇಳಬೇಡ. ನನಗೆ ಹೇಳದೇ ಕಲ್ಕತ್ತಾಗೆ ಯಾಕೆ ಹೋದೆ? ನಾನು ಅದೆಷ್ಟು ಅತ್ತೆ ಗೊತ್ತಾ."

ಮುಖ್ತರ್ ಅವಳ ಕಣ್ಣುಗಳನ್ನು ಚುಂಬಿಸಿ, "ನಾನು ಆ ದಿನ ಮನೆಗೆ ಹೋದ ನಂತರ ರಾತ್ರಿಯೆಲ್ಲ ಯೋಚಿಸುತ್ತಲೇ ಇದ್ದೆ. ಆ ದಿನ ಅದೆಲ್ಲ ನಡೆದ ನಂತರ ಯೋಚಿಸಲೇಬೇಕಿತ್ತು. ನಾವು ಗಂಡ ಹೆಂಡತಿಯರಾಗಿದ್ದೆವು. ನಾನು ತಪ್ಪು ದಾರಿ ಹಿಡಿದಿದ್ದೆ ಮತ್ತು ನೀನು ಕೂಡಾ ಸ್ವೇಚ್ಛೆಯಾಗಿಬಿಟ್ಟೆ. ಒಂದೇ ಜಿಗಿತದಲ್ಲಿ ನಾವು

ಅಗಾಧ ದೂರ ಕ್ರಮಿಸಿಬಿಟ್ಟಿದ್ದೆವು. ನಾವು ಹೋಗಬೇಕಾದ ದಿಕ್ಕಿನ ಬಗ್ಗೆ ಯೋಚನೆ ಮಾಡಲೇ ಇಲ್ಲ. ಅರ್ಥವಾಗುತ್ತಿದೆಯಾ ಶಾರದಾ?"

ಅವಳು ದೃಷ್ಟಿ ತಗ್ಗಿಸಿದಳು. "ಹೌದು... ನಾನು ಕಲ್ಕತ್ತಾಗೆ ಅಪ್ಪನ ಜೊತೆ ಮಾತಾಡಲು ಹೋಗಿದ್ದೆ. ಅವರ ಆಶೀರ್ವಾದ ನಮಗೆ ಸಿಕ್ಕಿತು ಅಂದರೆ ನಿನಗೆ ಖುಷಿಯಲ್ಲವಾ ಹೇಳು."

ಮುಖ್ತರನ ಕಣ್ಣುಗಳು ಸಂತಸದಿಂದ ಬೆಳಗುತ್ತಿದ್ದವು. ಅವನು ಶಾರದಾಳ ಕೈಗಳನ್ನು ಹಿಡಿದು ಹೇಳಿದ, "ನನ್ನ ಎದೆಯ ಮೇಲಿದ್ದ ಭಾರವೊಂದಿಳಿಯಿತು. ನಾನು ಈಗ ನಿನ್ನನ್ನು ಮದುವೆಯಾಗಬಹುದು."

"ಮದುವೆ!" ಅವಳು ಸಣ್ಣಗಿನ ದನಿಯಲ್ಲಿ ಹೇಳಿದಳು.

"ಹೌದು, ಮದುವೆ."

ಶಾರದಾ ಕೇಳಿದಳು, "ನಾವು ಹೇಗೆ ಮದುವೆಯಾಗಲು ಸಾಧ್ಯ?"

ಮುಖ್ತರ್ ನಗುತ್ತ, "ಅದೇನು ಕಷ್ಟ ಹೇಳು? ನೀನು ಮುಸಲ್ಮಾನಳಾದರೆ ಆಯಿತು."

ಶಾರದಾ ಬೆಚ್ಚಿಬಿದ್ದಳು. "ಮುಸಲ್ಮಾನಳಾ!".

ಮುಖ್ತರ್ ಶಾಂತ ದನಿಯಲ್ಲಿ ಹೇಳಿದ, "ಹೌದು ಹೌದು, ಹಾಗಲ್ಲದೇ ಮತ್ತೇನಾಗಲು ಸಾಧ್ಯ? ನನಗೆ ಗೊತ್ತು ನಿನ್ನ ಕಡೆಯವರು ಸಿಟ್ಟಾಗುತ್ತಾರೆ ಎಂದು. ಆದರೆ ನಾನು ಎಲ್ಲ ವ್ಯವಸ್ಥೆ ಮಾಡಿರುವೆ. ನಾವು ಕಲ್ಕತ್ತಾಗೆ ಹೋಗೋಣ. ಅಪ್ಪ ಉಳಿದಿದ್ದನ್ನೆಲ್ಲ ಮಾಡುತ್ತಾರೆ. ನಾವು ಅಲ್ಲಿಗೆ ಹೋದ ದಿನವೇ ಅವರು ಮೌಲ್ವಿಯನ್ನು ಕರೆಸಿ ನಿನ್ನನ್ನು ಮುಸ್ಲಿಂ ಆಗಿ ಧರ್ಮಾಂತರಗೊಳಿಸುತ್ತಾರೆ. ಆ ಕೂಡಲೇ ನಾವು ಮದುವೆಯಾಗಿಬಿಡೋಣ."

ಶಾರದಾ ತುಟಿಗಳನ್ನು ಬಿಗಿಹಿಡಿದು ಕುಳಿತಿದ್ದಳು, ಯಾರೋ ಅದನ್ನು ಹೊಲೆದು ಬಿಟ್ಟಿರುವ ರೀತಿಯಲ್ಲಿ.

ಮುಖ್ತರ್ ಅವಳತ್ತ ನೋಡಿ, "ಯಾಕೆ ಮೌನವಾಗಿಬಿಟ್ಟೆ?" ಅವಳೇನೂ ಮಾತ ನಾಡಲಿಲ್ಲ.

"ಶಾರದಾ, ಅದೇನೆಂದು ಹೇಳಬಾರದಾ?" ಮುಖ್ತರ್ ಚಿಂತಿತ ದನಿಯಲ್ಲಿ ಕೇಳಿದ.

ಶಾರದಾ ಕಷ್ಟಪಟ್ಟು ಹೇಳಿದಳು, "ನೀನೇ ಹಿಂದು ಆಗು."

"ನಾನು ಹಿಂದು ಆಗಬೇಕಾ!" ಅವನು ಬೆಕ್ಕಸಬೆರಗಿನಲ್ಲಿ ಕೇಳಿದ.

ಆ ನಂತರ ನಗುತ್ತಾ ಕೇಳಿದ, "ನಾನು ಹೇಗೆ ಹಿಂದು ಆಗಲಿ?"

"ಮತ್ತೆ ನಾನು ಹೇಗೆ ಮುಸ್ಲಿಂ ಆಗಲಿ?" ಅವಳು ಮೆಲುದನಿಯಲ್ಲಿ ಕೇಳಿದಳು.

"ಅದ್ಯಾಕೆ ನೀನು ಮುಸ್ಲಿಂ ಆಗಲು ಸಾಧ್ಯವಿಲ್ಲ... ಅಂದರೆ ನೀನು ನನ್ನನ್ನು ಪ್ರೀತಿಸುತ್ತೀಯಲ್ಲವೇ? ಇಸ್ಲಾಂ ಧರ್ಮಗಳಲ್ಲೆಲ್ಲ ಅತ್ಯಂತ ಶ್ರೇಷ್ಠವಾದದ್ದು. ಹಿಂದು

ಧರ್ಮವು ಧರ್ಮವೇ ಅಲ್ಲ. ಹಿಂದುಗಳು ಆಕಳ ಉಚ್ಚೆ ಕುಡಿಯುತ್ತಾರೆ. ಅವರು ಮೂರ್ತಿಗಳನ್ನು ಪೂಜಿಸುತ್ತಾರೆ. ಅದರ ಮಟ್ಟಿಗೆ ಅದು ಸರಿಯೇ ಇರಬಹುದು. ಆದರೆ ಇಸ್ಲಾಂಗೆ ಅದನ್ನು ಹೋಲಿಸಲಾಗುವುದಿಲ್ಲ. ನೀನು ಮುಸಲ್ಮಾನಳಾದರೆ ಎಲ್ಲವೂ ಸರಿಯಾಗುತ್ತದೆ."

ಶಾರದಾಳ ತಾಮ್ರವರ್ಣದ ಮುಖ ಬಿಳಿಚಿಕೊಂಡಿತು.
"ನೀನು ಹಿಂದು ಆಗುವುದಿಲ್ಲವಾ?"
ಮುಖ್ತರ್ ನಕ್ಕು, "ನಿನಗೇನು ಹುಚ್ಚು ಹಿಡಿದಿದೆಯಾ!" ಎಂದ.
ಶಾರದಾಳ ಮುಖ ನಿಸ್ತೇಜವಾಗಿತ್ತು.
"ನೀನು ಈಗ ಹೊರಡು. ಅವರು ಇನ್ನೇನು ಬರಬಹುದು" ಅವಳು ಹಾಸಿಗೆಯಿಂದ ಎದ್ದಳು. ಮುಖ್ತರನಿಗೆ ಏನೂ ಅರ್ಥವಾಗಲಿಲ್ಲ.
"ಆದರೆ ಶಾರದಾ..."
"ಇಲ್ಲ, ಇಲ್ಲ ದಯವಿಟ್ಟು ಹೊರಡು. ಬೇಗ ಜಾಗ ಖಾಲಿ ಮಾಡು. ಅವರು ಬಂದು ಬಿಡುತ್ತಾರೆ" ಅವಳು ತಣ್ಣನೆಯ ಭಾವರಹಿತ ದನಿಯಲ್ಲಿ ಹೇಳಿದಳು.
ಮುಖ್ತರನ ಗಂಟಲು ಒಣಗಿತ್ತಾದರೂ ಕಷ್ಟಪಟ್ಟು ಹೇಳಿದ, "ನಾವು ಒಬ್ಬರನ್ನೊಬ್ಬರು ಪ್ರೀತಿಸುತ್ತೇವೆ. ಶಾರದಾ ನೀನು ಯಾಕೆ ಅಸಮಾಧಾನಗೊಂಡಿರುವೆ?"
"ಹೊರಡು... ಹೊರಡು ಅಂದೆ. ನಮ್ಮ ಹಿಂದು ಧರ್ಮ ಕೆಟ್ಟದು. ನೀವು ಮುಸ್ಲಿಮರೆಲ್ಲ ಒಳ್ಳೆಯವರು" ಅವಳ ದನಿಯಲ್ಲಿ ದ್ವೇಷವಿತ್ತು.

ಅವಳು ಮತ್ತೊಂದು ಕೋಣೆಗೆ ಹೋಗಿ ಬಾಗಿಲು ಹಾಕಿಕೊಂಡಳು. ಮುಖ್ತರ್ ಇಸ್ಲಾಂ ಅನ್ನು ಎದೆಯೊಳಗೆ ಸಿಕ್ಕಿಸಿಕೊಂಡು, ಮನೆಯಿಂದ ಹೊರಬಿದ್ದ.

Two-Nation Theory

ಹೈಬತ್ ಖಾನ್‌ಗೆ ಇದು ತೀರಾ ಹೊಸ ರೀತಿಯ ಅನುಭವ. ನವಾಬಳು ಭಿನ್ನವಾಗಿದ್ದಳು, ಆಸಕ್ತಿಕರವಾಗಿದ್ದಳು, ಸಂತೋಷ ಕೊಡುತ್ತಿದ್ದಳು. ಅವನು ಅಲ್ಲಿಗೆ ಹೆಚ್ಚು ಹೆಚ್ಚು ಬರಲಾರಂಭಿಸಿದ. ಸರ್ದಾರಳಿಗೆ ಖುಷಿಯಾಗಿತ್ತು. ಅಷ್ಟೊಂದು ಹಣ ಅಷ್ಟು ನಿಯಮಿತವಾಗಿ ಎಂದೂ ಬಂದಿದ್ದೇ ಇಲ್ಲ.

ಪಾಪಾಸುಕಳ್ಳಿ

ಆ ಊರಿನ ಹೆಸರು ಮುಖ್ಯವಲ್ಲ ಬಿಡಿ. ಪೇಷಾವರದ ಹೊರವಲಯದಲ್ಲಿದ್ದ ಒಂದು ಜಾಗ ಎನ್ನೋಣ. ಸರಹದ್ದಿನಿಂದ ತೀರಾ ದೂರದಲ್ಲೇನೂ ಅಲ್ಲದ ಒಂದು ಸಣ್ಣ ಮಣ್ಣಿನ ಮನೆಯಲ್ಲಿ ಆ ಹೆಂಗಸು ವಾಸವಿದ್ದಳು... ಧೂಳುಭರಿತ, ಜಲ್ಲಿಕಲ್ಲು ಹೊದಿಸಿದ, ಕಾಡು ಕಳ್ಳಿಯ ಬೇಲಿಯಿಂದಾಗಿ ಅರೆ ಮುಚ್ಚಿಹೋಗಿ ಕೇಳುವವರಿಲ್ಲದ ಆ ಸ್ಥಳದಲ್ಲಿ ಕಳ್ಳಿಗಿಡಗಳು ಸ್ವಲ್ಪ ಬರಡಾಗಿದ್ದರೂ ಸಮೃದ್ಧವಾಗಿ ಬೆಳೆದು, ದಾರಿಹೋಕರ ದೃಷ್ಟಿಯಿಂದ ಆ ಮನೆಯನ್ನು ಮರೆಯಾಗಿಡುವಂಥ ಪರದೆಯಂತಿತ್ತು. ಅದೇನು ಅಲ್ಲಿ ಯಾವಾಗಿನಿಂದಲೂ ಇತ್ತೋ ಅಥವಾ ಆ ಹೆಂಗಸೇ

ಅದನ್ನು ಬೆಳೆಸಿದ್ದೋ ಖಚಿತವಾಗಿ ತಿಳಿದಿಲ್ಲ. ಮೂರು ಸಣ್ಣ ಕೋಣೆಗಳಿದ್ದ ಆ ಮನೆ ಹೆಚ್ಚುಕಡಿಮೆ ಗುಡಿಸಿಲಿನ ಹಾಗೆ ಇತ್ತಷ್ಟೇ. ಮನೆ ಅತ್ಯಂತ ಶುಭ್ರವಾಗಿತ್ತು. ಅಲ್ಲಿ ಪೀಠೋಪಕರಣಗಳು ಎಂದು ಹೇಳಿಕೊಳ್ಳುವಂಥದ್ದೇನೂ ಹೆಚ್ಚಾಗಿ ಇರಲಿಲ್ಲ, ಆದರೆ ಏನಿತ್ತೋ ಅದು ಚೆಂದವಾಗಿತ್ತು. ಹಿಂದಿನ ಕೋಣೆಯಲ್ಲಿ ಒಂದು ದೊಡ್ಡ ಮಂಚವಿತ್ತು, ಅದರ ಬದಿ ಒಂದು ಪುಟ್ಟ ಗೂಡಿನಲ್ಲಿ ರಾತ್ರಿ ಪೂರ್ತಿ ಉರಿಯುವ ಒಂದು ಮಣ್ಣಿನ ಹಣತೆಯಿತ್ತು. ಎಲ್ಲವನ್ನೂ ಅಚ್ಚುಕಟ್ಟಾಗಿ ಜೋಡಿಸಿದ್ದರು.

ಈಗ ಆ ಮನೆಯಲ್ಲಿ ಮಗಳೊಡನೆ ವಾಸಿಸುವ ಆ ಹೆಂಗಸಿನ ಬಗ್ಗೆ ಹೇಳುತ್ತೇನೆ...

ಅವರ ಬಗ್ಗೆ ಬಹಳಷ್ಟು ಕಥೆಗಳು ಚಾಲ್ತಿಯಲ್ಲಿವೆ. ಕೆಲವರು ಹೇಳುತ್ತಾರೆ, ಜೊತೆಗಿರುವ ಆ ಪುಟ್ಟ ಹುಡುಗಿ ಅವಳ ಮಗಳಲ್ಲ, ಯಾವುದೋ ಅನಾಥ ಮಗುವನ್ನು ಅವಳು ಸಾಕಿ ಬೆಳೆಸಿದಳು ಎಂದು. ಉಳಿದವರು ಆ ಹುಡುಗಿ ಅವಳ ಅಕ್ರಮ ಸಂಬಂಧದಿಂದ ಹುಟ್ಟಿದ ಮಗಳು ಎನ್ನುತ್ತಾರೆ. ಮತ್ತೆ ಕೆಲವರು ನಿಜಕ್ಕೂ ಅವಳ ಮಗಳೇ ಎನ್ನುತ್ತಾರೆ. ಸತ್ಯ ಯಾರಿಗೂ ಗೊತ್ತಿಲ್ಲ.

ಆ ಹೆಂಗಸಿನ ಹೆಸರು ಹೇಳಲು ಮರೆತೆ. ಅದೇನೂ ಮಹತ್ವದ ವಿಷಯವಲ್ಲ. ಅದು ಸಕೀನಾ ಆಗಿರಬಹುದು, ಮೆಹ್ತಾಬ್ ಆಗಿರಬಹುದು, ಗುಲ್ಶನ್ ಆಗಿರಬಹುದು ಅಥವಾ ಮತ್ತೇನೋ ಆಗಿರಬಹುದು. ಆದರೆ ನಮ್ಮ ಅನುಕೂಲಕ್ಕೋಸ್ಕರ ಈಗ ಆಕೆಯನ್ನು ಸರ್ದಾರ್ ಎಂದು ಕರೆಯೋಣ. ಅವಳು ನಡುವಯಸ್ಕಳಾಗಿದ್ದಳು. ಚಿಕ್ಕವಳಿರುವಾಗ ಸುಂದರಿಯೇ ಇದ್ದಿರಬೇಕು. ಈಗ ಅವಳ ಮುಖ ಸುಕ್ಕುಗಟ್ಟಿತ್ತಾದರೂ ಅವಳ ವಯಸ್ಸಿಗಿಂತ ಚಿಕ್ಕವಳಾಗಿಯೇ ಕಾಣಿಸುತ್ತಿದ್ದಳು.

ಅವಳ ಮಗಳು – ಅವಳು ನಿಜಕ್ಕೂ ಮಗಳೇ ಆಗಿದ್ದರೆ – ತುಂಬಾ ಸುಂದರಿಯಾಗಿದ್ದಳು. ಅವಳನ್ನು ನೋಡಿದರೆ ಅವಳೊಬ್ಬ ವೇಶ್ಯೆಯೆಂದು ಹೇಳುವಂತೆಯೇ ಇರಲಿಲ್ಲ, ನಿಜಕ್ಕೂ ವೇಶ್ಯೆಯೇ ಆಗಿದ್ದರೂ. ಒಳ್ಳೆಯ ವ್ಯಾಪಾರವಾಗುತ್ತಿತ್ತು. ಆ ಹುಡುಗಿ, ಅವಳನ್ನು ನವಾಬ್ ಎಂದು ಕರೆಯೋಣ, ತನ್ನ ಬದುಕಿನ ಬಗ್ಗೆ ಅಸಂತುಷ್ಟಳಾಗಿಯೇನೂ ಇರಲಿಲ್ಲ. ಮದುವೆ ಎನ್ನುವ ಸಂಬಂಧವೊಂದು ಈ ಜಗತ್ತಿನಲ್ಲಿ ಇದೆ ಎನ್ನುವುದೇ ಗೊತ್ತಿರದಂಥ ವಾತಾವರಣದಲ್ಲಿ ಅವಳು ಬೆಳೆದಿದ್ದಳು.

ಹಿಂದಿನ ಕೋಣೆಯಲ್ಲಿದ್ದ ದೊಡ್ಡ ಮಂಚಕ್ಕೆ ಮೊದಲ ಬಾರಿಗೆ ಗಂಡಸೊಬ್ಬನನ್ನು ಸರ್ದಾರ್ ಕರೆತಂದಾಗ ಪ್ರೌಢಾವಸ್ಥೆಗೆ ಕಾಲಿಟ್ಟ ಒಬ್ಬಳು ಹುಡುಗಿಗೆ ಸ್ವಾಭಾವಿಕವಾಗಿ ಏನಾಗಬೇಕೋ ಅದು ಆಯಿತಷ್ಟೇ ಎನ್ನಿಸಿತ್ತು. ಅದಾದ ನಂತರ ಅದು ಅವಳ ಬದುಕಿನ ರೀತಿಯೇ ಆಯಿತು ಮತ್ತು ಅವಳು ಖುಷಿಯಾಗಿಯೇ ಇದ್ದಳು. ಜಗತ್ತಿನ ಲೆಕ್ಕಕ್ಕೆ ಅವಳು ವೇಶ್ಯೆ ಅನ್ನಿಸಿಕೊಂಡರೂ, ಅವಳಿಗೆ ಅದರ ಬಗ್ಗೆ ಹೆಚ್ಚಿನ

ತಿಳಿವಳಿಕೆಯಾಗಲಿ, ಆ ಕುರಿತು ಪಾಪಪ್ರಜ್ಞೆಯಾಗಲಿ ಇರಲಿಲ್ಲ. ಅವಳ ಜಗತ್ತಿನಲ್ಲಿ ಆ ಪದಗಳಿಗೆಲ್ಲ ಅಸ್ತಿತ್ವವೇ ಇರಲಿಲ್ಲ. ಅವಳಲ್ಲಿ ಒಂದು ದೈಹಿಕ ಪ್ರಾಮಾಣಿಕತೆಯಿತ್ತು. ಅವಳು ತನ್ನ ಬಳಿಗೆ ಬರುತ್ತಿದ್ದ ಗಂಡಸರಿಗೆ ತನ್ನನ್ನು ಸಂಪೂರ್ಣವಾಗಿ ಅರ್ಪಿಸಿಕೊಳ್ಳುತ್ತಿದ್ದಳು.

ಅವಳು ಯಾವುದೇ ಹಿಂಜರಿಕೆಯಿಲ್ಲದೇ ಗಂಡಸರಿಗೆ ಕೋಮಲವಾದ ಪ್ರೀತಿ ಕೊಡುವುದು ಹೆಣ್ಣಿನ ಆದ್ಯ ಕರ್ತವ್ಯವೆಂದು ತಿಳಿದಿದ್ದಳು. ಅವಳಿಗೆ ನಗರಗಳಲ್ಲಿ ಜನರು ಹೇಗೆ ಬದುಕುತ್ತಾರೆ ಎಂಬುದೇ ತಿಳಿದಿರಲಿಲ್ಲ. ಆದರೆ ಅವಳ ಬಳಿಗೆ ಬರುತ್ತಿದ್ದ ಗಂಡಸರನ್ನು ನೋಡಿ ನಗರದ ಜನರ ಅಭ್ಯಾಸಗಳಾದ ಬೆಳಗಿನ ಹೊತ್ತು ಹಲ್ಲು ಉಜ್ಜುವುದು, ಒಂದು ಕಪ್ ಬೆಡ್ ಟೀ ಕುಡಿಯುವುದು, ನಂತರ ಸ್ನಾನ ಮಾಡುವುದು, ಕೆಲಸಕ್ಕೆ ಹೊರಡುವುದು ಇತ್ಯಾದಿಗಳ ಬಗ್ಗೆಯೆಲ್ಲ ತಿಳಿದುಕೊಂಡಿದ್ದಳು.

ಎಲ್ಲ ಗಂಡಸರೂ ಒಂದೇ ರೀತಿ ಇರುತ್ತಿರಲಿಲ್ಲ. ಕೆಲವರಿಗೆ ಬೆಳಗಿನ ಹೊತ್ತು ಒಂದು ಸಿಗರೇಟ್ ಸೇದುವ ಅಭ್ಯಾಸವಿದ್ದರೆ, ಮತ್ತೆ ಕೆಲವರಿಗೆ ಒಂದು ಕಪ್ ಚಹಾದ ಹೊರತು ಬೇರೇನೂ ಬೇಕಾಗುತ್ತಿರಲಿಲ್ಲ. ಕೆಲವರಿಗೆ ನಿದ್ರಾಹೀನತೆಯಿದ್ದರೆ, ಮತ್ತೆ ಕೆಲವರು ಗಡದ್ದು ನಿದ್ರೆ ಹೊಡೆದು ನಸುಕಿನಲ್ಲಿಯೇ ಎದ್ದು ಹೊರಟು ಬಿಡುತ್ತಿದ್ದರು.

ಸರ್ದಾರಳು ಯಾವುದೇ ಯೋಚನೆಯಿಲ್ಲದ ಸುಖಜೀವಿಯಾಗಿದ್ದಳು. ಅವಳಿಗೆ ತನ್ನ ಮಗಳ ಸಾಮರ್ಥ್ಯದ ಬಗ್ಗೆ – ಮಗಳೋ ಯಾರೋ – ಅವಳು ಗಿರಾಕಿಗಳನ್ನು ಚೆನ್ನಾಗಿ ನೋಡಿಕೊಳ್ಳುವುದರ ಬಗ್ಗೆ ಸಂಪೂರ್ಣ ನಂಬಿಕೆಯಿತ್ತು. ಸಾಮಾನ್ಯವಾಗಿ ಅವಳು ಓಪಿಯಮ್ ಸೇವಿಸಿ ಬಹಳ ಬೇಗ ನಿದ್ರೆ ಮಾಡಿಬಿಡುತ್ತಿದ್ದಳು. ಏನಾದರೂ ತುರ್ತಿದ್ದರೆ ಮಾತ್ರ ಅವಳು ಏಳುತ್ತಿದ್ದಳು.

ಒಂದೊಂದು ಸಲ ಗಿರಾಕಿಗಳು ತುಂಬಾ ಮದ್ಯವೇನಾದರೂ ಕುಡಿದರೆ ಅವರನ್ನು ಎಚ್ಚರದ ಸ್ಥಿತಿಗೆ ತರಬೇಕಾಗುತ್ತಿತ್ತು. ಅವಳು ವೇದಾಂತಿಯಂತೆ ಹೇಳುತ್ತಿದ್ದಳು, "ಅವನಿಗೆ ಸ್ವಲ್ಪ ಮಾವಿನಕಾಯಿ ಉಪ್ಪಿನಕಾಯಿ ಕೊಡು ಅಥವಾ ಒಂದು ಗ್ಲಾಸ್ ಉಪ್ಪುನೀರನ್ನು ಕುಡಿಸು, ನಂತರ ವಾಂತಿ ಮಾಡಿಕೊಳ್ಳುತ್ತಾನೆ. ಆ ನಂತರ ನಿದ್ದೆ ಮಾಡಲು ಹೇಳು."

ಅವಳು ಬಹಳ ಹುಷಾರಿನ ಹೆಂಗಸು. ಗಿರಾಕಿಗಳಿಂದ ಮುಂಗಡವಾಗಿ ಹಣ ಪಡೆಯುತ್ತಿದ್ದಳು. ಆ ನಂತರ, "ಈಗ ನೀವಿಬ್ಬರೂ ಆರಾಮವಾಗಿ ಸಮಯ ಕಳೆಯಿರಿ," ಎನ್ನುತ್ತಿದ್ದಳು. ಆ ಹಣವೆಲ್ಲ ಸರ್ದಾರಳ ಬಳಿಯೇ ಇರುತ್ತಿತ್ತು. ಆದರೆ ಅವರೇನಾದರೂ ಉಡುಗೊರೆ ಕೊಟ್ಟರೆ ಮಾತ್ರ ಅದು ನವಾಬಳಿಗೆ ಸೇರುತ್ತಿತ್ತು.

ಅವಳ ಗಿರಾಕಿಗಳಲ್ಲೂ ಸಾಕಷ್ಟು ಜನ ಶ್ರೀಮಂತರೇ. ಹಾಗಾಗಿ ಉಡುಪುಗಳು, ಹಣ್ಣು, ಸಿಹಿ ಏನಾದರೂ ತರುವುದು ಮಾಮೂಲಾಗಿತ್ತು.

ನವಾಬ್ ಸದಾ ಖುಷಿಯಲ್ಲಿರುವ ಹುಡುಗಿ. ಆ ಮೂರು ಕೋಣೆಯ ಮಣ್ಣಿನ ಮನೆಯಲ್ಲಿ ಬದುಕು ಸರಾಗವಾಗಿಯೂ, ಮಾಮೂಲಾಗಿಯೂ ನಡೆದುಕೊಂಡು ಹೋಗುತ್ತಿತ್ತು. ಇತ್ತೀಚೆಗೆ ಒಬ್ಬ ಸೈನ್ಯದ ಅಧಿಕಾರಿ ಅವಳಿಗೊಂದು ಗ್ರಾಮಾಫೋನ್ ಮತ್ತು ಒಂದಿಷ್ಟು ರೆಕಾರ್ಡುಗಳನ್ನು ಉಡುಗೊರೆಯಾಗಿ ನೀಡಿದ್ದ. ಒಂಟಿಯಾಗಿರುವಾಗ ನವಾಬ್ ಅವುಗಳನ್ನು ಕೇಳುತ್ತಿದ್ದಳು. ಜೊತೆಗೆ ಹಾಡಲು ಪ್ರಯತ್ನಿಸುತ್ತಿದ್ದಳು ಕೂಡಾ. ಆದರೆ ಅವಳಿಗೆ ಸಂಗೀತದ ಗಂಧಗಾಳಿಯಿರಲಿಲ್ಲ. ಅವಳಿಗೆ ಹೆಚ್ಚು ತಿಳಿಯಲು ಆಸಕ್ತಿಯೂ ಇರಲಿಲ್ಲ. ಅವಳು ಅಜ್ಞಾನಿಯಾಗಿದ್ದಳು ಆದರೆ ಖುಷಿಯಾಗಿದ್ದಳು. ಆ ಕಳ್ಳಿ ಗಿಡದ ಬೇಲಿಯಾಚೆಗಿನ ಬದುಕು ಹೇಗಿರುತ್ತದೆಂದು ಅವಳಿಗೆ ತಿಳಿದಿರಲಿಲ್ಲ. ಅವಳಿಗೆ ಆ ಕಚ್ಚಾ ಧೂಳಿನ ರಸ್ತೆ, ಕಾರಿನಲ್ಲಿ ಬರುವ ಗಂಡಸರು, ತಾವು ಬಂದಿದ್ದೇವೆಂದು ತಿಳಿಸಲು ಒಂದೆರಡು ಬಾರಿ ಹಾರ್ನ್ ಒತ್ತುತ್ತಿದ್ದುದು ಮತ್ತು ಸರ್ದಾರಳು ಒಂದಿಷ್ಟು ದೂರದಲ್ಲಿ ಅವರಿಗೆ ಗಾಡಿ ನಿಲ್ಲಿಸಲು ಹೇಳುತ್ತಿದ್ದುದು, ಅವರು ನಿಲ್ಲಿಸಿ ನಂತರ ಆ ವಿಶಾಲ ಮಂಚದ ಮೇಲಿನ ನವಾಬಳ ಬಳಿ ಬರುತ್ತಿದ್ದುದು ಇಷ್ಟು ಮಾತ್ರ ತಿಳಿದಿತ್ತು.

ಮಾಮೂಲು ಗಿರಾಕಿಗಳು ಹೆಚ್ಚೆಂದರೆ ಐದಾರು ಜನರಿದ್ದರು. ಸರ್ದಾರ್ ಎಷ್ಟು ಚಾಕಚಕ್ಯತೆಯಿಂದ ಅವರನ್ನು ನಿರ್ವಹಿಸುತ್ತಿದ್ದಳೆಂದರೆ, ಒಮ್ಮೆಗೇ ಇಬ್ಬರು ಗಿರಾಕಿಗಳು ಅಲ್ಲಿಗೆ ಬಂದು ಎಡವಟ್ಟಾಗುವ ಸಂದರ್ಭವೇ ಎದುರಾಗುತ್ತಿರಲಿಲ್ಲ. ಬೇರೆಬೇರೆ ಗಿರಾಕಿಗಳಿಗೆ ಬೇರೆಬೇರೆ ದಿನಗಳನ್ನು ಗೊತ್ತುಪಡಿಸುತ್ತಿದ್ದುದರಿಂದ ಯಾವ ಸಮಸ್ಯೆಯೂ ಎದುರಾಗುತ್ತಿರಲಿಲ್ಲ. ನವಾಬಳು ಬಸುರಿಯಾಗದಂತೆ ಕೂಡಾ ಸರ್ದಾರ್ ಎಚ್ಚರಿಕೆ ವಹಿಸುತ್ತಿದ್ದಳು. ಅದು ಯಾವಾಗ ಬೇಕಿದ್ದರೂ ಆಗಿಬಿಡಬಹುದಾದ ಸಾಧ್ಯತೆ ಇದ್ದಾಗಲೂ, ಈ ಎರಡೂವರೆ ವರ್ಷಗಳಲ್ಲಿ ಒಮ್ಮೆಯೂ ಅಂಥ ಅನಾಹುತವಾಗಿರಲಿಲ್ಲ. ಪೊಲೀಸರಿಗೆ ಸರ್ದಾರಳ ದಂಧೆಯ ಬಗ್ಗೆ ಸ್ವಲ್ಪವೂ ಸುಳಿವು ಸಿಕ್ಕಿರಲಿಲ್ಲ ಮತ್ತು ಆ ಗಂಡಸರು ಕೂಡಾ ಬಹಳ ಎಚ್ಚರಿಕೆಯಿಂದಿದ್ದರು.

ಒಂದು ದಿನ ಡಾಡ್ಜ್ ಗಾಡಿಯೊಂದು ಮನೆಯ ಹತ್ತಿರ ಬಂದಿತು. ಚಾಲಕ ಒಮ್ಮೆ ಹಾರ್ನ್ ಮಾಡಿದ ಕೂಡಲೇ ಸರ್ದಾರಳು ಹೊರಗೆ ಹೋದಳು. ಬಂದಿದ್ದವನು ಅವಳಿಗೆ ಪರಿಚಿತನಾಗಿರಲಿಲ್ಲ. ಆತ ಕೂಡಾ ತನ್ನ ಪರಿಚಯವನ್ನೇನೂ ಮಾಡಿಕೊಳ್ಳದೇ ಕಾರ್ ನಿಲ್ಲಿಸಿ ಮಾಮೂಲು ಗಿರಾಕಿಯಂತೆ ಒಳಗೆ ಬಂದ. ಸರ್ದಾರಳಿಗೆ ಸ್ವಲ್ಪ ಗೊಂದಲವಾಯಿತು. ಆದರೆ ನವಾಬ್ ಅವನನ್ನು

ಮುಗುಳ್ನಗೆಯಿಂದ ಸ್ವಾಗತಿಸಿ ಹಿಂದಿನ ಕೋಣೆಗೆ ಕರೆದುಕೊಂಡು ಹೋದಳು. ಸರ್ದಾರಳು ಒಳಗೆ ಹೋದಾಗ ಅವರಿಬ್ಬರೂ ಮಂಚದ ಮೇಲೆ ಪಕ್ಕಪಕ್ಕದಲ್ಲಿ ಕುಳಿತಿದ್ದರು. ಒಂದು ಬಾರಿ ನೋಡಿದ ಕೂಡಲೇ ಬಂದವನು ಶ್ರೀಮಂತನೆಂದು ಅಂದಾಜು ಸಿಕ್ಕಿತು... ಜೊತೆಗೆ ಸುಂದರಾಂಗ ಕೂಡಾ.

"ನಿಮಗೆ ಯಾರು ನಮ್ಮ ಬಗ್ಗೆ ತಿಳಿಸಿದ್ದು?" ಕೇಳಿದಳು.

ಆಗಂತುಕ ನಕ್ಕು, ಕಾಮುಕತೆಯಿಂದ ನವಾಬಳನ್ನು ಬಳಸಿ ಹೇಳಿದ, "ಇವಳಿದ್ದಾಳಲ್ಲ ಇವಳು," ಎಂದ.

ನವಾಬ್ ವಯ್ಯಾರದಿಂದ ಪುಟಿಯುತ್ತ, "ಆಹಾ ಯಾಕೋ, ನಾನು ನಿಮ್ಮನ್ನು ಎಂದೂ ನೋಡಿಯೇ ಇಲ್ಲವಲ್ಲ!" ಎಂದಳು. "ಆದರೆ ನಾನು ನೋಡಿದ್ದೇನಲ್ಲ," ಆಗಂತುಕ ಹಲ್ಲುಕಿರಿಯುತ್ತ ಉತ್ತರಿಸಿದ. ಆಶ್ಚರ್ಯಚಕಿತಳಾದ ನವಾಬ್ "ಎಲ್ಲಿ, ಯಾವಾಗ?" ಎಂದು ಕೇಳಿದಳು.

ಆಗಂತುಕ ಅವಳ ಕೈಗಳನ್ನು ಹಿಡಿದು ಹೇಳಿದ, "ನಿನಗೆ ಅದೆಲ್ಲ ಅರ್ಥವಾಗುವುದಿಲ್ಲ. ನಿನ್ನ ಅಮ್ಮನನ್ನು ಕೇಳು."

"ನಾನು ಇವರನ್ನು ಈ ಮೊದಲು ಭೇಟಿಯಾಗಿದ್ದೀನಾ," ನವಾಬ್ ಸರ್ದಾರಳನ್ನುದ್ದೇಶಿಸಿ ಮಗುವಿನಂತೆ ಕೇಳಿದಳು. ಇಷ್ಟರಲ್ಲಾಗಲೇ ಸರ್ದಾರಳಿಗೆ ಯಾರೋ ಮಾಮೂಲಿ ಗಿರಾಕಿಗಳು ಅವನಿಗೆ ತಮ್ಮ ಬಗ್ಗೆ ಹೇಳಿರಬೇಕು ಎಂದು ಅರ್ಥವಾಗಿತ್ತು. "ಅದರ ಬಗ್ಗೆ ತಲೆ ಕೆಡಿಸಿಕೊಳ್ಳಬೇಡ. ಆ ನಂತರ ಹೇಳುತ್ತೇನೆ," ಎಂದವಳೇ ಕೋಣೆಯಿಂದ ಹೊರನಡೆದು ಓಪಿಯಮ್ ತೆಗೆದುಕೊಂಡು ಹಾಸಿಗೆಯ ಮೇಲೆ ಉರುಳಿದಳು. ಆಗಂತುಕ ಯಾವುದೇ ರೀತಿಯ ತೊಂದರೆ ಕೊಡುವವನಲ್ಲ ಎಂದು ನಂಬಿಕೆ ಬಂದಿತ್ತು.

ಅವನ ಹೆಸರು ಹೈಬತ್ ಖಾನ್, ಪಕ್ಕದ ಹಜಾರ ಜಿಲ್ಲೆಯ ದೊಡ್ಡ ಜಮೀನ್ದಾರ. "ಇನ್ನು ಮುಂದೆ ನವಾಬಳ ಹತ್ತಿರ ಬೇರೆ ಯಾವ ಗಂಡಸರೂ ಬರಬಾರದು," ಸ್ವಲ್ಪ ಹೊತ್ತಿನ ನಂತರ ಹೊರಡುವಾಗ ಸರ್ದಾರಳಿಗೆ ಹೇಳಿದ್ದ. "ಅದು ಹೇಗೆ ಸಾಧ್ಯ ಖಾನ್ ಸಾಹೇಬ್? ನೀವೇ ಎಲ್ಲರದ್ದೂ ಸೇರಿಸಿ ಕೊಡಲಾಗುತ್ತದಾ?" ಸರ್ದಾರ್ ಕೇಳಿದಳು.

ಎಷ್ಟಾದರೂ ವಾಸ್ತವ ಮರೆಯದ ಹೆಂಗಸು. ಹೈಬತ್ ಖಾನ್ ಅವಳಿಗೆ ಉತ್ತರಿಸಲಿಲ್ಲ. ಬದಲಿಗೆ ಜೇಬಿಗೆ ಕೈ ಹಾಕಿ ರಾಶಿ ಹಣವನ್ನು ತೆಗೆದು ನೆಲದ ಮೇಲೆಸೆದ. ಕೈನಲ್ಲಿದ್ದ ವಜ್ರದ ಉಂಗುರವನ್ನು ತೆಗೆದು ನವಾಬಳಿಗೆ ತೊಡಿಸಿದ. ನಂತರ ಕಳ್ಳಿಯ ಬೇಲಿ ದಾಟಿ ಅವಸರದಲ್ಲಿ ಹೊರಟುಹೋದ. ನವಾಬ್ ಆ

ಹಣದ ಕಡೆಗೆ ಕಣ್ಣೆತ್ತಿ ಕೂಡಾ ನೋಡದೇ ಕೈಯಲ್ಲಿದ್ದ ಜ್ವಾಜಲ್ಯಮಾನವಾದ ವಜ್ರದ ಉಂಗುರವನ್ನೇ ನೋಡುತ್ತಿದ್ದಳು.

ಕಾರು ಸ್ಟಾರ್ಟ್ ಆಗಿ ಹೊರಟ ಸದ್ದು ಕೇಳಿಸಿತು... ಧೂಳಿನ ತೆರೆಯನ್ನೆಬ್ಬಿಸಿ. ಅವಳು ಹಿಂದಿರುಗಿದಾಗ, ಸರ್ದಾರ್ ಹಣವನ್ನೆಲ್ಲ ಎತ್ತಿಕೊಂಡು ಎಣಿಸುತ್ತಿದ್ದಳು. ಸಾವಿರದ ಒಂಬೈನೂರು ರೂಪಾಯಿಗಳು... ಇನ್ನೊಂದು ನೂರು ಸೇರಿದ್ದರೆ ಭರ್ತಿ ಎರಡು ಸಾವಿರವಾಗುತ್ತಿತ್ತು ಎಂದುಕೊಂಡಳು. ಹಣವನ್ನೆಲ್ಲ ಎತ್ತಿಟ್ಟು ಓಪಿಯಮ್ ಸೇವಿಸಿ ಹಾಸಿಗೆಗೆ ತೆರಳಿದಳು. ನವಾಬಳಿಗೆ ರೋಮಾಂಚನವಾಗಿತ್ತು. ಆ ವಜ್ರದುಂಗುರದಿಂದ ಕಣ್ಣು ಕೀಳಲಾಗಿರಲಿಲ್ಲ.

ಕೆಲವು ದಿನಗಳು ಕಳೆದವು. ಈ ಮಧ್ಯೆ ಹಳೆಯ ಗಿರಾಕಿಯೊಬ್ಬ ಬಂದಾಗ ಸರ್ದಾರ್ ಪೋಲೀಸರು ರೈಡ್ ಮಾಡುವ ಸಾಧ್ಯತೆ ಇದೆ ಎಂದು ಹೇಳಿ ಅವನನ್ನು ವಾಪಸ್ ಕಳಿಸಿದ್ದಳು. ಅದಾದ ನಂತರ ದಂಧೆಯನ್ನು ನಿಲ್ಲಿಸಲು ನಿರ್ಧರಿಸಿದ್ದಳು. ಸರ್ದಾರಳ ತರ್ಕ ಬಹಳ ಸರಳವಾಗಿತ್ತು. ಹೈಬತ್ ಖಾನ್ ಬಹಳ ಶ್ರೀಮಂತನೆಂದೂ, ಮೊದಲಿನಂತೆಯೇ ಹಣದ ಹೊಳೆ ಹರಿದು ಬರುತ್ತದೆಂದೂ ಅವಳಿಗೆ ಗೊತ್ತಿತ್ತು. ಜೊತೆಗೆ ಒಬ್ಬನೇ ಗಂಡಸಿನ ಜೊತೆ ವ್ಯವಹಾರ ಮಾಡುವ ಅನುಕೂಲ ಬೇರೆ. ಮುಂದೆ ಸ್ವಲ್ಪ ದಿನಗಳಲ್ಲಿ ಎಲ್ಲ ಹಳೆಯ ಗಿರಾಕಿಗಳಿಂದ ಬಿಡಿಸಿಕೊಂಡಳು.

ಒಂದು ವಾರ ಕಳೆಯಿತು. ಹೈಬತ್ ಖಾನ್ ಎರಡನೇ ಬಾರಿಗೆ ಬಂದ, ಆದರೆ ಈ ಬಾರಿ ಸರ್ದಾರಳೊಡನೆ ಅವನು ಮಾತನಾಡಲಿಲ್ಲ. ಇಬ್ಬರೂ ಹಿಂದಿನ ಕೋಣೆ ಸೇರಿಕೊಂಡರು, ಸರ್ದಾರಳನ್ನು ಅವಳ ಓಪಿಯಮ್ ಮತ್ತು ಅವಳ ಹಾಸಿಗೆಯ ವಶಕ್ಕೆ ಬಿಟ್ಟು. ಹೈಬತ್ ಖಾನ್ ಆಗಾಗ ಬರುತ್ತಿದ್ದ. ನವಾಬಳ ಮೇಲೆ ಹುಚ್ಚನಂತೆ ಮೋಹಗೊಂಡಿದ್ದ. ಹೆಚ್ಚಿನ ನಯನಾಜೂಕಿಲ್ಲದ, ಸೂಳೆಯರಿಗೆ ಕರಗತವಾದ ಕಸಬುದಾರಿತನದ ಸೋಂಕಿಲ್ಲದ ಹಸಿಹಸಿ ಕಾಮ ಕೌಶಲ್ಯ ಅವನಿಗೆ ಇಷ್ಟವಾಗಿಬಿಟ್ಟಿತ್ತು.

ಹಾಗಂತ ಅವಳು ಗರತಿಯಂತೆಯೂ ವರ್ತಿಸುತ್ತಿರಲಿಲ್ಲ. ತಾಯ ಮೊಲೆಗಳೊಡನೆ ಆಟವಾಡುವ ಮಗುವಿನಂತೆ ಅವನೊಡನೆ ಮಲಗಿ ನಿದ್ರೆ ಹೋಗುತ್ತಿದ್ದಳು. ಹೈಬತ್ ಖಾನನಿಗೆ ಇದು ತೀರಾ ಹೊಸ ರೀತಿಯ ಅನುಭವ. ನವಾಬಳು ಭಿನ್ನವಾಗಿದ್ದಳು, ಆಸಕ್ತಿಕರವಾಗಿದ್ದಳು, ಸಂತೋಷ ಕೊಡುತ್ತಿದ್ದಳು. ಅವನು ಅಲ್ಲಿಗೆ ಹೆಚ್ಚು ಹೆಚ್ಚು ಬರಲಾರಂಭಿಸಿದ. ಸರ್ದಾರಳಿಗೆ ಖುಷಿಯಾಗಿತ್ತು. ಅಷ್ಟೊಂದು ಹಣ ಅಷ್ಟು ನಿಯಮಿತವಾಗಿ ಎಂದೂ ಬಂದಿದ್ದೇ ಇಲ್ಲ.

ನವಾಬಳಿಗೆ ಮಾತ್ರ ಆಗಾಗ ಸ್ವಲ್ಪ ಕಿರಿಕಿರಿಯಾಗುತ್ತಿತ್ತು. ಹೈಬತ್ ಖಾನ್ ಯಾವಾಗಲೂ ಯಾವುದೋ ಅರಿಯದ ಆತಂಕದಲ್ಲಿರುತ್ತಿದ್ದ. ಅದು ಸಣ್ಣಪುಟ್ಟ

ವಿಷಯಗಳಲ್ಲಿ ಅವಳ ಅರಿವಿಗೆ ಬರುತ್ತಿತ್ತು. ಯಾವುದಾದರೂ ಕಾರು ಅಥವಾ ಬಸ್ಸು ರಸ್ತೆಯಲ್ಲಿ ವೇಗವಾಗಿ ಸಾಗುವ ಸದ್ದು ಕಿವಿಗೆ ಬಿದ್ದ ಕೂಡಲೇ ಸಣ್ಣದಾಗಿ ನಡುಗುತ್ತ ಹಾಸಿಗೆಯಿಂದ ಹಾರಿ ಹೊರಗೋಡಿ ಅದರ ನಂಬರ್ ಪ್ಲೇಟ್ ಓದುವ ಪ್ರಯತ್ನ ಮಾಡುತ್ತಿದ್ದ. ಒಂದು ರಾತ್ರಿ, ಸಾಗಿ ಹೋಗುತ್ತಿದ್ದ ಬಸ್ಸೊಂದು ಹೈಬತ್ ಖಾನನನ್ನು ಹೇಗೆ ಬೆಚ್ಚಿ ಬೀಳಿಸಿತೆಂದರೆ, ಅವನು ಅವಳ ತೋಳುಗಳಿಂದ ಬಿಡಿಸಿಕೊಂಡು ಎದ್ದು ಕುಳಿತುಬಿಟ್ಟಿದ್ದ. ನವಾಬಳಿಗೆ ಗಾಢ ನಿದ್ರೆ ಬರುತ್ತಿರಲಿಲ್ಲ, ಹಾಗಾಗಿ ಅವಳೂ ಎದ್ದು ಕುಳಿತಳು. ಅವನು ಭಯಭೀತನಾಗಿದ್ದ.

ಅವಳಿಗೆ ಗಾಬರಿಯಾಗಿ, "ಏನಾಯಿತು?" ಎಂದು ಕಿರುಚಿದಳು.

ಅಷ್ಟರಲ್ಲಿ ಸಾವರಿಸಿಕೊಂಡ ಹೈಬತ್ ಖಾನ್, "ಏನಿಲ್ಲ. ಬಹುಶಃ ಕೆಟ್ಟ ಕನಸು ಬಿದ್ದಿರಬೇಕು," ಎಂದಿದ್ದ. ಬಸ್ ಅಷ್ಟರಲ್ಲಿ ಹೊರಟು ಹೋಗಿದ್ದರೂ, ದೂರದಲ್ಲೆಲ್ಲೋ ಅದರ ಸದ್ದು ಇನ್ನೂ ಕೇಳಿಸುತ್ತಿತ್ತು. ನವಾಬ್ ಹೇಳಿದಳು, "ಇಲ್ಲ, ಖಾನ್. ಏನೋ ಇದೆ. ಗಾಡಿಗಳ ಸದ್ದು ಕೇಳಿದಾಗಲೆಲ್ಲ ನೀನು ಹೀಗೇ ಮಾಡುತ್ತೀ" ಹೈಬತ್ ಖಾನನ ಪ್ರತಿಷ್ಠೆ ಕುಟುಕಿದಂತಾಗಿ, "ಅಸಂಬದ್ಧ ಮಾತಾಡಬೇಡ. ಕಾರು, ಬಸ್ಸುಗಳಿಗೆ ಯಾರಾದರೂ ಯಾಕೆ ಹೆದರಬೇಕು?" ಎಂದಿದ್ದ ತೀಕ್ಷ್ಣವಾಗಿ. ನವಾಬ್ ಅಳಲಾರಂಭಿಸಿದ್ದಳು. ಆದರೆ ಹೈಬತ್ ಖಾನ್ ಅವಳನ್ನು ಅಪ್ಪಿ ಅವಳ ದುಃಖವನ್ನು ಹೋಗಲಾಡಿಸಿದ್ದ. ಅವನು ನೋಡಲು ಬಹಳ ಸುಂದರನಿದ್ದ. ಬಲಿಷ್ಠಕಾಯದ ಉತ್ಕಟಪ್ರೇಮಿ. ಪ್ರತಿಬಾರಿ ಮುಟ್ಟಿದಾಗಲೂ ಅವನು ನವಾಬಳ ತಾರುಣ್ಯಭರಿತ ದೇಹದಲ್ಲಿ ಕಿಚ್ಚು ಹೊತ್ತಿಸುತ್ತಿದ್ದ. ಅವನು ಅವಳಿಗೆ ಕಾಮದ ಸೂಕ್ಷ್ಮಗಳನ್ನೆಲ್ಲ ಕಲಿಸಿಕೊಟ್ಟಿದ್ದ. ಅವಳು ಜೀವನದಲ್ಲಿ ಮೊದಲ ಬಾರಿಗೆ ಪ್ರೀತಿಯನ್ನು ಅನುಭವಿಸುತ್ತಿದ್ದಳು. ಅವನು ಹೋದ ನಂತರ ಅವನಿಗಾಗಿ ಹಂಬಲಿಸುತ್ತಿದ್ದಳು ಮತ್ತು ರೆಕಾರ್ಡುಗಳನ್ನು ಹಾಕಿ ಕೇಳುತ್ತಲೇ ಇರುತ್ತಿದ್ದಳು.

ಹೀಗೆಯೇ ತಿಂಗಳುಗಳು ಕಳೆದವು. ಹೈಬತ್ ಖಾನನ ಮೇಲೆ ನವಾಬಳಿಗಿದ್ದ ಪ್ರೀತಿ ಆಳವಾಗುತ್ತಲೇ ಹೋಯಿತು... ಹಾಗೆಯೇ ಅವಳ ಆತಂಕ ಕೂಡಾ ಹೆಚ್ಚುತ್ತಲೇ ಹೋಯಿತು. ಇತ್ತೀಚಿನ ದಿನಗಳಲ್ಲಿ ಅವನ ಬರುವು ಅನಿಯಮಿತವಾಗಿತ್ತು. ಕೆಲವು ಗಂಟೆಗಳು ಬಂದಾಗಲೂ ಚಡಪಡಿಕೆಯಲ್ಲಿಯೇ ಇರುತ್ತಿದ್ದ ಹಾಗೂ ಇದ್ದಕ್ಕಿದ್ದಂತೆಯೇ ಹೊರಟು ಬಿಡುತ್ತಿದ್ದ. ಅವನೇನೋ ಒತ್ತಡದಲ್ಲಿದ್ದಾನೆ ಎನ್ನುವುದು ಸ್ಪಷ್ಟವಾಗಿತ್ತು. ಹೊರಡುವುದಕ್ಕೆ ಆಸೆಯೂ ಇರಲಿಲ್ಲ, ಮನಸ್ಸೂ ಇರಲಿಲ್ಲ. ಆದರೂ ಹೊರಡುತ್ತಿದ್ದ.

ನವಾಬ್ ಸತ್ಯ ತಿಳಿಯಲು ಹಲವಾರು ಬಾರಿ ಪ್ರಯತ್ನಿಸಿದರೂ ಅವನು ಹಾರಿಕೆಯ ಉತ್ತರಗಳನ್ನು ಕೊಟ್ಟು ಸುಮ್ಮನಾಗುತ್ತಿದ್ದ.

ಒಂದು ದಿನ ಅವನ ಡಾಡ್ಜ್ ಅವರ ಮನೆಯ ಮುಂದೆ ಬಂದು ಮಾಮೂಲಿ ಜಾಗದಲ್ಲಿ ನಿಂತಿತು. ನವಾಬ್ ನಿದ್ರಿಸುತ್ತಿದ್ದವಳು ಅವನ ಕಾರಿನ ಹಾರ್ನ್ ಸದ್ದು ಕೇಳಿ ಎಚ್ಚರಗೊಂಡವಳು ಹೊರಗೆ ಓಡಿದಳು. ಅದಾಗಲೇ ಬಾಗಿಲ ಹತ್ತಿರ ಬಂದಿದ್ದ ಹೈಬತ್ ಖಾನ್ ಅವಳನ್ನು ಉತ್ಕಟತೆಯಿಂದ ಅಪ್ಪಿ, ಅವಳನ್ನೆತ್ತಿಕೊಂಡು ಒಳಗೆ ಬಂದ.

ಅವರಿಬ್ಬರೂ ತುಂಬಾ ಕಾಲ ಪ್ರೇಮಿಗಳಂತೆ ಮಾತನಾಡುತ್ತಲೇ ಇದ್ದರು. ಜೀವನದಲ್ಲಿ ಮೊದಲ ಬಾರಿಗೆ ನವಾಬ್ "ಖಾನ್, ನನಗೆ ಚಿನ್ನದ ಬಳೆ ಕೊಡಿಸುತ್ತೀಯಾ?" ಎಂದು ಕೇಳಿದಳು. ಹೈಬತ್ ಖಾನ್ ಅವಳ ದುಂಡು ತೋಳಿಗೆ ಮುತ್ತಿಕ್ಕುತ್ತ ಹೇಳಿದ, "ನಾಳೆ ತರುತ್ತೇನೆ. ನಿನಗಾಗಿ ನಾನು ಪ್ರಾಣವನ್ನು ಬೇಕಿದ್ದರೂ ಕೊಡುತ್ತೇನೆ." ನವಾಬ್ ಕಾಮಾತುರದಿಂದ ಮುಲುಗುಟ್ಟುತ್ತ, "ಓಹ್ ಖಾನ್ ಬೇಡ, ಬಡಪಾಯಿ ನಾನು! ನಾನು ನಿನಗಾಗಿ ಪ್ರಾಣ ಕೊಡಬೇಕು," ಎಂದಳು. ಹೈಬತ್ ಖಾನ್ ಅವಳಿಗೆ ಮುತ್ತಿಕ್ಕುತ್ತ, "ನಾಳೆ ನಿನ್ನ ಚಿನ್ನದ ಬಳೆಗಳೊಡನೆ ಮತ್ತೆ ಬರುತ್ತೇನೆ. ನಾನೇ ಅವುಗಳನ್ನು ನಿನಗೆ ತೊಡಿಸುತ್ತೇನೆ," ಎಂದ. ನವಾಬಳಿಗೆ ಉತ್ಸಾಹ ಉಕ್ಕೇರಿತು. ಖುಷಿಯಿಂದ ಕುಣಿದಾಡಬೇಕು ಅನ್ನಿಸಿತು. ಸರ್ದಾರ್ ತೃಪ್ತಿಯಿಂದ ಅವಳನ್ನೇ ನೋಡುತ್ತ, ಓಪಿಯಮ್ ಸೇವಿಸಿ ಮಲಗಿದಳು.

ಮರುದಿನ ಬೆಳಗ್ಗೆ ಏಳುವಾಗಲೂ ನವಾಬ್ ಅದೇ ಉತ್ಸಾಹದ ಮನಸ್ಥಿತಿಯಲ್ಲಿದ್ದಳು. ಇವತ್ತು ಅವನು ನನಗಾಗಿ ಚಿನ್ನದ ಬಳೆಗಳನ್ನು ತರುತ್ತಾನೆ, ತನಗೆ ತಾನೇ ಹೇಳಿಕೊಂಡಳು. ಆದರೂ ಮನಸ್ಸಿನಲ್ಲೇನೋ ಕಸಿವಿಸಿ. ಅವನು ಆ ದಿನ ಬರಲೇ ಇಲ್ಲ. ಆ ರಾತ್ರಿ ಅವಳು ನಿದ್ರಿಸಲಿಲ್ಲ. ತಾಯಿಗೆ ಹೇಳಿದಳು, "ಖಾನ್ ಯಾಕೋ ಬರಲೇ ಇಲ್ಲ. ಬರುತ್ತೇನೆಂದು ಆಣೆ ಮಾಡಿದ್ದರೂ ಬರಲಿಲ್ಲ." ಹೃದಯಕ್ಕೆ ಅದೇನೋ ಮುನ್ಸೂಚನೆ ಸಿಕ್ಕಿದಂತೆನಿಸಿತ್ತು. ಅವನಿಗೆ ಅಪಘಾತವೇನಾದರೂ ಆಗಿರಬಹುದಾ? ಆರೋಗ್ಯವೇನಾದರೂ ಕೈ ಕೊಟ್ಟಿತಾ? ಯಾರಾದರೂ ಅವನ ಮೇಲೆ ಹಲ್ಲೆ ಮಾಡಿದರಾ? ಕಾರಿನ ಸಪ್ಪಳ ಕೇಳಿಸಿದಾಗೆಲ್ಲ ಅವಳು ಹೈಬತ್ ಖಾನನ ಬಗ್ಗೆ ಯೋಚಿಸಿದಳು... ಆ ಸದ್ದು ಅವನಲ್ಲಿ ಹೇಗೆ ಹೆದರಿಕೆಯನ್ನುಂಟು ಮಾಡುತ್ತಿತ್ತು ಎಂದು.

ಒಂದು ವಾರ ಕಳೆಯಿತು. ಕಳ್ಳಿಯ ಬೇಲಿಯ ಹಿಂದಿನ ಆ ಮನೆಗೆ ಯಾರೂ ಬರಲಿಲ್ಲ. ಆಗೀಗ ಒಂದು ಕಾರ್ ಧೂಳೆಬ್ಬಿಸಿ ಸಾಗಿ ಹೋಗುತ್ತಿತ್ತು. ಅವಳ ಮನಸ್ಸಿನಲ್ಲಿ ಸಾಗಿ ಹೋಗುತ್ತಿದ್ದ ಕಾರ್ ಮತ್ತು ಬಸ್ಸುಗಳು ಹೈಬತ್ ಖಾನನೊಡನೆ ತಳುಕು ಹಾಕಿಕೊಂಡಿರಲಿಲ್ಲ. ಅದು ಅವನ ಗೈರುಹಾಜರಿಯ ಸಂಕೇತವಾಗಿತ್ತು.

ಒಂದು ಮಧ್ಯಾಹ್ನ ಊಟ ಮುಗಿಸಿ ಇಬ್ಬರೂ ಮಲಗಲು ಸಿದ್ಧರಾಗುತ್ತಿದ್ದಾಗ ಕಾರ್ ಬಂದು ನಿಂತ ಸದ್ದು. ಹಾರ್ನ್ ಸದ್ದು, ಆದರೆ ಅದು ಹೈಬತ್ ಖಾನನ ಕಾರಿನದ್ದಲ್ಲ. ಮತ್ತೆ ಯಾರಿರಬಹುದು ಹಾಗಿದ್ದರೆ? ಸರ್ದಾರ್ ಹಳೆಯ ಗಿರಾಕಿಗಳು ಮತ್ತೆ ಬಂದಿಲ್ಲ ತಾನೇ ಎಂದು ಖಚಿತಪಡಿಸಿಕೊಳ್ಳಲು ಹೊರಗೆ ಹೋದಳು. ಹಾಗೇನಾದರೂ ಬಂದಿದ್ದಲ್ಲಿ ವಾಪಸ್ ಕಳಿಸುವ ಉದ್ದೇಶದಿಂದ. ಆದರೆ ಬಂದವನು ಹೈಬತ್ ಖಾನನೇ. ಅವನು ಚಾಲಕನ ಸೀಟಿನಲ್ಲಿ ಕುಳಿತಿದ್ದ. ಆದರೆ ಅದು ಅವನ ಕಾರ್ ಆಗಿರಲಿಲ್ಲ. ಅವನ ಜೊತೆ ಒಬ್ಬಳು ಚೆಂದಕ್ಕೆ ಅಲಂಕರಿಸಿಕೊಂಡ ಹೆಂಗಸಿದ್ದಳು, ಚೆಂದದ ಹೆಣ್ಣು ಅನ್ನುವುದು ಮತ್ತಿಷ್ಟು ಸೂಕ್ತ.

ಹೈಬತ್ ಖಾನ್ ಕೆಳಗಿಳಿದ, ಆಕೆಯೂ ಇಳಿದಳು. ಸರ್ದಾರಳಿಗೆ ಗಲಿಬಿಲಿಯಾಯಿತು. ಆ ಹೆಂಗಸು ಅವನೊಡನೆ ಯಾಕೆ ಬಂದಿದ್ದಾಳೆ? ಯಾರವಳು? ಅವಳನ್ನು ಯಾಕೆ ಕರೆತಂದಿದ್ದಾನೆ? ಅವರು ಅವಳನ್ನು ಲೆಕ್ಕಿಸದಂತೆ ಮನೆಯೊಳಗೆ ಬಂದರು. ಅವಳು ಕ್ಷಣಕಾಲ ಬಿಟ್ಟು ಅವರನ್ನು ಹಿಂಬಾಲಿಸಿದಳು. ಒಳಗೆ ಹಾಸಿಗೆಯ ಮೇಲೆ ಮೂವರೂ ಅಕ್ಕಪಕ್ಕ ಕುಳಿತಿದ್ದರು. ಅಲ್ಲೊಂದು ವಿಚಿತ್ರ ಮೌನ ಆವರಿಸಿತು.

ಮೈತುಂಬಾ ಚಿನ್ನದ ಆಭರಣಗಳನ್ನು ಧರಿಸಿದ್ದ ಆ ಹೆಂಗಸು ತಳಮಳಗೊಂಡಿದ್ದಳು. ಸರ್ದಾರ್ ಬಾಗಿಲ ಬಳಿ ನಿಂತಳು. ಹೈಬತ್ ಖಾನ್ ತಲೆಯೆತ್ತಿ ಅವಳನ್ನು ನೋಡಿದಾಗ ಅವನತ್ತ ಸ್ವಾಗತದ ನಗೆ ಬೀರಿದಳು. ಆದರೆ ಅವನು ಅದನ್ನು ಗುರುತಿಸಲಿಲ್ಲ. ಅವನು ಮಾನಸಿಕ ಕ್ಷೋಭೆಗೊಳಗಾಗಿದ್ದು ಕಾಣಿಸುತ್ತಿತ್ತು.

ಆ ಹೆಂಗಸು ಸರ್ದಾರಳಿಗೆ ಹೇಳಿದಳು, "ನಾವು ಬಂದಿದ್ದೇವೆ. ತಿನ್ನಲು ಏನಾದರೂ ಕೊಡುವಿರಾ?" "ಬೇಗನೇ ಸಿದ್ಧ ಪಡಿಸುತ್ತೇನೆ... ನಿಮಗೆ ಇಷ್ಟವಾಗಿದ್ದು," ಸರ್ದಾರ್ ಆತಿಥೇಯಳಂತೆ ಹೇಳಿದಳು. ಆ ಹೆಂಗಸಿನಲ್ಲಿ ಅಧಿಕಾರದ ದರ್ಪವನ್ನು ಸೂಚಿಸುವಂಥದ್ದೇನೋ ಇತ್ತು. "ಅಡಿಗೆ ಮನೆಗೆ ಹೋಗು," ಸರ್ದಾರಳಿಗೆ ಆಜ್ಞೆ ಮಾಡಿದಳು. "ಒಲೆ ಹೊತ್ತಿಸು. ದೊಡ್ಡ ಕಡಾಯಿ ಇದೆಯಾ ನಿಮ್ಮ ಬಳಿ?" "ಇದೆ" ಸರ್ದಾರ್ ತಲೆಯಾಡಿಸಿದಳು. "ಚೆನ್ನಾಗಿ ತೊಳಿ. ನಾನು ಬರುತ್ತೇನೆ ಸ್ವಲ್ಪ ಸಮಯದಲ್ಲಿ," ಎಂದಳು.

ನಂತರ ಕುಳಿತಲ್ಲಿಂದ ಎದ್ದು ಗ್ರಾಮಾಫೋನನ್ನು ಪರೀಕ್ಷಿಸುವಂತೆ ನೋಡಿದಳು. ಸರ್ದಾರ್ ಕ್ಷಮಾಯಾಚನೆಯ ದನಿಯಲ್ಲಿ, "ಇಲ್ಲಿ ಹತ್ತಿರದಲ್ಲಿ ಮಾಂಸ ಸಿಗುವುದಿಲ್ಲ," ಎಂದಳು. "ನಾನು ತರಿಸುತ್ತೇನೆ" ಆ ಹೆಂಗಸು ಹೇಳಿದಳು. "ದೊಡ್ಡ ಉರಿಯನ್ನು ಸಿದ್ಧಮಾಡು. ಈಗ ಹೋಗಿ ಹೇಳಿದ್ದನ್ನು ಮಾಡು."

ಸರ್ದಾರ್ ಹೊರಟಳು. ಆ ಹೆಂಗಸು ಮುಗುಳ್ನಕ್ಕು ನವಾಬಳನ್ನು ಕುರಿತು, "ನವಾಬ್ ನಿನಗಾಗಿ ಚಿನ್ನದ ಬಳೆಗಳನ್ನು ತಂದಿದ್ದೇವೆ," ಎಂದಳು. ಬ್ಯಾಗ್

ತೆರೆದು ಅದರೊಳಗಿಂದ ಟಿಷ್ಯೂ ಕಾಗದದಲ್ಲಿ ಸುತ್ತಿದ್ದ ಭಾರವಾದ ಬಳೆಗಳನ್ನು ಹೊರತೆಗೆದಳು. ನವಾಬ್ ಪಕ್ಕದಲ್ಲಿಯೇ ಅಲುಗಾಡದಂತೆ ಕುಳಿತಿದ್ದ ಹೈಬತ್ ಖಾನನೆಡೆ ನೋಡಿದಳು. "ಈ ಹೆಂಗಸು ಯಾರು, ಖಾನ್?" ಅವಳು ಬೆದರಿದ ದನಿಯಲ್ಲಿ ಕೇಳಿದಳು.

ಬಳೆಗಳೊಡನೆ ಆಟವಾಡುತ್ತಾ ಆ ಹೆಂಗಸು, "ನಾನು ಯಾರಾ? ನಾನು ಹೈಬತ್ ಖಾನನ ಸಹೋದರಿ," ಎಂದವಳೇ ಮುದುಡಿಹೋಗಿದ್ದ ಹೈಬತ್ ಖಾನನನ್ನು ನೋಡುತ್ತ, "ನನ್ನ ಹೆಸರು ಹಲಾಕತ್," ಎಂದಳು ನವಾಬಳನ್ನುದ್ದೇಶಿಸಿ. ನವಾಬಳಿಗೆ ಅಲ್ಲೇನು ನಡೆಯುತ್ತಿದೆ ಎನ್ನುವುದೇ ಅರ್ಥವಾಗುತ್ತಿಲ್ಲ, ಆದರೆ ತುಂಬ ಹೆದರಿದ್ದಾಳೆ. ಆ ಹೆಂಗಸು ನವಾಬಳತ್ತ ಬಂದು, ಚಿನ್ನದ ಬಳೆಗಳನ್ನು ತೊಡಿಸಲಾರಂಭಿಸಿದಳು. ನಂತರ ಹೈಬತ್ ಖಾನನಿಗೆ ಹೇಳಿದಳು, "ನೀನು ಕೋಣೆಯಿಂದಾಚೆ ಹೋಗು. ಅವಳಿಗೆ ಚೆಂದಕ್ಕೆ ಅಲಂಕಾರ ಮಾಡಿ ನಿನ್ನ ಬಳಿ ಕರೆತರುತ್ತೇನೆ."

ಹೈಬತ್ ಖಾನ್ ವಶೀಕರಣಕ್ಕೊಳಗಾದಂತೆ ನಿಂತಿದ್ದ ಅಲ್ಲಿಂದ ಕದಲದೆ. "ಕೋಣೆಯಿಂದಾಚೆ ಹೊರಡು. ಹೇಳಿದ್ದು ಕೇಳಿಸಲಿಲ್ಲವಾ?" ಅವಳು ತೀಕ್ಷ್ಣವಾಗಿ ಹೇಳಿದಳು.

ಅವನು ಹೊರಗೆ ಹೊರಟ, ನವಾಬಳ ಕಡೆ ನೋಡುತ್ತಲೇ...

ಅಡಿಗೆ ಕೋಣೆ ಮನೆಯಿಂದ ಹೊರಗಿತ್ತು. ಸರ್ದಾರ್ ಒಲೆ ಹೊತ್ತಿಸಿದ್ದಳು. ಅವನು ಅವಳೊಡನೆ ಮಾತಾಡದೇ, ಹಾಗೆಯೇ ಕಳ್ಳಿ ಬೇಲಿಯನ್ನು ದಾಟಿ ರಸ್ತೆಗೆ ನಡೆದ. ಅವನು ಅರೆಹುಚ್ಚನಂತಾಗಿದ್ದ. ಒಂದು ಬಸ್ ಬಂದಿತು. ಅವನಿಗೆ ಕೈ ತೋರಿಸಿ ಅದನ್ನು ನಿಲ್ಲಿಸಿ, ಅದರಲ್ಲಿ ಹತ್ತಿ ಎಲ್ಲಿಯಾದರೂ ಕಣ್ಮರೆಯಾಗಬೇಕೆಂದೆನಿಸಿತು. ಹಾಗೇನೂ ಮಾಡಲಿಲ್ಲ. ಬಸ್ ಧೂಳೆಬ್ಬಿಸಿ ಸಾಗಿಹೋಯಿತು. ಅದನ್ನು ಕರೆಯಬೇಕು ಅನ್ನಿಸಿತು. ಆದರೆ ಅವನ ದನಿ ಹೂತುಹೋಗಿತ್ತು.

ಅವನಿಗೆ ನೂರಾರು ಸಂತಸದ ರಾತ್ರಿಗಳನ್ನು ಕಳೆದ ಆ ಮನೆಯೊಳಗೆ ಓಡಬೇಕು ಅನ್ನಿಸಿತು, ಆದರೆ ಕಾಲುಗಳು ನೆಲಕ್ಕೆ ಅಂಟಿಕೊಂಡಂತೆ ನಿಂತುಬಿಟ್ಟಿದ್ದವು. ಅವನು ಅಲ್ಲಿಯೇ ನಿಂತಿದ್ದ, ಮುಂದೇನು ಮಾಡಬೇಕು ಎಂದು ಯೋಚಿಸುತ್ತಾ.

ಆ ಮನೆಯೊಳಗೆ ಇದ್ದ ಹೆಂಗಸು ಅವನಿಗೆ ಬಹಳ ಕಾಲದಿಂದ ಪರಿಚಿತಳು. ಅವನು ಅವಳ ಗತಿಸಿದ ಗಂಡನ ಗೆಳೆಯನಾಗಿದ್ದ. ಬಹಳ ವರ್ಷಗಳ ಹಿಂದಿನ ಅವರ ಮೊದಲ ಭೇಟಿ ಅವನಿಗೆ ಈಗಲೂ ನೆನಪಿದೆ. ಅವಳ ಗಂಡನ ಸಾವಿಗೆ ಸಾಂತ್ವನ ಹೇಳಲು ಹೋಗಿದ್ದವನು, ನಂತರ ಅವಳ ಪ್ರಿಯಕರನಾಗಿದ್ದ. ಅದು ಬಹಳ ಅನಿರೀಕ್ಷಿತವಾಗಿತ್ತು. ಅವಳನ್ನು ಅವನು ತನ್ನದಾಗಿಸಿಕೊಳ್ಳುವಂತೆ

ಅವಳು ಆದೇಶಿಸಿದ್ದಳು, ಕೆಲಸದವನಿಗೆ ಯಾವುದೋ ಮಾಮೂಲು ಕೆಲಸ ಮಾಡಲು ಆದೇಶಿಸುವಂತೆ. ಹೈಬತ್ ಖಾನನಿಗೆ ಹೆಂಗಸರ ವಿಷಯದಲ್ಲಿ ಹೆಚ್ಚಿನ ಅನುಭವವೇನೂ ಇರಲಿಲ್ಲ.

ಈ ಶಹಿನಾ, ನವಾಬಳಿಗೆ ಈಗ ತಾನೇ ತನ್ನ ಹೆಸರು ಹಲಾಕತ್, ಅಂದರೆ ಸಾವು ಎಂದು ಹೇಳಿದ್ದಳಲ್ಲ, ಅವಳು ಅವನ ಪ್ರಿಯತಮೆಯಾದಾಗ ಅವನಿಗೆ ತಾನು ಜೀವನದಲ್ಲಿ ಬಹಳ ದೊಡ್ಡದೇನೋ ಸಾಧನೆ ಮಾಡಿದಂತೆನಿಸಿತ್ತು.

ಅವಳು ಮೊದಲೇ ಸಾಕಷ್ಟು ಶ್ರೀಮಂತಳಿದ್ದಳು, ಈಗ ಅವಳ ಗಂಡನ ಹಣವೂ ಅವಳಿಗೆ ಸೇರಿತ್ತು. ಆದರೆ ಅವನಿಗೆ ಆ ಹಣದಲ್ಲಿ ಆಸಕ್ತಿಯೇನೂ ಇರಲಿಲ್ಲ. ಅವಳು ಅವನ ಜೀವನದಲ್ಲಿ ಕಾಲಿಟ್ಟ ಮೊದಲ ಹೆಂಗಸಾಗಿದ್ದಳು. ಅವಳು ತನ್ನನ್ನು ಮನಬಂದಂತೆ ಮೋಹಿಸಲು ಅವನು ಒಪ್ಪಿದ್ದ.

ಅವನು ತುಂಬಾ ಹೊತ್ತು ರಸ್ತೆಯಲ್ಲಿಯೇ ನಿಂತಿದ್ದ. ಆ ನಂತರ ಅವನು ಮನೆಯೊಳಕ್ಕೆ ಹೋದ. ಮುಂಬಾಗಿಲು ಮುಚ್ಚಿತ್ತು. ಸರ್ದಾರಳು ಅಡಿಗೆ ಮನೆಯಲ್ಲಿ ಏನೋ ಅಡಿಗೆ ಮಾಡುತ್ತಿದ್ದಳು.

ಕೋಣೆಯ ಬಾಗಿಲು ತಟ್ಟಿದ, ತೆರೆಯಿತು. ಅವನಿಗೆ ಕಂಡಿದ್ದು ನೆಲದ ಮೇಲೆಲ್ಲ ಹರಡಿದ್ದ ರಕ್ತ ಮತ್ತು ಗೋಡೆಗೆ ಒರಗಿ ನಿಂತಿದ್ದ ಶಹಿನಾ. “ನಾನು ನಿನ್ನ ನವಾಬಳನ್ನು ನಿನಗಾಗಿ ಚೆಂದವಾಗಿ ಸಿಂಗರಿಸಿದ್ದೇನೆ,” ಎಂದಳು.

“ಅವಳೆಲ್ಲಿ?” ಕೇಳಿದವನ ಗಂಟಲು ಭಯದಿಂದ ಒಣಗಿತ್ತು. “ಅವಳ ಸ್ವಲ್ಪ ಭಾಗ ಹಾಸಿಗೆಯ ಮೇಲಿದೆ. ಹೆಚ್ಚಿನ ಭಾಗ ಅಡಿಗೆ ಮನೆಯಲ್ಲಿದೆ,” ಎಂದಳು.

ಹೈಬತ್ ಖಾನನಿಗೆ ನಡುಕ ಹುಟ್ಟಿತು. ಅವನಿಗೆ ನೆಲದ ಮೇಲಿದ್ದ ರಕ್ತದ ಪಕ್ಕದಲ್ಲೇ ಬಿದ್ದಿದ್ದ ದೊಡ್ಡ ಚಾಕು ಕಾಣಿಸಿತು. ಹಾಸಿಗೆಯ ಮೇಲಿದ್ದ ರಕ್ತಸಿಕ್ತ ಹೊದಿಕೆಯೊಳಗೆ ಯಾರೋ ಇದ್ದರು!

ಶಹಿನಾ ಮುಗುಳ್ನಕ್ಕಳು. “ನಾನು ಹೊದಿಕೆ ತೆಗೆದು ಅಲ್ಲಿ ಏನಿದೆ ಎಂದು ತೋರಿಸಲಾ? ಅಲ್ಲಿ ನಿನ್ನ ನವಾಬಳಿದ್ದಾಳೆ. ನಾನು ಅವಳನ್ನು ಹೆಚ್ಚಿನ ಜಾಗರೂಕತೆಯಿಂದ ಸಿಂಗರಿಸಿದ್ದೇನೆ. ಆದರೆ ನೀನು ಮೊದಲು ಹೊಟ್ಟೆಗೆ ತಿನ್ನಬೇಕು. ನಿನಗೆ ಹಸಿವಾಗಿದೆ. ಸರ್ದಾರ್ ಅತ್ಯಂತ ರುಚಿಕರವಾದ ಮಾಂಸದಡುಗೆ ಬೇಯಿಸುತ್ತಿದ್ದಾಳೆ. ನಾನೇ ಅದನ್ನು ಸಿದ್ಧಗೊಳಿಸಿದ್ದು.”

“ನೀನೇನು ಮಾಡಿದೆ?” ಹೈಬತ್ ಖಾನ್ ಚೀರಿದ. ಶಹಿನಾ ಮತ್ತೆ ಮುಗುಳ್ನಕ್ಕಳು. “ಪ್ರಿಯತಮ, ಇದು ಮೊದಲ ಸಲವೇನೂ ಅಲ್ಲ. ನನ್ನ ಗಂಡ, ಅವನೂ

ನಿನ್ನಂತೆಯೇ ನಂಬಿಕೆ ದ್ರೋಹವೆಸಗಿದ. ಹಾಗಾಗಿ ನಾನು ಅವನನ್ನು ಕೊಂದು, ಅವನ ದೇಹವನ್ನು ಕಾಡು ಮೃಗಗಳು, ಪಕ್ಷಿಗಳಿಗೆ ಆಹಾರವಾಗಿಸಬೇಕಾಯಿತು. ನಿನ್ನನ್ನು ತುಂಬ ಪ್ರೀತಿಸುತ್ತೇನಲ್ಲ, ಹಾಗಾಗಿ ನಿನ್ನ ಬದಲಿಗೆ, ನಾನು…"

ಅವಳು ಆಡುತ್ತಿದ್ದ ಆ ವಾಕ್ಯವನ್ನು ಮುಗಿಸದೆಯೇ ಮಂಚದ ಮೇಲಿನ ಗುಪ್ಪೆಯ ಮೇಲಿದ್ದ ಹೊದಿಕೆ ತೆಗೆದಳು. ಹೈಬತ್ ಖಾನ್ ಪ್ರಜ್ಞಾಶೂನ್ಯನಾಗಿ ನೆಲಕ್ಕುರುಳಿದ.

ಅವನಿಗೆ ಪ್ರಜ್ಞೆ ಮರಳುವಾಗ ಕಾರಿನಲ್ಲಿದ್ದ.

ಶಹಿನಾ ಕಾರ್ ಓಡಿಸುತ್ತಿದ್ದಳು.

ತಾವು ಯಾವುದೋ ನಿರ್ಜನ ಕಾಡಿನಲ್ಲಿರುವಂತೆ ಅವನಿಗೆ ಭಾಸವಾಯಿತು…

The Wild Cactus

ರಾಮ್ ಖಿಲಾವನ್ ಆಕ್ರಮಣ ಮಾಡುವಂತೆ ದೊಣ್ಣೆಯನ್ನು ಎತ್ತಿದ. ನಂತರ ಅವನ ಕಣ್ಣು ಕಿರಿದಾಯಿತು, ಮತ್ತೆ ಅಗಲವಾಯಿತು, ಮತ್ತೆ ಕಿರಿದಾಯಿತು. ಅವನ ಕೈಲಿದ್ದ ದೊಣ್ಣೆ ಜಾರಿ ಕೆಳಗೆ ಬಿತ್ತು. ಅವನು ಹತ್ತಿರಕ್ಕೆ ಬಂದು, ನನ್ನತ್ತಲೇ ದೃಷ್ಟಿ ನೆಡಲು ಯತ್ನಿಸುತ್ತಾ ಕಿರುಚಿದ, "ಸಾಬ್!"

ಅವರನ್ನು ಕೊಲ್ಲಿ....!

ನಾನು ಟ್ರಂಕ್ ತೆರೆದು ಒಂದಿಷ್ಟು ತಿಗಣೆಗಳನ್ನು ಸಾಯಿಸಿ, ಹಳೆಯದೊಂದಿಷ್ಟು ಕಾಗದ ಪತ್ರಗಳನ್ನು ನೋಡುತ್ತಿರುವಾಗಲೇ, ನನಗೆ ಸಯೀದ್ ಬಾಯಿಜಾನನ ಫೋಟೋ ಸಿಕ್ಕಿದ್ದು. ಟೇಬಲ್ ಮೇಲಿದ್ದ ಖಾಲಿ ಫ್ರೇಮಿನೊಳಗೆ ಅದನ್ನು ಸಿಕ್ಕಿಸಿ, ಧೋಬಿಗಾಗಿ ಕಾಯುತ್ತ ಕುಳಿತೆ. ನಾನು ಪ್ರತಿ ಭಾನುವಾರವೂ ಈ ರೀತಿ ಕಾಯುತ್ತಿದ್ದೆ, ಏಕೆಂದರೆ ವಾರದ ಕೊನೆಗೆ ಒಗೆದ ಬಟ್ಟೆಗಳ ಸಂಗ್ರಹ ಖಾಲಿಯಾಗಿರುತ್ತಿತ್ತು. ಅದನ್ನು ಸಂಗ್ರಹ ಎಂದು ಕರೆಯುವುದೂ ಕಷ್ಟವೇನೋ; ಆ ಬಡತನದ ದಿನಗಳಲ್ಲಿ ನನ್ನ ಬಳಿ ಕೇವಲ ಐದಾರು ದಿನಗಳಿಗೆ ಆಗುವಷ್ಟು ಮಾತ್ರ ಬಟ್ಟೆಗಳಿದ್ದವು. ಆ ಸಮಯದಲ್ಲಿ ನನ್ನ ಮದುವೆಯ

ಮಾತುಕತೆ ನಡೆಯುತ್ತಿತ್ತು, ಆ ಕಾರಣಕ್ಕೆ ನಾನು ಕಳೆದ ಎರಡು ಮೂರು ಭಾನುವಾರಗಳು ಮಾಹಿಮ್‌ಗೆ ಹೋಗಿದ್ದೆ.

ಧೋಬಿ ಬಹಳ ಪ್ರಾಮಾಣಿಕನಾಗಿದ್ದ. ಕೆಲವೊಮ್ಮೆ ಅವನಿಗೆ ಹಣವನ್ನೇ ಕೊಡದಿದ್ದರೂ, ಪ್ರತಿ ಭಾನುವಾರ ಬೆಳಿಗ್ಗೆ 10 ಗಂಟೆಗೆ ನನ್ನ ಬಟ್ಟೆಗಳನ್ನು ತಂದುಕೊಡುವುದನ್ನು ತಪ್ಪಿಸುತ್ತಿರಲಿಲ್ಲ. ನನಗೆ ಒಮ್ಮೊಮ್ಮೆ ಯೋಚನೆಯಾಗುತ್ತಿತ್ತು, ನಾನು ಹಣ ಪಾವತಿಸದ ಕಾರಣ ಬಾಕಿ ಹಣದ ಮೊತ್ತ ಏರುತ್ತ ಹೋಗಿ ಅವನಿಗೆ ಸಾಕಾಗಿ ಹೋಗಿ, ಕೊನೆಗೊಮ್ಮೆ ನನ್ನ ಬಟ್ಟೆಗಳನ್ನೆಲ್ಲ ಸಂತೆಯಲ್ಲಿ ಮಾರಿಬಿಡುತ್ತಾನೇನೋ, ಆ ನಂತರ ನನಗೆ ಮದುವೆಯ ಮಾತುಕತೆಗೆ ಹಾಕಿಕೊಂಡು ಹೋಗಲು ಒಂದು ಬಟ್ಟೆಯೂ ಗತಿಯಿಲ್ಲದಂತೆ ಆಗಿಬಿಡುತ್ತದೋ ಎಂದು. ಅದು ಎಂಥ ಅವಮಾನಕರ ವಿಷಯ ಎಂದು ಹೇಳುವ ಅಗತ್ಯವಿಲ್ಲ.

ನನ್ನ ಕೋಣೆಯನ್ನು ಆವರಿಸಿದ್ದ ದರಿದ್ರ ದುರ್ವಾಸನೆ ಹೊಸಕಿದ ತಿಗಣೆಗಳದ್ದೇ ಎನ್ನುವುದರಲ್ಲಿ ಅನುಮಾನವೇ ಇಲ್ಲ. ಅದನ್ನು ಹೇಗೆ ನಿವಾರಿಸುವುದು ಎಂದು ಯೋಚಿಸುತ್ತಾ ಕುಳಿತಿರುವಾಗಲೇ ಧೋಬಿ ಬಂದ. "ಸಲಾಮ್ ಸಾಬ್," ಎನ್ನುತ್ತ ಅವನು ಗಂಟು ತೆರೆದು ನನ್ನ ಶುಭ್ರಗೊಳಿಸಿದ ಬಟ್ಟೆಗಳನ್ನು ಮೇಜಿನ ಮೇಲಿಟ್ಟ. ಆ ಸಮಯದಲ್ಲೇ ಅವನ ದೃಷ್ಟಿ ಸಯೀದ್ ಭಾಯಿಜಾನನ ಫೋಟೋದ ಮೇಲೆ ಬಿದ್ದಿತು. ಅವನು ದಿಗ್ಭ್ರಮೆಯಿಂದ ಆ ಚಿತ್ರವನ್ನೇ ದಿಟ್ಟಿಸಿ ನೋಡಿದ, ಗಂಟಲಿನಿಂದ ವಿಚಿತ್ರ ಸದ್ದು ಹೊರಟಿತು, "ಹೆ ಹೆ ಹೆ ಹೇ?"

"ಏನು ವಿಷಯ ಧೋಬಿ?" ಕೇಳಿದೆ.

ಅವನು ಮತ್ತಿಷ್ಟು ಗಾಢವಾಗಿ ಆ ಚಿತ್ರವನ್ನೇ ನೋಡಿದ. "ಆದರೆ ಇವರು... ಇವರು... ಬ್ಯಾರಿಸ್ಟರ್ ಸಯೀದ್ ಸಲೀಮ್!"

"ಅವರು ಗೊತ್ತಾ ನಿನಗೆ?"

ಧೋಬಿ ಬಲವಾಗಿ ತಲೆಯಾಡಿಸಿದ. "ಹೌದು, ಇಬ್ಬರು ಅಣ್ಣತಮ್ಮಂದಿರು. ಕೊಲಾಬಾದಲ್ಲಿದ್ದರು. ಸಯೀದ್ ಸಲೀಮ್ ಬ್ಯಾರಿಸ್ಟರ್. ನಾನು ಅವರ ಬಟ್ಟೆಗಳನ್ನು ಒಗೆಯುತ್ತಿದ್ದೆ."

ಸಯೀದ್ ಹಸನ್ ಭಾಯಿಜಾನ್ ಮತ್ತು ಮಹಮೂದ್ ಹಸನ್ ಭಾಯಿಜಾನ್, ಫ಼ಿಜಿಗೆ ಹೋಗುವ ಮೊದಲು ಬಾಂಬೆಯಲ್ಲಿ ಒಂದು ವರ್ಷ ಕೆಲಸ ಮಾಡಿದ್ದರು, ಆದರೆ ಅದು ಸಾಕಷ್ಟು ವರ್ಷಗಳ ಹಿಂದೆ.

ನಾನು ಕೇಳಿದೆ, "ಒಂದೆರಡು ವರ್ಷಗಳ ಹಿಂದಿನ ವಿಷಯವಲ್ಲವೇ ಅದು?"

ಧೋಬಿ ಮತ್ತೆ ರಭಸವಾಗಿ ತಲೆಯಲ್ಲಾಡಿಸಿದ. "ಸಯೀದ್ ಸಲೀಮ್ ಬ್ಯಾರಿಸ್ಟರ್ ಹೊರಡುವಾಗ ನನಗೆ ಒಂದು ರುಮಾಲು, ಒಂದು ಪಂಚೆ, ಒಂದು ಕುರ್ತಾ ಕೊಟ್ಟಿದ್ದರು, ಹೊಚ್ಚಹೊಸದು. ಬಹಳ ಒಳ್ಳೆಯ ಜನ. "ಒಬ್ಬರಿಗೆ ಇಷ್ಟುದ್ದ ಗಡ್ಡವಿತ್ತು." ಎಂದು ಹೇಳಿ ಕೈಯಲ್ಲಿ ಎಷ್ಟುದ್ದ ಎಂದು ತೋರಿಸಿದ. ನಂತರ ಸಯೀದ್ ಭಾಯಿಜಾನನ ಚಿತ್ರ ತೋರಿಸಿ, ಅವನು ಹೇಳಿದ, "ಆಗ ಇನ್ನೂ ಸಣ್ಣವರು. ಅವರಿಗೆ ಮೂರು ಪಿಳ್ಳೆಗಳಿದ್ದವು... ಅವುಗಳಿಗೆ ನನ್ನ ಜೊತೆ ಆಡುವುದೆಂದರೆ ತುಂಬ ಇಷ್ಟ. ಕೊಲಾಬಾದಲ್ಲಿ ಅವರ ಮನೆಯಿತ್ತು, ದೊಡ್ಡ ಮನೆ!"

ನಾನು ಹೇಳಿದೆ, "ಧೋಬಿ, ಅವರು ನನ್ನ ಸಹೋದರರು."

ಧೋಬಿ ಮತ್ತದೇ ವಿಚಿತ್ರವಾದ 'ಹೆ ಹೆ ಹೆ ಹೇ?' ಸದ್ದು ಮಾಡಿದ. "ಸಯೀದ್ ಸಲೀಮ್ ಬ್ಯಾರಿಸ್ಟರ್?"

ನಾನು ಅವನ ಆಶ್ಚರ್ಯ ತಗ್ಗಿಸಲು ಹೇಳಿದೆ, "ಇದು ಸಯೀದ್ ಹಸನರ ಚಿತ್ರ ಮತ್ತು ಇನ್ನೊಬ್ಬ ಗಡ್ಡ ಇದ್ದವರು ಮಹಮೂದ್ ಹಸನ್, ಅವರು ದೊಡ್ಡವರು."

ಧೋಬಿ ಕಣ್ಣು ಇಷ್ಟಗಲ ಮಾಡಿ ನನ್ನೆಡೆಗೆ ನೋಡಿದ, ನಂತರ ನನ್ನ ಹೊಲಸು ಕೋಣೆಯ ಪರಿಶೀಲನೆ ನಡೆಸಿದ. ಚಿಕ್ಕ ಕೋಣೆ, ವಿದ್ಯುದ್ದೀಪ ಕೂಡಾ ಗತಿಯಿರಲಿಲ್ಲ. ಒಂದು ಮೇಜು, ಒಂದು ಕುರ್ಚಿ ಮತ್ತು ಗೋಣಿಚೀಲ ಹೊದೆಸಿದ ಮಂಚ ಹಾಗೂ ಅದರಲ್ಲಿದ್ದ ಸಾವಿರಾರು ತಿಗಣೆಗಳು. ನಾನು ಬ್ಯಾರಿಸ್ಟರ್ ಸಯೀದ್ ಸಲೀಮನ ಸಹೋದರ ಎಂದು ನಂಬಲು ಅಸಾಧ್ಯವಾಗಿರಬೇಕು. ಆದರೆ ನಾನು ಅವನಿಗೆ ಸಂಬಂಧಿಸಿದ ಅನೇಕ ಕಥೆಗಳನ್ನು ಹೇಳಿದ ನಂತರ, ಅವನು ನಂಬಲಾರದವನಂತೆ ತನ್ನ ತಲೆ ಕೊಡವಿ ಹೇಳಿದ, "ಸಯೀದ್ ಸಲೀಮ್ ಬ್ಯಾರಿಸ್ಟರ್ ಕೊಲಾಬಾದಲ್ಲಿದ್ದರು. ನೀವು ನೋಡಿದರೆ ಇಂಥ ಜಾಗದಲ್ಲಿ?"

ನಾನು ವೇದಾಂತಿಯಂತೆ ಹೇಳಿದೆ, "ಈ ಜಗತ್ತಿನಲ್ಲಿ ಅನೇಕ ಬಣ್ಣಗಳಿವೆ ಧೋಬಿ. ಕೆಲವೆಡೆ ಬಿಸಿಲು; ಇನ್ನು ಕೆಲವೆಡೆ ನೆರಳು. ಐದು ಬೆರಳುಗಳು ಸಮನಾಗಿರುವುದಿಲ್ಲ."

"ಹೌದು, ಅದು ನಿಜ ಸಾಬ್."

ಹಾಗೆ ಹೇಳಿದವನೇ ಅವನು ತನ್ನ ಗಂಟನ್ನೆತ್ತಿಕೊಂಡು ಬಾಗಿಲಿನತ್ತ ನಡೆದ. ನನಗೆ ಅವನಿಗೆ ಕೊಡಬೇಕಾದ ಬಾಕಿ ನೆನಪಾಯಿತು. ನನ್ನ ಜೇಬಿನಲ್ಲಿ ಕೇವಲ ಎಂಟು ಆಣೆಯಿತ್ತು, ಕಷ್ಟಪಟ್ಟರೆ ಅದರಲ್ಲಿ ಮಾಹಿಮ್‌ಗೆ ಹೋಗಿ ಬರಲು ಸಾಕಾಗುತ್ತಿತ್ತು. ಆದರೆ ಅವನು ನನ್ನನ್ನು ನೀತಿಯೇ ಇಲ್ಲದವನೆಂದು ತಿಳಿಯದಿರಲಿ ಎಂದು ನಾನು ಹೇಳಿದೆ, "ಧೋಬಿ ನೀನು ಲೆಕ್ಕ ಇಡುತ್ತಿರುವೆ ಎಂದು ಭಾವಿಸುತ್ತೇನೆ. ನಿನಗೆ ಎಷ್ಟು ಬಟ್ಟೆಗಳ ಹಣ ಕೊಡಬೇಕೋ ದೇವರಿಗೇ ಗೊತ್ತು."

ಧೋಬಿ ತನ್ನ ಪಂಚೆಯ ಸುಕ್ಕುಗಳನ್ನು ಸರಿಪಡಿಸಿಕೊಳ್ಳುತ್ತಾ ಹೇಳಿದ, "ಸಾಬ್, ನಾನು ಲೆಕ್ಕವನ್ನೇನೂ ಇಡುವುದಿಲ್ಲ. ನಾನು ಸಯೀದ್ ಸಲೀಮ್ ಬ್ಯಾರಿಸ್ಟರ್ ಅವರಲ್ಲಿ ಒಂದು ವರ್ಷ ಕೆಲಸ ಮಾಡಿದ್ದೆ. ಅವರು ಎಷ್ಟು ಕೊಟ್ಟರೆ ಅಷ್ಟು ತೆಗೆದುಕೊಳ್ಳುತ್ತಿದ್ದೆ. ನನಗೆ ಲೆಕ್ಕವೆಲ್ಲ ಬರುವುದಿಲ್ಲ." ಇಷ್ಟು ಹೇಳಿದವನೇ ಅವನು ಹೊರಟುಹೋದ. ನಾನು ಮಾಹಿಮ್‌ಗೆ ಹೋಗಲು ಸಿದ್ಧತೆ ನಡೆಸಿದೆ.

ಮದುವೆಯ ಮಾತುಕತೆ ಯಶಸ್ವಿಯಾಯಿತು. ನನ್ನ ಮದುವೆಯೂ ಆಯಿತು. ನನ್ನ ಆರ್ಥಿಕ ಪರಿಸ್ಥಿತಿ ಸ್ವಲ್ಪ ಸುಧಾರಿಸಿತು ಕೂಡಾ. ನಾನು ಪೀರ್ ಖಾನ್ ಎಸ್ಟೇಟಿನ ಒಂಬತ್ತು ರೂಪಾಯಿ ಬಾಡಿಗೆಯ ಒಂದು ಕೋಣೆಯ ಮನೆಯನ್ನು ಬಿಟ್ಟು, ಕ್ಲೇರ್ ರಸ್ತೆಯಲ್ಲಿದ್ದ 35 ರೂಪಾಯಿ ಬಾಡಿಗೆಯ ಅಪಾರ್ಟ್‌ಮೆಂಟಿಗೆ ಹೋದೆ. ಧೋಬಿಗೆ ಕೂಡಾ ಅವನ ಹಣ ಸಮಯಕ್ಕೆ ಸರಿಯಾಗಿ ಪಾವತಿಯಾಗುತ್ತಿತ್ತು. ನನ್ನ ಆರ್ಥಿಕ ಪರಿಸ್ಥಿತಿ ಉತ್ತಮವಾಗಿದ್ದಕ್ಕೆ ಅವನಿಗೂ ಸಂತೋಷವಾಗಿತ್ತು. ಅವನು ನನ್ನ ಹೆಂಡತಿಗೆ ಹೇಳುತ್ತಿದ್ದ, "ಬೇಗಂ ಸಾಬ್, ಸಾಬ್ ಅಣ್ಣ ಸಯೀದ್ ಸಲೀಮ್ ಬ್ಯಾರಿಸ್ಟರ್ ಬಹಳ ದೊಡ್ಡ ಮನುಷ್ಯ. ಅವರು ಕೊಲಾಬಾದಲ್ಲಿ ಇದ್ದರು. ಅವರು ಹೊರಟಾಗ ನನಗೆ ಒಂದು ರುಮಾಲು, ಒಂದು ಕುರ್ತಾ ಮತ್ತು ಒಂದು ಪಂಚೆ ಕೊಟ್ಟಿದ್ದರು. ನಿಮ್ಮ ಸಾಬ್ ಕೂಡಾ ಒಂದು ದಿನ ದೊಡ್ಡ ಮನುಷ್ಯರಾಗುತ್ತಾರೆ."

ನಾನು ನನ್ನ ಹೆಂಡತಿಗೆ ಆ ಭಾವಚಿತ್ರದ ಕತೆಯನ್ನೂ, ಕಡುಬಡತನದ ದಿನಗಳಲ್ಲಿ ಧೋಬಿ ತೋರಿಸಿದ ಔದಾರ್ಯದ ಬಗೆಗೂ ಹೇಳಿದ್ದೆ... ನಾನು ಕೊಡಲು ಸಾಧ್ಯವಾದಾಗ ಅವನಿಗೆ ಕೊಟ್ಟಿದ್ದೆ, ಆದರೆ ಅವನು ಒಮ್ಮೆಯಾದರೂ ದೂರಿರಲಿಲ್ಲ ಎಂದೆಲ್ಲ. ಆದರೆ ಬಹಳ ಬೇಗನೇ ನನ್ನ ಹೆಂಡತಿ ಅವನು ಲೆಕ್ಕವನ್ನೇ ಇಡುವುದಿಲ್ಲ ಎಂದು ದೂರಲಾರಂಭಿಸಿದಳು. ನಾನು ಹೇಳಿದೆ, "ಅವನು ನಾಲ್ಕು ವರ್ಷದಿಂದ ಕೆಲಸ ಮಾಡುತ್ತಿದ್ದಾನೆ. ಯಾವತ್ತೂ ಲೆಕ್ಕವಿಟ್ಟಿಲ್ಲ."

ಅವಳೆಂದಳು, "ಅದ್ಯಾತಕ್ಕೆ ಲೆಕ್ಕ ಇಡುತ್ತಾನೆ ಹೇಳಿ? ಹೀಗಿದ್ದರೆ ಎರಡರಷ್ಟು, ನಾಲ್ಕರಷ್ಟು ಹಣ ಕೀಳಲು ಸಾಧ್ಯವಿರುವಾಗ."

"ಅದು ಹೇಗೆ?"

"ನಿಮಗೆ ಗೊತ್ತಿಲ್ಲ. ಬ್ರಹ್ಮಚಾರಿಯ ಮನೆಯಲ್ಲಿ ಮಾಲೀಕನ ಹಣ ಸುಲಿಗೆ ಮಾಡುವ ಜನರು ಇದ್ದೇ ಇರುತ್ತಾರೆ."

ಹೆಚ್ಚುಕಡಿಮೆ ಪ್ರತಿ ತಿಂಗಳೂ ನನ್ನ ಹೆಂಡತಿ ಮತ್ತು ಧೋಬಿಯ ನಡುವೆ ಬಟ್ಟೆಯ ಲೆಕ್ಕ ಇಡದಿರುವುದಕ್ಕೆ ಜಗಳ ಮಾಮೂಲಾಗಿ ಹೋಗಿತ್ತು. ಪಾಪದ ಧೋಬಿ ನಿಷ್ಕಪಟವಾಗಿ ಉತ್ತರಿಸುತ್ತಿದ್ದ, "ಬೇಗಂ ಸಾಬ್, ನನಗೆ ಲೆಕ್ಕ ಗೊತ್ತಿಲ್ಲ. ಆದರೆ

ನೀವು ಸುಳ್ಳು ಹೇಳುವುದಿಲ್ಲವೆಂದು ನನಗೆ ಗೊತ್ತು. ನಾನು ಸಯೀದ್ ಸಲೀಮ್ ಬ್ಯಾರಿಸ್ಟರ್ ಮನೆಯಲ್ಲಿ ಒಂದು ವರ್ಷ ಕೆಲಸ ಮಾಡಿದ್ದೆ. ಅವರು ಸಾಬ್‌ಗೆ ಅಣ್ಣನಾಗಬೇಕು. ಅವರ ಬೇಗಂ ಕೂಡಾ ಯಾವಾಗಲೂ 'ಧೋಬಿ ನಿನ್ನ ಹಣ ತೆಗೆದುಕೋ' ಎನ್ನುತ್ತಿದ್ದರು, ನಾನು, 'ಸರಿ' ಎನ್ನುತ್ತಿದ್ದೆ ಅಷ್ಟೇ."

ಒಂದು ತಿಂಗಳು 150 ಬಟ್ಟೆಗಳನ್ನು ಒಗೆಯಲು ಕೊಟ್ಟೆವು. ಧೋಬಿಯನ್ನು ಪರೀಕ್ಷಿಸಲು, ನನ್ನ ಹೆಂಡತಿ ಹೇಳಿದಳು, "ಧೋಬಿ, ಈ ತಿಂಗಳು ಒಟ್ಟು 60 ಬಟ್ಟೆ ಒಗೆಯಲು ಕೊಟ್ಟಿದ್ದು."

ಅವನೆಂದ, "ಸರಿ ಬೇಗಂ ಸಾಬ್, ನೀವು ಸುಳ್ಳು ಹೇಳುವುದಿಲ್ಲ."

ನನ್ನ ಹೆಂಡತಿ 60 ಬಟ್ಟೆಗಳ ಹಣವನ್ನು ನೀಡಿದಾಗ ಅವನು ಅದನ್ನು ಹಣೆಗೊತ್ತಿಕೊಂಡು ಅಲ್ಲಿಂದ ಹೊರಟ. ನನ್ನ ಹೆಂಡತಿ ಅವನನ್ನು ತಡೆದು, "ಧೋಬಿ ಇರು, ಅದು 60 ಬಟ್ಟೆಯಲ್ಲ. ಒಟ್ಟು 150 ಬಟ್ಟೆಗಳಿದ್ದವು. ಬಾಕಿ ಹಣ ತೆಗೆದುಕೋ. ನಾನು ತಮಾಷೆ ಮಾಡಿದೆ ಅಷ್ಟೇ."

ಧೋಬಿ ಬರಿದೇ ಹೇಳಿದ, "ಬೇಗಂ ಸಾಬ್, ನೀವು ಸುಳ್ಳು ಹೇಳುವುದಿಲ್ಲ."

ಅವನು ಉಳಿದ ಹಣವನ್ನು ಕೂಡಾ ಹಣೆಗೆ ಒತ್ತಿಕೊಂಡು, "ಸಲಾಮ್" ಎಂದು ಹೇಳಿ ಹೊರಟುಹೋದ.

ನನ್ನ ಮದುವೆಯಾಗಿ ಎರಡು ವರ್ಷ ಕಳೆದಿತ್ತು. ನಾನು ಡೆಲ್ಲಿಗೆ ಹೋದೆ. ಅಲ್ಲಿ ಒಂದೂವರೆ ವರ್ಷವಿದ್ದ ನಂತರ ಮತ್ತೆ ಬಾಂಬೆಗೆ ಬಂದವನೇ, ಮಾಹಿಮ್‌ನಲ್ಲಿ ಒಂದು ಮನೆ ಬಾಡಿಗೆಗೆ ಹಿಡಿದೆ. ಮೂರು ತಿಂಗಳಲ್ಲಿ ನಾಲ್ಕು ಸಲ ಧೋಬಿಗಳನ್ನು ಬದಲಿಸಿದೆವು, ಯಾಕೆಂದರೆ ಅವರೆಲ್ಲ ಜಗಳಗಂಟರೂ, ಮೋಸಗಾರರೂ ಆಗಿದ್ದರು. ಪ್ರತಿ ಬಾರಿ ಬಟ್ಟೆ ಕೊಟ್ಟಾಗಲೂ ಒಂದು ಸಲ ಜಗಳ. ಒಮ್ಮೆ ಬಟ್ಟೆ ಕೊಳಕಾಗಿ ಒಗೆದಿದ್ದರೆ, ಮತ್ತೊಮ್ಮೆ ಬಟ್ಟೆಗಳ ಸಂಖ್ಯೆ ಕಡಿಮೆ ಇರುತ್ತಿತ್ತು. ನಾವು ನಮ್ಮ ಹಳೆಯ ಧೋಭಿಯನ್ನು ನೆನಪಿಸಿಕೊಳ್ಳಲಾರಂಭಿಸಿದೆವು.

ಒಂದು ದಿನ ಎಲ್ಲ ಧೋಬಿಗಳ ಸರದಿಯೂ ಮುಗಿದಾಗ, ರಾಮ್ ಖಿಲಾವನ್ ಯಾವುದೇ ಮುನ್ಸೂಚನೆ ಇಲ್ಲದೆ ಧುತ್ತೆಂದು ಪ್ರತ್ಯಕ್ಷನಾದ, "ಸಾಬ್ ನಿಮ್ಮನ್ನು ಬಸ್ಸಿನಲ್ಲಿ ನೋಡಿದೆ. ಇದು ಹೇಗೆ ಸಾಧ್ಯ ಎಂದು ಬೈಕಲ್ಲಾದಲ್ಲೆಲ್ಲ ವಿಚಾರಿಸಿದೆ. ಯಾರೋ ಮಾಹಿಮ್‌ನಲ್ಲಿ ವಿಚಾರಿಸಲು ಹೇಳಿದರು. ನಂತರ ನಿಮ್ಮ ಪಕ್ಕದ ಮನೆಯಲ್ಲಿರುವ ಸಾಬ್ ಗೆಳೆಯ ನೀವು ಇಲ್ಲಿದ್ದೀರೆಂದು ಹೇಳಿದರು. ಹಾಗಾಗಿ ಬಂದೆ." ನಮಗೆ ಸಂಭ್ರಮವಾಯಿತು.

ಆ ನಂತರ ಲಾಂಡ್ರಿ ವಿಷಯದಲ್ಲಿಯಾದರೂ ನಾವು ತೃಪ್ತಿಯ, ಸಂತೋಷದ ಕಾಲವನ್ನು ಅನುಭವಿಸಲಾರಂಭಿಸಿದೆವು.

ಕಾಂಗ್ರೆಸ್ ಸರಕಾರ ಅಧಿಕಾರಕ್ಕೆ ಬಂದಿತು ಮತ್ತು ಮದ್ಯಪಾನದ ಮೇಲೆ ನಿಷೇದಾಜ್ಞೆ ಜಾರಿಗೆ ತಂದಿತು. ವಿದೇಶಿ ಮದ್ಯ ಈಗಲೂ ದೊರಕುತ್ತಿತ್ತು, ಆದರೆ ಸ್ವದೇಶಿ ಮದ್ಯ ತಯಾರಿಕೆ ಮತ್ತು ಮಾರಾಟ ಸಂಪೂರ್ಣವಾಗಿ ನಿಂತುಹೋಯಿತು. ಶೇಕಡಾ ತೊಂಬತ್ತೊಂಬತ್ತು ಧೋಬಿಗಳು ಮದ್ಯವ್ಯಸನಿಗಳಾಗಿದ್ದರು. ನೀರು ಮತ್ತು ಸೋಪಿನಲ್ಲಿ ಇಡೀ ದಿನ ಕೆಲಸ ಮಾಡಿದ ನಂತರ ಒಂದು ಅಥವಾ ಎರಡು ಕ್ವಾರ್ಟರ್ ಕುಡಿಯುವುದು ಅವರ ಜೀವನದ ಒಂದು ಕ್ರಮವೇ ಆಗಿತ್ತು. ನಮ್ಮ ಧೋಬಿಗೆ ಆರೋಗ್ಯ ಸರಿ ಇರಲಿಲ್ಲ. ಅವನು ತನ್ನ ಬೇನೆಗೆ, ರಹಸ್ಯದಲ್ಲಿ ಮಾರುತ್ತಿದ್ದ ಕಳ್ಳಭಟ್ಟಿಯಿಂದ ಇಲಾಜು ಮಾಡಲು ಹೋಗಿ ಪರಿಸ್ಥಿತಿ ಮತ್ತಿಷ್ಟು ವಿಕೋಪಕ್ಕೆ ಹೋಗಿ, ಅವನು ಸಾವಿನಂಚಿಗೆ ತಲುಪಿಬಿಟ್ಟ.

ನನಗೆ ಆ ಸಮಯದಲ್ಲಿ ಬಿಡುವಿಲ್ಲದ ಕೆಲಸ. ಬೆಳಿಗ್ಗೆ ಆರಕ್ಕೆ ಮನೆ ಬಿಟ್ಟರೆ ರಾತ್ರಿ ಹತ್ತು, ಹತ್ತೂವರೆಗೆ ಹಿಂದಿರುಗುತ್ತಿದ್ದೆ.

ಆದರೆ ಧೋಬಿಗೆ ತುಂಬ ಹುಷಾರಿಲ್ಲವೆಂದು ತಿಳಿದ ನನ್ನ ಹೆಂಡತಿ, ಅವನ ಮನೆಗೆ ಹೋದಳು. ಒಬ್ಬ ಕೆಲಸಗಾರ ಮತ್ತು ಟ್ಯಾಕ್ಸಿ ಚಾಲಕನ ಸಹಾಯದಿಂದ ಅವನನ್ನು ಟ್ಯಾಕ್ಸಿಗೆ ಹಾಕಿಕೊಂಡು ಡಾಕ್ಟರ್ ಹತ್ತಿರ ಕರೆದೊಯ್ದಳು. ಅವರು ಧೋಬಿಯ ಸ್ಥಿತಿ ಕಂಡು ಕನಿಕರಗೊಂಡು, ಚಿಕಿತ್ಸೆಗೆ ಹಣ ಬೇಡವೆಂದು ಹೇಳಿದರು. ಆದರೆ ನನ್ನ ಹೆಂಡತಿ ಹೇಳಿದಳು, "ಡಾಕ್ಟರ್ ಸಾಬ್, ನೀವೊಬ್ಬರೇ ಇದರ ಪುಣ್ಯಕ್ಕೆಲ್ಲ ಹಕ್ಕುದಾರರಾಗುವುದು ಬೇಡ." ಡಾಕ್ಟರ್ ಮುಗುಳ್ನಕ್ಕು ಹೇಳಿದರು, "ಸರಿ. ಇಬ್ಬರೂ ಅರ್ಧರ್ಧ ಪಾಲು ಮಾಡಿಕೊಳ್ಳೋಣ. ಚಿಕಿತ್ಸೆಯ ಅರ್ಧ ಹಣ ಕೊಡಿ ಸಾಕು."

ಧೋಬಿ ಮತ್ತೆ ಆರೋಗ್ಯವಂತನಾದ. ಒಂದಿಷ್ಟು ಚುಚ್ಚುಮದ್ದುಗಳಿಂದ ಅವನ ಹೊಟ್ಟೆಯ ಸೋಂಕು ವಾಸಿಯಾಯಿತು. ತಕ್ಕ ಮಾತ್ರೆಗಳಿಂದ ಅವನ ನಿಶ್ಶಕ್ತಿಯೂ ಕಡಿಮೆಯಾಗುತ್ತಾ ಬಂದಿತು. ಕೆಲವು ತಿಂಗಳಿನಲ್ಲಿ ಮತ್ತೆ ಮೊದಲಿನಂತೆ ಆರೋಗ್ಯ ನಳನಳಿಸಿತು.

ಆ ನಂತರ ನಮ್ಮ ಒಳಿತಿಗಾಗಿ ಕೂತಲ್ಲಿ, ನಿಂತಲ್ಲಿ ಪ್ರಾರ್ಥಿಸಲಾರಂಭಿಸಿದ. "ದೇವರು ಸಯೀದ್ ಸಲೀಮ್ ಬ್ಯಾರಿಸ್ಟರ್ ಥರ ಸಾಬ್‌ಗೆ ಕೂಡಾ ಒಳ್ಳೆಯದು ಮಾಡಲಿ. ಸಾಬ್ ಕೂಡಾ ಕೊಲಾಬಾದಲ್ಲಿ ವಾಸಿಸುವಂತಾಗಲಿ. ಸಾಬ್‌ಗೆ ದೇವರು ಮಕ್ಕಳು ಮರಿಗಳನ್ನು ದಯಪಾಲಿಸಲಿ. ರಾಶಿ ರಾಶಿ ಹಣ ಕೊಡಲಿ. ಬೇಗಂ ಸಾಬ್, ಈ ಧೋಬಿಗಾಗಿ ಕಾರನ್ನು ತಂದು ಕೋಟೆ ಹತ್ತಿರದ ದೊಡ್ಡ ಡಾಕ್ಟರ್

ಹತ್ತಿರ ಕರೆದುಕೊಂಡು ಹೋದರು. ಬೇಗಂ ಸಾಬ್ ಅನ್ನು ದೇವರು ಯಾವಾಗಲೂ ಸಂತೋಷವಾಗಿ ಇಟ್ಟಿರಲಿ."

ವರ್ಷಗಳು ಕಳೆದವು. ದೇಶದಲ್ಲಿ ಅನೇಕ ವಿಪ್ಲವಗಳಾದವು. ಧೋಬಿ ಮಾತ್ರ ಪ್ರತಿ ಭಾನುವಾರ ತಪ್ಪಿಸದೇ ಬಂದು ಹೋಗುತ್ತಿದ್ದ. ಅವನು ಈಗ ಸಂಪೂರ್ಣ ಆರೋಗ್ಯವಂತನಾಗಿದ್ದ. ಆದರೆ ನಾವು ಅವನಿಗಾಗಿ ಮಾಡಿದ್ದನ್ನು ಎಂದಿಗೂ ಮರೆಯಲಿಲ್ಲ.

ಈಗಲೂ ನಮಗಾಗಿ ಪ್ರಾರ್ಥಿಸುತ್ತಲೇ ಇರುತ್ತಾನೆ. ಅವನು ಈಗ ಕುಡಿತದ ಚಟದಿಂದ ದೂರವಾಗಿದ್ದ. ಮೊದಲಿಗೆ, ಏನೋ ಕಳೆದುಕೊಂಡಂತೆ ಒದ್ದಾಡಿದ. ಆದರೆ ಈಗ ಆ ತೊಂದರೆಯಿಲ್ಲ. ಈಗಲೂ ಇಡೀ ದಿನ ನೀರಿನಲ್ಲಿಯೇ ಕೆಲಸ ಮಾಡಿರೂ, ಆಯಾಸ ಪರಿಹಾರವಾಗಲು ಅವನಿಗೆ ಮದ್ಯದ ಅವಶ್ಯಕತೆ ಇರಲಿಲ್ಲ.

ಆ ನಂತರ ಕಷ್ಟದ ದಿನಗಳು ಎದುರಾದವು. ದೇಶ ವಿಭಜನೆಯಾದ ಕೂಡಲೇ ಹಿಂದು–ಮುಸ್ಲಿಂ ಗಲಭೆ ಭುಗಿಲೆದ್ದಿತು. ಹಾಡಹಗಲು, ನಡುರಾತ್ರಿ, ಹಿಂದುಗಳು ನಡುವೆ ವಾಸಿಸುವ ಮುಸ್ಲಿಮರು ಮತ್ತು ಮುಸ್ಲಿಮರ ನಡುವೆ ವಾಸಿಸುವ ಹಿಂದುಗಳ ಕೊಲೆಯಾಯಿತು. ನನ್ನ ಹೆಂಡತಿ ಲಾಹೋರಿಗೆ ಹೊರಟುಹೋದಳು. ಪರಿಸ್ಥಿತಿ ಉಲ್ಬಣಗೊಂಡಾಗ, ನಾನು ಧೋಬಿಗೆ ಹೇಳಿದೆ, "ಕೇಳಿಲ್ಲಿ ಧೋಬಿ, ನೀನು ಕೆಲಸ ಮಾಡುವುದನ್ನು ನಿಲ್ಲಿಸುವುದು ಒಳಿತು. ಇದು ಮುಸ್ಲಿಮರು ವಾಸಿಸುವ ಸ್ಥಳ. ನೀನು ಸಾಯುವುದು ನನಗೆ ಇಷ್ಟವಿಲ್ಲ."

ಧೋಬಿ ನಗುತ್ತಾ, "ಸಾಬ್, ನನಗೆ ಯಾರೂ ನೋಯಿಸುವುದಿಲ್ಲ." ಎಂದ.

ನಮ್ಮ ಸುತ್ತಮುತ್ತಲೇ ಸಾಕಷ್ಟು ಹಿಂಸಾಚಾರಗಳಾಗಿದ್ದವು. ಆದರೂ ಧೋಬಿ ತಪ್ಪಿಸದೇ ಬರುತ್ತಿದ್ದ.

ಒಂದು ಭಾನುವಾರ ಬೆಳಿಗ್ಗೆ ನಾನು ದಿನಪತ್ರಿಕೆಯನ್ನು ಓದುತ್ತಾ ಮನೆಯಲ್ಲಿಯೇ ಕುಳಿತಿದ್ದೆ. ಕ್ರೀಡಾಪುಟ ಕ್ರಿಕೆಟ್ ಸ್ಕೋರುಗಳನ್ನು ಮುದ್ರಿಸಿದರೆ, ಮೊದಲ ಪುಟದ ತುಂಬ ಸತ್ತ ಹಿಂದುಗಳು ಮತ್ತು ಮುಸ್ಲಿಮರ ಸ್ಕೋರನ್ನು ಅಚ್ಚುಮಾಡುತ್ತಿತ್ತು. ನಾನು ಎರಡು ಸ್ಕೋರುಗಳ ನಡುವೆ ಇರುವ ಹೆದರಿಕೆ ಹುಟ್ಟಿಸುವ ಸಾಮ್ಯದ ಮೇಲೆ ಗಮನ ನೆಟ್ಟಿರಬೇಕಾದರೆ ಧೋಬಿ ಬಂದ. ನಾನು ಪುಸ್ತಕವನ್ನು ತೆಗೆದು, ಕೊಟ್ಟಿದ್ದ ಬಟ್ಟೆಗಳ ಸಂಖ್ಯೆಯನ್ನು ಪರಿಶೀಲಿಸಿದೆ.

ಧೋಬಿ ನಗುತ್ತಾ ಹರಟಲು ಪ್ರಾರಂಭಿಸಿದ. "ಸಯೀದ್ ಸಲೀಮ್ ಬ್ಯಾರಿಸ್ಟರ್ ಬಹಳ ಒಳ್ಳೆಯ ಮನುಷ್ಯರಾಗಿದ್ದರು. ಅವರು ಹೊರಟಾಗ ನನಗೆ ಒಂದು

ರುಮಾಲು, ಒಂದು ಕುರ್ತಾ ಮತ್ತು ಒಂದು ಪಂಚೆ ಕೊಟ್ಟಿದ್ದರು. ನಿಮ್ಮ ಬೇಗಂ ಸಾಬ್ ಕೂಡಾ ಬಹಳ ಒಳ್ಳೆಯ ಹೆಣ್ಣುಮಗಳು. ಅವರು ಹೊರಟು ಹೋದರಲ್ಲವಾ? ಅವರ ದೇಶಕ್ಕಾ? ನೀವು ಅವರಿಗೆ ಪತ್ರ ಬರೆದರೆ, ಅವರಿಗೆ ನನ್ನ ನಮಸ್ಕಾರಗಳನ್ನು ತಿಳಿಸಿ. ಅವರು ನನ್ನ ಕೋಣೆಗೆ ಮೋಟಾರು ಕಾರಿನಲ್ಲಿ ಬಂದಿದ್ದರು. ನನಗೆ ಎಂಥ ಭೇದಿ ಆಗಿತ್ತು... ಆದರೆ ಡಾಕ್ಟರ್ ಒಂದು ಚುಚ್ಚುಮದ್ದು ನೀಡಿ ನನ್ನನ್ನು ಕೂಡಲೇ ಸರಿಪಡಿಸಿದರು. ಅವರಿಗೆ ಹೇಳಿ ರಾಮ್ ಖಿಲಾವನ್ ಅವರಿಗೊಂದು ಪತ್ರ ಬರೆಯಲು ಹೇಳಿದ್ದಾನೆ ಎಂದು."

ನಾನು ಅವನ ಮಾತುಗಳನ್ನು ತುಂಡರಿಸಿ ಕಟುವಾದ ದನಿಯಲ್ಲಿ, "ಮತ್ತೆ ಕುಡಿಯಲು ಶುರು ಮಾಡಿದ್ದೀಯಾ?" ಎಂದು ಕೇಳಿದೆ.

ಅವನು ನಕ್ಕು, "ಕುಡಿಯುವುದಾ? ಎಲ್ಲಿ ಸಿಗುತ್ತದೆ ಅದು?" ಎಂದ.

ಅದಕ್ಕಿಂತ ಹೆಚ್ಚು ಮಾತನಾಡುವುದು ಸರಿ ಎನ್ನಿಸಲಿಲ್ಲ. ಅವನು ಕೊಳಕು ಬಟ್ಟೆಗಳನ್ನು ಗಂಟು ಕಟ್ಟಿಕೊಂಡು ಹೊರಟುಹೋದ.

ಕೆಲವೇ ದಿನಗಳಲ್ಲಿ ಪರಿಸ್ಥಿತಿ ಮತ್ತಷ್ಟು ಬಿಗಡಾಯಿಸಿತು. ಲಾಹೋರಿನಿಂದ ಟೆಲಿಗ್ರಾಂ ಮೇಲೆ ಟೆಲಿಗ್ರಾಂ ಬರಲು ಶುರುವಾಯಿತು. "ಎಲ್ಲವನ್ನೂ ಬಿಟ್ಟು ಕೂಡಲೇ ಹೊರಟು ಬನ್ನಿ." ನಾನು ವಾರದ ಆರಂಭದಲ್ಲಿಯೇ ಮುಂದಿನ ಭಾನುವಾರ ಹೊರಡುವುದೆಂದು ತೀರ್ಮಾನಿಸಿದೆ.

ಆದರೆ ಮೊದಲೇ ಎಣಿಸಿದ ಹಾಗೆ, ಹೊರಡುವ ಹಿಂದಿನ ರಾತ್ರಿ ಎಲ್ಲ ಸಿದ್ಧತೆಯನ್ನೂ ಮಾಡಿಕೊಳ್ಳುವ ಪರಿಸ್ಥಿತಿ ಎದುರಾಯಿತು. ನನ್ನ ಬಟ್ಟೆಗಳೆಲ್ಲ ಧೋಬಿಯ ಬಳಿ ಇದ್ದವು. ನಾನು ಕರ್ಫ್ಯೂ ಪ್ರಾರಂಭವಾಗುವ ಮೊದಲು ಅವನಲ್ಲಿಗೆ ಹೋಗಿ ಬಟ್ಟೆಗಳನ್ನೆಲ್ಲ ತಂದರೆ ಹೇಗೆ ಎಂದು ಯೋಚಿಸಿ, ಒಂದು ವಿಕ್ಟೋರಿಯಾ ಹಿಡಿದು ಮಹಾಲಕ್ಷ್ಮಿಗೆ ಹೋದೆ.

ಕರ್ಫ್ಯೂ ಪ್ರಾರಂಭವಾಗಲು ಇನ್ನೂ ಒಂದು ಗಂಟೆ ಬಾಕಿ ಇತ್ತು. ರಸ್ತೆಗಳ ಮೇಲೆ ಎಂದಿನಂತೆ ವಾಹನ ಸಂಚಾರವಿತ್ತು, ಟ್ರಾಮುಗಳು ಕೂಡಾ ಎಂದಿನಂತೆಯೇ ಓಡಾಡುತ್ತಿದ್ದವು. ನಾನಿದ್ದ ವಿಕ್ಟೋರಿಯಾ, ಸೇತುವೆಯನ್ನು ತಲುಪಿತ್ತು.

ಅಷ್ಟರಲ್ಲಿಯೇ ಇದ್ದಕ್ಕಿದ್ದಂತೆ ಭಾರಿ ಗಲಾಟೆ ಪ್ರಾರಂಭವಾಯಿತು. ಜನರು ದಿಕ್ಕಾಪಾಲಾಗಿ ಓಡಿದರು, ಇದ್ದಕ್ಕಿದಂತೆ ಗೂಳಿಕಾಳಗ ಪ್ರಾರಂಭವಾಯಿತೇನೋ ಎನ್ನುವಂತೆ. ಜನಜಂಗುಳಿ ಕರಗಿದಾಗ, ಸ್ವಲ್ಪ ದೂರದಲ್ಲಿ ತುಂಬ ಧೋಬಿಗಳು ಕೈಯಲ್ಲಿ ಲಾಠಿ ಹಿಡಿದು ಕುಣಿಯುತ್ತಿರುವುದು ಕಣ್ಣಿಗೆ ಬಿತ್ತು. ವಿಚಿತ್ರ, ಅಸ್ಪಷ್ಟ

ಸದ್ದುಗಳು ಅವರ ಗಂಟಲಿನಿಂದ ಹೊರಬೀಳುತ್ತಿದ್ದವು. ನಾನು ಅಲ್ಲಿಗೇ ಹೋಗಬೇಕಿತ್ತು.

ಹಾಗೆಂದು ವಿಕ್ಟೋರಿಯಾ ಚಾಲಕನಿಗೆ ಹೇಳಿದಾಗ ಅವನು ಅಲ್ಲಿಗೆ ಕರೆದುಕೊಂಡು ಹೋಗಲು ನಿರಾಕರಿಸಿದ. ನಾನು ಅವನಿಗೆ ಹಣ ಕೊಟ್ಟು ಕಳಿಸಿ, ಕಾಲ್ನಡಿಗೆಯಲ್ಲಿಯೇ ಮುಂದುವರೆದೆ. ಧೋಬಿಗಳೆಲ್ಲ ನನ್ನನ್ನು ನೋಡಿದೊಡನೆಯೇ ಮೌನವಾದರು.

ನಾನು ಒಬ್ಬ ಧೋಬಿಯ ಬಳಿ ಹೋಗಿ ಕೇಳಿದೆ, "ರಾಮ್ ಖಿಲಾವನ್ ಎಲ್ಲಿ ವಾಸಿಸುತ್ತಾನೆ?"

ಮತ್ತೊಬ್ಬ ಧೋಬಿ ಕೈಯಲ್ಲಿ ಲಾಠಿ ಹಿಡಿದಿದ್ದವನು ನನ್ನ ಕಡೆಗೆ ಧಾವಿಸಿದ. "ಅವನು ಏನು ಕೇಳುತ್ತಿದ್ದಾನೆ?" ಎಂದು ನಾನು ಪ್ರಶ್ನಿಸುತ್ತಿದ್ದ ಧೋಬಿಯನ್ನು ಕೇಳಿದ.

"ರಾಮ್ ಖಿಲಾವನ್ ಎಲ್ಲಿ ವಾಸಿಸುತ್ತಾನೆ ಎಂದು ಕೇಳುತ್ತಿದ್ದಾನೆ."

ಸಿಕ್ಕಾಪಟ್ಟೆ ಕುಡಿದಿದ್ದ ಧೋಬಿ ಹತ್ತಿರ ಬಂದು ನನ್ನ ಮೇಲೆ ಒತ್ತಡ ಹೇರುತ್ತಾ, "ಯಾರು ನೀನು?" ಎಂದ.

"ನಾನಾ? ರಾಮ್ ಖಿಲಾವನ್ ನನ್ನ ಧೋಬಿ."

"ರಾಮ್ ಖಿಲಾವನ್ ನಿನ್ನ ಧೋಬಿ ಸರಿ. ಆದರೆ ಯಾವ ಧೋಬಿಯ ಹಂದಿ ನೀನು?"

ಒಬ್ಬ ಕಿರುಚಿದ. "ಹಿಂದು ಧೋಬಿಯದ್ದಾ ಅಥವಾ ಮುಸ್ಲಿಂ ಧೋಬಿಯದ್ದಾ?"

ಕಂಠಮಟ್ಟ ಕುಡಿದಿದ್ದ ಆ ಧೋಬಿಗಳ ಗುಂಪು ಮುಷ್ಠಿ ಬಿಗಿ ಹಿಡಿದು, ಲಾಠಿ ಝುಳಪಿಸುತ್ತಾ ನನ್ನನ್ನು ಸುತ್ತುವರೆಯಿತು. ನಾನು ಅವರ ಪ್ರಶ್ನೆಗೆ ಉತ್ತರಿಸಲೇ ಬೇಕಿತ್ತು 'ನಾನು ಒಬ್ಬ ಹಿಂದು ಅಥವಾ ಮುಸ್ಲಿಂ?' ನಾನು ಭಯಭೀತನಾಗಿದ್ದೆ. ಅವರು ನನ್ನನ್ನು ಸುತ್ತುವರೆದಿದ್ದರು. ಹಾಗಾಗಿ ಓಡಿಹೋಗುವ ಯೋಚನೆ ಮಾಡುವುದು ಅಸಾಧ್ಯವಾಗಿತ್ತು. ಪೊಲೀಸರ ಸಹಾಯಕ್ಕೆ ಕಿರುಚೋಣವೆಂದರೆ ಹತ್ತಿರದಲ್ಲಿ ಒಬ್ಬನೇ ಒಬ್ಬ ಪೊಲೀಸ್ ಕಾಣಿಸಲಿಲ್ಲ.

ಹೆದರಿಕೆಯಿಂದ ದಿಗ್ಭ್ರಮೆಗೊಂಡ ನಾನು, ತುಂಡರಿಸಿದ ವಾಕ್ಯಗಳಲ್ಲಿ ಉತ್ತರಿಸಲು ಪ್ರಾರಂಭಿಸಿದೆ. "ರಾಮ್ ಖಿಲಾವನ್ ಒಬ್ಬ ಹಿಂದು... ಅವನು ಎಲ್ಲಿ ವಾಸಿಸುತ್ತಿದ್ದಾನೆ ಎಂದು ಕೇಳುತ್ತಿದ್ದೇನೆ... ಅವನ ಕೋಣೆ ಎಲ್ಲಿ... ಅವನು ಹತ್ತು ವರ್ಷದಿಂದ ನನ್ನ

ಧೋಬಿ... ಅವನಿಗೆ ತುಂಬ ಹುಷಾರಿರಲಿಲ್ಲ... ನಾನು ಅವನಿಗೆ ಚಿಕಿತ್ಸೆ ಕೊಡಿಸಿದ್ದೆ... ನನ್ನ ಹೆಂಡತಿ... ನನ್ನ ಹೆಂಡತಿ ಕಾರಿನಲ್ಲಿ ಬಂದು..."

ಅಷ್ಟು ಮಾತನಾಡಿದ ನಂತರ ನನಗೆ ನನ್ನ ಬಗ್ಗೆ ಅತಿಯಾದ ಆತ್ಮಮರುಕ ಹುಟ್ಟಿಬಿಟ್ಟಿತು. ಮನುಷ್ಯರು ಪ್ರಾಣ ಉಳಿಸಿಕೊಳ್ಳಲು ಎಷ್ಟು ಪಾತಾಳಕ್ಕೆ ಕುಸಿಯಬಲ್ಲರು ಎಂದು ಅವಮಾನದಲ್ಲಿ ಮುಳುಗಿಹೋದೆ. ನನ್ನ ಕರುಣಾಜನಕ ಸ್ಥಿತಿ ಇದ್ದಕ್ಕಿದ್ದಂತೆ ನನ್ನಲ್ಲಿ ಹುಚ್ಚು ಧೈರ್ಯ ಮೂಡಿಸಿ, "ನಾನು ಮುಸ್ಲಿಂ." ಎಂದೆ.

"ಅವನನ್ನು ಕೊಲ್ಲಿ, ಅವನನ್ನು ಕೊಲ್ಲಿ," ಜನರ ಗುಂಪಿನಿಂದ ಆರ್ಭಟಿಸುವ ಕೂಗು ಕೇಳಿಬಂತು.

ನೆತ್ತಿಯವರೆಗೆ ಕುಡಿದಿದ್ದ ಧೋಬಿ ಬದಿಗೆ ಸರಿದು ಹೇಳಿದ, "ಇರಿ, ರಾಮ್ ಖಿಲಾವನ್ನೇ ಅವನನ್ನು ಕೊಲ್ಲುತ್ತಾನೆ."

ನಾನು ಹಿಂದಿರುಗಿ ನೋಡಿದೆ. ರಾಮ್ ಖಿಲಾವನ್ ಕೈಯಲ್ಲಿ ದೊಣ್ಣೆಯನ್ನು ಅಲ್ಲಾಡಿಸುತ್ತಾ ನನ್ನ ಮೇಲೇರಿ ನಿಂತಿದ್ದ. ಅವನು ನನ್ನನ್ನು ನೋಡುತ್ತಾ ತನ್ನ ಭಾಷೆಯಲ್ಲಿ ಮುಸ್ಲಿಮರ ಬಗ್ಗೆ ನಿಂದನೆಯ ಮಾತುಗಳನ್ನು ಆಡಲಾರಂಭಿಸಿದ. ದೊಣ್ಣೆಯನ್ನು ತನ್ನ ತಲೆಯ ಮೇಲಕ್ಕೆತ್ತಿ ಹಿಡಿದು, ಅಸಹ್ಯವಾಗಿ ಬಯ್ಯುತ್ತಲೇ ನನ್ನನ್ನು ಸಮೀಪಿಸಿದ.

"ರಾಮ್ ಖಿಲಾವನ್!" ನಾನು ಅಧಿಕಾರಯುತವಾಗಿ ಕಿರುಚಿದೆ.

"ಮುಚ್ಚು ಬಾಯಿ!" ಅವನು ಅರಚಿದ, "ರಾಮ್ ಖಿಲಾವನ್ ಅಂತೆ."

ನನ್ನ ಕೊನೆಯ ನಂಬಿಕೆಯೂ ಮಾಯವಾಯಿತು. ಅವನು ನನಗೆ ತೀರ ಹತ್ತಿರದಲ್ಲಿದ್ದ, ನಾನು ಮೃದುವಾಗಿ ಒಣಗಿದ ದನಿಯಲ್ಲಿ ಹೇಳಿದೆ, "ನನ್ನ ಗುರುತು ಸಿಕ್ಕುತ್ತಿಲ್ಲವೇ ರಾಮ್ ಖಿಲಾವನ್?"

ರಾಮ್ ಖಿಲಾವನ್ ಆಕ್ರಮಣ ಮಾಡುವಂತೆ ದೊಣ್ಣೆಯನ್ನು ಎತ್ತಿದ. ನಂತರ ಅವನ ಕಣ್ಣು ಕಿರಿದಾಯಿತು, ಮತ್ತೆ ಅಗಲವಾಯಿತು, ಮತ್ತೆ ಕಿರಿದಾಯಿತು. ಅವನ ಕೈಲಿದ್ದ ದೊಣ್ಣೆ ಜಾರಿ ಕೆಳಗೆ ಬಿತ್ತು. ಅವನು ಹತ್ತಿರಕ್ಕೆ ಬಂದು, ನನ್ನತ್ತಲೇ ದೃಷ್ಟಿ ನೆಡಲು ಯತ್ನಿಸುತ್ತಾ ಕಿರುಚಿದ, "ಸಾಬ್!"

ಅವನ ಜೊತೆಗಾರರೆಡೆಗೆ ತಿರುಗಿ ಹೇಳಿದ, "ಇವರು ಮುಸ್ಲಿಂ ಅಲ್ಲ. ಇವರು ನನ್ನ ಸಾಬ್. ಬೇಗಂ ಸಾಬ್ ಇದ್ದಾರಲ್ಲ ಅವರ ಸಾಬ್. ಅವರು ಮೋಟಾರ್ ಕಾರಿನಲ್ಲಿ ಬಂದು ನನ್ನನ್ನು ಡಾಕ್ಟರ್ ಹತ್ತಿರ ಕರೆದುಕೊಂಡು ಹೋಗಿದ್ದರು. ಅವರು ನನ್ನ ಭೇದಿಯನ್ನು ಗುಣಪಡಿಸಿದ್ದರು."

ರಾಮ್ ಖಿಲಾವನ್ ಅವರಿಗೆ ಅರ್ಥ ಮಾಡಿಸಲು ಯತ್ನಿಸುತ್ತಿದ್ದ, ಆದರೆ ಅವರಿಗೆ ಅರ್ಥವಾಗುತ್ತಿಲ್ಲ. ಅವರೆಲ್ಲ ಕುಡಿದ ಅಮಲಿನಲ್ಲಿದ್ದರು. ಅವರ ಬೆರಳುಗಳು ಇತ್ತಲೂ, ಅತ್ತಲೂ ಗುರಿ ಮಾಡುತ್ತಿದ್ದವು. ಕೆಲವು ಧೋಬಿಗಳು ರಾಮ್ ಖಿಲಾವನ್‌ನ ಪರವಾಗಿ ನಿಂತರು. ಅವರಲ್ಲಿಯೇ ಎರಡು ಭಾಗವಾಗಿ ಅವರವರ ನಡುವೆಯೇ ಹೊಡೆದಾಟ ಪ್ರಾರಂಭವಾಯಿತು. ನಾನು ಇದೇ ಅವಕಾಶಕ್ಕಾಗಿ ಕಾಯುತ್ತಿದ್ದವನಂತೆ ಅಲ್ಲಿಂದ ಜಾರಿಕೊಂಡೆ.

ಮರುದಿನ ಬೆಳಿಗ್ಗೆ ಒಂಬತ್ತು ಗಂಟೆಗೆ ನನ್ನ ಸಾಮಾನುಗಳನ್ನೆಲ್ಲ ಕಟ್ಟಿ ಸಿದ್ಧವಾಗಿಟ್ಟೆ. ನನ್ನ ಗೆಳೆಯನೊಬ್ಬ ಕಾಳಸಂತೆಯಲ್ಲಿ ನನಗಾಗಿ ಟಿಕೆಟ್ ಖರೀದಿಸಲು ಹೋಗಿದ್ದ, ನಾನು ಅದಕ್ಕಾಗಿ ಕಾಯುತ್ತಿದ್ದೆ. ನಾನು ತುಂಬ ಆತಂಕಗೊಂಡಿದ್ದೆ. ಆದಷ್ಟು ಬೇಗ ಟಿಕೆಟ್ ಸಿಕ್ಕಿ ಬಂದರಿಗೆ ಹೋಗಿ, ಲಾಹೋರಿಗೆ ಹೋಗುವ ಹಡಗನ್ನು ಹತ್ತಿದರೆ ಸಾಕು ಎನ್ನಿಸುತ್ತಿತ್ತು. ಸ್ವಲ್ಪ ತಡವಾದರೂ ನನ್ನ ಮನೆಯಲ್ಲಿಯೇ ನಾನು ಖೈದಿಯಾಗುವೆನೇನೋ ಅನ್ನಿಸುತ್ತಿತ್ತು.

ಹಾಗಿರುವಾಗಲೇ ಬಾಗಿಲು ಬಡಿದ ಸದ್ದಾಯಿತು. ಟಿಕೆಟ್ ಬಂದಿತೇನೋ ಎಂದುಕೊಂಡೆ. ಬಾಗಿಲು ತೆರೆದರೆ ಅಲ್ಲಿ ಧೋಬಿ ನಿಂತಿದ್ದ.

“ಸಲಾಮ್ ಸಾಬ್!”

“ಸಲಾಮ್!”

“ಒಳಗೆ ಬರಬಹುದಾ?”

“ಬಾ.”

ಅವನು ಮೌನವಾಗಿ ಒಳಗೆ ಬಂದವನು ಗಂಟನ್ನು ಬಿಚ್ಚಿ ನನ್ನ ಬಟ್ಟೆಗಳನ್ನು ಹಾಸಿಗೆಯ ಮೇಲೆ ಇಟ್ಟ. ತನ್ನ ಪಂಚೆಯಿಂದ ಕಣ್ಣೊರೆಸಿಕೊಳ್ಳುತ್ತಾ, ಗದ್ಗದ ದನಿಯಲ್ಲಿ ಹೇಳಿದ, “ನೀವು ಹೊರಡುತ್ತಿದ್ದೀರಾ, ಸಾಬ್?”

“ಹೌದು.”

ಅವನು ಅಳಲು ಪ್ರಾರಂಭಿಸಿದ. “ಸಾಬ್ ನನ್ನನ್ನು ಕ್ಷಮಿಸಿ. ಎಲ್ಲವೂ ಆ ಹೆಂಡದ ಪ್ರಭಾವ... ಮತ್ತು... ಮತ್ತು ಇತ್ತೀಚೆಗೆ ಅದು ಉಚಿತವಾಗಿ ಸಿಗುತ್ತಿದೆ. ವ್ಯಾಪಾರಿಗಳು ಅದನ್ನು ಪುಕ್ಕಟೆ ಹಂಚಿ ಹೇಳುತ್ತಾರೆ ‘ಕುಡಿದು ಮುಸ್ಲಿಮರನ್ನು ಕೊಲ್ಲಿ’ ಎಂದು. ಯಾರಿಗೆ ಬೇಡ ಪುಕ್ಕಟೆ ಹೆಂಡ? ನನ್ನನ್ನು ಕ್ಷಮಿಸಿ ಸಾಬ್. ಸಯೀದ್ ಸಲೀಮ್ ಬ್ಯಾರಿಸ್ಟರ್ ನನ್ನನ್ನು ತುಂಬ ಇಷ್ಟಪಡುತ್ತಿದ್ದರು. ಇಲ್ಲಿಂದ ಹೊರಟಾಗ ನನಗೆ ಒಂದು

ರುಮಾಲು, ಒಂದು ಕುರ್ತಾ ಮತ್ತು ಒಂದು ಪಂಚೆ ಕೊಟ್ಟಿದ್ದರು, ಬೇಗಂ ಸಾಬ್ ನನ್ನ ಪ್ರಾಣ ಉಳಿಸಿದರು. ಇಲ್ಲವಾದರೆ ನಾನು ಅವತ್ತೇ ಭೇದಿಯಿಂದ ಸಾಯುತ್ತಿದ್ದೆ. ಅವರು ಮೋಟಾರ್ ಕಾರಿನಲ್ಲಿ ಬಂದು ಡಾಕ್ಟರ್ ಹತ್ತಿರ ಕರೆದುಕೊಂಡು ಹೋಗಿದ್ದರು. ನನಗಾಗಿ ಎಷ್ಟು ಹಣ ಖರ್ಚು ಮಾಡಿದ್ದರು. ನೀವು ಹೊಸ ದೇಶಕ್ಕೆ ಹೋಗುತ್ತಿರುವಿರಿ. ದಯವಿಟ್ಟು ಬೇಗಂಗೆ ಹೇಳಬೇಡಿ ರಾಮ್ ಖಿಲಾವನ್ ಹೀಗೆ..."

ಅವನ ದನಿ ಗಂಟಲಿನಲ್ಲಿಯೇ ಹೂತುಹೋಯಿತು. ಅವನು ತನ್ನ ಗಂಟನ್ನು ಹೆಗಲಿಗೆಸೆದುಕೊಂಡು ಹೊರಡಲು ಸಿದ್ಧನಾದ.

ನಾನು ಅವನನ್ನು ತಡೆದು, "ರಾಮ್ ಖಿಲಾವನ್, ತಡಿ..." ಎಂದೆ.

ಆದರೆ ಅವನು ತನ್ನ ಪಂಚೆಯ ಸುಕ್ಕುಗಳನ್ನು ಸರಿಪಡಿಸಿಕೊಂಡು ವೇಗವಾಗಿ ಹೊರಟೇಹೋದ.

Ram khilavan

ನಿಜಕ್ಕೂ ಹೇಳಬೇಕೆಂದರೆ ಆ ನಗುವು ಚೀತ್ಕಾರದಂತಿತ್ತು. ನಾನೆಂದುಕೊಂಡೆ, ಇಲ್ಲ! ಯಾವುದೇ ಕ್ಷಣಕ್ಕಾದರೂ ನೀಲಂಳ ಬಿಗಿದ ತುಟಿಗಳು ತೆರೆದು, ಮಳೆಗಾಲದಲ್ಲಿ ನದಿ ಅಣೆಕಟ್ಟುಗಳನ್ನು ಒಡೆದುಕೊಂಡು ಹುಚ್ಚು ಪ್ರವಾಹವಾಗಿ ಮುನ್ನುಗ್ಗುವಂತೆ, ಅವಳ ಅದುಮಿಟ್ಟ ಭಾವನೆಗಳು ಸಿಡಿದೆದ್ದು ಭೋರ್ಗರೆದು ನಮ್ಮನ್ನೆಲ್ಲ ಬೇರುಸಹಿತ ಕಿತ್ತೊಗೆದು, ಯಾವುದೋ ಆಳವಾದ ಪ್ರಪಾತಕ್ಕೆ ಒಯ್ಯಬಹುದು ಎಂದು. ಆದರೆ ನನಗೆ ಆಶ್ಚರ್ಯವಾಗುವಂತೆ, ಅವಳು ಒಂದೇ ಒಂದು ಪದವನ್ನೂ ಆಡಲಿಲ್ಲ.

ನನ್ನ ಹೆಸರು ರಾಧಾ...

ಈಗ ನಡೆಯುತ್ತಿದೆಯಲ್ಲ ಯುದ್ಧ, ಅದರ ಸುಳಿವು ಕೂಡಾ ಇನ್ನೂ ಕಾಣಿಸಿಕೊಳ್ಳದ ಕಾಲದಲ್ಲಿ ಈ ಕಥೆ ನಡೆದಿದ್ದು. ಬಹುಶಃ ಎಂಟೊಂಬತ್ತು ವರ್ಷಗಳ ಹಿಂದೆ ಇರಬೇಕು. ಈಗಿನಂತಲ್ಲದೆ, ದಂಗೆಗಳು ಕೂಡಾ ಯೋಜನಾಬದ್ಧವಾಗಿ ಜರುಗುತ್ತಿದ್ದಂಥ ಕಾಲವದು. ನಾನು ಆಗ ಒಂದು ಫಿಲ್ಮ್ ಸ್ಟುಡಿಯೋದಲ್ಲಿ ಕೆಲಸಕ್ಕಿದ್ದೆ. ತಿಂಗಳಿಗೆ 45 ರೂಪಾಯಿ ಸಂಬಳ ಬರುತ್ತಿತ್ತು. ಬದುಕು ಸರಾಗ ಗತಿಯಲ್ಲಿ, ಸಂತೋಷವಾಗಿ ಸಾಗುತ್ತಿತ್ತು.

ಸ್ಟುಡಿಯೋಗೆ ಸುಮಾರು ಹತ್ತು ಗಂಟೆಗೆ ಬರುತ್ತಿದ್ದೆ. ನಯಾಝ್ ಮಹಮ್ಮದನ ಬೆಕ್ಕಿಗೆ ಎರಡು ಪೈಸೆಯಷ್ಟು ಹಾಲನ್ನು ಕೊಡುತ್ತಿದ್ದೆ.

ಒಂದು ಬಿ ಗ್ರೇಡ್ ಸಿನಿಮಾಗೆ ಬಿ ಗ್ರೇಡ್ ಸಂಭಾಷಣೆ ಬರೆಯುತ್ತಿದ್ದೆ. ಬುಲ್‌ಬುಲ್ ಬಂಗಾಲ್ ಎಂಬ ಬೆಂಗಾಲಿ ನಟಿಯೊಡನೆ ಒಂದಿಷ್ಟು ತಮಾಷೆ ಮಾತನಾಡುತ್ತಿದ್ದೆ. ನಂತರ ಆ ದಿನಗಳಲ್ಲಿ ಅತ್ಯಂತ ಪ್ರಖ್ಯಾತ ನಿರ್ದೇಶಕನಾಗಿದ್ದ ದಾದಾ ಗೋರೆಗೆ ಒಂದಿಷ್ಟು ಬಕೆಟ್ ಹಿಡಿದು, ಆಮೇಲೆ ಮನೆಗೆ ಹೊರಡುತ್ತಿದ್ದೆ.

ಸ್ಟುಡಿಯೋದ ಮಾಲಿಕ ಹರ್ಮ್ಸಜಿ ಫ್ರಮ್ಜಿ ಎಂಬ ದಪ್ಪನೆಯ, ಕೆಂಪು ಗಲ್ಲದ ಭೋಜನಪ್ರಿಯ ಮನುಷ್ಯ, ಹೆಣ್ಣಿನ ವೇಷ ಧರಿಸಿದ ಗಂಡಸಿನಂತೆ ಕಾಣುವ ಮಧ್ಯವಯಸ್ಕ ನಟಿಯೊಡನೆ ಹುಚ್ಚು ಪ್ರೇಮದಲ್ಲಿ ಬಿದ್ದಿದ್ದ.

ಅವನ ಪ್ರಿಯವಾದ ಕಾಲಹರಣವೆಂದರೆ ಹೊಸದಾಗಿ ಬಂದ ನಟಿಯರ ಎದೆಯನ್ನು ಅಳತೆ ಮಾಡುವುದು. ಇನ್ನೊಬ್ಬ ಕಲ್ಕತ್ತಾದ ಬೋ ಬಝಾರಿನ ಮುಸ್ಲಿಂ ವೇಶ್ಯೆ ತನ್ನ ನಿರ್ದೇಶಕ, ಕಥೆಗಾರ, ಧ್ವನಿಮುದ್ರಣಕಾರ ಎಲ್ಲರೊಡನೆಯೂ ಒಟ್ಟೊಟ್ಟಿಗೇ ಸಂಬಂಧವಿಟ್ಟುಕೊಂಡಿದ್ದಳು. ಈ ಎಲ್ಲ ಸಂಬಂಧಗಳ ಮುಖ್ಯ ಉದ್ದೇಶವೆಂದರೆ ಮೂವರೂ ಅವಳೊಡನೆ ಪ್ರೇಮದಲ್ಲಿರಬೇಕು ಎನ್ನುವುದೇ ಆಗಿತ್ತು.

'ಕಾಡಿನ ಸೌಂದರ್ಯ' ಸಿನಿಮಾದ ಶೂಟಿಂಗ್ ನಡೆಯುತ್ತಿದ್ದ ಕಾಲವದು. ಇದೇ ಸಿನಿಮಾದ ಶೂಟಿಂಗ್ ಸಮಯದಲ್ಲೇ ನಾನು ನಯಾಝ್ ಮಹಮ್ಮದ್ ಸಾಕಿದ್ದ ಬೆಕ್ಕುಗಳಿಗೆ ಎರಡು ಪೈಸೆ ಹಾಲು ಹಾಕುತ್ತಿದ್ದೆ ಮತ್ತು ಆ ನಂತರ ಯಾವುದೋ ಅಪರಿಚಿತ ಭಾಷೆಯ ಸಿನಿಮಾಗೆ ಬರೆದಂತೆ ಸಂಭಾಷಣೆ ಬರೆಯುತ್ತಿದ್ದೆ, ಏಕೆಂದರೆ ಆ ಸಿನಿಮಾದ ಕಥೆ ಏನೆಂದು ನನಗೆ ತಲೆಬುಡ ಅರ್ಥವಾಗಿರಲಿಲ್ಲ.

ನಾನು ಆ ಸಮಯದಲ್ಲಿ ಒಬ್ಬ ಗುಮಾಸ್ತನಂತೆ ಪೆನ್ಸಿಲ್ ಮತ್ತು ಕಾಗದ ಹಿಡಿದು ನಿಂತು, ಉರ್ದುವಿನಲ್ಲಿ ಹೇಳಿದ್ದನ್ನೆಲ್ಲ ಬರೆದುಕೊಳ್ಳುತ್ತಿದ್ದೆ, ತಪ್ಪೋ ಸರಿಯೋ, ಒಟ್ಟಿನಲ್ಲಿ ಆ ನಿರ್ದೇಶಕನಿಗೆ ಅದೆಲ್ಲ ಅರ್ಥವಾದರೆ ಸರಿ.

ಇದೆಲ್ಲ ಒತ್ತಟ್ಟಿಗಿರಲಿ... ಆದರೆ ಇದೇ ಸಿನಿಮಾದ ಶೂಟಿಂಗ್ ನಡೆಯುವಾಗಲೇ ಹರ್ಮ್ಸಜಿ ಫ್ರಮ್ಜಿ ವ್ಯಾಂಪ್‌ನ ಪಾತ್ರಕ್ಕೆ ಹೊಸಮುಖವೊಂದನ್ನು ಪರಿಚಯಿಸಲಿದ್ದಾನೆ ಎನ್ನುವ ಸುದ್ದಿ ಹಬ್ಬಿದ್ದು. ನಾಯಕನ ಪಾತ್ರಕ್ಕೆ ಈಗಾಗಲೇ ರಾಜ್ ಕಿಶೋರ್ ಆಯ್ಕೆಯಾಗಿದ್ದ.

ರಾಜ್ ಕಿಶೋರ್ ಕಟುಮಸ್ತು ದೇಹಸೌಷ್ಠವದ ಸ್ಫುರದ್ರೂಪಿ ತರುಣ, ರಾವಲ್ಪಿಂಡಿಯವನು. ಜನರಿಗೆ ಅವನ ಮೈಕಟ್ಟು ಪುರುಷತ್ವದ ಸಂಕೇತವಾಗಿಯೂ, ಮನೋಹರವಾಗಿಯೂ ಕಾಣಿಸುತ್ತಿತ್ತು. ನಾನು ಇದರ ಬಗ್ಗೆ ಹಲವಾರು ಬಾರಿ ಯೋಚಿಸಿದ್ದೇನೆ... ಆದರೆ ನನಗೇಕೋ ಅದು ಸದೃಢವಾಗಿಯೂ, ಪ್ರಮಾಣಬದ್ಧವಾಗಿಯೂ ಇದೆ ಅನ್ನಿಸುತ್ತಿತ್ತೇ ಹೊರತು, ಅದರಲ್ಲಿ ಆಕರ್ಷಣೆ

ಏನಿದೆ ಎನ್ನುವುದೇ ಅರ್ಥವಾಗುತ್ತಿರಲಿಲ್ಲ. ಬಹುಶಃ ನಾನು ಸೊಣಕಲು ಮತ್ತು ನಿತ್ರಾಣ ವ್ಯಕ್ತಿಯಾಗಿದ್ದರಿಂದ, ನನ್ನದೇ ಥರದ ದೇಹಸೌಷ್ಠವದವರನ್ನು ನಾನು ಮೆಚ್ಚುತ್ತಿದ್ದೆನೋ ಏನೋ ಗೊತ್ತಿಲ್ಲ.

ಹಾಗಂತ ನಾನು ರಾಜ್ ಕಿಶೋರನನ್ನು ದ್ವೇಷಿಸುತ್ತಿದ್ದೆ ಎಂದರ್ಥವಲ್ಲ; ನಾನು ನನ್ನ ಬದುಕಿನಲ್ಲಿ ಬಹಳ ಕಡಿಮೆ ಜನರನ್ನು ದ್ವೇಷಿಸುತ್ತೇನೆ. ಆದರೆ ಅವನು ಹೆಚ್ಚು ಇಷ್ಟವಾಗುತ್ತಿರಲಿಲ್ಲ. ನಾನು ಅದಕ್ಕಿರುವ ಕಾರಣಗಳನ್ನು ಬರಬರುತ್ತಾ ನಿಧಾನವಾಗಿ ಹೇಳುತ್ತಾ ಹೋಗುತ್ತೇನೆ.

ರಾಜ್ ಕಿಶೋರನ ಉಚ್ಚಾರಣೆ ಮತ್ತು ರಾವಲ್ಪಿಂಡಿಯ ವಿಶಿಷ್ಟ ಮಾತನಾಡುವ ಶೈಲಿ ನನಗೆ ಬಹಳ ಇಷ್ಟ. ಪಂಜಾಬಿಯಲ್ಲಿ ಸಂಗೀತ ಮತ್ತು ಸೌಂದರ್ಯ ಎರಡನ್ನೂ ಕಾಣಬೇಕೆಂದರೆ ಅದು ರಾವಲ್ಪಿಂಡಿಯ ಭಾಷೆಯಲ್ಲಿ ಸಿಗುತ್ತದೆ. ಆ ನಗರದ ಭಾಷೆಯಲ್ಲಿ ಏಕಕಾಲಕ್ಕೆ ಗಂಡುತನ ಮತ್ತು ಹೆಣ್ತನ ಮೇಳೈಸಿದಂತೆ ಅನ್ನಿಸುತ್ತದೆ, ಸಿಹಿಯಾಗಿಯೂ ಇದೆ ಮತ್ತು ಮೃದುವಾಗಿಯೂ ಇದೆ. ರಾವಲ್ಪಿಂಡಿಯ ಹೆಂಗಸೊಬ್ಬಳು ಮಾತನಾಡಿದರೆ ಕಳಿತ ಮಾವಿನ ಹಣ್ಣಿನ ರಸ ಬಾಯಿ ತುಂಬ ತುಂಬಿಕೊಂಡಂತೆನಿಸುತ್ತದೆ.

ಆದರೆ ಈಗ ನಾನು ಮಾವಿನಹಣ್ಣಿನ ವಿಷಯವನ್ನೆಲ್ಲಿ ಮಾತನಾಡುತ್ತಿದ್ದೆ; ನಾನು ಮಾತನಾಡುತ್ತಿದ್ದುದು ನಾನು ಅಷ್ಟಾಗಿ ಇಷ್ಟಪಡದ ರಾಜ್ ಕಿಶೋರನ ಬಗ್ಗೆ. ನಾನು ಮೊದಲೇ ಹೇಳಿದಂತೆ, ಅವನು ಬಹಳ ಸುಂದರನಾಗಿದ್ದ, ಕಟುಮಸ್ತಾಗಿದ್ದ ಯುವಕ.

ವಿಷಯ ಅಷ್ಟೇ ಆಗಿದ್ದರೆ ನನಗೇನೂ ಸಮಸ್ಯೆ ಇರಲಿಲ್ಲ. ಸಮಸ್ಯೆ ಏನೆಂದರೆ ಅವನಿಗೆ, ರಾಜ್ ಕಿಶೋರನಿಗೆ ತಾನು ಸುಂದರ ಮತ್ತು ದೃಢಕಾಯದವ ಎಂದು ತಿಳಿದಿತ್ತು ಮತ್ತು ಆ ಒಣಹೆಮ್ಮೆಯು ನನಗೆ ಅಸಹನೀಯವಾದ ವಿಷಯವಾಗಿತ್ತು. ದೃಢಕಾಯನಾಗಿರುವುದೇನೋ ಸರಿ, ಆದರೆ ಅದನ್ನು ಎಲ್ಲರೆದುರೂ ಪ್ರದರ್ಶನ ಮಾಡುವುದು ಅಸಹ್ಯವಾದ ರೋಗ. ರಾಜ್ ಕಿಶೋರ್ ಈ ರೀತಿಯ ರೋಗಪೀಡಿತನಾಗಿದ್ದ. ಅವನು ತನಗಿಂತ ಸಣ್ಣಗಿರುವವರ ಮತ್ತು ಬಲಹೀನರಾದವರ ಎದುರು ತನ್ನ ದೇಹಬಲವನ್ನು ಅನಗತ್ಯವಾಗಿ ಮೆರೆಸಿ ಅವರನ್ನು ಮೆಚ್ಚಿಸಲು ಯತ್ನಿಸುತ್ತಿದ್ದ.

ನಾನು ರೋಗಿಷ್ಠನಂತೆಯೂ, ಬಲಹೀನನಂತೆಯೂ ಕಾಣಿಸುತ್ತೇನೆ, ಅದರ ಬಗ್ಗೆ ನನಗೆ ಯಾವುದೇ ಅನುಮಾನವಿಲ್ಲ. ನನ್ನ ಒಂದು ಶ್ವಾಸಕೋಶವು ಉಸಿರನ್ನು ಸಂಪೂರ್ಣವಾಗಿ ಎಳೆದುಕೊಳ್ಳಲು ಅಶಕ್ತ ಅನ್ನುವುದೂ ನನಗೆ ಗೊತ್ತು. ಆದರೆ

ದೇವರ ಸಾಕ್ಷಿಯಾಗಿ ಹೇಳುತ್ತೇನೆ, ನಾನು ನನ್ನ ಬಲಹೀನತೆಯನ್ನು ಎಂದಿಗೂ ತೋರಿಸಿಕೊಂಡಿಲ್ಲ. ನನಗೆ ತಿಳಿದಿದೆ, ಗಂಡಸರು ಅವರ ಬಲಪ್ರದರ್ಶನದಿಂದ ಲಾಭ ಗಳಿಸುವಷ್ಟೇ ಅವರ ಬಲಹೀನತೆಯ ಪ್ರದರ್ಶನದಿಂದಲೂ ಗಳಿಸಬಹುದು. ಆದರೆ ಹಾಗೆ ಮಾಡುವುದು ತಪ್ಪು ಎನ್ನುವುದು ನನ್ನ ನಂಬಿಕೆ.

ನನ್ನ ಪ್ರಕಾರ ಸೌಂದರ್ಯವನ್ನು ಸರಳವಾಗಿ ಮೆಚ್ಚಿಕೊಳ್ಳಬೇಕು, ಅಬ್ಬರ, ಆಡಂಬರದಲ್ಲಿ ಅಲ್ಲ. ತೀರಾ ಆರೋಗ್ಯಪೂರ್ಣವಾಗಿರುವುದೂ ಒಂದು ರೀತಿಯಲ್ಲಿ ಕಾಯಿಲೆಯೇ. ರಾಜ್ ಕಿಶೋರನಲ್ಲಿ ಒಬ್ಬ ತರುಣನಿಗೆ ಇರಬಹುದಾದಂಥ ಸೌಂದರ್ಯವೆಲ್ಲ ಮೇಳೈಸಿದ್ದರೂ, ಅದರ ಅಸಭ್ಯ ಪ್ರದರ್ಶನ ಮಾಡುವ ದುರಭ್ಯಾಸ ಬೆಳೆಸಿಕೊಂಡಿದ್ದ. ಯಾರೊಡನೆಯೇ ಮಾತನಾಡುತ್ತಿರುವಾಗಲೂ ತನ್ನ ಬೈಸೆಪ್ಸನ್ನು ಕುಣಿಸುತ್ತಿದ್ದ. ಯಾವುದೋ ಗಂಭೀರ ಚರ್ಚೆ ಆಗುತ್ತಿರುತ್ತದೆ... ಉದಾಹರಣೆಗೆ ಸ್ವಾತಂತ್ರ್ಯದ ಬಗ್ಗೆ ಎಂದಿಟ್ಟುಕೊಳ್ಳೋಣ, ಆಗಲೂ ಅವನು ತನ್ನ ಎದೆಯ ಹರವು ಎದ್ದು ಕಾಣಿಸುವಂತೆ, ತನ್ನ ಖಾದಿ ಕುರ್ತಾದ ಗುಂಡಿಗಳನ್ನು ಬಿಚ್ಚಿಕೊಂಡೇ ನಿಂತಿರುತ್ತಾನೆ.

ಖಾದಿ ಕುರ್ತಾ ಎಂದಾಗ ನೆನಪಿಗೆ ಬಂದಿತು, ರಾಜ್ ಕಿಶೋರ್ ಕಾಂಗ್ರೆಸ್ ಪಕ್ಷದ ಬೆಂಬಲಿಗನಾಗಿದ್ದ. ಅದಕ್ಕಾಗಿಯೇ ಅವನು ಖಾದಿ ಧರಿಸುತ್ತಿದ್ದುದು. ಆದರೂ ನನಗೇನೋ ಅವನು ತನ್ನನ್ನು ತಾನು ಪ್ರೀತಿಸುವಷ್ಟು ಈ ದೇಶವನ್ನು ಪ್ರೀತಿಸುವುದಿಲ್ಲ ಎಂದೇ ಅನ್ನಿಸುತ್ತಿತ್ತು. ಎಷ್ಟೋ ಜನರಿಗೆ ನಾನು ರಾಜ್ ಕಿಶೋರನ ವರ್ಣನೆ ಮಾಡಿದ್ದು ನ್ಯಾಯೋಚಿತವಲ್ಲ ಅನ್ನಿಸಬಹುದು. ಸ್ಟುಡಿಯೋದಲ್ಲಿ ಇರುವವರೆಲ್ಲರೂ ಅವನ ದೇಹಸೌಂದರ್ಯವನ್ನು ಕೊಂಡಾಡುತ್ತಿದ್ದರು, ಅವನ ಅಭಿಪ್ರಾಯಗಳನ್ನು, ಅವನ ಸರಳತೆಯನ್ನು ಮತ್ತು ಅವನ ವಿಶಿಷ್ಟ ರಾವಲ್ಪಿಂಡಿ ಶೈಲಿಯ ಭಾಷೆಯನ್ನು ಮೆಚ್ಚುತ್ತಿದ್ದರು.

ಬೇರೆ ನಟರಂತೆ, ರಾಜ್ ಕಿಶೋರ್ ಬೇರೆಯವರ ಕೈಗೆ ಸಿಗದಂತೆ ಇರುವವನಾಗಿರಲಿಲ್ಲ. ಕಾಂಗ್ರೆಸ್ ಯಾವುದಾದರೂ ಪ್ರತಿಭಟನಾ ಕಾರ್ಯವನ್ನು ಕೈಗೆತ್ತಿಕೊಂಡರೆ, ಅವನು ಖಂಡಿತವಾಗಿಯೂ ಅಲ್ಲಿರುತ್ತಿದ್ದ, ಯಾವುದಾದರೂ ಸಾಹಿತ್ಯದ ಕಾರ್ಯಕ್ರಮವಿದ್ದರೆ, ಖಂಡಿತವಾಗಿಯೂ ಹಾಜರಾಗುತ್ತಿದ್ದ, ಅವನ ಪರಿಚಿತರು, ನೆರೆಹೊರೆಯವರು ಏನಾದರೂ ತೊಂದರೆಗೆ ಸಿಲುಕಿಕೊಂಡರೆ, ತನ್ನ ಬಿಡುವಿಲ್ಲದ ವೇಳಾಪಟ್ಟಿಯ ನಡುವಲ್ಲಿಯೂ ಅದಕ್ಕಾಗಿ ಸಮಯ ಹೊಂದಿಸಿಕೊಳ್ಳುತ್ತಿದ್ದ.

ಅವನ ಶುದ್ಧ ನಡತೆಯ ಕಾರಣವಾಗಿ ಎಲ್ಲ ನಿರ್ಮಾಪಕರೂ ಅವನನ್ನು ಬಹಳ ಇಷ್ಟಪಡುತ್ತಿದ್ದರು. ಸಿನಿಮಾ ನಿರ್ಮಾಪಕರನ್ನು ಬಿಡಿ, ಸಾಮಾನ್ಯ ಜನರಿಗೆ ಕೂಡಾ

ಅವನ ಶುದ್ಧ ಚಾರಿತ್ರ್ಯದ ಬಗ್ಗೆ ತಿಳಿದಿತ್ತು. ಸಿನೆಮಾ ಜಗತ್ತಿಗೆ ಸೇರಿದವನಾಗಿಯೂ, ಒಂದೇ ಒಂದು ಹಗರಣದ ಕಳಂಕ ಅಂಟಿಸಿಕೊಳ್ಳದೇ ಇರುವುದು ಸಾಮಾನ್ಯದ ಸಾಧನೆಯೇನಲ್ಲ. ರಾಜ್ ಕಿಶೋರ್ ಹೆಸರುವಾಸಿ ನಟನಾಗಿದ್ದ, ಆದರೆ ಈ ರೀತಿಯ ಅಪೂರ್ವ ಗುಣಗಳಿಂದಲೇ ಅವನನ್ನು ಎತ್ತರದ ಸಿಂಹಾಸನದಲ್ಲಿ ಕುಳ್ಳಿರಿಸಿದ್ದರು.

ನಾಗ್ಪಾಡಾದ ಪಾನ್ ಅಂಗಡಿಯಲ್ಲಿ ಸಂಜೆಯ ಹೊತ್ತು ಜನ ಸೇರಿದಾಗ ನಟ, ನಟಿಯರ ವೈಯುಕ್ತಿಕ ಜೀವನದ ಬಗ್ಗೆ ಮಾತನಾಡುವುದು ಸರ್ವೇಸಾಧಾರಣ ವಾಗಿತ್ತು. ಹೆಚ್ಚುಕಡಿಮೆ ಪ್ರತಿಯೊಬ್ಬರ ಹೆಸರೂ ಒಂದಲ್ಲಾ ಒಂದು ಹಗರಣದ ಜೊತೆ ತಳುಕು ಹಾಕಿಕೊಂಡಿರುತ್ತಿತ್ತು. ಆದರೆ ರಾಜ್ ಕಿಶೋರನ ಬಗ್ಗೆ ಮಾತನಾಡಿದಾಗೆಲ್ಲ, ಅಂಗಡಿಯ ಮಾಲಿಕ ಶ್ಯಾಮ್ ಲಾಲ್ ಹೆಮ್ಮೆಯಿಂದ ಹೇಳುತ್ತಿದ್ದ, "ಮಾಂಟೋ ಸಾಬ್, ರಾಜ್ ಭಾಯಿ ಇದ್ದಾನಲ್ಲ, ಅವನೊಬ್ಬನೇ ನಟ ನೋಡಿ ಕಚ್ಚೆ ಭದ್ರದವನು." ಎಂದು. ಅವನನ್ನು 'ರಾಜ್ ಭಾಯಿ' ಎಂದು ಕರೆಯುವಂಥ ಆತ್ಮೀಯತೆ ಅದು ಹೇಗೆ ಹುಟ್ಟಿಕೊಂಡಿತೋ ನನಗಂತೂ ಗೊತ್ತಿಲ್ಲ. ಆದರೆ ಅದು ಹೆಚ್ಚು ಆಶ್ಚರ್ಯವೇನೂ ಹುಟ್ಟಿಸಲಿಲ್ಲ. 'ರಾಜ್ ಭಾಯಿಯ' ಬಗೆಗಿನ ಅತ್ಯಂತ ಸಾಧಾರಣ ಸಂಗತಿಯೂ ಅದೇನೋ ಅಸಾಮಾನ್ಯ ಸಾಧನೆ ಎಂಬಂತೆ ಚರ್ಚಿಸಲ್ಪಡುತ್ತಿತ್ತು.

ಅವನು ತನ್ನ ಗಳಿಕೆಯನ್ನು ಹೇಗೆ ಖರ್ಚು ಮಾಡುತ್ತಾನೆ,
ಅವನ ಅಪ್ಪನಿಗೆ ಎಷ್ಟು ಹಣ ಕಳಿಸುತ್ತಾನೆ,
ಅನಾಥಾಶ್ರಮಗಳಿಗೆ ಎಷ್ಟು ದಾನ ಕೊಡುತ್ತಾನೆ,
ತನಗಾಗಿ ಎಷ್ಟೂ ಉಳಿಸಿಕೊಳ್ಳುತ್ತಾನೆ
ಎಂಬೆಲ್ಲ ವಿಷಯವೂ ಎಲ್ಲರಿಗೂ ತಿಳಿದಿರುತ್ತಿತ್ತು, ಅವರೆಲ್ಲ ಕುಳಿತು ಆ ವಿವರಗಳನ್ನೆಲ್ಲ ಬಾಯಿಪಾಠ ಮಾಡಿದ್ದಾರೇನೋ ಎನ್ನುವಷ್ಟು ಸ್ಫುಟವಾಗಿ!

ಶ್ಯಾಮ್ ಲಾಲ್ ಒಂದು ದಿನ ಹೇಳಿದ, ರಾಜ್ ಭಾಯಿ ತನ್ನ ಮಲತಾಯಿಯ ಜೊತೆ ಅತ್ಯಂತ ಪ್ರೀತಿಯ ಸಂಬಂಧ ಹೊಂದಿದ್ದಾನೆ ಎಂದು. ಅವನಲ್ಲಿ ಹಣವಿಲ್ಲದ ದಿನಗಳಲ್ಲಿ, ಅವನ ತಂದೆ ಮತ್ತು ಮಲತಾಯಿ ಸೇರಿಕೊಂಡು ಚಿತ್ರಹಿಂಸೆ ಕೊಟ್ಟಿದ್ದರೂ, ಸಮಯ ಬಂದಾಗ ಅವನು ಹೇಗೆ ತನ್ನ ಕರ್ತವ್ಯವನ್ನು ಚಾಚೂ ತಪ್ಪದೆ ನಿರ್ವಹಿಸಿ ಅವರ ಬದುಕಿಗೆ ಹೇಗೆ ನೆರವಾದ, ಅವರು ಈಗ ವಿಶಾಲ ಹಾಸಿಗೆಗಳಲ್ಲಿ ಮೈ ಹರಡಿ ಮಲಗಿಕೊಂಡು ಹೇಗೆ ಎಲ್ಲರ ಮೇಲೂ ಅಧಿಕಾರ ಚಲಾಯಿಸುತ್ತಾರೆ, ಪ್ರತಿ ದಿನ ಬೆಳಿಗ್ಗೆ ರಾಜ್ ಮಲತಾಯಿಯ ಮುಖದರ್ಶನ ಪಡೆದು ಅವರ ಪಾದ ಸ್ಪರ್ಶ ಮಾಡಿ ಆಶೀರ್ವಾದ ಪಡೆಯುತ್ತಾನೆ, ತಂದೆಯೆದುರು ಕೈ ಮುಗಿದು ನಿಂತು ಅವರ ಆಸೆಗಳನ್ನೆಲ್ಲ ನೆರವೇರಿಸುತ್ತಾನೆ... ಎಂದೆಲ್ಲ. ನನ್ನನ್ನು

ತಪ್ಪು ತಿಳಿಯಬೇಡಿ, ರಾಜ್ ಕಿಶೋರನನ್ನು ಈ ಪರಿ ಹೊಗಳಿದಾಗ ನನಗಂತೂ ಸಿಕ್ಕಾಪಟ್ಟೆ ಕಿರಿಕಿರಿಯಾಗುತ್ತಿತ್ತು, ಕಾರಣವೇನೆಂದು ದೇವರಿಗೇ ಗೊತ್ತು!

ನಾನು ಮೊದಲೇ ಹೇಳಿದಂತೆ, ನಾನು ನಿಜಕ್ಕೂ ಅವನನ್ನೇನೂ ದ್ವೇಷಿಸುವುದಿಲ್ಲ. ಹಾಗೆ ದ್ವೇಷಿಸಲು ಕಾರಣವೂ ಇರಲಿಲ್ಲ.

ಗುಮಾಸ್ತೆಗೆ ಯಾರೂ ಯಾವ ಗೌರವವನ್ನೂ ನೀಡದ ಆ ದಿನಗಳಲ್ಲಿ, ಅವನು ನನ್ನೊಡನೆ ಗಂಟೆಗಟ್ಟಲೆ ಮಾತನಾಡುತ್ತಾ ಕುಳಿತುಕೊಳ್ಳುತ್ತಿದ್ದ. ಹಾಗಾಗಿ ನನ್ನ ಕಿರಿಕಿರಿಗೆ ಕಾರಣವಿದೆ ಎಂದು ನನಗನ್ನಿಸುತ್ತಿಲ್ಲ. ಆದರೆ ಅದೇನೋ ಸಣ್ಣ ಅನುಮಾನವೊಂದು, ಬಲವಾದ ನಿರ್ಧಾರವಾಗಿ ರೂಪುಗೊಂಡು ನನ್ನ ಮನದ ಕತ್ತಲ ಮೂಲೆಯಲ್ಲಿ ಮಿಂಚಿನಂತೆ ಪ್ರಕಾಶಮಾನವಾಗಿ ಹೊಳೆಯುತ್ತಾ, ಅವನದ್ದು ಕೃತಕ ನಟನೆ ಅಂತಲೇ ಅನ್ನಿಸುತ್ತಿತ್ತು. ಅವನ ಬದುಕೇ ಮೋಸದ್ದು ಅನ್ನಿಸುತ್ತಿತ್ತು.

ಆದರೆ ಸಮಸ್ಯೆ ಏನೆಂದರೆ ನನ್ನ ಹಾಗೆ ಯೋಚಿಸುವ ಯಾರೊಬ್ಬರೂ ನನಗೆ ಎದುರಾಗಿರಲಿಲ್ಲ. ಎಲ್ಲರೂ ಅವನನ್ನು ದೇವರಂತೆ ಆರಾಧಿಸುತ್ತಿದ್ದರು, ಇದು ನನ್ನನ್ನು ತೀವ್ರವಾಗಿ ಭಾದಿಸುತ್ತಿತ್ತು.

ರಾಜ್ ಕಿಶೋರನಿಗೆ ಹೆಂಡತಿ ಮತ್ತು ನಾಲ್ಕು ಮಕ್ಕಳಿದ್ದರು. ಅವನು ಒಳ್ಳೆಯ ಗಂಡ ಮತ್ತು ಅಪ್ಪನಾಗಿದ್ದ. ಅವನ ಈ ಶುಭ್ರ ಚಾದರವನ್ನೆಳೆದು ಅದರ ಅಡಿಯಲ್ಲಿದ್ದ ಕೊಳಕು ಕಲೆಯನ್ನು ಬಯಲು ಮಾಡುವ ಒಂದೇ ಒಂದು ತುದಿ ಕೂಡಾ ನನಗೆ ಸಿಕ್ಕಿರಲಿಲ್ಲ. ಅವನು ಹೇಗೆ ಕಾಣಿಸಿಕೊಳ್ಳುತ್ತಿದ್ದನೋ ಹಾಗೆಯೇ ಇದ್ದ.

ಆದರೂ ಮನಸ್ಸಿನಲ್ಲಿ ಅನುಮಾನದ ತೀವ್ರ ಒತ್ತಡ. ನನ್ನನ್ನು ನಂಬಿ, ನನಗೇ ನಾನೇ ಹಲವಾರು ಬಾರಿ ಛೀಮಾರಿ ಹಾಕಿಕೊಂಡಿದ್ದೇನೆ. ಇಡೀ ಜಗತ್ತು ಅಷ್ಟು ಒಳ್ಳೆಯ ಭಾವನೆ ಇಟ್ಟುಕೊಂಡಿರುವ ಮನುಷ್ಯನ ಬಗ್ಗೆ ಈ ರೀತಿಯ ಅನುಮಾನವಿಟ್ಟುಕೊಳ್ಳುವುದು ನಿಜಕ್ಕೂ ವಿಕೃತಿಯೇ ಅನ್ನಿಸಿದೆ, ಅದೂ ನನಗೆ ಯಾವುದೇ ಕಾರಣವಿಲ್ಲದೇ ಹೋದಾಗಲೂ. ಎದ್ದು ಕಾಣುತ್ತಿದ್ದ ಅವನ ಆಕರ್ಷಕ ಮೈಕಟ್ಟನ್ನು ಅವನೇ ಮೆಚ್ಚಿಕೊಂಡರೆ ನನಗೇನಾಗಬೇಕಿತ್ತು? ನನಗೂ ಅಷ್ಟು ಸುಂದರ ಮೈಕಟ್ಟು ಏನಾದರೂ ಇದ್ದಿದ್ದರೆ ಬಹುಶಃ ನಾನೂ ಹಾಗೆಯೇ ನಡೆದುಕೊಳ್ಳುತ್ತಿದ್ದೇನೋ.

ಆದರೆ ನನಗೇಕೋ ರಾಜ್ ಕಿಶೋರನ ಬಗ್ಗೆ ಎಲ್ಲರಿಗೂ ಇದ್ದ ಅಭಿಪ್ರಾಯವನ್ನು ಅನುಮೋದಿಸುವುದು ಅಸಾಧ್ಯವಾಗಿತ್ತು ಮತ್ತು ಅವನನ್ನು ಕಂಡರೆ ಪದೇಪದೇ ಕಿರಿಕಿರಿ ಎನಿಸುತ್ತಿತ್ತು. ಅವನು ಹೇಳಿದ್ದೇನಾದರೂ ನನಗೆ ಒಪ್ಪಿಗೆಯಾಗದಿದ್ದಲ್ಲಿ ನಾನು ಥಟ್ಟನೆ ಅವನ ಮೇಲೆ ಮಾತಿನ ದಾಳಿ ಮಾಡುತ್ತಿದ್ದೆ. ನಮ್ಮ ಸಂಘರ್ಷವು,

ಸಾಧಾರಣವಾಗಿ ಅವನು ಮುಗುಳ್ನಕ್ಕು ಸುಮ್ಮನಾಗುವುದರೊಂದಿಗೆ ಮತ್ತು ನಾನು ಬಾಯಿ ಕಹಿ ಮಾಡಿಕೊಂಡು ಮೊದಲಿಗಿಂತ ಹೆಚ್ಚು ಕ್ಷೋಭೆಗೆ ಒಳಗಾಗುವುದರೊಂದಿಗೆ ಕೊನೆಗೊಳ್ಳುತ್ತಿತ್ತು.

ಅವನ ಬದುಕಿನಲ್ಲಿ ಒಂದೇ ಒಂದು ಗಾಸಿಪ್ ಇರಲಿಲ್ಲ. ಅವನ ಹೆಂಡತಿಯನ್ನು ಹೊರತುಪಡಿಸಿ, ಮತ್ತೆ ಯಾವುದೇ ಹೆಂಗಸಿನ ಹೆಸರು ಅವನೊಂದಿಗೆ ತಳುಕು ಹಾಕಿಕೊಂಡಿದ್ದಿಲ್ಲ. ಅವನು ಎಲ್ಲ ನಟಿಯರನ್ನು ತಂಗಿ ಎಂದೇ ಕರೆಯುತ್ತಿದ್ದ, ಮತ್ತು ಅವರು ಅವನನ್ನು ಅಣ್ಣ ಎಂದು ಕರೆಯುತ್ತಿದ್ದರು. ಇದು ನನ್ನ ಮನಸ್ಸಿನಲ್ಲಿ ಮತ್ತಿಷ್ಟು ಪ್ರಶ್ನೆಗಳನ್ನು ಹುಟ್ಟು ಹಾಕಿತು. ಈ ಥರದ ಆಪ್ತತೆಯನ್ನು ಎಲ್ಲರೆದುರೂ ತೋರ್ಪಡಿಸುವ ಅಗತ್ಯವೇನಿದೆ?

ಅಣ್ಣ ಮತ್ತು ತಂಗಿಯರ ಸಂಬಂಧವೇ ಬೇರೆ ರೀತಿಯದ್ದು. ಆದರೆ 'ರಸ್ತೆ ಮುಚ್ಚಲಾಗಿದೆ' ಅಥವಾ 'ಇಲ್ಲಿ ಮೂತ್ರ ಮಾಡಬಾರದು' ಫಲಕಗಳನ್ನು ತೂಗು ಹಾಕಿದಂತೆ ಎಲ್ಲ ಹೆಂಗಸರನ್ನೂ ತಂಗಿ ಎಂದು ಕರೆಯುವ ಅಗತ್ಯವೇನಿದೆ? ಯಾವುದೋ ಹೆಂಗಸಿನೊಡನೆ ಲೈಂಗಿಕ ಸಂಬಂಧ ಹೊಂದುವ ಉದ್ದೇಶವೇನೂ ಇಲ್ಲದಿದ್ದರೆ, ಅದನ್ನು ಪ್ರಪಂಚಕ್ಕೆ ಸಾರುವ ಅಗತ್ಯವೇನಿದೆ? ಹೆಂಡತಿಯನ್ನು ಹೊರತುಪಡಿಸಿ ಮತ್ತೆ ಯಾವ ಹೆಣ್ಣು ಕೂಡಾ ಮನಸ್ಸಿನಲ್ಲಿ ಸುಳಿಯುವುದಿಲ್ಲ ಎಂದಾದರೆ ಅದನ್ನು ಜಾಹೀರುಗೊಳಿಸುವುದೇಕೆ? ಇದು ನನಗೆ ಅರ್ಥವಾಗದೆ ಅಸಮಾಧಾನಗೊಂಡೆ.

ಒಟ್ಟಿನಲ್ಲಿ ಕಾಡಿನ ಸೌಂದರ್ಯ ಸಿನಿಮಾದ ಶೂಟಿಂಗ್ ಮುಂದುವರೆಯಿತು. ಸ್ಟುಡಿಯೋದಲ್ಲಿ ಬಿಡುವಿಲ್ಲದ ಕೆಲಸಕಾರ್ಯಗಳು. ಸಹನಟಿಯರು ದಿನವೂ ಬರುತ್ತಿದ್ದರು. ಅವರೊಡನೆ ನಗು, ವಿನೋದದಲ್ಲಿ ದಿನ ಕಳೆಯುತ್ತಿತ್ತು.

ಒಂದು ಮುಂಜಾನೆ ಉಸ್ತಾದ್ ಅನ್ನುವ ಪ್ರಸಾದನ ತಜ್ಞ ನಯಾಜ್ ಮಹಮ್ಮದನ ಕೋಣೆಗೆ ನುಗ್ಗಿದವನೇ ವ್ಯಾಂಪ್‌ನ ಪಾತ್ರ ವಹಿಸಲು ಹೊಸ ಹುಡುಗಿಯೊಬ್ಬಳು ಬಂದಿದ್ದಾಳೆಂದೂ, ಸದ್ಯದಲ್ಲೇ ಕೆಲಸ ಪ್ರಾರಂಭಿಸುತ್ತಾಳೆಂದೂ ಸುದ್ದಿ ತಂದ. ಆಗ ಬಿಡುವಿನ ಸಮಯ. ಬಿಸಿ ಚಹಾದ ಜೊತೆಗೆ ಈ ಬಿಸಿಬಿಸಿ ಸುದ್ದಿಯೂ ಸೇರಿ ನಮ್ಮನ್ನು ಉದ್ರೇಕಕ್ಕೊಳಪಡಿಸಿತು. ಸ್ಟುಡಿಯೋಗೆ ಹೊಸ ಹುಡುಗಿಯ ಆಗಮನದ ಸುದ್ದಿ ಯಾವತ್ತೂ ಕೋಲಾಹಲವನ್ನೆಬ್ಬಿಸುತ್ತಿತ್ತು. ನಾವು ನಯಾಜನ ಕೋಣೆಯಿಂದ ಹೊರಬಂದೆವು, ಆ ಹುಡುಗಿಯ ದರ್ಶನವೇನಾದರೂ ದೊರೆಯಬಹುದಾ ಎಂಬ ನಿರೀಕ್ಷೆಯಲ್ಲಿ.

ಸಂಜೆ ಹರ್ಮ್ಸ್‌ಜಿ ಫ್ರಮ್ಜಿ ತಬಲಾ ವಾದಕ ಇಸಾನ ಬೆಳ್ಳಿ ಡಬ್ಬಿಯಿಂದ ಎರಡು ಪಾನ್ ತೆಗೆದುಕೊಂಡು ದವಡೆಗೆ ಒತ್ತರಿಸಿ, ಆಫೀಸ್ ಕೆಲಸ ಮುಗಿಸಿ ಬಿಲಿಯರ್ಡ್ಸ್‌ಗೆಂದು

ಹೊರಟಾಗ ಅಂತೂ ಆ ಹುಡುಗಿ ನಮ್ಮ ಕಣ್ಣಿಗೆ ಕಾಣಿಸಿಕೊಂಡಳು. ಅವಳು ಬಣ್ಣ ಕಪ್ಪು ಎಂಬುದಷ್ಟೇ ಆ ಕ್ಷಣಕ್ಕೆ ನನ್ನ ಗ್ರಹಿಕೆಗೆ ನಿಲುಕಿದ್ದು.

ಅವಳು ಯಾವುದೋ ವ್ಯಾಪಾರಿಯ ಕೈ ಕುಲುಕಿ, ಆತುರದಲ್ಲಿ ಸ್ಟುಡಿಯೋದ ಕಾರ್ ಹತ್ತಿ ಅಲ್ಲಿಂದ ಕಾಣೆಯಾದಳು. ನಾನು ನಯಾಜ್ ಮಹಮ್ಮದನ ಕೋಣೆಗೆ ಓಡಿದೆ. ಅವನು ಅವಳಿಗೆ ದಪ್ಪ ತುಟಿ ಇತ್ತು ಎಂದ. ಬಹುಶಃ ಅವನ ಗ್ರಹಿಕೆಗೆ ನಿಲುಕಿದ್ದು ಅಷ್ಟೇ ಎಂದು ತೋರುತ್ತದೆ. ಅವಳನ್ನು ಸರಿಯಾಗಿ ನೋಡದ ಉಸ್ತಾದ್ ತಲೆಯಾಡಿಸಿ "ಥೋ... ಕಂಡೆಮ್." ಎಂದ... ಅಂದರೆ ಸ್ವಲ್ಪವೂ ಚೆನ್ನಾಗಿಲ್ಲ ಎಂದರ್ಥ.

ನಾಲ್ಕೈದು ದಿನಗಳು ಕಳೆದವು. ಹೊಸ ಹುಡುಗಿ ಮತ್ತೆ ಸ್ಟುಡಿಯೋದಲ್ಲಿ ಕಾಣಿಸಿಕೊಂಡಿರಲಿಲ್ಲ. ಐದನೆಯ ಅಥವಾ ಆರನೆಯ ದಿನ ನಾನು ಚಹಾ ಹೀರಿ ಗುಲಾಬನ ಹೋಟೆಲ್ಲಿನಿಂದ ಹೊರಡುತ್ತಿರುವಾಗ , ಅವಳು ಎದುರಿಗೇ ಸಿಕ್ಕಿಬಿಟ್ಟಳು. ನನಗೆ ಹೆಂಗಸರನ್ನು ಗುಟ್ಟಾಗಿ ಬದಿಯಿಂದ ವಾರೆನೋಟದಲ್ಲಿ ಗಮನಿಸುವ ಅಭ್ಯಾಸ. ಹೆಂಗಸೊಬ್ಬಳು ಇದ್ದಕ್ಕಿದ್ದಂತೆ ಎದುರಾದರೆ, ಅದೂ ನೇರವಾಗಿ ಎದುರಾಗಿಬಿಟ್ಟರೆ, ಅವಳನ್ನು ನೋಡಲಾಗುವುದೇ ಇಲ್ಲ.

ಅವಳು ನೇರಾನೇರ ಎದುರಾಗಿದ್ದರಿಂದ ನನಗೆ ಅವಳ ಮುಖವನ್ನಾಗಲಿ, ಅದರ ಕಣ್ಣು–ಮೂಗು–ಬಾಯಿಯ ವೈಶಿಷ್ಟ್ಯವನ್ನಾಗಲಿ ಗ್ರಹಿಸಲಾಗಲಿಲ್ಲ. ಆದರೆ ಚೆಂದದ ಹೊಸ ಚಪ್ಪಲಿ ಧರಿಸಿದ್ದ ಅವಳ ಪಾದಗಳನ್ನು ಮಾತ್ರ ಗಮನಿಸಿದೆ. ಲ್ಯಾಬೊರೇಟರಿಯಿಂದ ಸ್ಟುಡಿಯೋಗೆ ಹೋಗುವ ದಾರಿಗೆ ಜಲ್ಲಿಕಲ್ಲು ಹೊದೆಸಲಾಗಿತ್ತು. ಅಲ್ಲಿದ್ದ ಅಸಂಖ್ಯಾತ ಉರುಟು ಕಲ್ಲುಗಳ ಮೇಲೆ ಚಪ್ಪಲಿ ಧರಿಸಿದ ಕಾಲನ್ನೂರಿದಾಗ ಜಾರುವುದು ಸಾಮಾನ್ಯವಾಗಿತ್ತು. ಹಾಗಾಗಿ ಅವಳು ಬಹಳ ಕಷ್ಟದಿಂದ ಹೆಜ್ಜೆಯೂರಿ ನಡೆದಳು.

ಈ ಭೇಟಿಯ ನಂತರ ನನ್ನ ಮತ್ತು ನೀಲಂ ನಡುವೆ ನಿಧಾನವಾಗಿ ಸ್ನೇಹ ಬೆಳೆಯಿತು. ನಾವು ಅನೌಪಚಾರಿಕ ಸ್ನೇಹದಿಂದ ಪ್ರಾರಂಭಿಸಿ ಆ ನಂತರ ಅತ್ಯಂತ ನಿಕಟವಾದರೂ, ಸ್ಟುಡಿಯೋದಲ್ಲಿ ಇರುವವರಿಗೆ ಇದರ ಬಗ್ಗೆ ತಿಳಿದಿರಲಿಲ್ಲ. ಅವಳ ನಿಜದ ಹೆಸರು ರಾಧಾ. ಒಮ್ಮೆ ಅದೇಕೆ ಅಷ್ಟು ಸುಂದರ ಹೆಸರನ್ನು ಬಿಟ್ಟೆ ಎಂದಾಗ, "ಸುಮ್ಮನೆ." ಎಂದಷ್ಟೇ ಉತ್ತರಿಸಿದ್ದಳು. ಅರೆಕ್ಷಣ ತಡೆದು "ಆ ಹೆಸರು ಅದೆಷ್ಟು ಸುಂದರವಾಗಿದೆ ಎಂದರೆ ಆ ಹೆಸರನ್ನು ಸಿನಿಮಾಗೆ ಎಳೆದು ತರುವುದು ನನಗಿಷ್ಟವಾಗಲಿಲ್ಲ." ಎಂದಳು.

ಇದರಿಂದ ರಾಧಾ ಬಹಳ ಧರ್ಮಶ್ರದ್ಧೆಯುಳ್ಳ ವ್ಯಕ್ತಿಯೆಂದು ನೀವು ಅಂದುಕೊಂಡಿರೇನೋ. ಆದರೆ ಅವಳು ಹಾಗಿರಲೇ ಇಲ್ಲ. ಅವಳಿಗೆ ಧರ್ಮದ

ಬಗ್ಗೆ, ಮೂಢನಂಬಿಕೆಗಳ ಬಗ್ಗೆ ಯಾವ ಭಾವನೆಯೂ ಇರಲಿಲ್ಲ. ಆದರೆ ಹೊಸ ಬರಹಕ್ಕೆ ಮುನ್ನ ನನಗೇ ಅರಿವಿಲ್ಲದಂತೆ ಮೊದಲ ಹಾಳೆಯಲ್ಲಿ ನಾನು ದೇವರನ್ನು ಪ್ರಾರ್ಥಿಸುತ್ತ 7, 8, 6 ಎಂದು ಬರೆಯುವಂತೆ, ಅವಳು ಕೂಡಾ ಅರ್ಥವೇ ಇಲ್ಲದೆ ರಾಧಾ ಎನ್ನುವ ಹೆಸರಿನ ಬಗ್ಗೆ ವಿಶೇಷ ಪ್ರೀತಿ ಬೆಳೆಸಿಕೊಂಡಿದ್ದಳೋ ಏನೋ. ಆದರೆ ಅವಳು ನೀಲಂ ಎನ್ನುವ ಹೆಸರನ್ನು ಆಯ್ದುಕೊಂಡಿದ್ದರಿಂದ, ಇಲ್ಲಿಂದಾಚೆಗೆ ನಾನೂ ಅವಳನ್ನು ನೀಲಂ ಎಂದೇ ಕರೆಯುತ್ತೇನೆ.

ನೀಲಂ ಬನಾರಸಿ ವೇಶ್ಯೆಯೊಬ್ಬಳ ಮಗಳು. ಅವಳು ಆ ಪ್ರಾಂತ್ಯದ ಶೈಲಿಯಲ್ಲಿಯೇ ಮಾತನಾಡುತ್ತಿದ್ದಳು, ಅದು ಕಿವಿಗೆ ಬಹಳ ಇಂಪಾಗಿರುತ್ತದೆ. ನನ್ನ ಹೆಸರು ಸಾದತ್. ಆದರೆ ಅವಳು ಯಾವಾಗಲೂ ನನ್ನನ್ನು ಸಾದಕ್ ಎಂದೇ ಕರೆಯುತ್ತಿದ್ದಳು.

ನಾನೊಮ್ಮೆ ಅವಳಿಗೆ ಹೇಳಿದೆ, “ನೀಲಂ ನನಗೆ ಗೊತ್ತು ನೀನು ಸಾದತ್ ಎಂದು ನನ್ನನ್ನು ಕರೆಯಬಲ್ಲೆ ಎಂದು. ನೀನೇಕೆ ಹಾಗೆ ಕರೆಯುವುದಿಲ್ಲವೆಂದು ನನಗೆ ಅರ್ಥವಾಗುವುದಿಲ್ಲ” ಅದನ್ನು ಕೇಳಿದ ಅವಳ ಕಪ್ಪು ತುಟಿಗಳ ಮೇಲೆ ಮುಗುಳ್ನಗೆಯೊಂದು ಹರಡಿತು, ಅವಳು ಹೇಳಿದಳು. “ನಾನು ಒಮ್ಮೆ ಮಾಡಿದ ತಪ್ಪನ್ನು ಸಾಧಾರಣವಾಗಿ ಸರಿಪಡಿಸಲು ಹೋಗುವುದಿಲ್ಲ.”

ಆ ಸ್ಟುಡಿಯೋದಲ್ಲಿದ್ದ ಹೆಚ್ಚಿನವರಿಗೆ ಸಾಧಾರಣ ನಟಿ ಎಂದುಕೊಂಡ ಆ ಹೆಂಗಸಿನಲ್ಲಿ ಅಂಥ ವಿಚಿತ್ರ ವೈಶಿಷ್ಟ್ಯವಿರಬಹುದೆಂದು ತಿಳಿದಿರಲಿಕ್ಕಿಲ್ಲ. ಅವಳು ಉಳಿದ ನಟಿಯರಂತೆ ಗಡಿಬಿಡಿ ಮಾಡುತ್ತಿರಲಿಲ್ಲ. ಸ್ಟುಡಿಯೋದಲ್ಲಿದ್ದ ಪ್ರತಿಯೊಬ್ಬ ಗಂಡಸೂ ಅಪಾರ್ಥ ಮಾಡಿಕೊಂಡಿದ್ದ ಅವಳ ಗಾಂಭೀರ್ಯವು, ನಿಜಕ್ಕೂ ಹೇಳಬೇಕೆಂದರೆ ಬಹಳ ಆಕರ್ಷಣೀಯವಾಗಿತ್ತು. ಅದು ಅವಳ ಕಪ್ಪು, ಸ್ವಚ್ಛ ಚರ್ಮದ ಮೇಲಿನ ರೋಜಿನಂತೆ, ಅವಳಿಗೆ ಚೆಂದವಾಗಿ ಒಪ್ಪುತ್ತಿತ್ತು ಮತ್ತು ಅವಳ ಕಣ್ಣುಗಳಲ್ಲಿ ಹಾಗೂ ತುಟಿಯಂಚಿನಲ್ಲಿ ಮಡುಗಟ್ಟಿದ್ದ ದುಃಖವು ಅವಳನ್ನು ಇತರ ಹೆಂಗಸರಿಗಿಂತ ಭಿನ್ನವಾಗಿಸುತ್ತಿತ್ತು.

ನಾನು ಆಗ, ಆಗ ಮಾತ್ರ ಯಾಕೆ... ಈಗಲೂ, ಅವಳು ಕಾಡಿನ ಸೌಂದರ್ಯ ಸಿನೆಮಾದ ವ್ಯಾಂಪ್ ಪಾತ್ರಕ್ಕೆ ಅದು ಹೇಗೆ ಆಯ್ಕೆಯಾದಳೋ ಎಂದು ಆಶ್ಚರ್ಯ ಪಡುತ್ತಿರುತ್ತೇನೆ. ಅವಳು ಸ್ವೇಚ್ಛಾಚಾರಿಯಂತಾಗಲಿ, ಲಂಪಟಳಂತಾಗಲಿ ಕಾಣಿಸುತ್ತಿರಲಿಲ್ಲ.

ಸೆಟ್ಟಿನಲ್ಲಿ ಮೊದಲ ಬಾರಿ ಯಾವುದೋ ಅಸಹ್ಯ ಸನ್ನಿವೇಶದ ಶೂಟಿಂಗಿಗೆಂದು ಬಿಗಿಯಾದ ರವಿಕೆ ತೊಟ್ಟಾಗ ಮನಸ್ಸಿಗೆ ನೋವೆನಿಸಿತ್ತು. ಅವಳು ಬೇರೆಯವರ ಪ್ರತಿಕ್ರಿಯೆಯನ್ನು ಗ್ರಹಿಸುವಲ್ಲಿ ಬಹಳ ಜಾಣೆಯಾಗಿದ್ದಳು. ನನ್ನನ್ನು ನೋಡಿದ ಕೂಡಲೇ, “ಡೈರೆಕ್ಟರ್ ಸಾಬ್ ಹೇಳುತ್ತಿದ್ದರು, ಇದರಲ್ಲಿ ನಿನ್ನದು ಸಭ್ಯ ಪಾತ್ರವಲ್ಲ,

ಹಾಗಾಗಿ ಈ ರೀತಿಯ ಉಡುಪುಗಳನ್ನು ನೀನು ಧರಿಸಬೇಕಾಗಿದೆ ಎಂದು. ಅದಕ್ಕೇ ನಾನು ಹೇಳಿದೆ ಇದನ್ನು ನೀವು ಉಡುಪು ಎನ್ನುವುದಾದರೆ, ನಾನು ಸೆಟ್ಟಿನಲ್ಲಿ ಬೆತ್ತಲೆಯಾಗಿ ಕೂಡಾ ಇದ್ದು ಬಿಡಬಹುದು." ಎಂದಳು.

"ಅದಕ್ಕೆ ಡೈರೆಕ್ಟರ್ ಏನು ಹೇಳಿದರು?"

ನೀಲಂಳ ತೆಳುವಾದ ತುಟಿಗಳ ಮೇಲೊಂದು ಮುಗುಳ್ನಗು ಮೂಡಿತು. ಅವಳು ಹೇಳಿದಳು, "ಅವರು ನನ್ನನ್ನು ಬೆತ್ತಲಾಗಿ ಕಲ್ಪಿಸಿಕೊಳ್ಳಲು ಪ್ರಾರಂಭಿಸಿದರು! ಈ ಜನ ಅದೆಷ್ಟು ಮೂರ್ಖರು! ನನಗೆ ಕೊಟ್ಟಂತ ಉಡುಪು ಧರಿಸಿದ ನಂತರ ಆ ನಿರ್ಭಾಗ್ಯರಿಗೆ ಕಲ್ಪಿಸಿಕೊಳ್ಳಲಾದರೂ ಏನಿರುತ್ತದೆ ಹೇಳು!"

ಅವಳ ಚುರುಕುಬುದ್ಧಿಯ ವಿಷಯಕ್ಕೆ ಬಂದರೆ ಸಾಕಷ್ಟು ಹೇಳುವುದಿದೆ. ಆದರೆ ಈ ಕಥೆಯನ್ನು ಮುಗಿಸಲು ನೆರವಾದ ಘಟನೆಗಳ ವಿಷಯಕ್ಕೆ ಬರುತ್ತೇನೆ.

ಬಾಂಬೆಯಲ್ಲಿ ಮಳೆಯು ಜೂನಿನಲ್ಲಿ ಪ್ರಾರಂಭವಾಗಿ ಸೆಪ್ಟೆಂಬರ್ ಮಧ್ಯದವರೆಗೂ ಮುಂದುವರೆಯುತ್ತದೆ. ಮೊದಲ ಎರಡು, ಎರಡೂವರೆ ತಿಂಗಳು ಮಳೆಯು ಹೇಗಿರುತ್ತದೆಂದರೆ ಆ ಸಮಯದಲ್ಲಿ ಸ್ಟುಡಿಯೋದಲ್ಲಿ ಕೆಲಸ ಮಾಡುವುದು ಅಸಾಧ್ಯ. ಕಾಡಿನ ಸೌಂದರ್ಯ ಸಿನಿಮಾದ ಶೂಟಿಂಗ್ ಏಪ್ರಿಲ್ ಕಡೆಯ ವಾರದಲ್ಲಿ ಪ್ರಾರಂಭವಾಯಿತು. ಮೊದಲ ಮಳೆ ಬಿದ್ದಾಗ ಮೂರನೆಯ ಸೆಟ್ಟಿನ ಶೂಟಿಂಗ್ ಮುಗಿಯುವುದರಲ್ಲಿತ್ತು. ಒಂದು ಸಣ್ಣ ಸನ್ನಿವೇಶದ ಶೂಟಿಂಗ್ ಮಾತ್ರ ಬಾಕಿ ಉಳಿದಿತ್ತು. ಅದರಲ್ಲಿ ಸಂಭಾಷಣೆಯೇನೂ ಇರಲಿಲ್ಲ. ಹಾಗಾಗಿ ಮಳೆ ಇರುವಾಗಲೂ ಕೆಲಸ ಮುಂದುವರೆಸಲು ಸಾಧ್ಯವಾಯಿತು. ಆದರೆ ಅದು ಮುಗಿದ ತಕ್ಷಣ ನಾವು ಸ್ವಲ್ಪ ದಿನ ಖಾಲಿ ಕುಳಿತುಕೊಳ್ಳಬೇಕಾಯಿತು.

ಸ್ಟುಡಿಯೋದಲ್ಲಿ ಎಲ್ಲರಿಗೂ ಹರಟೆ ಹೊಡೆಯಲು ಬೇಕಾದಷ್ಟು ಸಮಯ ದೊರಕಿತು. ನಾನು ಇಡೀ ದಿನ ಗುಲಾಬನ ಹೋಟೆಲ್ಲಿನಲ್ಲಿ ಕುಳಿತು ಚಹಾ ಹೀರುತ್ತಿರುತ್ತಿದ್ದೆ. ಹೋಟೆಲ್ಲಿಗೆ ಬರುವವರೆಲ್ಲ ಒಂದೋ ಅರೆಬರೆ ಒದ್ದೆಯಾಗಿರುತ್ತಿದ್ದರು ಅಥವಾ ಪೂರ್ತಿ ತೋಯ್ದಿರುತ್ತಿದ್ದರು. ನೊಣಗಳು ಕೂಡಾ ಮಳೆಯಿಂದ ಬಚಾವಾಗಲು ಒಳಗೆ ಸೇರಿಕೊಂಡಿದ್ದವು. ವರ್ಣಿಸಲಾರದಷ್ಟು ಕೊಳಕು ಎಲ್ಲೆಲ್ಲೂ.

ಒಂದು ಕುರ್ಚಿಯ ಮೇಲೆ ಹಿಂಡಿದ ಹರಕು ಬಟ್ಟೆ ಇತ್ತು. ಇನ್ನೊಂದರ ಮೇಲೆ ಕೆಲಸವಿಲ್ಲದೆ ಕುಳಿತ ಈರುಳ್ಳಿ ಕತ್ತರಿಸಲು ಬಳಸುವ ದುರ್ನಾತದ ಚಾಕುವನ್ನು ಇಟ್ಟಿದ್ದರು. ಗುಲಾಬ್ ಸಾಬ್ ಬಾಂಬೆಯ ಉರ್ದುವನ್ನು ಧ್ವಂಸ ಮಾಡುತ್ತಾ ಹತ್ತಿರದಲ್ಲೇ ನಿಂತಿದ್ದರು, "ನಾನು... ಹೋಗುವುದಿಲ್ಲ... ನಾನು ಇಲ್ಲಿಂದ ಹೋಗುತ್ತೇನೆ... ಗ್ಯಾರಂಟಿ ಜಗಳ ಕಿತ್ತುಕೊಳ್ಳುತ್ತದೆ... ಆ ಗಲೀಜು ತಾರಸಿಯ

ಘ್ಯಾನಿಗೆ ಮೆತ್ತಿಕೊಳ್ಳುತ್ತದೆ." ಎಂದೇನೇನೋ. ಹರ್ಮ್ಸಜಿ ಫ್ರಮ್ಜಿ, ಅವನ ಭಾವ, ನಾಯಕಿ ನಟಿಯರು ಇವರನ್ನು ಹೊರತುಪಡಿಸಿ ಉಳಿದೆಲ್ಲರೂ ಹೆಂಚು ಹೊದೆಸಿದ ಗುಲಾಬನ ಹೋಟೆಲ್ಲಿಗೆ ಬರುತ್ತಿದ್ದರು. ನಯಾಝ್ ಮಹಮ್ಮದ್ ಅವನು ಸಾಕುತ್ತಿದ್ದ ಎರಡು ಬೆಕ್ಕುಗಳು, ಚುನ್ನಿ ಮತ್ತು ಮುನ್ನಿಯ ಸಲುವಾಗಿ ಸಾಕಷ್ಟು ಸಲ ಅಲ್ಲಿಗೆ ಬರುತ್ತಿದ್ದ.

ರಾಜ್ ಕಿಶೋರ್ ಕೂಡಾ ದಿನಕ್ಕೊಮ್ಮೆ ಅಲ್ಲಿಗೆ ಹಾಜರಿ ಹಾಕುತ್ತಿದ್ದ. ಅವನ ವಿಶಾಲ, ದೃಢಕಾಯ ಬಾಗಿಲಿನಲ್ಲಿ ಕಾಣಿಸಿಕೊಂಡ ಒಡನೆಯೇ ಎಲ್ಲರ ಕಣ್ಣು, ನನ್ನದನ್ನು ಹೊರತುಪಡಿಸಿ, ಮಿನುಗುತ್ತಿದ್ದವು. ಸಣ್ಣ ವಯಸ್ಸಿನ ನಟರು ಅವನನ್ನು ನೋಡಿದೊಡನೆ ಟಕ್ಕನೆ ಎದ್ದು ನಿಂತು ಅವನಿಗೆ ಕುರ್ಚಿ ಬಿಟ್ಟುಕೊಡುತ್ತಿದ್ದರು. ಅವನು ಕುಳಿತ ಕೂಡಲೇ, ಅವರೆಲ್ಲ ಅವನ ಸುತ್ತ ಪತಂಗಗಳಂತೆ ಸುತ್ತುವರೆಯುತ್ತಿದ್ದರು. ಇದಾದ ನಂತರ ರಾಜ್ ಕಿಶೋರನ ಹಳೆಯ ಯಾವುದೋ ಸಿನೆಮಾಗಳಲ್ಲಿನ ಅವನ ನಟನೆಯನ್ನು ಕುರಿತು ಸಹನಟರು ಹೊಗಳಲು ಪ್ರಾರಂಭಿಸುತ್ತಿದ್ದರು. ಆ ನಂತರ ರಾಜ್ ಕಿಶೋರ್ ತಾನು ಶಾಲೆ ಮುಗಿಸಿ ಕಾಲೇಜಿಗೆ ಸೇರಿದ್ದು, ಅಲ್ಲಿಂದ ಸಿನಿಮಾ ಜಗತ್ತಿಗೆ ಕಾಲಿಟ್ಟಿದ್ದು ಎಲ್ಲ ಚರಿತ್ರೆಯನ್ನು ಹೇಳಲಾರಂಭಿಸುತ್ತಿದ್ದ. ನನಗೆ ಇದೆಲ್ಲವೂ ಈಗಾಗಲೇ ಬಾಯಿಪಾಠವಾಗಿ ಹೋಗಿತ್ತು. ಹಾಗಾಗಿ ಅವನು ಒಳಗೆ ಕಾಲಿರಿಸಿದ ಕೂಡಲೇ ಹಲೋ ಹೇಳಿ, ಜೊತೆಗೇ ವಿದಾಯವನ್ನೂ ಕೋರಿ ಬಾಗಿಲಿನೆಡೆಗೆ ಧಾವಿಸುತ್ತಿದ್ದೆ.

ಒಂದು ಮಧ್ಯಾಹ್ನ, ಮಳೆಯ ತೀವ್ರತೆ ಕಡಿಮೆಯಾದಾಗ ಹರ್ಮ್ಸಜಿ ಫ್ರಮ್ಜಿಯ ಆಲ್ಸೇಷಿಯನ್ ನಾಯಿ ನಯಾಝ್ ಮಹಮ್ಮದನ ಬೆಕ್ಕುಗಳನ್ನು ಕಂಡು ಬೆದರಿ ಕಾಲುಗಳ ನಡುವೆ ಬಾಲ ಸಿಕ್ಕಿಸಿಕೊಂಡು ಗುಲಾಬನ ಹೋಟೆಲ್ಲಿನ ದಿಕ್ಕಿನಲ್ಲಿ ಓಡಿ ಬಂದಿತು.

ಆಗ ನೀಲಂ ಮತ್ತು ರಾಜ್ ಕಿಶೋರ್ ರೆಂಜೆ ಮರದಡಿ ಮಾತನಾಡುತ್ತ ನಿಂತಿದ್ದುದು ಕಾಣಿಸಿತು. ರಾಜ್ ಕಿಶೋರನ ದೇಹ ಸಣ್ಣದಾಗಿ ತೂಗಾಡುತ್ತಿತ್ತು. ಸಾಧಾರಣವಾಗಿ ತಾನು ಬಹಳ ಆಸಕ್ತಿಪೂರ್ಣವಾಗಿ ಮಾತನಾಡುತ್ತಿರುವೆನೆಂದು ಅವನು ಅಂದುಕೊಂಡಾಗಲೆಲ್ಲ ಈ ರೀತಿ ಮಾಡುತ್ತಿದ್ದ.

ಯಾವಾಗ, ಹೇಗೆ ನೀಲಂಗೆ ರಾಜ್ ಕಿಶೋರನ ಪರಿಚಯ ಎನ್ನುವುದು ನನಗೆ ನೆನಪಾಗುತ್ತಿಲ್ಲ, ಆದರೆ ಅವಳು ಸಿನಿಮಾ ಜಗತ್ತಿಗೆ ಕಾಲಿಡುವ ಮೊದಲೇ ಅವನ ಪರಿಚಯವಾಗಿರಲಿಕ್ಕೂ ಸಾಕು. ಒಂದೆರಡು ಬಾರಿ ಅವನ ಪ್ರಮಾಣಬದ್ಧ, ಆಕರ್ಷಕ ದೇಹವನ್ನು ಅತ್ತಿತ್ತ ಹಾದುಹೋಗುವಾಗ ನನ್ನಲ್ಲಿ ಹೊಗಳಿದ್ದಳು ಕೂಡ.

ನಾನು ಗುಲಾಬನ ಹೋಟೆಲ್ಲನ್ನು ಬಿಟ್ಟು, ರೆಕಾರ್ಡಿಂಗ್ ಕೊಠಡಿಯ ವರಾಂಡಾದ ಬಳಿ ಬಂದಾಗ, ರಾಜ್ ಕಿಶೋರ್ ತನ್ನ ವಿಶಾಲ ಭುಜದಲ್ಲಿ ತೂಗಾಡುತ್ತಿದ್ದ ಖಾದಿ ಚೀಲದಿಂದ ದಪ್ಪನೆಯ ಪುಸ್ತಕವೊಂದನ್ನು ತೆರೆಯುತ್ತಿದ್ದುದು ಕಾಣಿಸಿತು. ಬಹುಶಃ ಅದು ರಾಜ್ ಕಿಶೋರನ ಡೈರಿ ಇರಬೇಕು ಎಂದುಕೊಳ್ಳುತ್ತೇನೆ.

ಪ್ರತಿದಿನ ರಾಜ್ ಕಿಶೋರ್, ತನ್ನ ಕೆಲಸವನ್ನು ಮುಗಿಸಿ, ಮಲತಾಯಿಯ ಆಶೀರ್ವಾದವನ್ನು ಪಡೆದ ನಂತರ, ನಿದ್ದೆ ಮಾಡುವ ಮುನ್ನ ಆ ದಿನದ ಆಗುಹೋಗುಗಳನ್ನೆಲ್ಲ ಡೈರಿಯಲ್ಲಿ ಬರೆದಿಡುತ್ತಿದ್ದ. ಪಂಜಾಬಿ ಅವನ ಪ್ರೀತಿಯ ಭಾಷೆಯಾಗಿದ್ದರೂ, ಡೈರಿಯನ್ನು ಮಾತ್ರ ಇಂಗ್ಲೀಷಿನಲ್ಲಿಯೇ ಬರೆದಿಡುತ್ತಿದ್ದ. ಟಾಗೋರರ ನವಿರು ಶೈಲಿ ಮತ್ತು ಗಾಂಧೀಜಿಯ ರಾಜಕೀಯ ಟಿಪ್ಪಣಿಯ ಗದ್ಯ ಶೈಲಿ ಎರಡೂ ಹದವಾಗಿ ಬೆರೆತಂತೆ ಇರುತ್ತಿತ್ತು ಆ ಡೈರಿಯ ಬರಹಗಳು. ಶೇಕ್ಸ್‌ಪಿಯರನ ನಾಟಕಗಳ ಪ್ರಭಾವ ಕೂಡಾ ಅವನ ಬರಹಗಳ ಮೇಲೆ ಇದ್ದಂತೆ ತೋರುತ್ತಿತ್ತು.

ಇದೆಲ್ಲದರ ಮಿಶ್ರಣದಂತೆ ಇದ್ದರೂ ಅದರಲ್ಲಿ ಬರಹಗಾರನ ನಿಜ ಸ್ವರೂಪವು ಇದ್ದಂತೆ ನನಗೆ ಅನ್ನಿಸಲಿಲ್ಲ. ಅಪ್ಪಿತಪ್ಪಿ ಈ ಡೈರಿಯೇನಾದರೂ ದೊರಕಿದಲ್ಲಿ, ರಾಜ್ ಕಿಶೋರನ ಜೀವನದ ಕಳೆದ ಹತ್ತು, ಹದಿನೈದು ವರ್ಷಗಳ ಬಗ್ಗೆ ವಿವರಗಳೆಲ್ಲವೂ ದೊರೆಯುತ್ತಿತ್ತು. ಎಷ್ಟು ಹಣವನ್ನು ದಾನವಾಗಿ ನೀಡಿದ್ದಾನೆ, ಬಡವರ ಆಹಾರಕ್ಕೆ ಎಷ್ಟು ಹಣ ಖರ್ಚು ಮಾಡಿದ್ದಾನೆ, ಎಷ್ಟು ಪ್ರತಿಭಟನಾ ಸಭೆಗಳಲ್ಲಿ ಭಾಗವಹಿಸಿದ್ದಾನೆ, ಏನು ಉಡುಪು ಧರಿಸಿದ್ದ, ಏನು ತೆಗೆದ ಎಲ್ಲ ವಿವರವೂ ದೊರಕುತ್ತಿತ್ತು.

ನನ್ನ ಊಹೆ ನಿಜವಾದಲ್ಲಿ, ಕೆಲವು ಪುಟಗಳಲ್ಲಿ '35 ರೂಪಾಯಿ' ಎನ್ನುವುದರ ಮುಂದೆ ನನ್ನ ಹೆಸರಿನ ಉಲ್ಲೇಖವೂ ಇರುತ್ತದೆ, ಅದು ನಾನು ರಾಜ್ ಕಿಶೋರನಿಂದ ಸಾಲವಾಗಿ ಪಡೆದು ಇನ್ನೂ ಹಿಂದಿರುಗಿಸಿಲ್ಲದ ಹಣ. ಅದು ವಾಪಸ್ ಬಂದಿದ್ದರ ಬಗ್ಗೆ ಯಾವ ಉಲ್ಲೇಖವೂ ಅವನ ಡೈರಿಯಲ್ಲಿ ದಾಖಲಿಸಲ್ಪಡುವುದಿಲ್ಲ ಎಂಬುದು ನನ್ನ ನಿಲುವು.

ಅದೆಲ್ಲ ಒತ್ತಟ್ಟಿಗಿರಲಿ! ಈಗ ಅವನು ಡೈರಿಯ ಕೆಲವು ಪುಟಗಳನ್ನು ನೀಲಂಗೆ ಓದಿ ಹೇಳುತ್ತಿದ್ದ. ದೂರದಿಂದಲೇ ಅವನ ಸುಂದರ ತುಟಿಗಳ ಚಾಲನೆ ನೋಡಿ, ಅವನು ಶೇಕ್ಸ್‌ಪಿಯರನ ಶೈಲಿಯಲ್ಲಿ ದೇವರ ಸ್ತುತಿ ಮಾಡುತ್ತಿದ್ದಾನೆ ಎಂಬುದು ನನಗೆ ತಿಳಿಯುತ್ತಿತ್ತು. ನೀಲಂ ರೆಂಜೆ ಮರದಡಿ ಇದ್ದ ಸಿಮೆಂಟ್ ಜಗಲಿಯ ಮೇಲೆ ಮೌನವಾಗಿ ಕುಳಿತಿದ್ದಳು. ರಾಜ್ ಕಿಶೋರನ ಮಾತುಗಳು ಅವಳ ಮೇಲೆ ಯಾವ ಪರಿಣಾಮವನ್ನೂ ಬೀರಿದಂತೆ ತೋರಲಿಲ್ಲ. ಅವಳು ಅವನ ಉಬ್ಬಿದ ಎದೆಯತ್ತಲೇ ದೃಷ್ಟಿ ನೆಟ್ಟಿದ್ದಳು. ಅವನ ಕುರ್ತಾದ ಗುಂಡಿಗಳು ಬಿಚ್ಚಿದ್ದವು, ಹಾಗೂ ಅವನ

ಬಿಳಿಯ ಚರ್ಮದ ಮೇಲಿನ ಕಪ್ಪು ಎದೆಗೂದಲು ಬಹಳ ಆಕರ್ಷಣೀಯವಾಗಿ ಕಾಣಿಸುತ್ತಿತ್ತು.

ಸ್ಟುಡಿಯೋ ತೊಳೆದಿಟ್ಟಂತಿತ್ತು. ಯಾವಾಗಲೂ ಕೊಳಕಾಗಿರುವ ನಯಾಜ್ ಮಹಮ್ಮದನ ಬೆಕ್ಕುಗಳು ಕೂಡಾ ಇಂದು ಚೊಕ್ಕಟವಾಗಿದ್ದವು. ಅವು ಪಕ್ಕದ ಬೆಂಚಿನ ಮೇಲೆ ಕುಳಿತು ತಮ್ಮ ಮೃದು ಪಾದಗಳಿಂದ ಮುಖವನ್ನು ಸ್ವಚ್ಛಗೊಳಿಸಿಕೊಳ್ಳುತ್ತಿದ್ದವು. ನೀಲಂ ಶುಭ್ರ ಬಿಳಿಯ ಜಾರ್ಜೆಟ್ ಸೀರೆಯುಟ್ಟಿದ್ದಳು. ಅವಳು ತೊಟ್ಟಿದ್ದ ಬಿಳಿಯ ಲಿನೆನ್ ರವಿಕೆಯು ವಿರುದ್ಧ ಬಣ್ಣದ ಅವಳ ದುಂಡನೆಯ, ಕಪ್ಪು ತೋಳನ್ನು ಅಪ್ಪಿ ಅತ್ಯಂತ ಸುಂದರವಾಗಿ ಕಾಣಿಸುತ್ತಿತ್ತು.

ಅವಳು ಅದೇಕೆ ಅಷ್ಟು ಭಿನ್ನವಾಗಿ ಕಾಣಿಸುತ್ತಿದ್ದಾಳೆ? ಅರೆಘಳಿಗೆ ನನ್ನ ಮನಸ್ಸಿನಲ್ಲಿ ಈ ಪ್ರಶ್ನೆ ಎದ್ದಿತು. ಒಂದು ಕ್ಷಣದ ನಂತರ ನಮ್ಮಿಬ್ಬರ ಕಣ್ಣುಗಳು ಕಲೆತಾಗ, ಅದರಲ್ಲಿದ್ದ ಕಾಣಿಸಿದ ತಲ್ಲಣ ನನ್ನ ಪ್ರಶ್ನೆಗೆ ಉತ್ತರವನ್ನು ಕೊಟ್ಟಿತು... ಅವಳು ಪ್ರೀತಿಯಲ್ಲಿ ಬಿದ್ದಿದ್ದಳು. ಅವಳು ಅಲ್ಲಿಗೆ ಬರಲು ನನಗೆ ಸಂಜ್ಞೆ ಮಾಡಿದಳು. ನಾವು ಮಾಮೂಲು ವಿಷಯಗಳ ಬಗ್ಗೆ ಸ್ವಲ್ಪ ಹೊತ್ತು ಮಾತನಾಡಿದೆವು. ರಾಜ್ ಕಿಶೋರ್ ಅಲ್ಲಿಂದ ಹೊರಟ ನಂತರ, ಅವಳು ನನ್ನತ್ತ ನೋಡಿ, "ಇಂದು ನೀನು ನನ್ನೊಡನೆ ಬರಲಿದ್ದೀ." ಎಂದಳು.

ಅಂದು ಸಂಜೆ ಆರು ಗಂಟೆಗೆ ನಾವು ನೀಲಂಳ ಮನೆಯಲ್ಲಿದ್ದೆವು. ನಾವು ಮನೆಯೊಳಗೆ ಕಾಲಿಟ್ಟ ತಕ್ಷಣ, ಅವಳು ತನ್ನ ಬ್ಯಾಗನ್ನು ಸೋಫಾದ ಮೇಲೆ ಎಸೆದು, ನನ್ನ ಕಣ್ಣಿಗೆ ಕಣ್ಣು ಕೂಡಿಸದೇ "ನಿನಗೆ ಗೊತ್ತಾ, ನೀನು ತಪ್ಪು ತಿಳಿದಿದ್ದೀ ಎಂದು?" ಎಂದಳು.

ನನಗೆ ಅವಳ ಮಾತು ಅರ್ಥವಾಗಿ ಕೇಳಿದೆ, "ನಾನು ಏನು ಯೋಚಿಸಿದೆ ಎಂದು ನಿನಗೆ ಹೇಗೆ ಅರ್ಥವಾಯಿತು?" ಎಂದೆ.

ಒಂದು ರಹಸ್ಯ ಮುಗುಳ್ನಗೆ ಅವಳ ತುಟಿಗಳ ಮೇಲೆ ಕಾಣಿಸಿಕೊಂಡಿತು. "ಏಕೆಂದರೆ ನಾವಿಬ್ಬರೂ ಒಂದೇ ರೀತಿಯಲ್ಲಿ ಯೋಚಿಸಿದ್ದೆವು. ನೀನು ಆ ನಂತರ ಅದರ ವಿಷಯವಾಗಿ ಹೆಚ್ಚು ಯೋಚಿಸಿರಲಿಕ್ಕಿಲ್ಲ. ಆದರೆ ನಾನು ಬಹಳ ಗಹನವಾಗಿ ಅದರ ಬಗ್ಗೆಯೇ ಯೋಚಿಸಿ, ನಾವಿಬ್ಬರೂ ಯೋಚಿಸಿದ್ದು ತಪ್ಪು ಎಂಬ ನಿರ್ಧಾರಕ್ಕೆ ಬಂದೆ."

"ನಾನೇನಾದರೂ ನಾವಿಬ್ಬರೂ ಸರಿಯಾಗೇ ಯೋಚಿಸಿದೆವು ಎಂದು ಹೇಳಿದರೆ?"

"ಹಾಗಿದ್ದರೆ ನಾವಿಬ್ಬರೂ ಶತಮೂರ್ಖರು ಎಂದರ್ಥ," ಅವಳೆಂದಳು ಸೋಫಾದ ಮೇಲೆ ಕುಳಿತುಕೊಳ್ಳುತ್ತಾ. ಅದರೊಂದಿಗೆ ಅವಳ ಯೋಚನೆಯ ತೀವ್ರತೆ ಮತ್ತಿಷ್ಟು

ಗಾಢವಾಯಿತು. "ಸಾದಕ್, ಅದು ಹೇಗೆ ಸಾಧ್ಯ? ನನ್ನ ಹೃದಯದಲ್ಲಿ ಇರುವುದು ಏನೆಂದು ಅರ್ಥವಾಗದಿರಲು ನಾನೇನು ಎಳೆ ಮಗುವೇ? ನನಗೆಷ್ಟು ವಯಸ್ಸು ಎಂದು ನೀನು ತಿಳಿದಿರುವೆ?"

"ಇಪ್ಪತ್ತೆರಡು."

"ಅದು ಸರಿಯಾಗಿ ತಿಳಿದುಕೊಂಡಿರುವೆ. ಆದರೆ ನಿನಗೆ ತಿಳಿದಿಲ್ಲದ್ದು ಏನೆಂದರೆ, ನನಗೆ ಪ್ರೀತಿಯ ಬಗ್ಗೆ ಹತ್ತು ವರ್ಷವಾಗಿರುವಾಗಿನಿಂದ ಗೊತ್ತು, ಯಾರದ್ದೋ ಮೂಲಕವಲ್ಲ. ನಾನು ಆಗಲೇ ಪ್ರೀತಿಯಲ್ಲಿ ಬಿದ್ದಿದ್ದು. ಹತ್ತರಿಂದ ಹದಿನಾರು ವರ್ಷದವರೆಗೆ, ನಾನು ಅತ್ಯಂತ ಅಪಾಯಕಾರಿ ಪ್ರೀತಿಯ ಹಿಡಿತದಲ್ಲಿದ್ದೆ. ಈಗ ಪ್ರೀತಿಯು ನನ್ನ ಮೇಲೆ ಯಾವ ಪರಿಣಾಮವನ್ನು ಬೀರಲು ಸಾಧ್ಯ?"

ನಾನು ಸ್ವಲ್ಪವೂ ವಿಚಲಿತನಾಗಲಿಲ್ಲ ಎಂದರಿತು ಅವಳು ಆತುರಾತುರವಾಗಿ ಹೇಳಿದಳು, "ನೀನು ನನ್ನನ್ನು ಎಂದಿಗೂ ನಂಬುವುದಿಲ್ಲ, ಹೌದು ತಾನೇ? ನನ್ನ ಹೃದಯವನ್ನೆಲ್ಲ ನಿನ್ನೆದುರು ತೆರೆದಿಟ್ಟರೂ ನೀನು ನನ್ನನ್ನು ನಂಬುವುದಿಲ್ಲ. ನೀನು ಏನೆಂದು ನನಗೆ ಗೊತ್ತು. ನಿನ್ನ ಬಳಿ ಸುಳ್ಳು ಹೇಳಿದವರನ್ನು ದೇವರೇ ಕಾಪಾಡಬೇಕು!ಹೇಳುತ್ತೇನೆ ಕೇಳು, ನಾನೀಗ ಪ್ರೀತಿಯಲ್ಲಿ ಬೀಳುವ ಸಾಧ್ಯತೆಯೇ ಇಲ್ಲ. ಆದರೆ ಇಷ್ಟು ಮಾತ್ರ ಹೇಳಬಲ್ಲೆ..." ವಾಕ್ಯದ ಮಧ್ಯದಲ್ಲೇ ಅವಳು ಮೌನವಾದಳು.

ನಾನು ಏನೂ ಮಾತನಾಡಲು ಹೋಗಲಿಲ್ಲ ಏಕೆಂದರೆ ಅವಳೇನೋ ಆಳವಾದ ಚಿಂತೆಯಲ್ಲಿ ಮುಳುಗಿದ್ದಳು. ಬಹುಶಃ 'ಇಷ್ಟು ಮಾತ್ರ' ಎಂದರೆ ಎಷ್ಟು ಎಂದು ಯೋಚಿಸುತ್ತಿದ್ದಿರಬೇಕು.

ಸ್ವಲ್ಪ ಹೊತ್ತಿನ ಬಳಿದ ಅದೇ ರಹಸ್ಯವಾದ, ಅಸ್ಪಷ್ಟ ನಗು ಅವಳ ತುಟಿಗಳ ಮೇಲೆ ಕಾಣಿಸಿಕೊಂಡಿತು. ಅದು ಅವಳ ಗಂಭೀರ ಯೋಚನೆಗೆ ಒಂದಿಷ್ಟು ತುಂಟತನವನ್ನು ತಂದುಕೊಟ್ಟಿತು. ಅವಳು ಇದ್ದಕ್ಕಿದ್ದಂತೆ ಸೋಫಾದಿಂದ ಜಿಗಿದು ನಿಂತು ಹೇಳಲಾರಂಭಿಸಿದಳು. "ನಾನು ಇಷ್ಟು ಮಾತ್ರ ಹೇಳಬಲ್ಲೆ. ಅದು ಪ್ರೀತಿಯಲ್ಲ; ಅದು ಬೇರೇನೋ ಇರಬಹುದು, ಅದೇನೆಂದು ನನಗೂ ಗೊತ್ತಿಲ್ಲ. ಆದರೆ ಗ್ಯಾರಂಟಿಯಾಗಿ ಹೇಳುತ್ತೇನೆ ಸಾದಕ್..."

"ಅಂದರೆ ನೀನು ಪದೇಪದೇ ಹೇಳುತ್ತಿರುವುದು ನಿನಗೆ ನೀನು ಗ್ಯಾರಂಟಿ ಮಾಡಿಕೊಳ್ಳಬೇಕೆಂದೇ?" ಕೂಡಲೇ ಹೇಳಿದೆ.

ಅವಳು ಸಿಡಿದೆದ್ದಳು. "ನೀನೊಬ್ಬ ಶತಮೂರ್ಖ! ಒಂದು ವಿಷಯ ಹೇಳಲು ನೂರಾರು ಮಾರ್ಗಗಳಿವೆ. ಆದರೆ, ಕೊನೆಯಲ್ಲಿ ಒಂದು ಮಾತು, ನಾನು

ನಿನಗೇಕೆ ಇದನ್ನೆಲ್ಲ ಗ್ಯಾರಂಟಿ ಮಾಡಬೇಕು? ಹೌದು, ನನಗೆ ನಾನೇ ಗ್ಯಾರಂಟಿ ಮಾಡಿಕೊಳ್ಳುತ್ತಿದ್ದೇನೆ. ಆದರೆ ಅದರಲ್ಲಿ ಯಶಸ್ವಿಯಾಗುತ್ತಿಲ್ಲ. ನೀನು ನನಗೆ ಸಹಾಯ ಮಾಡುತ್ತೀಯಾ?" ಹೀಗೆ ಹೇಳಿದವಳೇ ನನ್ನ ಪಕ್ಕ ಕುಳಿತುಕೊಂಡಳು. ತನ್ನ ಬಲಗೈಯ ಕಿರುಬೆರಳನ್ನು ಗಟ್ಟಿಯಾಗಿ ಹಿಡಿದು ಕೇಳಿದಳು, "ನಿನಗೆ ರಾಜ್ ಕಿಶೋರನ ಬಗ್ಗೆ ಏನನ್ನಿಸುತ್ತದೆ? ಅಂದರೆ ರಾಜ್ ಕಿಶೋರನಲ್ಲಿರುವ ಯಾವ ವಿಷಯ ನನಗೆ ಅಷ್ಟು ಇಷ್ಟವಾಗಿದೆ ಎಂದು ನಿನಗನ್ನಿಸುತ್ತದೆ?" ನಂತರ ಕಿರುಬೆರಳನ್ನು ಬಿಟ್ಟು, ಎಲ್ಲ ಬೆರಳುಗಳನ್ನು ಒಂದೊಂದಾಗಿ ಗಟ್ಟಿಯಾಗಿ ಹಿಡಿಯಲು ಪ್ರಾರಂಭಿಸಿದಳು.

ನಾನು "ನನಗೆ ಈ ಮಾತು ಇಷ್ಟವಾಗುತ್ತಿಲ್ಲ, ನನಗವನ ನಟನೆ ಇಷ್ಟವಿಲ್ಲ, ನನಗವನ ಡೈರಿ ಇಷ್ಟವಿಲ್ಲ, ಅಸಂಬದ್ಧವಾಗಿ ಮಾತನಾಡುತ್ತಾನೆ!" ಎಂದೆ.

ಅವಳಿಗೆ ಕಿರಿಕಿರಿಯಾಗಿ ಎದ್ದು ನಿಂತಳು, "ನನಗೇನಾಗಿದೆ ಎಂದು ಅರ್ಥವಾಗುತ್ತಿಲ್ಲ. ಆದರೆ ಕಿತ್ತಾಡಬೇಕು ಅನ್ನಿಸುತ್ತಿದೆ, ಗದ್ದಲವೆಬ್ಬಿಸಬೇಕು ಅನ್ನಿಸುತ್ತಿದೆ, ಅಲ್ಲೋಲಕಲ್ಲೋಲ ಮಾಡಬೇಕು ಅನ್ನಿಸುತ್ತಿದೆ. ನಂತರ ನಾನೊಂದು ಬೆವರಿನ ಕುಪ್ಪೆಯಾಗಿಬಿಡಬೇಕು ಅನ್ನಿಸುತ್ತಿದೆ." ನಂತರ ಇದ್ದಕ್ಕಿದ್ದಂತೆ ನನ್ನೆಡೆಗೆ ತಿರುಗಿ, ಹೇಳಿದಳು, 'ಸಾದಕ್, ನಿನಗೇನನ್ನಿಸುತ್ತದೆ, ನಾನು ಎಂಥ ಹೆಂಗಸು ಅನ್ನಿಸುತ್ತದೆ ನಿನಗೆ?"

ನಾನು ಮುಗುಳ್ನಕ್ಕೆ. "ಬೆಕ್ಕುಗಳು ಮತ್ತು ಹೆಂಗಸರು ಎಂದಿಗೂ ನನ್ನ ಗ್ರಹಿಕೆಗೆ ನಿಲುಕಿಲ್ಲ."

"ಯಾಕೆ?" ಅವಳು ಪ್ರಶ್ನೆಯೆಸೆದಳು.

ನಾನು ಅರೆಕ್ಷಣ ಯೋಚಿಸಿ ಉತ್ತರಿಸಿದೆ, "ನಮ್ಮ ಮನೆಯಲ್ಲಿ ಒಂದು ಬೆಕ್ಕು ಇತ್ತು. ವರ್ಷಕ್ಕೊಂದು ಬಾರಿ ಇದ್ದಕ್ಕಿದ್ದಂತೆ ಒಂದೇ ಸಮನೆ ಮಿಯಾವ್ ಎಂದು ಅರಚಲು, ಅಳಲು ಪ್ರಾರಂಭಿಸುತ್ತಿತ್ತು. ಅವಳ ಮಿಯಾವ್ ಮತ್ತು ಅಳುವಿಗೆ ಉತ್ತರವಾಗಿ ಗಂಡು ಬೆಕ್ಕೊಂದು ಕಾಣಿಸಿಕೊಳ್ಳುತ್ತಿತ್ತು. ನಂತರ ಅವೆರಡೂ ಸೇರಿ ಒಂದೇ ಸಮನೆ ಕಾದಾಡುತ್ತ, ಕಿತ್ತಾಡುತ್ತ ರಕ್ತಪಾತವಾಗಿ ಬಿಡುತ್ತಿತ್ತು. ಆದರೆ ಇಷ್ಟೆಲ್ಲ ಆದ ನಂತರ, ಈ ಅವಿವಾಹಿತ ಬೆಕ್ಕು ನಾಲ್ಕು ಮರಿಗಳಿಗೆ ಅಮ್ಮನಾಗುತ್ತಿತ್ತು."

ನೀಲಂಳ ಮುಖ ಹುಳಿಯಾಯಿತು, ಬಾಯಿಯಲ್ಲಿ ಅಸಹ್ಯದ ರುಚಿಯದ್ದೇನನ್ನೋ ಜಗಿದ ಹಾಗೆ. "ಥೂ!" ಎಂದು ಉಗುಳಿ "ನೀನೊಬ್ಬ ಹೊಲಸು ಮನುಷ್ಯ." ಎಂದಳು. ತುಸು ಸಮಯ ಕಳೆದ ನಂತರ ಬಾಯಿಗೆರಡು ಏಲಕ್ಕಿ ಎಸೆದುಕೊಂಡು

ಸಿಹಿಯಾಗಿಸಿಕೊಳ್ಳುತ್ತ ಹೇಳಿದಳು, "ನನಗೆ ಮಕ್ಕಳೆಂದರೆ ನಡುಕ ಹುಟ್ಟುತ್ತದೆ. ಸಾಯಲಿ, ಅದನ್ನು ಅಲ್ಲಿಗೇ ಬಿಟ್ಟು ಮುಂದೆ ಹೋಗೋಣ!"

ಪಾನ್ ಡಬ್ಬಿ ತೆರೆದು, ತನ್ನ ತೆಳುವಾದ ಬೆರಳುಗಳಿಂದ ನನಗೆ ಪಾನ್ ತಯಾರಿಸಲು ಪ್ರಾರಂಭಿಸಿದಳು. ಸಣ್ಣ ಚಮಚೆಯಲ್ಲಿ ಪುಟ್ಟ ಪುಟ್ಟ ಬೆಳ್ಳಿ ಡಬ್ಬಿಗಳಿಂದ ಏನೇನೋ ಪುಡಿ, ಪೇಸ್ಟುಗಳನ್ನು ಹಾಕಿ, ಜಾಗರೂಕತೆಯಿಂದ ಅದನ್ನೆಲ್ಲ ವೀಳ್ಯದೆಲೆಯ ಮೇಲೆ ಹರಡಿ, ನಂತರ ಅದನ್ನು ತ್ರಿಕೋನಾಕಾರವಾಗಿ ಮಡಚಿ, ನನ್ನ ಕೈಗಿತ್ತು, "ಸಾದಕ್, ನಿನಗೇನನ್ನಿಸುತ್ತದೆ?" ಹೀಗೆ ಕೇಳಿದವಳೇ ಮಂಕಾಗಿ ಕುಳಿತಳು.

"ಯಾವುದರ ಬಗ್ಗೆ?" ಕೇಳಿದೆ.

ಅಡಕತ್ತರಿಯಲ್ಲಿ ಅಡಿಕೆ ಕತ್ತರಿಸುತ್ತ, ಅವಳೆಂದಳು, "ಅದೇ ಕೆಲಸಕ್ಕೆ ಬಾರದ ಹುಚ್ಚುಮಾತು ಶುರು ಮಾಡಿದೆವಲ್ಲ, ಅದನ್ನು ಹುಚ್ಚು ಮಾತು ಅನ್ನದೆ ಬೇರೇನು ಅನ್ನಬೇಕು? ನನಗೆ ಏನೇನೂ ಅರ್ಥವಾಗುತ್ತಿಲ್ಲ. ನನಗಂತೂ ಯಾಕೋ ನಾನೇ ಸದಾ ಎಲ್ಲವನ್ನೂ ಹರಿದು ಚಿಂದಿಯಾಗಿಸಿ, ನಂತರ ಹೊಲೆಯುತ್ತ ಕೂರುತ್ತೀನೇನೋ ಅನ್ನಿಸಿಬಿಡುತ್ತದೆ. ಇದು ಇನ್ನು ಮುಂದುವರೆದರೆ, ಏನಾಗುತ್ತದೋ ನಿನಗೆ ಗೊತ್ತಿಲ್ಲ... ನಾನು ಅತ್ಯಂತ ವ್ಯಗ್ರ ಹೆಂಗಸಾಗಿಬಿಡುತ್ತೇನೆ."

"ಸರಿ ಈ ವ್ಯಗ್ರತೆಯಿಂದ ಏನು ಸಾಧಿಸುತ್ತೇನೆ ಎಂದುಕೊಂಡಿದ್ದೀಯಾ?"

ಅದೇ ಅಸ್ಪಷ್ಟ, ರಹಸ್ಯ ನಗು ನೀಲಂಳ ತೆಳುವಾದ ತುಟಿಗಳ ಮೇಲಾಡಿತು. "ನೀನು ನಾಚಿಕೆಗೆಟ್ಟವನು. ನಿನಗೆ ಎಲ್ಲವೂ ಅರ್ಥವಾಗಿಬಿಡುತ್ತದೆ, ಆದರೆ ನೀನು ಮೃದುವಾದ ತಿವಿತದಿಂದ ಅದನ್ನೆಲ್ಲ ಹೊರಗೆಳೆಯಬೇಕು," ಹಾಗೆ ಹೇಳುತ್ತಿರುವಾಗಲೇ ಅವಳ ಕಣ್ಣುಗಳು ರಕ್ತದಂತೆ ಕೆಂಪೇರಿದವು. "ನಿನಗೇಕೆ ಅರ್ಥವಾಗುತ್ತಿಲ್ಲ ನಾನು ಅತ್ಯಂತ ಕೆಟ್ಟ ಸಿಟ್ಟಿನ ಸ್ವಭಾವದವಳು ಎಂದು!" ಅವಳು ಇದ್ದಕ್ಕಿದ್ದಂತೆ ಎದ್ದು ನಿಂತು ಹೇಳಿದಳು, "ಈಗ ಹೊರಡು. ನಾನು ಸ್ನಾನ ಮಾಡಬೇಕು."

ನಾನು ಹೊರಟೆ.

ಇದಾದ ನಂತರ ಎಷ್ಟೋ ದಿನಗಳು ನೀಲಂ ನನ್ನ ಜೊತೆ ರಾಜ್ ಕಿಶೋರನ ಬಗ್ಗೆ ಏನೂ ಮಾತನಾಡಲಿಲ್ಲ. ಆದರೆ ಇಬ್ಬರಿಗೂ ಮತ್ತೊಬ್ಬರ ಆಲೋಚನೆಗಳು ಅರ್ಥವಾಗುತ್ತಿದ್ದವು. ಅವಳೇನು ಯೋಚಿಸುತ್ತಿದ್ದಾಳೆಂದು ನನಗೂ, ನಾನೇನು ಯೋಚಿಸುತ್ತಿದ್ದೇನೆಂದು ಅವಳಿಗೂ ಅರ್ಥವಾಗುತ್ತಿತ್ತು. ಈ ಮೌನವಾದ ಕಣ್ಣಾಮುಚ್ಚಾಲೆ ಹಲವಾರು ದಿನ ಮುಂದುವರೆಯಿತು.

ಒಂದು ಮಧ್ಯಾಹ್ನ ಕ್ರಿಪಲಾನಿ, 'ಕಾಡಿನ ಸೌಂದರ್ಯ'ದ ನಿರ್ದೇಶಕ ನಾಯಕಿಗೆ ರಿಹರ್ಸಲ್ ನಡೆಸುತ್ತಿದ್ದ ಮತ್ತು ನಾವೆಲ್ಲ ಸಂಗೀತದ ಕೋಣೆಯಲ್ಲಿ ನೆರೆದಿದ್ದೆವು. ನೀಲಂ ಕುರ್ಚಿಯಲ್ಲಿ ಕುಳಿತು, ಪಾದಗಳಲ್ಲಿ ತಾಳ ತಟ್ಟುತ್ತಿದ್ದಳು, ಅದೊಂದು ಜನಪ್ರಿಯ ಹಾಡು, ಆದರೆ ಸಂಗೀತ ಚೆನ್ನಾಗಿತ್ತು.

ರಿಹರ್ಸಲ್ ಮುಗಿದ ನಂತರ ಬಲ ಭುಜಕ್ಕೆ ಖಾದಿ ಚೀಲ ತಗಲಿಸಿಕೊಂಡ ರಾಜ್ ಕಿಶೋರ್ ಕೋಣೆಯೊಳಗೆ ಕಾಲಿಟ್ಟ. ನಿರ್ದೇಶಕ ಕ್ರಿಪಲಾನಿಗೆ, ಸಂಗೀತ ನಿರ್ದೇಶಕ ಘೋಷ್‌ಗೆ, ಧ್ವನಿ ಮುದ್ರಣಕಾರ ಪಿ. ಎನ್, ಮೋಘಾಗೆ ಇಂಗ್ಲೀಷಿನಲ್ಲಿ ನಮಸ್ಕರಿಸಿ, ನಂತರ ನಾಯಕಿ ಈದಾನ್ ಬಾಯಿಗೆ ಕೈಮುಗಿಯುತ್ತ "ಸಿಸ್ಟರ್ ನಿನ್ನೆ ನಿಮ್ಮನ್ನು ಕ್ರಾಫರ್ಡ್ ಮಾರುಕಟ್ಟೆಯಲ್ಲಿ ನೋಡಿದೆ. ನಿಮ್ಮ ಅತ್ತಿಗೆಗೆ ಕಿತ್ತಲೆಹಣ್ಣುಗಳನ್ನು ಕೊಳ್ಳುತ್ತ ಅಲ್ಲಿಯೇ ನಿಂತಿದ್ದಾಗ ನಿಮ್ಮ ಕಾರು ಕಾಣಿಸಿತು."

ಅವನು ತೂಗಾಡುತ್ತಾ, ಮಾತನಾಡುತ್ತಿರುವಾಗ ಅವನ ದೃಷ್ಟಿ ಪಿಯಾನೋ ಬಳಿಯ ಕುರ್ಚಿಯಲ್ಲಿ ಮುದುರಿ ಕುಳಿತುಕೊಂಡಿದ್ದ ನೀಲಂಳ ಮೇಲೆ ಬಿದ್ದಿತು. ಕೂಡಲೇ ಎರಡೂ ಕೈ ಜೋಡಿಸಿ ನಮಸ್ಕರಿಸಿದ. ನೀಲಂ ಅದನ್ನು ಕಂಡವಳೇ ಎದ್ದು ನಿಂತು, "ರಾಜ್ ಸಾಬ್ ದಯವಿಟ್ಟು ನನ್ನನ್ನು ಸಿಸ್ಟರ್ ಅನ್ನಬೇಡಿ." ಎಂದುಬಿಟ್ಟಳು. ಅವಳ ಮಾತಿನ ಶೈಲಿ ಹೇಗಿತ್ತೆಂದರೆ ಕೋಣೆಯಲ್ಲಿದ್ದ ಎಲ್ಲರೂ ಅರೆಕ್ಷಣ ಸ್ತಂಭೀಭೂತರಾದರು. ರಾಜ್ ಕಿಶೋರ್ ಕೆಂಪೇರಿ, "ಯಾಕೆ?" ಎನ್ನಲಷ್ಟೇ ಅವನಿಂದ ಸಾಧ್ಯವಾಗಿದ್ದು.

ನೀಲಂ ಉತ್ತರಿಸದೆ ಕೋಣೆಯಿಂದಾಚೆ ನಡೆದಳು.

ಮೂರು ದಿನಗಳ ನಂತರ, ನಾನು ನಾಗ್ಪಾಡಾಕ್ಕೆ ಹೋದಾಗ, ಶ್ಯಾಮ್ ಲಾಲನ ಪಾನ್ ಅಂಗಡಿಯಲ್ಲಿ ಈ ಘಟನೆಯ ಕುರಿತು ಜೋರು ಚರ್ಚೆ ನಡೆಯುತ್ತಿತ್ತು. ಶ್ಯಾಮ್ ಲಾಲ್ ಹೆಮ್ಮೆಯಿಂದ ಹೇಳುತ್ತಿದ್ದ, "ಆ ಹೆಣ್ಣುನಾಯಿಯ ಮನಸ್ಸು ಇನ್ನೆಷ್ಟು ಕೊಳಕಾಗಿರಬೇಡ. ಇಲ್ಲದಿದ್ದರೆ ರಾಜ್ ಭಾಯಿ ತಂಗಿ ಎಂದು ಕರೆದರೆ ಯಾರು ಆಕ್ಷೇಪಿಸುತ್ತಾರೆ ಹೇಳಿ? ಅದೇನೇ ಇರಲಿ, ಅವಳಿಗಂತೂ ಅವನೊಡನೆ ಏನೂ ಆಟವಾಡುವುದು ಅಸಾಧ್ಯ. ರಾಜ್ ಭಾಯಿಗೆ ಕಚ್ಚೆ ಭದ್ರವಾಗಿಟ್ಟುಕೊಳ್ಳುವುದು ಚೆನ್ನಾಗಿ ಗೊತ್ತು."

ನನಗೆ ರಾಜ್ ಭಾಯಿಯ ಕಚ್ಚೆಯ ವಿಷಯ ಸಾಕಾಗಿಹೋಗಿತ್ತು, ಆದರೂ ಶ್ಯಾಮ್ ಲಾಲನಿಗೆ ನಾನೇನೂ ಹೇಳಲಿಲ್ಲ. ಅವನ ಮತ್ತು ಅವನ ಗಿರಾಕಿಗಳ ಕುಚೋದ್ಯದ ಮಾತುಗಳಿಗೆ ಮೌನದಲ್ಲಿ ಕಿವಿಗೊಟ್ಟೆ. ಅದರಲ್ಲಿ ಸತ್ಯದ ಪಾಲು ಬಹಳ ಕಡಿಮೆ ಇತ್ತು, ಹೆಚ್ಚಾಗಿ ಇದ್ದುದೆಲ್ಲ ವದಂತಿಯೇ.

ಸ್ಟುಡಿಯೋದಲ್ಲಿನ ಎಲ್ಲರ ಕಿವಿಗೂ ಈ ಘಟನೆ ತಲುಪಿತು. ಮುಂದಿನ ಮೂರು ದಿನಗಳು ಇದೊಂದೇ ವಿಷಯದ ಬಗ್ಗೆ ಎಲ್ಲರೂ ಮಾತನಾಡಿದ್ದೇ ಆಡಿದ್ದು... ಯಾಕೆ ನೀಲಂ ರಾಜ್ ಕಿಶೋರನಿಗೆ ತಂಗಿ ಎಂದು ಕರೆಯಬೇಡ ಎಂದು ತಡೆದಿದ್ದು? ನಾನು ರಾಜ್ ಕಿಶೋರನಿಂದ ನೇರವಾಗಿ ಈ ವಿಷಯದ ಬಗ್ಗೆ ಏನೂ ಕೇಳಿರಲಿಲ್ಲ. ಆದರೆ ಅವನ ಗೆಳೆಯನೊಬ್ಬನಿಂದ ತಿಳಿದು ಬಂದಿದ್ದೇನೆಂದರೆ, ಅವನು ತನ್ನ ಡೈರಿಯಲ್ಲಿ ಹೃದಯದಲ್ಲಿದ್ದುದನ್ನೆಲ್ಲ ಬರೆದಿದ್ದಾನೆ, ಹಾಗೂ ಅದರಲ್ಲಿ ನೀಲಂಳ ಹೃದಯದ ಕಲ್ಮಶವೆಲ್ಲ ತೊಳೆದುಹೋಗಿ ಅವಳ ಮನಸ್ಸು ಪರಿಶುದ್ಧವಾಗಲೆಂದು ಅವನು ಪ್ರಾರ್ಥಿಸಿದ್ದಾನೆ ವಿಷಯ.

ಈ ಘಟನೆಯಾಗಿ ಸಾಕಷ್ಟು ದಿನಗಳು ಕಳೆದವು, ಹೇಳಿಕೊಳ್ಳುವಂಥದ್ದೇನೂ ನಡೆಯಲಿಲ್ಲ. ನೀಲಂ ಮೊದಲಿಗಿಂತ ಹೆಚ್ಚು ಗಂಭೀರವಾಗಿದ್ದಳು ಮತ್ತು ರಾಜ್ ಕಿಶೋರನ ಕುರ್ತಾದ ಗುಂಡಿಗಳು ಯಾವಾಗಲೂ ತೆರೆದೇ ಇರುತ್ತಿದ್ದವು. ಅವನ ಬಿಳಿಯ ಚರ್ಮ ಉಬ್ಬಿದ ಎದೆ ಮತ್ತು ಕಪ್ಪು ಕೂದಲು ಹೊರಗೆ ಇಣುಕುತ್ತಿರುತ್ತಿದ್ದವು.

ಮಳೆ ಕಡಿಮೆಯಾಗಿದ್ದರಿಂದ ಮತ್ತು ಕಾಡಿನ ಸೌಂದರ್ಯದ ನಾಲ್ಕನೆಯ ಸೆಟ್ ಸಂಪೂರ್ಣವಾಗಿ ಒಣಗಿದ್ದರಿಂದ, ನಿರ್ದೇಶಕ ಕ್ರಿಪಲಾನಿ ನೋಟಿಸ್ ಬೋರ್ಡಿನ ಮೇಲೆ ಶೂಟಿಂಗಿನ ವೇಳಾಪಟ್ಟಿಯನ್ನು ಅಂಟಿಸಿದ.

ಶೂಟಿಂಗ್ ಆಗಬೇಕಿದ್ದ ಮುಂದಿನ ದೃಶ್ಯ ರಾಜ್ ಕಿಶೋರ್ ಮತ್ತು ನೀಲಂ ನಡುವೆಯೇ ಇತ್ತು. ನಾನೇ ಸಂಭಾಷಣೆ ಬರೆದಿದ್ದರಿಂದ, ಮಾತಿನ ನಡುವೆ ರಾಜ್ ಕಿಶೋರ್ ನೀಲಂಳ ಕೈಗಳನ್ನು ಹಿಡಿದು ಚುಂಬಿಸಬೇಕು ಎನ್ನುವುದು ನನಗೆ ತಿಳಿದಿತ್ತು. ಆ ಸನ್ನಿವೇಶದಲ್ಲಿ ಮುತ್ತನ್ನು ತರುವ ಅವಶ್ಯಕತೆ ಏನೇನೂ ಇರಲಿಲ್ಲ. ಆದರೆ ನಟಿಯರು ಪ್ರೇಕ್ಷಕರನ್ನು ಕೆರಳಿಸಲು ಅಗತ್ಯವಿಲ್ಲದಿದ್ದರೂ ಉದ್ರೇಕಿಸುವ ಉಡುಪುಗಳನ್ನು ಧರಿಸುವಂತೆ ಮಾಡುತ್ತಾರಲ್ಲ, ಹಾಗೆಯೇ ಈ ನಿರ್ದೇಶಕನೂ ಹಳೆಯ ಫ಼ಾರ್ಮುಲಾದ ಪ್ರಕಾರ, ಈ ಕೈ ಮುತ್ತಿನ ಸೀನನ್ನು ತುರುಕಲು ನಿರ್ಧರಿಸಿದ್ದ.

ನಾನು ಸೆಟ್ಟಿನಲ್ಲಿದ್ದೆ. ಶೂಟಿಂಗ್ ಪ್ರಾರಂಭವಾದಾಗ ನನ್ನ ಎದೆ ಜೋರಾಗಿ ಬಡಿದುಕೊಳ್ಳಲಾರಂಭಿಸಿತು. ರಾಜ್ ಕಿಶೋರ್ ಮತ್ತು ನೀಲಂ ಹೇಗೆ ಪ್ರತಿಕ್ರಯಿಸಬಹುದು? ಅದನ್ನು ಯೋಚಿಸಿಯೇ ನನ್ನ ದೇಹದುದ್ದಕ್ಕೂ ಉತ್ಸಾಹದ ಅಲೆಯೆದ್ದಿತು.

ಆದರೆ ಆ ದೃಶ್ಯದ ಶೂಟಿಂಗ್ ಯಾವುದೇ ವಿಶೇಷವೂ ಘಟಿಸದೆ ಮುಗಿದುಹೋಯಿತು. ಪ್ರತಿ ಸಂಭಾಷಣೆಯ ನಂತರವೂ, ವಿದ್ಯುತ್ ದೀಪಗಳು ದಣಿದು ಬೇಸರಗೊಂಡವೋ ಎಂಬಂತೆ ಪ್ರಖರಗೊಂಡು ಮತ್ತೆ ಮಂಕಾಗುತ್ತಿದ್ದವು. 'ಸ್ಟಾರ್ಟ್' ಮತ್ತು 'ಕಟ್' ಕೂಗು ಕೇಳಿಸುತ್ತಿತ್ತು.

ಸಂಜೆ ಆ ದೃಶ್ಯದ ಕ್ಲೈಮ್ಯಾಕ್ಸ್ ಚಿತ್ರೀಕರಣವಾಗುವಾಗ ರಾಜ್ ಕಿಶೋರ್ ಅತ್ಯಂತ ರೊಮ್ಯಾಂಟಿಕ್ ಆಗಿ, ನೀಲಂಳ ಕೈಗಳನ್ನು ತನ್ನ ಕೈಗಳಲ್ಲಿ ಹಿಡಿದುಕೊಂಡ. ಆದರೆ ಇನ್ನೇನು ಮುತ್ತಿಕ್ಕಬೇಕು ಅನ್ನುವ ಸಮಯದಲ್ಲಿ. ಅವನು ಕ್ಯಾಮರಾಗೆ ಬೆನ್ನು ಹಾಕಿ, ಅವಳ ಕೈಗಳನ್ನು ಬಿಟ್ಟು ತನ್ನ ಕೈಗೇ ಮುತ್ತಿಟ್ಟುಕೊಂಡ.

ನೀಲಂ ತನ್ನ ಕೈಗಳನ್ನು ಎಳೆದುಕೊಂಡು ಪಿ.ಎನ್. ಮೋಘಾನ ಕಿವಿ ತಮಟೆಗಳು ಒಡೆದುಹೋಗುವಂತೆ ರಾಜ್ ಕಿಶೋರನ ಕೆನ್ನೆಗೆ ಬಾರಿಸಬಹುದು ಎಂದು ನಾನು ಎಣಿಸಿದೆ. ಆದರೆ ಅದಕ್ಕೆ ವ್ಯತಿರಿಕ್ತವಾಗಿ ಅವಳ ತೆಳ್ಳನೆಯ ತುಟಿಗಳ ಮೇಲೆ ಅಸ್ಪಷ್ಟ ನಗುವೊಂದು ಮೂಡಿದ್ದು ಕಾಣಿಸಿತು. ಆ ನಗುವಿನಲ್ಲಿ ಹೆಂಗಸಿನ ಭಾವನೆಗಳಿಗೆ ಧಕ್ಕೆಯುಂಟಾದ ಸುಳಿವು ಸ್ವಲ್ಪವೂ ಕಾಣಿಸಲಿಲ್ಲ. ನಾನು ನೀಲಂಳಿಂದ ಇದನ್ನು ನಿರೀಕ್ಷಿಸಿರಲೇ ಇಲ್ಲ, ಆದರೆ ನೀಲಂಳ ಬಳಿ ಹಾಗೆಂದು ಹೇಳಲಿಲ್ಲ.

ಎರಡು ಮೂರು ದಿನಗಳು ಕಳೆದವು. ಅವಳು ಆ ಬಗ್ಗೆ ಚಕಾರವಾಡಲಿಲ್ಲವಾಗಿ, ನಾನು ಆ ಘಟನೆ ಅವಳನ್ನು ನೋಯಿಸಿಲ್ಲವೇನೋ ಎಂದುಕೊಂಡೆ. ಬಹುಶಃ ಅವಳ ಸೂಕ್ಷ್ಮ ಮನಸ್ಸಿಗೆ ಆ ಯೋಚನೆ ಬಂದೇ ಇರಲಿಲ್ಲವೋ ಏನೋ. ಇದಕ್ಕೆ ಒಂದೇ ಕಾರಣವೆಂದರೆ, ರಾಜ್ ಕಿಶೋರನಿಗೆ ಎಲ್ಲ ಹೆಂಗಸರನ್ನೂ 'ತಂಗಿ' ಎಂದು ಕರೆಯುವುದು ರೂಢಿಯಾಗಿತ್ತಲ್ಲ, ಹಾಗೆಯೇ ಅವಳಲ್ಲೂ ಆ ರೀತಿಯ ವಾತ್ಸಲ್ಯದ ಭಾವನೆ ಮೂಡಿರಬಹುದೇನೋ ಎಂದುಕೊಂಡೆ.

ರಾಜ್ ಕಿಶೋರ್ ನೀಲಂಳ ಕೈಗಳನ್ನು ಬಿಟ್ಟು ತನ್ನ ಕೈಗಳಿಗೇ ಏಕೆ ಮುತ್ತಿಕ್ಕಿಕೊಂಡಿದ್ದ? ಅವನು ಸೇಡು ತೀರಿಸಿಕೊಂಡನೇ? ಅವಳನ್ನು ಅವಮಾನಗೊಳಿಸುವುದೇ ಅವನ ಉದ್ದೇಶವಾಗಿತ್ತೇ? ನನ್ನ ಮನಸ್ಸಿನಲ್ಲಿ ಪ್ರಶ್ನೆಗಳೆದ್ದವು, ಆದರೆ ಉತ್ತರ ಸಿಗಲಿಲ್ಲ.

ನಾಲ್ಕು ದಿನ ಕಳೆದಿತ್ತು. ನಾನು ನಾಗ್ಪಾಡಾದ ಶ್ಯಾಮ್ ಲಾಲನ ಅಂಗಡಿಗೆ ಮಾಮೂಲಿನಂತೆ ಭೇಟಿ ಇತ್ತೆ. ಅವನು ಕಟುವಾಗಿ ದೂರಿದ, "ಮಾಂಟೋ ಸಾಬ್, ನೀವು ನಿಮ್ಮ ಕಂಪನಿಯಲ್ಲಿ ಏನಾಗುತ್ತಿದೆ ಎನ್ನುವ ಯಾವ ಸುದ್ದಿಯನ್ನೂ ಬಿಟ್ಟುಕೊಡುವುದಿಲ್ಲ! ನಿಮಗೆ ಹೇಳಲು ಇಷ್ಟವಿಲ್ಲವೆಂದು ಕಾಣಿಸುತ್ತದೆ, ಅಥವಾ ನಿಮಗೆ ಅದೆಲ್ಲ ಗೊತ್ತೇ ಇಲ್ಲದಿರುವ ಸಾಧ್ಯತೆಯೂ ಇದೆ. ರಾಜ್ ಭಾಯಿ ಏನು ಮಾಡಿದರೆಂದು ನಿಮಗೆ ತಿಳಿದಿದೆಯಾ?"

ಅವನು ನಡೆದಿದ್ದರ ಬಗ್ಗೆ ತನ್ನದೇ ವ್ಯಾಖ್ಯಾನ ನೀಡಿದ, "ಕಾಡಿನ ಸೌಂದರ್ಯ ಸಿನೆಮಾದ ಒಂದು ದೃಶ್ಯಕ್ಕೆ ನಿರ್ದೇಶಕ ನೀಲಂಳ ತುಟಿಗೆ ಮುತ್ತಿಡಲು ರಾಜ್ ಭಾಯಿಗೆ ಹೇಳಿದರಂತೆ. ಆದರೆ ಸಾಬ್, ನಮ್ಮ ರಾಜ್ ಭಾಯಿಯೆಲ್ಲಿ, ಆ ಚಿಲ್ಲರೆ ಸೂಳೆಯೆಲ್ಲಿ? ರಾಜ್ ಭಾಯಿ ಹೇಳಿದರಂತೆ, 'ಇಲ್ಲ, ಇದನ್ನು ನಾನೆಂದಿಗೂ ಮಾಡಲಾರೆ. ನನಗೆ ಹೆಂಡತಿ ಇದ್ದಾಳೆ. ನಾನು ಮನೆಗೆ ನಿತ್ಯವೂ ಹಿಂದಿರುಗಬೇಕು,

ಈ ಕೀಳು ಹೆಂಗಸಿಗೆ ಮುತ್ತಿಟ್ಟ ನಂತರ ನಾನು ನನ್ನ ಹೆಂಡತಿಯ ತುಟಿಗೆ ನನ್ನ ತುಟಿಗಳನ್ನು ಹೇಗೆ ಸೋಕಿಸಲಿ?' ಅಷ್ಟು ಸಾಕಿತ್ತು, ನಿರ್ದೇಶಕ ಆ ದೃಶ್ಯವನ್ನು ಬದಲಿಸಿ, ಹೇಳಿದನಂತೆ, 'ಹಾಗೆಯೇ ಆಗಲಿ, ಅವಳ ತುಟಿಗಳಿಗೆ ಮುತ್ತಿಡುವುದು ಬೇಡ, ಕೈಗಳಿಗೆ ಮುತ್ತಿಡು ಸಾಕು.' ಎಂದು. ಆದರೆ ರಾಜ್ ಸಾಬ್ ಇದೆಲ್ಲ ಹೊಸದಾ? ಆ ಸಮಯ ಬಂದಾಗ, ಅವರು ತಮ್ಮದೇ ಕೈಗಳಿಗೆ ಮುತ್ತಿಟ್ಟರಂತೆ, ಆದರೆ ನೋಡುವವರ ಕಣ್ಣಿಗೆ ಆ ಹೆಣ್ಣುನಾಯಿಯ ಕೈಗಳಿಗೆ ಮುತ್ತಿಟ್ಟ ಹಾಗೆ ಅನ್ನಿಸಬೇಕು, ಹಾಗೆ ಮಾಡಿದರಂತೆ."

ನಾನು ನೀಲಂಗೆ ಇದನ್ನೆಲ್ಲ ಹೇಳಲಿಲ್ಲ; ಅವಳಿಗೆ ಇದೆಲ್ಲ ಘಟನೆಗಳ ಬಗ್ಗೆ ತಿಳಿದೇ ಇಲ್ಲ, ಅಂದಮೇಲೆ ಇದನ್ನೆಲ್ಲ ಹೇಳಿ ಅವಳ ಶಾಂತಿ ಕದಡುವ ಅವಶ್ಯಕತೆಯೇ ಇರಲಿಲ್ಲ.

ಬಾಂಬೆಯಲ್ಲಿ ಮಲೇರಿಯಾ ಮಾಮೂಲು. ಅದು ಯಾವ ತಿಂಗಳು ಅಥವಾ ದಿನಾಂಕ ಎಂಬುದೆಲ್ಲ ನನಗೆ ನೆನಪಿಲ್ಲ.

ಅದು ಕಾಡಿನ ಸೌಂದರ್ಯದ ಐದನೆಯ ಸೆಟ್ ಎದ್ದಿದ್ದ ಸಮಯ, ಆಗ ಭೋರಿಟ್ಟು ಮಳೆ ಸುರಿಯುತ್ತಿತ್ತು ಎಂಬುದು ಮಾತ್ರ ನೆನಪಿದೆ, ನೀಲಂಗೆ ಜೋರು ಜ್ವರ ಪ್ರಾರಂಭವಾಯಿತು.

ನನಗೆ ಸ್ಟುಡಿಯೋದಲ್ಲಿ ಹೆಚ್ಚು ಕೆಲಸವೇನೂ ಇರಲಿಲ್ಲ. ಹಾಗಾಗಿ ನಾನು ಗಂಟೆಗಟ್ಟಲೆ ಅವಳ ಆರೈಕೆ ಮಾಡುತ್ತಾ ಅವಳ ಹಾಸಿಗೆಯ ಬದಿಯಲ್ಲಿ ಕುಳಿತಿರುತ್ತಿದ್ದೆ. ಮಲೇರಿಯಾ ಅವಳ ಕಪ್ಪುಚರ್ಮಕ್ಕೆ ವಿಚಿತ್ರವಾದ ಹಳದಿಬಣ್ಣ ತಂದುಕೊಟ್ಟಿತ್ತು. ಅವಳ ಪೇಲವವಾದ ಕಣ್ಣು ಮತ್ತು ಬಾಯಿಯಲ್ಲಿ ಒಂದು ರೀತಿಯ ಅಸಹಾಯಕತೆ ನೆಲೆ ಮಾಡಿತ್ತು. ಕ್ವಿನೈನ್ ಮಾತ್ರೆ ಅವಳ ಶ್ರವಣಶಕ್ತಿಯನ್ನು ಕುಂದಿಸಿದ್ದರಿಂದ, ಅವಳು ಮಾತನಾಡುವಾಗ ಕ್ಷೀಣ ದನಿಯನ್ನು ಎತ್ತರಿಸುತ್ತಿದ್ದಳು. ಅವಳಿಗೆ ನಾನೇ ಕಿವುಡಾಗಿದ್ದೇನೆ ಎಂಬ ಭಾವನೆ ಇದ್ದಂತಿತ್ತು.

ಒಂದು ದಿನ ಅವಳ ಜ್ವರ ಇಳಿದ ನಂತರ, ಅವಳು ಅವಳು ಹಾಸಿಗೆಯಲ್ಲೇ ಬಿದ್ದುಕೊಂಡು ತನ್ನನ್ನು ನೋಡಲು ಬಂದ ಈದಾನ್ ಬಾಯಿಗೆ ಕ್ಷೀಣ ದನಿಯಲ್ಲಿ ಕೃತಜ್ಞತೆ ಸಲ್ಲಿಸುತ್ತಿರುವಾಗ, ಯಾವುದೋ ಕಾರಿನ ಹಾರ್ನ್ ಜೋರಾಗಿ ಸದ್ದು ಮಾಡಿತು. ಆ ಸದ್ದು ನೀಲಂಳ ದೇಹದಲ್ಲಿ ನಡುಕ ಹುಟ್ಟಿಸಿತು ಎಂಬುದನ್ನು ನಾನು ಗಮನಿಸಿದೆ.

ಸ್ವಲ್ಪ ಹೊತ್ತಿನ ಬಳಿಕ, ಆ ಕೋಣೆಯ ತೇಗದ ಬಾಗಿಲು ತೆರೆದುಕೊಂಡಿತು ಮತ್ತು ಬಿಳಿಯ ಕುರ್ತಾ ಹಾಗೂ ಬಿಗಿಯಾದ ಪೈಜಾಮಾ ಧರಿಸಿದ್ದ ರಾಜ್ ಕಿಶೋರ್,

ಅತ್ಯಂತ ಕಳಪೆ ವಸ್ತ್ರ ಧರಿಸಿದ್ದ ತನ್ನ ಹೆಂಡತಿಯೊಡನೆ ಒಳಬಂದ. ಅವನು ಈದಾನ್ ಬಾಯಿಗೆ 'ಈದಾನ್ ಸಹೋದರಿ' ಎನ್ನುತ್ತ ನಮಸ್ಕರಿಸಿ, ನನ್ನ ಕೈಕುಲುಕಿ, ನಂತರ ತನ್ನ ದಣಿದ ಮುಖದ ಹೆಂಡತಿಯನ್ನು ನಮಗೆಲ್ಲ ಪರಿಚಯಿಸಿ, ನೀಲಂಳ ಹಾಸಿಗೆಯ ಪಕ್ಕ ಕುಳಿತುಕೊಂಡ.

ಸ್ವಲ್ಪ ಹೊತ್ತು ಸುಮ್ಮನೆ ಕುಳಿತಿದ್ದ, ಶೂನ್ಯದಲ್ಲಿ ದೃಷ್ಟಿನೆಟ್ಟು. ನಂತರ ನೀಲಂಳ ಕಡೆ ತಿರುಗಿದ. ಮೊದಲ ಬಾರಿಗೆ ಅವನ ತಿಳಿಯಾದ ಕಣ್ಣುಗಳಲ್ಲಿ ಅದೇನೋ ಅಸ್ಪಷ್ಟ ಭಾವನೆ ಕಾಣಿಸಿತು.

ನಾನು ಆಶ್ಚರ್ಯಚಕಿತನಾಗುವಾಗಲೇ ಅವನು ವಿನೋದದ ದನಿಯಲ್ಲಿ, "ಬಹಳ ದಿನಗಳಿಂದ ನಿಮ್ಮನ್ನು ನೋಡಬೇಕು ಎಂದುಕೊಳ್ಳುತ್ತಿದ್ದೆ. ಆದರೆ ನನ್ನ ದರಿದ್ರ ಕಾರಿನ ಎಂಜಿನ್ ಕಾಟ ಕೊಡುತ್ತಿತ್ತು. ಹೆಚ್ಚುಕಡಿಮೆ ಹತ್ತು ದಿನಗಳಿಂದ ಅದು ಗ್ಯಾರೇಜಿನಲ್ಲೇ ಇತ್ತು. ಇವತ್ತು ವಾಪಸ್ ಬಂದಿತು. ಆ ಕೂಡಲೇ ನಾನು ಹೇಳಿದೆ (ಹೆಂಡತಿಯತ್ತ ಕೈ ತೋರಿಸಿ), 'ಬಾ ಶಾಂತಿ ಈಗಲೇ ಹೋಗಿ ಬಂದುಬಿಡೋಣ. ಮನೆ ಕೆಲಸವನ್ನು ಆ ನಂತರ ಮಾಡಿದರಾಯಿತು. ಆಶ್ಚರ್ಯಕರವಾಗಿ ಇವತ್ತೇ ರಕ್ಷಾ ಬಂಧನ್ ಹಬ್ಬ ಕೂಡಾ ಬಂದಿದೆ. ನಾವು ಹೋಗಿ ಸಹೋದರಿ ನೀಲಂಳನ್ನು ಮಾತನಾಡಿಸಿ ಅವಳಿಗೆ ರಾಖಿ ಕಟ್ಟಿ ಬರೋಣ ಎಂದೆ."

ಹೀಗೆಂದವನೇ, ಅವನು ಕುರ್ತಾದ ಜೇಬಿನಿಂದ ರೇಷಿಮೆ ರಾಖಿಯೊಂದನ್ನು ತೆಗೆದ. ನೀಲಂಳ ಹಳದಿಗಟ್ಟಿದ ಮುಖ ಮತ್ತಿಷ್ಟು ಮಂಕಾಯಿತು, ಮತ್ತಷ್ಟು ಕಳಾಹೀನವಾಯಿತು.

ರಾಜ್ ಕಿಶೋರ್ ಅವಳತ್ತ ನೋಡಲಿಲ್ಲ. ಈದಾನ್ ಬಾಯಿಯನ್ನು ಉದ್ದೇಶಿಸಿ, ಹೇಳಿದ, "ಆದರೆ ಈ ರೀತಿಯಲ್ಲ. ಇದು ಸಂತಸದ ಸಮಯ. ನನ್ನ ಸಹೋದರಿಯು ಈ ಸ್ಥಿತಿಯಲ್ಲಿ ಇರುವಾಗ ನನಗೆ ರಾಖಿ ಕಟ್ಟುವುದು ಸರಿಯಾಗುವುದಿಲ್ಲ. ಬಾ ಶಾಂತಿ, ಅವಳಿಗೆ ಸ್ವಲ್ಪ ಲಿಪ್ಸ್ಟಿಕ್ ಹಚ್ಚು. ಮೇಕಪ್ ಬಾಕ್ಸ್ ಎಲ್ಲಿ?."

ಅಲ್ಲಿಯೇ ಇದ್ದ ಗೋಡೆ ಗೂಡಿನಲ್ಲಿ ನೀಲಂಳ ಮೇಕಪ್ ಬಾಕ್ಸ್ ಇತ್ತು. ದಾಪುಗಾಲಿಟ್ಟು ಎರಡು ಹೆಜ್ಜೆ ನಡೆದು ರಾಜ್ ಕಿಶೋರ್ ಅದನ್ನು ತಂದ. ನೀಲಂ ಮೌನವಾಗಿದ್ದಳು. ಅವಳ ತೆಳುವಾದ ತುಟಿಗಳು ಬಿಗಿದುಕೊಂಡಿದ್ದವು, ಕಿರುಚುವುದನ್ನು ತಡೆಯಲು ಯತ್ನಿಸುತ್ತಿವೆಯೋ ಎಂಬಂತೆ.

ಶಾಂತಿ ವಿಧೇಯ ಪತ್ನಿಯಂತೆ ಎದ್ದು ನೀಲಂಗೆ ಮೇಕಪ್ ಮಾಡಲು ಪ್ರಾರಂಭಿಸಿದಳು. ನೀಲಂ ಅದಕ್ಕೆ ಪ್ರತಿಭಟನೆಯನ್ನೇನೂ ತೋರಿಸಲಿಲ್ಲ.

ಈದಾನ್ ಬಾಯಿ ಅವಳಿಗೆ ಆಸರೆ ಕೊಟ್ಟು ಎಬ್ಬಿಸಿದಳು. ನೀಲ ಜೀವಂತ ಶವದಂತೆ ಕಾಣಿಸುತ್ತಿದ್ದಳು. ಶಾಂತಿ ನೀಲಂಳ ತುಟಿಗಳಿಗೆ ಕೆಟ್ಟದಾಗಿ ಲಿಪ್ಸ್ಟಿಕ್ ಬಳಿಯುತ್ತಿರುವಾಗ, ನೀಲಂ ನನ್ನೆಡೆಗೆ ನೋಡಿ ಮುಗುಳ್ನಕ್ಕಳು; ನಿಜಕ್ಕೂ ಹೇಳಬೇಕೆಂದರೆ ಆ ನಗುವು ಚೀತ್ಕಾರದಂತಿತ್ತು.

ನಾನೆಂದುಕೊಂಡೆ, ಇಲ್ಲ! ಯಾವುದೇ ಕ್ಷಣಕ್ಕಾದರೂ ನೀಲಂಳ ಬಿಗಿದ ತುಟಿಗಳು ತೆರೆದು, ಮಳೆಗಾಲದಲ್ಲಿ ನದಿ ಅಣೆಕಟ್ಟುಗಳನ್ನು ಒಡೆದುಕೊಂಡು ಹುಚ್ಚು ಪ್ರವಾಹವಾಗಿ ಮುನ್ನುಗ್ಗುವಂತೆ, ಅವಳ ಅದುಮಿಟ್ಟ ಭಾವನೆಗಳು ಸಿಡಿದೆದ್ದು ಭೋರ್ಗರೆದು ನಮ್ಮನ್ನೆಲ್ಲ ಬೇರುಸಹಿತ ಕಿತ್ತೊಗೆದು, ಯಾವುದೋ ಆಳವಾದ ಪ್ರಪಾತಕ್ಕೆ ಒಯ್ಯಬಹುದು ಎಂದು.

ಆದರೆ ನನಗೆ ಆಶ್ಚರ್ಯವಾಗುವಂತೆ, ಅವಳು ಒಂದೇ ಒಂದು ಪದವನ್ನೂ ಆಡಲಿಲ್ಲ. ಅವಳ ಚರ್ಮದ ಹಳದಿಯು ಮೆತ್ತಿದ್ದ ರೋಜಿನಲ್ಲಿ ಮುಚ್ಚಿಹೋಗಿತ್ತು. ಅವಳು ಕಲ್ಲಿನ ಪ್ರತಿಮೆಯಂತೆ ಭಾವನೆಗಳೇ ಇಲ್ಲದೆ ಕುಳಿತಿದ್ದಳು.

ಅಂತೂ ಕೊನೆಗೆ ಅವಳ ಮೇಕಪ್ ಮುಗಿದ ನಂತರ, ಅವಳು ದೃಢವಾದ ದನಿಯಲ್ಲಿ ರಾಜ್ ಕಿಶೋರನಿಗೆ ಹೇಳಿದಳು, "ಕೊಡಿ ಅದನ್ನು. ಈಗ ನಿಮಗೆ ರಾಖಿ ಕಟ್ಟುತ್ತೇನೆ."

ಒಂದು ಕ್ಷಣದ ನಂತರ, ಆ ರೇಷಿಮೆ ರಾಖಿಯು ರಾಜ್ ಕಿಶೋರನ ಮಣಿಕಟ್ಟಿನ ಮೇಲಿತ್ತು. ನೀಲಂಳ ಕೈಗಳು ನಡುಗುತ್ತಿರಲಿಲ್ಲ, ಬದಲಿಗೆ ಕಲ್ಲಿನಂತೆ ನಿಶ್ಚಲವಾಗಿ ಅದನ್ನು ಅವನ ಕೈಗೆ ಬಿಗಿಯುತ್ತಿದ್ದವು.

ಅದು ಆಗುತ್ತಿರುವಾಗಲೇ ನಾನು ರಾಜ್ ಕಿಶೋರನ ತಿಳಿ ಕಣ್ಣುಗಳಲ್ಲಿ ಮತ್ತೊಮ್ಮೆ ವಿಷಣ್ಣ ಭಾವವನ್ನು ನೋಡಿದೆ ಮತ್ತು ಅದು ಬೇಗನೇ ಅವನ ನಗುವಿನಲ್ಲಿ ಕರಗಿಹೋಯಿತು. ಪದ್ಧತಿಯಂತೆ ಅವನು ಒಂದು ಕವರಿನಿಂದ ಸ್ವಲ್ಪ ಹಣ ತೆಗೆದು ನೀಲಂಗೆ ಕೊಟ್ಟ. ನೀಲಂ ಧನ್ಯವಾದವನ್ನು ಅರ್ಪಿಸಿ ಅದನ್ನು ದಿಂಬಿನ ಕೆಳಗೆ ಇಟ್ಟುಕೊಂಡಳು.

ಎಲ್ಲರೂ ಹೊರಟು, ನಾನು ಮತ್ತು ನೀಲಂ ಇಬ್ಬರೇ ಉಳಿದಾಗ, ಅವಳು ನನ್ನೆಡೆಗೆ ಅಸಮಾಧಾನದ ನೋಟವನ್ನು ಬೀರಿದಳು. ನಂತರ ದಿಂಬಿನ ಮೇಲೆ ತಲೆಯಿಟ್ಟು, ಮೌನವಾಗುಳಿದಳು. ರಾಜ್ ಕಿಶೋರ್ ಅವಳ ಹಾಸಿಗೆಯ ಮೇಲೆಯೇ ಅವನ ಬ್ಯಾಗನ್ನು ಮರೆತು ಹೋಗಿದ್ದ. ನೀಲಂ ಅದನ್ನು ನೋಡಿದವಳೇ ಮಂಚದ ಒಂದು ಬದಿಗೆ ಒದ್ದಳು.

ನಾನು ಸುಮಾರು ಎರಡು ಗಂಟೆಗಳ ಕಾಲ ದಿನಪತ್ರಿಕೆಯನ್ನು ಓದುತ್ತಾ ಅವಳ ಜೊತೆಗೇ ಕುಳಿತಿದ್ದೆ. ಅವಳು ಒಂದಕ್ಷರವನ್ನೂ ಆಡದೇ ಉಳಿದಾಗ, ನನಗೆ ಏನು ಮಾಡಲೂ ತೋಚದೆ ಅಲ್ಲಿಂದ ಮಾತನಾಡದೇ ಹೊರಬಿದ್ದೆ.

ಇದು ನಡೆದು ಮೂರು ದಿನ ಕಳೆದಿತ್ತು. ನಾನು ನಾಗ್ಪಾಡಾದಲ್ಲಿದ್ದ ಒಂಬತ್ತು ರೂಪಾಯಿ ನನ್ನ ಸಣ್ಣ ಬಾಡಿಗೆ ಮನೆಯಲ್ಲಿ ಕ್ಷೌರ ಮಾಡಿಕೊಳ್ಳುತ್ತ, ನನ್ನ ನೆರೆಮನೆಯಾಕೆ ಮಿಸೆಸ್ ಫರ್ನಾಂಡೀಸ್, ಪಕ್ಕದ ಮನೆಯವಳನ್ನು ಬಯ್ಯುತ್ತಾ ಇರುವುದನ್ನು ಕೇಳಿಸಿಕೊಳ್ಳುತ್ತಲಿರುವಾಗಲೇ ಯಾರೋ ಬಂದ ಸಪ್ಪಳವಾಯಿತು. ತಲೆ ತಿರುಗಿಸಿ ಬಂದವರು ಯಾರೆಂದು ನೋಡಿದರೆ, ನೀಲಂ!

ಅರೆಕ್ಷಣ ನಾನು ತಪ್ಪು ತಿಳಿದೆನೇನೋ ಎಂದುಕೊಂಡೆ. ಮತ್ತೆ ಯಾರೋ ಇರಬೇಕು. ಅವಳ ಕಡುಗೆಂಪು ಬಣ್ಣದ ಲಿಪ್ಸ್ಟಿಕ್ ಹರಡಿಕೊಂಡಿದ್ದರಿಂದ, ಅವಳ ತುಟಿಯಿಂದ ರಕ್ತ ಒಸರುತ್ತಿದೆಯೇನೋ ಎನ್ನಿಸಿಬಿಟ್ಟಿತು. ಒಂದೇ ಒಂದು ಕೂದಲೆಳೆಯೂ ಅದರದರ ಸ್ಥಾನದಲ್ಲಿ ಇರಲಿಲ್ಲ. ಅವಳ ಬಿಳಿಯ ಸೀರೆಯ ಮೇಲಿದ್ದ ಹೂಗಳು ಗಾಳಿಯ ಹೊಡೆತಕ್ಕೆ ಸಿಲುಕಿದಂತೆ ಕಾಣಿಸುತ್ತಿದ್ದವು. ಅವಳ ರವಿಕೆಯ ಮೂರ್ನಾಲ್ಕು ಹುಕ್ಕುಗಳು ತೆರೆದುಕೊಂಡಿದ್ದವು. ಅವಳ ಎದೆಯ ಮೇಲಿದ್ದ ಪರಚಿದ ಗಾಯಗಳು ಕಾಣಿಸುತ್ತಿದ್ದವು.

ನೀಲಂಳನ್ನು ಆ ಸ್ಥಿತಿಯಲ್ಲಿ ನೋಡಿದ ನಾನು, ಆಘಾತಕ್ಕೊಳಗಾಗಿ ಏನಾಯಿತು ಎಂದಾಗಲಿ, ನಾನು ಅಲ್ಲಿ ಇದ್ದೇನೆಂದು ಅವಳಿಗೆ ಹೇಗೆ ಕಂಡು ಹಿಡಿದೆ ಎಂದಾಗಲಿ ಕೇಳಲು ತೋಚದೆ ನಿಂತುಬಿಟ್ಟಿದ್ದೆ. ಕೂಡಲೇ ಬಾಗಿಲನ್ನು ಮುಚ್ಚಿ ಅವಳ ಪಕ್ಕ ಕುಳಿತುಕೊಂಡೆ. ಅವಳು ಹೇಳಿದಳು, "ನಾನು ಸೀದಾ ಇಲ್ಲಿಗೇ ಬಂದೆ."

"ಎಲ್ಲಿಂದ?" ನಾನು ಮೃದುವಾಗಿ ಕೇಳಿದೆ.

"ನನ್ನ ಮನೆಯಿಂದ. ಎಲ್ಲ ದರಿದ್ರವೂ ಮುಗಿಯಿತು ಎಂದು ಹೇಳಲು ಬಂದೆ."

"ಯಾವ?"

"ನನಗೆ ಗೊತ್ತಿತ್ತು ಬೇರೆ ಯಾರೂ ಇಲ್ಲದಿರುವಾಗ ಅವನು ಮತ್ತೆ ಬರುತ್ತಾನೆ ಎಂದು. ಎಣಿಸಿದಂತೆಯೇ ಬಂದ. ಅವನ ಬ್ಯಾಗನ್ನು ಒಯ್ಯಲು!"

ಅದನ್ನು ಹೇಳುವಾಗಲೇ ಲಿಪ್ಸ್ಟಿಕ್ ಬಳಿದುಕೊಂಡು ವಿರೂಪಗೊಂಡಿದ್ದ ಅವಳ ತುಟಿಗಳ ಮೇಲೆ ಅದೇ ಅಸ್ಪಷ್ಟ, ರಹಸ್ಯ ನಗು ಮೂಡಿತು. "ಅವನು ಬ್ಯಾಗನ್ನು ತೆಗೆದುಕೊಳ್ಳಲು ಬಂದ. ನಾನು ಹೇಳಿದೆ, 'ಓ ಧಾರಾಳವಾಗಿ ತೆಗೆದುಕೋ... ಅದು ಇನ್ನೊಂದು ಕೋಣೆಯಲ್ಲಿದೆ' ಎಂದು. ನನ್ನ ಧ್ವನಿಯಲ್ಲಿನ ಬದಲಾವಣೆ ಅವನ

ಗಮನಕ್ಕೆ ಬಂದಿರಬೇಕು ಅನ್ನಿಸುತ್ತದೆ, ಅವನು ಸ್ವಲ್ಪ ಬೆದರಿದಂತೆ ಕಾಣಿಸಿತು. ನಾನು ಹೇಳಿದೆ, 'ಹೆದರಬೇಡ.' ಎಂದು. ಆದರೆ ನಾವು ಇನ್ನೊಂದು ಕೋಣೆಗೆ ಹೋದಾಗ, ಅವನಿಗೆ ಬ್ಯಾಗ್ ಕೊಡುವ ಬದಲಿಗೆ ನಾನು ಡ್ರೆಸ್ಸಿಂಗ್ ಟೇಬಲ್ ಮುಂದೆ ಕುಳಿತು ಮೇಕಪ್ ಮಾಡಿಕೊಳ್ಳಲಾರಂಭಿಸಿದೆ." ನೀಲಂ ಮೌನವಾದಳು. ನಮ್ಮ ಮುಂದಿದ್ದ ಮುರುಕು ಟೇಬಲ್ಲಿನ ಮೇಲಿದ್ದ ನೀರನ್ನು ತೆಗೆದುಕೊಂಡು ಗಟಗಟ ಕುಡಿದಳು.

ಅವಳ ತುಟಿಗಳನ್ನು ಸೀರೆಯಿಂದ ಒರೆಸುತ್ತಾ, ಅವಳು ಕಥೆ ಮುಂದುವರೆಸಿದಳು, "ನಾನು ಒಂದು ಗಂಟೆಕಾಲ ಮೇಕಪ್ ಮಾಡಿಕೊಂಡೆ. ನನ್ನ ಕೆನ್ನೆಗೆ ಸಾಧ್ಯವಿರುವಷ್ಟೂ ರೋಜನ್ನು ಮೆತ್ತಿದೆ. ಅವನು ಮೌನವಾಗಿ ಕೋಣೆಯ ಒಂದು ಮೂಲೆಯಲ್ಲಿ ನಿಂತಿದ್ದ, ಮಾಟಗಾತಿಯಾಗಿ ಪರಿವರ್ತನೆಗೊಳ್ಳುತ್ತಿರುವ ನನ್ನನ್ನು ಕನ್ನಡಿಯಲ್ಲಿ ನೋಡುತ್ತಾ. ನಂತರ ನಾನು ದೃಢವಾದ ಹೆಜ್ಜೆಗಳನ್ನಿಡುತ್ತ ಬಾಗಿಲಿನೆಡೆಗೆ ಹೋಗಿ ಅದಕ್ಕೆ ಬೀಗ ಜಡಿದೆ."

"ಅದಾದ ನಂತರ ಏನಾಯಿತು?" ನಾನು ಉತ್ತರಕ್ಕಾಗಿ ನೀಲಂಳ ಮುಖವನ್ನೇ ದಿಟ್ಟಿಸಿದೆ. ಅವಳು ಸಂಪೂರ್ಣವಾಗಿ ಬದಲಾಗಿದ್ದಳು. ಅವಳು ತುಟಿಗಳನ್ನು ಸೀರೆಯಿಂದ ಒರೆಸಿಕೊಂಡಿದ್ದರಿಂದ ತುಟಿಯ ಬಣ್ಣ ಮಾಯವಾಗಿತ್ತು. ಅವಳ ದನಿಯು ಕೆಂಪಗೆ ಕಾದ ಕಬ್ಬಿಣವನ್ನು ಸುತ್ತಿಗೆಯಿಂದ ಬಡಿದಂತೆ ಉಡುಗಿಹೋಗಿತ್ತು. ಈಗ ಹಾಗೆ ಕಾಣಿಸುತ್ತಿರಲಿಲ್ಲವಾದರೂ, ಆ ಮೇಕಪ್‌ನಲ್ಲಿ ಅವಳು ನಿಜಕ್ಕೂ ಮಾಟಗಾತಿಯ ಹಾಗೆ ಕಾಣಿಸುತ್ತಿದ್ದುದರಲ್ಲಿ ನನಗೆ ಅನುಮಾನವಿರಲಿಲ್ಲ.

ಅವಳು ಕೂಡಲೇ ನನ್ನ ಪ್ರಶ್ನೆಗೆ ಉತ್ತರಿಸಲಿಲ್ಲ. ಚಾಪೆಯ ಮೇಲಿಂದ ಎದ್ದು ನನ್ನ ಮೇಜಿನ ಬಳಿ ಹೋಗಿ ಕುಳಿತುಕೊಂಡು, "ನಾನು ಅವನನ್ನು ಹರಿದು ಛಿದ್ರ ಮಾಡಿಬಿಟ್ಟೆ." ಎಂದಳು ಕೊನೆಗೆ. "ನಾನು ಅವನನ್ನು ಬಿಗಿಯಾಗಿ ಕಾಡುಬೆಕ್ಕಿನಂತೆ ಅಪ್ಪಿದೆ. ಅವನು ನನ್ನ ಮುಖವನ್ನು ಪರಚಿದ. ನಾನು ಅವನ ಮುಖವನ್ನು ಪರಚಿದೆ. ಬಹಳ ಹೊತ್ತು ಇಬ್ಬರೂ ಕಾದಾಡಿದೆವು. ಅವನಿಗೆ ನಿಜಕ್ಕೂ ಕಾಡುಬೆಕ್ಕಿನಷ್ಟೇ ಶಕ್ತಿ ಇತ್ತು. ಆದರೆ... ಆದರೆ ನಾನು ಮೊದಲೊಮ್ಮೆ ಹೇಳಿದಂತೆ ನಾನು ಬಹಳ ಉಗ್ರಳಾದ ಹೆಂಗಸು. ನನ್ನ ಬಲಹೀನತೆ, ಅದೇ ಮಲೇರಿಯಾದಿಂದ ಉಂಟಾದ ಬಲಹೀನತೆ– ಅದು ಕೂಡಾ ಆ ಕ್ಷಣದಲ್ಲಿ ನನ್ನ ಅರಿವಿಗೇ ಬರಲಿಲ್ಲ. ನನ್ನ ದೇಹವು ಸುಟ್ಟು ಹೋಗುತ್ತಿತ್ತು. ನನ್ನ ಕಣ್ಣಿನಿಂದ ಕಿಡಿಗಳು ಹಾರುತ್ತಿದ್ದವು. ನನ್ನ ಮೂಳೆಗಳೆಲ್ಲ ಸೆಟೆದುಕೊಂಡಿದ್ದವು. ನಾನು ಅವನನ್ನು ಹಿಡಿದು ಕಾದಾಡತೊಡಗಿದೆ... ಯಾಕೆ, ಯಾವ ಕಾರಣಕ್ಕಾಗಿ ಎನ್ನುವುದೇ ಗೊತ್ತಿರಲಿಲ್ಲ... ಆದರೂ ಕಾದಾಡುತ್ತಿದ್ದೆ."

"ನಮ್ಮ ನಡುವೆ ತಪ್ಪಾಗಿ ಕಲ್ಪಿಸುವಂಥದ್ದೇನೂ ನಡೆದಿರಲಿಲ್ಲ. ನಾನು ಕಿರುಚುತ್ತಿದ್ದೆ. ಅವನು ಮುಲುಗಾಡುತ್ತಿದ್ದ. ನಾನು ಅವನ ಬಿಳಿಯ ಖಾದಿ ಕುರ್ತಾದ ಮೇಲಿದ್ದ

ಹೂಗಳನ್ನು ಪರಚಿದೆ. ಅವನು ನನ್ನ ತಲೆಯಿಂದ ರಾಶಿ ರಾಶಿ ಕೂದಲನ್ನು ಬುಡಸಮೇತ ಕಿತ್ತ. ಅವನು ತನ್ನ ಶಕ್ತಿಯನ್ನೆಲ್ಲ ಪ್ರಯೋಗಿಸಿದ. ಆದರೆ ನಾನು ಮೊದಲೇ ಗೆಲುವು ನನ್ನದೇ ಎಂದು ನಿರ್ಧರಿಸಿಬಿಟ್ಟಿದ್ದೆ. ಕೊನೆಯಲ್ಲಿ ಅವನು ಕಾರ್ಪೆಟ್ ಮೇಲೆ ಅಲುಗದಂತೆ ಬಿದ್ದುಕೊಂಡ. ನಾನು ಏದುಸಿರು ಬಿಡುತ್ತಿದ್ದೆ, ಇನ್ನೇನು ನನ್ನ ಉಸಿರು ನಿಂತುಹೋಗುತ್ತದೆಯೋ ಎನ್ನುವಂತೆ.

ನನಗೆ ಉಸಿರಾಡುವುದು ಕಷ್ಟವಾಗುತ್ತಿದ್ದರೂ, ಅವನ ಕುರ್ತಾವನ್ನು ಹರಿದು ಚಿಂದಿಯಾಗಿಸಿದೆ. ಆ ಘಳಿಗೆಯಲ್ಲಿ ನಾನು ಅವನ ದೃಢ, ಹರವಾದ ಎದೆಯನ್ನು ನೋಡಿದೆ. ಆಗ ನನಗೆ ಅರ್ಥವಾಯಿತು ಅದೇನೆಂದು... ಅದೇ ಅವತ್ತು ನಾವು ಅರ್ಥಮಾಡಿಕೊಳ್ಳಲು ಪ್ರಯತ್ನಿಸಿ ಸೋತಿದ್ದೆವಲ್ಲ..."

ಅವಳು ವೇಗವಾಗಿ ಎದ್ದು ನಿಂತು ತನ್ನ ಕೆದರಿದ ಕೂದಲನ್ನು ಸರಕ್ಕನೆ ತಲೆಯ ಒಂದು ಬದಿಗೆ ಎಳೆದುಕೊಂಡಳು. "ಸಾದಕ್... ಆ ಸೂಳೆಮಗ! ಅವನ ದೇಹ ಸುಂದರವಾಗಿತ್ತು. ನನ್ನೊಳಗೆ ಅದೇನು ಹೊಕ್ಕಿತ್ತೋ ಕಾಣೆ. ನಾನು ತಲೆ ತಗ್ಗಿಸಿ ಅದನ್ನು ಕಚ್ಚಲು ಪ್ರಾರಂಭಿಸಿದೆ. ಅವನು ಸುಮ್ಮನೆ ಬಿಕ್ಕುತ್ತಾ ಮಲಗಿದ್ದ. ನಾನು ರಕ್ತಸಿಕ್ತವಾಗಿದ್ದ ನನ್ನ ಬಾಯಿಯನ್ನು ಅವನ ಜೊತೆ ಸೇರಿಸಿ ಉನ್ಮತ್ತ, ಗಾಢ ಮುತ್ತನ್ನಿತ್ತೆ. ಅವನು ತಣ್ಣಗಾದ, ಹಣೆಯಲ್ಲಿ ಬರೆದಂತಾಗಲಿ ಎಂದು ಒಪ್ಪಿಕೊಂಡ ಹೆಂಗಸಿನ ಹಾಗೆ. ನಾನು ಎದ್ದೆ... ಯಾಕೋ ಇದ್ದಕ್ಕಿದ್ದಂತೆ ಅವನ ಮೇಲೆ ಹೇಸಿಗೆ ಹುಟ್ಟಿತು. ಅವನನ್ನು ಬಾಗಿ ನೋಡಿದೆ. ನನ್ನ ರಕ್ತ ಮತ್ತು ಲಿಪ್ಸ್ಟಿಕ್ ಅವನ ದೇಹದ ಸುಂದರ ದೇಹದ ಮೇಲೆಲ್ಲ ನಜುಗು ಗಾಯಗಳನ್ನು ಮಾಡಿತ್ತು. ನಾನು ತಲೆಯೆತ್ತಿ ನನ್ನ ಕೋಣೆಯನ್ನು ನೋಡಿದಾಗ, ಅಲ್ಲಿದ್ದುದೆಲ್ಲವೂ ಭ್ರಾಂತಿ ಅನ್ನಿಸಿಬಿಟ್ಟಿತು. ಉಸಿರುಗಟ್ಟಿದಂತಾಗಿ ಬಾಗಿಲುಗಳನ್ನು ತೆರೆದು, ಸೀದಾ ನಿನ್ನಲ್ಲಿಗೆ ಬಂದುಬಿಟ್ಟೆ."

ಇಷ್ಟು ಹೇಳಿ ಅವಳು ಹೆಣದಂತೆ ಮೌನ ತಾಳಿದಳು. ನನಗೆ ಭಯವಾಯಿತು. ಅವಳ ಕೈಗಳನ್ನು ಮುಟ್ಟಿದೆ; ಸೊರಗಿದ ಕೈಗಳು ಸುಮ್ಮನೆ ಬದಿಗೆ ಬಿದ್ದವು ಮತ್ತು ಅವಳು ಬೆಂಕಿಯಂತೆ ಸುಡುತ್ತಿದ್ದಳು.

"ನೀಲಂ..... ನೀಲಂ........"

ಹಲವಾರು ಬಾರಿ ಅವಳ ಹೆಸರನ್ನು ಕರೆದರೂ ಅವಳು ಉತ್ತರಿಸಲಿಲ್ಲ. ಕೊನೆಗೊಮ್ಮೆ ಜೋರಾಗಿ ಕೂಗಿದಾಗ, ಬೆದರಿದ ಅವಳು ಕಣ್ಬಿಟ್ಟಳು.

ಹೊರಡಲು ಸಿದ್ಧವಾದವಳು ಹೇಳಿದಳು "ಸಾದತ್ ನನ್ನ ಹೆಸರು ರಾಧಾ."

My Name is Radha